Collins

VIETNAMESE
DICTIONARY

ESSENTIAL EDITION

HarperCollins Publishers
Westerhill Road
Bishopbriggs
Glasgow
G64 2QT
Great Britain

First Edition 2012

© HarperCollins Publishers 2012

10 9 8 7 6 5 4 3

ISBN 978-0-00-745423-5

Collins® is a registered trademark of
HarperCollins Publishers Limited

www.collinslanguage.com

A catalogue record for this book is
available from the British Library

Typesetting by Davidson Publishing
Solutions, Glasgow and Lingea s.r.o.

Printed in Great Britain by Clays Ltd,
St Ives plc

Acknowledgements
We would like to thank those authors
and publishers who kindly gave
permission for copyright material to be
used in the Collins Word Web. We would
also like to thank Times Newspapers Ltd
for providing valuable data.

Series Editor
Rob Scriven

Managing Editor
Ruth O'Donovan

Project Manager
Morven Dooner

Editor
Susie Beattie

Contributors
Dana Healy
Trang Thu Tran
Eugene Benoit
Joyce Littlejohn

For the Publisher
Lucy Cooper
Kerry Ferguson
Elaine Higgleton
Susanne Reichert

CONTENTS   NỘI DUNG

INTRODUCTION

We are delighted that you have decided to buy this Vietnamese-English, English-Vietnamese dictionary and hope that you will enjoy and benefit from using it at home, on holiday or at work.

GIỚI THIỆU

Chúng tôi rất hân hạnh khi bạn đã quyết định mua quyển từ điển Anh-Việt, Việt-Anh này và hi vọng nó sẽ giúp ích được cho bạn khi ở nhà, lúc đi du lịch hay cả lúc làm việc.

ABBREVIATIONS		BẢNG VIẾT TẮT
adjective	*adj*	tính từ
adverb	*adv*	trạng từ
exclamation	*excl*	cảm thán
preposition	*prep*	giới từ
pronoun	*pron*	đại từ
noun	*n*	danh từ
feminine	*f*	giống cái
masculine	*m*	giống đực
neuter	*nt*	từ trung tính
plural	*pl*	số nhiều
verb	*v*	động từ

VIETNAMESE PRONUNCIATION

VOWELS

ɑ	tan	like *a* in v*a*n, the *a* is short
ɑː	vani	like *a* in f*a*r, the *a* is long
æ	khen	like *a* in m*a*n
ɛ	xe	like *a* in m*a*n
ɤ	đơn	like *e* in fath*e*r
ɪ	tin	like *i* in *i*t
o	không	like *o* in ph*o*ne
ɔ	ho	like *o* in h*o*t
u	trung	like *u* in p*u*t
ɯ	như	like *ue* in d*ue*

VOWEL TONES

There are 6 different tones in Vietnamese, represented by accents on the vowels.

a	no tone	voice stays at a level pitch for the duration of the vowel
á	high rising	pitch of voice starts mid-level and rises sharply
à	low falling	pitch of voice starts low and falls
ả	low rising	pitch of voice starts low, falls, then rises slightly
ã	high broken	pitch of voice starts low, falls slightly then rises sharply
ạ	low broken	pitch of voce starts low, falls then cuts off sharply

CONSONANTS

b	bình	like *b* in *b*ig
d	danh	like *y* in *y*oung
f	pha	like *f* in *f*ast
h	hành	like *h* in *h*ouse
k	kính	like *k* in *k*ing
l	lá	like *l* in *l*ight
m	mong	like *m* in *m*uch
n	nam	like *n* in *n*o
p	patanh	like *p* in *p*ain
s	sống	like *s* in *s*ing
t	tung	like *t* in *t*each
v	về	like *v* in *v*an
w	web	like *w* in *w*eb
z	giày	like *z* in *z*ebra
ŋ	đường	like *ng* in si*ng*
ɣ	gối	like *g* in *g*o
ɲ	nhanh	like *ni* in o*ni*on
ʃ	chuông	like *sh* in *sh*ine
χ	khen	like *ch* in Scottish lo*ch*

PHIÊN ÂM TIẾNG ANH

VOWELS

	Ví dụ Tiếng Anh	Giải thích
[ɑ:]	**fa**ther	như âm *a* trong xa
[ʌ]	b**u**t, **co**me	như âm *ă* trong năm
[æ]	m**a**n, c**a**t	như âm *a* và âm *e* đọc liền nhau
[ə]	father, **a**go	như âm *ơ* trong mơ, âm *ơ* đọc ngắn
[ɜ:]	b**ir**d, h**ear**d	như âm *ơ* trong mơ, âm *ơ* đọc kéo dài
[ɛ]	g**e**t, b**e**d	như âm *e* trong xe
[ɪ]	**i**t, b**i**g	như âm *i* trong đi, âm *i* đọc ngắn
[i]	t**ea**, s**ee**	như âm *i* trong đi, âm *i* đọc kéo dài
[ɒ]	h**o**t, w**a**sh	như âm *o* trong to, âm *o* đọc ngắn
[ɔ:]	s**aw**, **a**ll	như âm *o* trong to, âm *o* đọc kéo dài
[ʊ]	p**u**t, b**oo**k	như âm *u* trong ru, âm *u* đọc ngắn
[u:]	t**oo**, y**ou**	như âm *u* trong ru, âm *u* đọc kéo dài

DIPHTHONGS

	Ví dụ Tiếng Anh	Giải thích
[aɪ]	fl**y**, h**igh**	như vần ai trong tai
[aʊ]	h**ow**, h**ou**se	như vần au trong lau
[ɛə]	th**ere**, b**ear**	như âm *e* và âm *ơ* đọc liền nhau
[eɪ]	d**ay**, ob**ey**	như vần ây trong mây
[ɪə]	h**ere**, h**ear**	như âm *i* và âm *ơ* đọc liền nhau
[əʊ]	g**o**, n**o**te	như vần âu trong đâu
[ɔɪ]	b**oy**, **oi**l	như vần oi trong roi
[ʊə]	p**oor**, s**ure**	như âm *u* và âm *ơ* đọc liền nhau

CONSONANTS

	Ví dụ Tiếng Anh	Giải thích
[b]	**b**ig, lo**bb**y	như âm *b* trong ba
[d]	men**d**ed	như âm *đ* trong đi
[g]	**g**o, **g**et, bi**g**	như âm *g* trong ga
[ʤ]	**g**in, ju**dg**e	như âm *ch* trong cha, âm *ch* đọc nặng
[ŋ]	si**ng**	như *nh* trong sinh
[h]	**h**ouse, **h**e	như âm *h* trong ho
[j]	**y**oung, **y**es	như âm *d* trong da
[k]	**c**ome, mo**ck**	như âm *k* trong kinh
[ɾ]	**r**ed, t**r**ead	như âm *r* trong ra
[s]	**s**and, ye**s**	như âm *s* trong sinh, âm *s* đọc nặng
[z]	ro**s**e, **z**ebra	như âm *gi* trong gia, âm *gi* đọc nặng
[ʃ]	**sh**e, ma**ch**ine	như âm *s* trong sinh, âm *s* đọc nặng
[tʃ]	**ch**in, ri**ch**	như âm *ch* trong cha, âm *ch* đọc nhẹ

[v]	**v**alley	như âm *v* trong *ve*
[w]	**w**ater, **wh**ich	như âm *g* và âm *u* đọc liền nhau
[ʒ]	vi**s**ion	như âm *gi* trong *gia*, âm *gi* đọc nặng
[θ]	**th**ink, my**th**	khi đọc đầu lưỡi kẹp giữa hai hàm răng, sau đó phát âm như âm *th* trong *thi*
[ð]	**th**is, **th**e	khi đọc đầu lưỡi kẹp giữa hai hàm răng, sau đó phát âm như âm *d* trong *di*

Các phụ âm **b**, **c**, **ch**, **g**, **h**, **k**, **l**, **m**, **n**, **qu**, **r**, **s**, **t**, **tr**, **v** được phát âm giống như trong Tiếng Việt.

NUMBERS		SỐ
zero	0	không
one	1	một
two	2	hai
three	3	ba
four	4	bốn
five	5	năm
six	6	sáu
seven	7	bảy
eight	8	tám
nine	9	chín
ten	10	mười
eleven	11	mười một
twelve	12	mười hai
thirteen	13	mười ba
fourteen	14	mười bốn
fifteen	15	mười lăm
sixteen	16	mười sáu
seventeen	17	mười bảy
eighteen	18	mười tám
nineteen	19	mười chín
twenty	20	hai mươi
twenty-one	21	hai (mươi) mốt
twenty-two	22	hai (mươi) hai
twenty-three	23	hai (mươi) ba
thirty	30	ba mươi
thirty-one	31	ba (mươi) mốt
fourty	40	bốn mươi
fifty	50	năm mươi
sixty	60	sáu mươi
seventy	70	bảy mươi
eighty	80	tám mươi
ninety	90	chín mươi
one hundred	100	một trăm

one hundered and ten	110	một trăm mười
two hundred	200	hai trăm
two hundred and fifty	250	hai trăm năm mươi
one thousand	1,000	một ngàn
one million	1,000,000	một triệu

DAYS OF THE WEEK	**CÁC NGÀY TRONG TUẦN**
Monday	Thứ Hai
Tuesday	Thứ Ba
Wednesday	Thứ Tư
Thursday	Thứ Năm
Friday	Thứ Sáu
Saturday	Thứ Bảy
Sunday	Chủ Nhật

MONTHS	**THÁNG**
January	Tháng Giêng / Tháng Một
February	Tháng Hai
March	Tháng Ba
April	Tháng Tư / Tháng Bốn
May	Tháng Năm
June	Tháng Sáu
July	Tháng Bảy
August	Tháng Tám
September	Tháng Chín
October	Tháng Mười
November	Tháng Mười Một
December	Tháng Mười Hai

VIETNAMESE–ENGLISH
VIỆT–ANH

a

ác [ɑk lɑ] *adj* evil; **hiểm ác** *adj* malignant; **kẻ ác** *n* villain; **sự ác ý** *n* spite

ác là [ɑk lɑ] **chim ác là** *n* magpie

ác mộng [ɑk mɔŋ] **cơn ác mộng** *n* nightmare

ácmônica [ɑkmonikɑ:] *n* harmonica; **kèn ácmônica** *n* mouth organ, harmonica

a còng [ɑ: kɑuŋ] **Tôi không tìm được ký hiệu a còng** I can't find the at sign (@)

Adriatic [ɑ:zziɑtik] **thuộc Adriatic** *adj* Adriatic

Afghanistan [ɑ:fɣɑ:nistɑ:n] **người Afghanistan** *n* Afghan; **nước Afghanistan** *n* Afghanistan; **thuộc Afghanistan** *adj* Afghan

ai [ɑ:i] *pron* who; **bất cứ ai** *pron* anybody, anyone; **Ai đấy?** Who is it?; **Ai gọi đó?** Who's calling?

Ai Cập [ɑ:i kəp] *n* Egypt; **người Ai Cập** *n* Egyptian; **thuộc Ai Cập** *adj* Egyptian

Ai-len [ɑ:ilɛn] **đàn ông Ai-len** *n* Irishman; **nước Ai-len** *n* Eire, Ireland; **phụ nữ Ai-len** *n* Irishwoman; **thuộc Ai-len** *adj* Irish; **tiếng Ai-len** *n* Irish

Ai Len [ɑ:i lɛn] **Bắc Ai Len** *n* Northern Ireland

Aixơlen [ɑ:isɣlɛn] **nước Aixơlen** *n* Iceland; **thuộc Aixơlen** *adj* Icelandic; **tiếng Aixơlen** *n* Icelandic

Albania [ɑ:lbɑ:niɑ] **người Albania** *n* Albanian (*person*); **nước Albania** *n* Albania; **thuộc Albania** *adj* Albanian; **tiếng Albania** *n* Albanian (*language*)

Algeria [ɑ:lɣɛziɑ] **người Algeria** *n* Algerian; **nước Algeria** *n* Algeria; **thuộc Algeria** *adj* Algerian

Alzheimer [ɑ:lzhɛimɛz] **bệnh Alzheimer** *n* Alzheimer's disease

ám [ɑm] **ma ám** *adj* haunted

ám ảnh [ɑm ɑŋ] *v* be obsessed; **bị ám ảnh** *adj* obsessed; **sự ám ảnh** *n* obsession

ảm đạm [ɑm dɑm] *adj* dismal

amiđan [ɑ:miđɑ:n] *n* tonsils; **viêm amiđan** *n* tonsillitis

ampe [ɑ:mpɛ] *n* amp

án [ɑn] *n* judgment, sentence, verdict; **án tử hình** *n* capital punishment; **lời tuyên án** *n* verdict

anbom [ɑ:nbɔm] **anbom ảnh** *n* photo album; **quyển anbom** *n* album

Andes [ɑ:nzɛs] **Dãy núi Andes** *n* Andes

Andorra [ɑ:nzɔzzɑ:] **nước Andorra** *n* Andorra

Angola [ɑ:ŋɔlɑ:] **người Angola** *n* Angolan; **nước Angola** *n* Angola;

thuộc Angola *adj* Angolan
anh [ɑːɲ] *n* elder brother ▷ *pronoun* he, you; **anh chị em ruột** *n* siblings; **anh chàng** *n* guy; **anh em chồng** (*husband's brothers*) *npl* brother-in-law; **anh em họ** *nm* cousin
ánh [ɑɲ] *n* beam, ray; **ánh nắng** *n* sunshine
ảnh [ɑɲ] *n* photo, photograph; **an-bum ảnh** *n* photo album; **ảnh chụp nhanh** *n* snapshot; **chụp ảnh** *v* photograph; **điểm ảnh** *n* pixel; **điện thoại chụp ảnh** *n* camera phone; **hình ảnh** *n* image; **máy ảnh** *n* camera; **máy ảnh kỹ thuật số** *n* digital camera; **người chụp ảnh** *n* photographer; **nghề chụp ảnh** *n* photography; **ống kính máy ảnh** *n* zoom lens; **Ảnh hết bao nhiêu tiền?** How much do the photos cost?; **Anh làm ơn cho những ảnh này vào đĩa CD được không?** Can you put these photos on CD, please?; **Khi nào lấy được ảnh?** When will the photos be ready?; **Tôi có thể tải ảnh về đây không?** Can I download photos to here?; **Tôi muốn ảnh bóng** I'd like the photos glossy; **Tôi muốn ảnh không bóng** I'd like the photos matt
Anh [ɑːɲ] **đồng bảng Anh** *n* sterling; **đàn ông Anh** *n* Englishman; **người Anh** *n* British; **nước Anh** *n* Britain, England, Great Britain; **phụ nữ Anh** *n* Englishwoman; **thước Anh** *n* yard (*measurement*); **thuộc Anh** *adj* British, English; **tiếng Anh** *n*

English; **Vương quốc Anh** *n* UK, United Kingdom; **Anh có nói được tiếng Anh không?** Do you speak English?; **Tôi không nói được tiếng Anh** I don't speak English; **Tôi nói được rất ít tiếng Anh** I speak very little English
anh ấy [ɑːɲ əi] *pron* he, him; **Anh có biết anh ấy không?** Do you know him?
anh đào [ɑːɲ dɑɔ] *n* cherry tree; **quả anh đào** *n* cherry
anh em trai [ɑːɲ ɛm tʃɑːi] **anh em trai cùng mẹ** (*same mother, different father*) *npl* half brother
anh hề [ɑːɲ he] *n* clown
ảnh hưởng [ɑɲ hɯɤŋ] *n* impact, influence; **gây ảnh hưởng** *v* influence
ánh sáng [ɑɲ saŋ] *n* light; **ánh sáng mặt trời** *n* sunlight
anh thảo [ɑːɲ tɑɔ] **hoa anh thảo** *n* primrose
anh túc [ɑːɲ tuk] *n* poppy; **hoa anh túc** *n* poppy
an ninh [ɑːn niɲ] *n* security; **hệ thống camera an ninh** *n* CCTV
An-pơ [ɑːnpɤ] **dãy núi An-pơ** *n* Alps
an sinh [ɑːn siɲ] **an sinh xã hội** *n* social security
an thần [ɑːn tən] **thuốc an thần** *n* sedative, tranquillizer
an toàn [ɑːn tɔɑn] *adj* safe, secure; **dây an toàn** *n* safety belt, seatbelt; **không an toàn** *adj* insecure; **sự an toàn** *n* safety; **Bơi ở đây có an toàn không?** Is it safe to swim here?; **Có an toàn cho trẻ em không?** Is it safe for children?

ao [aː ɔ] *n* pond

áo [a ɔ] *n* blouse, shirt, jacket; **áo cốt-tông dài tay** *n* sweatshirt; **áo choàng** *n* overcoat; **áo choàng tắm** *n* bathrobe; **áo choàng Unxtơ** *n* Ulster; **áo gi-lê** *n* waistcoat; **áo khoác** *n* coat, jacket; **áo khoác đi mưa có mũ** *n* cagoule; **áo khoác chống thấm** *n* shell suit; **áo khoác mặc ở nhà của phụ nữ** *n* negligee; **áo lót** *n* vest; **áo lông thú** *n* fur coat; **áo len** *n* sweater; **áo len cổ lọ** *n* polo-necked sweater; **áo len chui đầu** *n* jumper; **áo mưa** *n* mac, raincoat; **áo nịt len** *n* jersey; **áo ngủ choàng** *n* dressing gown; **áo phao** *n* life jacket; **áo phông** *n* tee-shirt, T-shirt; **áo phông có cổ** *n* polo shirt; **áo sơmi** *n* shirt; **áo thun** *n* pullover; **áo tuxedo** *n* tuxedo; **áo vestong mặc đi dự tiệc** *n* dinner jacket; **bộ quần áo bảo hộ** *n* overalls; **cổ áo** *n* collar; **cái mắc áo** *n* hanger; **mắc áo** *n* coathanger; **quần áo** *n* clothes, clothing, garment, outfit; **quần áo nịt** *n* leotard; **quần áo ngủ** *n* pyjamas; **tay áo** *n* sleeve; **Có nơi nào sấy quần áo không?** Is there somewhere to dry clothes?; **Ngăn tủ để quần áo ở đâu?** Where are the clothes lockers?; **Quần áo của tôi bị ẩm** My clothes are damp

ảo [a ɔ] **ảo tưởng** *n* illusion; **ảo thuật gia** *n* conjurer; **thực tế ảo** *n* virtual reality

Áo [a ɔ] **người Áo** *n* Austrian; **nước Áo** *n* Austria; **thuộc Áo** *adj* Austrian

áo giáp [a ɔ zap] *n* armour

áo khoác [a ɔ χɔak] *n* overcoat; **áo khoác chống thấm có mũ** *n* anorak

áo khoác mỏng [a ɔ χɔak maʊŋ] *n* blazer

áo len [a ɔ lɛn] *n* cardigan

áo tắm [a ɔ tam] *n* swimming costume; **áo tắm hai mảnh** *n* bikini

ảo thuật [a ɔ tuət] **ảo thuật gia** *n* magician

áp [ap] **Áp suất lốp cần phải là bao nhiêu?** What should the tyre pressure be?; **Điện áp là bao nhiêu?** What's the voltage?

áp chót [ap tʃɔt] *adj* penultimate

áp lực [ap lɯk] *n* pressure; **gây áp lực** *v* pressure

áp phích [ap fitʃ] *n* poster

áp suất [ap suət] *n* pressure

áp tròng [ap tʃaʊŋ] **kính áp tròng** *n* contact lenses

áp xe [ap sɛ] *n* abscess; **Tôi bị áp xe** I have an abscess

Ả-rập [uzəp] **Các Tiểu vương quốc A-rập Thống nhất** *n* United Arab Emirates; **người Ả-rập** *n* Arab; **thuộc Ả-rập** *adj* Arab, Arabic; **tiếng Ả-rập** *n* Arabic

Ả-rập Xê-út [uzəp seut] **người Ả-rập Xê-út** *n* Saudi Arabian; **nước Ả-rập Xê-út** *n* Saudi Arabia; **thuộc Ả-rập Xê-út** *adj* Saudi Arabian

Argentina [aːzɣentinaː] **người Argentina** *n* Argentinian (*person*); **nước Argentina** *n* Argentina; **thuộc Argentina** *adj* Argentinian

Armenia [aːzmɛnia] **người Armenia** *n* Armenian (*person*); **nước Armenia** *n* Armenia; **thuộc Armenia** *adj* Armenian; **tiếng**

Armenia *n* Armenian *(language)*
aspirin [ɑːˈspizin] *n* aspirin; **thuốc
aspirin** *n* aspirin; **Tôi không uống
được aspirin** I can't take aspirin;
Tôi muốn mua một ít aspirin I'd
like some aspirin
át [ɑt] *v* drown; **quân át** *n* ace
atisô [ɑːˈtiso] *n* artichoke
axit [ɑːˈsit] *n* acid
Azerbaijan [ɑːˈzɛzbɑːˈijɑːn] **người
Azerbaijan** *n* Azerbaijani; **nước
Azerbaijan** *n* Azerbaijan; **thuộc
Azerbaijan** *adj* Azerbaijani

ắc quy [ak kui] *n* battery; **Ắc quy bị
hết** The battery is flat; **Tôi cần ắc
quy mới** I need a new battery
ăn [ɑn] *v* eat; **ăn được** *adj* edible; **ăn
kiêng** *v* diet; **ăn trộm** *v* burgle; **bữa
ăn** *n* meal; **bữa ăn liên hoan** *n*
dinner party; **bữa ăn sáng** *n*
breakfast; **chế độ ăn uống** *n* diet;
chứng cuồng ăn vô độ *n* bulimia;
cho ăn *v* feed; **giờ ăn** *n* mealtime;
giờ ăn tối *n* dinner time, teatime;
khăn ăn *n* napkin, serviette; **máng
ăn** *n* trough; **nấu ăn** *v* cook; **người
đi ăn nhà hàng** *n* diner; **phòng ăn**
n dining room; **quán ăn tự phục
vụ** *n* cafeteria; **toa ăn trên tàu** *n*
dining car; **Anh ăn chưa?** Have you
eaten?; **Anh có ăn thịt không?** Do
you eat meat?; **Anh có muốn ăn gì
không?** Would you like something
to eat?; **Anh muốn ăn gì?** What
would you like to eat?; **Tôi có thể
ăn trên sân trời không?** Can I eat
on the terrace?; **Tôi không ăn**

được gan I can't eat liver; **Tôi không ăn được trứng sống** I can't eat raw eggs; **Tôi không ăn cá** I don't eat fish; **Tôi không ăn thịt** I don't eat meat; **Tôi không ăn thịt lợn** I don't eat pork; **Trên thuyền có chỗ ăn không?** Is there somewhere to eat on the boat?

ăn cắp [an kap] v steal; **sự ăn cắp ở các cửa hàng** n shoplifting

ăn khớp [an χɤp] v fit in

ăn năn [an nan] v repent ▷ adj repentent; **sự ăn năn** n remorse

ăn tối [an toi] n dinner; **Cho phép tôi mời anh đi ăn tối nhé?** Would you like to go out for dinner?

ăn trộm [an tʃom] v rob; **sự ăn trộm** n theft

ăn xin [an sin] v beg; **người ăn xin** n beggar

â

âm [əm] **âm mưu** v conspiracy; **âm tiết** n syllable; **ghi âm** v tape; **máy ghi âm** n tape recorder; **phụ âm** n consonant

ấm [əm] adj (áp) warm; **ấm đun nước** n kettle; **ấm cúng** adj cosy; **ấm pha trà** n teapot; **sự ấm lên toàn cầu** n global warming

ẩm [əm] adj noisy; **Ẩm ĩ quá** It's too loud; **Những người ở cùng phòng tôi ẩm ĩ quá** My dorm-mates are very noisy

ẩm [əm] adj damp; **ẩm ướt** adj damp, humid, moist; **độ ẩm** n humidity

âm ấm [əm əm] adj lukewarm

ẩm ĩ [əm i] adv loudly; **tiếng ẩm ĩ** n din

âm mưu [əm mɯɯ] v plot (conspire), plot (secret plan)

âm thanh [əm taːɲ] n sound; **âm thanh nổi** n stereo; **hệ thống âm thanh tích hợp** n music centre; **thuộc âm thanh** adj acoustic

âm tính [əm tiɳ] HIV-**âm tính** *adj* HIV-negative

ẩn [ən] *adj* hidden

Ấn Độ [un do] *n* India; **Ấn Độ Dương** *n* Indian Ocean; **người Ấn Độ** *n* Indian; **nước Ấn Độ** *n* India; **thuộc Ấn Độ** *adj* Indian

ân hận [ən hən] **sự ân hận** *n* regret

ẩn náu [ən nɑu] *v* hide, take shelter; **nơi ẩn náu** *n* asylum

ấn tượng [ən tɯʏŋ] *n* impression; **cực ấn tượng** *adj* superb; **có ấn tượng** *adj* impressed; **đầy ấn tượng** *adj* striking; **gây ấn tượng** *adj* impress, impressive

ân xá [ən sɑ] *n* parole

ấu dâm [əu zəm] **kẻ ấu dâm** *n* paedophile

âu yếm [əu iem] *adj* affectionate

ba [bɑː] *number (số)* three ▷ *n* dad, father; **có ba chiều** *adj* three-dimensional; **con sinh ba** *n* triplets; **Tôi có ba con** I have three children

bà [bɑ] *n* grandma, grandmother, granny; **bà đỡ** *n* midwife; **bà chủ nhà** *n* landlady; **bà góa** *n* widow; **bà giám đốc** *n* manageress; **bà nội trợ** *n* housewife; **cụ bà** *n* great-grandmother; **ông bà** *npl* grandparents; **quý bà** *n* lady, madam

Bà [bɑ] *n* Mrs, Ms

bác [bɑk] *n (older than one's parents)* aunt, auntie, *(parents' older brother)* uncle; **món trứng bác** *n* scrambled eggs

bạc [bɑk] *n (kim loại)* silver ▷ *adj* discoloured, faded; **đánh bạc** *v* gamble; **giấy bạc** *n* banknote, note; **máy đánh bạc điện tử** *n* fruit machine; **người chơi bạc** *n* gambler; **tóc bạc** *adj* grey-haired

bác bỏ [bak bɔ] v overrule, reject, throw out

bạc đãi [bak dai] v ill-treat

bạc hà [bak ha] n mint (herb/sweet)

bạc hà cay [bak ha ka:i] **cây bạc hà cay** n peppermint

bạch cầu [batʃ kəu] n leukaemia; **bệnh bạch cầu** n leukaemia

bạch dương [batʃ zuɤŋ] **cây bạch dương** n poplar

bách hóa [batʃ hoa:] **cửa hàng bách hóa** n department store

bách khoa [batʃ χoa:] **bách khoa toàn thư** n encyclopaedia

bạch kim [batʃ kim] n platinum

bách phân [batʃ fən] **độ bách phân** n degree centigrade

bạch tuộc [batʃ tuok] **con bạch tuộc** n octopus

bà cô [ba ko] n spinster

bác sĩ [bak si] n doctor; **bác sĩ đa khoa** n GP; **bác sĩ phụ khoa** n gynaecologist; **bác sĩ phẫu thuật** n surgeon; **bác sĩ tâm thần** n psychiatrist; **bác sĩ thú y** n vet; **bác sĩ vật lý trị liệu** n physiotherapist; **Có bác sĩ nào nói được tiếng Anh không?** Is there a doctor who speaks English?; **Gọi bác sĩ!** Call a doctor!; **Làm ơn mời bác sĩ cấp cứu** Please call the emergency doctor; **Tôi cần một bác sĩ** I need a doctor; **Tôi muốn nói chuyện với bác sĩ nữ** I'd like to speak to a female doctor

ba đờ sốc [ba: dɤ sok] **cái ba đờ sốc** n bumper

Bahamas [ba:ha:ma:s] **nước Bahamas** n Bahamas

bài [bai] n text, script; **bài báo** n article; **bài bình luận** n commentary; **bài bình phẩm ca ngợi** n rave; **bài giảng** n lecture; **bài học** n lesson; **bài kiểm tra** n test; **bài nói chuyện** n talk; **bài nhận xét** n review; **bài thánh ca** n hymn; **bài thơ** n poem; **bài thuyết giáo** n sermon; **bài văn** n text; **bài viết** n writing; **giảng bài** v lecture; **quân bài** n playing card

bãi [bai] n field; **bãi biển** n beach; **bãi cỏ** n lawn, meadow; **bãi rác** n dump; **Có bãi biển nào hay gần đây không?** Are there any good beaches near here?; **Gần đây có bãi đỗ xe không?** Is there a car park near here?; **Gần đây có bãi biển nào yên tĩnh không?** Is there a quiet beach near here?

bại [bai] v lose; **đánh bại** v defeat; **sự thất bại** n defeat

bãi công [bai koŋ] v strike (suspend work); **cuộc bãi công** n strike; **người bãi công** n striker

bài diễn văn [bai zien van] n address (speech)

bãi đỗ [bai do] **Bãi đỗ tắc xi ở đâu?** Where is the taxi stand?

bài hát [bai hat] n song; **bài hát ca ngợi** n anthem; **bài hát mẫu giáo** n nursery rhyme; **bài hát ru** n lullaby; **bài hát thánh ca** n carol; **lời bài hát** n lyrics

bài học [bai hɔk] **bài học lái xe** n driving lesson

bài luận [bai luən] n essay

bài tập [bai təp] n exercise; **bài tập về nhà** n homework

Ba Lan [ba: la:n] **người Ba Lan** n Pole; **nước Ba Lan** n Poland; **thuộc**

Ba Lan *adj* Polish; **tiếng Ba Lan** *n* Polish

ba lê [bɑː leː] *n* ballet; **diễn viên ba lê** *n* ballet dancer; **giày múa ba lê** *n* ballet shoes; **nữ diễn viên ba lê** *n* ballerina; **Tôi có thể mua vé xem biểu diễn balê ở đâu?** Where can I buy tickets for the ballet?

ba lô [bɑː loː] *n* backpack, rucksack; **du khách ba lô** *n* backpacker; **việc đi du lịch bằng ba lô** *n* backpacking

ba mươi [bɑː mɯɤi] *number* thirty

ban [bɑːn] *n (hội đồng)* board *(meeting)*, committee, section; **ban đầu** *adj* initial; **ban ngày** *n* daytime

bán [bɑn] *v (hàng)* sell ▷ *adj* half; **bán hạ giá** *v* sell off; **bán hết** *adj* sell out, sold out; **bán lẻ** *v* retail; **bán thời gian** *adv* part-time; **chỗ bán vé** *n* box office; **cuộc bán đấu giá** *n* auction; **giá bán** *n* selling price; **giá bán lẻ** *n* retail price; **máy bán hàng tự động** *n* vending machine; **người đàn ông bán hàng** *n* salesman; **người bán báo** *n* newsagent; **người bán cá** *n* fishmonger; **người bán dạo** *n* vendor; **người bán hàng** *n* sales assistant, salesperson, shop assistant; **người bán hoa** *n* florist; **người bán lẻ** *n* retailer; **người bán tạp hóa** *n* grocer; **người bán thịt** *n* butcher; **người phụ nữ bán hàng** *n* saleswoman; **sản phẩm bán chạy nhất** *n* bestseller; **sự bán** *n* sale; **sự bán lẻ** *n* retail; **tiền bán hàng** *n* takings; **việc bán hàng qua điện thoại** *n* telesales; **việc bán quá đắt** *n* rip-off; **Cửa hàng bán báo gần**

nhất ở đâu? Where is the nearest shop which sells newspapers?

bàn [bɑn] *n* table, desk ▷ *v* discuss, deliberate; **bàn đạp** *n* pedal; **bàn để đầu giường** *n* bedside table; **bàn chải** *n* brush; **bàn giấy** *n* desk; **bàn phím** *n* keyboard; **bàn tay** *n* hand; **bàn thông tin** *n* enquiry desk; **bàn trang điểm** *n* dressing table; **bàn uống cà phê** *n* coffee table; **cái bàn** *n* table *(furniture)*; **khăn trải bàn** *n* tablecloth; **môn bóng bàn** *n* table tennis; **người hầu bàn nam** *n* waiter; **người hầu bàn nữ** *n* waitress; **Bàn được đặt trước cho chin giờ tối nay** The table is booked for nine o'clock this evening; **Làm ơn cho một bàn bốn người** A table for four people, please; **Tôi muốn đặt một bàn cho hai người vào tối mai** I'd like to book a table for two people for tomorrow night; **Tôi muốn thuê bàn trượt tuyết** I want to hire a snowboard

bản [bɑn] *n* version, edition, copy, impression; **bản độc tấu** *n* solo; **bản báo cáo** *n* report; **bản cáo bạch** *n* prospectus; **bản cân đối kế toán** *n* balance sheet; **bản chép lại** *n* transcript; **bản dịch** *n* translation; **bản in** *n* edition, print, printout; **bản khai thuế** *n* tax return; **bản mẫu** *n* proof *(for checking)*; **bản sao** *n* copy *(reproduction)*; **bản sao phô tô copy** *n* photocopy; **bản thiết kế** *n* design; **bản thuyết trình** *n* presentation; **bản vẽ** *n* drawing; **bản viết tay** *n* manuscript; **văn**

bản *n* copy (*written text*); **văn bản luật** *n* legislation

bạn [baɲ] *n* friend, mate; **bạn đồng hành** *n* companion; **bạn chung phòng** *n* roommate; **bạn qua thư** *n* penfriend; **bạn tù** *n* inmate; **bạn tình** *n* partner; **bạn thân** *n* pal; **tình bạn** *n* friendship

bản án [ban an] *n* sentence (*punishment*)

bạn bè [ban bɛ] **Tôi ở đây với bạn bè** I'm here with my friends

bán buôn [ban buon] *adj* wholesale; **sự bán buôn** *n* wholesale

bàn chải [ban tʃai] *n* brush; **bàn chải đánh răng** *n* toothbrush; **bàn chải móng tay** *n* nailbrush

ban công [ba:n koŋ] *n* balcony; **Anh có phòng có ban công không?** Do you have a room with a balcony?

bán dẫn [ban zən] **thiết bị bán dẫn** *n* transistor

bán đảo [ban daɔ] *n* peninsula

Bán đảo Balkan [ban daɔ ba:lka:n] **thuộc Bán đảo Balkan** *adj* Balkan

bản đồ [ban do] *n* map, road map; **bản đồ đường sá** *n* street map; **tập bản đồ** *n* atlas; **Anh có bản đồ của... không?** Have you got a map of...?; **Anh có bản đồ các đường trượt tuyết không?** Do you have a map of the ski runs?; **Anh có bản đồ tàu điện ngầm không?** Do you have a map of the tube?; **Anh làm ơn chỉ cho tôi chúng tôi đang ở đâu trên bản đồ** Can you show me where we are on the map?; **Anh làm ơn chỉ cho tôi nó ở đâu trên bản đồ** Can you show me where it is on the map?; **Anh làm ơn vẽ giúp tôi bản đồ có chỉ dẫn** Can you draw me a map with directions?; **Có bản đồ dành cho người đi xe đạp của vùng này không?** Is there a cycle map of this area?; **Tôi cần bản đồ đường bộ của...** I need a road map of...; **Tôi có thể mua bản đồ của khu vực này ở đâu?** Where can I buy a map of the area?; **Tôi có thể mua bản đồ thành phố ở đâu?** Where can I buy a map of the city?; **Tôi muốn có bản đồ được không?** Can I have a map?

bảng [baŋ] *n* (*số liệu*) table (*chart*), list, board; **bảng đồng hồ xe ô tô** *n* dashboard; **bảng đen** *n* blackboard; **bảng chữ cái** *n* alphabet; **bảng chú giải** *n* index (*list*); **bảng giá** *n* price list; **bảng tính toán** *n* spreadsheet; **bảng thông báo** *n* bulletin board, notice board; **bảng trắng** *n* whiteboard

bạn gái [ban ɣai] *n* close friend, lover, girlfriend; **Đây là bạn trai của tôi** This is my partner; **Tôi có bạn gái** I have a girlfriend

bảng Anh [baŋ a:ɲ] *n* pound sterling

bảng giờ [baŋ zɤ] *n* timetable, schedule; **Làm ơn cho tôi xin bảng giờ được không?** Can I have a timetable, please?

bàng hoàng [baŋ hɔaŋ] *adj* shaken

Bangladesh [ba:ŋla:zɛsh] **người Bangladesh** *n* Bangladeshi; **nước Bangladesh** *n* Bangladesh; **thuộc Bangladesh** *adj* Bangladeshi

bàng quang [baŋ kuaŋ] n bladder; **viêm bàng quang** n cystitis

bánh [baɲ] n pie, bread, pastry; **bột bánh hạnh nhân** n marzipan; **bột nhão làm bánh** n batter; **bánh bao** n bun, dumpling; **bánh bích-quy** n rusk; **bánh gatô** n gateau; **bánh giòn** n shortcrust pastry; **bánh hăm-bơ-gơ** n hamburger; **bánh kẹo** n sweets; **bánh kếp** n pancake; **bánh mỳ** n bread; **bánh ngọt** n cake, pastry; **bánh pút đinh** n pudding; **bánh quế** n waffle; **bánh rán** n doughnut; **bánh táo** n apple pie, tart; **bánh xốp** n sponge (cake), wafer; **bánh xốp nhiều bơ** n puff pastry; **bánh xăng-uýt** n sandwich; **bánh xe** n wheel; **bánh xe dự phòng** n spare wheel; **kem phủ trên bánh** n icing; **ruột bánh mỳ** n breadcrumbs

bảnh bao [baɲ baːɔ] adj smart

bánh chè [baɲ tʃɛ] **xương bánh chè** n kneecap

bánh mỳ [baɲ mi] n bread; **bánh mỳ kẹp xúc xích** n hot dog; **bánh mỳ nâu** n brown bread; **bánh mỳ nướng** n toast (grilled bread); **hiệu bánh mỳ** n bakery; **mảnh vụn của ruột bánh mỳ** n crumb; **người làm bánh mỳ** n baker; **ổ bánh mỳ** n loaf, bread roll; **sự nướng bánh mỳ** n baking; **thùng đựng bánh mỳ** n bread bin

bánh quy [baɲ kui] n biscuit

bánh quy giòn [baɲ kui zɔn] n cracker

bản kết [ban ket] **trận bán kết** n semifinal

bản lề [ban le] n hinge

bản năng [ban naŋ] n instinct; **bản năng giới tính** n sexuality

bán nguyệt [ban ŋuiet] **hình bán nguyệt** n semicircle

bản nhạc [ban ɲak] n score (of music)

bản sao [ban saːɔ] n replica

bản sao kê [ban saːɔ ke] **bản sao kê của ngân hàng** n bank statement

bản thân chúng tôi [ban tən tʃuŋ toi] pron ourselves

bàn thờ [ban tɤ] n altar

bạn trai [ban tʃaːi] n boyfriend; **Tôi có bạn trai** I have a boyfriend

bao [baːɔ] pronoun how much ▷ n bag, envelope; **bao cao su** n condom; **bao tải** n sack (container); **túi bao tử** n bum bag; **Cách bao xa?** How far is it?; **Ngân hàng cách đây bao xa?** How far is the bank?

báo [baːɔ] n (in) newspaper ▷ v report, announce; **bài báo** n article; **bài báo cắt ra** n cutting; **con báo** n leopard, panther; **đèn báo nguy hiểm** n hazard warning lights; **họp báo** n press conference; **người bán báo** n newsagent; **nghề viết báo** n journalism; **thiết bị báo cháy** n fire alarm, smoke alarm; **tiền đặt báo dài hạn** n subscription; **tuyến giao báo hàng ngày** n paper round; **Anh có báo không?** Do you have newspapers?; **Cửa hàng bán báo gần nhất ở đâu?** Where is the nearest shop which sells newspapers?; **Tôi có thể mua báo ở đâu?** Where can I buy a newspaper?; **Tôi muốn mua một tờ báo** I would like a newspaper

bào [baɔ] **cái bào** *n* plane (*tool*)
bảo [baɔ] *v* tell
bão [baɔ] *n* typhoon, storm, hurricane; **bão có sấm sét và mưa to** *n* thunderstorm; **cơn bão** *n* storm; **cơn bão tuyết** *n* snowstorm; **trận bão tuyết** *n* blizzard; **Anh nghĩ sắp có bão không?** Do you think there will be a storm?; **Đang có bão** It's stormy
bạo [baɔ] **tàn bạo** *adj* brutal
báo cáo [baɔ kaɔ] *v* report; **bản báo cáo** *n* account, report; **báo cáo học tập** *n* report card
bao cấp [ba:ɔ kəp] *v* subsidize
bào chữa [baɔ tʃɯa:] **lý do bào chữa** *n* excuse
bao dung [ba:ɔ zuŋ] *adj* tolerant
bảo đảm [baɔ dam] *v* ensure, guarantee; **dịch vụ thư bảo đảm** *n* recorded delivery; **sự bảo đảm** *n* guarantee
báo động [baɔ dɔŋ] *v* alert; **báo động giả** *n* false alarm; **còi báo động** *n* siren
bao giờ [ba:ɔ zɤ] *adv* ever; **Anh đã bao giờ đến... chưa?** Have you ever been to...?
bao gồm [ba:ɔ ɣom] *adj* inclusive
bao gồm cả [ba:ɔ ɣom ka] *prep* including
bảo hành [baɔ haŋ] *n* guarantee ▷ *v* guarantee; **giấy bảo hành** *n* warranty; **Nó vẫn còn trong thời hạn bảo hành** It's still under guarantee; **Xe vẫn còn trong thời hạn bảo hành** The car is still under warranty
bảo hiểm [baɔ hiem] *n* insurance ▷ *v* insure; **bảo hiểm du lịch** *n*

travel insurance; **bảo hiểm nhân thọ** *n* life insurance; **bảo hiểm tai nạn** *n* accident insurance; **bảo hiểm xe ô tô** *n* car insurance; **đơn bảo hiểm** *n* insurance policy; **được bảo hiểm** *adj* insured; **giấy chứng nhận bảo hiểm** *n* insurance certificate; **mũ bảo hiểm** *n* helmet; **sự bảo hiểm cho bên thứ ba** *n* third-party insurance; **Anh có bảo hiểm không?** Do you have insurance?; **Đây là chi tiết bảo hiểm của tôi** Here are my insurance details; **Bảo hiểm có trả cho cái đó không?** Will the insurance pay for it?; **Giá đã có bảo hiểm toàn diện chưa?** Is fully comprehensive insurance included in the price?; **Làm ơn cho tôi chi tiết bảo hiểm của anh** Give me your insurance details, please; **Làm ơn cho tôi xem giấy chứng nhận bảo hiểm của anh được không?** Can I see your insurance certificate please?; **Phải trả thêm bao nhiêu để có bảo hiểm toàn bộ?** How much extra is comprehensive insurance cover?; **Tôi cần một bản báo cáo của công an cho bảo hiểm của tôi** I need a police report for my insurance; **Tôi có bảo hiểm** I have insurance; **Tôi có bảo hiểm y tế tư nhân** I have private health insurance; **Tôi có thể bảo hiểm hành lý của mình không?** Can I insure my luggage?; **Tôi không có bảo hiểm du lịch** I don't have travel insurance; **Tôi không có bảo hiểm nha khoa** I don't have dental insurance; **Tôi không có bảo hiểm**

y tế I don't have health insurance; **Tôi muốn mua bảo hiểm để không phải bồi thường thiệt hại va chạm** I'd like to arrange a collision damage waiver; **Tôi muốn mua bảo hiểm tai nạn cá nhân** I'd like to arrange personal accident insurance

bảo hộ [baɔ ho] v protect; **bộ quần áo bảo hộ** n overalls; **kính bảo hộ** n goggles

bảo lãnh [baɔ laɲ] **tiền bảo lãnh** n bail

bao lâu [ba:ɔ ləu] adv how long; **Đến... mất bao nhiêu lâu?** How long will it take to get to...?; **Đến đó mất bao nhiêu lâu?** How long will it take to get there?; **Tôi được đỗ trong bao lâu?** How long can I park here?; **Xe buýt tới... bao lâu có một chuyến?** How frequent are the buses to...?

bạo lực [baɔ lɯk] adj violent; **tính bạo lực** n violence

bao nhiêu [ba:ɔ ɲieu] adv how much; **Anh bao nhiêu tuổi?** How old are you?; **Anh cao bao nhiêu?** How tall are you?; **Anh nặng bao nhiêu?** How much do you weigh?; **Bao nhiêu tiền một đêm?** How much is it per night?; **Bao nhiêu tiền một tuần?** How much is it per week?; **Cái đó bao nhiêu tiền?** How much is it?; **Cái đó giá bao nhiêu?** How much is it worth?; **Cái đó hết bao nhiêu tiền?** How much does that cost?; **Đi tắc xi vào thành phố mất bao nhiêu tiền?** How much is the taxi fare into town?; **Hết bao nhiêu tiền?** How much does it cost?; **Những vé này giá bao nhiêu?** How much are the tickets?; **Nhiệt độ là bao nhiêu?** What is the temperature?; **Phải đặt cọc bao nhiêu?** How much is the deposit?; **Sẽ là bao nhiêu?** How much will it be?; **Sửa sẽ mất bao nhiêu tiền?** How much will the repairs cost?

bảo quản [baɔ kuan] v preserve; **chất bảo quản** n preservative

bảo tàng [baɔ taɲ] n museum; **Bảo tàng có mở cửa buổi sáng không?** Is the museum open in the morning?; **Bảo tàng có mở cửa Chủ nhật không?** Is the museum open on Sundays?; **Bảo tàng có mở cửa hàng ngày không?** Is the museum open every day?; **Bảo tàng mở cửa khi nào?** When is the museum open?

bão táp [baɔ tap] adj stormy

bảo thủ [baɔ tu] adj conservative

bảo tồn [baɔ ton] **khu bảo tồn** n reserve (land); **sự bảo tồn** n conservation

bao tử [ba:ɔ tɯ] n stomach; **túi bao tử** n money belt

bảo vệ [baɔ ve] v defend, protect; **bảo vệ bằng màn** v screen (off); **chương trình bảo vệ màn hình** n screen-saver; **người bảo vệ** n defender, security guard; **sự bảo vệ** n protection

bar [ba:z] n bar; **quầy bar nhỏ** n minibar; **Ở đâu có quán bar hay?** Where is there a nice bar?; **Quầy bar ở đâu?** Where is the bar?

Barbados [ba:zba:zɔs] **nước Barbados** n Barbados

Basque [baːskɯɛ] **người Basque** *n* Basque *(person)*; **thuộc tộc người Basque** *adj* Basque; **tiếng Basque** *n* Basque *(language)*

bát [bat] *n* bowl; **cái bát** *n* bowl; **công việc rửa bát** *n* washing-up; **khăn lau bát** *n* dish towel, tea towel; **khăn rửa bát** *n* dishcloth; **nước rửa bát** *n* washing-up liquid; **rửa bát đĩa** *v* wash up; **Chúng tôi cần thêm bát đĩa** We need more crockery

Ba tư [baː tɯ] **thuộc Ba tư** *adj* Persian

bay [baːi] *v (hành động)* fly; **bay đi** *v* fly away; **chuyến bay** *n* flight; **chuyến bay theo lịch trình** *n* scheduled flight; **chuyến bay thuê bao** *n* charter flight; **đĩa bay** *n* UFO; **máy bay** *n* plane *(aeroplane)*; **máy bay phản lực** *n* jet; **say máy bay** *adj* airsick; **sân bay** *n* airport; **thư máy bay** *n* airmail; **xe buýt sân bay** *n* airport bus; **Tôi cần một giấy chứng nhận "đủ sức khoẻ để bay"** I need a 'fit to fly' certificate

bày [bai] *v* set out; **trình bày ngắn gọn** *n* briefing

bảy [bai] *number* seven

bày biện [bai bien] *v* lay

bảy mươi [bai mɯɤi] *number* seventy

bắc [bak] *adj (phương)* north; **Bắc Ai Len** *n* Northern Ireland; **Bắc Mỹ** *n* North America; **Bắc Phi** *n* North Africa; **Bắc Triều Tiên** *n* North Korea; **Biển Bắc** *n* North Sea; **đông bắc** *n* northeast; **hướng bắc** *n* north; **người thuộc khu vực Bắc Mỹ** *n* North American; **người thuộc khu vực Bắc Phi** *n* North African; **ở phía bắc** *adj* north, northern; **tây bắc** *n* northwest; **thuộc khu vực Bắc Mỹ** *adj* North American; **thuộc khu vực Bắc Phi** *adj* North African; **về phía bắc** *adj* northbound

Bắc Băng Dương [bak baŋ zɯɤŋ] *n* Arctic Ocean

Bắc Cực [bak kɯk] *n* Arctic, the Arctic, North Pole; **Vòng Bắc Cực** *n* Arctic Circle

Bắc Kinh [bak kiŋ] *n* Beijing

băm [bam] *n* mincemeat; **bánh mì tròn kẹp thịt băm viên** *n* burger; **thịt băm** *n* mince; **thịt băm viên** *n* meatball

bắn [ban] *v (súng)* shoot; **hành động bắn** *n* shooting; **phát bắn** *n* shot; **sự ngừng bắn** *n* ceasefire; **săn bắn** *v* hunt; **thỏa ước ngừng bắn** *n* truce; **trò bắn giết thú vật** *n* blood sports

băng [baŋ] *n* ice, band, strip, bench; **băng đeo vào cổ** *n* sling; **băng cátxét** *n* cassette; **băng dính trong Sellotape®** *n* Sellotape®; **băng dính y tế** *n* plaster *(for wound)*; **băng dính y tế Elastoplast®** *n* Elastoplast®; **băng ghi âm** *n* recording; **băng nhóm** *n* gang; **băng rộng** *n* broadband; **băng tải** *n* conveyor belt; **băng vệ sinh** *n* sanitary towel; **băng vệ sinh dạng nút** *n* tampon; **dải băng** *n* band *(strip)*; **đường băng** *n* runway; **khối băng trôi** *n* glacier; **lớp băng phủ mặt đường** *n* black ice; **môn khúc côn cầu trên băng** *n* ice hockey; **môn trượt băng** *n* ice-skating, skating; **núi băng trôi** n iceberg; **phủ băng** adj icy; **sự đóng băng** n frosting; **sân băng** n ice rink, rink, skating rink; **thiết bị phòng băng** n de-icer; **trượt băng** v skate; **Đường có đóng băng không?** Are the roads icy?; **Chúng tôi có thể đi trượt băng ở đâu?** Where can we go ice skating?; **Làm ơn bán cho tôi một cuốn băng cho máy quay video này** Can I have a tape for this video camera, please?; **Tôi muốn băng bó** I'd like a bandage; **Tôi muốn một cái băng mới** I'd like a fresh bandage; **Tôi muốn mua một ít băng dính vết thương** I'd like some plasters

bằng [baŋ] adv (như) as ▷ adj equal to ▷ n diploma, degree; **bằng lái xe** n driving licence; **bằng nhau** adj equal; **bằng với** v equal; **đồng bằng** n plain; **làm bằng nhau** v equalize; **ngang bằng** adj level; **văn bằng** n diploma

băng bó [baŋ bɔ] v bandage

bằng cách nào [baŋ katʃ naɔ] adv how

bằng cách nào đó [baŋ katʃ naɔ dɔ] adv somehow

bằng chứng [baŋ tʃɯŋ] n evidence, proof

băng dán [baŋ zan] **băng dán cứu thương** n bandage; **Băng dán cứu thương cá nhân** n Band-Aid

băn khoăn [ban xɔan] adj puzzled

bắt [bat] v catch; **bắt buộc** adj compulsory; **bắt nạt** v bully; **kẻ hay bắt nạt** n bully; **sự bắt chước** n imitation; **Tôi bắt xe buýt đi... ở đâu?** Where do I catch the bus to...?

bắt chước [bat tʃɯɤk] v mimic, imitate

bắt cóc [bat kɔk] v abduct, kidnap

bắt đầu [bat dəu] v begin, start; **bắt đầu lại** v renew; **sự bắt đầu** n outset; **Khi nào bắt đầu?** When does it begin?

bắt giữ [bat zɯ] v arrest, capture; **sự bắt giữ** n arrest

bấm [bəm] v press; **đinh bấm** n thumb tack; **thiết bị bấm giờ** n timer

bẩn [bən] adj dirty; **bẩn thỉu** adj filthy; **chất bẩn** n dirt; **làm bẩn** v mess up; **vết bẩn** n smudge, stain; **Bẩn quá** It's dirty; **Phòng bẩn** The room is dirty

bận [bən] adj busy; **bận rộn** adj busy; **bận tâm** adj preoccupied; **tín hiệu bận** adj busy signal, engaged tone; **Máy bận** It's engaged; **Xin lỗi, tôi bận** Sorry, I'm busy

bần tiện [bən tien] adj mean

bập bênh [bəp beŋ] n seesaw; **ghế bập bênh** n rocking chair; **ngựa gỗ bập bênh** n rocking horse

bất [bət] adv not, non; **bất ổn** adj restless; **bất đồng** v disagree; **bất động sản** n estate; **bất hợp pháp** adj illegal; **bất lịch sự** adj rude; **bất tỉnh** adj unconscious; **bất tiện** adj inconvenient; **đại lý bất động sản** n estate agent; **sự bất đồng** n disagreement; **sự bất hạnh** n misfortune; **sự bất tiện** n inconvenience

bật [bət] v switch on, turn on; **cái bật lửa** n cigarette lighter, lighter; **làm bật ra** v expel; **nêu bật** v highlight; **thông điệp bật lên** n pop-up; **Bật lên thế nào?** How do you switch it on?; **Nó không bật lên được** It won't turn on; **Tôi có thể bật đài được không?** Can I switch the radio on?; **Tôi có thể bật đèn được không?** Can I switch the light on?; **Tôi không bật lò sưởi được** I can't turn the heating on

bất công [bət koŋ] **sự bất công** n injustice

bất cứ [bət kɯ] pron any; **bất cứ ai** pron anybody, anyone; **bất cứ cái gì** pron anything; **ở bất cứ đâu** adv anywhere

bất động [bət doŋ] adj motionless

bất kỳ [bət ki] adj any

bất lợi [bət lɤi] adj unfavourable; **sự bất lợi** n disadvantage

bất mãn [bət mɑn] adj dissatisfied

bất ngờ [bət ŋɤ] adj sudden, unexpected ▷ adv suddenly, unexpectedly

bầu [bəu] v (cử) elect

bậu [bəu] **bậu cửa sổ** n windowsill

bầu bĩnh [bəu biŋ] adj plump

bầu cử [bəu kɯ] n poll ▷ v vote; **khu vực bầu cử** n constituency, seat; **sự bầu cử** n election, vote; **vận động bầu cử** v canvass

bầu trời [bəu tʃɤi] n sky

bẫy [bəi] **cái bẫy** n trap

bây giờ [bəi zɤ] adv now

be [bɛ] **màu be** adj beige

bé [bɛ] adj small, young; **nhỏ bé** adj small; **Tôi có thể thay tã cho em bé ở đâu?** Where can I change the baby?

bè [bɛ] n faction, clique, party, raft; **cái bè** n raft

bẻ gẫy [bɛ ɣəi] **không thể bẻ gẫy** adj unbreakable

Belarus [bɛlɑːzus] **người Belarus** n Belarussian (person); **nước Belarus** n Belarus; **thuộc Belarus** adj Belarussian; **tiếng Belarus** n Belarussian (language)

bẽn lẽn [bɛn lɛn] adj shy

béo [bɛɔ] adj fat; **béo phị** adj obese; **béo phì** adj overweight; **ít béo** adj low-fat

bẹp [bɛp] **Tôi bị bẹp lốp** I have a flat tyre

bê [be] n calf; **con bê** n calf; **thịt bê** n veal

bể [be] n (bơi) pool (water), (chứa) tank (large container); **bể bơi** n swimming pool; **bể chứa xăng** n petrol tank; **bể nước nhỏ cho trẻ em** n paddling pool; **bể nuôi cá** n aquarium; **Bể bơi có nước ấm không?** Is the pool heated?; **Bể bơi này ở ngoài trời à?** Is it an outdoor pool?; **Có bể bơi cho trẻ em không?** Is there a children's pool?; **Có bể bơi không?** Is there a swimming pool?

bệ [be] n platform; **bệ lò sưởi** n mantelpiece

bê bối [be boi] **vụ bê bối** n scandal

bề mặt [be mɑt] n surface

bên [ben] n side; **bên ngoài** n external, outside; **bên trong** prep inner; **phần bên trong** n interior; **sang một bên** adv sideways; **Xem Trang Bên** v PTO; **Nó ở bên trong** It's inside

bến [ben] n landing place, port, station; **bến cảng** n harbour; **bến du thuyền** n marina; **bến tàu** n dock, quay; **bến xe buýt** n bus stop; **bến xe taxi** n taxi rank; **Bao nhiêu bến thì đến...?** How many stops is it to...?; **Bến sau là bến gì?** What is the next stop?; **Bến tới có phải là... không?** Is the next stop...?; **Bến tàu điện ngầm gần nhất ở đâu?** Where is the nearest tube station?; **Bến xe buýt cách đây bao xa?** How far is the bus stop?; **Bến xe buýt gần nhất ở đâu?** Where is the nearest bus stop?; **Đây là bến của tôi** This is my stop; **Đi... thì xuống bến nào?** Which stop is it for...?

bên cạnh [ben kaɲ] prep beside, next to

bên dưới [ben zɯɤi] prep underneath

bệnh [beɲ] n disease; **bệnh Alzheimer** n Alzheimer's disease; **bệnh đa xơ cứng** n multiple sclerosis, MS; **bệnh động kinh** n epileptic; **bệnh bạch cầu** n leukaemia; **bệnh bại liệt** n polio; **bệnh cúm** n flu, influenza; **bệnh dại** n rabies; **bệnh dị ứng bột mì** n wheat intolerance; **bệnh dị ứng phấn hoa** n hay fever; **bệnh dịch** n epidemic; **bệnh ec-ze-ma** n eczema; **bệnh hecpet môi** n cold sore; **bệnh hen** n asthma; **bệnh lao** n tuberculosis, TB; **bệnh nhân** n patient; **bệnh nhân lão khoa** n geriatric; **bệnh quai bị** n mumps; **bệnh rubella** n German measles; **bệnh sốt rét** n malaria; **bệnh sởi** n measles; **bệnh SIDA** n AIDS; **bệnh thấp khớp** n rheumatism; **bệnh thủy đậu** n chickenpox; **bệnh**

thương hàn n typhoid; **bệnh tiêu chảy** n diarrhoea; **bệnh trĩ** n haemorrhoids, piles; **bệnh uốn ván** n tetanus; **bệnh ung thư** n cancer; **bệnh viêm ruột thừa** n appendicitis; **căn bệnh** n sickness; **chữa bệnh** v cure; **mắc bệnh tiểu đường** adj diabetic; **phòng bệnh** n ward (hospital room); **sự chữa bệnh** n cure

bệnh tật [beɲ tɐt] n disease; **người bệnh tật** n invalid

bệnh tiểu đường [beɲ tieu dɯɤŋ] n diabetes; **Tôi bị bệnh tiểu đường** I'm diabetic

bệnh viện [beɲ vien] n hospital; **Anh ấy có phải đi bệnh viện không?** Will he have to go to hospital?; **Bệnh viện ở đâu?** Where is the hospital?; **Chúng ta phải đưa anh ấy vào bệnh viện** We must get him to hospital; **Tôi làm việc ở bệnh viện** I work in a hospital; **Xin chỉ cho tôi cách đến bệnh viện** How do I get to the hospital?

bênh vực [beɲ vɯk] n advocacy; **người bênh vực phụ nữ** n feminist

bệnh xá [beɲ sa] n infirmary

bên trên [ben tʃen] adv over

bên trong [ben tʃauŋ] prep in, inside

bếp [bep] n (nấu) cooker, (nhà) kitchen; **bếp ga** n gas cooker; **bếp nướng ngoài trời** n barbecue; **cái bếp** n stove; **đầu bếp** n chef, cook; **phòng bếp lắp đặt sẵn** n fitted kitchen; **tủ bếp** n sideboard

bế tắc [be tak] n hitch

bê tông [be toŋ] n concrete

bí [bi] *n* squash, gourd; **quả bí xanh** *n* courgette

Bỉ [bi] **người Bỉ** *n* Belgian; **nước Bỉ** *n* Belgium; **thuộc Bỉ** *adj* Belgian

bia [biɑ] *n (đồ uống)* beer, tombstone; **bia mộ** *n* gravestone; **bia nhẹ** *n* lager; **men bia** *n* yeast; **nhà máy bia** *n* brewery; **Làm ơn cho một bia hơi** A draught beer, please; **một bia nữa** another beer

bìa [biɑː] *n* binder, cover; **sách bìa mềm** *n* paperback

bida [bizɑː] **trò chơi bida** *n* billiards, snooker

bị động [bi doŋ] *adj* passive

biên [bien] *n (độ chênh)* margin; **đường biên** *n* touchline

biến [bien] *v* disappear, change, turn into; **biến mất** *v* disappear; **sự biến mất** *n* disappearance

biển [bien] *n (nước)* sea; **bọt biển** *n* sponge *(for washing)*; **bờ biển** *n* coast, seashore, seaside; **bãi biển** *n* beach; **biển chỉ đường** *n* road sign, signpost; **biển số xe** *n* number plate; **biên phòng bờ biển** *n* coastguard; **Biển Bắc** *n* North Sea; **cướp biển** *n* pirate; **cuộc đi chơi biển bằng tàu thủy** *n* cruise; **đường đi bộ ven biển** *n* promenade; **mực nước biển** *n* sea level; **nước biển** *n* sea water; **tấm biển** *n* plaque; **tảo biển** *n* seaweed; **thuộc vùng biển Caribê** *adj* Caribbean; **Hôm nay biển có động không?** Is the sea rough today?

Biển Adriatic [bien ɑːzziɑtik] *n* Adriatic Sea

biến đổi [bien doi] *v* transform; **được biến đổi gien** *adj* GM, genetically-modified

biếng [bien] **lười biếng** *adj* lazy

biếng ăn [bien ɑn] *adj* anorexic; **chứng biếng ăn** *n* anorexia

biên giới [bien zɤi] *n* border

biên lai [bien lɑːi] *n* receipt; **Làm ơn cho tôi biên lai** I need a receipt, please; **Tôi cần một biên lai cho bảo hiểm** I need a receipt for the insurance

biên tập [bien təp] *v* edit; **biên tập viên** *n* editor

biết [biet] *v* know; **biết ơn** *adj* grateful; **được biết** *adj* known; **không được biết** *adj* unknown; **sự hiểu biết** *n* knowledge; **Anh biết cách làm việc này không?** Do you know how to do this?; **Anh có biết anh ấy không?** Do you know him?; **Tôi không biết** I don't know

biết điều [biet dieu] *adj* reasonable

biệt hiệu [biet hieu] *n* alias, nickname; **biệt hiệu là** *prep* alias

biệt lập [biet ləp] *adj* isolated

biệt thự [biet tɯ] *n* villa; **Tôi muốn thuê một biệt thự** I'd like to rent a villa

biểu diễn [bieu zien] *n* performance; **buổi biểu diễn** *n* show; **cảnh biểu diễn nguy hiểm** *n* stunt; **Buổi biểu diễn kéo dài bao lâu?** How long does the performance last?; **Chúng tôi có thể đi xem biểu diễn ở đâu?** Where can we go to see a show?; **Khi nào buổi biểu diễn bắt đầu?** When does the performance begin?; **Khi nào buổi biểu diễn kết thúc?** When does the performance end?

biểu đồ [bieu do] *n* diagram, graph; **biểu đồ tròn** *n* pie chart

biểu hiện [bieu hien] *n* token

biểu tình [bieu tiɲ] *n* demonstration ▷ *v* demonstrate; **cuộc biểu tình** *n* demo, demonstration

biểu tượng [bieu tɯɤŋ] *n* logo, symbol; **biểu tượng mặt cười** *n* smiley

bím [bim] **bím tóc** *n* pigtail, plait

bí mật [bi mət] *adj* confidential, secret; **chuyện bí mật** *n* confidence (*secret*); **điều bí mật** *n* secret; **sự bí mật theo dõi** *n* spying

bingo [biɲɔ] **trò chơi bingo** *n* bingo

bí ngô [bi ŋo] *n* pumpkin

bình [biɲ] **bộ binh** *n* infantry; **cựu chiến binh** *n* veteran

bình [biɲ] *n* (*hoa*) vase, bottle, jar; **bình đựng nước nóng** *n* hot-water bottle; **bình cứu hỏa** *n* fire extinguisher; **bình có tay cầm** *n* jug; **bình cà phê** *n* coffeepot; **bình chữa cháy** *n* extinguisher; **bình miệng rộng** *n* carafe; **bình sữa trẻ em** *n* baby's bottle; **bình tưới nước** *n* watering can

bình đẳng [biɲ daŋ] **sự bình đẳng** *n* equality

bình hành [biɲ haɲ] **dạng hình bình hành** *adj* oblong

bình luận [biɲ luən] *v* comment; **bài bình luận** *n* commentary; **lời bình luận** *n* comment, remark; **nhà bình luận** *n* commentator

bình minh [biɲ miɲ] *n* dawn, sunrise

bình phun [biɲ fun] *n* aerosol, sprinkler

bình thường [biɲ tɯɤŋ] *adj* ordinary; **không bình thường** *adj* abnormal

bình tĩnh [biɲ tiɲ] *adj* calm; **bình tĩnh lại** *v* calm down

bíp [bip] **thiết bị phát ra tiếng bíp bíp** *n* bleeper

bịp bợm [bip bɤm] *n* bluff; **trò bịp bợm** *n* trick

bi quan [bi kuan] *adj* pessimistic ▷ *n* pessimism; **người bi quan** *n* pessimist

bí quyết [bi kuiet] *n* know-how; **bí quyết làm việc** *n* know-how

bi thảm [bi tam] *adj* tragic

bịt mắt [bit mat] *v* blindfold; **vải bịt mắt** *n* blindfold

bít tất [bit tət] *n* sock; **bít tất dài** *n* stocking; **dây nịt móc bít tất** *n* suspenders

bó [bɔ] *n* (*túm*) pack

bò [bɔ] *v* (*dưới đất*) crawl ▷ *n* cow; **bò đực** *n* bull; **con bò cái** *n* cow; **miếng thịt bò nạc** *n* steak; **thịt bò** *n* beef; **thịt bò băm viên** *n* beefburger; **thịt mông bò** *n* rump steak

bỏ [bɔ] *v* ditch, quit; **bỏ lỡ** *v* miss; **bỏ neo** *v* moor; **bỏ ra ngoài** *v* leave out; **bỏ trống** *v* vacate; **hủy bỏ** *v* cancel; **sự hủy bỏ** *n* cancellation; **vứt bỏ** *v* dump

bọ [bɔ] **con bọ rùa** *n* ladybird

boa [bɔa:] *v* tip (*reward*)

bóc [bɔk] **bóc vỏ** *v* peel

bọc [bɔk] *v* (*gói lại*) wrap up

bọ cánh cứng [bɔ kaɲ kɯŋ] *n* beetle

bọ cạp [bɔ kap] **con bọ cạp** *n* scorpion

bói cá [bɔi ka] **chim bói cá** *n* kingfisher

Bolivia [bɔlivia] **người Bolivia** *n* Bolivian; **nước Bolivia** *n* Bolivia; **thuộc Bolivia** *adj* Bolivian

bom [bɔm] *n* bomb; **bom hẹn giờ** *n* time bomb; **bom nguyên tử** *n* atom bomb; **người đánh bom liều chết** *n* suicide bomber; **quả bom** *n* bomb

bong [baun] **bong bóng** *n* bubble

bóng [baun] *n* bulb, ball; **bóng đèn** *n* bulb (*electricity*), light bulb; **bóng chuyền** *n* volleyball; **cái bóng** *n* shadow; **chất đánh bóng** *n* polish; **cú giao bóng** *n* serve; **cú phát bóng** *n* kick-off; **đánh bóng** *v* polish; **điểm bóng rơi** *n* pitch (*sport*); **gậy đánh bóng** *n* bat (*with ball*); **môn bóng bầu dục** *n* rugby; **môn bóng bàn** *n* table tennis; **môn bóng ném** *n* handball; **phát bóng** *v* kick off; **quả bóng** *n* ball (*toy*); **sáng bóng** *adj* shiny; **vật đỡ bóng gôn** *n* tee; **Chúng mình chơi đá bóng đi** Let's play football; **Tôi muốn xem một trận bóng đá** I'd like to see a football match

bỏng [baun] **bỏng ngô** *n* popcorn

bóng bay [baun ba:i] *n* balloon

bóng bầu dục [baun bəu zuk] **bóng bầu dục kiểu Mỹ** *n* American football

bóng chày [baun tʃai] *n* baseball; **mũ bóng chày** *n* baseball cap

bóng đá [baun da] *n* football; **cầu thủ bóng đá** *n* football player, footballer; **trận bóng đá** *n* football match

bong gân [baun ɣən] **làm bong gân** *v* sprain; **sự bong gân** *n* sprain

bóng rổ [baun zo] *n* basketball; **bóng rổ nữ** *n* netball

boong [bɔaun] *n* deck; **boong tàu** *n* deck; **Chúng tôi có thể ra boong tàu không?** Can we go out on deck?

bóp [bɔp] **bóp cổ** *v* strangle

bó sát [bɔ sat] **bó sát người** *adj* skin-tight

bò sát [bɔ sat] **loài bò sát** *n* reptile

Bosnia [bɔsnia] *n* Bosnia; **người Bosnia** *n* Bosnian (*person*); **thuộc Bosnia** *adj* Bosnian

Bosnia và Herzegovina [bɔsnia va hɛzzɛɣɔvina:] *n* Bosnia-Herzegovina

bỏ sót [bɔ sɔt] *v* overlook

bọt [bɔt] *n* foam; **bọt biển** *n* sponge (*for washing*); **bọt cạo râu** *n* shaving foam; **bọt sóng** *n* surf; **chất làm cho nước tắm sủi bọt và thơm** *n* bubble bath; **nước bọt** *n* saliva, spit

Botswana [bɔtswa:na:] **nước Botswana** *n* Botswana

bowling [bɔwliŋ] *n* bowling; **nơi chơi bowling** *n* bowling alley; **trò chơi bowling** *n* bowling; **trò chơi bowling mười con ky** *n* tenpin bowling

bô [bo] *n* potty; **cái bô** *n* potty; **Anh có bô không?** Do you have a potty?

bố [bo] *n* dad, daddy, father ▷ *nm* parent; **bố chồng** *n* father-in-law; **bố già** *n* godfather (*criminal leader*); **bố mẹ** *n* parents

bổ [bo] **thuốc bổ** *n* tonic

bộ [bo] *n* (đồ) kit, (cơ quan) ministry (*government*), (nhiều thứ) set; **bộ binh** *n* infantry; **bộ com lê** *n* suit; **bộ gỗ** *n* woodwind; **bộ số** *n* gear (*mechanism*); **bộ xương** *n* skeleton; **cuộc đi bộ đường dài** *n* hike; **đổ bộ** *v* land; **đường đi bộ** *n* footpath; **sự đi bộ đường dài** *n* hiking

bốc [bok] **bốc khói** *v* smoke

bồ câu [bo kəu] *n* dove, pigeon; **chim bồ câu** *n* dove, pigeon

bồ công anh [bo koŋ aːɲ] **cây bồ công anh** *n* dandelion

bố dượng [bo zɯɤŋ] *n* stepfather

bổ dưỡng [bo zɯɤŋ] *adj* nutritious

Bồ Đào Nha [bo daɔ ɲaː] **người Bồ Đào Nha** *n* Portuguese (*person*); **nước Bồ Đào Nha** *n* Portugal; **thuộc Bồ Đào Nha** *adj* Portuguese; **tiếng Bồ Đào Nha** *n* Portuguese (*language*)

bồ hóng [bo hauŋ] *n* soot

bôi [boi] *v* apply (*oil*); **bôi dầu** *v* oil

bối cảnh [boi kaɲ] *n* background, context

bồi dưỡng [boi zɯɤŋ] **khóa bồi dưỡng** *n* refresher course

bồi hoàn [boi hɔan] *v* reimburse

bối rối [boi zoi] *adj* baffled, bewildered

bộ khuếch đại [bo ʑuetʃ dai] *n* amplifier

bốn [bon] *number* four

bồn [bon] **bồn rửa** *n* sink; **bồn tắm** *n* bathtub; **Bồn rửa bẩn quá** The washbasin is dirty

bộ nắn dòng [bo nan zauŋ] *n* adaptor

bồn chồn [bon tʃon] *adj* edgy

bông [boŋ] *n* (*vải*) cotton; **bông mềm** *n* cotton wool; **bông tuyết** *n* snowflake; **gấu nhồi bông** *n* teddy bear; **que kẹo bông** *n* candyfloss; **tăm bông** *n* cotton bud

bông chéo [boŋ tʃɛɔ] **vải bông chéo** *n* denim

bổ nhiệm [bo ɲiem] *v* appoint

bốn mươi [bon mɯɤi] *number* forty

bồ nông [bo noŋ] **chim bồ nông** *n* pelican

bộ phận [bo fən] **có đủ các bộ phận** *adj* self-contained

bổ sung [bo suŋ] *adj* additional, complementary; **phần bổ sung** *n* supplement

bột [bot] *n* powder; **bột chưa dây** *adj* wholemeal; **bột giặt** *n* detergent, soap powder, washing powder; **bột mì** *n* flour; **bột ngô** *n* cornflour; **bột nhão** *n* paste; **bột nhão làm bánh** *n* batter, dough; **bột yến mạch** *n* oatmeal; **ớt bột** *n* paprika; **vôi bột trắng** *n* whiting; **xưởng xay bột** *n* mill; **Anh có bột giặt không?** Do you have washing powder?

bột nở [bot nɤ] *n* baking powder

bộ tộc [bo tok] *n* tribe

bố trí [bo tʃi] **cách bố trí** *n* layout

bộ trưởng [bo tʃɯɤŋ] *n* minister (*government*)

bơ [bɤ] *n* (*sữa*) butter; **bơ làm từ đậu phộng** *n* peanut butter; **bơ thực vật** *n* margarine

bờ [bɤ] *n* bank (*ridge*), shore

bờ biển [bɤ bien] *n* beach, coast, seashore, seaside; **biên phòng bờ biển** *n* coastguard; **Bờ biển cách đây bao xa?** How far is the beach?; **Chúng ta còn cách bờ biển bao xa?** How far are we from the beach?

bơi [bɤi] *v* swim; **bể bơi** *n* swimming pool; **bể bơi công cộng** *n* baths; **kiểu bơi ếch** *n* breaststroke; **người**

bơi *n* swimmer; **quần áo bơi** *n* swimming costume, swimsuit; **quần bơi của đàn ông** *n* trunks; **quần bơi nam** *n* swimming trunks; **sự bơi** *n* swimming; **việc bơi xuồng** *n* canoeing; **Bể bơi công cộng ở đâu?** Where is the public swimming pool?; **Bơi ở đây có an toàn không?** Is it safe to swim here?; **Có bể bơi không?** Is there a swimming pool?; **Có bơi được ở đây không?** Can you swim here?; **Có bơi được ở sông không?** Can one swim in the river?; **Chúng mình đi bơi đi** Let's go swimming; **Tôi có thể đi bơi ở đâu?** Where can I go swimming?

bởi [bɤi] *prep* by

bơi ngửa [bɤi ŋuɑ:] **kiểu bơi ngửa** *n* backstroke

bơm [bɤm] *n* pump ▷ *v* pump; **bơm lên** *v* pump up; **bơm xe đạp** *n* bicycle pump; **có thể bơm phồng** *adj* inflatable; **Anh có bơm không?** Do you have a pump?

bờm [bɤm] **bờm tóc** *n* hairband

bớt [bɤt] *adv* less; **bớt căng thẳng** *adj* relieved; **giảm bớt** *v* cut down, decrease, diminish

brandy [bza:nzi] **Tôi sẽ uống brandy** I'll have a brandy

Brazil [bza:zil] **người Brazil** *n* Brazilian; **nước Brazil** *n* Brazil; **thuộc Brazil** *adj* Brazilian

Brúc-xen [bzuksɛn] **cải Brúc-xen** *n* Brussels sprouts

bú [bu] *v* breast-feed; **Tôi có thể cho con bú ở đâu?** Where can I breast-feed the baby?; **Tôi cho con bú ở đây có được không?** Can I breast-feed here?

bù [bu] *v* make up for; **bù nhìn** *n* scarecrow; **đền bù** *v* compensate; **sự đền bù** *n* compensation; **thời gian bù giờ** *n* injury time

búa [buɑ:] **cái búa** *n* hammer

bu-di [buzi] **cái bu-di** *n* spark plug

búi [bui] *n* bunch

bụi [bui] *n* dust; **bụi nước** *n* spray; **bụi rậm** *n* bush (*thicket*); **cây bụi** *n* bush, shrub; **đầy bụi** *adj* dusty; **hút bụi** *v* hoover, vacuum; **máy hút bụi** *n* vacuum cleaner; **máy hút bụi Hoover®** *n* Hoover®; **phủi bụi** *v* dust

bụi đời [bui ɗɤi] *adj* streetwise

Bulgaria [bulɣɑ:ziɑ] **người Bulgaria** *n* Bulgarian (*person*); **nước Bulgaria** *n* Bulgaria; **thuộc Bulgaria** *adj* Bulgarian; **tiếng Bulgaria** *n* Bulgarian (*language*)

bùn [bun] *n* mud; **bùn loãng** *n* slush; **cái chắn bùn** *n* mudguard; **than bùn** *n* peat; **vấy bùn** *adj* muddy

bụng [buŋ] *n* abdomen, belly; **chứng đau bụng** *n* stomachache; **tốt bụng** *adj* kind

bùng binh [buŋ biŋ] *n* roundabout

bungee [buŋɛɛ] **môn nhảy bungee** *n* bungee jumping; **Tôi có thể đi nhảy bungee ở đâu?** Where can I go bungee jumping?

bùng nổ [buŋ no] *v* break out; **sự bùng nổ** *n* outbreak

buộc [buok] *v* tie; **bắt buộc** *adj* compulsory; **buộc chặt** *v* tie up; **buộc tội** *v* charge (*accuse*); **dây buộc** *n* lace

buổi [buoi] *n* session, half a day,

event, time; **buổi chiều** *n* afternoon; **buổi khiêu vũ** *n* ball (*dance*); **buổi sáng** *n* morning; **buổi tối** *n* evening; **buổi trưa** *n* midday, noon

buổi diễn [buoi zien] **hai vé cho buổi diễn lúc tám giờ** two for the eight o'clock showing

buồm [buom] **cánh buồm** *n* sail; **thuyền buồm** *n* sailing boat

buôn [buon] *v* buy, trade, deal in; **buôn chuyện** *v* gossip; **kẻ buôn ma túy** *n* drug dealer

buồn [buon] *adj* sad; **buồn chán** *v* fret; **buồn nôn** *adj* sick; **buồn ngủ** *adj* drowsy, sleepy; **buồn rầu** *adj* moody, sad, sadly, unhappy; **buồn tẻ** *adj* dull; **cảm giác buồn bã** *n* blues; **có máu buồn** *adj* ticklish; **sự đau buồn** *n* grief; **sự buồn nôn** *n* nausea

buôn bán [buon ban] *v* deal, handle; **người buôn bán** *n* dealer

buồn cười [buon kɯ̌i] *adj* funny; **làm buồn cười** *v* amuse

buồng [buoŋ] *n* room, chamber, cage; **buồng điện thoại** *n* call box; **buồng lái máy bay** *n* cockpit; **buồng ngủ dành cho khách** *n* spare room; **buồng thử quần áo** *n* fitting room; **buồng trứng** *n* ovary; **buồng vừa để ngủ vừa để tiếp khách** *n* bedsit

buôn lậu [buon ləu] *v* smuggle; **người buôn lậu** *n* smuggler; **sự buôn lậu** *n* smuggling

buồn nôn [buon non] **Tôi thấy buồn nôn** I feel sick

búp bê [bup be] *n* doll

bút [but] *n* pen, brush; **bút đánh dấu** *n* highlighter; **bút bi** *n* ballpoint pen; **bút Biro®** *n* Biro®; **bút chì màu** *n* crayon; **bút dạ** *n* felt-tip pen; **bút máy** *n* fountain pen; **bút vẽ** *n* paintbrush; **cái bút** *n* pen; **cái bút chì** *n* pencil; **cái gọt bút chì** *n* pencil sharpener; **hộp bút** *n* pencil case; **Anh cho mượn chiếc bút được không?** Do you have a pen I could borrow?

bút tích [but titʃ] *n* autograph

buýt [buit] *n* bus; **bến xe buýt** *n* bus stop; **ga xe buýt** *n* bus station; **vé xe buýt** *n* bus ticket; **xe buýt** *n* bus; **xe buýt đường dài** *n* coach (*vehicle*); **xe buýt nhỏ** *n* minibus; **xe buýt sân bay** *n* airport bus; **Bao lâu thì có một chuyến xe buýt tới...?** How often are the buses to...?; **Có xe buýt đi đến... không?** Is there a bus to...?; **Có xe buýt ra sân bay không?** Is there a bus to the airport?; **Có xe buýt vào thành phố không?** Is there a bus to the city?; **Hai mươi phút có một chuyến xe buýt** The bus runs every twenty minutes; **Khi nào có chuyến xe buýt đầu tiên đi...?** When is the first bus to...?; **Khi nào có chuyến xe buýt cuối cùng đi...?** When is the last bus to...?; **Khi nào có chuyến xe buýt tiếp theo đi...?** When is the next bus to...?; **Mấy giờ có chuyến xe buýt cuối?** What time is the last bus?; **Mấy giờ xe buýt đến?** What time does the bus arrive?; **Mấy giờ xe buýt đi?** What time does the bus leave?; **Tôi bắt xe buýt đi... ở đâu?** Where do I catch the bus to...?, Where do I get a bus for…?; **Tua tham quan thành phố bằng xe buýt đi lúc nào?** When is the bus tour of the town?; **Xe buýt này có đi… không?** Does this bus go to…?; **Xin cho hỏi, xe buýt nào đi đến…?** Excuse me, which bus goes to…?

bừa [bɯɑ:] *v (cày)* plough; **cái bừa** *n* plough

bữa [bɯɑ:] **bữa tối** *n* dinner, supper; **bữa trưa** *n* lunch; **bữa trưa mang từ nhà** *n* packed lunch; **Bữa sáng anh muốn dùng gì?** What would you like for breakfast?; **Bữa tối rất ngon** The dinner was delicious; **Bữa trưa tuyệt vời** The lunch was excellent; **Mấy giờ sẽ có bữa tối?** What time is dinner?; **Mấy giờ sẽ có bữa trưa?** When will lunch be ready?; **Tiền ở và ăn cả ba bữa là bao nhiêu?** How much is full board?; **Tiền ở và ăn hai bữa là bao nhiêu?** How much is half board?

bữa ăn [bɯɑ: ɑn] *n* meal; **bữa ăn liên hoan** *n* dinner party; **Bữa ăn rất ngon** The meal was delicious

bừa bãi [bɯɑ: bɑi] *n* mess

bữa tiệc [bɯɑ: tiek] *n* party; **bữa tiệc dành riêng cho đàn ông trước khi cưới** *n* stag night

bực [bɯk] **bực mình** *adj* bugged; **bực tức** *adj* frustrated

bức bách [bɯk bɑtʃ] **một cách bức bách** *adv* desperately; **vô cùng bức bách** *adj* desperate

bực bội [bɯk boi] *adj* mad *(angry)*, grumpy

bức fax [bɯk fɑ:s] *n* fax

bức hoạ [bɯk hɔɑ] *n* painting

bức tượng [bɯk tɯɤŋ] *n* statue

bức xạ [bɯk sɑ] **sự bức xạ** *n* radiation

bước [bɯɤk] *n* step; **bước chân** *n* footstep, pace; **bước sóng** *n* wavelength

bưởi [bɯɤi] *n* grapefruit; **quả bưởi** *n* grapefruit

bướm [bɯɤm] *n* butterfly; **con bướm** *n* butterfly; **nơ con bướm** *n* bow tie; **sâu bướm** *n* caterpillar

bướng bỉnh [bɯɤŋ biɲ] *adj* stubborn

bưu chính [bɯu tʃiɲ] *n* post *(mail)*; **mã bưu chính** *n* postcode

bưu điện [bɯu dien] *n* post office; **dấu bưu điện** *n* postmark; **gửi bưu điện** *v* post; **gửi qua bưu điện** *v* mail; **ngân séc bưu điện** *n* postal order; **phí bưu điện** *n* postage; **Khi nào bưu điện mở cửa?** When does the post office open?

bưu kiện [bɯu kien] *n* parcel; **Gửi bưu kiện này mất bao nhiêu tiền?** How much is it to send this parcel?; **Tôi muốn gửi bưu kiện này** I'd like to send this parcel

bưu thiếp [bɯu tiep] *n* greetings card, postcard; **Anh có bưu thiếp không?** Do you have any postcards?; **Tôi đang tìm mua bưu thiếp** I'm looking for postcards; **Tôi có thể mua bưu thiếp ở đâu?** Where can I buy some postcards?

C

ca [kaː] n work shift ▷ v sing; **ca đêm** n nightshift; **ca kịch** n musical; **dàn đồng ca** n choir; **quốc ca** n national anthem; **thơ ca** n poetry

cá [ka] n (dưới nước) fish; **bể nuôi cá** n aquarium; **cá nước ngọt** n freshwater fish; **cá trích muối hun khói** n kipper; **cá vàng** n goldfish; **câu cá** v fish; **đồ nghề câu cá** n fishing tackle; **nàng tiên cá** n mermaid; **người bán cá** n fishmonger; **người câu cá** n angler; **nghề đánh cá** n fishing; **sự câu cá** n angling; **Anh có những món cá gì?** What fish dishes do you have?; **Anh có thể chuẩn bị một bữa ăn không có cá không?** Could you prepare a meal without fish?; **Cá tươi hay cá đông lạnh?** Is the fish fresh or frozen?; **Cái này được nấu trong nước dùng cá phải không?** Is this cooked in fish stock?; **Có cần có giấy phép câu cá không?** Do you need a fishing permit?; **Chúng tôi câu cá ở đây có được không?** Can we fish here?; **Tôi đi câu cá ở đâu được?** Where can I go fishing?; **Tôi có được câu cá ở đây không?** Am I allowed to fish here?; **Tôi không ăn cá** I don't eat fish; **Tôi sẽ ăn món cá** I'll have the fish

cả [ka] adj (lớn nhất) eldest, biggest, all, at all

ca bin [kaː bin] n cabin

ca cao [kaː kaːɔ] n cocoa

cácbon [kakbɔn] n carbon; **hyđrat cácbon** n carbohydrate

cách [katʃ] n method, manner; **cách cư xử** npl behaviour; **cách nhiệt** adj ovenproof; **cách thức** n manner; **một cách khác** adv alternatively; **Anh biết cách làm việc này không?** Do you know how to do this?; **Đến ga tàu hỏa bằng cách nào là tốt nhất?** What's the best way to get to the railway station?; **Đến trung tâm thành phố bằng cách nào là tốt nhất?** What's the best way to get to the city centre?; **Bến xe buýt cách đây bao xa?** How far is the bus stop?; **Bờ biển cách đây bao xa?** How far is the beach?; **Cách bao xa?** How far is it?; **Chúng ta còn cách bờ biển bao xa?** How far are we from the beach?; **Chúng ta còn cách trạm xe buýt bao xa?** How far are we from the bus station?; **Ngân hàng cách đây bao xa?** How far is the bank?; **Xin chỉ cho chúng tôi cách đến...** How do we get to...?; **Xin chỉ cho tôi cách đến...** How do I get to...?; **Xin chỉ cho tôi cách đến đó** How do I get there?; **Xin chỉ**

cho tôi cách đến bệnh viện How do I get to the hospital?; **Xin chỉ cho tôi cách đến ga tàu điện ngầm gần nhất** How do I get to the nearest tube station?; **Xin chỉ cho tôi cách đến trung tâm của...** How do I get to the centre of...?; **Xin chỉ cho tôi cách ra sân bay** How do I get to the airport?

cách ly [katʃ li] **lớp cách ly** n insulation

cách mạng [katʃ maŋ] adj revolutionary; **cuộc cách mạng** n revolution

cà chua [ka tʃua] n tomato; **nước sốt cà chua** n ketchup; **nước xốt cà chua** n tomato sauce

các tông [kak toŋ] n cardboard; **bìa các tông** n cardboard; **hộp bìa các tông** n carton

cá cược [ka kɯɤk] **cửa hàng cá cược** n betting shop; **sự cá cược** n betting

cafein [ka:fein] n caffeine; **cà phê đã được khử chất cafein** n decaffeinated coffee; **được khử chất cafein** adj decaffeinated

cả gan [ka ɣa:n] adj daring

cả hai [ka ha:i] adj both ▷ pron both

cả hai đều khơng [ka ha:i deu ɣɤŋ] adv neither

cá heo [ka hɛɔ] n dolphin

cá hồi [ka hoi] n salmon, trout

cái [kai] n object, thing ▷ adj female, main, principal; **cái khoá** n buckle; **cái nạng** n crutch; **con bò cái** n cow; **ngựa cái** n mare; **ngón tay cái** n thumb; **sư tử cái** n lioness; **Cái này nghĩa là gì?** What does this mean?

cải [kai] **cải Brúc-xen** n Brussels sprouts; **rau cải xoong** n cress

cãi [kai] **cãi vặt** v squabble; **cuộc cãi lộn** n scrap (dispute); **gây tranh cãi** adj controversial; **tranh cãi** v row (to argue); **vụ cãi nhau** n row (argument)

cải bắp [kai bap] n cabbage; **salad cải bắp** n coleslaw

cải bó xôi [kai bɔ soi] n spinach

cải dầu [kai zəu] **cây cải dầu** n rape (plant)

cải đường [kai dɯɤŋ] **củ cải đường** n beetroot

cái mà [kai ma] pron which

cái nào [kai naɔ] adj which

cái này [kai nai] pron this

cải ngựa [kai ŋɯa:] **cây cải ngựa** n horseradish

cái nút [kai nut] n plug

cải thiện [kai tien] v improve

cải trang [kai tʃa:ŋ] v disguise

cai trị [ka:i tʃi] **người cai trị** n ruler (commander)

cái xô [kai so] n bucket

cá kiếm [ka kiem] n swordfish

calo [ka:lɔ] n calorie

cam [ka:m] n orange; **có màu da cam** adj orange; **nước cam** n orange juice; **quả cam** n orange

cám [kam] n bran

cảm [kam] v be touched, be affected by, catch a cold; **sự đồng cảm** n communion; **Tôi bị cảm lạnh** I have a cold; **Tôi muốn mua thuốc cảm** I'd like something for a cold

cá mập [ka məp] n shark

cam đoan [ka:m dɔa:n] v assure

cảm động [kam doŋ] adj moving, pathetic

Cameroon [kaːmɛzɔɔn] **nước Cameroon** n Cameroon

cảm giác [kam zak] n feeling; **cảm giác ngon miệng** n appetite; **cảm giác trống rỗng** n void

cá mòi [ka mɔi] n sardine

cảm ơn [kam ɤn] v thank; **cảm ơn!** excl thanks, thank you; **Xin cảm ơn rất nhiều** Thank you very much

Campuchia [kaːmputʃia] **người Campuchia** n Cambodian (person); **nước Campuchia** n Cambodia; **thuộc Campuchia** adj Cambodian

cảm thấy [kam təi] v feel; **Bây giờ anh cảm thấy thế nào?** How are you feeling now?

cảm ứng [kam ɯŋ] **Có máy cảm ứng hỗ trợ máy trợ thính không?** Is there an induction loop?

cảm xúc [kam suk] n emotion

can [kaːn] **giấy can** n tracing paper

cán [kan] n handle; **trục cán** n rolling pin

cản [kan] v prevent, block; **hành động cản** n tackle

Canađa [kaːnaːdaː] **người Canađa** n Canadian; **nước Canađa** n Canada; **thuộc Canađa** adj Canadian

Canary [kaːnaːzi] **quần đảo Canary** n Canaries

cán bộ [kan bo] n cadre, official; **cán bộ hải quan** n customs officer

can đảm [kaːn dam] adj brave, courageous; **sự can đảm** n bravery, courage

cáng [kaŋ] n stretcher; **cái cáng thương** n stretcher

càng [kaŋ] adv all the more; **ngày càng tăng** adv increasingly; **tôm**

càng n scampi

cảng [kaŋ] n port (ships); **bến cảng** n harbour

ca ngợi [kaː ŋɤi] **bài bình phẩm ca ngợi** n rave

càng sớm càng tốt [kaŋ sɤm kaŋ tot] adv asap (as soon as possible)

cá ngừ [ka ŋɯ] n tuna

canh [kaːɲ] **canh gác** v guard

cánh [kaŋ] n wing, leaf, side; **cánh buồm** n sail; **hạ cánh khẩn cấp** n emergency landing; **làm không cất cánh được** v ground; **sự hạ cánh** n touchdown; **tàu cánh ngầm** n hovercraft

cành [kaŋ] **cành cây** n branch; **cành nhỏ** n stick

cảnh [kaŋ] n landscape, view, scenery, condition; **cây cảnh** n pot plant; **hoàn cảnh** n circumstances; **Ở đây có thắng cảnh gì tham quan được?** What sights can you visit here?

cạnh [kaŋ] n (đường viền) side, edge ▷ v to be beside

cá nhân [ka ŋən] adj individual; **đồ vệ sinh cá nhân** n toiletries; **máy tính cá nhân** n PC; **sổ nhật ký cá nhân** n personal organizer

cảnh báo [kaŋ baɔ] v warn; **lời cảnh báo** n precaution, warning

cánh cụt [kaŋ kut] **chim cánh cụt** n penguin

cánh đồng [kaŋ doŋ] n field

cảnh giác [kaŋ zak] adj alert

cảnh sát [kaŋ sat] n cop, police; **đồn cảnh sát** n police station; **nam cảnh sát** n policeman; **nữ cảnh sát** n policewoman; **viên cảnh sát** n police officer

cánh tả [kaɲ ta] *adj* left-wing; **thuộc cánh tả** *adj* left-wing

canh tác [kaːɲ tak] **việc canh tác** *n* farming

cạnh tranh [kaɲ tʃaːɲ] *adj* rival ▷ *v* compete; **đối thủ cạnh tranh** *n* competitor; **mang tính cạnh tranh** *adj* competitive; **sự cạnh tranh** *n* competition

canô [kaːno] *n* canoe

cản trở [kan tʃɤ] *n* setback ▷ *v* obstruct

canxi [kaːnsi] *n* calcium

cao [kaːɔ] *adj* high, tall; **cao gầy** *adj* lanky; **cao tuổi** *adj* elderly; **chiều cao** *n* height; **độ cao** (*âm thanh*) *n* pitch (*sound*); **đánh giá quá cao** *v* overestimate; **đào tạo nâng cao** *n* further education; **được trả lương cao** *adj* well-paid; **giờ cao điểm** *n* peak hours; **nhà cao tầng** *n* high-rise; **trên cao** *adv* high; **Anh cao bao nhiêu?** How tall are you?; **Nó cao bao nhiêu?** How high is it?

cáo [kaɔ] *n* fox; **bị cáo** *n* accused; **con cáo** *n* fox

cào [kaɔ] **cái cào** *n* rake

cạo [kaɔ] *v* shave, scrape; **bọt cạo râu** *n* shaving foam; **cạo râu** *v* shave; **dao cạo** *n* razor; **dao cạo điện** *n* shaver; **kem cạo râu** *n* shaving cream; **không cạo râu** *adj* unshaven; **lưỡi dao cạo** *n* razor blade

cáo bạch [kaɔ batʃ] **bản cáo bạch** *n* prospectus

cao bồi [kaːɔ boi] *n* cowboy; **phim cao bồi Mỹ** *n* western

cáo buộc [kaɔ buok] **bị cáo buộc** *adj* alleged; **lời cáo buộc** *n* allegation

cao độ [kaːɔ do] *n* altitude

cao hơn [kaːɔ hɤn] *adj* upper

cáo phó [kaɔ fɔ] *n* obituary

cạo râu [kaɔ zɤu] *v* shave; **nước hoa dùng sau khi cạo râu** *n* aftershave

cao su [kaːɔ su] *n* rubber; **bao cao su** *n* condom; **găng tay cao su** *n* rubber gloves; **kẹo cao su** *n* bubble gum, chewing gum; **ủng cao su** *n* wellies; **ủng cao su Wellington** *n* wellingtons

cáp [kap] *n* cable; **truyền hình cáp** *n* cable television; **xe cáp treo** *n* cable car

cà phê [ka fe] *n* coffee; **bình cà phê** *n* coffeepot; **bàn uống cà phê** *n* coffee table; **cà phê đã được khử chất cafein** *n* decaffeinated coffee; **cà phê đen** *n* black coffee; **hạt cà phê** *n* coffee bean; **quán cà phê** *n* café; **Anh có cà phê nguyên chất không?** Have you got real coffee?; **Anh có cà phê tươi không?** Have you got fresh coffee?; **Làm ơn cho chúng tôi thêm một tách cà phê được không?** Could we have another cup of coffee, please?; **Làm ơn cho một cà phê** A coffee, please; **Làm ơn cho một cà phê sữa** A white coffee, please

ca-ra-men [kaːzaːmɛn] **kem ca-ra-men** *n* flan, caramel

caravan [kaːzaːvaːn] *n* camper, caravan, mobile home; **khu vực dành cho caravan lữ hành** *n* caravan site; **xe moóc caravan** *n* caravan; **Chúng tôi đỗ xe caravan ở đây có được không?** Can we park our caravan here?; **Chúng tôi muốn một chỗ cho xe caravan** We'd like a site for a caravan

ca ri [ka: zi] **bột ca ri** n curry powder; **món ca ri** n curry

Caribê [ka:zibe] **người vùng Caribê** n Caribbean; **thuộc vùng biển Caribê** adj Caribbean

cà rốt [ka zot] **củ cà rốt** n carrot

cá sấu [ka sɔu] n crocodile; **cá sấu Mỹ** n alligator

ca sỹ [ka: si] n singer; **ca sỹ chính** n lead singer

cát [kat] n sand; **cồn cát** n sand dune; **đống cát cho trẻ con chơi** n sandpit; **lâu đài cát** n sandcastle

cả thảy [ka tai] adv altogether

cá thu [kavu] n mackerel

cà tím [ka tim] n aubergine

cá tính [ka tiɲ] n personality

catơlô [ka:tɤlo] n catalogue; **cuốn catơlô** n catalogue; **Tôi muốn một cuốn catơlô:** I'd like a catalogue

cá trích [ka tʃitʃ] n herring

cá trổng [ka tʃoŋ] n anchovy

cá tuyết [ka tuiet] n cod; **cá tuyết ê-fin** n haddock

cátxét [katsɛt] n cassette; **băng cátxét** n cassette tape

cáu [kau] adj cross

Caucasus [ka:uka:sus] **vùng Caucasus** n Caucasus

cáu kỉnh [kau kiɲ] **dễ cáu kỉnh** adj irritable

càu nhàu [kau ɲau] n grouse (complaint)

cà-vạt [kavat] n tie

cá voi [ka vɔi] n whale

cay [ka:i] **hơi cay** n tear gas

cắm [kɑm] v stick; **cắm trại** v camp; **cắm vào** v plug in; **người đi cắm trại** n camper; **ổ cắm điện** n socket; **tháo phích cắm** v unplug; **việc đi cắm trại** n camping

cằm [kɑm] n chin

căn [kan] n root, origin, source; **phép chữa vi lượng đồng căn** n homeopathy; **thuộc phép chữa vi lượng đồng căn** adj homeopathic

cắn [kan] v bite; **miếng cắn** n bite; **Tôi bị cắn** I have been bitten; **Vết cắn này bị nhiễm trùng** This bite is infected

căn bản [kan ban] adj basic

cằn cỗi [kan koi] adj infertile

căn cước [kan kuɤk] **thẻ căn cước** n identity card, ID card

căng [kaŋ] adj (không chùng) tight; **rất căng** adj intense

cẳng [kaŋ] **cẳng chân** n shin

căng thẳng [kaŋ taŋ] adj tense, uptight; **bị căng thẳng** adj stressed; **bớt căng thẳng** adj relieved; **gây căng thẳng** adj stressful; **làm căng thẳng** v strain; **sự căng thẳng** n strain, stress; **tình trạng căng thẳng** n tension

căng tin [kaŋ tin] n canteen

căn hộ [kan ho] n apartment, flat; **căn hộ nhỏ** n studio flat; **Anh có thể dẫn chúng tôi xem quanh căn hộ không?** Could you show us around the apartment?; **Chúng tôi đang tìm một căn hộ** We're looking for an apartment; **Chúng tôi đã đặt một căn hộ với tên...** We've booked an apartment in the name of...

cấp [kap] **trộm cắp** n burglary; **Có người đã lấy cắp séc du lịch của**

tôi Someone's stolen my traveller's cheques; **Thẻ của tôi bị lấy cắp rồi** My card has been stolen; **Ví của tôi đã bị lấy cắp** My wallet has been stolen

cặp [kạp] **cặp sách** n schoolbag; **cặp tài liệu** n briefcase, folder, portfolio

cặp ghim [kạp ɣim] n hairgrip

cắt [kạt] v cut; **bài báo cắt ra** n cutting; **cắt đứt** v cut off; **cắt cỏ** v mow; **cắt cổ** adj extortionate; **cắt lát** v slice; **cắt ra từng mảnh** v cut up; **cắt tóc** n haircut; **kéo cắt móng tay** n nail scissors; **máy cắt** n mower; **máy cắt cỏ** n lawnmower; **sự cắt** n cut; **sự cắt giảm** n cutback; **Đừng cắt đi nhiều quá** Don't cut too much off; **Làm ơn cắt và sấy khô tóc** A cut and blow-dry, please

câm [kəm] adj dumb (pejorative); **câm mồm** v shut up

cấm [kəm] adj forbidden ▷ v ban, forbid, prohibit; **bị cấm** adj banned, prohibited; **cấm hút thuốc** adj non-smoking; **lệnh cấm** n ban

cầm [kəm] v hold; **cầm chặt** v grip; **cái tay cầm** n handle; **chủ hiệu cầm đồ** n pawnbroker; **Anh cầm giúp tôi cái này được không?** Could you hold this for me?

cẩm chướng [kəm tʃɯɤŋ] **cây cẩm chướng** n carnation

cấm kỵ [kəm ki] adj taboo; **điều cấm kỵ** n taboo

cẩm thạch [kəm tạtʃ] **đá cẩm thạch** n marble

cân [kən] v weigh; **cái cân** n scales; **hành lý quá cân** n excess baggage

cần [kən] n pole, rod ▷ v be needed, be urgent; **cần điều khiển** n joystick; **cần cẩu** n crane (for lifting); **cần có** v require; **cần câu cá** n fishing rod; **cần phải** v need; **cần số** n gear lever, gear stick; **cái cần** n rod; **Anh có cần gì không?** Do you need anything?; **Tôi cần đến…** I need to get to…; **Tôi cần trợ giúp** I need assistance

cân bằng [kən baŋ] adj balanced; **sự cân bằng** n balance

cận cảnh [kən kạɲ] n foreground

cân đối [kən doi] adj symmetrical

cân nhắc [kən ɲak] **cân nhắc lại** v reconsider

cần sa [kən sɑː] n grass, marijuana

cần tây [kən təi] n celery

cẩn thận [kən tən] adj careful; **một cách cẩn thận** adv carefully

cận thị [kən ti] adj near-sighted; **bị cận thị** adj short-sighted

cần thiết [kən tiet] adj necessary; **không cần thiết** adj unnecessary; **sự cần thiết** n necessity, need

cấp [kəp] n grade, rank ▷ v grant, bestow; **cấp thấp** adj junior; **giai cấp** n class; **thuộc cấp** n inferior; **tiền được cấp** n grant

cấp cứu [kəp kɯɯ] **khoa cấp cứu** n accident & emergency department; **tín hiệu cấp cứu SOS** n SOS

cập nhật [kəp ɲət] v update

cất [kət] **làm không cất cánh được** v ground

cất cánh [kət kạɲ] **sự cất cánh** n takeoff

câu [kəu] n sentence (words), expression ▷ v fish; **cần câu cá** n fishing rod; **câu cá** v fish; **câu chửi**

rủa n swearword; **câu trả lời** n reply, response; **đồ nghề câu cá** n fishing tackle; **người câu cá** n angler; **sự câu cá** n angling

cấu [kəu] v pinch

cầu [kəu] n *(qua sông)* bridge ▷ v pray, request; **cầu là** n ironing board; **cầu tàu** n jetty; **cầu treo** n suspension bridge; **quả địa cầu** n globe; **thuế cầu đường** n road tax; **xe hai cầu** n four-wheel drive

cầu cảng [kəu kaŋ] n pier

cầu chì [kəu tʃi] n fuse; **hộp cầu chì** n fuse box; **Anh có thể chữa cầu chì được không?** Can you mend a fuse?; **Một cầu chì bị nổ** A fuse has blown

câu hỏi [kəu hɔi] n question; **Những Câu hỏi Thường gặp** n FAQ

câu lạc bộ [kəu lak bo] n club *(group)*; **câu lạc bộ thanh niên** n youth club; **Ở đâu có câu lạc bộ hay?** Where is there a good club?

cầu lông [kəu loŋ] n badminton; **quả cầu lông** n shuttlecock

cầu nguyện [kəu ŋuien] v pray; **lời cầu nguyện** n prayer

cẩu thả [kəu ta] adj careless, sloppy; **viết cẩu thả** v scribble

cầu thang [kəu ta:ŋ] n staircase, stairs

cấu thành [kəu taŋ] v make up

cầu thủ [kəu tu] n player *(of sport)*; **cầu thủ bóng đá** n football player, footballer

cầu vồng [kəu voŋ] n rainbow

cây [kəi] n plant, tree; **cành cây** n branch; **cây đại hoàng** n rhubarb; **cây điều** n cashew; **cây ôliu** n olive

tree; **cây bạch dương** n poplar; **cây bụi** n bush *(shrub)*, shrub; **cây bồ công anh** n dandelion; **cây cải dầu** n rape *(plant)*; **cây cải ngựa** n horseradish; **cây cảnh** n pot plant; **cây cẩm chướng** n carnation; **cây cọ** n palm *(tree)*; **cây củ cải** n turnip; **cây dạ lan hương** n hyacinth; **cây du** n elm; **cây hương thảo** n rosemary; **cây kim ngân** n honeysuckle; **cây lau nhà** n mop; **cây lá kim** n conifer; **cây lý gai** n gooseberry; **cây linh sam** n fir *(tree)*; **cây mao lương hoa vàng** n buttercup; **cây nam việt quất** n cranberry; **cây ngải giấm** n tarragon; **cây nghệ tây** n saffron; **cây nhựa ruồi** n holly; **cây nho** n vine; **cây oải hương** n lavender; **cây phong lữ** n geranium; **cây sậy** n reed; **cây sồi** n oak; **cây tầm gửi** n mistletoe; **cây tầm ma** n nettle; **cây táo gai** n hawthorn; **cây thạch nam** n heather; **cây thì là tây** n fennel; **cây thích** n maple; **cây thông** n pine; **cây thông Nô-en** n Christmas tree; **cây thường xuân** n ivy; **cây uất kim hương** n tulip; **cây xương rồng** n cactus; **chậu cây** n plant pot; **nhựa cây** n resin; **thân cây** n trunk; **vườn cây ăn quả** n orchard; **Chúng tôi muốn xem cây cỏ địa phương** We'd like to see local plants and trees

cây bulô [kəi bulo] n birch

cấy ghép [kəi ɣep] **sự cấy ghép** n transplant

cây húng tây [kəi huŋ təi] n thyme

cây kế [kəi kɛ] n thistle

cây liễu [kəi lieu] n willow

cây sồi [kəi soi] *n* beech (tree)

cây thủy tùng [kəi tui tuŋ] *n* yew

CD *n* CD; **Khi nào lấy được CD?** When will the CD be ready?; **Tôi có thể làm đĩa CD ở máy tính này không?** Can I make CDs at this computer?

CD-ROM *n* CD-ROM

cha [tʃa:] *n* father; **cha đỡ đầu** *n* godfather; **cha sứ** *n* vicar; **thằng cha** *n* chap

Chad [tʃa:z] **nước Chad** *n* Chad

chai [tʃa:i] *n (nước)* bottle; **cái mở chai** *n* bottle-opener; **cái mở nút chai** *n* corkscrew; **nơi vứt vỏ chai để tái chế** *n* bottle bank; **Làm ơn mang thêm một chai nữa** Please bring another bottle; **một chai nước khoáng có ga** a bottle of sparkling mineral water; **một chai nước khoáng** a bottle of mineral water; **một chai rượu vang đỏ** a bottle of red wine; **một chai rượu vang của nhà hàng** a bottle of the house wine

chải [tʃai] *n* comb ▷ *v* brush; **bàn chải** *n* brush

chạm [tʃam] *v* carve, sculpt, touch; **chạm khắc** *v* carve; **chạm vào** *v* touch; **va chạm** *v* clash

chán [tʃan] *adj* bored; **buồn chán** *v* fret; **chán nản** *adj* depressed; **chán ngấy** *adj* fed up; **gây chán nản** *adj* depressing; **làm cho chán** *v* bore *(be dull)*; **sự chán nản** *n* depression; **việc nhàm chán** *n* fag

chạn [tʃan] **chạn bát đĩa** *n* dresser

chàng [tʃaŋ] **anh chàng** *n* guy; **chàng trai** *n* lad

chanh [tʃa:ɲ] *n* lime *(fruit)*; **nước chanh** *n* lemonade; **quả chanh** *n* lemon; **vỏ chanh** *n* zest *(lemon-peel)*

chanh leo [tʃa:ɲ lɛɔ] **quả chanh leo** *n* passion fruit

chan hòa [tʃa:n hɔa:] **dễ chan hòa** *adj* sociable

cháo [tʃaɔ] *n* porridge

chào [tʃaɔ] *v* salute; **chào hỏi** *v* greet; **chào tạm biệt!** *excl* bye-bye!, cheerio!

chảo [tʃaɔ] *n* pan; **cái chảo** *n* saucepan; **chảo rán** *n* frying pan; **chảo vệ tinh** *n* satellite dish

cháu [tʃau] *n* grandchild; **các cháu** *npl* grandchildren; **cháu gái** *n* granddaughter, niece; **cháu trai** *n* grandson, nephew

chay [tʃa:i] **ăn chay** *adj* vegetarian; **ngày thứ Ba trước tuần chay** *n* Shrove Tuesday; **người ăn chay** *n* vegan, vegetarian; **Anh có món ăn chay nào không?** Do you have any vegetarian dishes?; **Anh có món ăn chay tuyệt đối nào không?** Do you have any vegan dishes?; **Cái này có thích hợp với những người ăn chay tuyệt đối không?** Is this suitable for vegans?; **Món này có thích hợp với những người ăn chay không?** Is this suitable for vegetarians?; **Tôi là người ăn chay** I'm vegetarian

cháy [tʃai] *v* blaze, burn; **bị cháy nắng** *adj* sunburnt; **bình chữa cháy** *n* extinguisher; **cháy túi** *adj* hard up; **dễ cháy** *adj* flammable; **đốt cháy** *v* burn; **sự cháy nắng** *n* sunburn; **thiết bị báo cháy** *n* fire alarm, smoke alarm; **vết cháy** *n* burn; **Cháy!** Fire!; **Tôi bị cháy nắng**

I am sunburnt

chảy [tʃai] v flow; **chảy nhỏ giọt** v drip; **trôi chảy** adj fluent

chạy [tʃai] vi run; **chạy đi** v run away; **chạy bộ** v jog; **chạy nước kiệu** v canter, trot; **chạy nước rút** v sprint; **chạy trốn** v flee; **cuộc chạy đua** n running; **môn chạy bộ** n jogging; **người chạy nước rút** n sprinter; **người chạy tiếp sức** n relay; **sự chạy** n run; **sự chạy nước rút** n sprint

chảy máu [tʃai mau] v bleed

chắc chắn [tʃak tʃan] adj certain, firm, steady, sure ▷ adv certainly, surely, undoubtedly; **điều chắc chắn** n certainty; **không chắc chắn** adj uncertain; **sự không chắc chắn** n uncertainty

chăm [tʃam] **Tôi ở nhà chăm con** I'm a full-time parent

chăm sóc [tʃam sɔk] v look after; **không được chăm sóc** adj unattended

chăn [tʃan] n blanket; **chăn điện** n electric blanket; **chăn chần bông** n quilt; **chăn lông vịt** n duvet; **người chăn cừu** n shepherd; **người chăn ngựa** n groom; **Chúng tôi cần thêm chăn** We need more blankets; **Làm ơn mang cho tôi thêm một cái chăn** Please bring me an extra blanket

chắn [tʃan] v stop, bar; **cái chắn bùn** n mudguard; **chỗ chắn tàu** n level crossing

chặn [tʃan] **cái chặn giấy** n paperweight

chặt [tʃat] n chop; **buộc chặt** v tie up; **chặt chẽ** adv closely; **chặt mạnh** v hack; **nhát chặt** n chop; **siết chặt** v squeeze

chấm [tʃəm] n dot, full stop, point; **chấm tròn nhỏ** n dot; **dấu chấm câu** n full stop; **dấu chấm hỏi** n question mark; **dấu hai chấm** n colon; **nước chấm** n dip (food/sauce)

chậm [tʃəm] adj slow; **chậm chạp** adj slow; **chậm rãi** adv slowly; **quá chậm** adj overdue; **Đường truyền chậm quá** The connection seems very slow; **Tàu đang chậm mười phút** The train is running ten minutes late; **Tôi nghĩ đồng hồ của tôi chậm** I think my watch is slow

châm cứu [tʃəm kɯu] n acupuncture

chậm lại [tʃəm lai] **làm chậm lại** v slow down; **Anh làm ơn nói chậm lại được không?** Could you speak more slowly, please?

chấm phẩy [tʃəm fəi] **dấu chấm phẩy** n punctuation, semicolon

chấm than [tʃəm taːn] **dấu chấm than** n exclamation mark

chân [tʃən] n feet, foot, leg; **bước chân** n footstep, pace; **cẳng chân** n shin; **chân động vật** n paw; **chân trời** n horizon; **chân vịt** n flippers; **dấu chân** n footprint; **đi chân không** adv barefoot; **gót chân** n heel; **giậm chân** v stamp; **ngón chân** n toe; **người chữa các bệnh về chân** n chiropodist; **Chân tôi đau** My feet are sore; **Chân tôi bị chuột rút** I've got cramp in my leg; **Chân tôi bị ngứa** My leg itches; **Chân tôi cỡ số sáu** My feet are a size six; **Chân tôi không cử động được** I can't move my leg; **Con bé bị đau chân** She has hurt her leg

chẩn đoán [tʃən dɔan] **sự chẩn đoán** n diagnosis

chấn động [tʃən dɔŋ] **sự chấn động** n concussion

chân dung [tʃən zuŋ] n portrait

chân ga [tʃən ɣa:] n accelerator

chấn song [tʃən sauŋ] n rail

chân thành [tʃən taŋ] adj sincere; **một cách chân thành** adv sincerely

chân trần [tʃən tʃən] adj barefoot

chấp nhận [tʃəp ɲən] v accept; **chấp nhận được** adj acceptable; **không thể chấp nhận được** adj unacceptable

chấp thuận [tʃəp tuən] v approve; **sự chấp thuận** n approval

chất [tʃət] n matter, substance; **chất đánh bóng** n polish; **chất bảo quản** n preservative; **chất chống đông** n antifreeze; **chất dinh dưỡng** n nutrient; **chất insulin** n insulin; **chất khử trùng** n antiseptic; **chất lỏng** n liquid; **chất nổ** n explosive; **hóa chất** n chemical; **quá trình trao đổi chất** n metabolism

chật [tʃət] **chật cứng** adj packed; **chật hẹp** adj narrow

chất cholestorol [tʃət tʃɔlɛstɔrɔl] n cholesterol

chất liệu [tʃət lieu] n stuff

chất vấn [tʃət vən] v interrogate

chậu [tʃəu] n pot; **cái chậu** n basin; **chậu cây** n plant pot; **chậu rửa** n washbasin

châu Á [tʃəu a] n Asia; **người châu**

Á n Asian; **thuộc châu Á** adj Asian, Asiatic

châu Âu [tʃəu əu] n Europe; **Liên minh châu Âu** n European Union; **người châu Âu** n European; **thuộc châu Âu** adj European

châu chấu [tʃəu tʃəu] n grasshopper

Châu Mỹ [tʃəu mi] **Châu Mỹ La tinh** n Latin America

châu Nam Cực [tʃəu na:m kɯk] n Antarctic

Châu Phi [tʃəu fi] n Africa; **người Châu Phi** n African; **thuộc Châu Phi** adj African

chấy rận [tʃəi zən] n lice

che [tʃɛ] v cover, hide, take shelter; **che mặt** adj masked; **che phủ** v cover

chè [tʃɛ] n (trà) tea; **chè thảo dược** n herbal tea; **gói chè** n tea bag

Chechnya [tʃɛtʃnia] **nước Chechnya** n Chechnya

chén [tʃɛn] n (uống) cup; **chén uống trà** n teacup; **chén vại** n mug

chen lấn [tʃɛn lən] v squeeze in

chen ngang [tʃɛn ŋa:ŋ] v interrupt; **sự chen ngang** n interruption

chéo [tʃɛɔ] adj diagonal

chèo [tʃɛɔ] v row; **chèo thuyền** v row (in boat); **chèo xuống** v paddle; **mái chèo** n oar, paddle; **sự chèo thuyền** n rowing; **thuyền có mái chèo** n rowing boat; **Chúng tôi có thể đi chèo thuyền ở đâu?** Where can we go rowing?

chép [tʃɛp] v copy, transcribe; **bản chép lại** n transcript; **ghi chép** v write down; **ghi chép lại** v note down

chẹt phải [tʃɛt fai] v run over

chệch [tʃetʃ] **đi chệch** v swerve

chế độ [tʃe do] n system, regime; **chế độ ăn uống** n diet

chế giễu [tʃe zeu] v scoff

chết [tʃet] adj dead ▷ v die; **cái chết** n death; **chết đói** v starve; **chết điếng người** adj petrified; **chết đuối** v drown; **chết người** adj fatal, terminal; **xác chết** n corpse

chế tạo [tʃe taɔ] v make, manufacture; **người chế tạo** n maker; **nhà chế tạo** n manufacturer

chi [tʃi] **chi phí** n cost; **ủy nhiệm chi** n direct debit

chì [tʃi] n lead (metal); **bút chì màu** n crayon; **chì kẻ mắt** n eyeliner; **không có chì** adj lead-free; **không pha chì** n unleaded; **xăng không pha chì** n unleaded petrol

chỉ [tʃi] adv (riêng) only, merely ▷ v (tay) point out, show ▷ n thread, string; **biển chỉ đường** n road sign, signpost; **chỉ đạo** v direct; **chỉ là** adj mere; **chỉ ra** v indicate; **chỉ tay năm ngón** v boss around; **chỉ tơ vệ sinh răng** n dental floss; **chỉ tiêu** n quota; **chỉ trích** n condemn; **chỉ vừa vặn** adv barely; **Chỉ số Thông minh IQ** n IQ; **người chỉ điểm** n grass (informer)

chia [tʃia] v distribute, divide, separate; **chia đều** v share out; **chia nhau** v share; **chia ra** v split up; **chia tay** v break up; **chia tách** v divide; **sự chia động từ** n conjugation; **sự chia tay** n parting; **sự chia tách** n division; **việc chia phiên sử dụng** n timeshare

chia cắt [tʃia kat] n divide; **sự chia cắt** n separation

chìa khóa [tʃia: χɔa:] n key (for lock); **chìa khóa xe ô tô** n car keys; **vòng đeo chìa khóa** n keyring; **chìa khóa phòng hai linh hai** the key for room number two hundred and two; **Có thể cho tôi xin một chiếc chìa khóa được không?** Can I have a key?; **Chúng tôi cần một chìa khoá nữa** We need a second key; **Chúng tôi lấy chìa khoá ở đâu...?** Where do we get the key...?; **Chìa khóa không mở được** The key doesn't work; **Chìa khoá của tôi bị hỏng** My key doesn't work; **Chìa khoá nào dùng cho cửa này?** Which is the key for this door?; **Chìa khoá nào dùng cho cửa sau?** Which is the key for the back door?; **Chìa khoá nào dùng cho cửa trước?** Which is the key for the front door?; **Chìa khoá nào dùng cho ga-ra?** Which is the key for the garage?; **Chìa khoá này để làm gì?** What's this key for?; **Khi đi chúng tôi phải trả chìa khoá ở đâu?** Where do we hand in the key when we're leaving?; **Tôi đang gặp trục trặc với chìa khóa** I'm having trouble with the key; **Tôi để chìa khóa trong xe** I left the keys in the car; **Tôi quên chìa khóa rồi** I've forgotten the key

chỉ dẫn [tʃi zən] v explain, inform; **lời chỉ dẫn** n instructions; **Anh làm ơn vẽ giúp tôi bản đồ có chỉ dẫn** Can you draw me a map with directions?

chị em [tʃi ɛm] n elder sister; **anh chị em ruột** n siblings; **chị em vợ**

(wife's sister) npl sister-in-law

chị em gái [tʃi ɛm ɣɑi] **chị em gái cùng mẹ** *(same mother, different father)* npl halfsister

chiếm [tʃiem] v seize, usurp, occupy; **chiếm đóng** v occupy; **sự chiếm đóng** n occupation *(invasion)*

chiếm hữu [tʃiem hɯɯu] v possess; **sự chiếm hữu** n possession

chiêm tinh học [tʃiem tiɲ hɔk] n astrology

chiến [tʃien] v struggle, fight ▷ adj *(inf)* very good, terrific; **cựu chiến binh** n veteran; **chiến thắng** v triumph, victory, win; **nội chiến** n civil war; **người chiến thắng** n winner; **sự chiến thắng** n winning

chiến dịch [tʃien zitʃ] n campaign

chiến đấu [tʃien dəu] v fight; **sự chiến đấu** n fighting; **trận chiến đấu** n fight

chiến hạm [tʃien hɑm] n battleship

chiến lược [tʃien lɯʏk] adj strategic ▷ n strategy

chiến thuật [tʃien tuət] n tactics

chiến tranh [tʃien tʃɑːɲ] n war

chiếu [tʃieu] n *(trải)* mat ▷ v shine, project *(image)*; **buổi chiếu ra mắt** n premiere; **chiếu nghỉ** n landing; **chiếu sáng** v shine; **máy chiếu** n projector; **máy chiếu overhead** n overhead projector; **phản chiếu** v reflect; **sự phản chiếu** n reflection; **việc chiếu lại** n replay

chiều [tʃieu] n afternoon, dimension, direction ▷ v pamper, please; **buổi chiều** n afternoon; **có ba chiều** adj three-dimensional; **chiều cao** n height; **chiều dài** n length; **chiều rộng** n width; **chiều**

sâu n depth; **chiều tối** adv p.m.; **vé một chiều** n one-way ticket, single ticket; **chiều mai** tomorrow afternoon; **vào buổi chiều** in the afternoon

chiêu đãi [tʃieu dɑi] **người chiêu đãi** n host *(entertains)*

chí khí [tʃi χi] n morale

Chilê [tʃile] **người Chilê** n Chilean; **nước Chilê** n Chile; **thuộc Chilê** n Chilean

chim [tʃim] n bird; **chim ác là** n magpie; **chim bồ câu** n dove, pigeon; **chim bồ nông** n pelican; **chim bói cá** n kingfisher; **chim cổ đỏ** n robin; **chim cánh cụt** n penguin; **chim cút** n quail; **chim cu** n cuckoo; **chim hải âu** n seagull; **chim hồng hạc** n flamingo; **chim hoàng yến** n canary; **chim két** n blackbird; **chim kiwi** n kiwi; **chim sẻ** n sparrow; **chim săn mồi** n bird of prey; **chim trĩ** n pheasant; **chim vẹt đuôi dài ở Úc** n budgerigar, budgie; **mỏ chim** n beak; **quan sát chim** n birdwatching

chìm [tʃim] **chìm xuống** v sink

chim hét [tʃim hɛt] n thrush

chim hồng tước [tʃim hɔŋ tɯʏk] n wren

chim ó [tʃim ɔ] n vulture

chín [tʃin] adj *(quả)* ripe ▷ number *(số)* nine

chính [tʃiɲ] adj chief, principal; **ca sỹ chính** n lead singer; **đóng vai chính** v star; **đường chính** n main road; **món chính** n main course; **trụ sở chính** n head office, HQ; **vai chính** n lead *(in play/film)*

chính phủ [tʃiɲ fu] n government

chinh phục [tʃiɲ fuk] v conquer

chính tả [tʃiɲ ta] n orthography; **sự đọc chính tả** n dictation

chính thức [tʃiɲ tɯk] adj official; **cuộc điều tra chính thức** n inquest; **không chính thức** adj unofficial

chính tôi [tʃiɲ toi] pron myself

chính trị [tʃiɲ tʃi] adj political ▷ n politics; **chính trị gia** n politician

chính xác [tʃiɲ sak] adj accurate, exact, precise ▷ adv precisely; **không chính xác** adj inaccurate; **một cách chính xác** adv accurately, exactly, just; **sự chính xác** n accuracy

chín mươi [tʃin mɯɤi] number ninety

chi phí [tʃi fi] n expenses; **chi phí hành chính** n overheads

chỉ ra [tʃi za:] v point out

chỉ thị [tʃi ti] n commission, directions

chi tiết [tʃi tiet] n detail

chi tiêu [tʃi tieu] n expenditure

chi trội [tʃi tʃoi] adj overdrawn; **số tiền chi trội** n overdraft

chịu [tʃiu] v endure, stand; **chịu trách nhiệm** adj accountable; **dễ chịu** adj nice, pleasant, sweet (pleasing); **khó chịu** adj offensive, unpleasant; **rất khó chịu** adj obnoxious

chịu đựng [tʃiu dɯŋ] v suffer, bear; **không thể chịu đựng được** adj unbearable

cho [tʃɔ] prep for ▷ v give; **cho mượn** v lend; **cho thuê** v rent; **cho vay** v loan; **để cho** v let; **ô tô cho thuê** n rental car; **Anh có thể cho tôi đi nhờ đến chỗ sửa xe không?** Can you give me a lift to the garage?; **Anh có thể cho tôi thuốc giảm đau không?** Can you give me something for the pain?; **Làm ơn cho tôi chi tiết bảo hiểm của anh** Give me your insurance details, please; **Làm ơn cho tôi xin lại hộ chiếu** Please give me my passport back; **Tôi nên cho tiền boa bao nhiêu?** How much should I give as a tip?

chó [tʃɔ] n dog; **chó cái** n bitch; **chó chăn cừu** n sheepdog; **chó con** n puppy; **chó dẫn đường** n guide dog; **chó lai** n mongrel; **chó lông xù** n poodle; **chó Nhật** n Pekinese; **chó sục** n terrier; **chó sói** n wolf; **chuồng chó** n kennel; **con chó** n dog; **giống chó spaniel** n spaniel; **Tôi có chó dẫn đường** I have a guide dog

choàng [tʃɔaŋ] n drape; **áo choàng** n overcoat; **khăn choàng** n shawl

choáng váng [tʃɔaŋ vaŋ] adj dizzy; **bị choáng váng** adj stunned

chọc [tʃɔk] v poke, prick; **trêu chọc** v pick on

chó côli [tʃɔ koli] **giống chó côli** n collie

cho đến [tʃɔ den] prep til

cho đến khi [tʃɔ den xi] conj until

chói [tʃɔi] adj dazzling; **sáng chói** adj brilliant

chói lọi [tʃɔi lɔi] adj vivid

cho là [tʃɔ la] adv supposedly ▷ v suppose

cho mỗi [tʃɔ moi] prep per

chọn [tʃɔn] v pick out; **được lựa chọn** adj chosen; **lựa chọn** v choose; **sự lựa chọn** *n* choice, option; **tuỳ chọn** *adj* optional

chóng [tʃaʊŋ] *adj* quick, fast; **nhanh chóng** *adv* prompt, promptly

chóng mặt [tʃaʊŋ mat] *adj* dizzy; **sự chóng mặt** *n* vertigo; **Tôi bị chóng mặt** I suffer from vertigo; **Tôi liên tục bị nhiều đợt chóng mặt** I keep having dizzy spells; **Tôi thấy chóng mặt** I feel dizzy

cho phép [tʃɔ fɛp] *v* allow; **sự cho phép** *n* permission

cho thấy [tʃɔ təi] *v* show

cho tới khi [tʃɔ tɤi xi] *conj* till

cho vào [tʃɔ vaɔ] *v* admit, let in; **sự cho vào** *n* admission

chỗ [tʃɔ] *n* place; **chỗ cong** *n* bend; **chỗ giao nhau** *n* crossing, junction; **chỗ ngồi cạnh lối đi** *n* aisle seat; **chỗ trống** *n* blank, gap; **chuyển chỗ** *v* move; **đặt chỗ trước** *n* advance booking; **Anh có biết chỗ nào hay để đi không?** Do you know a good place to go?; **Lặn ở chỗ nào là tốt nhất?** Where is the best place to dive?

chổi [tʃoi] *n* brush; **cái chổi** *n* broom; **sao chổi** *n* comet

chôn [tʃon] *v* bury

chồn [tʃon] **chồn vizon** *n* mink

chồn fu-rô [tʃon fuzo] *n* ferret

chống [tʃoŋ] *v* oppose, resist; **chống mưa** *adj* showerproof; **gậy chống** *n* walking stick; **Anh có thuốc chống côn trùng không?** Do you have insect repellent?

chồng [tʃoŋ] *n (vợ)* husband ▷ *nm* spouse; **anh em chồng** *(husband's brother)* *npl* brother-in-law; **bố chồng** *n* father-in-law; **chồng sắp**

cưới *n* fiancé; **chồng trước** *n* ex-husband; **con gái riêng của chồng** *n* stepdaughter; **con trai riêng của chồng** *n* stepson; **mẹ chồng** *n* mother-in-law; **Đây là chồng tôi** This is my husband

chống cự [tʃoŋ kɯ] *v* resist; **sự chống cự** *n* resistance

chống đẩy [tʃoŋ dəi] *n* press-up

chống đối [tʃoŋ doi] *adj* opposed; **sự chống đối** *n* opposition

chống đỡ [tʃoŋ dɤ] *v* bear up; **sự chống đỡ** *n* support

chống lại [tʃoŋ lai] *prep* versus

chống vi rút [tʃoŋ vi zut] *n* antivirus

chỗ ở [tʃo ɤ] *n* accommodation; **cung cấp chỗ ở** *v* accommodate

chốt [tʃot] *n* fastener; **cái chốt** *n* peg; **chốt lều** *n* tent peg

chờ [tʃɤ] *v* wait; **chờ đợi** *v* wait, wait for; **phòng chờ** *n* waiting room; **Chúng tôi đã chờ rất lâu rồi** We've been waiting for a very long time; **Chúng tôi vẫn đang chờ được phục vụ** We are still waiting to be served; **Xin chờ một chút** Just a moment, please

chở [tʃɤ] *v* load; **hàng hóa chuyên chở** *n* freight; **phà chở xe** *n* car-ferry; **toa chở hàng** *n* truck

chợ [tʃɤ] *n* market; **chợ đồ cũ** *n* flea market; **địa điểm hội chợ** *n* fairground; **hội chợ** *n* fair; **hội chợ vui chơi** *n* funfair; **Khi nào chợ mở?** When is the market on?

chơi [tʃɤi] *v* play *(in sport)*, play *(music)*; **chơi lại** *v* replay; **cuộc đi chơi** *n* outing; **Đầu chơi điện tử PlayStation®** *n* PlayStation®; **đầu**

chơi điện tử *n* games console; **đồ chơi** *n* toy; **đi chơi** *v* go out; **giờ ra chơi** *n* playtime; **nơi chơi bowling** *n* bowling alley; **người chơi nhạc** *n* player *(music)*; **nhóm chơi cho trẻ em** *n* playgroup; **sự chơi xấu** *n* foul; **sân chơi** *n* playground, playing field; **trò chơi bida** *n* billiards; **trò chơi bingo** *n* bingo; **trò chơi bowling** *n* bowling; **trò chơi trên máy tính** *n* computer game; **Chúng tôi muốn chơi ten-nít** We'd like to play tennis; **Tôi có thể chơi gôn ở đâu?** Where can I play golf?; **Tôi có thể chơi trò chơi điện tử không?** Can I play video games?

chớp [tʃɤp] *n (sấm)* lightning; **cửa chớp** *n* shutters; **cửa chớp lật** *n* Venetian blind

chớp mắt [tʃɤp mat] *v* blink

chú [tʃu] **chú rể** *n* bridegroom; **lời chú thích** *n* caption

chủ [tʃu] *n* master; **bà chủ nhà** *n* landlady; **chủ nhân** *n* owner; **dân chủ** *adj* democratic; **địa chủ** *n* landowner; **làm chủ** *v* master; **máy chủ** *n* server *(computer)*; **người chủ** *n* employer; **người chủ cửa hàng** *n* shopkeeper; **ông chủ nhà** *n* landlord; **sự dân chủ** *n* democracy; **tự làm chủ** *adj* self-employed; **trang chủ** *(trang web)* *n* home page

chua [tʃua] *adj* sour; **sữa chua** *n* yoghurt

chúa [tʃuaː] *n* lord, prince, God; **chúa Giê-su** *n* Jesus

Chúa [tʃuaː] *n* God; **lời dạy của Chúa** *n* gospel

Chúa Giê-su [tʃuaː zesu] *n* Christ;

hình Chúa Giê-su trên cây thánh giá *n* crucifix

chuẩn bị [tʃuan bi] *v* prepare, get ready; **Làm ơn chuẩn bị hóa đơn** Please prepare the bill

chuẩn [tʃuən] *adj* standard

chuẩn bị [tʃuən bi] *v* prepare; **sự chuẩn bị** *n* preparation; **Anh có thể chuẩn bị món này không có... không?** Could you prepare this one without...?

chúc [tʃuk] *v* wish; **chúc mừng** *n* congratulate, toast *(tribute)*; **những lời chúc mừng** *n* congratulations

chúc mừng [tʃuk mɯn] *excl* cheers!

chu đáo [tʃu daɔ] *adj* caring, considerate

chủ đề [tʃu de] *n* subject, theme, topic

chú giải [tʃu zai] **bảng chú giải** *n* index *(list)*

chũi [tʃui] **chuột chũi** *n* mole *(mammal)*

chu kỳ [tʃu ki] *n* cycle *(recurring period)*

chủ lực [tʃu lɯk] **mặt hàng chủ lực** *n* staple *(commodity)*

chũm chọe [tʃum tʃɔe] **cái chũm chọe** *n* cymbals

chun [tʃun] *n* elastic; **dây chun** *n* elastic band; **dây chun vòng** *n* rubber band

chung [tʃun] *adj (cùng nhau)* joint, *(không riêng)* general, *(tập thể)* collective; **kiến thức chung** *n* general knowledge; **nói chung** *adj (khái quát)* generally, *(nói trống)* impersonal; **sống chung** *v* live together; **vốn góp chung** *n* pool

(resources)

chủ nghĩa [tʃu ŋia:] **chủ nghĩa dân tộc** n nationalism; **chủ nghĩa Mác** n Marxism; **chủ nghĩa xã hội** n socialism; **liên quan đến chủ nghĩa xã hội** adj socialist; **người theo chủ nghĩa xã hội** n socialist

chúng ta [tʃuŋ ta:] pron us, we; **Chúng ta có dừng tại... không?** Do we stop at...?; **Chúng ta còn cách bờ biển bao xa?** How far are we from the beach?

chung thủy [tʃuŋ tui] adj faithful; **không chung thủy** adj unfaithful

chủng tộc [tʃuŋ tok] n race (origin); **liên quan đến phân chia chủng tộc** adj racial; **người phân biệt chủng tộc** n racist; **phân biệt chủng tộc** adj racist; **sự phân biệt chủng tộc** n racism

chúng tôi [tʃuŋ toi] pronoun we; **Chúng tôi đang đi đến...** We're going to...; **Chúng tôi đang tìm khách sạn** We're looking for a hotel; **Chúng tôi đã chờ rất lâu rồi** We've been waiting for a very long time; **Chúng tôi bị lạc** We're lost; **Chúng tôi có ngồi cùng nhau được không?** Can we have seats together?; **Chúng tôi có thể mua vé ở đâu?** Where can we get tickets?; **Chúng tôi sống ở...** We live in...; **Mấy giờ chúng tôi đến...?** What time do we get to...?; **Rất cảm ơn anh đã mời chúng tôi** It's very kind of you to invite us; **Xin lỗi chúng tôi đến muộn** Sorry we're late

Chủ nhật [tʃu ɲət] n Sunday; **Chủ nhật ngày ba tháng Mười** It's Sunday the third of October.; **vào Chủ nhật** on Sunday

chuộc [tʃuok] **tiền chuộc** n ransom

chuối [tʃuoi] n banana; **quả chuối** n banana

chuỗi [tʃuoi] n sequence, series

chuồn chuồn [tʃuon tʃuon] **con chuồn chuồn** n dragonfly

chuông [tʃuoŋ] n bell; **cái chuông** n bell; **chuông báo trộm** n burglar alarm; **chuông cửa** n doorbell; **nhạc chuông điện thoại** n ringtone; **rắn chuông** n rattlesnake; **sự rung chuông** n toll; **tiếng chuông** n ring

chuồng [tʃuoŋ] n cage; **chuồng chó** n kennel; **chuồng ngựa** n stable

chuột [tʃuot] n (con vật) mouse; **chuột đồng** n hamster; **chuột chũi** n mole; **chuột lang** n guinea pig; **chuột nhảy** n gerbil; **chuột túi kangaru** n kangaroo; **chuột touchpad** n touchpad; **con chuột** (con vĐt) n rat; **nhà ổ chuột** n slum; **tấm lót di chuột máy tính** n mouse mat

chụp [tʃup] v jump upon, seize quickly; **ảnh chụp nhanh** n snapshot; **chụp ảnh** v photograph; **chụp đèn** n lampshade; **chụp phô tô copy** v photocopy; **chụp X-quang** v X-ray; **người chụp ảnh** n photographer; **nghề chụp ảnh** n photography

chú rể [tʃu ze] n groom (bridegroom)

chút [tʃut] n little bit; **Xin chờ một chút** Just a moment, please

chủ tâm [tʃu təm] **có chủ tâm** adj intentional; **không chủ tâm** adj unintentional

chủ tịch [tʃu titʃ] n chairman, president

chú trọng [tʃu tʃauŋ] v focus

chú ý [tʃu i] v notice; **đáng chú ý** adv remarkable, remarkably; **gây sự chú ý** v interest; **sự chú ý** n attention, notice (note)

chuyên [tʃuien] **chuyên về** v specialize

chuyến [tʃuien] n trip, journey; **chuyến bay** n flight; **chuyến công tác** n business trip; **Bao lâu thì có một chuyến tàu đến..?** How frequent are the trains to…?; **Có chuyến bay giá rẻ nào không?** Are there any cheap flights?; **Chuyến bay đi... ở cửa nào?** Which gate for the flight to…?; **Chuyến bay bị hoãn rồi** The flight has been delayed; **Khi nào có chuyến xe buýt tiếp theo đi...?** When is the next bus to…?; **Tôi muốn hủy chuyến bay** I'd like to cancel my flight; **Xe buýt tới... bao lâu có một chuyến?** How frequent are the buses to…?

chuyền [tʃuien] **bóng chuyền** n volleyball

chuyển [tʃuien] v switch; **chuyển đổi** v convert; **chuyển chỗ** v move; **chuyển sang** v bring forward; **di chuyển** v move; **sự chuyển phát** n delivery; **sự di chuyển** n move

chuyện [tʃuien] n talk, story; **buôn chuyện** v gossip; **câu chuyện** n story, tale; **chuyện phiếm** n chat, gossip; **chuyện tranh vui** n comic strip; **chuyện tranh vui trẻ em** n comic book; **người kể chuyện** n teller; **Có chuyện gì thế?** What

happened?; **Tôi đang được tiếp chuyện với ai đây?** Who am I talking to?

chuyến đi [tʃuien di] n trip; **chuyến đi vất vả** n trek; **sự nghỉ giữa chuyến đi** n stopover; **Chuyến đi lắc quá** The crossing was rough

chuyển động [tʃuien doŋ] **sự chuyển động** n movement

chuyên gia [tʃuien zaː] n expert, specialist

chuyển giao [tʃuien zaːɔ] **sự chuyển giao** n transfer

chuyên môn [tʃuien mon] n speciality; **không có chuyên môn** adj unskilled

chuyên sâu [tʃuien səu] adj intensive

chuyên trách [tʃuien tʃatʃ] adj full-time

chủ yếu [tʃu ieu] adj main, major ▷ adv mainly, primarily

chữ [tʃɯ] n letter (of the alphabet), word (written); **câu chữ khắc** n inscription; **chữ ký** n signature; **chữ thập** n cross; **chữ viết tay** n handwriting; **chữ viết tắt** n abbreviation; **là chữ viết tắt của** v stand for; **máy chữ** n typewriter; **mù chữ** adj illiterate; **tất cả viết chữ thường** all lower case

chưa [tʃɯa] adv yet (with negative)

chứa [tʃɯaː] v hold, store (goods); **chứa đựng** v contain; **hầm chứa** n cellar; **kho chứa đồ** n warehouse; **sức chứa** n capacity

chữa [tʃɯaː] v repair, fix; **chữa bệnh** v cure; **người chữa các bệnh về chân** n chiropodist; **sự chữa bệnh** n cure; **sự sửa chữa** n correction;

sửa chữa v correct; **Anh có thể chữa đôi giày này không?** Can you repair these shoes?; **Tôi có thể chữa cái này ở đâu?** Where can I get this repaired?

chức [tʃuɨk] **công chức** n civil servant

chữ cái [tʃɯ kai] n letter (of the alphabet); **bảng chữ cái** n alphabet

chúc mừng [tʃuk muɨŋ] **Chúc mừng Năm Mới!** Happy New Year!

chửi [tʃuɨi] v swear; **câu chửi rủa** n swearword

chứng [tʃuɨŋ] n proof, evidence; **chứng phát ban** n rash; **giấy chứng nhận** n certificate; **Anh có thể làm chứng cho tôi được không?** Can you be a witness for me?

chứng khoán [tʃuɨŋ χɔan] n securities; **người môi giới chứng khoán** n stockbroker; **thị trường chứng khoán** n stock exchange, stock market

chứng minh [tʃuɨŋ miɲ] v demonstrate, prove

chứng nhận [tʃuɨŋ ɲən] v certify; **giấy chứng nhận bảo hiểm** n insurance certificate; **giấy chứng nhận sức khoẻ** n medical certificate

chữ nhật [tʃɯ ɲət] **có hình chữ nhật** adj rectangular; **hình chữ nhật** n rectangle

chước [tʃuɨk] **bắt chước** v imitate; **sự bắt chước** n imitation

chương [tʃɯɤŋ] n chapter

chướng ngại vật [tʃɯɤŋ ŋai vət] n blockage

chương trình [tʃɯɤŋ tʃiɲ] n program, programme; **chương trình học** n curriculum, syllabus; **chương trình nghị sự** n agenda; **chương trình phỏng vấn khách mời** n chat show; **lên chương trình** v program; **người giới thiệu chương trình** n compere; **Tôi có thể sử dụng các chương trình messenger không?** Can I use messenger programmes?

chữ thập [tʃɯ təp] **Hội chữ thập đỏ** n Red Cross

clarinet [klɑ:zinɛt] **kèn clarinet** n clarinet

clo [klɔ] n chlorine

CN sau CN abbr AD

CNTT abbr IT

có [kɔ] v (sở hữu) have, be, exist, own; **có được** v get; **có mặt** adj present; **có thai** adj pregnant; **gồm có** v consist of; **không có** prep do without; **sự có mặt** n presence; **sự có thai** n pregnancy; **Anh có... không?** Have you got any...?; **Anh có đồ lưu niệm không?** Do you have souvenirs?; **Anh có bản đồ của... không?** Have you got a map of...?; **Anh có cần gì không?** Do you need anything?; **Anh có chiếc này màu khác không?** Do you have this in another colour?; **Anh có hiểu không?** Do you understand?; **Anh có khỏe không?** How are you?; **Anh có muốn uống gì không?** Would you like a drink?; **Anh có nói được tiếng Anh không?** Do you speak English?; **Anh cho chuyển giúp hành lý lên phòng được không?** Could you have my luggage taken up?; **Chúng**

tôi có ngồi cùng nhau được không? Can we have seats together?; **Phòng có Ti Vi không?** Does the room have a TV?; **Tôi ăn sáng trong phòng có được không?** Can I have breakfast in my room?; **Tôi có đồ để trong két** I have some things in the safe; **Tôi có ba con** I have three children; **Tôi có bạn gái** I have a girlfriend; **Tôi có bạn trai** I have a boyfriend; **Tôi có bảo hiểm** I have insurance; **Tôi có một con** I have a child; **Tôi có phải đổi không?** Do I have to change?; **Tôi có phải trả thuế cho cái này không?** Do I have to pay duty on this?; **Tôi có thị thực nhập cảnh** I have an entry visa; **Tôi không có con** I don't have any children; **Tôi lấy lại tiền có được không?** Can I have my money back?; **Tôi muốn có bản đồ được không?** Can I have a map?; **Tôi muốn lấy lại tiền có được không?** Can I have a refund?

cỏ [kɔ] n grass (*plant*), herb; **bãi cỏ** n lawn, meadow; **cắt cỏ** v mow; **cỏ khô** n hay; **đống cỏ khô** n haystack; **máy cắt cỏ** n lawnmower

cọ [kɔ] v (*rửa*) rub; **cây cọ** n palm (*tree*)

cóc [kɔk] n toad; **con cóc** n toad; **mụn cóc** n wart

cọc [kɔk] n pole, post (*stake*); **cọc trụ lều** n tent pole

cócnê [kɔkne] **kèn cócnê** n cornet

cỏ dại [kɔ zai] n weed; **thuốc diệt cỏ dại** n weedkiller

có được [kɔ dɯ˞k] v get (*to a place*)

co giãn [kɔ zan] adj stretchy

co giật [kɔ zət] n convulsion; **cơn co giật** n seizure

coi [kɔi] v see, look at; **coi như** adj regard; **coi thường** v mock

còi [kɔi] n whistle; **còi báo động** n siren

coi chừng [kɔi tʃɯŋ] v watch out

coi như [kɔi ɲɯ] adj virtual

co lại [kɔ lai] v shrink; **bị co lại** adj shrunk

Colombia [kɔlɔmbia] **người Colombia** n Colombian; **nước Colombia** n Colombia; **thuộc Colombia** adj Colombian

com lê [kɔm le] **bộ com lê** n suit

con [kɔn] n child ▷ adj small; **con ếch** n frog; **con đỡ đầu** n godchild; **con bọ cạp** n scorpion; **con bê** n calf; **con bướm** n butterfly; **con cáo** n fox; **con chó** n dog; **con chuồn chuồn** n dragonfly; **con dế** n cricket (*insect*); **con dê** n goat; **con dâu** n daughter-in-law; **con diệc** n heron; **con giun** n worm; **con hà mã** n hippo, hippopotamus; **con hươu** n deer; **con kênh** n canal; **con khủng long** n dinosaur; **con lạc đà** n camel; **con lừa** n donkey; **con lươn** n eel; **con mèo** n cat; **con nòng nọc** n tadpole; **con ngựa** n horse; **con ngỗng** n goose; **con nhím** n hedgehog; **con ong** n bee; **con quạ** n crow; **con rận** n flea; **con rồng** n dragon; **con rùa** n turtle; **con ruồi** n fly; **con sứa** n jellyfish; **con sinh đôi** n twin; **con sinh ba** n triplets; **con thú con** n cub; **con thiên nga** n swan; **con tinh tinh** n chimpanzee; **con trỏ trên màn hình** n cursor; **con trâu** n buffalo; **con tuần lộc**

reindeer; **con vịt** *n* duck; **con voi** *n* elephant; **được nhận làm con nuôi** *adj* adopted; **ngựa con** *n* foal; **người nuôi con một mình** *n* single parent; **nhận làm con nuôi** *v* adopt; **như trẻ con** *adj* childish; **ô tô con** *n* saloon; **việc nhận làm con nuôi** *n* adoption; **Các con tôi đang ở trong xe** My children are in the car; **Có các tiện nghi dành cho những người có con nhỏ không?** Are there facilities for parents with babies?; **Con tôi bị mất tích** My child is missing; **Con tôi bị ốm** My child is ill; **Một ô tô con với hai người thì bao nhiêu tiền?** How much is it for a car with two people?; **Tôi ở nhà chăm con** I'm a full-time parent; **Tôi có ba con** I have three children; **Tôi có một con** I have a child; **Tôi có thể cho con bú ở đâu?** Where can I breast-feed the baby?; **Tôi cho con bú ở đây có được không?** Can I breast-feed here?; **Tôi không có con** I don't have any children

còn [kɔn] *adv* still, yet; **Còn anh?** And you?; **Tôi còn đang đi học** I'm still studying

con chồn [kɔn tʃɔn] *n* weasel

con điệp [kɔn diep] *n* scallop

cong [kaʊŋ] *adj* bent *(not straight)*; **chỗ cong** *n* bend; **uốn cong** *v* bend

còng [kaʊŋ] **cái còng tay** *n* handcuffs

con gái [kɔn ɣai] *n (con đẻ)* daughter, *(nữ)* girl; **con gái đỡ đầu** *n* goddaughter; **con gái riêng của chồng** *n* stepdaughter; **Con gái tôi bị lạc** My daughter is lost; **Con gái tôi bị mất tích** My daughter is missing

Congo [kaʊŋɔ] **nước Congo** *n* Congo

con kiến [kɔn kien] *n* ant

còn lại [kɔn lai] *adj* remaining ▷ *v* remain

con rối [kɔn zoi] *n* puppet

con tin [kɔn tin] *n* hostage

con trai [kɔn tʃaːi] *n* son, *(nam)* boy; **con trai đỡ đầu** *n* godson; **con trai riêng của chồng** *n* stepson; **Con trai tôi bị lạc** My son is lost; **Con trai tôi bị mất tích** My son is missing

copy [kɔpi] *n* copy, photocopy; **bản sao phô tô copy** *n* photocopy; **chụp phô tô copy** *v* photocopy; **máy phô tô copy** *n* photocopier

Costa Rica [kɔsta: zika:] **nước Costa Rica** *n* Costa Rica

co thắt [kɔ tat] **sự co thắt** *n* spasm

có thể [kɔ te] *adj* possible, probable ▷ *adv* maybe, perhaps, possibly, probably; **có thể thay đổi** *adj* variable; **có thể xảy ra** *adj* likely

có tính tập thể [kɔ tiŋ təp te] *adj* social

có vẻ [kɔ vɛ] *v* appear, look; **có vẻ không lương thiện** *adj* shifty

cô [ko] **cô dâu** *n* bride

Cô [ko] *n (cô gái)* Miss

cố [ko] **cố tình** *adj* deliberate; **một cách cố tình** *adv* deliberately

cổ [ko] *n (gáy)* neck ▷ *adj* old, ancient; **bóp cổ** *v* strangle; **cắt cổ** *adj* extortionate; **cổ áo** *n* collar; **cổ họng** *n* throat; **cổ tay** *n* wrist; **chim cổ đỏ** *n* robin; **hươu cao cổ** *n* giraffe; **nhà cổ** *n* stately home

cô ấy [ko əi] *pron* her, she

cốc [kok] *n* glass, cereal, grain; **cốc**

chần trứng n eggcup; **cốc uống rượu vang** n wineglass; **một cốc nước** a glass of water

Côca Côla [kokaː kolaː] n Coke®

côcain [kokaːin] n cocaine

cô-ca-in crack [kokaːin kzaːkk] n crack (cocaine)

cốctai [kokta:i] n cocktail; **Anh có bán rượu cốctai không?** Do you sell cocktails?

cổ điển [ko dien] adj classical

cố định [ko dịn] adj fixed

cô đọng [ko dạun] adj concise

cổ đông [ko dọn] n shareholder, stockholder

cô đơn [ko dʌn] adj lonely, lonesome; **sự cô đơn** n loneliness

cô gái [ko ɣai] n girl; **cô gái tinh nghịch** n tomboy; **tiệc tiễn thời độc thân của một cô gái** n hen night

cố gắng [ko ɣạn] v attempt, struggle, try; **sự cố gắng** n attempt

cối [koi] **cối xay gió** n windmill

côn [kon] **côn trùng** n bug

cồn [kon] n sand dune, alcohol; **đồ uống không có cồn** n soft drink; **ít cồn** adj low-alcohol; **không có cồn** adj alcohol-free

công [koŋ] adj public ▷ n peacock; **công chức** n civil servant; **công trường** n building site; **con công** n peacock; **nhạc công** n musician; **trường công** n public school

cống [koŋ] n drain; **Cống bị tắc** The drain is blocked

cổng [koŋ] n gate; **cổng vòm** n porch

công an [koŋ aːn] n police, public security; **Công an!** Police!; **Chúng tôi sẽ phải báo công an** We will have to report it to the police; **Đồn công an ở đâu?** Where is the police station?; **Gọi công an đi** Call the police; **Tôi cần tìm đồn công an** I need to find a police station

công bằng [koŋ baŋ] adv rightly; **không công bằng** adj unfair; **sự công bằng** n fairness

công chúa [koŋ tʃuaː] n princess

công cộng [koŋ koŋ] adj public; **bể bơi công cộng** n baths; **giao thông công cộng** n public transport; **quan hệ công cộng** n public relations; **Bể bơi công cộng ở đâu?** Where is the public swimming pool?

công cụ [koŋ ku] n tool; **công cụ tìm kiếm** n search engine

công đoàn [koŋ dɔan] n trade union; **công đoàn viên** n trade unionist

cộng đồng [koŋ doŋ] n community

Công giáo [koŋ zaɔ] **tín đồ Công giáo** n Catholic; **theo Công giáo** adj Catholic

cộng hòa [koŋ hɔaː] adj republican; **nền cộng hòa** n republic

Cộng hòa [koŋ hɔaː] **nước Cộng hòa Dominica** n Dominican Republic; **nước Cộng hòa Séc** n Czech Republic; **nước Cộng hòa Trung Phi** n Central African Republic

công luận [koŋ luan] n public opinion

công lý [koŋ li] n justice

công nghệ [koŋ ŋe] n technology; **liên quan đến công nghệ** adj technological

công nghiệp [koŋ ŋiep] n industry; **khu công nghiệp** n industrial estate; **thuộc công nghiệp** adj industrial

công nhân [koŋ ɲən] n worker; **giai cấp công nhân** n working-class

công nhận [koŋ ɲən] v recognize; **sự công nhận** n acknowledgement

cống rãnh [koŋ zaŋ] n sewer

cộng sản [koŋ san] **chủ nghĩa cộng sản** n communism; **người cộng sản** n communist; **theo chủ nghĩa cộng sản** adj communist

cộng sự [koŋ sɯ] n associate

công tác [koŋ tak] n work, task, job; **chuyến công tác** n business trip; **người làm công tác xã hội** n social worker; **Tôi đến đây công tác** I'm here on business

cộng tác [koŋ tak] v collaborate

công tắc [koŋ tak] n switch

cộng thêm [koŋ tem] prep plus

công thức [koŋ tɯk] n formula; **công thức nấu ăn** n recipe

công tơ bát [koŋ tɤ bat] **đàn công tơ bát** n double bass

công trình [koŋ tʃiŋ] n structure

công ty [koŋ ti] n company; **công ty đa quốc gia** n multinational; **công ty con** n subsidiary; **công ty du lịch** n tour operator; **xe công ty** n company car; **Đây là một số thông tin về công ty tôi** Here's some information about my company; **Tôi muốn có một số thông tin về công ty** I would like some information about the company

công việc [koŋ viek] n job, work; **công việc giấy tờ** n paperwork

công viên [koŋ vien] n park; **công viên vui chơi theo chủ đề** n theme park; **Gần đây có công viên để chơi không?** Is there a play park near here?

côngxéctô [koŋsɛkto] **bản côngxéctô** n concerto

côn trùng [kon tʃuŋ] n insect; **thuốc diệt côn trùng** n insect repellent

cốp xe ôtô [kop sɛ oto] n bonnet (car)

cột [kot] n (báo) column, (cọc) staff (rod), (nhà) pillar; **cột ăng ten** n aerial; **cột đèn** n lamppost; **cột điện** n pylon; **cột buồm** n mast; **cột sống** n spine

cổ tích [ko titʃ] **chuyện cổ tích** n fairytale

cốtlet [kotlɛt] **thịt cốtlet** n cutlet

cổ tử cung [ko tɯ kuŋ] **xét nghiệm phết tế bào cổ tử cung** n smear test

cổ vũ [ko vu] v cheer; **sự cổ vũ** n cheer

cổ xưa [ko sɯa] adj ancient

cố ý [ko i] adj intentional; **cố ý phá hoại** v vandalize

cơ [kɤ] **cơ bắp** n muscle; **cơ hội** n chance; **thuộc cơ bắp** adj muscular; **Cho tôi xe số cơ** A manual, please

cớ [kɤ] n pretext

cờ [kɤ] n (lá) flag, (trò chơi) chess; **cờ đam** n draughts; **cờ đôminô** n dominoes; **quân cờ đôminô** n domino; **trò đánh cờ** n board game

cỡ [kɤ] n size; **cỡ trung bình** adj medium-sized; **kích cỡ** n size; **ngoại cỡ** adj outsize; **Anh có cỡ**

cực lớn không? Do you have an extra large?; **Anh có cỡ lớn không?** Do you have a large?; **Anh có cỡ nhỏ không?** Do you have a small?; **Anh có cỡ trung bình không?** Do you have a medium?; **Anh có chiếc này cỡ nhỏ hơn không?** Do you have this in a smaller size?; **Anh có chiếc này cỡ to hơn không?** Do you have this in a bigger size?; **Chân tôi cỡ số sáu** My feet are a size six; **Tôi cỡ mười sáu** I'm a size 16

cơ bản [kɤ ban] **những vấn đề cơ bản** n basics; **về cơ bản** adv basically

cơ cấu [kɤ kəu] **cơ cấu lại** v restructure

cơ chế [kɤ tʃe] n mechanism

cơ hội [kɤ hoi] n opportunity

cởi [kɤi] v remove, take off; **cởi bỏ** v bare; **cởi quần áo** v undress; **cởi ra** v take off; **cởi trói** v untie

cơi nới [kɤi nɤi] **phòng cơi nới** n extension

cơ khí [kɤ χi] **nghề cơ khí** n engineering; **thuộc cơ khí** adj mechanical

cờ lê [kɤ le] n spanner

cơn [kɤn] n fit, seizure; **cơn động kinh** n epileptic fit

cơ quan [kɤ kuan] n agency, institution, organ (body part); **cơ quan đầu não** n headquarters

cơ sở [kɤ sɤ] n basis; **có cơ sở** adj valid; **cơ sở hạ tầng** n infrastructure

crickê [kzikke] **môn crickê** n cricket (game)

Croatia [kzɔa:tia] **người Croatia** n Croatian (person); **nước Croatia** n Croatia; **thuộc Croatia** adj Croatian; **tiếng Croatia** n Croatian (language)

crôm [kzom] n chrome

cu [ku] **chim cu** n cuckoo

cú [ku] v shot (sport); **cú đánh** n hit, knock; **cú thọc mạnh** n jab; **con cú** n owl

cù [ku] v tickle

củ [ku] n bulb (plant); **củ cải đường** n beetroot; **củ hành** n onion; **rau củ** n vegetable

cũ [ku] adj secondhand

cụ [ku] **cụ ông** n great-grandfather; **cụ bà** n great-grandmother

cua [kua] **con cua** n crab

của [kua:] prep (sở hữu) of; **của chính mình** adj own

của ai [kua: a:i] adj whose ▷ pron whose

của anh ấy [kua: a:ɲ ɐi] adj his

của chị ấy [kua: tʃi ɐi] adj her

của chúng tôi [kua: tʃuŋ toi] adj our ▷ pron ours

của họ [kua: hɔ] adj their ▷ pron theirs

của nó [kua: nɔ] adj its

của tôi [kua: toi] adj my ▷ pron mine

Cuba [kuba:] **người Cuba** n Cuban; **nước Cuba** n Cuba; **thuộc Cuba** adj Cuban

cúc [kuk] **cây hoa cúc** n chrysanthemum; **hoa cúc** n daisy

cục [kuk] n (khối) lump; **cục tình báo** n secret service

củ cải [ku kai] n parsnip, radish; **củ cải Thụy Điển** n swede; **cây củ cải** n turnip

cục bộ [kuk bo] **gây tê cục bộ** n local anaesthetic

cúc vạn thọ [kuk van tɔ] *n*
marigold

cú đánh [ku daɲ] *n* beat

cúi [kui] *v* bend; **cúi xuống** *v* crouch
down

cũi [kui] *n* cot; **Anh có cũi không?**
Do you have a cot?

cúi chào [kui tʃaɔ] *v* bow

cúi xuống [kui suɔŋ] *v* bend down,
bend over

cúm [kum] *n* flu; **bệnh cúm** *n* flu,
influenza; **cúm gà** *n* bird flu; **Gần
đây tôi bị cúm** I had flu recently;
Tôi bị cúm I've got flu

cụm từ [kum tɯ] *n* phrase

cùn [kun] *adj* blunt

cung [kuŋ] **cái cung** *n* bow (*weapon*)

cúng [kuŋ] **ấm cúng** *adj* cosy

cùng [kuŋ] *adj* (*giống nhau*) same
▷ *n* end, limit; **cùng một lúc** *adv*
simultaneously; **sau cùng** *adv* last

cũng [kuŋ] *adv* also, too; **không
phải cái này mà cũng không phải
cái kia** *adv* neither

Cung Bạch Dương [kuŋ batʃ
zɯɤŋ] *n* Aries

cung Bảo Bình [kuŋ baɔ biɲ] *n*
Aquarius

cung Bắc giải [kuŋ bak zai] *n*
Cancer (*horoscope*)

cung cấp [kuŋ kəp] *v* provide,
supply; **cung cấp chỗ ở** *v*
accommodate; **cung cấp thông
tin bổ ích** *adj* informative; **nhà
cung cấp** *n* supplier; **sự cung cấp** *n*
supply; **việc cung cấp thực phẩm**
n catering

cung điện [kuŋ zien] **Cung điện có
mở cửa cho mọi người vào
không?** Is the palace open to the
public?

cung điện [kuŋ dien] *n* palace;
Cung điện mở cửa khi nào? When
is the palace open?

cung Hổ cấp [kuŋ ho kap] *n*
Scorpio

cũng không [kuŋ χɔɲ] *conj* nor

cung Kim ngưu [kuŋ kim ŋuu] *n*
Taurus

cùng nhau [kuŋ ɲaːu] *adv* together

cung Nhân mã [kuŋ ɲən ma] *n*
Sagittarius

Cung song ngư [kuŋ sauŋ ŋui] *n*
Pisces

cung Sư tử [kuŋ sɯ tɯ] *n* Leo

cung Thiên Bình [kuŋ tien biɲ] *n*
Libra

cung Xử nữ [kuŋ sɯ nɯ] *n* Virgo

cuộc [kuok] *n* event; **cuộc hẹn** *n*
rendezvous

cuộc chạy đua [kuok tʃai dua] *n*
running

cuốc chim [kuok tʃim] *n* pick

cuộc đấu [kuok dəu] *n* game; **cuộc
đấu ở sân đối phương** *n* away
match

cuối [kuoi] *n* back, end; **điểm cuối** *n*
end; **ngày cuối tuần** *n* weekend;
vào cuối tháng Sáu at the end of
June

cuối cùng [kuoi kuŋ] *adj* final,
ultimate ▷ *adv* eventually, finally,
lastly; **cuối cùng thì** *adv*
ultimately; **ga cuối cùng** *n*
terminal; **thời hạn cuối cùng** *n*
deadline

cuốn [kuon] *v* curl; **cuốn catơlô** *n*
catalogue; **cuốn danh bạ** *n*
directory; **thang cuốn** *n* escalator

cuộn [kuon] *v* roll (up); **cuộn giấy**

vệ sinh *n* toilet roll

cuồng [kuoŋ] **điên cuồng** *adv* madly

cuống cuồng [kuoŋ kuoŋ] *adj* frantic

cuồng phong [kuoŋ fauŋ] **cơn cuồng phong** *n* hurricane

cuồng tín [kuoŋ tin] *adj* fanatical; **người cuồng tín** *n* fanatic

cuốn sổ nhỏ [kuon so ɲɔ] *n* booklet

cúp [kup] *n (giải thưởng)* trophy

cút [kut] **chim cút** *n* quail

cụ thể [ku te] *adj* specific; **cụ thể là** *adv* specifically

cút kít [kut kit] **xe cút kít** *n* wheelbarrow

cút xéo [kut sɛɔ] *v* clear off

cư [kɯ] **người nhập cư** *n* immigrant; **sự nhập cư** *n* immigration

cử [kɯ] *v* appoint; **tổng tuyển cử** *n* general election; **ứng cử viên** *n* candidate

cưa [kɯa] **cái cưa** *n* saw; **mùn cưa** *n* sawdust

cửa [kɯa:] *n* gate, door; **cửa chớp** *n* shutters; **cửa chớp lật** *n* Venetian blind; **cửa nóc ô tô** *n* sunroof; **cửa quay** *n* turnstile; **cửa ra** *n* exit; **cửa ra vào** *n* door; **cửa thoát hiểm** *n* emergency exit; **cửa vào** *n* entry; **đóng cửa** *v* shut down; **điện thoại ở cửa vào** *n* entry phone; **khóa cửa** *n* lock *(door)*; **khóa cửa không cho vào** *v* lock out; **nắm đấm cửa** *n* knob; **ngưỡng cửa** *n* doorstep; **ô tô năm cửa** *n* hatchback; **ô tô rộng năm cửa** *n* estate car; **rèm cửa** *n* curtain; **tay nắm cửa** *n* door handle; **vệ sĩ gác cửa** *n* bouncer;

Chuyến bay đi... ở cửa nào? Which gate for the flight to...?; **Làm ơn đến cửa số...** Please go to gate...

cửa hàng [kɯa: haŋ] *n* shop, store; **cửa hàng đồ cổ** *n* antique shop; **cửa hàng đồ trang sức** *n* jeweller's; **cửa hàng bách hóa** *n* department store; **cửa hàng bán đồ sắt** *n* ironmonger's; **cửa hàng bán các món ngon** *n* delicatessen; **cửa hàng bán thức ăn mang về** *n* takeaway; **cửa hàng bán thuốc lá** *n* tobacconist's; **cửa hàng bơ sữa** *n* dairy; **cửa hàng cá cược** *n* betting shop; **cửa hàng giày** *n* shoe shop; **cửa hàng quà tặng** *n* gift shop; **cửa hàng rau quả** *n* greengrocer's; **cửa hàng siêu thị** *n* hypermarket; **cửa hàng tạp hóa** *n* grocer's; **cửa hàng từ thiện** *n* charity shop; **cửa hàng thịt** *n* butcher's; **cửa hàng văn phòng phẩm** *n* stationer's; **người chủ cửa hàng** *n* shopkeeper; **sự ăn cắp ở các cửa hàng** *n* shoplifting

cửa sổ [kɯa: so] *n* window; **bậu cửa sổ** *n* windowsill; **cửa sổ lắp hai lớp kính cách nhiệt** *n* double glazing; **chỗ ngồi cạnh cửa sổ** *n* window seat; **ô kính cửa sổ** *n* window pane; **Cửa sổ không mở được** The window won't open; **Tôi đã làm vỡ cửa sổ** I've broken the window

cực [kɯk] *n* pole, extreme ▷ *adj* desperate, suffering; **Bắc Cực** *n* North Pole; **gấu bắc cực** *n* polar bear; **Nam cực** *n* South Pole; **ở địa cực** *adj* polar

cực đoan [kɯk dɔa:n] *adj* extreme; **chủ nghĩa cực đoan** *n* extremism; **người theo chủ nghĩa cực đoan** *n* extremist

cử chỉ [kɯ tʃi] *n* gesture; **ngôn ngữ cử chỉ** *n* sign language

cực khoái [kɯk χɔai] **sự cực khoái** *n* orgasm

cực kỳ [kɯk ki] *adj* mega

cử động [kɯ dɔn] *v* move; **Chị ấy không cử động được** She can't move

cứng [kɯŋ] *adj* hard (*firm, rigid*), stiff; **chật cứng** *adj* packed; **ổ cứng** *n* hard disk; **phần cứng** *n* hardware

cưới [kɯɤi] *v* marry; **chồng sắp cưới** *n* fiancé; **địa chỉ tổ chức đám cưới** *n* wedding dress; **lễ cưới** *n* wedding; **lễ kỷ niệm ngày cưới** *n* wedding anniversary; **nhẫn cưới** *n* wedding ring; **vợ sắp cưới** *n* fiancée

cười [kɯɤi] *v* laugh; **buồn cười** *adj* funny; **cười thầm** *v* snigger; **cười toe toét** *v* grin; **mỉm cười** *v* smile; **miệng cười toe toét** *n* grin; **nụ cười** *n* smile; **nụ cười rạng rỡ** *n* beam; **tiếng cười** *n* laugh, laughter

cưỡi [kɯɤi] *v* ride; **cưỡi lên** *v* mount up; **cưỡi ngựa** *n* horse riding; **môn cưỡi ngựa** *n* riding; **môn cưỡi ngựa nhỏ** *n* pony trekking; **người cưỡi ngựa** *n* rider; **người cưỡi ngựa đua** *n* jockey; **Chúng tôi có đi cưỡi ngựa được không?** Can we go horse riding?

cương [kɯɤŋ] *n* reins ▷ *adj* hard, inflexible ▷ *v* improvise; **cái đai cương** *n* reins; **kim cương** *n* diamond

cướp [kɯɤp] *v* mug, rob; **cướp biển** *n* pirate; **cướp máy bay** *v* hijack; **hành động cướp** *n* mugging; **kẻ cướp** *n* mugger, robber; **sự cướp đoạt** *n* robbery; **vụ cướp có vũ trang** *n* hold-up; **Tôi bị cướp** I've been robbed

cử tạ [kɯ ta] *n* weightlifting; **môn cử tạ** *n* weightlifting; **vận động viên cử tạ** *n* weightlifter

cử tri [kɯ tʃi] *n* voter; **đoàn cử tri** *n* electorate

cứu [kɯu] *v* rescue, save; **băng dán cứu thương** *n* bandage; **Băng dán cứu thương cá nhân** *n* Band-Aid®; **cứu mạng** *adj* life-saving; **đai cứu đắm** *n* lifebelt; **đội cứu hỏa** *n* fire brigade; **sự cứu nguy** *n* rescue; **xe cứu thương** *n* ambulance; **xe tải cứu hộ** *n* breakdown truck; **xe van cứu hộ** *n* breakdown van; **Trạm dịch vụ cứu hộ trên núi gần nhất ở đâu?** Where is the nearest mountain rescue service post?

cừu [kɯu] *n* sheep; **cừu đực** *n* ram; **cừu cái** *n* ewe; **chó chăn cừu** *n* sheepdog; **con cừu** *n* sheep; **da cừu** *n* sheepskin; **người chăn cừu** *n* shepherd; **thịt cừu** *n* lamb, mutton

cựu [kɯu] *n* ex-; **cựu chiến binh** *n* veteran

cứu chữa [kɯu tʃɯa:] **vô phương cứu chữa** *adv* terminally

cứu hộ [kɯu ho] *v* salvage; **nhân viên cứu hộ** *n* lifeguard; **xuồng cứu hộ** *n* lifeboat

cư xử [kɯ sɯ] *v* behave; **cách cư xử** *npl* behaviour, manners; **cư xử hỗn** *v* misbehave

d

da [zɑ:] *n* skin, leather, hide; **bệnh vàng da** *n* jaundice; **có màu da cam** *adj* orange; **da cừu** *n* sheepskin; **da thuộc** *n* leather; **hình xăm trên da** *n* tattoo; **nước da** *n* complexion; **roi da** *n* whip

dạ dày [za zai] *n* stomach, tummy

dạ hội [za hoi] *n* ball (*dance*); **váy dạ hội** *n* evening dress

dai [zɑ:i] *adj* tough

dài [zai] *adj* long; **bít tất dài** *n* stocking; **chiều dài** *n* length; **kéo dài** *v* last; **một cách lâu dài** *adv* permanently; **thở dài** *v* sigh

dải [zai] **dải ruy-băng** *n* ribbon

dại [zai] *adj* wild; **bệnh dại** *n* rabies; **nói như điên như dại** *v* rave

dai dẳng [zɑ:i zaŋ] *adj* persistent

dại dột [zai zot] *adj* unwise

dái ngựa [zai ŋɯɑ:] **gỗ dái ngựa** *n* mahogany

dạ lan hương [za lɑ:n hɯɤŋ] **cây dạ lan hương** *n* hyacinth

da lộn [zɑ: lon] *n* suede

dám [zɑm] *v* dare

dán [zan] *v* glue, stick, paste; **dán lại** *v* glue; **gỗ dán** *n* plywood; **hồ dán** *n* glue; **miếng dán Velcro®** *n* Velcro®

dàn [zan] *v* put in order; **dàn đồng ca** *n* choir; **dàn hifi** *n* hifi

dạng [zaŋ] *n* form, shape; **định dạng** *v* format; **hình dạng** *n* format

danh [zɑ:ɲ] **điểm danh** *n* roll call

dành [zaŋ] *v* put in

danh bạ [zɑ:ɲ ba] **cuốn danh bạ** *n* directory; **danh bạ điện thoại** *n* phonebook, telephone directory

danh dự [zɑ:ɲ zɯ] *n* honour

dành riêng [zaŋ zieŋ] *adv* exclusively

danh sách [zɑ:ɲ satʃ] *n* list; **danh sách rượu vang** *n* wine list; **danh sách đợi** *n* waiting list; **danh sách nhận thư** *n* mailing list

danh thiếp [zɑ:ɲ tiep] *n* business card; **Anh có danh thiếp không?** Do you have a business card?; **Anh có thể cho tôi xin danh thiếp không?** Can I have your card?; **Đây là danh thiếp của tôi** Here's my card

danh tiếng [zɑ:ɲ tieŋ] *n* reputation

danh tính [zɑ:ɲ tiɲ] *n* identity; **ăn trộm danh tính** *n* identity theft

danh từ [zɑ:ɲ tɯ] *n* noun

dàn khoan [zan xɔɑ:n] *n* rig

dàn nhạc [zan ɲak] *n* orchestra

dao [zɑ:ɔ] *n* knife; **dao cạo** *n* razor; **dao cạo điện** *n* shaver; **dao gọt khoai** *n* potato peeler; **dao nhíp** *n* penknife; **dao thìa đĩa** *n* cutlery; **lưỡi dao** *n* blade; **lưỡi dao cạo** *n* razor blade

dày [zai] *adj* thick; **độ dày** *n*

thickness

dãy [zai] n range (*mountains*), rank (*line*); **dãy nhà** n terrace

dạy [zai] v teach, educate; **dạy học** v teach; **người dạy lái xe** n driving instructor; **nghề dạy học** n teaching; **sự giảng dạy** n tuition; **Anh có dạy không?** Do you give lessons?; **Anh có tổ chức dạy trượt tuyết không?** Do you organise skiing lessons?; **Anh có tổ chức dạy trượt ván không?** Do you organise snowboarding lessons?

dạy dỗ [zai zo] v bring up; **sự dạy dỗ** n upbringing

Dãy núi [zai nui] **Dãy núi Andes** n Andes

dặm [zam] n mile; **dặm trên giờ** n mph; **đồng hồ đo dặm** n mileometer; **tổng số dặm đã đi được** n mileage

Dăm-bi-a [zambia:] **người Dăm-bi-a** n Zambian; **nước Dăm-bi-a** n Zambia; **thuộc Dăm-bi-a** adj Zambian

dặt [zat] **Tôi đã đặt phòng** I have a reservation; **Tôi muốn đặt hẹn** I'd like to make an appointment

dân [zən] n citizen, people; **công dân** n citizen; **cuộc điều tra dân số** n census; **dân chủ** adj democratic; **dân di-gan** n gypsy; **dân số** n population; **người dân** n resident; **quyền công dân** n civil rights; **sự dân chủ** n democracy; **thường dân** n civilian; **thuộc thường dân** adj civilian

dẫn [zən] v guide, lead; **dẫn đầu** v head; **hướng dẫn viên** n guide;

Anh có bản chỉ dẫn nào cho các tuyến đường đi bộ ở địa phương không? Do you have a guide to local walks?; **Anh có thể dẫn chúng tôi đi xem được không?** Could you show us around?; **Anh làm ơn dẫn đường cho tôi được không?** Can you guide me, please?; **Tôi có chó dẫn đường** I have a guide dog

dân cư [zən kɯ] n inhabitant; **thuộc khu dân cư** adj residential

dẫn dần [zən zən] adj gradual ▷ adv gradually

dân gian [zən za:n] **nhạc dân gian** n folk music; **văn hóa dân gian** n folklore

dân tộc [zən tok] n nation; **chủ nghĩa dân tộc** n nationalism; **người theo chủ nghĩa dân tộc** n nationalist; **thuộc dân tộc** adj national

dập [zəp] v put out (*fire*), bury, be broken; **cái dập ghim** n stapler; **dập ghim** v staple; **dập máy** v hang up; **ghim dập** n staple (*wire*)

dập tắt [zəp tat] v stub out

dâu [zəu] **cô dâu** n bride; **con dâu** n daughter-in-law; **phù dâu** n bridesmaid

dấu [zəu] n mark; **bút đánh dấu** n highlighter; **con dấu** n seal (*mark*); **dấu bưu điện** n postmark; **dấu chấm câu** n full stop; **dấu chấm hỏi** n question mark; **dấu chấm phẩy** n punctuation, semicolon; **dấu chấm than** n exclamation mark; **dấu chân** n footprint; **dấu gạch chéo** n forward slash; **dấu hai chấm** n colon; **dấu kiểm** n tick; **dấu ngoặc đơn** n brackets; **dấu**

ngoặc kép *n* inverted commas, quotation marks; **dấu phẩy** *n* comma; **dấu vết** *n* trace; **đánh dấu** *v* mark *(make sign)*, tick, tick off; **đóng dấu** *v* seal

dầu [zəu] *n* oil; **bôi dầu** *v* oil; **dầu điêzen** *n* diesel; **dầu ôliu** *n* olive oil; **dầu gội đầu** *n* shampoo; **dầu lửa** *n* kerosene; **dầu tắm nắng** *n* suntan oil; **dầu trộn xa-lát** *n* salad dressing; **giếng dầu** *n* oil well; **giàn khoan dầu** *n* oil rig; **nhà máy lọc dầu** *n* oil refinery; **tàu chở dầu** *n* tanker; **vải dầu** *n* tarpaulin; **vết dầu loang** *n* oil slick; **Anh có bán dầu xả không?** Do you sell conditioner?; **Đây là vết dầu** This stain is oil; **Đèn báo dầu không chịu tắt** The oil warning light won't go off

dấu hiệu [zəu hieu] *n* sign; **dấu hiệu cho biết** *n* indicator

dầu hoả [zəu hɔa] *n* paraffin

dấu móc lửng [zəu mɔk lɯŋ] *n* apostrophe

dâu tây [zəu təi] *n* strawberry; **quả dâu tây** *n* strawberry

dây [zəi] *n* tape, string, cord; **dây an toàn** *n* safety belt, seatbelt; **dây đai quạt** *n* fan belt; **dây đồng hồ** *n* watch strap; **dây buộc** *n* lace; **dây buộc giày** *n* shoelace; **dây chão** *n* rope; **dây chun** *n* elastic band; **dây chun vòng** *n* rubber band; **dây kim loại** *n* wire; **dây kim tuyến** *n* tinsel; **dây mềm** *n* flex; **dây nối dài** *n* extension cable; **dây phơi quần áo** *n* clothes line, washing line; **dây sạc điện** *n* jump leads; **dây thần kinh** *n* nerve *(anatomy)*; **dây thép gai** *n* barbed wire; **không dây** *adj* cordless; **sợi dây** *n* string; **thước dây** *n* tape measure

dậy [zəi] *v (thức)* get up; **đứng dậy** *v* rise; **tỉnh dậy** *v* awake; **Mấy giờ anh dậy?** What time do you get up?

dây chuyền [zəi tʃuien] *n* necklace; **mặt dây chuyền** *n* medallion, pendant

dẻ [zɛ] **hạt dẻ** *n* chestnut

dẻo [zɛɔ] *adj* flexible; **không mềm dẻo** *adj* inflexible

dẻo dai [zɛɔ zaːi] **sự dẻo dai** *n* stamina

dép [zɛp] *n* slipper; **dép săng-đan** *n* sandal; **dép tông** *n* flip-flops

dê [ze] **con dê** *n* goat

dế [ze] **con dế** *n* cricket *(insect)*

dễ [ze] *adj* easy; **dễ đọc** *adj* legible; **dễ chịu** *adj* nice, pleasant, sweet *(pleasing)*; **dễ hiểu** *adj* simple; **dễ lây** *adj* contagious; **dễ nổi cáu** *adj* bad-tempered; **dễ sử dụng** *adj* user-friendly; **dễ tính** *adj* easy-going

dễ chịu [ze tʃiu] *adj* pleasant; **có giá dễ chịu** *adj* affordable

dễ dàng [ze zaŋ] *adv* easily

dễ thương [ze tɯɤŋ] *adj* lovely, charming; **Anh dễ thương lắm** You are very attractive

dĩa [ziɑː] *n* fork; **dao thìa dĩa** *n* cutlery; **Làm ơn cho tôi một cái dĩa sạch được không?** Could I have a clean fork please?

địa chỉ [ziɑː tʃi] **Địa chỉ email của tôi là...** My email address is...; **Địa chỉ email của anh là gì?** What is your email address?

dịch [zitʃ] *v (ngôn ngữ)* translate;

bản dịch *n* translation; **bệnh dịch** *n* epidemic; **sự kiểm dịch** *n* quarantine; **Anh có thể dịch cái này cho tôi được không?** Could you translate this for me?; **Anh dịch giúp tôi cái này được không?** Can you translate this for me?

dịch giả [zitʃ za] *n* translator

di chúc [zi tʃuk] *n* will (*document*)

di chuyển [zi tʃuien] *v* shift; **sự di chuyển** *n* shift

dịch vụ [zitʃ vu] *n* service; **dịch vụ ăn uống trong phòng khách sạn** *n* room service; **dịch vụ xã hội** *n* social services; **Dịch Vụ Đa phương tiện** *n* MMS; **nhà cung cấp dịch vụ Internet** *n* ISP; **phí dịch vụ** *n* service charge; **Có bao gồm dịch vụ không?** Is service included?; **Có dịch vụ dọn phòng không?** Is there room service?; **Có dịch vụ trông trẻ không?** Is there a child-minding service?; **Dịch vụ kém quá** The service was terrible; **Dịch vụ này có mất tiền không?** Is there a charge for the service?; **Làm ơn gọi dịch vụ xe hỏng** Call the breakdown service, please; **Tôi muốn khiếu nại về dịch vụ này** I want to complain about the service; **Trạm dịch vụ cứu hộ trên núi gần nhất ở đâu?** Where is the nearest mountain rescue service post?

di cư [zi kɯ] *adj* migrant ▷ *v* emigrate; **người di cư** *n* migrant

di dời [zi zɤi] **có thể di dời được** *adj* removable; **sự di dời** *n* removal

di động [zi doŋ] *v* move ▷ *adj* mobile; **điện thoại di động** *n* mobile phone; **nhà di động** *n* mobile home; **Anh có điện thoại di động không?** Do you have a mobile?; **Số điện thoại di động của anh là bao nhiêu?** What is your mobile number?

diếc [ziek] **Tôi bị điếc** I'm deaf

diệc [ziek] **con diệc** *n* heron

diện [zien] **ăn diện** *v* dress up

diễn giả [zien za] *n* speaker

diễn tả [zien ta] *v* express; **sự diễn tả** *n* expression

diễn tập [zien təp] *v* rehearse; **sự diễn tập** *n* rehearsal

diễn viên [zien vien] *n* actor; **diễn viên hài** *n* comedian, comic; **diễn viên múa** *n* dancer; **diễn viên nhào lộn** *n* acrobat; **nữ diễn viên** *n* actress

diễn xuất [zien suət] *v* act; **sự diễn xuất** *n* acting

diếp [ziep] **rau diếp** *n* lettuce

diệt [ziet] **thuốc diệt cỏ dại** *n* weedkiller

diều [zieu] *n* kite; **cái diều** *n* kite

diễu hành [zieu haŋ] *v* march; **cuộc diễu hành** *n* march

di-gan [ziɣaːn] **dân di-gan** *n* gypsy

Dim-ba-buê [zimbaːbue] **người Dim-ba-buê** *n* Zimbabwean; **nước Dim-ba-buê** *n* Zimbabwe

dính [ziɲ] *adj* sticky; **băng dính trong Sellotape®** *n* Sellotape®; **băng dính y tế** *n* plaster (*for wound*); **nhãn dính** *n* sticker

dinh dưỡng [ziɲ zɯɤŋ] *adj* nutritious, nutritional; **chất dinh dưỡng** *n* nutrient; **suy dinh dưỡng** *n* malnutrition

dính líu [ziɲ liu] *v* involve

dịp [zip] n occasion

di sản [zi san] n heritage

disco [ziskɔ] **điệu nhảy disco** n disco

di trú [zi tʃu] v migrate; **sự di trú** n migration

di truyền [zi tʃuien] adj genetic, hereditary; **di truyền học** n genetics

dịu [ziu] adj mild, soft; **làm dịu đi** v relieve

dịu dàng [ziu zaŋ] adj gentle

dị ứng [zi ɯŋ] adj allergic; **bệnh dị ứng bột mì** n wheat intolerance; **bệnh dị ứng phấn hoa** n hay fever; **dị ứng đậu phộng** n peanut allergy; **sự dị ứng** n allergy; **sự dị ứng với hạt** n nut allergy; **thuốc chữa dị ứng** n antihistamine; **Tôi bị dị ứng với thuốc penicillin** I'm allergic to penicillin; **Tôi dị ứng với tôm cua trai hến** I'm allergic to shellfish; **Tôi dị ứng với lạc** I'm allergic to peanuts

DJ nhân viên DJ n disc jockey, DJ

DNA n DNA

do [zɔ] prep due to; **nguyên do** n cause (reason)

dọa [zɔa:] **đe dọa** adj threaten, threatening; **lời hăm dọa** n threat

doanh nhân [zɔa:ɲ ɲən] n businessman; **nữ doanh nhân** n businesswoman; **Tôi là doanh nhân** I'm a businessman

doanh số [zɔa:ɲ so] n turnover

doanh thu [zɔa:ɲ tu] n proceeds, revenue

do dự [zɔ zɯ] v hesitate

Dominica [zɔminika:] **nước Cộng hòa Dominica** n Dominican Republic

dọn [zɔn] v arrange, put in order; **dọn sạch** v clean; **dọn vào nhà mới** v move in; **người quét dọn** n cleaner; **sự quét dọn** n cleaning; **Anh làm ơn dọn phòng hộ** Can you clean the room, please?; **Khi nào thì người quét dọn đến?** When does the cleaner come?

dọn dẹp [zɔn zɛp] v tidy, clear up; **dọn dẹp nhà cửa sạch sẽ vào cuối đông** n spring-cleaning

dòng [zauŋ] n current (electricity); **Có các dòng hải lưu không?** Are there currents?

Do Thái [zɔ tai] adj Jewish; **giáo đường Do Thái** n synagogue; **giáo sĩ Do Thái** n rabbi; **Lễ Quá hải của người Do Thái** n Passover; **người Do Thái** n Jew; **thuộc người Do Thái** adj Jewish; **Ở đâu có giáo đường Do Thái?** Where is there a synagogue?

do vậy [zɔ vəi] adv consequently

dốc [zok] adj steep ▷ n slope; **dốc dành cho những người mới tập trượt tuyết** n nursery slope; **dốc ra** v empty; **đoạn đường dốc** n ramp; **lên dốc** adv uphill; **Đường có dốc lắm không?** Is it very steep?; **Đường dốc dành cho những người mới học ở đâu?** Where are the beginners' slopes?; **Đường dốc này có khó lắm không?** How difficult is this slope?

dối [zoi] **lừa dối** v deceive

dông dài [zoŋ zai] **nói dông dài** v waffle

dông tố [zoŋ to] adj thundery

dồn lại [zon lai] v round up

dốt [zot] **dốt nát** *adj* ignorant
dỡ [zɤ] *v* dish up, dismantle, unload; **dỡ đồ** *v* unpack; **dỡ hàng** *v* unload; **Tôi phải dỡ đồ** I have to unpack
dơi [zɤi] **con dơi** *n* bat *(mammal)*
dời [zɤi] **dời đi** *v* leave, remove
dời đi [zɤi di] *v* leave
du [zu] **cây du** *n* elm
dù [zu] *n* umbrella ▷ *conj* though, although; **cái dù** *n* parachute; **dù sao đi nữa** *adv* anyhow, anyway
du côn [zu kon] *n* thug
dùi cui [zui kui] *n* club *(weapon)*
du lịch [zu litʃ] *v* travel; **bảo hiểm du lịch** *n* travel insurance; **công ty du lịch** *n* tour operator; **chuyến du lịch** *n* tour; **chuyến du lịch có hướng dẫn** *n* guided tour; **chuyến du lịch trọn gói** *n* package tour; **đại lý du lịch** *n* travel agency, travel agent's; **đi du lịch** *v* tour; **ga du lịch** *n* camping gas; **hướng dẫn viên du lịch** *n* courier, tour guide; **khách du lịch** *n* tourist, traveller; **ngành du lịch** *n* tourism; **nhân viên du lịch** *n* travel agent; **sự du lịch** *n* travelling; **séc du lịch** *n* traveller's cheque; **văn phòng du lịch** *n* tourist office; **việc đi du lịch bằng ba lô** *n* backpacking; **Tôi đang đi du lịch một mình** I'm travelling alone; **Tôi đến đây du lịch** I'm here as a tourist; **Tôi không có bảo hiểm du lịch** I don't have travel insurance; **Văn phòng du lịch ở đâu?** Where is the tourist office?
dù lượn [zu lɯɤn] **môn dù lượn** *n* hang-gliding; **Có thể chơi dù lượn ở đâu?** Where can you go paragliding?
dùng [zuŋ] *v* use, resort to; **bộ đồ không cần dùng tay** *n* hands-free kit; **dùng hết** *v* use up; **dùng một lần** *adj* disposable; **không cần dùng tay** *adj* hands-free; **người tiêu dùng** *n* consumer; **Đó là đồ dùng cho cá nhân tôi** It is for my own personal use
dụng cụ [zuŋ ku] *n* instrument
dung môi [zuŋ moi] *n* solvent
dung thứ [zuŋ tɯ] *v* tolerate; **không dung thứ** *adj* intolerant
duỗi [zuoi] **cái duỗi tóc** *n* straighteners
duyên [zuien] **duyên dáng** *adj* graceful
duyên dáng [zuien zaŋ] *adj* elegant; **một cách duyên dáng** *adv* prettily
duyệt binh [zuiet biŋ] *n* parade; **cuộc duyệt binh** *n* parade
duy nhất [zui ɲət] *adj* only, unique
duy trì [zui tʃi] *v* maintain; **sự duy trì** *n* maintenance
dư [zɯ] *n* extra; **lượng dư** *n* surplus; **tình trạng dư thừa** *n* redundancy
dữ [zɯ] *adj* wicked, awful; **cơ sở dữ liệu** *n* database; **dữ tợn** *adj* fierce; **sự giận dữ** *n* anger
dự [zɯ] *v* participate in, attend; **người dự thi** *n* contestant; **sự tham dự** *n* attendance; **tham dự** *v* attend; **Chúng tôi đến đây dự đám cưới** We are here for a wedding
dưa [zɯa] **quả dưa** *n* melon
dứa [zɯa:] **quả dứa** *n* pineapple
dựa [zɯa:] *v* lean; **dựa vào** *v* lean on, rely on

dưa chuột [ʐɯɑ tʃuot] **quả dưa chuột** *n* cucumber

dưa hấu [ʐɯɑ həu] *n* watermelon

dự án [ʐɯ ɑn] *n* project

dựa trên [ʐɯɑː tʃen] *adj* based

dựa vào [ʐɯɑː vɑɔ] *prep* against

dự báo [ʐɯ bɑɔ] *n* forecast; **dự báo thời tiết** *n* weather forecast; **Dự báo thời tiết thế nào?** What's the weather forecast?

dư luận [ʐɯ luən] **cuộc thăm dò dư luận** *n* opinion poll

dự luật [ʐɯ luət] *n* bill *(legislation)*

dừng [ʐɯŋ] *v* stop; **dừng lại** *v* pull up; **làn dừng xe khẩn cấp** *n* hard shoulder; **sự dừng lại** *n* halt; **Chúng ta có dừng tại... không?** Do we stop at...?; **Chúng ta dừng ăn trưa ở đâu?** Where do we stop for lunch?; **Khi nào chúng ta dừng xe lần tới?** When do we stop next?; **Tàu có dừng ở... không?** Does the train stop at...?; **Xin dừng ở đây** Stop here, please; **Xin làm ơn dừng xe** Please stop the bus

dựng [ʐɯŋ] *v* build; **mang tính xây dựng** *adj* constructive; **xây dựng** *v* build, construct, construction

dừng lại [ʐɯŋ lɑi] *v* stop; **sự dừng lại** *n* stop

dược [ʐɯɤk] *n* medicine; **cửa hàng dược phẩm** *n* chemist's; **dược sỹ** *n* pharmacist; **đạn dược** *n* ammunition; **việc bào chế dược phẩm** *n* pharmacy

dưới [ʐɯɤi] *prep* below, under; **dưới mặt đất** *adv* underground; **dưới thấp** *adv* low; **gạch dưới** *v* underline; **ở dưới** *adv* below, beneath, underneath; **ở dưới nước** *adv* underwater; **ở dưới nhà** *adv* downstairs

dương [ʐɯɤŋ] **hoa hướng dương** *n* sunflower

dường [ʐɯɤŋ] **Có phí tính theo quãng đường không?** Is there a mileage charge?

Dương [ʐɯɤŋ] **Ấn Độ Dương** *n* Indian Ocean; **Đại Tây Dương** *n* Atlantic

dưỡng ẩm [ʐɯɤŋ əm] **sản phẩm dưỡng ẩm** *n* moisturizer

dưỡng lão [ʐɯɤŋ lɑɔ] **nhà dưỡng lão** *n* nursing home

dường như [ʐɯɤŋ ɲɯ] *v* seem

dương tính [ʐɯɤŋ tiɲ] *adj* positive; **HIV-dương tính** *adj* HIV-positive

dương xỉ [ʐɯɤŋ si] *n* fern

dự phòng [ʐɯ fɑuŋ] *adj* spare; **bánh xe dự phòng** *n* spare wheel; **lốp dự phòng** *n* spare tyre; **vé dự phòng** *n* stand-by ticket

dự thảo [ʐɯ tɑɔ] *n* draft

dứt khoát [ʐɯt χɔɑt] *adv* definitely; **không dứt khoát** *adj* indecisive

dự trữ [ʐɯ tʃɯ] *v* reserve; **vật dự trữ** *n* reserve *(retention)*

đ

đá [da] *n* (hòn) stone, (tảng) rock, (tủ lạnh) ice ▷ *v* (bằng chân) kick; **cú đá** *n* kick; **đá cẩm thạch** *n* marble; **đá granit** *n* granite; **đá phiến** *n* slate; **đá quý** *n* jewel; **đá tự do** *n* free kick; **đá vôi** *n* limestone; **mỏ đá** *n* quarry; **mưa đá** *v* hail; **tủ đá** *n* freezer, icebox; **viên đá** *n* ice cube; **Làm ơn cho đá** With ice, please

đã [da] **đã qua** *adj* past

đa dạng [da: zaŋ] *adj* varied; **sự đa dạng** *n* variety

đà điểu [da dieu] *n* ostrich

đai [da:i] *n* belt, strap; **cái đai** *n* strap; **cái đai cương** *n* reins; **đai cứu đắm** *n* lifebelt

đài [dai] *n* tower, monument, radio station; **đài kỷ niệm** *n* memorial; **đài phát thanh** *n* radio station; **đài thiên văn** *n* observatory; **Tôi có thể bật đài được không?** Can I switch the radio on?; **Tôi có thể tắt đài được không?** Can I switch the radio off?

đại [dai] **nước đại** *n* gallop; **phi nước đại** *v* gallop

đại bàng [dai baŋ] *n* eagle

đại biểu [dai bieu] *n* delegate

đại diện [dai zien] *n* representative; **đại diện cho** *v* represent

đại dương [dai zuɤŋ] *n* ocean

đại hoàng [dai hoaŋ] *n* rhubarb; **cây đại hoàng** *n* rhubarb

đài hỏa táng [dai hoa: taŋ] *n* crematorium

đại học [dai hɔk] *n* university; **giáo dục đại học** *n* higher education; **sinh viên đại học** *n* undergraduate; **sinh viên sau đại học** *n* postgraduate; **trường đại học** *n* uni

Đại Hội [dai hoi] *n* congress; **Đại Hội đồng Hàng năm** *n* AGM

Đài Loan [dai loa:n] *n* Taiwan; **người Đài Loan** *n* Taiwanese; **thuộc Đài Loan** *adj* Taiwanese

đại lộ [dai lo] *n* avenue

đại lý [dai li] *n* agent; **đại lý bán hàng** *n* sales rep; **đại lý du lịch** *n* travel agency, travel agent's

đại ốc [da:i ok] *n* nut (device)

đại sảnh [dai saŋ] *n* hall

đại sứ [dai sɯ] *n* ambassador; **đại sứ quán** *n* embassy

đại tá [dai ta] *n* colonel

Đại Tây Dương [dai tɤi zuɤŋ] *n* Atlantic

đại thể [dai te] *adv* roughly

đại từ [dai tɯ] *n* pronoun

đa khoa [da: χoa:] **bác sĩ đa khoa** *n* GP

đam [da:m] **cờ đam** *n* draughts

đám [dam] *n* crowd; **đám đông** *n* crowd

đám cưới [dam kɯɤi] *n* wedding;
Chúng tôi đến đây dự đám cưới
We are here for a wedding

đam mê [da:m me] **sự đam mê** *n*
mania, passion

đám tang [dam ta:ŋ] *n* funeral

đan [da:n] *v* knit; **đan bằng kim
móc** (len, sĐi) *v* crochet; **kim đan** *n*
knitting needle; **việc đan len** *n*
knitting

đàn [dan] *n (bầy)* flock, herd, musical
instrument, stringed instrument;
đàn công tơ bát *n* double bass;
đàn ghi-ta *n* guitar; **đàn hạc** *n*
harp; **đàn oóc** *n* organ *(music)*; **đàn
pianô** *n* piano; **đàn vi-ô-la** *n* viola;
đàn vi-ô-lông *n* violin; **đàn
viôlôngxen** *n* cello; **người chơi
đàn vi-ô-lông** *n* violinist

đạn [dan] *v* suppress; **đạn dược** *n*
ammunition; **vỏ đạn** *n* cartridge;
viên đạn *n* bullet

đàn áp [dan ap] *v* suppress; **đàn áp
thẳng tay** *n* crack down on

đàn ắccoócđêông [dan
akkɔɔkdeoŋ] *n* accordion

đàn bà [dan ba] *n* woman

đàn banjô [dan ba:njo] *n* banjo

đang [da:ŋ] **đang hoạt động** *adv*
on; **Chúng tôi đang tìm...** We're
looking for...

đáng [daŋ] *v* deserve, merit; **đáng
chú ý** *adv* remarkable, remarkably;
đáng kính *adj* respectable; **đáng
ngại** *adj* alarming; **đáng tin** *adj*
reputable; **đáng tin cậy** *adj*
credible, reliable; **đáng yêu** *adj*
lovely; **không đáng tin cậy** *adj*
unreliable; **Có đáng sửa không?** Is
it worth repairing?

đảng [daŋ] *n* party *(group)*

đa nghi [da: ɲi] *adj* sceptical

đãng trí [daŋ tʃi] *adj* absent-minded

đánh [daŋ] *v* hit; **cú đánh** *n* hit,
knock; **đánh đập** *v* beat *(strike)*;
đánh bạc *v* gamble; **đánh bại** *v*
defeat; **đánh bóng** *v* polish; **đánh
dấu** *v* mark *(make sign)*, tick, tick off;
đánh giá *v* gauge, rate; **đánh giá
sai** *v* misjudge; **đánh giá thấp** *v*
underestimate; **đánh mạnh** *v*
swat; **đánh máy** *v* type; **đánh ngã**
v knock down; **đánh véc-ni** *v*
varnish; **người đánh trống** *n*
drummer; **nghề đánh cá** *n* fishing;
nhân viên đánh máy *n* typist; **trò
đánh cờ** *n* board game

đánh bại [daŋ bai] *v* beat *(outdo)*,
overcome

đánh cược [daŋ kɯɤk] *v* bet; **sự
đánh cược** *n* bet

đánh giá cao [daŋ za ka:ɔ] *v*
appreciate

đánh vần [daŋ vən] *v* spell; **cách
đánh vần** *n* spelling; **Từ đó đánh
vần như thế nào?** How do you
spell it?

Đan Mạch [da:n matʃ] **người Đan
Mạch** *n* Dane; **nước Đan Mạch** *n*
Denmark; **thuộc Đan Mạch** *adj*
Danish; **tiếng Đan Mạch** *n* Danish
(language)

đàn ông [dan oŋ] *adj* masculine ▷ *n*
man; **bữa tiệc dành riêng cho
đàn ông trước khi cưới** *n* stag
night; **người đàn ông độc thân** *n*
bachelor

đào [da:ɔ] *v (bới)* dig; **máy đào** *n*
digger; **quả đào** *n* peach

đảo [da:ɔ] *n (trên biển)* island; **đảo**

hoang n desert island; **đảo ngược** v reverse; **đảo Síp** n Cyprus; **quần đảo Canary** n Canaries

đạo [ɗaɔ] n doctrine, religion, Taoism; **đạo Hồi** n Islam; **đạo Phật** n Buddhism; **đạo Thiên chúa** n Christianity; **hướng đạo sinh** n scout; **người tử vì đạo** n martyr; **người theo đạo Hindu** n Hindu; **người theo đạo Thiên chúa** n Christian; **nhân đạo** adj humanitarian; **tín đồ đạo Phật** n Buddhist; **theo đạo Phật** adj Buddhist; **theo đạo Thiên chúa** adj Christian; **thuộc đạo Hồi** adj Islamic; **thuộc đạo Hindu** adj Hindu; **Tín đồ Đạo Tin lành** n Protestant; **Thuộc Đạo Tin lành** adj Protestant

đạo đức [ɗaɔ ɗɯk] n virtue, morality; **bài học đạo đức** n moral; **có đạo đức** adj ethical; **quy tắc đạo đức** n morals; **thuộc đạo đức** adj moral; **trái đạo đức** adj immoral

Đạo Hindu [ɗaɔ hinzu] n Hinduism

Đạo Trưởng lão [ɗaɔ tʃɯɤŋ laɔ] **Tín đồ Đạo Trưởng lão Tin lành** n Presbyterian; **Thuộc Đạo Trưởng lão Tin lành** adj Presbyterian

đạp [ɗap] v kick, step on, cycle; **bàn đạp** n pedal; **đạp tan ra từng mảnh** v smash; **đạp xe** v cycle; **xe đạp** n bike, cycle (bike); **xe đạp địa hình** n mountain bike; **Đường dành cho xe đạp đến... ở đâu?** Where is the cycle path to...?; **Cửa hàng sửa xe đạp gần nhất ở đâu?** Where is the nearest bike repair shop?; **Chúng mình đi xe đạp đi** Let's go cycling; **Chúng tôi muốn**

đi xe đạp We would like to go cycling; **Tôi để xe đạp ở đây có được không?** Can I keep my bike here?; **Tôi có thể thuê xe đạp ở đâu?** Where can I hire a bike?; **Tôi muốn thuê một chiếc xe đạp** I want to hire a bike

Đa phương tiện [ɗa: fɯɤŋ tien] **Dịch vụ Đa phương tiện** n MMS

đáp lại [ɗap lai] v reply

đạt [ɗat] v gain; **có tư tưởng khoáng đạt** adj broad-minded; **đạt được** v gain; **truyền đạt** v communicate

đa tài [ɗa: tai] adj versatile

đạt được [ɗat ɗɯɤk] v achieve

đau [ɗa:u] adj sore ▷ v ache; **cơn đau tim** n heart attack; **chứng đau bụng** n stomachache; **chứng đau nửa đầu** n migraine; **chứng đau răng** n toothache; **đau đớn** adj hurt, painful; **đau tai** n earache; **đau thắt ngực** n angina; **làm đau** v hurt; **làm đau đầu** adj nerve-racking; **sự đau đớn** n pain; **sự đau buồn** n grief; **sự đau lưng** n back pain, backache; **sự đau nhức** n ache; **thuốc giảm đau** n painkiller; **Chỗ ấy đau** It's sore; **Chân tôi đau** My feet are sore; **Lưng tôi đau** My back is sore; **Mắt tôi bị đau** My eyes are sore; **Tôi bị đau lợi** My gums are sore

đau đớn [ɗa:u ɗɤn] adj traumatic; **sự đau đớn ghê gớm** n torture

đau khổ [ɗa:u xo] adj upset

đáy [ɗai] n bottom

đay nghiến [ɗa:i ŋien] v nag

đặc [ɗak] **đậm đặc** adj dense; **đặc điểm** n character

đặc ân [dak ən] *n* privilege

đặc biệt [dak biet] *adj* special ▷ *adv* specially; **đặc biệt là** *adv* especially, particularly; **khuyến mại đặc biệt** *n* special offer

đặc sản [dak san] *n* house special; **Có đặc sản địa phương không?** Is there a local speciality?; **Đặc sản của bếp trưởng là món gì?** What is the chef's speciality?; **Đặc sản của nhà hàng là món gì?** What is the house speciality?

đặc trưng [dak tʃɯŋ] *n* characteristic

đắm [dam] *v* sink; **bị đắm tàu** *adj* shipwrecked; **vụ đắm tàu** *n* shipwreck

đắng [daŋ] *adj* bitter

đằng [daŋ] **đằng trước** *adj* front; **ở đằng sau** *adj* behind, rear; **Nó ở đằng kia** It's over there

đăng ký [daŋ ki] *v* register; **đăng ký khi đến khách sạn hoặc sân bay** *v* check in; **đăng ký tại phòng trợ cấp thất nghiệp** *v* sign on; **đã đăng ký** *adj* registered; **quầy đăng ký khi đến khách sạn hoặc sân bay** *n* check-in; **sự đăng ký** *n* registration; **Tôi đăng ký ở đâu?** Where do I register?

đắt [dat] *adj* expensive; **đắt đỏ** *adj* dear, expensive; **không đắt** *adj* inexpensive; **tính giá quá đắt** *v* overcharge, rip off; **việc bán quá đắt** *n* rip-off; **Đắt nhỉ** It's quite expensive; **Quá đắt đối với tôi** It's too expensive for me

đặt [dat] *v* set; **đặt chỗ trước** *n* advance booking; **đặt tại** *adj* situated; **đơn đặt hàng** *n* order

form

đặt chỗ [dat tʃo] *v* book; **sự đặt chỗ** *n* booking

đặt cọc [dat kɔk] *v* make a deposit, pay in advance; **Làm ơn cho tôi lấy lại tiền đặt cọc được không?** Can I have my deposit back, please?; **Phải đặt cọc bao nhiêu?** How much is the deposit?

đâm [dəm] *v (bằng dao)* stab; **đâm mạnh** *v* crash; **đâm vào** *v* ram; **sự đâm thủng** *n* piercing

đấm [dəm] *v* punch; **cú đấm** *n* punch *(blow)*; **nắm đấm** *n* fist; **nắm đấm cửa** *n* knob

đầm [dəm] *n (nước)* lagoon

đẫm [dəm] **ướt đẫm** *adj* soaked

đậm [dəm] **đậm đặc** *adj* dense

đậm đà [dəm da] *adj* savoury

đầm lầy [dəm ləi] *n* marsh

đẫm máu [dəm mau] *adj* bloody

đập [dəp] *v (cửa)* knock, *(cánh)* flap, *(mạnh)* strike, *(thùm thụp)* thump; **cú đập mạnh** *n* bash; **đập mạnh** *v* bash, throb

đất [dət] *n* land, soil; **đất liền** *n* mainland; **đất sét** *n* clay; **động đất** *n* earthquake; **mảnh đất** *n* plot *(piece of land)*; **mặt đất** *n* ground; **sự lở đất** *n* landslide; **trái đất** *n* earth

đâu [dəu] *adv* where, somewhere; **ở bất cứ đâu** *adv* anywhere; **Anh người ở đâu?** Where are you from?

đấu [dəu] *v* fight; **đấu bếp** *n* chef; **môn đấu vật** *n* wrestling

đầu [dəu] *n (của vật)* tip *(end of object)*, beginning, front end; **ban đầu** *adj* initial; **cái đầu** *n* head *(body part)*; **chứng đau nửa đầu** *n* migraine; **chứng nhức đầu** *n* headache; **dẫn đầu** v head; **dầu gội đầu** n shampoo; **đầu đĩa DVD** n DVD player; **đầu bếp** n cook; **đầu hàng** v give in; **đầu ngón chân** n tiptoe; **đầu trọc** n skinhead; **gật đầu** v nod; **gàu bám da đầu** n dandruff; **lúc đầu** adv initially, originally; **làm đau đầu** adj nerve-racking; **người đứng đầu** n chief, head (principal)

đậu [dəu] n bean, pea; **cây đậu tây** n runner bean; **đậu ăn cả vỏ** n mangetout; **đậu Hà Lan** n peas; **đậu tằm** n broad bean

đậu gà [dəu ɣa] **hạt đậu gà** n chickpea

đầu gối [dəu ɣoi] n knee

đầu hàng [dəu haŋ] v surrender

đậu lăng [dəu laŋ] **cây đậu lăng** n lentils

đấu loại [dəu lɔai] **vòng đấu loại** n tournament

đầu mối [dəu moi] n clue

đậu phộng [dəu foŋ] **bơ làm từ đậu phộng** n peanut butter; **cây đậu phộng** n peanut; **dị ứng đậu phộng** n peanut allergy

đấu thầu [dəu təu] **sự đấu thầu** n bid

đấu thủ [dəu tu] n runner

đầu tiên [dəu tien] adj first, original ▷ n first

đấu tranh [dəu tʃaːɲ] n battle, struggle; **cuộc đấu tranh** n struggle

đầu tư [dəu tɯ] v invest; **nhà đầu tư** n investor; **sự đầu tư** n investment

đây [dəi] adv here, this, now; **gần đây** adj recent; **mới đây** adv lately,

recently; **ngay đây** adv presently; **sau đây** adj following; **trước đây** adv formerly; **Đây là...** This is... (calling); **Đây là cái gì?** What is it?; **Đây là chồng tôi** This is my husband; **Đây là vợ tôi** This is my wife; **Tôi đến đây làm việc** I'm here for work; **Tôi ngồi đây được không?** Can I sit here?

đẩy [dəi] adj full; **đầy đủ** adv complete; **đổ đầy** v fill up; **làm đầy** v fill; **làm cho đầy lại** v refill

đẩy [dəi] v push; **đẩy xà** n push-up; **xe đẩy** n trolley; **xe đẩy hai bánh của trẻ con** n scooter

đẩy bình [dəi bin] **Làm ơn đổ đẩy bình** Fill it up, please

đẩy đủ [dəi du] adv fully; **không đẩy đủ** adj inadequate, incomplete

đẩy mạnh [dəi maŋ] v boost

đè [dɛ] **cái đè lưỡi** n spatula

đẻ [dɛ] v deliver (baby); **nghỉ đẻ** n maternity leave; **sự sinh đẻ** n birth

đe dọa [dɛ zɔaː] v intimidate

đen [dɛn] adj (màu) black; **theo nghĩa đen** adv literally; **phôtô đen trắng** in black and white

đèn [dɛn] n lamp, light; **bóng đèn** n bulb (electricity), light bulb; **cột đèn** n lamppost; **chụp đèn** n lampshade; **đèn đường** n streetlamp; **đèn báo nguy hiểm** n hazard warning lights; **đèn chiếu** n floodlight; **đèn flash** n flash, flashlight; **đèn giao thông** n traffic lights; **đèn mồi** n pilot light; **đèn ngủ** n bedside lamp; **đèn pha** n headlamp, headlight, spotlight; **đèn phanh** n brake light; **đèn pin** n torch; **đèn sương mù** n fog light;

đèn xi nhan n sidelight; **Đèn không hoạt động** The lamp is not working

đeo [dɛɔ] v wear, put on; **băng đeo vào cổ** n sling; **dây đeo quần** n braces; **Tôi đeo kính áp tròng** I wear contact lenses

đèo [dɛɔ] n (dốc) pass (in mountains)

đẹp [dɛp] adj beautiful, good-looking; **đẹp trai** adj handsome; **một cách tốt đẹp** adv beautifully; **tuyệt đẹp** adj gorgeous; **vẻ đẹp** n beauty

để [de] v (ở đâu) place, (đặt) put ▷ conj so that, in order to; **để cho** v let; **Cái này để được bao lâu?**: How long will it keep?; **Làm ơn để ở đằng kia** Put it down over there, please; **Tôi muốn để xe ở...** I'd like to leave it in...

đề cập [de kəp] v mention

đế chế [de tʃe] n empire

đề cử [de kɯ] v nominate; **sự đề cử** n nomination

đề cương [de kɯʌŋ] n outline

để lại [de lɑi] v put back

đêm [dem] n night; **ca đêm** n nightshift; **các hoạt động giải trí về đêm** n nightlife; **Đêm Nô-en** n Christmas Eve; **hộp đêm** n nightclub; **nửa đêm** n midnight; **qua đêm với nhau** v sleep together; **vào đêm nay** adv tonight; **đêm mai** tomorrow night; **đêm qua** last night; **Bao nhiêu tiền một đêm?** How much is it per night?; **Giá bao nhiêu tiền một đêm?** How much is it per night?; **Tôi muốn ở hai đêm** I'd like to stay for two nights; **Tôi muốn ở thêm một**

đêm nữa I want to stay an extra night; **vào ban đêm** at night

đếm [dem] v count

đệm [dem] n (nằm) mattress; **cái đệm** n cushion; **ga trải đệm góc có chun** n fitted sheet; **miếng đệm** n gasket; **miếng đệm lót** n pad

đến [den] v (nơi) arrive, come; **đến hạn** adj due; **đến từ** v come from; **hộp thư đến** n inbox; **nơi đến** n destination; **người mới đến** n newcomer; **sự đến** n arrival; **Chúng tôi đến sớm/ muộn** We arrived early/late; **Hành lý của chúng tôi vẫn chưa đến** Our luggage has not arrived; **Khi nào thì đến...?** When does it arrive in...?; **Mấy giờ xe buýt đến?** What time does the bus arrive?; **Tôi vừa mới đến** I've just arrived; **Va ly của tôi lúc đến nơi đã bị hỏng** My suitcase has arrived damaged; **Xin lỗi chúng tôi đến muộn** Sorry we're late

đền [den] n (thờ) temple, Taoist temple, palace ▷ v compensate for, return; **đền bù** v compensate; **sự đền bù** n compensation; **Đền có mở cửa cho mọi người vào không?** Is the temple open to the public?; **Đền mở cửa khi nào?** When is the temple open?

đến gần [den ɣən] v approach

đề nghị [de ŋi] n request ▷ v offer, request; **lời đề nghị** n offer; **mẫu đề nghị** n claim form

đến mức [den mɯk] adv so

đền thờ [den tɤ] n shrine; **đền thờ Hồi giáo** n mosque

đệ trình [de tʃiŋ] v present

đều đặn [deu dan] *adv* regularly
đề xuất [de suət] *n* proposal ▷ *v*
propose, put forward
để ý [de i] *v* notice; **hay để ý** *adj*
observant
đi [di] *v* go, depart, walk away;
chuyến đi chơi bằng xe *n* drive;
cuộc đi *n* ride; **cuộc đi chơi** *n*
outing; **dời đi** *v* leave, remove; **đi
chơi** *v* go out; **đi lại đều đặn** *v*
commute; **đi qua** *v* cross, pass; **đi
ra** *v* come out, get out; **đi thăm** *v*
visit; **đi theo** *v* follow, go after; **đi
thuyền** *v* sail; **đi vào** *v* come in,
enter; **lối đi** *n* passage (*route*); **lối đi
ở giữa** *n* aisle; **người thường
xuyên phải đi xa từ nhà đến nơi
làm việc** *n* commuter; **quyền được
đi trước** *n* right of way; **ra đi** *v* go
away; **sắp rời đi** *adj* outgoing; **sự
đi bộ đường dài** *n* hiking; **sự đi
nhờ xe** *n* lift (*free ride*); **sự đi thuyền**
n sailing; **sự đi xe đạp** *n* cycling; **sự
ra đi** *n* departure; **Chị ấy có phải đi
bệnh viện không?** Will she have to
go to hospital?; **Chúng tôi đang đi
đến...** We're going to...; **Chúng tôi
có thể đi... không?** Can we go
to...?; **Chúng tôi có thể đi nhảy ở
đâu?** Where can we go dancing?;
**Cho phép tôi mời anh đi ăn tối
nhé?** Would you like to go out for
dinner?; **Đến giờ đi chưa?** Is it time
to go?; **Đi đi!** Go away!; **Đi thẳng**
Go straight on; **Tôi đi đến...:** I'm
going to...; **Tôi đi làm** I work; **Tôi
không đi** I'm not coming; **Tôi
muốn đi bộ lên đồi** I'd like to go
hill-walking; **Tôi muốn đi hạng
nhất** I would like to travel first

class; **Tôi muốn đi lướt ván buồm**
I'd like to go wind-surfing; **Tôi phải
đi tuyến nào để đến...?** Which line
should I take for...?
đị [di] **cuộc đi bộ đường dài** *n* hike
đĩa [diɑ:] *n (đựng thức ăn)* dish,
plate, saucer, disc; **đĩa bay** *n* UFO;
đĩa máy tính *n* disk; **đĩa nhỏ** *n*
saucer; **ổ đĩa** *n* disk drive; **rửa bát
đĩa** *v* wash up; **vật hình đĩa** *n* disc
địa [diɑ:] **địa chủ** *n* landowner
đĩa CD [diɑ: kz] *n* compact disc, CD;
máy chạy đĩa CD *n* CD player;
thiết bị ghi đĩa CD *n* CD burner
địa chất [diɑ: tʃət] *n* geology
địa chỉ [diɑ: tʃi] *n* address (*location*);
địa chỉ email *n* email address; **địa
chỉ nhà** *n* home address; **địa chỉ
web** *n* web address; **sổ địa chỉ** *n*
address book; **Anh vui lòng ghi lại
địa chỉ được không?** Will you write
down the address, please?; **Địa chỉ
trang web là...** The website
address is...; **Làm ơn gửi thư từ
của tôi đến địa chỉ này** Please
send my mail on to this address
đĩa DVD [diɑ: zvz] *n* DVD; **đầu đĩa
DVD** *n* DVD player; **đầu ghi đĩa
DVD** *n* DVD burner
đĩa đệm [diɑ: dem] **sự trật đĩa
đệm** *n* slipped disc
địa điểm [diɑ: diem] *n* location,
site, venue
địa lý [diɑ: li] *n* geography
đĩa mềm [diɑ: mem] *n* diskette,
floppy disk
địa ngục [diɑ: ŋuk] *n* hell
địa phương [diɑ: fɯɤŋ] *n* locality,
local; **nhà ở do chính quyền địa
phương cấp** *n* council house;

thuộc địa phương *adj* local; **tiếng địa phương** *n* dialect; **Đặc sản địa phương là gì?** What's the local speciality?; **Tôi muốn gọi món gì của địa phương** I'd like to order something local; **Tôi muốn thử thử gì đó của địa phương** I'd like to try something local, please

Địa Trung Hải [dia: tʃuŋ hai] **người vùng Địa Trung Hải** *n* Mediterranean (*person*); **thuộc vùng Địa Trung Hải** *adj* Mediterranean

đi bộ [di bo] *v* walk; **chỉ dành cho người đi bộ** *adj* pedestrianized; **chuyến đi bộ dài** *n* tramp (*long walk*); **cuộc đi bộ** *n* walk; **đi bộ vất vả** *v* trek; **đường dành cho người đi bộ** *n* walkway; **khu vực dành cho người đi bộ** *n* pedestrian precinct; **lối qua đường cho người đi bộ** *n* zebra crossing; **lối qua đường dành cho người đi bộ** *n* pedestrian crossing; **người đi bộ** *n* pedestrian; **Tôi có đi bộ đến đó được không?** Can I walk there?

dịch [dɪtʃ] *n* flute ▷ *v* compete, oppose; **chức vô địch** *n* championship; **gây thù địch** *v* antagonize; **nhà vô địch** *n* champion; **thù địch** *adj* hostile

đích thân [dɪtʃ tən] *adv* personally

đích thực [dɪtʃ tɯk] *adv* truly

đi cùng [di kuŋ] *v* accompany

đi dạo [di zaɔ] **cuộc đi dạo** *n* stroll, walking; **người đi dạo** *n* rambler

điếc [diek] *adj* deaf; **làm điếc tai** *adj* deafening

điểm [diem] *n* point, dot, score, grade, mark (*in school*); **cho điểm** *v*

mark (*grade*); **đặc điểm** *n* character; **điểm ảnh** *n* pixel; **điểm cuối** *n* end; **điểm danh** *n* roll call; **điểm giờ** *v* strike; **điểm xấu** *n* vice; **điểm yếu** *n* weakness; **ghi điểm** *v* score; **giờ cao điểm** *n* peak hours, rush hour; **khuyết điểm** *n* defect; **người chỉ điểm** *n* grass (*informer*); **ngoài giờ cao điểm** *adv* off-peak

điểm bóng rơi [diem bauŋ zɤi] *n* pitch (*sport*)

điên [dien] *adj* crazy, mad; **điên cuồng** *adv* madly; **điên tiết** *adj* furious; **nói như điên như dại** *v* rave; **người điên** *n* lunatic, madman, maniac, nutter; **nhà thương điên** *n* psychiatric hospital; **sự điên rồ** *n* madness

điền [dien] **điền vào** *v* fill in

điện [dien] *adj* electric, electrical ▷ *n* electricity; **cột điện** *n* pylon; **chăn điện** *n* electric blanket; **điện giật** *n* electric shock; **gọi điện lại** *v* phone back, ring back; **mất điện** *n* power cut; **nạp điện** *v* charge (*electricity*); **ổ cắm điện** *n* socket; **sự nạp điện** *n* charge (*electricity*); **tàu điện** *n* tram; **tàu điện ngầm** *n* underground; **thợ điện** *n* electrician; **Anh có dây nối điện không?** Do you have any jump leads?; **Đồng hồ đo điện ở đâu?** Where is the electricity meter?; **Chúng tôi có phải trả thêm tiền điện không?** Do we have to pay extra for electricity?; **Hệ thống điện bị hỏng cái gì đó** There is something wrong with the electrics; **Không có điện** There is no electricity

điện ảnh [dien aŋ] *n* cinema; **ngôi**

sao điện ảnh *n* film star

điện áp [dien ap] *n* voltage

điện đài [dien dai] **máy điện đài xách tay** *n* walkie-talkie

điếng [dieŋ] **chết điếng người** *adj* petrified

điển hình [dien hiŋ] *adj* representative, typical

điền kinh [dien kiŋ] *n* athletics

điện thoại [dien tɔai] *n* phone, telephone; **buồng điện thoại** *n* call box; **cuộc điện thoại** *n* phonecall; **danh bạ điện thoại** *n* phonebook, telephone directory; **điện thoại ở cửa vào** *n* entry phone; **điện thoại có máy trả lời tự động** *n* answerphone; **điện thoại chụp ảnh** *n* camera phone; **điện thoại di động** *n* mobile phone; **điện thoại thẻ** *n* cardphone; **điện thoại thông minh** *n* smart phone; **điện thoại viđiô** *n* videophone; **đường dây điện thoại trợ giúp** *n* helpline; **gọi điện thoại** *v* phone; **hộp điện thoại** *n* phonebox; **hóa đơn điện thoại** *n* phone bill; **máy điện thoại trả tiền** *n* payphone; **máy trả lời điện thoại tự động** *n* answering machine; **nhạc chuông điện thoại** *n* ringtone; **số điện thoại** *n* phone number; **số điện thoại di động** *n* mobile number; **tổng đài điện thoại** *n* switchboard; **thẻ điện thoại** *n* phonecard; **thẻ nạp tiền điện thoại** *n* top-up card; **tiếng quay số điện thoại** *n* dialling tone; **việc bán hàng qua điện thoại** *n* telesales; **Anh có bán thẻ điện thoại không?** Do you sell phone cards?; **Cho tôi xin số điện thoại**

của anh được không? Can I have your phone number?; **Làm ơn bán cho một thẻ điện thoại quốc tế** An international phone card, please; **Làm ơn cho tôi dùng điện thoại của anh được không?** Can I use your phone, please?; **Số điện thoại là gì?** What's the telephone number?; **Tôi đang gặp trục trặc với điện thoại** I'm having trouble with the phone; **Tôi cần gọi một cuộc điện thoại khẩn** I need to make an urgent telephone call; **Tôi có thể dùng điện thoại của anh được không?** May I use your phone?; **Tôi có thể gọi điện thoại ở đâu?** Where can I make a phone call?; **Tôi có thể gọi điện thoại quốc tế ở đâu?** Where can I make an international phone call?; **Tôi có thể gọi điện thoại quốc tế từ đây được không?** Can I phone internationally from here?; **Tôi có thể gọi điện thoại từ đây được không?** Can I phone from here?; **Tôi có thể xạc điện thoại di động ở đâu?** Where can I charge my mobile phone?; **Tôi muốn gọi điện thoại** I want to make a phone call; **Tôi muốn một ít tiền xu để gọi điện thoại** I'd like some coins for the phone, please; **Tôi muốn mua một thẻ điện thoại hai mươi lăm euro** I'd like a twenty-five euro phone card; **Tôi phải gọi điện thoại** I must make a phone call

điên tiết [dien tiet] **làm điên tiết** *adj* infuriating

điện tín [dien tin] **bức điện tín** *n* telegram

điện tử [dien tɯ] *adj* electronic; **Đầu chơi điện tử PlayStation®** *n* PlayStation®; **đầu chơi điện tử** *n* games console; **điện tử học** *n* electronics; **nhật ký điện tử** *n* blog; **phòng máy chơi điện tử** *n* amusement arcade; **sách điện tử** *n* e-book; **thương mại điện tử** *n* e-commerce; **vé điện tử** *n* e-ticket

điều [dieu] *n* matter, thing; **có điều kiện** *adj* conditional; **cây điều** *n* cashew; **điều kiện** *n* condition

điều chỉnh [dieu tʃiɲ] *v* adjust; **điều chỉnh được** *adj* adjustable; **sự điều chỉnh** *n* adjustment

điều đó [dieu dɔ] *pron* that

điều độ [dieu do] *n* moderation; **sự điều độ** *n* moderation

điều hành [dieu haɲ] *v* run; **giám đốc điều hành** *n* managing director; **người điều hành** *n* executive; **Tổng Giám đốc Điều hành** *n* CEO

điều hoà [dieu hɔa] *v* adjust, regulate; **có điều hoà nhiệt độ** *adj* air-conditioned; **hệ thống điều hoà nhiệt độ** *n* air conditioning; **Điều hoà không hoạt động** The air conditioning doesn't work; **Phòng có điều hoà không?** Does the room have air conditioning?

điêu khắc [dieu xak] **nghệ thuật điêu khắc** *n* sculpture; **nhà điêu khắc** *n* sculptor

điều khiển [dieu xien] *v* handle, control, command; **cần điều khiển** *n* joystick; **được điều khiển bằng rađiô** *adj* radio-controlled; **điều khiển từ xa** *n* remote control; **người điều khiển** *n* operator

điều khoản [dieu xɔan] *n* clause

điều kiện [dieu kien] *n* condition; **vô điều kiện** *adj* unconditional

điều tra [dieu tʃaː] *v* investigate; **cuộc điều tra** *n* survey; **cuộc điều tra chính thức** *n* inquest; **phiếu điều tra** *n* questionnaire; **sự điều tra** *n* investigation

điều trị [dieu tʃi] *v* give/receive medical care; **phòng điều trị tăng cường** *n* intensive care unit; **sự điều trị** *n* treatment

điêzen [diezen] **dầu điêzen** *n* diesel; **Cho tôi... đồng điêzen...** worth of diesel, please

đi lại [di lai] *v* travel; **sự đi lại** *n* travel

đinh [diɲ] *n* nail, village, guy; **đinh bấm** *n* thumb tack; **đinh ghim** *n* drawing pin; **đinh hương** *n* clove; **đinh tán** *n* stud

đỉnh [diɲ] *n* peak, summit, top

định [diɲ] **định dạng** *v* format; **định lượng** *v* quantify

đình chỉ [diɲ tʃi] *v* suspend; **sự đình chỉ** *n* suspension

định kiến [diɲ kien] *n* prejudice; **bị định kiến** *adj* prejudiced

định nghĩa [diɲ ŋiaː] *n* definition ▷ *v* define

định vị [diɲ vi] **điểm định vị** *n* landmark; **hệ thống định vị bằng vệ tinh** *n* sat nav

đinh vít [diɲ vit] *n* screw

đít [dit] **mông đít** *n* bum, buttocks

đi văng [di vaŋ] *n* couch

đo [dɔ] *v* measure, survey, gauge; **dụng cụ đo** *n* meter; **đo lường** *v* measure; **máy đo** *n* gauge; **que đo mực nước** *n* dipstick; **sự đo lường**

n measurements; **Anh làm ơn đo người tôi được không?** Can you measure me, please?

đó [dɔ] *adj* that, those ▷ *art* the; **từ đó** *adv* since

đỏ [dɔ] *adj* red; **có tóc đỏ** *adj* red-haired; **chim cổ đỏ** *n* robin; **đỏ tươi** *adj* scarlet; **đồng đỏ** *n* copper; **màu đỏ** *adj* red; **người có tóc đỏ** *n* redhead; **rượu vang đỏ** *n* red wine; **thịt đỏ** *n* red meat

đoán [dɔan] *v* guess; **có thể đoán trước** *adj* predictable; **đoán trước** *v* predict; **ước đoán** *n* guess

đoàn [dɔan] *n* group, detachment; **đoàn cử tri** *n* electorate; **đoàn hành hương** *n* pilgrimage; **liên đoàn** *n* league; **Có giảm giá cho các đoàn không?** Are there any reductions for groups?

đoạn [dɔan] *n* section, part; **đoạn nhạc** *n* passage (*musical*); **đoạn trích dẫn** *n* quotation, quote; **đoạn văn** *n* paragraph

đoán trước [dɔan tʃuɤk] *v* predict; **không thể đoán trước** *adj* unpredictable

đoàn tụ [dɔan tu] *v* reunite; **sự đoàn tụ** *n* reunion

đọc [dɔk] *v* read; **bệnh khó đọc** *n* dyslexia; **dễ đọc** *adj* legible; **đọc to** *v* read out; **khó đọc** *adj* illegible; **mắc bệnh khó đọc** *adj* dyslexic; **người mắc bệnh khó đọc** *n* dyslexic; **sự đọc** *n* reading; **sự đọc chính tả** *n* dictation; **Tôi không đọc được** I can't read it

đói [dɔi] *v* be hungry ▷ *adj* hungry; **chết đói** *v* starve; **nạn đói** *n* famine; **rất đói** *adj* ravenous; **sự**

đói *n* hunger; **sự nghèo đói** *n* poverty; **Tôi đói** I'm hungry; **Tôi không đói** I'm not hungry

đòi hỏi [dɔi hɔi] *v* ask for, claim; **sự đòi hỏi** *n* claim

đỏ mặt [dɔ mat] *v* blush; **sự đỏ mặt** *n* flush

đón [dɔn] *v* pick up; **sự đón tiếp** *n* welcome; **tiếp đón** *v* welcome

đòn [dɔn] **xương đòn** *n* collarbone

đòn bẩy [dɔn bəi] *n* lever

đòn đánh [dɔn daɲ] *n* blow

đóng [daʊŋ] *v* close, shut, nail, pay; **đóng gói** *v* pack; **đóng góp** *v* contribute; **đóng hộp** *adj* tinned; **đóng kín** *adj* closed; **ngành đóng tàu** *n* shipbuilding; **người đóng thuế** *n* tax payer; **sự đóng băng** *n* frosting; **sự đóng gói** *n* packaging; **sự đóng góp** *n* contribution; **sự đóng kín** *n* closure; **Cửa ra vào không đóng được** The door won't close

đóng cửa [daʊŋ kwa:] *v* shut down; **giờ đóng cửa** *n* closing time; **ngày nghỉ khi các ngân hàng đóng cửa** *n* bank holiday; **Anh đóng cửa lúc mấy giờ?** What time do you close?; **Khi nào đóng cửa?** When does it close?; **Khi nào ngân hàng đóng cửa?** When does the bank close?; **Tôi đóng cửa sổ được không?** May I close the window?

đóng hộp [daʊŋ hop] *v* can

đóng thế [daʊŋ te] **người đóng thế** *n* stuntman

đỏ trứng [dɔ tʃuŋ] **lòng đỏ trứng** *n* egg yolk

đo ván [dɔ van] **hạ đo ván** *v* knock

out

đồ [do] *n* thing, object ▷ *v* trace; **bộ đồ sửa chữa** *n* repair kit; **chủ hiệu cầm đồ** *n* pawnbroker; **dỡ đồ** *v* unpack; **đồ đồng nát** *n* junk; **đồ chơi** *n* toy; **đồ gốm** *n* pottery; **đồ giả** *n* fake; **đồ hoá trang** *n* make-up; **đồ lặt vặt** *n* trifle; **đồ lót phụ nữ** *n* lingerie; **đồ nữ trang** *n* jewellery; **đồ sơ-cua** *n* spare part; **đồ thừa** *n* remains; **đồ uống** *n* drink; **đồ vật** *n* thing; **nơi để đồ thất lạc** *n* lost-and-found; **phòng giữ đồ thất lạc** *n* lost-property office; **Anh có đồ lưu niệm không?** Do you have souvenirs?; **Bây giờ tôi phải đóng gói đồ** I need to pack now; **Có tủ khóa để giữ đồ không?** Are there any luggage lockers?; **Có xe đẩy để chở đồ không?** Are there any luggage trolleys?; **Đồ ăn nóng quá** The food is too hot; **Đồ ăn nguội quá** The food is too cold; **Khu bán đồ lót phụ nữ ở đâu?** Where is the lingerie department?; **Tôi có thể để những đồ giá trị của tôi ở đâu?** Where can I leave my valuables?; **Tôi muốn có bộ đồ sửa xe được không?** Can I have a repair kit?; **Tôi phải dỡ đồ** I have to unpack; **Tôi thay đồ ở đâu được?** Where do I change?

đổ [do] *v* pour, throw away, collapse; **chỗ đổ rác** *n* rubbish dump; **đổ đầy** *v* fill up; **đổ bộ** *v* land; **kéo đổ** *v* pull down; **làm đổ** *v* spill, upset; **Anh làm ơn đổ đầy nước rửa kính chắn gió hộ** Can you top up the windscreen washers?

đỗ [do] *n* beans ▷ *v* park, pass; **bãi đỗ xe ô tô** *n* car park; **đỗ tây** *n* French beans; **đỗ xe** *v* park; **giá đỗ** *n* beansprouts; **làn đỗ xe trên đường** *n* layby; **máy thu tiền đỗ xe** *n* parking meter; **sự đỗ xe** *n* parking; **sự thi đỗ** *n* pass (*meets standard*); **thi đỗ** *v* pass (*an exam*); **vé phạt đỗ xe** *n* parking ticket; **Anh có tiền lẻ để cho vào máy bán vé đỗ xe không?** Do you have change for the parking meter?; **Chúng tôi đỗ xe caravan ở đây có được không?** Can we park our caravan here?; **Gần đây có bãi đỗ xe không?** Is there a car park near here?; **Máy bán vé đỗ xe hỏng rồi** The parking meter is broken; **Tôi đỗ ở đây có được không?** Can I park here?; **Tôi được đỗ trong bao lâu?** How long can I park here?; **Tôi có đỗ xe qua đêm ở đây được không?** Can I park here overnight?; **Tôi có thể đỗ ô tô ở đâu?** Where can I park the car?

độ [do] *n* period, degree, measure ▷ *adv* approximately; **chứng cuồng ăn vô độ** *n* bulimia; **độ bách phân** *n* degree centigrade; **độ dày** *n* thickness; **độ Fahrenheit** *n* degree Fahrenheit; **mức độ** *n* degree; **Thiết bị thử nồng độ rượu qua hơi thở Breathalyser®** *n* Breathalyser®

đồ ăn [do ɑn] **đồ ăn không qua chế biến** *n* wholefoods; **đồ ăn nhẹ** *n* refreshments, snack; **quán bán đồ ăn nhẹ** *n* snack bar

độc [dok] *adj* poisonous, toxic; **đầu độc** *v* poison; **hiểm độc** *adj* malicious; **nọc độc** *n* venom; **ngộ**

độc thức ăn *n* food poisoning; **thuốc độc** *n* poison; **thuốc giải độc** *n* antidote

độ C [do k] *n* degree Celsius

độc đắc [dok dak] **giải độc đắc** *n* jackpot

độc giả [dok za] *n* reader

độc lập [dok ləp] *adj* independent; **nền độc lập** *n* independence

đồ cổ [do ko] *n* antique; **cửa hàng đồ cổ** *n* antique shop

độc quyền [dok kuien] **sự độc quyền** *n* monopoly

độc tài [dok tai] **nhà độc tài** *n* dictator

độc tấu [dok təu] **bản độc tấu** *n* solo; **nghệ sỹ độc tấu** *n* soloist

độc thân [dok tən] *adj* single; **người đàn ông độc thân** *n* bachelor; **Anh còn độc thân không?** Are you single?; **Vâng, tôi còn độc thân** Yes, I'm single

đồ đạc [do dak] *n* belongings, furniture; **đã trang bị đồ đạc** *adj* furnished

đôi [doi] *n* pair; **cặp đôi** *n* couple; **có đôi** *adj* twinned; **gấp đôi** *adj* double; **giường đôi** *n* double bed; **phòng đôi** *n* double room; **sự kết đôi** *n* match (*partnership*); **tăng gấp đôi** *v* double; **trận đấu tay đôi** *n* singles; **xe đạp đôi** *n* tandem

đồi [doi] *n* hill; **đi bộ lên đồi** *n* hill-walking

đổi [doi] *v* change, exchange, trade in; **có thể đổi được** *adj* convertible; **chuyển đổi** *v* convert; **dễ thay đổi** *adj* changeable; **được biến đổi gien** *adj* genetically-modified; **làm thay đổi** *v* change; **sửa đổi** *v* alter;

thay đổi *v* change; **Anh có thể đổi cho tôi... không?** Could you give me change of...?; **Anh có tiền lẻ đổi tờ này không?** Do you have change for this note?; **Khi nào thì quầy đổi tiền mở cửa?** When is the bureau de change open?; **Ở đây có quầy đổi tiền không?** Is there a bureau de change here?; **Tôi đổi ở đâu?** Where do I change?; **Tôi cần tìm quầy đổi tiền** I need to find a bureau de change; **Tôi có phải đổi không?** Do I have to change?; **Tôi có thể đổi phòng không?** Can I switch rooms?; **Tôi có thể đổi séc du lịch ở đây không?** Can I change my traveller's cheques here?; **Tôi có thể đổi tiền ở đâu?** Where can I change some money?; **Tôi muốn đổi cái này:** I'd like to exchange this; **Tôi muốn đổi chuyến bay** I'd like to change my flight; **Tôi muốn đổi một trăm... thành...** I'd like to change one hundred... into...; **Tôi muốn đổi vé** I want to change my ticket; **Tôi phải đổi ở đâu để đến...?** Where do I change for...?

đội [doi] *n (nhóm)* team

đối diện [doi zien] *adv* opposite ▷ *prep* opposite

đôi khi [doi xi] *adv* occasionally

đối mặt [doi mat] *v* face

đổi mới [doi məi] **có tính chất đổi mới** *adj* innovative; **sự đổi mới** *n* innovation

đối phó [doi fɔ] *v* cope (with)

đối thoại [doi tɔai] **cuộc đối thoại** *n* dialogue

đối thủ [doi tu] *n* adversary, opponent, rival; **đối thủ cạnh**

tranh *n* competitor

đối xử [doi suɪ] *v* treat

đồ khảm [do χam] *n* mosaic

đô la [do laː] *n* dollar; **Anh có lấy tiền đô la không?** Do you take dollars?

đốm [dom] *n* spot *(blemish)*

đôminô [domino] **cờ đôminô** *n* dominoes; **quân cờ đôminô** *n* domino

đồn [don] *n* station, fort ▷ *v* gossip; **đồn cảnh sát** *n* police station; **tin đồn** *n* rumour

đổ nát [do nat] **đống đổ nát** *n* wreckage; **sự đổ nát** *n* ruin

đông [doŋ] *n (hướng)* east, winter ▷ *adj* crowded; **các môn thể thao mùa đông** *n* winter sports; **chất chống đông** *n* antifreeze; **đám đông** *n* crowd; **đông bắc** *n* northeast; **đông lại** *v* freeze; **đông lạnh** *adj* frozen; **hướng đông** *adj* east; **hướng đông nam** *n* southeast; **mùa đông** *n* winter; **phía đông** *adj* east, eastern; **Phương Đông** *n* Orient; **thuộc phương Đông** *adj* oriental; **về hướng đông** *adj* eastbound

đống [doŋ] *n* heap, pile; **đống cỏ khô** *n* haystack

đồng [doŋ] *n (thau)* brass, coin, field ▷ *adj* mutual; **bất đồng** *v* disagree; **chuột đồng** *n* hamster; **đồng đỏ** *n* copper; **đồng bằng** *n* plain; **đồng ơ-rô** *n* euro; **đồng hoang** *n* moor; **đồng nghiệp** *n* colleague; **đồng thời** *adj* simultaneous; **hợp đồng** *n* contract; **hội đồng** *n* council; **máy dùng đồng xu** *n* slot machine; **sự đồng cảm** *n* communion; **sự đồng**

thuận *n* consensus; **sự bất đồng** *n* disagreement

động [doŋ] *v* move, agitate, touch ▷ *n* cave; **động đất** *n* earthquake; **sự chia động từ** *n* conjugation; **sống động** *adj* lively; **Cho tôi xe tự động** An automatic, please; **Hôm nay biển có động không?** Is the sea rough today?; **Xe này có phải xe tự động không?** Is it an automatic car?

đồng bảng [doŋ baŋ] *n* pound; **đồng bảng Anh** *n* sterling

động cơ [doŋ kɤ] *n* engine, motive; **có động cơ** *adj* motivated; **động cơ mô tô** *n* motor

đông đúc [doŋ duk] *adj* crowded

đồng hồ [doŋ ho] *n* clock; **dây đồng hồ** *n* watch strap; **đồng hồ đeo tay** *n* watch; **đồng hồ đo dặm** *n* mileometer; **đồng hồ bấm giờ** *n* stopwatch; **đồng hồ báo thức** *n* alarm clock; **đồng hồ kỹ thuật số** *n* digital watch; **đồng hồ tốc độ** *n* speedometer; **ngược chiều kim đồng hồ** *adv* anticlockwise; **theo chiều kim đồng hồ** *adv* clockwise; **Anh có đồng hồ tính tiền không?** Do you have a meter? *(taxi)*; **Anh có thể sửa đồng hồ cho tôi không?** Can you repair my watch?; **Làm ơn dùng đồng hồ tính tiền** Please use the meter; **Tôi cần một dây đồng hồ mới** I need a new strap for my watch; **Tôi nghĩ đồng hồ của tôi chậm** I think my watch is slow; **Tôi nghĩ đồng hồ của tôi nhanh** I think my watch is fast

động kinh [doŋ kiɲ] *n* epilepsy; **bệnh động kinh** *n* epileptic; **cơn**

động kinh *n* epileptic fit

động mạch [doŋ matʃ] *n* artery

đồng minh [doŋ mịn] **nước đồng minh** *n* ally

đồng phục [doŋ fuk] *n* uniform; **đồng phục học sinh** *n* school uniform

động sản [doŋ san] *n* real estate; **bất động sản** *n* estate; **đại lý bất động sản** *n* estate agent

đồng thiếc [doŋ tiek] *n* bronze

đồng tử [doŋ tɯ] *n* pupil *(eye)*

động từ [doŋ tɯ] *n* verb; **thời của động từ** *n* tense

động vật [doŋ vət] *n* animal; **chân động vật** *n* paw; **động vật có vú** *n* mammal; **động vật học** *n* zoology; **hệ động vật** *n* fauna; **thế giới động vật hoang dã** *n* wildlife

đồng xu [doŋ su] *n* penny

đồng ý [doŋ i] *v* agree; **được đồng ý** *adj* agreed; **sự đồng ý** *n* agreement

đổ sập [do səp] *v* collapse

đồ sứ [do sɯ] *n* china

đốt [dot] *n* finger joint, section ▷ *v* *(côn trùng)* sting, light, burn; **đốt cháy** *v* burn; **đốt nóng** *v* heat; **sự đốt nóng** *n* heating; **vết đốt** *n* sting; **Tôi bị đốt** I've been stung

đốt cháy [dot tʃai] *v* burn

đồ thị [do ti] *n* chart

đột kích [dot kitʃ] **cuộc đột kích** *n* raid

đột ngột [dot ŋot] *adj* abrupt; **một cách đột ngột** *adv* abruptly; **sự tăng lên đột ngột** *n* surge

đột nhập [dot ɲəp] **sự đột nhập** *n* break-in

đột nhập vào [dot ɲəp vaɔ] *v* break in (on)

đỗ tương [do tɯɤŋ] *n* soya

đồ uống [do uoŋ] *n* drink; **đồ uống không có cồn** *n* soft drink; **Anh thích loại đồ uống gì nhất?** What is your favourite drink?

đô vật [do vət] *n* wrestler

đồ vật [do vət] unclaimed luggage; **tủ giữ đồ vật để lại** *n* left-luggage locker; **văn phòng giữ đồ vật để lại** *n* left-luggage office

độ xung [do suŋ] *n* pulses

đỡ [dɤ] **bà đỡ** *n* midwife; **vật đỡ bóng gôn** *n* tee

đỡ đầu [dɤ dəu] **cha đỡ đầu** *n* godfather; **con đỡ đầu** *n* godchild; **con gái đỡ đầu** *n* goddaughter; **con trai đỡ đầu** *n* godson; **mẹ đỡ đầu** *n* godmother

đợi [dɤi] *v* wait; **chờ đợi** *v* wait, wait for; **danh sách đợi** *n* waiting list; **thức đợi** *v* wait up; **Anh có thể đợi vài phút ở đây không?** Can you wait here for a few minutes?; **Xin đợi tôi** Please wait for me

đờm dãi [dɤm zai] *n* catarrh

đơn [dɤn] *n* application ▷ *adj* single, alone; **bị đơn** *n* defendant; **đơn bảo hiểm** *n* insurance policy; **đơn đặt hàng** *n* order form; **đơn thuốc** *n* prescription; **đơn yêu cầu** *n* petition; **giường đơn** *n* single bed; **người nộp đơn** *n* applicant; **phòng đơn** *n* single, single room; **Ghi vào hóa đơn của tôi** Put it on my bill; **Hoá đơn tính sai** The bill is wrong; **Làm ơn chuẩn bị hóa đơn** Please prepare the bill; **Tôi có thể mang đơn này đi mua thuốc ở đâu?** Where can I get this prescription made up?

đơn điệu [dɤn dieu] *adj* monotonous

đơn độc [dɤn dok] *adj* single

đơn giản [dɤn zan] *adj* simple; **đơn giản hóa** *v* simplify

đơn vị [dɤn vi] *n* unit

đơn xin [dɤn sin] *n* application; **làm đơn xin** *v* apply

đớp [dɤp] *v* snap

đợt [dɤt] *n* batch; **một đợt** *n* spell (*time*)

đu [du] *v* swing; **động tác đu đưa** *n* swing; **đu đưa** *v* rock, sway, swing

đủ [du] *adj* enough ▷ *pron* enough ▷ *v* go round; **có đủ các bộ phận** *adj* self-contained; **đầy đủ** *adv* complete; **đủ tiềm lực** *v* afford; **không đủ** *adj* insufficient; **Thế đủ rồi, cám ơn** That's enough, thank you

đua [dua] *v* race, compete; **cuộc đua** *n* race (*contest*); **cuộc đua ô tô** *n* motor racing; **cuộc đua việt dã** *n* cross-country; **cuộc chạy đua** *n* running; **cuộc chạy đua maratông** *n* marathon; **đường đua** *n* racetrack; **đua ngựa** *n* horse racing; **môn đua ngựa** *n* show jumping; **ngựa đua** *n* racehorse; **tay đua** *n* racing driver; **trường đua ngựa** *n* racecourse; **vận động viên đua** *n* racer; **xe đua** *n* racing car; **Tôi muốn xem đua ngựa** I'd like to see a horse race

đùa [dua:] *v* amuse oneself; **hay vui đùa** *adj* playful; **lời nói đùa** *n* joke; **nói đùa** *v* joke

đũa [dua:] *n* chopstick; **đũa ăn** *n* chopsticks

đúc [duk] **xưởng đúc tiền** *n* mint (coins)

đục [duk] *n* chisel; **cái đục** *n* chisel

đùi [dui] *n* thigh; **quần đùi** *n* underpants

đun [dun] *v* burn; **ấm đun nước** *n* kettle

đụn [dun] *n* stack

đúng [duŋ] *adj* correct, right ▷ *adv* right; **đúng giờ** *adj* on time, punctual; **không đúng** *adj* incorrect; **một cách đúng đắn** *adv* correctly

đun sôi [dun soi] *v* boil

đuôi [duoi] *n* tail; **cái đuôi** *n* tail; **tóc đuôi ngựa** *n* ponytail

đuối [duoi] **chết đuối** *v* drown; **Có người chết đuối!** Someone is drowning!

đuổi [duoi] *v* expel, drive away; **sự theo đuổi** *n* chase; **theo đuổi** *v* chase

đưa [dua] *v* bring; **đưa lại** *v* give back; **người đưa tin** *n* messenger

đứa [dua:] **đứa trẻ** *n* child, kid; **đứa trẻ mới biết đi** *n* toddler

đức [duk] **Đức phật** *n* Buddha

Đức [duk] **người Đức** *n* German (*person*); **nước Đức** *n* Germany; **thuộc Đức** *adj* German; **tiếng Đức** *n* German (*language*)

đực [duk] **bò đực** *n* bull; **cừu đực** *n* ram; **giống đực** *n* male; **thuộc giống đực** *adj* male

đứng [duŋ] *v* stand; **đứng dậy** *v* rise; **đứng lên** *v* stand up; **người đứng đầu** *n* chief; **thẳng đứng** *adj* upright, vertical

đựng [duŋ] *v* contain; **cái đựng** *n* container; **chứa đựng** *v* contain; **chịu đựng** *v* bear

đứng đầu [dɯŋ dəu] *adj* top

được [dɯɤk] *adj* okay, OK; **có được**
v get

được hay không [dɯɤk haːi χoŋ]
conj whether

đương [dɯɤŋ] *v* be; **đương thời** *adj*
contemporary

đường [dɯɤŋ] *n (ăn)* sugar, *(đi)*
path, road, line; **bản đồ đường sá**
n street map; **bị lạc đường** *adj* lost;
biển chỉ đường *n* signpost; **công
việc sửa đường** *n* roadworks; **con
đường** *n* road; **đèn đường** *n*
streetlamp; **đoạn đường dốc** *n*
ramp; **đoạn đường nối** *n* slip road;
đoạn đường ngoặt *n* turning;
đường ống *n* pipeline; **đường đua**
n racetrack; **đường băng** *n* runway;
đường biên *n* touchline; **đường
cao tốc** *n* motorway; **đường cao
tốc phân làn** *n* dual carriageway;
đường chính *n* main road; **đường
dùng làm kem** *n* icing sugar;
đường dành cho người đi bộ *n*
walkway; **đường dành cho xe đạp**
n cycle path; **đường glucose** *n*
glucose; **đường hầm** *n* tunnel;
đường hóa học *n* sweetener;
đường kẻ *n* line; **đường kẻ ô** *n*
grid; **đường kính** *n* diameter;
đường lái xe vào nhà *n* driveway;
đường mòn *n* track; **đường ngầm**
n subway; **đường ngầm cho người
đi bộ** *n* underpass; **đường sắt** *n*
railway; **đường tắt** *n* shortcut;
đường vành đai *n* ring road;
đường vòng *n* bypass, detour,
diversion; **đường xích đạo** *n*
equator; **không đường** *adj*
sugar-free; **lề đường** *n* kerb; **lối**

qua đường cho người đi bộ** *n*
zebra crossing; **làn đường** *n* lane;
mặt đường *n* treacle; **nửa đường**
adv halfway; **rào chắn đường** *n*
roadblock; **thái độ đường hoàng** *n*
dignity; **thiên đường** *n* heaven;
thuế cầu đường *n* road tax; **tuyến
đường** *n* route; **Đường dành cho
xe đạp đến... ở đâu?** Where is the
cycle path to...?; **Đường này dẫn
tới đâu?** Where does this path
lead?; **không đường** no sugar

đường đi [dɯɤŋ di] *n* way; **đường
đi bộ** *n* footpath; **đường đi bộ ven
biển** *n* promenade

đương nhiên [dɯɤŋ ɲien] *adv*
naturally

đường phố [dɯɤŋ fo] sơ đồ
đường phố *n* street plan

đứt [dɯt] *v* be broken, cut; **cắt đứt**
v cut off; **Thằng bé bị đứt tay** He
has cut himself

e

ec-ze-ma [ɛkzɛmɑː] **bệnh ec-ze-ma** n eczema

e dè [ɛ zɛ] adj self-conscious; **sự e dè** n reservation

em [ɛm] n younger sibling, you; **anh em chồng** (husband's brother) npl brother-in-law; **anh em họ** nm cousin; **em trai** (younger) n brother

email [ɛmɑːil] n email; **địa chỉ email** n email address; **gửi email** v email (a person); **Anh có email không?** Do you have an email?; **Anh có nhận được email của tôi không?** Did you get my email?; **Cho tôi xin email của anh được không?** Can I have your email?; **Địa chỉ email của tôi là...** My email address is...; **Địa chỉ email của anh là gì?** What is your email address?; **Tôi có gửi email được không?** Can I send an email?

em bé [ɛm bɛ] n baby; **giấy lau cho em bé** n baby wipe

em gái [ɛm ɣai] n sister

eo [ɛɔ] n waist

ép [ɛp] v crush, press, force, extract (oil etc); **cưỡng ép** v force; **máy ép** n press; **nước quả ép** n squash; **phiến gỗ ép** n hardboard

Eritrea [ɛzitʃɛɑː] **nước Eritrea** n Eritrea

Estonia [ɛstɔniɑ] **người Estonia** n Estonian (person); **nước Estonia** n Estonia; **thuộc Estonia** adj Estonian; **tiếng Estonia** n Estonian (language)

Ethiopia [ɛtiɔpiɑ] **người Ethiopia** n Ethiopian (person); **nước Ethiopia** n Ethiopia; **thuộc Ethiopia** adj Ethiopian

EU [ɛu] abbr EU

ê f

ếch [etʃ] *n* frog; **con ếch** *n* frog; **kiểu bơi ếch** *n* breaststroke

Ê-cu-a-đo [ekuɑːdɔ] **nước Ê-cu-a-đo** *n* Ecuador

Fahrenheit [fɑːhzɛɲɛit] **độ Fahrenheit** *n* degree Fahrenheit

fax [fɑːs] *n* fax; **gửi fax** *v* fax; **Anh có máy fax không?** Do you have a fax?; **Có máy fax nào tôi có thể sử dụng được không?** Is there a fax machine I can use?; **Gửi fax giá bao nhiêu?** How much is it to send a fax?; **Làm ơn gửi lại fax của anh** Please resend your fax; **Máy fax của anh bị trục trặc** There is a problem with your fax; **Số fax là gì?** What is the fax number?; **Tôi có thể gửi fax từ đây không?** Can I send a fax from here?; **Tôi muốn gửi fax** I want to send a fax

flannel [flɑːnnɛl] **vải flannel** *n* flannel

flash [flɑːsh] *n* flash; **đèn flash** *n* flash, flashlight; **Đèn flash bị hỏng** The flash is not working

fleece [flɛɛkɛ] **vải fleece** *n* fleece

g

ga [ɣaː] n gas, bus/train station; **bếp ga** n gas cooker; **có ga** adj fizzy; **ga cuối cùng** n terminal; **ga du lịch** n camping gas; **ga tàu điện ngầm** n metro station, tube station; **ga xe buýt** n bus station; **ga xe lửa** n railway station; **khí ga** n gas; **nước có ga** n sparkling water; **Đồng hồ đo ga ở đâu?** Where is the gas meter?; **Ga tàu điện ngầm gần nhất ở đâu?** Where is the nearest tube station?; **một chai nước khoáng không có ga** a bottle of still mineral water; **Tôi ngửi thấy mùi ga** I can smell gas; **Xin chỉ cho tôi cách đến ga tàu điện ngầm gần nhất** How do I get to the nearest tube station?

gà [ɣa] n fowl ▷ v assist; **cúm gà** n bird flu; **con gà** n chicken; **gà con** n chick; **gà giò** n cockerel; **gà mái** n hen; **gà trống** n cock

gã [ɣa] n bloke, guy, fellow

Gabon [ɣaːbɔn] **nước Gabon** n Gabon

gác [ɣak] n upstairs ▷ v guard; **canh gác** v guard; **lính gác** n guard; **người gác cửa** n doorman

gạch [ɣatʃ] n brick ▷ v draw a line, cross out; **gạch dưới** v underline; **gạch nối** n hyphen

gạch chéo [ɣatʃ tʃɛɔ] **dấu gạch chéo** n forward slash

gác mái [ɣak mai] n attic

gác xép [ɣak sɛp] n loft

gà gô [ɣa ɣo] n grouse (bird), partridge

gai [ɣaːi] n thorn; **cây táo gai** n hawthorn

gái [ɣai] n girl, female; **bạn gái** n girlfriend; **cháu gái** n granddaughter, niece; **con gái** n (con đẻ) daughter, (nữ) girl; **người hầu gái** n maid; **Con gái tôi bị mất tích** My daughter is missing

gái điếm [ɣai diem] n prostitute

gam [ɣaːm] n gramme

Gambia [ɣaːmbia] **nước Gambia** n Gambia

gan [ɣaːn] n (ruột) liver; **bệnh viêm gan** n hepatitis

gánh [ɣaɲ] **gánh nặng** n burden

ganh đua [ɣaːɲ dua] **sự ganh đua** n rivalry

gạo [ɣaɔ] n rice; **gạo lức** n brown rice

ga-ra [ɣaːzaː] n garage; **Chìa khoá nào dùng cho ga-ra?** Which is the key for the garage?

gạt [ɣat] v scrape off, cheat; **cần gạt nước** n windscreen wiper

ga tàu [ɣa taːu] n train station; **Đến ga tàu hỏa bằng cách nào là tốt nhất?** What's the best way to get to the railway station?

gà tây [ɣa təi] n turkey

gatô [ɣa:to] **bánh gatô** n gateau

gàu bám [ɣau bam] **gàu bám da đầu** n dandruff

gặm nhấm [ɣam ɲəm] **loài gặm nhấm** n rodent

gắn [ɣan] v attach; **khung gắn trên nóc ô tô để chở hành lý** n roof rack

gắn bó [ɣan bɔ] adj attached; **sự gắn bó** n attachment

găng tay [ɣaŋ ta:i] n glove; **găng tay cao su** n rubber gloves; **găng tay cách nhiệt** n oven glove; **găng tay hở ngón** n mitten; **ngăn để găng tay** n glove compartment

găng-xtơ [ɣaŋstɤ] n gangster

gặp [ɣap] v meet; **cuộc gặp gỡ** n meeting; **gặp gỡ** v get together; **hẹn gặp** v meet up; **tình cờ gặp** v bump into; **Chúng ta gặp nhau ở đâu?** Where can we meet?; **Chúng ta gặp nhau ăn trưa được không?** Can we meet for lunch?; **Rất hân hạnh được gặp anh** It was a pleasure to meet you; **Rất vui được gặp anh** Pleased to meet you; **Tôi muốn thu xếp một cuộc gặp với...** I'd like to arrange a meeting with...; **Tôi sẽ gặp anh ở sảnh** I'll meet you in the lobby

gầm gừ [ɣəm ɣɯ] v growl, snarl

gân [ɣən] n tendon

gần [ɣən] adj close, close by, near ▷ adv close, near, nearly, almost; **gần đây** adj recent; **ở gần** adv nearby; **Bến xe buýt gần nhất ở đâu?** Where is the nearest bus stop?; **Gần lắm** It's very near

gần gũi [ɣən ɣui] **sự gần gũi** n proximity

gần như [ɣən ɲɯ] adv almost, nearly

gấp [ɣəp] v (lại) fold, close ▷ adv in a hurry ▷ adj (được) folding; **gấp đôi** adj double ▷ v double; **giường gấp nhẹ** n camp bed; **nếp gấp** n fold; **tăng gấp ba** v treble

gật [ɣət] **gật đầu** v nod

gấu [ɣəu] n bear, hem; **con gấu** n bear; **gấu bắc cực** n polar bear; **gấu nhồi bông** n teddy bear; **gấu trúc** n panda; **gấu trúc Mỹ** n racoon

gây [ɣəi] v bring about, quarrel; **gây ấn tượng** adj impressive; **gây áp lực** v pressure; **gây khó chịu** adj annoying; **gây ra** v cause; **sự cố ý gây hoả hoạn** n arson

gầy [ɣəi] **cao gầy** adj lanky; **gầy nhom** adj skinny

gậy [ɣəi] n stick, cane; **gậy chống** n walking stick; **gậy đánh bóng** n bat (with ball); **gậy đánh gôn** n golf club; **Tôi muốn thuê gậy trượt tuyết** I want to hire ski poles

Georgia [ɣɛɔzza:] **người Georgia** n Georgian (inhabitant of Georgia); **nước Georgia** n Georgia (country); **thuộc Georgia** adj Georgian (re Georgia)

Georgia thuộc Mỹ [ɣɛɔzza: tuok mi] **bang Georgia thuộc Mỹ** n Georgia (US state)

Ghana [ɣa:na:] **người Ghana** n Ghanaian; **nước Ghana** n Ghana; **thuộc Ghana** adj Ghanaian

ghen [ɣɛn] adj jealous, envious; **đầy ghen ghét** adj resentful; **ghen ghét** v resent

ghen tị [ɣɛn ti] adj envious, jealous

▷ v envy; **sự ghen tị** n envy
ghép [ɣɛp] v match
ghét [ɣɛt] v hate; **đầy ghen ghét** adj
resentful; **ghen ghét** v resent; **Tôi
ghét...** I hate...
ghê [ɣe] **sự ghê rợn** n horror
ghế [ɣe] n chair, seat; **cái ghế** n chair,
seat; **ghế ăn trẻ em** n highchair;
ghế đẩu n stool; **ghế bập bênh** n
rocking chair; **ghế bành** n
armchair, easy chair; **ghế dài** n
bench; **ghế nằm phơi nắng** n
sunbed; **ghế trường kỷ** n settee;
ghế võng n deckchair; **ghế xôpha**
n sofa; **Anh có ghế ăn cho trẻ em
không?** Do you have a high chair?;
Anh có ghế cho em bé không? Do
you have a baby seat?; **Anh có ghế
cho trẻ em không?** Do you have a
child's seat?; **Chúng tôi muốn giữ
hai ghế cho tối nay** We'd like to
reserve two seats for tonight; **Khi
nào chuyến ghế treo cuối cùng
đi?** When does the last chair-lift go?;
Tôi đã đặt trước ghế I have a seat
reservation; **Tôi muốn ghế trẻ em
cho cháu bé hai tuổi** I'd like a child
seat for a two-year-old child; **Xin
lỗi, đấy là ghế của tôi** Excuse me,
that's my seat
ghê gớm [ɣe ɣɤm] adj horrible; **sự
đau đớn ghê gớm** n torture
ghềnh [ɣeŋ] n rapids
ghê tởm [ɣe tɤm] adj disgusting,
repellent, repulsive, vile ▷ v loathe
ghi [ɣi] v record, write down; **băng
ghi âm** n recording; **đầu ghi đĩa
DVD** n DVD burner; **ghi điểm** v
score; **ghi âm** v tape; **ghi chép** v
write down; **ghi chép lại** v note

down; **ghi lại** v record; **ghi rõ** v
specify; **ghi tóm tắt** n jot down;
máy ghi n recorder (scribe); **máy
ghi âm** n tape recorder; **sổ ghi
chép** n notebook; **sổ tay ghi chép**
n jotter; **thiết bị ghi đĩa CD** n CD
burner; **Anh vui lòng ghi lại địa
chỉ được không?** Will you write
down the address, please?; **Ghi vào
hóa đơn của tôi** Put it on my bill
ghiếc [ɣiek] **gớm ghiếc** adj hideous
ghim [ɣim] n pin ▷ v pin; **cái dập
ghim** n stapler; **cái ghim** n clip;
dập ghim v staple; **đinh ghim** n
drawing pin; **ghim dập** n staple
(wire); **ghim hoa cài áo** n brooch
Ghi-nê Xích đạo [ɣine sitʃ ɗɑɔ] n
Equatorial Guinea
ghi-ta [ɣitɑ:] **đàn ghi-ta** n guitar
gì [zi:] adj what, anything,
everything, something; **bất cứ cái
gì** pron anything; **Anh có cần gì
không?** Do you need anything?;
Anh làm nghề gì? What do you
do?; **Anh muốn uống gì?** What
would you like to drink?; **Anh tên gì
ạ?** What's your name?; **Cái này
nghĩa là gì?** What does this mean?;
Có chuyện gì thế? What
happened?; **Có gì trong này vậy?**
What is in this?; **Đây là cái gì?** What
is it?; **Gì ạ?** Pardon?; **Hôm nay anh
muốn làm gì?** What would you like
to do today?; **Không có gì** You're
welcome; **Số fax là gì?** What is the
fax number?; **Tôi phải làm gì?**
What do I do?
gì [zi:] n rust
giá [zɑ] n (sách) shelf, (tiền) price,
beansprouts ▷ v cost; **bảng giá** n

price list; **bán hạ giá** v sell off; **cái giá** n rack; **có giá dễ chịu** adj affordable; **cuộc bán đấu giá** n auction; **đánh giá** v gauge, rate; **đánh giá quá cao** v overestimate; **đánh giá sai** v misjudge; **đánh giá thấp** v underestimate; **đồ quý giá** n valuables; **giá đỡ nến** n candlestick; **giá để hành lý** n luggage rack; **giá đỗ** n beansprouts; **giá bán** n selling price; **giá bán lẻ** n retail price; **giá sách** n bookshelf; **giá tiền** n charge (price); **nửa giá** adv half-price; **sự giảm giá** n discount; **sự giảm giá cho sinh viên** n student discount; **sự mất giá** n devaluation; **tính giá** v charge (price); **tính giá quá đắt** v overcharge, rip off; **Giá bao gồm những gì?** What is included in the price?; **Làm ơn viết ra giá tiền** Please write down the price

già [za] adj old ▷ v grow old, age; **bố già** n godfather (criminal leader); **người già** n senior citizen

giả [za] adj fake, false, mock; **bộ răng giả** n dentures; **bộ tóc giả** n wig; **báo động giả** n false alarm; **đồ giả** n fake; **tóc giả** n toupee; **tên giả** n pseudonym

gì ạ [zi: a] excl pardon?

giác [zak] **thính giác** n hearing

giác quan [zak kuan] n sense; **gây thích thú cho giác quan** adj sensuous

gia cư [za: kɯ] **vô gia cư** adj homeless

gia đình [za: diɲ] n family, home; **chưa lập gia đình** adj unmarried; **hộ gia đình** n household; **Cho tôi đặt một phòng gia đình** I'd like to book a family room; **Tôi ở đây với gia đình** I'm here with my family

giải [zai] v solve, untie ▷ n award; **giải thưởng** n prize; **Giải Vô địch Bóng đá Thế giới** n World Cup; **lễ trao giải** n prize-giving; **lời giải** n solution; **xổ số có giải bằng hiện vật** n raffle

giai cấp [za:i kəp] n social class, caste; **giai cấp công nhân** n working-class

giai điệu [za:i dieu] n melody, tune

giai đoạn [za:i dɔan] n stage

giải lao [zai la:ɔ] n interval; **giờ giải lao** n half-time

giải phóng [zai faun] v liberate; **sự giải phóng** n liberation

giải quyết [zai kuiet] v settle, sort out; **khó giải quyết** adj puzzling

giải thích [zai titʃ] v account for, explain, interpret, justify; **lời giải thích** n explanation; **Anh có thể giải thích xem vấn đề là gì không?** Can you explain what the matter is?

giải trí [zai tʃi] v entertain; **các hoạt động giải trí về đêm** n nightlife; **kỳ nghỉ với các hoạt động giải trí** n activity holiday; **ngành kinh doanh giải trí** n show business; **người làm trò giải trí** n entertainer; **trò giải trí** n pastime; **trung tâm giải trí** n leisure centre

giam [za:m] **sự giam cầm** n detention

giảm [zam] v reduce, turn down; **giảm bớt** v cut down, decrease, diminish; **giảm thiểu** v minimize; **sự cắt giảm** n cutback; **sự giảm** n

reduction; **sự giảm đi** n decrease;
thiết bị giảm thanh n silencer

giả mạo [za maɔ] v forge; **sự giả mạo** n forgery

giám định [zam diɲ] **giám định viên** n surveyor

giám đốc [zam dok] n director; **bà giám đốc** n manageress; **giám đốc điều hành** n managing director; **Tổng Giám đốc Điều hành** n CEO; **Giám đốc điều hành tên là gì?** What is the name of the managing director?

giảm giá [zam za] n discounts; **Có giảm giá cho các đoàn không?** Are there any reductions for groups?; **Có giảm giá cho người cao tuổi không?** Are there any reductions for senior citizens?; **Có giảm giá cho sinh viên không?** Are there any reductions for students?; **Có giảm giá cho trẻ em không?** Are there any reductions for children?; **Có thẻ này có được giảm giá không?** Is there a reduction with this pass?

giám khảo [zam xaɔ] n examiner

giám mục [zam muk] n bishop

giám sát [zam sat] v supervise; **người giám sát** n supervisor, warden; **sự giám sát** n oversight (supervision)

giám thị [zam ti] n invigilator

gián [zan] n cockroach; **con gián** n cockroach

giàn [zan] **giàn khoan dầu** n oil rig

giản dị [zan zi] adv simply

gián điệp [zan diep] n mole, spy; **hoạt động gián điệp** n espionage

gián đoạn [zan dɔan] **làm gián đoạn** v disrupt

giảng [zaŋ] v teach, preach; **bài giảng** n lecture; **giảng bài** v lecture; **giảng viên** n lecturer; **sự giảng dạy** n tuition

giáng chức [zaŋ tʃuk] v relegate

giàn giáo [zan zaɔ] n scaffolding

Giáng sinh [zaŋ siɲ] n Christmas; **Chúc Giáng sinh vui vẻ!** Merry Christmas!

giành [zaɲ] **giành được** v obtain

gián tiếp [zan tiep] adj indirect

giao [zaːɔ] v entrust, deliver; **cú giao bóng** n serve; **chỗ giao nhau** n crossing, junction; **tuyến giao báo hàng ngày** n paper round

giáo [zaɔ] n religion, cult ▷ v teach; **người truyền giáo** n missionary

giao dịch [zaːɔ zitʃ] n transaction

giáo dục [zaɔ zuk] n education ▷ v educate; **có tính giáo dục** adj educational; **giáo dục đại học** n higher education; **giáo dục dành cho người trưởng thành** n adult education

giáo đường [zaɔ dɯʌŋ] n church, place of worship; **giáo đường Do thái** n synagogue; **Ở đâu có giáo đường Do Thái?** Where is there a synagogue?

Giáo hoàng [zaɔ hɔaŋ] n pope

giao hợp [zaːɔ hʌp] **sự giao hợp** n sexual intercourse

giao kèo [zaːɔ kɛɔ] n bond

giáo khoa [zaɔ xɔaː] **sách giáo khoa** n schoolbook, textbook

giáo phái [zaɔ fai] n sect

giáo phái Baptist [zaɔ fai baːptist] **người theo giáo phái Baptist** n Baptist

giáo sĩ [zaɔ si] n clergyman; **giáo sĩ**

Do thái n rabbi

giáo sư [zɑɔ sɯ] n professor

giao thông [zɑːɔ toŋ] n traffic, transport, communication ▷ v communicate; **đèn giao thông** n traffic lights; **giao thông công cộng** n public transport; **Luật Giao thông** n Highway Code; **nhân viên kiểm soát giao thông** n traffic warden; **sự tắc nghẽn giao thông** n traffic jam

giáo viên [zɑɔ vien] n teacher; **giáo viên dạy thay** n supply teacher; **giáo viên phụ đạo** n tutor; **giáo viên phổ thông** n schoolteacher; **Tôi là giáo viên** I'm a teacher

giáo xứ [zɑɔ sɯ] n parish

gia súc [zɑː suk] n cattle; **gia súc bị lạc** n stray

giả sử [zɑ sɯ] conj supposing ▷ v presume

giả thiết [zɑ tiet] v assume

giá trị [zɑ tʃi] n value, worth; **có giá trị** adj valuable; **không có giá trị** adj worthless; **không giá trị** adj void

giàu [zɑu] **giàu có** adj rich, wealthy; **sự giàu có** n wealth

gia vị [zɑː vi] n seasoning, spice; **có nêm gia vị** adj spicy; **cây gia vị oregano thuộc họ bạc hà** n oregano; **hạt của một loại cây gia vị ở vùng Địa Trung Hải** n cumin

giả vờ [zɑ vɤ] v pretend

giày [zɑi] n shoe; **cửa hàng giày** n shoe shop; **dây buộc giày** n shoelace; **giày cao gót** n high heels; **giày thể thao** n trainers; **giày trượt băng** n skates; **giày trượt patanh** n rollerskates; **giày vải** n sneakers; **xi**

đánh giày n shoe polish; **Anh có thể đóng lại gót đôi giày này không?** Can you re-heel these shoes?; **Anh có thể chữa đôi giày này không?** Can you repair these shoes?; **Giày của tôi bị thủng một lỗ** I have a hole in my shoe

giày ống [zai oŋ] n boot

giăm-bông [zambon] **thịt giăm-bông** n ham

giặt [zat] v wash; **bột giặt** n detergent, soap powder, washing powder; **có thể giặt bằng máy** adj machine washable; **hiệu giặt** n laundry; **hiệu giặt khô là hơi** n dry-cleaner's; **Hàng giặt tự động Launderette®** n Launderette®; **máy giặt** n washing machine; **phòng giặt là quần áo** n utility room; **quần áo giặt** n washing; **sự giặt khô là hơi** n dry-cleaning; **Anh có bột giặt không?** Do you have washing powder?; **Cái này có giặt được không?** Is it washable?; **Có dịch vụ giặt là không?** Is there a laundry service?; **Có hiệu giặt là gần đây không?** Is there a launderette near here?; **Máy giặt ở đâu?** Where are the washing machines?; **Máy giặt hoạt động thế nào?** How does the washing machine work?; **Tôi cần giặt khô những thứ này** I need this dry-cleaned; **Tôi có thể giặt đồ ở đâu?** Where can I do some washing?; **Tôi muốn giặt những thứ này** I'd like to get these things washed

giấc [zək] **giấc ngủ ngắn** n snooze; **ngủ một giấc ngắn** v snooze

giấc mơ [zək mɤ] n dream

giấm [zəm] *n* vinegar

giậm [zəm] **giậm chân** *v* stamp

giẫm lên [zəm len] *v* tread

giận [zən] *adj* angry; **cơn giận** *n* tantrum, temper; **sự giận dữ** *n* anger; **sự oán giận** *n* grudge; **tức giận** *adj* angry

giận dỗi [zən zoi] *v* sulk; **hay giận dỗi** *adj* sulky, touchy

giật [zət] *v* pull, snatch; **điện giật** *n* electric shock; **làm giật mình** *v* startle

giật ngược [zət ŋɯɤk] *n* backslash

giấu [zəu] *v* hide

giấu tên [zəu ten] *adj* anonymous

giây [zəi] **trong giây lát** *adv* momentarily

giấy [zəi] *n* paper; **cái chặn giấy** *n* paperweight; **cái kẹp giấy** *n* paperclip; **cuộn giấy vệ sinh** *n* toilet roll; **giấy đăng ký kết hôn** *n* marriage certificate; **giấy bạc** *n* banknote, note; **giấy bảo hành** *n* warranty; **giấy can** *n* tracing paper; **giấy chứng nhận** *n* certificate; **giấy cho nghỉ ốm** *n* sick note; **giấy dán tường** *n* wallpaper; **giấy gói quà** *n* wrapping paper; **giấy khai sinh** *n* birth certificate; **giấy nháp** *n* scrap paper; **giấy ráp** *n* sandpaper; **giấy thiếc** *n* tinfoil; **giấy vệ sinh** *n* toilet paper; **giấy viết thư** *n* notepaper, writing paper; **hoa giấy confetti** *n* confetti; **miếng giấy nhỏ** *n* slip (*paper*); **Không có giấy vệ sinh** There is no toilet paper

giấy [zəi] *n* shoe(s); **giấy múa ba lê** *n* ballet shoes; **Tầng nào bán giấy?** Which floor are shoes on?

giấy lau [zəi la:u] **giấy lau cho em bé** *n* baby wipe

giấy phép [zəi fɛp] *n* licence, pass (*permit*), permit; **giấy phép làm việc** *n* work permit

giấy tờ [zəi tɤ] *n* document; **công việc giấy tờ** *n* paperwork

giẻ [zɛ] *n* rag; **giẻ rách** *n* rag

gien [zɛn] *n* gene; **được biến đổi gien** *adj* genetically-modified, GM

giếng [zeŋ] *n* well; **giếng dầu** *n* oil well

Giê-su [zesu] **chúa Giê-su** *n* Jesus

giết [zet] *v* kill; **giết người** *v* murder; **kẻ giết người** *n* killer, murderer; **tội giết người** *n* murder

gin [zn] *n* gin; **rượu gin** *n* gin; **Làm ơn cho tôi một gin với tonic** I'll have a gin and tonic, please

gió [zɔ] *n* wind; **cối xay gió** *n* windmill; **cơn gió mạnh** *n* gale; **cơn gió mạnh đột ngột** *n* gust; **gió mùa** *n* monsoon; **gió nhẹ** *n* breeze; **kính chắn gió** *n* windscreen; **lộng gió** *adj* windy; **sự thông gió** *n* ventilation

giòi [zɔi] *n* maggot; **con giòi** *n* maggot

giỏi [zɔi] *adj* fine

gió lùa [zɔ lua:] *n* draught

giòn [zɔn] *adj* crisp, crispy; **bánh giòn** *n* shortcrust pastry

giọng [zauŋ] *n* voice, intonation; **giọng nam cao** *n* tenor; **giọng nữ cao** *n* soprano; **giọng nói** *n* voice; **sự thử giọng** *n* audition

giọng nam trầm [zauŋ na:m tʃəm] *n* bass

giọt [zɔt] *n* drop; **chảy nhỏ giọt** *v* drip; **nhỏ giọt** *n* drip

giống [zoŋ] n (loài) breed, species, gender ▷ v (nhau) take after; **giống đực** n male; **giống hệt** adj identical; **giống nghệ tây** n crocus; **giống với** v resemble; **sự giống nhau** n resemblance; **thuộc giống đực** adj male

giống cái [zoŋ kai] adj female ▷ n female

giống như [zoŋ ɲɯ] prep like

giờ [zɤ] n hour, time; **bom hẹn giờ** n time bomb; **dặm trên giờ** n mph; **đồng hồ bấm giờ** n stopwatch; **đúng giờ** adj on time, punctual; **điểm giờ** v strike; **giờ ăn** n mealtime; **giờ ăn tối** n dinner time; **giờ ăn trưa** n lunchtime; **giờ đóng cửa** n closing time; **giờ đi ngủ** n bedtime; **giờ cao điểm** n peak hours, rush hour; **giờ giải lao** n half-time; **giờ làm thêm** n overtime; **giờ làm việc** n office hours; **giờ làm việc linh hoạt** n flexitime; **giờ mở cửa** n opening hours; **giờ ra chơi** n playtime; **hàng giờ** adv hourly; **nửa giờ** n half-hour; **ngoài giờ cao điểm** adv off-peak; **thời gian bù giờ** n injury time; **thiết bị bấm giờ** n timer; **Giờ vào thăm là khi nào?** When are visiting hours?

giới [zɤi] n scene, sphere; **người mặc đồ khác giới** n transvestite; **người môi giới** n broker

giới hạn [zɤi han] n limit ▷ v limit; **giới hạn tốc độ** n speed limit; **giới hạn tuổi** n age limit

giới nghiêm [zɤi ɲiem] lệnh giới nghiêm n curfew

giới thiệu [zɤi tieu] v introduce; **người giới thiệu chương trình** n compere; **sự giới thiệu** n introduction; **tờ giới thiệu** n brochure

giới tính [zɤi tiŋ] n gender, sex; **bản năng giới tính** n sexuality; **liên quan đến giới tính** adj sexual; **phân biệt đối xử theo giới tính** adj sexist; **sự phân biệt đối xử do giới tính** n sexism

giũ [zu] v rinse

giũa [zua:] v file (smooth); **cái giũa** n file (tool); **cái giũa móng tay** n nailfile

giun [zun] **con giun** n worm

giúp [zup] v help, aid; **đường dây điện thoại trợ giúp** n helpline; **giúp đỡ** v help; **không giúp ích** adj unhelpful; **người giúp việc** n au pair; **sự giúp đỡ** n help; **Anh có thể giúp tôi được không?** Can you help me?; **Anh dịch giúp tôi cái này được không?** Can you translate this for me?; **Anh làm ơn đẩy giúp** Can you give me a push?; **Anh làm ơn giúp tôi được không?** Can you help me, please?; **Mau đi tìm người giúp đi!** Fetch help quickly!; **Tôi cần trợ giúp** I need assistance

giữ [zɯ] v keep, protect; **bắt giữ** v capture; **giữ vị trí** v rank; **người giữ trẻ** n childminder; **Tôi giữ có được không?** May I keep it?

giữa [zɯa:] adj mid; **chỗ giữa** n middle; **ở giữa** prep between

giường [zɯɤŋ] n bed; **bộ đồ phủ giường** n bedclothes, bedding; **bàn để đầu giường** n bedside table; **cặp hai giường đơn** n twin beds;

giường đôi *n* double bed; **giường đơn** *n* single bed; **giường gấp nhẹ** *n* camp bed; **giường ngủ cỡ lớn** *n* king-size bed; **giường ngủ trên tàu** *n* berth, bunk; **giường tầng** *n* bunk beds; **giường trên tàu hoả** *n* couchette; **giường xôpha** *n* sofa bed; **khăn trải giường** *n* bedspread; **khăn trải giường và áo gối** *n* bed linen; **phòng có hai giường đơn** *n* twin room, twin-bedded room; **tấm trải giường** *n* sheet; **toa giường nằm** *n* sleeping car; **Có bộ đồ trải giường dự trữ nào không?** Is there any spare bedding?; **Cho tôi một giường trong phòng chung** I'd like a dorm bed; **Cho tôi một phòng có giường đôi** I'd like a room with a double bed; **Cho tôi một phòng có hai giường** I'd like a room with twin beds; **Giường nằm không thoải mái** The bed is uncomfortable; **Tôi có phải nằm trên giường không?** Do I have to stay in bed?

giữ trẻ [zɯ tʃɛ] *v* babysit; **người giữ trẻ** *n* babysitter

giữ vững [zɯ vɯɳ] *v* keep up with

glucose [ɣlukɔsɛ] **đường glucose** *n* glucose

gluten [ɣlutɛn] *n* gluten; **Anh có thể chuẩn bị một bữa ăn không có gluten không?** Could you prepare a meal without gluten?

gõ [ɣɔ] **cái gõ nhẹ** *n* tap; **nhảy gõ giầy** *n* tap-dancing; **sự gõ** *n* percussion

góa [ɣɔa:] **bà góa** *n* widow; **người góa vợ** *n* widower

góc [ɣɔk] *n* (*hình học*) angle, (*phòng*) corner, fraction, piece; **góc vuông** *n* right angle; **Nó ở gần góc phố** It's round the corner; **Nó ở góc phố** It's on the corner

gói [ɣɔi] *n* parcel, sachet ▷ *v* wrap; **đóng gói** *v* pack; **gói đồ** *n* package; **gói chè** *n* tea bag; **gói lại** *v* do up; **gói nhỏ** *n* packet; **giấy gói quà** *n* wrapping paper; **mở gói** *v* unwrap; **sự đóng gói** *n* packaging; **Anh làm ơn gói lại cho tôi được không?** Could you wrap it up for me, please?

gọi [ɣɔi] *v* call, summon, name; **gọi điện** *v* ring up; **gọi điện lại** *v* phone back, ring back; **gọi điện thoại** *v* phone; **gọi báo thức** *n* alarm call; **gọi lại** *n* call back; **tiếng gọi** *n* call; **Ai gọi đó?** Who's calling?; **Gọi bác sĩ!** Call a doctor!; **Gọi thuyền cứu sinh đi!** Call out the lifeboat!; **Gọi xe cứu thương đi** Call an ambulance; **Làm ơn gọi đội cứu hoả** Please call the fire brigade; **Làm ơn gọi điện đánh thức tôi vào bảy giờ sáng mai** I'd like an alarm call for tomorrow morning at seven o'clock; **Làm ơn gọi cho chúng tôi nếu anh về muộn** Please call us if you'll be late; **Làm ơn gọi lại cho tôi** Please call me back; **Ngày mai tôi sẽ gọi lại** I'll call back tomorrow; **Tôi cần gọi điện cho sứ quán nước tôi** I need to call my embassy; **Tôi cần gọi một cuộc điện thoại khẩn** I need to make an urgent telephone call; **Tôi có thể gọi điện thoại ở đâu?** Where can I make a phone call?; **Tôi có thể gọi điện thoại quốc tế ở đâu?** Where can I make an international phone call?; **Tôi có thể gọi cho anh vào ngày mai không?** May I call you tomorrow?; **Tôi muốn gọi điện thoại** I want to make a phone call; **Tôi muốn gọi một cuộc điện thoại mà người nghe sẽ trả tiền** I'd like to make a reverse charge call; **Tôi muốn gọi ra ngoài, cho tôi xin đường dây** I want to make an outside call, can I have a line?; **Tôi phải gọi điện thoại** I must make a phone call; **Tôi sẽ gọi lại sau** I'll call back later

gọn [ɣɔn] *adj* tidy ▷ *v* be methodical

gọn gàng [ɣɔn ɣaŋ] *adj* neat; **không gọn gàng** *adj* untidy; **một cách gọn gàng** *adv* neatly; **sắp xếp gọn gàng** *v* tidy up

Google [ɣɔɔɣlə] **tìm trên mạng Google** *v* Google®

góp [ɣɔp] *v* contribute ▷ *n* contribution; **đóng góp** *v* contribute; **phần trả góp** *n* instalment; **sự đóng góp** *n* contribution

gót [ɣɔt] *n* heel (of foot); **có gót cao** *adj* high-heeled; **gót chân** *n* heel; **giày cao gót** *n* high heels

gọt [ɣɔt] *v* peel, sharpen; **cái gọt bút chì** *n* pencil sharpener; **dao gọt khoai** *n* potato peeler

gỗ [ɣo] *n* wood (material); **bộ gỗ** *n* woodwind; **gỗ dái ngựa** *n* mahogany; **gỗ dán** *n* plywood; **gỗ viền chân tường** *n* skirting board; **gỗ xây dựng** *n* timber; **khúc gỗ** *n* log; **làm bằng gỗ** *adj* wooden; **phiến gỗ ép** *n* hardboard; **thợ làm đồ gỗ** *n* joiner

gốc [ɣok] *adj* original; **nguồn gốc** *n* origin

gối [ɣoi] *n* pillow; **khăn trải giường và áo gối** *n* bed linen; **vỏ gối** *n* pillowcase; **Làm ơn mang cho tôi thêm một cái gối** Please bring me an extra pillow

gội [ɣoi] *v* wash (hair); **dầu gội đầu** *n* shampoo; **Anh có bán dầu gội đầu không?** Do you sell shampoo?; **Anh làm ơn gội đầu cho tôi được không?** Can you wash my hair, please?

gôm [ɣom] *n* gel, gum; **gôm xịt tóc** *n* hair spray

gốm [ɣom] **bằng gốm** *adj* ceramic; **đồ gốm** *n* pottery

gồm [ɣom] *v* total, comprise; **bao gồm** *adj* include; **gồm ba phần** *adj* triple; **gồm có** *v* consist of; **Có bao gồm dịch vụ không?** Is service included?; **Có bao gồm thuế giá trị gia tăng không?** Is VAT included?; **Có gồm cả bữa sáng không?** Is breakfast included?; **Giá bao gồm những gì?** What is included in the price?; **Tiền điện có bao gồm trong đó không?** Is the cost of electricity included?

gôn [ɣon] *n* goal (football); **câu lạc bộ chơi gôn** *n* golf club (society); **gậy đánh gôn** *n* golf club (game); **môn chơi gôn** *n* golf; **sân gôn** *n* golf course; **Gần đây có sân gôn công cộng nào không?** Is there a public golf course near here?; **Người ta có cho thuê gậy đánh gôn không?** Do they hire out golf clubs?; **Tôi có thể chơi gôn ở đâu?** Where can I play golf?

gời [ɣɤi] **Giá bao nhiêu tiền một**

giờ? How much is it per hour?

gợi tình [ɣɤi tiɲ] *adj* erotic, sexy

gợi ý [ɣɤi i] *n* hint, suggestion ▷ *v* hint, suggest

gớm [ɣɤm] **gớm ghiếc** *adj* hideous

gợn [ɣɤn] **gợn sóng** *adj* wavy

granit [ɣzɑ:nitɛ] **đá granit** *n* granite

Greenland [ɣzɛɛnlɑ:nz] **đảo Greenland** *n* Greenland

GTGT thuế GTGT *abbr* VAT

Guatemala [ɣuatɛmɑ:lɑ:] **nước Guatemala** *n* Guatemala

Guinea [ɣuinɛɑ:] **nước Guinea** *n* Guinea

guốc [ɣuok] **chiếc guốc** *n* clog

Guyana [ɣuiɑnɑ:] **nước Guyana** *n* Guyana

gửi [ɣɯi] *v* forward, dispatch; **gửi bưu điện** *v* post; **gửi email** *v* email (*a person*); **gửi fax** *v* fax; **gửi qua bưu điện** *v* mail; **gửi tin nhắn** *v* text; **hàng gửi** *n* shipment; **người gửi** *n* sender; **tiền gửi** *n* deposit; **Tôi có gửi email được không?** Can I send an email?; **Tôi có thể gửi fax từ đây không?** Can I send a fax from here?; **Tôi có thể gửi những bưu thiếp này ở đâu?** Where can I post these cards?; **Tôi muốn gửi bức thư này** I'd like to send this letter; **Tôi muốn gửi cái này bằng dịch vụ chuyển phát nhanh** I want to send this by courier

gửi đi [ɣɯi di] *v* send off

gửi lại [ɣɯi lɑi] *v* send back

gừng [ɣɯŋ] *n* ginger

gương [ɣɯɤŋ] *n* mirror; **gương chiếu hậu** *n* rear-view mirror, wing mirror

gượng ép [ɣɯɤŋ ɛp] *adj* strained

h

hạ [hɑ] *n* summer ▷ *v* land, defeat; **bán hạ giá** *v* sell off; **hạ đo ván** *v* knock out; **hạ cánh khẩn cấp** *n* emergency landing; **hạ thấp** *v* lower; **hạ thủy** *v* launch; **sự hạ cánh** *n* touchdown

hạc [hɑk] **đàn hạc** *n* harp

hách dịch [hɑtʃ zitʃ] *adj* bossy

hai [hɑ:i] *num* two; **cặp hai giường đơn** *n* twin beds; **hạng hai** *n* second class; **loại hai** *adj* second-class; **Rẽ vào đường thứ hai bên trái** Take the second turning on your left

hài [hɑi] *v* laugh at, be funny ▷ *n* slipper; **diễn viên hài** *n* comedian, comic; **hài kịch** *n* comedy

hải [hɑi] **Hồng Hải** *n* Red Sea

hại [hɑi] *v* harm, hurt, damage; **có hại** *adj* harmful; **làm hại** *v* harm; **làm hư hại** *v* damage; **thiệt hại** *n* damage; **vô hại** *adj* harmless

hải âu [hɑi əu] **chim hải âu** *n* seagull

hải cẩu [hai kəu] *n* seal (*animal*)

hải đăng [hai daŋ] **ngọn hải đăng** *n* lighthouse

hài hước [hai huɯɤk] *adj* humorous; **khiếu hài hước** *n* sense of humour; **sự hài hước** *n* humour

hai lần [haːi lən] *adv* twice

hài lòng [hai lauŋ] *adj* pleased; **đáng hài lòng** *adj* satisfactory; **sự hài lòng** *n* satisfaction

hải ly [hai li] **con hải ly** *n* beaver

hải mã [hai ma] *n* walrus

hai mươi [haːi muɯɤi] *number* twenty

hải quan [hai kuan] *n* customs, (customs) duty; **cán bộ hải quan** *n* customs officer

hải quân [hai kuən] *n* navy; **thuộc hải quân** *adj* naval

hải sản [hai san] *n* seafood; **Anh có thể chuẩn bị một bữa ăn không có hải sản không?** Could you prepare a meal without seafood?; **Anh có thích hải sản không?** Do you like seafood?

Haiti [haːiti] **nước Haiti** *n* Haiti

hai tròng [haːi tʃauŋ] **kính hai tròng** *n* bifocals

Hà Lan [ha laːn] **đàn ông Hà Lan** *n* Dutchman; **nước Hà Lan** *n* Holland, Netherlands; **phụ nữ Hà Lan** *n* Dutchwoman; **thuộc Hà Lan** *adj* Dutch; **tiếng Hà Lan** *n* Dutch

hàm [ham] **quai hàm** *n* jaw

hà mã [ha ma] **con hà mã** *n* hippo, hippopotamus

hạm đội [ham doi] *n* fleet

hàn [han] *v* weld, be cold; **Anh có thể hàn tạm thời không?** Can you do a temporary filling?; **Chỗ hàn bị**

rơi ra rồi A filling has fallen out

hạn [han] *n* deadline, bad luck, drought; **đến hạn** *adj* due; **Khi nào đến hạn phải trả?** When is it due to be paid?

hạn chế [han tʃe] *v* restrict; **mặt hạn chế** *n* drawback; **sự hạn chế sinh đẻ** *n* birth control

handicap [haːnzikaːp] *n* handicap (*golf*); **Mức handicap của tôi là...** My handicap is...; **Mức handicap của anh là bao nhiêu?** What's your handicap?

hang [haːŋ] *n* cave

hàng [haŋ] *n* (*dãy*) row (line), (*xếp*) queue, merchandise ▷ *v* surrender; **dỡ hàng** *v* unload; **đại lý bán hàng** *n* sales rep; **đầu hàng** *v* give in; **đơn đặt hàng** *n* order form; **hàng gửi** *n* shipment; **hàng giờ** *adv* hourly; **hàng hóa** *n* goods; **hàng năm** *adv* yearly; **hàng ngày** *adv* daily; **hàng tạp hóa** *n* groceries; **hàng tồn kho** *n* stock; **hàng tháng** *adj* monthly; **loại hàng** *n* brand; **người đàn ông bán hàng** *n* salesman; **người bán hàng** *n* sales assistant, salesperson, shop assistant; **người phụ nữ bán hàng** *n* saleswoman; **nhà hàng** *n* restaurant; **toa chở hàng** *n* truck; **trữ hàng** *v* stock; **xe đẩy hàng mua sắm** *n* shopping trolley; **xe chở hàng nặng** *n* HGV; **Đây có phải là cuối hàng không?** Is this the end of the queue?

hãng [haŋ] *n* firm; **hãng hàng không** *n* airline

hạng [haŋ] *n* category, rank, class; **hạng hai** *n* second class; **hạng nhất** *adj* first-class; **hạng phổ**

thông *n* economy class; **hạng thương nhân** *n* business class; **một khoang hạng nhất** a first class cabin; **một khoang hạng thường** a standard class cabin; **một vé khứ hồi hạng nhất đi...** a first class return to...; **Tôi muốn đi hạng nhất** I would like to travel first class; **Tôi muốn nâng hạng vé** I want to upgrade my ticket

hàn gắn [han ɣan] *v* heal

hàng hải [haŋ hai] **thuộc về hàng hải** *adj* maritime

hàng hóa [haŋ hɔa:] *n* cargo; **hàng hóa chuyên chở** *n* freight

hàng không [haŋ χoŋ] **hãng hàng không** *n* airline; **nữ tiếp viên hàng không** *n* air hostess; **tiếp viên hàng không** *n* flight attendant

hàng năm [haŋ nam] *adj* annual ▷ *adv* annually

hàng rào [haŋ zaɔ] *n* barrier, fence, hedge; **hàng rào soát vé** *n* ticket barrier

hàng xóm [haŋ sɔm] *n* neighbour

hành [haɲ] *n* scallion ▷ *v* act, execute; **bạn đồng hành** *n* companion; **củ hành** *n* onion; **hành khách** *n* passenger; **hành lá** *n* spring onion; **hiện hành** *adj* current; **Khi nào chúng ta khởi hành?** When do we sail?

hạnh [haɲ] **sự bất hạnh** *n* misfortune

hạn hán [han han] *n* drought

hành chính [haɲ tʃiɲ] *adj* administrative; **chi phí hành chính** *n* overheads

hành đoàn [haɲ dɔan] **phi hành đoàn** *n* cabin crew

hành động [haɲ doŋ] *n* action ▷ *v* act; **hành động nhiều rủi ro** *n* gambling

hành hình [haɲ hiɲ] *v* execute

hành hương [haɲ hɯɤŋ] *n* pilgrimage; **đoàn hành hương** *n* pilgrimage; **người hành hương** *n* pilgrim

hạnh kiểm [haɲ kiem] **có hạnh kiểm tốt** *adj* well-behaved

hành lang [haɲ la:ŋ] *n* corridor

hành lý [haɲ li] *n* baggage, luggage; **giá để hành lý** *n* luggage rack; **hành lý để lại** *n* left-luggage; **hành lý quá cân** *n* excess baggage; **hành lý xách tay** *n* hand luggage; **lấy lại hành lý** *n* baggage reclaim; **tiêu chuẩn hành lý gửi** *n* baggage allowance; **xe đẩy hành lý** *n* luggage trolley; **Anh cho chuyển giúp hành lý lên phòng được không?** Could you have my luggage taken up?; **Anh làm ơn mang hành lý hộ tôi được không?** Can you help me with my luggage, please?; **Được gửi bao nhiêu hành lý?** What is the baggage allowance?; **Hành lý của tôi bị hư hỏng** My luggage has been damaged; **Hành lý của tôi vẫn chưa đến** My luggage hasn't arrived; **Hành lý cho chuyến bay từ... ở đâu?** Where is the luggage for the flight from...?; **Tôi đã chuyển hành lý đi trước rồi** I sent my luggage on in advance; **Tôi bị mất hành lý** My luggage has been lost

hành nghề [haɲ ŋe] *v* practise; **một người hành nghề** *n* professional

hạnh phúc [haṇ fuk] *adj* happy
▷ *adv* happily; **niềm hạnh phúc** *n*
happiness

hành tinh [haṇ tiṇ] *n* planet

hành trình [haṇ tʃiṇ] **cuộc hành
trình** *n* journey; **hành trình khứ
hồi** *n* round trip

hành vi [haṇ vi] *n* act

hàn lâm [han ləm] **viện hàn lâm** *n*
academy

Hàn Quốc [han kuok] *n* South
Korea

hào [haɔ] *n* moat

hao mòn [ha:ɔ mɔn] *adj* worn

hào nhoáng [haɔ ɲɔaŋ] *adj*
glamorous

hào phóng [haɔ fauŋ] *adj*
generous; **sự hào phóng** *n*
generosity

hạ sỹ [ha si] *n* corporal

hát [hat] *v* sing, perform on stage;
bài hát *n* song; **người hát rong** *n*
busker; **rạp hát** *n* theatre; **tiếng
hát** *n* singing

hạt [hat] *n* (chuỗi) bead, (quả hạch)
nut (food), pip, seed, province,
jurisdiction; **hạt của một loại cây
gia vị ở vùng Địa Trung Hải** *n*
cumin; **hạt giống** *n* seed; **hạt ngũ
cốc** *n* grain; **hạt nhục đậu khấu** *n*
nutmeg; **sự dị ứng với hạt** *n* nut
allergy; **Anh có thể chuẩn bị một
bữa ăn không có các loại hạt
không?** Could you prepare a meal
without nuts?

hạ tầng [ha təŋ] **cơ sở hạ tầng** *n*
infrastructure

hạt hồi [hat hoi] *n* aniseed

hạ thủy [ha tui] *v* launch

hạt nhân [hat ɲən] *adj* nuclear;
thuộc hạt nhân *adj* nuclear

hạt tiêu [hat tieu] *n* pepper; **cối
xay hạt tiêu** *n* peppermill

hàu [hau] *n* oyster; **con hàu** *n* oyster

hay [ha:i] *v* know, hear ▷ *conj* or ▷ *adj*
interesting, good; **hay để ý** *adj*
observant; **hay nói** *adj* talkative;
hay tin người *adj* trusting; **rất hay**
adj splendid; **Anh có thể gợi ý chỗ
nào hay để đi không?** Can you
suggest somewhere interesting to
go?; **Gần đây có chỗ đi dạo nào
hay không?** Are there any
interesting walks nearby?

hăm-bơ-gơ [hambɤɣ] **bánh
hăm-bơ-gơ** *n* hamburger

hằn học [han hɔk] *adj* spiteful

hắt hơi [hat hɤi] *v* sneeze

hâm [həm] *v* warm up, heat; **Anh
làm ơn hâm món này lên được
không?** Can you warm this up,
please?

hầm [həm] **đường hầm** *n* tunnel;
hầm chứa *n* cellar; **món hầm** *n*
stew; **món thịt hầm** *n* casserole;
tầng hầm *n* basement

hân hạnh [hən haṇ] *v* be honoured,
have the honour; **Rất hân hạnh!**
With pleasure!; **Rất hân hạnh
được gặp anh** It was a pleasure to
meet you; **Rất hân hạnh được làm
việc với anh** It's been a pleasure
working with you

hân hoan [hən hɔa:n] *v* exult;
niềm hân hoan *n* triumph

hấp dẫn [həp zən] *adj* attractive,
fascinating, gripping, tempting; **sự
hấp dẫn** *n* attraction

hầu [həu] *v* wait upon, serve ▷ *adv*

almost; **người hầu** *n* servant, server *(person)*; **người hầu bàn nam** *n* waiter; **người hầu bàn nữ** *n* waitress; **người hầu gái** *n* maid

hậu [həu] **gương chiếu hậu** *n* rear-view mirror, wing mirror

hầu hết [həu het] *adj* most ▷ *pron* most *(majority)*; **hầu hết là** *adv* mostly

hậu quả [həu kuɑ] *n* repercussions, consequence

hậu thuẫn [həu tuən] *v* backup

hè [hɛ] *n* summer, veranda, pavement; **kỳ nghỉ hè** *n* summer holidays; **mùa hè** *n* summer, summertime; **việc làm trong kỳ nghỉ hè** *n* holiday job

hẹ [hɛ] *n* chives

hecpet môi [hɛkpɛt moi] **bệnh hecpet môi** *n* cold sore

hen [hɛn] **bệnh hen** *n* asthma; **Tôi bị hen suyễn** I suffer from asthma

hẹn [hɛn] *v* promise ▷ *n* deadline; **cuộc hẹn** *n* appointment, rendezvous; **nhiều hứa hẹn** *adj* promising; **Anh có hẹn trước không?** Do you have an appointment?; **Tôi có hẹn với...** I have an appointment with...; **Tôi có thể hẹn gặp bác sĩ không?** Can I have an appointment with the doctor?; **Tôi muốn đặt hẹn** I'd like to make an appointment

hèn nhát [hɛn ɲat] *adj* cowardly

héo [hɛɔ] *v* wilt

hẹp [hɛp] *adj* narrow; **chật hẹp** *adj* narrow; **sợ không gian hẹp** *adj* claustrophobic

hét [hɛt] *v* shout; **hét lên** *v* scream; **tiếng hét** *n* scream, shout

hệ [he] *n* branch, generation, system; **hệ động vật** *n* fauna; **hệ mặt trời** *n* solar system; **hệ miễn dịch** *n* immune system; **theo hệ mét** *adj* metric

hêrôin [hezoin] *n* heroin

hết [het] *v* run out of, complete, end; **bán hết** *adj* sell out, sold out; **dùng hết** *v* use up; **hết sức** *adv* hard; **hết tiền** *adj* broke; **trước hết** *adv* first; **Tôi bị hết xăng** I've run out of petrol; **Tôi hết tiền rồi** I have run out of money

hết hạn [het hɑn] *v* expire; **ngày hết hạn** *n* expiry date; **ngày hết hạn sử dụng** *n* best-before date; **ngày hàng hết hạn bán** *n* sell-by date

hệ thống [he toŋ] *n* system; **có hệ thống** *adj* systematic; **hệ thống chỉ đường bằng vệ tinh** *n* GPS; **hệ thống liên lạc nội bộ** *n* intercom; **phân tích viên hệ thống** *n* systems analyst

hiếm [hiem] *adj* scarce; **hiếm khi** *adv* hardly, rarely, seldom; **hiếm thấy** *adj* rare *(uncommon)*

hiểm [hiem] *adj* dangerous; **hiểm độc** *adj* malicious; **hiểm ác** *adj* malignant

hiên [hien] *n* patio

hiện [hien] **hiện hành** *adj* current

hiện đại [hien dɑi] *adj* modern, up-to-date; **hiện đại hoá** *v* modernize; **ngôn ngữ hiện đại** *n* modern languages; **tiện nghi hiện đại** *n* mod cons

hiện nay [hien nɑːi] *adv* currently

hiển nhiên [hien ɲien] *adj* apparent ▷ *adv* obviously; **một**

cách hiển nhiên *adv* apparently

hiến pháp [hien fap] *n* constitution

hiện tại [hien tai] *n* present *(time being)*

hiện trạng [hien tʃaŋ] *n* status quo

hiển vi [hien vi] **kính hiển vi** *n* microscope

hiếp [hiep] **Tôi đã bị hiếp** I've been raped

hiếp dâm [hiep zəm] *n* rape *(sexual attack)* ▷ *v* rape; **kẻ hiếp dâm** *n* rapist

hiệp hội [hiep hoi] *n* association

hiệp ước [hiep ɯɤk] *n* treaty

hiếu [hieu] **lòng hiếu khách** *n* hospitality

hiểu [hieu] *v* understand; **am hiểu** *adj* knowledgeable; **có thể hiểu được** *adj* understandable; **dễ hiểu** *adj* simple; **hiểu ra** *v* figure out; **sự hiểu** *n* comprehension; **sự hiểu biết** *n* knowledge; **sự hiểu lầm** *n* misunderstanding; **sự tìm hiểu** *n* enquiry; **tìm hiểu** *v* enquire, inquire; **Anh có hiểu không?** Do you understand?; **Tôi hiểu** I understand; **Tôi không hiểu** I don't understand

hiệu [hieu] *n* shop, pen name, signal; **hiệu giặt** *n* laundry; **hiệu làm tóc** *n* hairdresser's; **hiệu trưởng** *n* headteacher; **nhãn hiệu** *n* brand name; **Hiệu thuốc gần nhất ở đâu?** Where is the nearest chemist?

hiểu biết [hieu biet] **sự thiếu hiểu biết** *n* ignorance

hiếu chiến [hieu tʃien] *adj* belligerent; **hành vi hiếu chiến của lái xe** *n* road rage

hiểu lầm [hieu ləm] *v* misunderstand; **Đã có sự hiểu lầm** There's been a misunderstanding

hiệu quả [hieu kua] *adj* efficient; **không có hiệu quả** *adj* inefficient; **một cách hiệu quả** *adv* efficiently

hiệu trưởng [hieu tʃɯɤŋ] *n* principal

hifi [hifi] **dàn hifi** *n* hifi

Hindu [hinzu] **người theo đạo Hindu** *n* Hindu; **thuộc đạo Hindu** *adj* Hindu

hình [hiŋ] *n* form, figure; **có hình chữ nhật** *adj* rectangular; **có hình trái xoan** *adj* oval; **hình ảnh** *n* image; **hình bán nguyệt** *n* semicircle; **hình chữ nhật** *n* rectangle; **hình dạng** *n* format; **hình minh họa** *n* graphics; **hình nón** *n* cone; **hình tam giác** *n* triangle; **hình thức** *n* form; **hình trụ** *n* cylinder; **hình tròn** *n* circle, round; **hình vẽ hoặc chữ viết trên tường** *n* graffiti; **hình vuông** *n* square; **trò chơi xếp hình** *n* jigsaw; **vô hình** *adj* invisible

hình dung [hiŋ zuŋ] *v* visualize

hình phạt [hiŋ fat] *n* penalty; **hình phạt về thể xác** *n* corporal punishment

hình thù [hiŋ tu] *n* shape

híp-pi [hippi] **dân híp-pi** *n* hippie

hít [hit] *v* sniff; **hít vào** *v* breathe in

HIV [hiv] **HIV-âm tính** *adj* HIV-negative; **HIV-dương tính** *adj* HIV-positive; **Tôi bị HIV dương tính** I am HIV-positive

ho [hɔ] *v* cough; **chứng ho** *n* cough; **thuốc nước chống ho** *n* cough mixture; **Tôi bị ho** I have a cough

họ [hɔ] *n (tên)* surname ▷ *pron (những người đó)* them, they; **anh em họ** *nm* cousin; **tên họ viết tắt** *n* initials

hoa [hɔa:] *n* blossom, flower; **bó hoa** *n* bouquet; **cây hoa cúc** *n* chrysanthemum; **cây hoa hồng** *n* rose; **cây hoa lan chuông** *n* lily of the valley; **ghim hoa cài áo** *n* brooch; **hoa anh túc** *n* poppy; **hoa anh thảo** *n* primrose; **hoa cúc** *n* daisy; **hoa giấy confetti** *n* confetti; **hoa hướng dương** *n* sunflower; **hoa loa kèn** *n* lily; **hoa tai** *n* earring; **hoa tử đinh hương** *n* lilac; **hoa thủy tiên** *n* daffodil; **người bán hoa** *n* florist; **nước hoa** *n* perfume; **phấn hoa** *n* pollen; **ra hoa** *v* flower

hoà [hɔa] *v (tỉ số)* draw (equal with)

hóa [hɔa:] *v* mix, harmony ▷ *adj* peaceful; **hóa chất** *n* chemical; **ngành hóa học** *n* chemistry; **tư nhân hóa** *v* privatize; **toàn cầu hóa** *n* globalization

hòa [hɔa:] **buổi hòa nhạc** *n* concert; **hòa tan được** *adj* soluble

hỏa [hɔa:] *n* fire; **bình cứu hỏa** *n* fire extinguisher; **đội cứu hỏa** *n* fire brigade; **lính cứu hỏa** *n* fireman; **Làm ơn gọi đội cứu hỏa** Please call the fire brigade

họa [hɔa:] *n* misfortune ▷ *adj* unusual ▷ *v* draw; **tai họa** *n* catastrophe; **tranh biếm họa** *n* cartoon

hoa cà [hɔa: ka] **có màu hoa cà** *adj* mauve

hoa diên vĩ [hɔa: zien vi] *n* iris

hoá đơn [hɔa dɤn] *n* bill (account);

Cho tôi hoá đơn chi tiết được không? Can I have an itemized bill?

hóa đơn [hɔa: dɤn] *n* invoice; **hóa đơn điện thoại** *n* phone bill; **lập hóa đơn** *v* invoice; **thanh toán hóa đơn và rời khỏi khách sạn** *v* check out

hoả hoạn [hɔa hɔan] *n* fire; **sự cố ý gây hoả hoạn** *n* arson

hóa học [hɔa: hɔk] **đường hóa học** *n* sweetener

hoa hồng [hɔa: hoŋ] *n* commission; **Anh có tính hoa hồng không?** Do you charge commission?; **Hoa hồng là bao nhiêu?** What's the commission?

hòa khí [hɔa: xi] **bộ chế hòa khí** *n* carburettor

Hoa Kỳ [hɔa: ki] *n* United States; **Hợp chủng quốc Hoa Kỳ** *n* United States

hoàn [hɔan] **hoàn cảnh** *n* circumstances

hoãn [hɔan] *v* postpone, put off; **bị hoãn lại** *adj* delayed; **hoãn lại** *v* call off

hoàn cảnh [hɔan kan] *n* situation

hoàn chỉnh [hɔan tʃin] *adj* finished

hoang [hɔa:ŋ] *adj* desolate; **đảo hoang** *n* desert island; **đồng hoang** *n* moor

hoàng [hɔaŋ] **nữ hoàng** *n* queen; **thái độ đường hoàng** *n* dignity

hoang dã [hɔa:ŋ za] *adj* wild; **thế giới động vật hoang dã** *n* wildlife

hoàng đạo [hɔaŋ dao] *n* zodiac

hoàng đế [hɔaŋ de] *n* emperor

hoàng gia [hɔaŋ za:] *adj* royal; **thuộc hoàng gia** *adj* royal

hoàng hôn [hɔaŋ hon] *n* dusk,

sunset

hoảng hốt [hoaŋ hot] v panic; **sự hoảng hốt** n alarm

hoàng tử [hoaŋ tɯ] n prince

hoàng yến [hoaŋ ien] **chim hoàng yến** n canary

hoàn hảo [hoan hao] **một cách hoàn hảo** adv perfectly

hoan hô [hoa:n ho] excl hooray!

hoàn lại [hoan lai] v refund; **hoàn lại tiền** v refund; **tiền hoàn lại** n rebate, refund

hoan nghênh [hoa:n ŋeŋ] excl welcome!

hoàn tất [hoan tət] v finalize

hoàn thành [hoan taŋ] v fulfil

hoàn thiện [hoan tien] adj perfect; **sự hoàn thiện** n perfection

hoàn toàn [hoan toan] adj sheer, total ▷ adv absolutely, completely, dead, totally

hoa quả [hoa: kua] n fruit; **hoa quả trộn** n fruit salad

hóa ra [hoa: za:] v turn out

hoa sen [hoa: sɛn] **tắm hoa sen** n shower; **Có vòi tắm hoa sen không?** Are there showers?; **Chỗ tắm hoa sen ở đâu?** Where are the showers?; **Nước ở vòi hoa sen lạnh** The showers are cold; **Vòi hoa sen bẩn** The shower is dirty; **Vòi hoa sen không hoạt động** The shower doesn't work

hoá sinh [hoa siŋ] n biochemistry

hoạ sỹ [hoa si] n painter

hoạt [hoat] **chi phí sinh hoạt** n cost of living

hoạt động [hoat zoŋ] v operate, work; **... hoạt động không tốt** The... doesn't work properly

hoạt động [hoat doŋ] n activity, operation (undertaking) ▷ v be active; **đang hoạt động** adv on; **hoạt động thường xuyên** n routine; **ngừng hoạt động** v go off; **Anh có các hoạt động cho trẻ em không?** Do you have activities for children?

hóa trang [hoa: tʃa:ŋ] n make-up; **đồ hóa trang** n make-up; **quần áo hóa trang** n fancy dress

hoà trộn [hoa tʃon] v mix; **sự hoà trộn** n mix

hoặc [hoak] adv either (with negative) ▷ conj either (.. or), or; **hoặc... hoặc** conj either... or

học [hɔk] v learn, study ▷ n study; **báo cáo học tập** n report card; **bài học** n lesson; **có học thức** adj educated; **chương trình học** n curriculum, syllabus; **di truyền học** n genetics; **động vật học** n zoology; **điện tử học** n electronics; **học gạo** v swot; **học kỳ** n semester, term (division of year); **học phí** n tuition fees; **học viên trường sỹ quan** n cadet; **khóa học** n course; **kinh tế học** n economics; **lớp học** n classroom; **năm học** n academic year; **ngành hóa học** n chemistry; **người học** n learner; **người học lái xe** n learner driver; **người mới học** n beginner; **nhà ngôn ngữ học** n linguist; **nhà tự nhiên học** n naturalist; **sinh thái học** n ecology; **thần học** n theology; **thần thoại học** n mythology; **thuộc sinh thái học** adj ecological; **thuộc toán học** adj mathematical; **toán học** n mathematics, maths; **trốn học** v play truant; **trường học ban đêm** *n* night school; **triết học** *n* philosophy; **xã hội học** *n* sociology; **Tôi còn đang đi học** I'm still studying

hóc-môn [hɔkmɔn] *n* hormone

học sinh [hɔk siŋ] *n* pupil *(learner)*, schoolchildren; **đồng phục học sinh** *n* school uniform; **học sinh nam** *n* schoolboy; **học sinh nữ** *n* schoolgirl; **học sinh nội trú** *n* boarder

học thuật [hɔk tuət] **mang tính học thuật** *adj* academic

học việc [hɔk viek] **người học việc** *n* apprentice

học viện [hɔk vien] *n* institute

hoe đỏ [hɔɛ dɔ] **màu hoe đỏ** *adj* ginger

họ hàng [hɔ haŋ] *n* relative; **họ hàng nhà chồng** *npl* in-laws; **họ hàng ruột thịt** *n* next-of-kin

hỏi [hɔi] *v* ask, question; **câu hỏi** *n* question; **chào hỏi** *v* greet; **dấu chấm hỏi** *n* question mark; **đòi hỏi** *v* claim; **hỏi ý kiến** *v* consult; **sự đòi hỏi** *n* claim; **tự hỏi** *v* wonder

hói đầu [hɔi dəu] *adj* bald

hòm [hɔm] *n* chest *(storage)*

hóm hỉnh [hɔm hiŋ] *adj* witty; **sự hóm hỉnh** *n* wit

Honduras [hɔnzuzaːs] **nước Honduras** *n* Honduras

hỏng [haʊŋ] *v* break down; **hỏng bét** *n* flop; **hỏng hóc** *adj* broken down; **làm hỏng** *v* spoil, wreck; **sự hỏng hóc** *n* breakdown; **tàu xe bị hỏng** *n* wreck; **Nếu xe bị hỏng thì tôi phải làm gì?** What do I do if I break down?; **Ô tô của tôi hỏng rồi** My car has broken down

họng [haʊŋ] **cổ họng** *n* throat

họp [hɔp] *v* meet; **họp báo** *n* press conference

họp lại [hɔp lai] *v* club together

hót [hɔt] **cái hót rác** *n* dustpan

hố [ho] *n* pit; **hố rác tự hoại** *n* septic tank

hồ [ho] *n* glue, lake; **hồ chứa nước** *n* reservoir; **hồ dán** *n* glue; **hồ nước** *n* lake

hổ [ho] **con hổ** *n* tiger

hộ chiếu [ho tʃieu] *n* passport; **sự kiểm tra hộ chiếu** *n* passport control; **Đây là hộ chiếu của tôi** Here is my passport; **Hộ chiếu của tôi đã bị lấy cắp** My passport has been stolen; **Làm ơn cho tôi xin lại hộ chiếu** Please give me my passport back; **Tôi mất hộ chiếu rồi** I've lost my passport; **Tôi quên hộ chiếu rồi** I've forgotten my passport; **Trẻ em đi theo hộ chiếu này** The children are on this passport

hô hấp [ho həp] **sự hô hấp** *n* breathing

hôi [hoi] **mùi hôi** *n* stink

hồi [hoi] *n (chương)* episode

hội [hoi] *v* meet ▷ *n* association, society; **cơ hội** *n* chance; **hội đồng** *n* council; **hội từ thiện** *n* charity; **Hội chữ thập đỏ** *n* Red Cross; **ngày hội** *n* carnival

Hồi [hoi] **đạo Hồi** *n* Islam; **thuộc đạo Hồi** *adj* Islamic

hội chứng Down [hoi tʃuŋ zɔwn] *n* Down's syndrome

hối đoái [hoi dɔai] **tỷ giá hối đoái** *n* rate of exchange

hội đồng [hoi doŋ] **thành viên hội đồng** n councillor

Hội Giám lý [hoi zam li] **theo Hội Giám lý** adj Methodist

Hồi giáo [hoi zaɔ] n Islam; **đền thờ Hồi giáo** n mosque; **tín đồ Hồi giáo** n Moslem, Muslim; **thuộc Hồi giáo** adj Moslem, Muslim; **Ở đâu có nhà thờ Hồi giáo?** Where is there a mosque?

hội họp [hoi hɔp] **sự hội họp** n assembly

hồi hộp [hoi hop] **sự hồi hộp** n suspense

hối lộ [hoi lo] v bribe; **sự hối lộ** n bribery

hội nghị [hoi ŋi] n conference; **Làm ơn cho tôi đến trung tâm hội nghị** Please take me to the conference centre

hồi phục [hoi fuk] v recover; **hồi phục lại** v renovate; **sự hồi phục** n recovery

hội viên [hoi vien] **số hội viên** n membership; **thẻ hội viên** n membership card

hộ lý [ho li] n paramedic

hôm [hom] **hôm trước** n eve

hôm kia [hom kia] x the day before yesterday

hôm nay [hom nɑ:i] adv today; **Hôm nay là thứ mấy?** What day is it today?; **Hôm nay ngày bao nhiêu?** What is today's date?

hôm qua [hom kua] **ngày hôm qua** adv yesterday

hôn [hon] v kiss; **đã hứa hôn** adj engaged; **nụ hôn** n kiss; **nhẫn hứa hôn** n engagement ring; **sự hứa hôn** n engagement; **sự hôn mê** n coma

hỗn [hon] **cư xử hỗn** v misbehave

hỗn độn [hon don] **cảnh hỗn độn** n shambles; **tình trạng hỗn độn** n mix-up

hông [hoŋ] n hip

hồng [hoŋ] adj pink; **cây hoa hồng** n rose; **Hồng Hải** n Red Sea; **rượu hồng** n rosé

hồng hạc [hoŋ hak] **chim hồng hạc** n flamingo

hỗn loạn [hon lɔan] adj chaotic; **sự hỗn loạn** n chaos, turbulence

hôn nhân [hon ɲən] **tình trạng hôn nhân** n marital status

hộp [hop] n box, carton, can, tin; **cái hộp** n box; **cái mở hộp** n can-opener; **dụng cụ mở đồ hộp** n tin opener; **đóng hộp** adj tinned; **được đóng hộp** adj canned; **hộp bút** n pencil case; **hộp bìa các tông** n carton; **hộp cầu chì** n fuse box; **hộp đựng dụng cụ** n holdall; **hộp đêm** n nightclub; **hộp điện thoại** n phonebox; **hộp kim loại đựng đồ khô** n canister; **hộp số** n gear box; **hộp thư** n letterbox, mailbox, postbox; **hộp thư đến** n inbox; **Hộp cầu chì ở đâu?** Where is the fuse box?; **Hộp số bị hỏng** The gear box is broken

hổ phách [ho fatʃ] n amber

hồ sơ [ho sɤ] n record; **hồ sơ lưu trữ** n archive; **lưu hồ sơ** v file (folder); **tập hồ sơ** n file (folder)

hộ tịch [ho titʃ] **phòng hộ tịch** n registry office

hộ tống [ho toŋ] v escort; **đoàn hộ tống** n convoy

hỗ trợ [ho tʃɤ] v back up; **người hỗ**

trợ n undertaker; **sự hỗ trợ** n assistance

hơi [hɤi] **hơi cay** n teargas; **hơi nước** n moisture, steam; **hơi thở** n breath; **tắm hơi** n sauna; **Tôi hơi mệt** I'm a little tired; **Trời hơi nóng quá** It's a bit too hot

hời hợt [hɤi hɤt] adj superficial

hơn [hɤn] adv more ▷ conj than; **sự thích hơn** n preference

hợp [hɤp] v unite, go together; **hợp nhau** adj matching; **hợp thời trang** adj trendy; **hợp thành** adj component; **hợp với** v suit; **không hợp thời trang** adj naff, unfashionable; **phù hợp** adj fit; **sự tập hợp** n composition; **trường hợp** n case

hợp đồng [hɤp dɔŋ] n contract; **hợp đồng cho thuê** n lease

hợp lý [hɤp li] adj fair (reasonable), logical, rational

hợp nhất [hɤp ɲət] v unite

hợp pháp [hɤp fap] adj legal; **bất hợp pháp** adj illegal

hợp tác [hɤp tak] v cooperate; **sự hợp tác** n cooperation

hú [hu] v howl

huấn luyện [huən luien] v train, coach; **đã được huấn luyện** adj trained; **huấn luyện viên** n coach, instructor, trainer; **khóa huấn luyện** n training course; **sự huấn luyện** n training

huệ [hue] **ơn huệ** n favour

húi cua [hui kua] **kiểu tóc húi cua** n crew cut

hun [hun] adj smoked (food); **cá trích muối hun khói** n kipper; **hun khói** adj smoked

hùng [huŋ] **anh hùng** n hero; **nữ anh hùng** n heroine

Hungary [huŋaːzi] **người Hungary** n Hungarian; **nước Hungary** n Hungary; **thuộc Hungary** adj Hungarian

hung bạo [huŋ baɔ] adj outrageous

hung hăng [huŋ haŋ] adj aggressive

hung tợn [huŋ tɤn] adj violent

hùng vĩ [huŋ vi] adj grand

hút [hut] v suck, inhale, smoke; **cấm hút thuốc** adj non-smoking; **hút bụi** v hoover, vacuum; **máy hút bụi** n vacuum cleaner; **máy hút bụi Hoover®** n Hoover®; **người không hút thuốc** n non-smoker; **sự hút thuốc** n smoking

huỷ [hui] **Tôi muốn huỷ việc đặt phòng của tôi** I want to cancel my booking

hủy [hui] v undo, destroy, cancel; **có thể phân hủy vi sinh** adj biodegradable; **hủy bỏ** v abolish, cancel; **phá hủy** v demolish, destroy; **sự hủy bỏ** n abolition, cancellation; **sự phá hủy** n destruction

huy chương [hui tʃɯɤŋ] n medal

huyện [huien] n precinct

huyền bí [huien bi] adj mysterious; **điều huyền bí** n mystery

huyên náo [huien naɔ] **sự huyên náo** n racquet

huyết [huiet] **đầy nhiệt huyết** adj energetic; **huyết quản** n vein

huyết áp [huiet ap] n blood pressure

huy hiệu [hui hieu] n badge

huy hoàng [hui hɔaŋ] adj glorious;

sự huy hoàng *n* glory

huỳnh quang [huiɲ kuaŋ] *adj* fluorescent; **bằng huỳnh quang** *adj* fluorescent

huýt sáo [huit saɔ] *v* whistle; **tiếng huýt sáo** *n* whistle

hư [hɯ] *adj* spoilt; **làm hư hại** *v* damage

hứa [hɯa:] *v* promise; **đã hứa hôn** *adj* engaged; **lời hứa** *n* promise; **nhiều hứa hẹn** *adj* promising; **sự hứa hôn** *n* engagement

hương [hɯɤŋ] *n* incense; **hương thơm** *n* scent

hướng [hɯɤŋ] *n* direction ▷ *v* face; **hướng bắc** *n* north; **hướng đông** *adj* east; **phương hướng** *n* direction; **về hướng đông** *adj* eastbound; **về hướng tây** *adj* west, westbound

hướng dẫn [hɯɤŋ zən] *v* instruct, guide, lead; **chuyến du lịch có hướng dẫn** *n* guided tour; **phòng hướng dẫn** *n* inquiries office; **sách hướng dẫn** *n* guidebook, manual

hướng dẫn viên [hɯɤŋ zən vien] *n* guide; **hướng dẫn viên du lịch** *n* tour guide

hương liệu pháp [hɯɤŋ lieu fap] *n* aromatherapy

hướng nghiệp [hɯɤŋ ŋiep] *adj* vocational

hương thảo [hɯɤŋ taɔ] **cây hương thảo** *n* rosemary

hương thơm [hɯɤŋ tɤm] *n* aroma

hương vị [hɯɤŋ vi] *n* aroma, flavour; **Anh có những loại hương vị gì?** What flavours do you have?

hươu [hɯɤu] *n* deer; **con hươu** *n* deer; **hươu cao cổ** *n* giraffe; **thịt**

hươu *n* venison

hưu [hɯu] **người già hưởng lương hưu** *n* old-age pensioner; **nghỉ hưu** *v* retire; **Tôi về hưu rồi** I'm retired

hữu cơ [hɯu kɤ] *adj* organic; **chất hữu cơ steroid** *n* steroid

hữu hình [hɯu hiɲ] *adj* visible

hữu hoá [hɯu hɔa] **quốc hữu hoá** *v* nationalize

hữu ích [hɯu itʃ] *adj* useful

hyđrat [hidza:t] **hyđrat cácbon** *n* carbohydrate

hyđrô [hidzo] *n* hydrogen

Hy Lạp [hi lap] **người Hy Lạp** *n* Greek *(person)*; **nước Hy Lạp** *n* Greece; **thuộc Hy Lạp** *adj* Greek; **tiếng Hy Lạp** *n* Greek *(language)*

hy sinh [hi siɲ] *v* sacrifice; **sự hy sinh** *n* sacrifice

hy vọng [hi vauŋ] *v* hope; **đầy hy vọng** *adj* hopeful; **hy vọng rằng** *adv* hopefully; **niềm hy vọng** *n* hope

I

Internet connection in the room?;
Vào internet bao nhiêu tiền một giờ? How much is it to log on for an hour?

Internet [intɛznɛt] **mạng Internet** *n* Internet; **người dùng Internet** *n* Internet user; **nhà cung cấp dịch vụ Internet** *n* ISP

Iran [izɑːn] **người Iran** *n* Iranian *(person)*; **nước Iran** *n* Iran; **thuộc Iran** *adj* Iranian

Iraq [izɑːk] **người Iraq** *n* Iraqi *(person)*; **nước Iraq** *n* Iraq; **thuộc Iraq** *adj* Iraqi

Israel [iszɑːɛl] **người Israel** *n* Israeli *(person)*; **nước Israel** *n* Israel; **thuộc Israel** *adj* Israeli

ít [it] *adj (mức độ)* slight, *(số lượng)* few, little; **dạng số ít** *n* singular; **ít béo** *adj* low-fat; **ít cồn** *adj* low-alcohol; **ít khách** *adj* off-season; **ít quan trọng** *adj* trivial

ít hơn [it hɤn] *adj* fewer; **ở mức ít hơn** *adv* less

ít ra [it zɑː] *adv* at least

ích [itʃ] *v* use; **có ích** *adj* helpful; **lợi ích** *n* benefit

ích kỷ [itʃ ki] *adj* selfish

im lặng [im lɑŋ] *adj* silent; **sự im lặng** *n* silence

in [in] *v* print; **bản in** *n* edition, print, printout; **lỗi in** *n* misprint; **máy in** *n* printer *(machine)*; **In giá bao nhiêu tiền?** How much is printing?

inch [intʃ] *n* inch

Indonesia [inzɔnɛsiɑ] **người Indonesia** *n* Indonesian *(person)*; **nước Indonesia** *n* Indonesia

insulin [insulin] **chất insulin** *n* insulin

internet [intɛznɛt] **quán cà phê internet** *n* cybercafé, Internet café; **Có quán cà phê internet nào ở đây không?** Are there any Internet cafés here?; **Phòng có mạng internet không dây không?** Does the room have wireless Internet access?; **Trong phòng có nối mạng internet không?** Is there an

j    k

Jamaica [jɑːmaːikaː] **người Jamaica** *n* Jamaican *(person)*; **thuộc Jamaica** *adj* Jamaican

jazz [jɑːzz] **nhạc jazz** *n* jazz

jeans [jɛɑːns] **quần jeans** *n* jeans

Jordan [jɔzzaːn] **người Jordan** *n* Jordanian *(person)*; **nước Jordan** *n* Jordan; **thuộc Jordan** *adj* Jordanian

Judo [juzɔ] **môn võ Judo** *n* judo

kara [kɑːzaː] *n* carat

karaokê [kɑːzaːɔke] *n* karaoke

karate [kɑːzaːtɛ] **võ karate** *n* karate

Kazakhstan [kɑːzaːχstaːn] **nước Kazakhstan** *n* Kazakhstan

kè [kɛ] *n* embankment

kẻ [kɛ] *n* individual, person ▷ *v* draw *(a line)*; **có kẻ ô vuông** *adj* tartan; **đường kẻ** *n* line; **kẻ nói dối** *n* liar; **kẻ thù** *n* enemy; **kẻ trộm** *n* burglar

kebab [kɛbaːb] **món thịt nướng kebab** *n* kebab

kẻ lừa gạt [kɛ lɯaː ɣat] *n* crook *(swindler)*

kem [kɛm] *n (lạnh)* ice cream, *(tươi, bôi)* cream; **kem ca-ra-men** *n* flan, caramel; **kem cạo râu** *n* shaving cream; **kem chống nắng** *n* sunblock, suncream, sunscreen, suntan lotion; **kem đánh răng** *n* toothpaste; **kem phủ trên bánh** *n* icing; **kem que** *n* ice lolly; **kem sữa trứng** *n* custard; **kem tươi** *n* whipped cream; **món kem mút** *n* mousse; **màu kem** *adj* cream; **sữa không kem** *n* skimmed milk; **Tôi muốn ăn kem** I'd like an ice cream

kém [kɛm] *v* be bad at ▷ *adj* bad; **thua kém** *adj* inferior

kẽm [kɛm] *n* zinc

kèn [kɛn] *n* wind instrument; **kèn ácmônica** *n* mouth organ; **kèn cócnê** *n* cornet; **kèn clarinet** *n* clarinet; **kèn ô-boa** *n* oboe; **kèn tây** *n* French horn; **kèn trombon** *n* trombone; **kèn trompet** *n* trumpet; **kèn xắc-xô** *n* saxophone

kèn pha-gốt [kɛn fɑ:ɣot] *n* bassoon

kèn túi [kɛn tui] *n* bagpipes

Kenya [kɛnia] **người Kenya** *n* Kenyan *(person)*; **nước Kenya** *n* Kenya; **thuộc Kenya** *adj* Kenyan

keo [kɛɔ] *n* gum; **keo vuốt tóc** *n* hair gel

kéo [kɛɔ] *v* pull; **cái kéo** *n* scissors; **kéo cắt móng tay** *n* nail scissors; **kéo dài** *v* last; **kéo đi** *v* tow away; **kéo đổ** *v* pull down; **kéo lê** *v* drag; **kéo phéc-mơ-tuya** *v* zip (up); **kéo xén** *n* clippers; **lôi kéo** *v* rope in; **máy kéo** *n* tractor; **ngăn kéo** *n* drawer; **ngăn kéo để tiền** *n* till; **thang kéo người trượt tuyết** *n* ski lift

kẹo [kɛɔ] *n* lolly, sweet, candy ▷ *adj* stingy; **bánh kẹo** *n* sweets; **kẹo bơ cứng** *n* toffee; **kẹo cao su** *n* bubble gum, chewing gum; **kẹo mút** *n* lollipop; **que kẹo bông** *n* candyfloss

kéo co [kɛɔ kɔ] **trò kéo co** *n* tug-of-war

kéo dài [kɛɔ zai] *v* stretch

kẻ ô [kɛ o] **đường kẻ ô** *n* grid

kẹp [kɛp] *adj* jammed ▷ *v* squeeze, press; **cái kẹp giấy** *n* paperclip; **kẹp phơi quần áo** *n* clothes peg; **kẹp tài liệu có vòng kim loại có thể mở ra** *n* ring binder

két [kɛt] *n* safe, carton; **chim két** *n* blackbird; **Két nước bị rò** There is a leak in the radiator; **Làm ơn cất hộ vào két** Put that in the safe, please; **Tôi có đồ để trong két** I have some things in the safe; **Tôi muốn cất đồ có giá trị vào két** I'd like to put my valuables in the safe; **Tôi muốn cất đồ trang sức vào két** I would like to put my jewellery in the safe

kẹt [kɛt] *adj* stuck; **bị kẹt lại** *adj* stranded; **Bị kẹt rồi** It's stuck; **Máy ảnh của tôi bị kẹt** My camera is sticking

két sắt [kɛt sat] **cái két sắt** *n* safe

kê [ke] **kê thuốc** *v* prescribe

kể [ke] **người kể chuyện** *n* teller

kể cả [ke ka] *adj* included

kếch xù [ketʃ su] *adj* gigantic

kế hoạch [ke hɔatʃ] *n* plan, schedule, scheme; **vạch kế hoạch** *v* plan

kênh [keɲ] *n* channel; **con kênh** *n* canal

kết [ket] *v* be bound together, conclude; **kết luận** *n* conclusion; **kết nối** *v* link (up); **sự kết đôi** *n* match *(partnership)*; **trận chung kết** *n* final; **trận tứ kết** *n* quarter final

kết án [ket an] *v* convict, sentence

kết chặt [ket tʃat] *adj* compact

kết cục [ket kuk] *n* ending

kết hôn [ket hon] v marry, get married; **đã kết hôn** adj married; **giấy đăng ký kết hôn** n marriage certificate; **sự kết hôn** n marriage

kết hợp [ket hʏp] v combine, merge; **sự kết hợp** n combination, conjunction

kế toán [ke tɔan] n accounts; **bản cân đối kế toán** n balance sheet

kết quả [ket kua] n outcome, result; **đem lại kết quả ngược với mong đợi** v backfire; **là kết quả của** v result in

kết thúc [ket tuk] v conclude, end, finish; **phần kết thúc** n finish; **Khi nào kết thúc?** When does it finish?

kêu [keu] v call, cry; **kêu leng keng** v ring; **kêu rên** v groan; **kêu than** v moan; **kêu vo ve** v hum

kế vị [ke vi] v succeed (king); **người kế vị** n successor

khá [xa] adv fairly, pretty, quite, rather; **Khá xa đấy** It's quite far; **Tôi hy vọng thời tiết sẽ khá hơn** I hope the weather improves

khác [xak] adj another, other ▷ adv else; **khác nhau** adj different; **khác thường** adj exceptional, unusual; **mặt khác** adv otherwise; **một cách khác** adv alternatively; **ở nơi khác** adv elsewhere; **sự khác nhau** n difference; **Anh có chiếc này màu khác không?** Do you have this in another colour?; **Anh có phòng nào khác không?** Do you have any others?; **Anh có thứ gì khác không?** Have you anything else?; **Tôi muốn đổi phòng khác** I'd like another room

khác giới [xak zʏi] **có xu hướng tình dục khác giới** adj heterosexual

khách [xatʃ] n guest, visitor, client; **du khách ba lô** n backpacker; **hành khách** n passenger; **ít khách** adj off-season; **khách đến thăm** n visitor; **khách du lịch** n tourist, traveller; **khách hàng** n client, customer; **lòng hiếu khách** n hospitality; **mùa đông khách** n high season; **mùa vắng khách** n low season; **nhà khách** n guesthouse; **phòng khách** n living room, lounge, sitting room; **toa hành khách** n carriage; **vào mùa ít khách** adv off-season

khách hàng [xatʃ haŋ] n client, customer; **theo yêu cầu của khách hàng** adj customized; **trung tâm chăm sóc khách hàng** n call centre

khách sạn [xatʃ san] n hotel; **Anh ấy quản lý khách sạn** He runs the hotel; **Anh có thể đặt giúp tôi một khách sạn được không?** Can you book me into a hotel?; **Anh có thể giới thiệu một khách sạn được không?** Can you recommend a hotel?; **Chúng tôi đang tìm khách sạn** We're looking for a hotel; **Đến khách sạn này bằng cách nào là tốt nhất?** What's the best way to get to this hotel?; **Đi tắc xi đến khách sạn này mất bao nhiêu tiền?** How much is the taxi fare to this hotel?; **Khách sạn của anh có lối vào cho xe lăn không?** Is your hotel accessible to wheelchairs?; **Tôi đang ở khách sạn** I'm staying at a hotel

khác nhau [χak ɲaːu] *adj* varied, various

khai [χaːi] *v* declare, open; **lời khai ngoại phạm** *n* alibi; **sự khai man trước toà** *n* perjury; **sự khai mỏ** *n* mining; **Tôi có lượng rượu được phép mang cần khai** I have the allowed amount of alcohol to declare; **Tôi có một chai rượu cần khai** I have a bottle of spirits to declare; **Tôi không có gì cần khai** I have nothing to declare

khai hóa [χaːi hɔaː] *v* civilize; **chưa được khai hóa** *adj* uncivilized

khái quát [χai kuat] **khái quát hóa** *v* generalize

khai thác [χaːi tak] *v* exploit; **sự khai thác** *n* exploitation

khai vị [χaːi vi] *n* starter; **món khai vị** *n* starter

khám [χam] *v* examine; **phòng khám chữa bệnh** *n* clinic; **sự khám sức khoẻ** *n* medical

khả năng [χa naŋ] *n* ability, possibility; **có khả năng** *adj* able, competent; **thiếu khả năng** *adj* incompetent

khả nghi [χa ŋi] *adj* suspicious

khán giả [χan za] *n* audience, spectator

kháng sinh [χaŋ siŋ] **thuốc kháng sinh** *n* antibiotic

kháng thể [χaŋ te] *n* antibody

khan hiếm [χaːn hiem] *adj* scarce

khảo cổ học [χaɔ ko hɔk] *n* archaeology

khát [χat] *adj* thirsty ▷ *v* be thirsty; **cơn khát** *n* thirst; **quầy giải khát** *n* buffet; **Tôi khát** I'm thirsty

khả thi [χa ti] *adj* feasible

khay [χaːi] **cái khay** *n* tray

khắc [χak] *v (chạm)* engrave; **câu chữ khắc** *n* inscription; **chạm khắc** *v* carve; **khắc nghiệt** *adj* harsh

khắc khổ [χak χo] **sự khắc khổ** *n* austerity

khắc nghiệt [χak niet] *adj* stark

khăn [χan] *n* towel, handerchief, turban; **khăn ăn** *n* napkin, serviette; **khăn choàng** *n* shawl; **khăn choàng cổ dày** *n* muffler; **khăn lau** *n* towel; **khăn lau bát** *n* dish towel, tea towel; **khăn mặt** *n* face cloth; **khăn mùi xoa** *n* handkerchief, hankie; **khăn quàng** *n* scarf; **khăn rửa bát** *n* dishcloth; **khăn tắm** *n* bath towel; **khăn trùm đầu** *n* headscarf; **Hết mất khăn rồi** The towels have run out; **Anh cho tôi mượn khăn tắm được không?** Could you lend me a towel?; **Làm ơn mang thêm khăn tắm cho tôi** Please bring me more towels

khẳng định [χaŋ diŋ] *adj* positive

khăng khăng [χaŋ χaŋ] *v* insist

khăn trải [χan tʃai] **khăn trải bàn** *n* tablecloth; **khăn trải giường** *n* bedspread; **khăn trải giường và áo gối** *n* bed linen; **Chúng tôi cần thêm khăn trải giường** We need more sheets; **Khăn trải giường bẩn** The sheets are dirty; **Khăn trải giường của tôi bẩn** My sheets are dirty

khắt khe [χat χɛ] **đòi hỏi khắt khe** *adj* demanding

khẩn cấp [χən kəp] *adj* urgent; **hạ cánh khẩn cấp** *n* emergency landing; **sự khẩn cấp** *n* urgency;

tình trạng khẩn cấp *n* emergency
khập khiễng [χəp χieŋ] **đi khập khiễng** *v* limp
khâu [χəu] *v* sew, stitch; **khâu lại** *v* sew up; **máy khâu** *n* sewing machine; **mũi khâu** *n* stitch
khe [χɛ] *n* slot; **khe núi** *n* ravine
khen [χɛn] *v* praise; **được khen nịnh** *adj* flattered; **khen ngợi** *adj* compliment, complimentary; **lời khen** *n* compliment
khéo léo [χɛɔ lɛɔ] *adj* skilled
khi [χi] *conj* as, when ▷ *v* berate, despise; **hiếm khi** *adv* hardly, rarely, seldom; **Bảo tàng mở cửa khi nào?** When is the museum open?; **Khi nào có chuyến tàu sau đi…?** When is the next train to…?; **Việc đó xảy ra khi nào?** When did it happen?
khí [χi] *n* gas; **bộ xúc tác lọc khí thải** *n* catalytic converter; **khí Ôxy** *n* oxygen; **khí Ozon** *n* ozone; **khí quyển** *n* atmosphere; **khí tự nhiên** *n* natural gas; **không khí** *n* air; **khoan khí động** *n* pneumatic drill; **túi khí** *n* airbag
khỉ [χi] *n* monkey; **con khỉ** *n* monkey; **khỉ đột** *n* gorilla
khía cạnh [χiɑ: kɑŋ] *n* aspect
khích lệ [χitʃ le] *v* encourage; **đáng khích lệ** *adj* encouraging; **phần thưởng khích lệ** *n* incentive
khí CO2 [χi kɔ] *n* carbon dioxide; **khí CO2 thải ra** *n* carbon footprint
khiếm khuyết [χiem χuiet] *n* shortcoming
khiếm thị [χiem ti] **Tôi bị khiếm thị** I'm visually impaired
khiêm tốn [χiem ton] *adj* humble, modest

khiên [χien] **cái khiên** *n* shield
khiếp [χiep] **khủng khiếp** *adj* awfully; **làm cho khiếp sợ** *v* terrify
khiếp sợ [χiep sɤ] *adj* terrified
khiếu [χieu] **có khiếu** *adj* talented; **khiếu hài hước** *n* sense of humour
khiêu dâm [χieu zəm] *adj* pornographic; **mang tính khiêu dâm** *adj* pornographic; **tranh ảnh khiêu dâm** *n* porn, pornography
khiếu nại [χieu nɑi] *v* complain; **Tôi có thể khiếu nại với ai?** Who can I complain to?; **Tôi muốn khiếu nại** I'd like to make a complaint; **Tôi muốn khiếu nại về dịch vụ này** I want to complain about the service
khiêu vũ [χieu vu] *n* ballroom dancing; **buổi khiêu vũ** *n* ball (*dance*)
khí hậu [χi həu] *n* climate; **sự thay đổi khí hậu** *n* climate change
khi nào [χi nɑɔ] *adv* when; **Giờ vào thăm là khi nào?** When are visiting hours?; **Khi nào đóng cửa?** When does it close?; **Khi nào bắt đầu?** When does it begin?; **Khi nào có chuyến tàu đầu tiên đi…?** When is the first train to…?; **Khi nào có chuyến xe buýt tiếp theo đi…?** When is the next bus to…?; **Khi nào chợ mở?** When is the market on?; **Khi nào chúng ta dừng xe lần tới?** When do we stop next?; **Khi nào chúng ta quay lại?** When do we get back?; **Khi nào kết thúc?** When does it finish?; **Khi nào tôi phải trả tiền?** When do I pay?; **Khi nào thì tôi phải trả phòng?** When do I have to vacate the room?; **Làm**

ơn bảo tôi khi nào phải xuống Please tell me when to get off; **Theo lịch thì khi nào xe tới?** When is it due?; **Việc đó xảy ra khi nào?** When did it happen?

khinh [χịŋ] v despise; **khinh thường** v despise; **sự khinh miệt** n contempt

khí phách [χi fatʃ] n nerve (boldness)

kho [χɔ] n storage facility ▷ v cook (in brine); **hàng tồn kho** n stock; **kho chứa đồ** n warehouse; **kho thóc** n barn; **kho vũ khí** n magazine (ammunition); **lưu kho** v stock up on; **nhà kho** n shed

khó [χɔ] adj difficult, bad; **bệnh khó đọc** n dyslexia; **chứng khó tiêu** n indigestion; **khó đọc** adj illegible; **khó giải quyết** adj puzzling; **khó thấy** adj subtle; **mắc bệnh khó đọc** adj dyslexic; **người mắc bệnh khó đọc** n dyslexic; **tình thế khó xử** n dilemma; **vấn đề khó** n puzzle

khoa [χɔa:] n department; **khoa cấp cứu** n accident & emergency department; **... ở khoa nào?** Which ward is… in?

khóa [χɔa:] v (ổ) lock ▷ n academic year; **cái khóa móc** n padlock; **khóa bồi dưỡng** n refresher course; **khóa cửa** n lock (door); **khóa cửa không cho vào** v lock out; **mở khóa** v unlock; **tủ có khóa** n locker; **thợ khóa** n locksmith; **Bánh xe bị khóa** The wheels lock; **Cửa ra vào không khóa được** The door won't lock; **Khoá bị hỏng** The lock is broken; **Tôi đã khoá cửa và bỏ quên chìa khoá trong phòng** I have locked myself out of my room

khoác [χɔak] v wear (one one's shoulders); **áo khoác** n coat, jacket; **áo khoác chống thấm** n shell suit

khoa học [χɔa: hɔk] n science ▷ adj scientific; **có tính khoa học** adj scientific; **Cử nhân Khoa học Xã hội** n BA; **ngành khoa học** n science; **nhà khoa học** n scientist; **truyện khoa học viễn tưởng** n science fiction, sci-fi

khóa học [χɔa: hɔk] n course

khoai [χɔa:i] n tuber, potato; **dao gọt khoai** n potato peeler

khoai tây [χɔa:i təi] n potato; **khoai tây chiên giòn khô** n crisps; **khoai tây nướng** n baked potato; **khoai tây nướng cả vỏ** n jacket potato; **khoai tây nghiền** n mashed potatoes; **khoai tây rán** n chips

khoan [χɔa:n] v drill; **khoan khí động** n pneumatic drill; **máy khoan** n drill

khoản [χɔan] n item; **khoản phụ trội** n surcharge

khoan dung [χɔa:n zuŋ] **sự khoan dung** n mercy

khoang [χɔa:ŋ] n hold (of boat), cabin; **Khoang số năm ở đâu?** Where is cabin number five?; **một khoang hạng nhất** a first class cabin; **một khoang hạng thường** a standard class cabin

khoáng [χɔaŋ] n mineral ▷ adj broad; **có tư tưởng khoáng đạt** adj broad-minded; **khoáng sản** n mineral; **nước khoáng** n mineral water; **thuộc khoáng sản** adj mineral

khoảng [χɔaŋ] adv about, around

▷ *n* interval, period of time; **khoảng thời gian** *n* while; **khoảng thời gian giữa hai sự kiện** *n* interval; **khoảng trống phía trên** *n* headroom

khoảng cách [χɔaŋ katʃ] *n* distance

khoảng chừng [χɔaŋ tʃɯŋ] *adv* approximately

khoảng trống [χɔaŋ tʃoŋ] *n* space

khỏa thân [χɔa: tən] *adj* nude; **người theo chủ nghĩa khỏa thân** *n* nudist; **tranh khỏa thân** *adj* nude

kho báu [χɔ bau] *n* treasure

khóc [χɔk] *v* cry, weep; **khóc nức nở** *v* sob; **sự khóc lóc** *n* cry

khó chịu [χɔ tʃiu] *adj* offensive, unpleasant; **gây khó chịu** *adj* annoying; **làm khó chịu** *v* annoy; **rất khó chịu** *adj* obnoxious

khỏe [χɔɛ] *adj* strong; **khỏe mạnh** *adj* healthy, well; **không khỏe** *adj* unwell; **Thằng bé không được khỏe** He's not well

khoe khoang [χɔɛ χɔa:ŋ] *v* boast, show off

khói [χɔi] *n* fumes, smoke; **bốc khói** *v* smoke; **hun khói** *adj* smoked; **khói từ ống xả** *n* exhaust fumes; **ống khói** *n* chimney; **Phòng của tôi có mùi khói thuốc** My room smells of smoke

khỏi [χɔi] *prep* off; **đi khỏi** *v* get away; **rút khỏi** *v* pull out; **sự rút khỏi** *n* withdrawal

khó khăn [χɔ χan] *adj* difficult, hard, tricky; **sự khó khăn** *n* difficulty

khô [χɔ] *adj* dry; **cỏ khô** *n* hay; **đã khô** *adj* dried; **mận khô** *n* prune; **nho khô** *n* currant, raisin, sultana; **sấy khô** *v* dry

khổ [χɔ] **khốn khổ** *adj* miserable; **sự khốn khổ** *n* misery

khối [χɔi] *n* (*cục*) block (*solid piece*); **khối NATO** *abbr* NATO

khối lượng [χɔi lɯʌŋ] *n* mass (*amount*)

khối u [χɔi u] *n* tumour

khôn [χɔn] **răng khôn** *n* wisdom tooth

không [χɔŋ] *adv* not ▷ *n* nil; **không!** *excl* no!; **không đúng** *adj* incorrect; **không có** *prep* do without; **không có cồn** *adj* alcohol-free; **không nơi nào** *adv* nowhere; **không ngừng** *adv* non-stop; **không tham gia vào** *v* opt out; **không thực tế** *adj* impractical; **số không** *n* nought, zero; **Không xa đâu** It's not far; **Tôi không đi** I'm not coming; **Tôi không uống, xin cảm ơn** I'm not drinking, thank you; **Xin lỗi, tôi không thích** Sorry, I'm not interested

không ai [χɔŋ a:i] *pron* no one, nobody, none

không bao giờ [χɔŋ ba:ɔ zʌ] *adv* never; **Tôi không bao giờ uống rượu vang** I never drink wine

không chắc [χɔŋ tʃak] *adv* unlikely; **không chắc sẽ xảy ra** *adj* unlikely

không chút nào [χɔŋ tʃut naɔ] *adj* no

không có [χɔŋ kɔ] *prep* without; **không có người ở** *adj* uninhabited

không dây Wifi [χɔŋ zəi wifi] **mạng không dây Wifi** *n* WiFi

không đủ [χɔŋ du] *adj* sufficient

không gian [χɔŋ za:n] **không gian làm việc** *n* workspace

không giống [χɔŋ zoŋ] *prep* unlike

khổng lồ [χoŋ lo] *adj* giant, mammoth; **người khổng lồ** *n* giant

không phải [χoŋ fai] *adv* not; **không phải cái này mà cũng không phải cái kia** *adv* neither

không phận [χoŋ fən] *n* airspace

Không quân [χoŋ kuən] **Lực lượng Không quân** *n* Air Force

không tặc [χoŋ tak] *n* hijacker

không thể [χoŋ te] *adj* impossible, unable to; **không thể chấp nhận được** *adj* unacceptable; **không thể thiếu được** *adj* indispensable

không trung thực [χoŋ tʃuŋ tɯk] *adj* bent (*dishonest*)

khôn ngoan [χon ŋɔaːn] *adj* wise

khô xác [χo sak] *adj* bone dry

khởi đầu [χɤi dəu] *v* initiate; **lúc khởi đầu** *n* beginning

khởi động [χɤi doŋ] *v* warm up

khởi hành [χɤi haŋ] *v* depart, set off, start off; **phòng khởi hành** *n* departure lounge

khớp [χɤp] *n* joint, articulation; **bệnh thấp khớp** *n* rheumatism; **chứng viêm khớp** *n* arthritis; **khớp ly hợp** *n* clutch; **khớp nối** *n* joint (*junction*)

khu [χu] *n* area, district, buttocks; **khu bảo tồn** *n* reserve (*land*); **khu công nghiệp** *n* industrial estate; **khu liên hợp** *n* complex; **khu nghỉ** *n* resort; **khu tiếp tân** *n* reception; **thuộc khu dân cư** *adj* residential

khuân vác [χuən vak] **người khuân vác** *n* porter

khuấy [χuəi] *v* stir; **sinh tố khuấy sữa** *n* milkshake

khuây khỏa [χuəi χɔaː] *v* relieve; **sự**

khuây khỏa *n* relief

khúc [χuk] *n* chunk; **khúc gỗ** *n* log

khúc côn cầu [χuk kon kəu] *n* hockey; **môn khúc côn cầu** *n* hockey; **môn khúc côn cầu trên băng** *n* ice hockey

khúc khích [χuk χitʃ] *v* giggle

khung [χuŋ] *n* frame; **khung thành** *n* goal; **khung tranh** *n* picture frame

khủng [χuŋ] **kinh khủng** *adj* appalling, awful

khủng bố [χuŋ bo] **kẻ khủng bố** *n* terrorist; **sự khủng bố** *n* terrorism; **vụ tấn công khủng bố** *n* terrorist attack

khủng hoảng [χuŋ hɔaŋ] **cuộc khủng hoảng** *n* crisis

khủng khiếp [χuŋ χiep] *adj* horrible, terrible

khủng long [χuŋ lauŋ] **con khủng long** *n* dinosaur

khung vòm [χuŋ vɔm] *n* arch

khu nhà [χu ɲa] *n* block (*buildings*)

khuôn [χuon] *n* mould (*shape*)

khuôn mẫu [χuon məu] *n* stereotype

khuôn viên [χuon vien] *n* premises

khu vực [χu vɯk] *n* area, region, sector; **khu vực bầu cử** *n* constituency; **khu vực Úc-Á** *n* Australasia; **khu vực dành cho người đi bộ** *n* pedestrian precinct; **khu vực xung quanh** *n* surroundings; **thuộc khu vực** *adj* regional

khuy [χui] **cái khuy** *n* button; **khuy măng sét** *n* cufflinks

khuyên [χuien] *v* advise; **lời khuyên** *n* advice

khuyến khích [ҳuien ҳitʃ] v
encourage; **sự khuyến khích** n
encouragement

khuyến mại [ҳuien mai] **khuyến
mại đặc biệt** n special offer

khuyến nghị [ҳuien ŋi] v
recommend; **sự khuyến nghị** n
recommendation

khuyết [ҳuiet] adj vacant; **khiếm
khuyết** n flaw; **khuyết điểm** n
defect

khuỷu [ҳuiu] **khuỷu tay** n elbow

khử [ҳɯ] v eliminate; **chất khử mùi
cơ thể** n deodorant; **được khử
nước** adj dehydrated

khứ hồi [ҳɯ hoi] **hành trình khứ
hồi** n round trip; **vé khứ hồi** n
return ticket; **hai vé khứ hồi đi...**
two return tickets to...; **Vé khứ hồi
giá bao nhiêu?** How much is a
return ticket?

khử trùng [ҳɯ tʃuŋ] v sterilize;
chất khử trùng n antiseptic

kia [ҳiɑ] pron that, there ▷ adv other,
before; **trước kia** adv previously;
Nó ở đằng kia It's over there

kích [kitʃ] **cái kích** n jack

kịch [kitʃ] n (nói) drama; **ca kịch** n
musical; **hài kịch** n comedy; **hài
kịch tình huống** n sitcom; **kịch
tính** adj dramatic; **nhà viết kịch** n
playwright; **vở kịch** n play; **vở kịch
câm** n pantomime

kích động [kitʃ doŋ] v incite, work
up; **dễ bị kích động** adj neurotic

kích thước [kitʃ tɯɤk] n dimension

kiếm [kiem] v search for; **kiếm
được** v earn; **tìm kiếm** v look for;
thanh kiếm n sword

kiểm [kiem] v restrain; **kiểm soát** v

control; **sự kiểm dịch** n
quarantine; **sự kiểm soát** n
control; **Anh làm ơn kiểm tra
nước hộ** Can you check the water,
please?

kiềm chế [kiem tʃe] v control,
restrain; **không thể kiềm chế** adj
uncontrollable; **sự kiềm chế** n curb

kiểm kê [kiem ke] **bản kiểm kê** n
inventory

kiểm soát [kiem sɔat] v control;
kiểm soát viên không lưu n
air-traffic controller

kiểm toán [kiem tɔan] v audit;
kiểm toán viên n auditor; **sự kiểm
toán** n audit

kiểm tra [kiem tʃɑ:] v check,
examine; **bài kiểm tra** n test; **đã
được kiểm tra** adj checked; **kiểm
tra sức khỏe** n physical; **phần
mềm kiểm tra lỗi chính tả** n
spellchecker; **sự kiểm tra** n check;
sự kiểm tra hộ chiếu n passport
control; **sự kiểm tra sức khỏe** n
check-up; **việc kiểm tra** n
examination (medical)

kiên [kien] adj strong, patient

kiện [kien] v (tụng) sue ▷ n bale; **có
điều kiện** adj conditional; **điều
kiện** n condition

kiên định [kien diŋ] adj resolved;
sự kiên định n resolution

kiêng [kieŋ] **ăn kiêng** v diet; **Tôi ăn
kiêng** I'm on a diet

kiên nhẫn [kien ɲən] adj patient;
sự kiên nhẫn n patience; **sự thiếu
kiên nhẫn** n impatience; **thiếu
kiên nhẫn** adj impatient

kiên quyết [kien kuiet] adj
determined

kiến thức [kien tɯk] n knowledge; **kiến thức chung** n general knowledge

kiên trì [kien tʃi] v hang on, persevere

kiến trúc [kien tʃuk] n architecture

kiến trúc sư [kien tʃuk sɯ] n architect

kiệt [kiet] **keo kiệt** adj stingy; **người keo kiệt** n miser

kiệt sức [kiet sɯk] adj exhausted

kiệt tác [kiet tak] n masterpiece

kiểu [kieu] n style, fashion; **kiểu tóc** n hairdo; **Kiểu này ạ** This style, please; **Tôi muốn một kiểu hoàn toàn mới** I want a completely new style

kiệu [kieu] n carriage; **chạy nước kiệu** v trot

kiêu ngạo [kieu ŋɑɔ] adj arrogant, bigheaded, vain

kì lạ [ki lɑ] adj uncanny

ki-lô-gram [kiloɣzɑːm] n kilo

ki-lô-mét [kilomɛt] n kilometre

kim [kim] n needle, pin, hand (on clock); **cái kim** n needle; **đan bằng kim móc** (len, sĐi) v crochet; **kim đan** n knitting needle; **kim cương** n diamond; **kim tự tháp** n pyramid; **ngược chiều kim đồng hồ** adv anticlockwise; **theo chiều kim đồng hồ** adv clockwise; **Anh có kim chỉ không?** Do you have a needle and thread?; **Tôi cần một cái kim băng** I need a safety pin

kìm [kim] **cái kìm** n pliers

kim-băng [kimbaŋ] n safety pin

kim hoàn [kim hɔan] **thợ kim hoàn** n jeweller

kim loại [kim lɔai] n metal; **dây kim loại** n wire; **hộp kim loại đựng đồ khô** n canister; **lá kim loại** n foil

kim ngân [kim ŋən] **cây kim ngân** n honeysuckle

kim tuyến [kim tuien] **dây kim tuyến** n tinsel

kín đáo [kin dɔɔ] adj reserved ▷ adv secretly

kinh [kiŋ] n sacred book, Viet nationality, capitol ▷ adj terrified; **kinh khủng** adj appalling, awful; **kinh Koran** n Koran; **kinh tởm** adj gruesome

kính [kiŋ] n eye glasses ▷ v honour; **đáng kính** adj respectable; **đường kính** n diameter; **kính đeo mắt** n glasses, specs, spectacles; **kính áp tròng** n contact lenses; **kính bảo hộ** n goggles; **kính chắn gió** n windscreen; **kính hai tròng** n bifocals; **kính lúp** n magnifying glass; **kính màu** n stained glass; **kính râm** n sunglasses; **kính viễn vọng** n telescope; **nhà kính** n greenhouse; **nhà kính trồng cây** n conservatory; **ống kính** n lens; **ống kính máy ảnh** n zoom lens; **tủ kính bày hàng** n shop window; **Anh có thể sửa kính cho tôi không?** Can you repair my glasses?; **Anh làm ơn lau sạch kính chắn gió hộ** Could you clean the windscreen?; **dung dịch rửa kính áp tròng** cleansing solution for contact lenses; **Kính chắn gió bị vỡ** The windscreen is broken; **Tôi đeo kính áp tròng** I wear contact lenses; **Tôi muốn thuê kính bảo vệ mắt** I want to hire goggles

kinh dị [kiŋ zi] **phim kinh dị** n

horror film

kinh doanh [kiŋ zɔaːɲ] *n* business; **ngành kinh doanh giải trí** *n* show business; **việc kinh doanh** *n* business; **Tôi có công việc kinh doanh riêng** I run my own business

kinh điển [kiŋ dien] *adj* classic; **tác phẩm kinh điển** *n* classic

kinh độ [kiŋ do] *n* longitude

kinh giới [kiŋ zɤi] **cây kinh giới** *n* marjoram

kinh hãi [kiŋ hai] **làm kinh hãi** *v* scare

kinh hoàng [kiŋ hɔaŋ] *adj* horrifying

kinh khủng [kiŋ xuŋ] *adj* horrendous

kinh ngạc [kiŋ ŋak] *adj* amazed, astonished; **đáng kinh ngạc** *adj* amazing, astonishing; **làm kinh ngạc** *v* amaze, astonish

kinh nghiệm [kiŋ ŋiem] *n* experience; **kinh nghiệm nghề nghiệp** *n* work experience; **nhiều kinh nghiệm** *adj* experienced; **thiếu kinh nghiệm** *adj* green, inexperienced

kinh nguyệt [kiŋ ŋuiet] *n* menstruation

kinh niên [kiŋ nien] *adj* chronic

kín hơi [kin hɤi] *adj* airtight

kinh tế [kiŋ te] **kinh tế học** *n* economics; **nền kinh tế** *n* economy; **nhà kinh tế học** *n* economist; **thuộc về kinh tế** *adj* economic

Kinh thánh [kiŋ taŋ] *n* Bible

kinh tởm [kiŋ tɤm] *adj* nasty, revolting, sickening; **cảm thấy kinh tởm** *adj* disgusted

kính trọng [kiŋ tʃauŋ] *v* respect; **sự kính trọng** *n* respect

ki-ốt [kiot] *n* kiosk

kịp [kip] **đuổi kịp** *v* catch up

kiwi [kiwi] **chim kiwi** *n* kiwi

km/giờ [kmzɤ] *abbr* km/h

Koran [kɔzaːn] **kinh Koran** *n* Koran

kosher [kɔʃɛz] **tuân thủ chế độ ăn kiêng kosher** *adj* kosher

Kosovo [kɔsɔvɔ] **nước Kosovo** *n* Kosovo

Kuwait [kuwaːit] **người Kuwait** *n* Kuwaiti *(person)*; **nước Kuwait** *n* Kuwait; **thuộc Kuwait** *adj* Kuwaiti

ký [ki] *v* sign; **chữ ký** *n* signature; **ký tên** *v* sign; **Tôi ký ở đâu?** Where do I sign?

kỳ [ki] *n* period *(of time)*; **học kỳ** *n* semester, term *(division of year)*; **nghỉ giữa kỳ** *n* half-term; **truyện phát hành nhiều kỳ** *n* serial

kỷ [ki] **thiên niên kỷ** *n* millennium

kỹ [ki] *adj* careful; **kỹ lưỡng** *adv* thorough, thoroughly; **việc xem kỹ** *n* scan; **xem kỹ** *v* scan

kỳ cọ [ki kɔ] *v* scrub

kỳ cựu [ki kɯu] *adj* veteran

kỳ dị [ki zi] *adj* eccentric, weird

kỳ diệu [ki zieu] *adj* magical, marvellous, wonderful; **điều kỳ diệu** *n* miracle

ký hiệu [ki hieu] **Tôi không tìm được ký hiệu a còng** I can't find the at sign (@)

kỳ lạ [ki la] *adj* quaint, strange

kỷ luật [ki luat] *n* discipline; **việc tự kỷ luật** *n* self-discipline

kỹ năng [ki naŋ] *n* skill

kỳ nghỉ [ki ŋi] *n* holiday; **kỳ nghỉ với các hoạt động giải trí** *n* activity holiday

kỷ niệm [ki niem] *v* commemorate ▷ *n* souvenir; **đài kỷ niệm** *n* memorial, monument; **lễ kỷ niệm 100 năm** *n* centenary; **lễ kỷ niệm ngày cưới** *n* wedding anniversary; **ngày kỷ niệm** *n* anniversary; **sự tổ chức kỷ niệm** *n* celebration; **tổ chức kỷ niệm** *v* party; **vật kỷ niệm** *n* memento

kỳ quặc [ki kuak] *adj* odd

Kyrgyzstan [kizɣizstɑ:n] **nước Kyrgyzstan** *n* Kyrgyzstan

kỹ sư [ki sɯ] *n* engineer

ký tắt [ki tat] *v* initial

kỹ thuật [ki tuət] *adj* technical; **kỹ thuật số** *adj* digital; **kỹ thuật viên** *n* technician

ký túc xá [ki tuk sɑ] *n* dormitory

kỹ xảo [ki sɑɔ] *n* technique

la [lɑ:] **con la** *n* mule

lá [lɑ] **cây thuốc lá** *n* tobacco; **chiếc lá** *n* leaf; **điếu thuốc lá** *n* cigarette; **hành lá** *n* spring onion; **những chiếc lá** *n* leaves

là [lɑ] *v (ai, gì)* be, be equal to, *(quần áo)* iron; **cầu là** *n* ironing board; **hiệu giặt khô là hơi** *n* dry-cleaner's; **phòng giặt là quần áo** *n* utility room; **sự giặt khô là hơi** *n* dry-cleaning; **sự là ủi** *n* ironing; **thứ hai là** *adv* secondly; **Có dịch vụ giặt là không?** Is there a laundry service?; **Tên tôi là...** My name is...; **Tôi cần bàn là** I need an iron; **Tôi có thể mang cái này đi là ở đâu?** Where can I get this ironed?

lạ [lɑ] *adj* exotic; **lạ thường** *adj* extraordinary, peculiar; **người lạ** *n* stranger

la bàn [lɑ: bɑn] *n* compass

lác [lɑk] **bị lác mắt** *v* squint

lạc [lɑk] *v* lose one's way ▷ *n* peanut; **bị lạc đường** *adj* lost; **để thất lạc** *v* mislay; **gia súc bị lạc** *n* stray; **sai lạc** *adj* misleading; **Con gái tôi bị lạc** My daughter is lost; **Con trai tôi bị lạc** My son is lost; **Tôi bị lạc** I'm lost; **Tôi dị ứng với lạc** I'm allergic to peanuts; **Trong đó có lạc không?** Does that contain peanuts?

lạc đà [lak da] **con lạc đà** *n* camel

lách cách [latʃ katʃ] **kêu lách cách** *v* click; **tiếng lách cách** *n* click, rattle

lạc quan [lak kuan] *adj* optimistic; **người lạc quan** *n* optimist; **sự lạc quan** *n* optimism

la-de [laːzε] *n* laser

la hét [laː hεt] *v* yell

lái [lai] *v* steer, drive; **bằng lái xe** *n* driving licence; **bài học lái xe** *n* driving lesson; **buồng lái máy bay** *n* cockpit; **hành vi hiếu chiến của lái xe** *n* road rage; **kỳ thi lái xe** *n* driving test; **lái xe** *v* drive; **lái xe tải** *n* truck driver; **người dạy lái xe** *n* driving instructor; **người học lái xe** *n* learner driver; **người lái xe** *n* chauffeur, driver; **người lái xe máy** *n* motorcyclist, motorist; **tay lái** *n* handlebars; **tay lái nghịch** *n* left-hand drive; **tay lái thuận** *n* right-hand drive; **thiết bị lái** *n* steering; **việc lái xe khi say rượu** *n* drink-driving; **Anh đã lái xe quá nhanh** You were driving too fast; **Đây là bằng lái xe của tôi** Here is my driving licence; **Số bằng lái của tôi là...** My driving licence number is...; **Tôi không mang bằng lái theo người** I don't have my driving licence on me

lãi [lai] **tiền lãi** *n* interest (income)

lại [lai] *adv* again ▷ *v* come, arrive; **bắt đầu lại** *v* renew; **bị hoãn lại** *adj* delayed; **gọi lại** *v* call back; **lấy lại** *v* regain; **lặp lại** *adv* repeatedly; **nhắc lại** *v* repeat; **sự nhắc lại** *n* repeat; **Khi nào chúng tôi cần quay lại xe?** When should we be back on board?

lãi suất [lai suɐt] **tỉ lệ lãi suất** *n* interest rate

lá kim [la kim] **cây lá kim** *n* conifer; **lá kim loại** *n* foil

làm [lam] *v* do, make; **giờ làm thêm** *n* overtime; **làm bằng tay** *adj* handmade; **nhà làm lấy** *adj* home-made; **việc làm** *n* employment; **việc tự làm** *n* DIY; **Anh có thể làm luôn được không?** Can you do it straightaway?; **Anh muốn làm gì vào ngày mai không?** Would you like to do something tomorrow?; **Buổi tối có gì làm không?** What is there to do in the evenings?; **Hôm nay anh muốn làm gì?** What would you like to do today?; **Ở đây có gì để làm không?** What is there to do here?; **Tối nay anh làm gì?** What are you doing this evening?; **Tôi phải làm gì?** What do I do?

La-mã [laːma] **người theo Thiên Chúa giáo La-mã** *n* Roman Catholic; **thuộc La-mã** *adj* Roman; **thuộc Thiên Chúa giáo La-mã** *adj* Roman Catholic

làm cho chán [lam tʃɔ tʃan] *v* bore (drill)

lạm dụng [lam zuŋ] *adj* abusive ▷ *v* abuse; **sự lạm dụng** *n* abuse; **sự**

lạm dụng trẻ em *n* child abuse

làm lại [lam lai] *v* redo

làm ơn [lam ɤn] *v* do a favour; **Anh làm ơn nhắc lại được không?** Could you repeat that, please?; **Làm ơn** Please; **Làm ơn cho tôi xin bảng giờ được không?** Can I have a timetable, please?

lạm phát [lam fat] *n* inflation

làm phiền [lam fien] **Xin lỗi phải làm phiền anh** I'm sorry to trouble you

làm việc [lam viek] *v* work; **bí quyết làm việc** *n* know-how; **giấy phép làm việc** *n* work permit; **giờ làm việc** *n* office hours; **giờ làm việc linh hoạt** *n* flexitime; **không gian làm việc** *n* workspace; **nơi làm việc** *n* workplace; **trạm làm việc** *n* workstation; **Anh làm việc ở đâu?** Where do you work?; **Tôi đến đây làm việc** I'm here for work; **Tôi làm việc ở bệnh viện** I work in a hospital; **Tôi làm việc cho...** I work for...

lan [la:n] **cây phong lan** *n* orchid

làn [lan] *n* handbasket; **làn đỗ xe trên đường** *n* layby; **làn dừng xe khẩn cấp** *n* hard shoulder; **làn xe đạp** *n* cycle lane; **Anh đi sai làn đường rồi** You are in the wrong lane

lan chuông [la:n tʃuoŋ] **cây hoa lan chuông** *n* lily of the valley

làn đường [lan dɯɤŋ] *n* lane (driving)

làng [laŋ] *n* village

lãng mạn [laŋ man] *adj* romantic

lang thang [la:ŋ ta:ŋ] **đi lang thang** *v* wander; **kẻ lang thang** *n*

tramp (beggar)

lá nguyệt quế [la ŋuiet kue] *n* bay leaf

lanh [la:ɲ] **vải lanh** *n* linen

lạnh [laɲ] *adj* cold; **đông lạnh** *adj* frozen; **lạnh giá** *adj* freezing; **lạnh lẽo** *adj* chilly; **làm lạnh** *v* chill; **sự lạnh lẽo** *n* cold; **tủ lạnh** *n* fridge, refrigerator; **Liệu tối nay có lạnh không?** Will it be cold tonight?; **Nước ở vòi hoa sen lạnh** The showers are cold; **Phòng lạnh quá** The room is too cold; **Tôi lạnh** I'm cold; **Tôi thấy lạnh** I feel cold

lạnh cóng [laɲ kauŋ] **Trời lạnh cóng** It's freezing cold

lãnh đạo [laɲ dao] *v* lead; **người lãnh đạo** *n* leader

lành lặn [laɲ lan] *adj* sound

lành nghề [laɲ ŋe] *adj* professional; **một cách lành nghề** *adv* professionally

lãnh sự [laɲ sɯ] *n* consul; **toà lãnh sự** *n* consulate

lãnh thổ [laɲ to] *n* territory

lan rộng [la:n zoŋ] *adj* widespread

lao [la:o] **bệnh lao** *n* tuberculosis, TB; **cái lao** *n* javelin

Lào [lao] **nước Lào** *n* Laos

lao công [la:o koŋ] **nữ lao công** *n* cleaning lady

lao đầu xuống nước [la:o dəu suoŋ nɯɤk] *v* dive; **việc lao đầu xuống nước** *n* diving

lao động [la:o doŋ] *n* labour; **lực lượng lao động** *n* workforce; **người lao động** *n* labourer

lão khoa [lao xoa:] *adj* geriatric; **bệnh nhân lão khoa** *n* geriatric; **thuốc lão khoa** *adj* geriatric

lao tới [laːɔ tɤi] v dash
lao xuống [laːɔ suoŋ] v plunge
lát [lat] n moment, slice; **cắt lát** v slice; **chốc lát** n moment; **lát mỏng** n slice; **trong giây lát** adv momentarily
La tinh [laː tiŋ] **Châu Mỹ La tinh** n Latin America
La-tinh [laːtiŋ] n Latin
Latvia [laːtvia] **người Latvia** n Latvian (person); **nước Latvia** n Latvia; **thuộc Latvia** adj Latvian; **tiếng Latvia** n Latvian (language)
lau [laːu] v mop, wipe; **cây lau nhà** n mop; **khăn lau** n towel; **lau chùi** v wipe; **lau nhà** v mop up; **lau sạch** v wipe up
lắc [lak] v shake; **Chuyến đi lắc quá** The crossing was rough
lắm [lam] adv much
lăn [lan] v roll; **sự lăn tròn** n roll; **trục lăn** n roller; **xe lăn** n wheelchair
lặn [lan] v be under water, dive; **bộ đồ lặn** n wetsuit; **môn lặn** n scuba diving; **ống thở khi lặn** n snorkel; **sự lặn** n dive; **thợ lặn** n diver; **Lặn ở chỗ nào là tốt nhất?** Where is the best place to dive?; **Tôi muốn đi lặn** I'd like to go diving
lăng mạ [laŋ ma] v insult; **sự lăng mạ** n insult
lắng xuống [laŋ suoŋ] v settle down
lắp [lap] **nói lắp** v stammer, stutter
lặp [lap] **lặp lại** adv repeatedly
lặp đi lặp lại [lap di lap lai] adv repetitive
lặt vặt [lat vat] **đồ lặt vặt** n trifle
lầm [ləm] v make a mistake, confuse; **hiểu lầm** v misunderstand; **một cách sai lầm** adv mistakenly, wrong; **sai lầm** adj mistaken; **sự hiểu lầm** n misunderstanding
lẩm bẩm [ləm bəm] v mutter
lần [lən] n turn, round; **một lần** adv once; **việc chỉ xảy ra một lần** n one-off
lẫn [lən] **gây nhầm lẫn** adj confusing; **lẫn nhau** adj mutual; **sự nhầm lẫn** n confusion; **trộn lẫn** v mix up
lân cận [lən kən] **vùng lân cận** n neighbourhood, vicinity
lần đầu tiên [lən dəu tien] **Đây là lần đầu tiên tôi đến...** This is my first trip to...
lập [ləp] v compile; **chưa lập gia đình** adj unmarried; **lập hóa đơn** v invoice; **lập trình viên** n programmer; **việc lập trình** n programming; **Tôi đã lập gia đình** I'm married
lập phương [ləp fɯɤŋ] **có hình lập phương** adj cubic; **hình lập phương** n cube
lập tức [ləp tɯk] adj immediate ▷ adv instantly; **ngay lập tức** adj immediately, instant
lật úp [lət up] v capsize
lâu [ləu] adv long; **một cách lâu dài** adv permanently; **Có lâu không?** Will it be long?; **Chúng tôi đã chờ rất lâu rồi** We've been waiting for a very long time
lâu đài [ləu dai] n mansion; **lâu đài cát** n sandcastle; **tòa lâu đài** n castle
lâu hơn [ləu hɤn] **lâu hơn nữa** adv

longer

lây [ləɪ] **dễ lây** *adj* contagious; **lây nhiễm** *adj* infectious; **Có lây không?** Is it infectious?

lấy [ləɪ] *v (mang đi)* take, *(mang lại)* fetch, steal, marry; **giật lấy** *v* snatch; **lấy lại** *v* regain; **lấy lại hành lý** *n* baggage reclaim; **nắm lấy** *v* seize; **Tôi lấy cái này** I'll take it

lầy [ləɪ] **đầm lầy** *n* swamp

lấy lại [ləɪ lɑɪ] *v* take back

lẻ [lɛ] *adj* odd *(number)*; **bán lẻ** *v* retail; **giá bán lẻ** *n* retail price; **người bán lẻ** *n* retailer; **sự bán lẻ** *n* retail; **Anh có thể cho tôi ít tiền lẻ không?** Can you give me some change, please?; **Anh có tiền lẻ không?** Do you have any small change?; **Xin lỗi, tôi không có tiền lẻ** Sorry, I don't have any change

lẽ [lɛ] **lẽ thường** *n* common sense

len [lɛn] *n* wool; **áo len** *n* sweater; **áo len cổ lọ** *n* polo-necked sweater; **áo len chui đầu** *n* jumper; **áo nịt len** *n* jersey; **làm bằng len** *adj* woollen; **quần áo len** *n* woollens

len casơmia [lɛn kɑːsɤmiɑ] *n* cashmere

leng keng [lɛŋ kɛŋ] *v* tinkle; **kêu leng keng** *v* ring

leo [lɛɔ] *v* climb, creep; **môn leo núi đá** *n* rock climbing; **người leo núi** *n* climber, mountaineer; **sự leo trèo** *n* climbing; **trò leo núi** *n* mountaineering; **Tôi muốn đi leo núi** I'd like to go climbing; **Tôi muốn leo xuống núi** I'd like to go abseiling

lê [le] *n* pear tree; **lê bước** *v* shuffle; **quả lê** *n* pear

lề [le] **lề đường** *n* kerb

lễ [le] *n* festival; **lễ ban thánh thể** *n* mass *(church)*; **lễ kỷ niệm 100 năm** *n* centenary; **lễ Phục sinh** *n* Easter; **lễ trao giải** *n* prize-giving; **ngày nghỉ lễ** *n* public holiday; **vô lễ** *adj* cheeky

Lễ Giáng sinh [le zaŋ siŋ] *n* Xmas

Lễ hội [le hoi] *n* festival

lên [len] *v* get on ▷ *adv* upward; **đi bộ lên đồi** *n* hill-walking; **đi lên** *v* go up; **lớn lên** *v* grow; **lên dốc** *adv* uphill; **nâng lên** *v* lift, raise; **nhìn lên** *v* look up; **sự tăng lên** *n* rise; **tiến lên** *v* forward; **Anh làm ơn giúp tôi lên được không?** Can you help me get on, please?

lễ nghi [le ŋi] *n* ritual; **theo lễ nghi** *adj* ritual

lệnh [leŋ] *n* order, command; **lệnh giới nghiêm** *n* curfew; **lệnh trả tiền** *n* standing order; **mệnh lệnh** *n* command; **ra lệnh** *v* order *(command)*

Lễ Nô-en [le noen] *n* Christmas

lệ phí [le fi] *n* fee

Lễ Phục sinh [le fuk siŋ] *n* Easter; **thứ Sáu trước Lễ Phục sinh** *n* Good Friday

Lễ Quá hải [le kua hai] **Lễ Quá hải của người Do Thái** *n* Passover

lễ rước [le zɯɤk] *n* procession

lều [leu] *n* tent; **cọc trụ lều** *n* tent pole; **chốt lều** *n* tent peg; **túp lều** *n* hut; **Lều trại giá bao nhiêu tiền một đêm?** How much is it per night for a tent?; **Lều trại giá bao nhiêu tiền một tuần?** How much is it per week for a tent?

Li-băng [libaŋ] **người Li-băng** *n*

Lebanese *(person)*; **nước Li-băng** *n*
Lebanon; **thuộc Li-băng** *adj*
Lebanese

Liberia [libɛziɑ] **người Liberia** *n*
Liberian *(person)*; **nước Liberia** *n*
Liberia

Liberian [libɛziɑn] **thuộc Liberian**
adj Liberian

Libya [libiɑ] **người Libya** *n* Libyan
(person); **nước Libya** *n* Libya; **thuộc**
Libya *adj* Libyan

lịch [litʃ] *n* calendar; **lịch trình** *n*
timetable

lịch sử [litʃ suɯ] *n* history; **liên quan**
đến lịch sử *adj* historical

lịch sự [litʃ suɯ] *adj* polite ▷ *adv*
politely; **bất lịch sự** *adj* rude; **vẻ**
lịch sự *n* politeness

lịch thiệp [litʃ tiep] *adj* tactful;
không lịch thiệp *adj* tactless

lịch trình [litʃ tʃiɲ] **chuyến bay**
theo lịch trình *n* scheduled flight

Liechtenstein [liɛtʃtɛnstɛin] **nước**
Liechtenstein *n* Liechtenstein

liếc [liek] *v (nhìn)* glance; **cái liếc** *n*
glance

liếm [liem] *v* lick

liên [lien] **liên đoàn** *n* league; **liên**
tiếp *adj* consecutive

liên hệ [lien he] *v* contact; **sự liên**
hệ *n* contact; **Nếu có vấn đề gì thì**
chúng tôi liên hệ với ai? Who do
we contact if there are problems?;
Tôi có thể liên hệ với anh ở đâu?
Where can I contact you?

liên hiệp [lien hiep] *n* union

Liên hiệp quốc [lien hiep kuok]
Tổ chức Liên hiệp quốc *n* United
Nations, UN

liên hoàn [lien hɔɑn] **tai nạn liên**
hoàn *n* pile-up

liên hợp [lien hʌp] *adj*
incorporated; **khu liên hợp** *n*
complex

liền kề [lien ke] *adj* adjacent

liên kết [lien ket] *adj* associate;
đường dẫn liên kết URL *n* URL; **sự**
liên kết *n* merger

liên lạc [lien lak] **Tôi không thể**
liên lạc được I can't get through

liên minh [lien miɲ] *n* alliance

Liên minh [lien miɲ] *n* union; **Liên**
minh châu Âu *n* European Union

liên quan [lien kuan] *v* involve, be
relevant; **có liên quan** *adj* relevant;
không liên quan *adj* irrelevant; **sự**
liên quan *n* relation

liên quan đến [lien kuan den] *prep*
concerning

liên tục [lien tuk] *adj* constant,
continuous, successive ▷ *adv*
constantly

liệt [liet] *n* paralysis; **bệnh bại liệt** *n*
polio; **bị liệt** *adj* paralysed

liệt kê [liet ke] *v* list

liều [lieu] *n (thuốc)* dose ▷ *v (lĩnh)*
risk; **người đánh bom liều chết** *n*
suicide bomber; **việc sử dụng quá**
liều *n* overdose

liệu [lieu] *v* think about, estimate;
cơ sở dữ liệu *n* database; **số liệu** *n*
data

liệu pháp [lieu fɑp] *n* therapy; **tâm**
lý liệu pháp *n* psychotherapy

Lilo® [lilɔs] *n* Lilo®

li-mu-zin [limuzin] **xe li-mu-zin** *n*
limousine

lính [liɲ] *n* troops; **lính cứu hỏa** *n*
fireman; **lính gác** *n* guard; **người**
lính *n* soldier

linh dương [liŋ zwɤŋ] *n* antelope
linh hoạt [liŋ hɔat] *adj* flexible
linh hồn [liŋ hon] *n* soul
linh mục [liŋ muk] *n* priest
linh sam [liŋ sɑːm] **cây linh sam** *n* fir (tree)
linh tinh [liŋ tiŋ] *adj* miscellaneous
linh tính [liŋ tiŋ] *adj* foreboding; **linh tính báo trước** *n* premonition
lít [lit] *n* litre
Lithuania [lituania] **người Lithuania** *n* Lithuanian (*person*); **nước Lithuania** *n* Lithuania; **thuộc Lithuania** *adj* Lithuanian; **tiếng Lithuania** *n* Lithuanian (*language*)
lo [lɔ] **đáng lo ngại** *adj* grim
lò [lɔ] *n* oven, stove; **được nướng bằng lò** *adj* baked; **lò nướng** *n* toaster; **lò phản ứng** *n* reactor; **lò vi sóng** *n* microwave oven; **nướng bằng lò** *v* bake
lọ [lɔ] *n* jar; **lọ mứt** *n* jam jar
loa [lɔɑː] **loa phóng thanh** *n* loudspeaker
loài [lɔai] *n* species; **thuộc loài người** *adj* human
loại [lɔai] *n (dạng)* kind, sort, type, *(nhóm)* category ▷ *v (bỏ)* disqualify; **loại hai** *adj* second-class; **loại hàng** *n* brand; **loại thường** *adj* second-rate; **nhân loại** *n* mankind
loại trừ [lɔai tʃɯ] *v* eliminate, exclude, rule out
loa kèn [lɔɑː kɛn] **hoa loa kèn** *n* lily
loạn [lɔan] **nổi loạn** *v* riot; **sự náo loạn** *n* riot
loãng [lɔaŋ] *n* diluted; **bùn loãng** *n* slush
loạng choạng [lɔaŋ tʃɔaŋ] **đi loạng choạng** *v* stagger

lọc [lɔk] *v* filter; **bộ xúc tác lọc khí thải** *n* catalytic converter; **cái lọc** *n* filter; **lọc phi-lê** *v* fillet; **nhà máy lọc** *n* refinery
lò cò [lɔ kɔ] **nhảy lò cò** *v* skip
lõi [lɔi] *n* core
lo lắng [lɔ laŋ] *adj* apprehensive, concerned, nervous, worried ▷ *v* worry; **gây lo lắng** *adj* worrying; **sự lo lắng** *n* anxiety, concern
lõm [lɔm] **làm lõm** *v* dent; **vết lõm** *n* dent
lóng [lɔaŋ] **tiếng lóng** *n* slang
lòng [lɔaŋ] *n (ngồi vào)* lap, *(ruột)* bowels; **làm nản lòng** *v* discourage; **lòng đỏ trứng** *n* egg yolk, yolk; **lòng tốt** *n* kindness; **lòng thương** *n* pity; **lòng tin** *n* trust; **lòng trắng trứng** *n* egg white; **lòng trung thành** *n* loyalty; **vui lòng** *adv* kindly
lỏng [lɔaŋ] *adj (chùng)* slack, *(rộng)* loose; **chất lỏng** *n* liquid
lò sưởi [lɔ sɯɤi] *n* fireplace, heater; **bệ lò sưởi** *n* mantelpiece
lót [lɔt] *n* lining ▷ *v* line (*garment*); **áo lót** *n* vest; **đồ lót phụ nữ** *n* lingerie; **lớp vải lót** *n* lining; **quần áo lót** *n* underwear; **quần lót** *n* briefs, knickers; **Khu bán đồ lót phụ nữ ở đâu?** Where is the lingerie department?
lò xo [lɔ sɔ] *n* spring (*coil*); **tấm bạt lò xo để nhào lộn** *n* trampoline
lỗ [lo] *n (hổng)* hole; **lỗ hổng** *n* aperture; **lỗ mũi** *n* nostril; **thủng lỗ** *adj* pierced
lố bịch [lo bitʃ] *adj* ridiculous
lốc [lok] *n (bão)* cyclone
lốc xoáy [lok sɔai] **cơn lốc xoáy** *n*

tornado

lôi [loi] **lôi kéo** v rope in

lối [loi] n path, style ▷ adv approximately; **chỗ ngồi cạnh lối đi** n aisle seat; **lối đi** n passage (route); **lối đi ở giữa** n aisle; **lối qua đường có đèn giao thông** n pelican crossing; **lối qua đường cho người đi bộ** n zebra crossing; **lối qua đường dành cho người đi bộ** n pedestrian crossing; **lối sống** n lifestyle; **lối thoát hiểm** n fire escape; **Chỗ anh có lối đi dành cho người tàn tật không?** Do you provide access for the disabled?; **Đi theo lối mòn** Keep to the path; **Tôi muốn ngồi cạnh lối đi** I'd like an aisle seat

lỗi [loi] n blame, error, fault, mistake, slip-up; **bị lỗi** adj faulty; **đổ lỗi** v blame; **lỗi in** n misprint; **lỗi thời** adj obsolete, old-fashioned, out-of-date; **mắc lỗi** v slip up; **phần mềm kiểm tra lỗi chính tả** n spellchecker; **Không phải lỗi của tôi** It wasn't my fault

lôi cuốn [loi kuon] v attract

lối ra [loi zaː] n way out

lối vào [loi vaɔ] n access, entrance, way in; **Lối vào dành cho xe lăn ở đâu?** Where is the wheelchair-accessible entrance?

lốm đốm [lom dom] adj spotty

lông [loŋ] **áo lông thú** n fur coat; **chăn lông vịt** n duvet; **lông mao** n fur; **rậm lông** adj hairy

lồng [loŋ] n (nhốt) cage; **được lồng tiếng** adj dubbed

lông mày [loŋ mai] n eyebrow

lông mi [loŋ mi] n eyelash

lông vũ [loŋ vu] n feather

lộn ngược [lon ŋɯɤk] adv upside down

lộn xộn [lon son] adj messy; **sự lộn xộn** n clutter; **tình trạng lộn xộn** n muddle

lốp [lop] n rubber tyre; **lốp dự phòng** n spare tyre; **lốp xe** n tyre; **Anh làm ơn kiểm tra lốp hộ** Can you check the tyres, please?; **Anh làm ơn kiểm tra xem lốp đủ căng chưa?** Can you check the air, please?; **Áp suất lốp cần phải là bao nhiêu?** What should the tyre pressure be?; **Lốp bị nổ** The tyre has burst; **Tôi bị bẹp lốp** I have a flat tyre, I've a flat tyre

lộ ra [lo zaː] v show up

lỗ thủng [lo tuŋ] n puncture, leak

lộ trình [lo tʃiŋ] n itinerary

lờ [lɤ] **lờ đi** v ignore

lở [lɤ] **sự lở đất** n landslide; **sự lở tuyết** n avalanche

lỡ [lɤ] **bỏ lỡ** v miss

lời [lɤi] n statements, interest, profit; **bằng lời nói** adj oral; **không nói nên lời** adj speechless; **lời đề nghị** n offer; **lời bình luận** n comment, remark; **lời bài hát** n lyrics; **lời cảnh báo** n precaution, warning; **lời cầu nguyện** n prayer; **lời cáo buộc** n allegation; **lời chỉ dẫn** n instructions; **lời chú thích** n caption; **lời dạy của Chúa** n gospel; **lời giải** n solution; **lời giải thích** n explanation; **lời hứa** n promise; **lời khai ngoại phạm** n alibi; **lời khen** n compliment; **lời mời** n invitation; **lời nói đùa** n joke; **lời nói dối** n lie; **lời nhắn** n note (*message*); **lời từ chối** *n* negative; **lời tuyên án** *n* verdict; **lời tuyên bố** *n* statement; **lời tuyên thệ** *n* oath; **lời xin lỗi** *n* apology; **những lời chúc mừng** *n* congratulations; **vâng lời** *v* obey

lợi [lɤi] *n* advantage, gums; **có lợi nhuận** *adj* profitable; **được lợi** *v* benefit; **lợi ích** *n* benefit; **lợi lộc** *n* gain; **lợi nhuận** *n* profit; **sự bất lợi** *n* disadvantage; **sinh lợi** *adj* lucrative; **Lợi của tôi đang chảy máu** My gums are bleeding; **Tôi bị đau lợi** My gums are sore

lời chào [lɤi tʃɑɔ] *n* greeting

lời khuyên [lɤi χuien] *n* tip (*suggestion*)

lợi thế [lɤi te] *n* advantage

lơ mơ [lɤ mɤ] **ngủ lơ mơ** *v* doze off

lớn [lɤn] *adj* (*già hơn*) senior; **lớn lên** *v* grow; **người lớn** *n* grown-up; **phần lớn** *n* majority; **rất lớn** *adj* tremendous; **rộng lớn** *adj* large; **to lớn** *adj* big, enormous, great, huge, massive

lợn [lɤn] *n* pig; **lợn tiết kiệm** *n* piggybank; **sườn lợn** *n* pork chop; **thịt lợn** *n* pork; **thịt lợn muối xông khói** *n* bacon

lớn hơn [lɤn hɤn] *adj* elder

lớp [lɤp] *n* class; **bạn cùng lớp** *n* classmate; **lớp cách ly** *n* insulation; **lớp trưởng** *n* monitor

lợp [lɤp] **được lợp bằng ngói** *adj* tiled

lớp học [lɤp hɔk] *n* classroom; **lớp học buổi tối** *n* evening class

lũ [lu] *n* (*lụt*) flooding

lụa [luɑ:] *n* silk; **lụa tơ tằm** *n* silk

lúa mạch [luɑ: matʃ] *n* barley; **lúa mạch đen** *n* rye

lúa mì [luɑ: mi] *n* wheat

luận [luən] **kết luận** *n* conclusion

Luân Đôn [luən don] *n* London

luân phiên [luən fien] *adj* alternate

luật [luət] *n* law; **Luật Giao thông** *n* Highway Code; **trường luật** *n* law school; **văn bản luật** *n* legislation

luật sư [luət sɯ] *n* lawyer, solicitor

lúc [luk] *n* moment, instant; **cùng một lúc** *adv* simultaneously; **lúc đầu** *adv* initially, originally; **trong lúc đó** *adv* meantime, meanwhile

lục địa [luk diɑ:] *n* continent; **bữa sáng kiểu lục địa** *n* continental breakfast

lúc đó [luk dɔ] *adv* then

lục soát [luk sɔat] *v* search

lui [lui] **rút lui** *v* back out

lùi [lui] *v* back; **lùi lại** *v* move back

lũ lụt [lu lut] *n* flood

lùn [lun] **người lùn** *n* dwarf (*pejorative*)

lủng lẳng [luŋ laŋ] **treo lủng lẳng** *v* fling

luộc [luok] **nước luộc thịt** *n* broth; **trứng luộc** *n* boiled egg

luôn [luon] **Tôi chờ lấy luôn được không?** Can you do it while I wait?

luồng [luoŋ] *n* current (*flow*)

luôn luôn [luon luon] *adv* always

lúp [lup] **kính lúp** *n* magnifying glass

Luxembourg [lusɛmbouzɤ] **nước Luxembourg** *n* Luxembourg

luyện [luien] **phòng luyện nghe** *n* language laboratory

lừa [lɯɑ:] **con lừa** *n* donkey; **đánh lừa** *v* fool; **kẻ lừa đảo** *n* cheat; **lừa đảo** *n* cheat, fraud; **lừa dối** *v* deceive; **lừa gạt** *v* trick

lửa [lʊa:] *n* fire; **bộ phận đánh lửa** *n* ignition; **cái bật lửa** *n* cigarette lighter, lighter; **dầu lửa** *n* kerosene; **lửa trại** *n* bonfire; **núi lửa** *n* volcano; **ngọn lửa** *n* blaze, flame; **tên lửa** *n* missile; **tường lửa** *n* firewall; **tia lửa** *n* spark

lựa chọn [lʊa: tʃɔn] *v* select; **có thể lựa chọn** *adj* alternative; **phương án lựa chọn** *n* alternative; **sự lựa chọn** *n* selection

lứa con [lʊa: kɔn] *n* litter *(offspring)*

lừa đảo [lʊa: daɔ] **hành động lừa đảo** *n* scam

lừa gạt [lʊa: ɣat] *v* bluff; **sự lừa gạt** *n* bluff

lừa phỉnh [lʊa: fiɲ] *v* kid

lực [lʊk] *n* force, power; **có năng lực** *adj* capable; **nguồn lực** *n* resource; **nhân lực** *n* manpower; **nhiều quyền lực** *adj* powerful

lực lượng [lʊk lʊɤŋ] *n* force, the forces; **lực lượng lao động** *n* workforce; **Lực lượng Không quân** *n* Air Force

lữ hành [lʊ haɲ] **khu vực dành cho caravan lữ hành** *n* caravan site

lưng [lʊŋ] *n* back; **sự đau lưng** *n* back pain, backache; **Lưng tôi đau** My back is sore; **Tôi đau lưng** I've hurt my back; **Tôi bị đau lưng** I've got a bad back

lửng [lʊŋ] **con lửng** *n* badger

lược [lʊɤk] *n* hairbrush; **cái lược** *n* comb

lưới [lʊɤi] *n* net; **mạng lưới** *n* network

lười [lʊɤi] *adj* idle; **lười biếng** *adj* lazy

lưỡi [lʊɤi] *n* blade; **cái đè lưỡi** *n* spatula; **cái lưỡi** *n* tongue; **lưỡi dao** *n* blade; **lưỡi dao cạo** *n* razor blade

lươn [lʊɤn] **con lươn** *n* eel

lượn [lʊɤn] **môn tàu lượn** *n* gliding; **tàu lượn** *n* glider

lương [lʊɤŋ] *n* salary; **được trả lương cao** *adj* well-paid; **được trả lương thấp** *adj* underpaid; **lương tâm** *n* conscience; **lương trả cho nhân viên nghỉ ốm** *n* sick pay; **tiền lương** *n* pay, wage

lượng [lʊɤŋ] *n* quantity ▷ *v* measure; **định lượng** *v* quantify; **lượng dư** *n* surplus; **lượng tối đa** *n* maximum; **lượng tối thiểu** *n* minimum; **lượng thiếu** *n* shortfall; **một lượng rất nhỏ** *n* ounce; **số lượng** *n* quantity

lương hưu [lʊɤŋ hʊu] *n* pension; **người hưởng lương hưu** *n* pensioner

lưỡng lự [lʊɤŋ lʊ] *adj* undecided

lương thiện [lʊɤŋ tien] *adj* straight; **có vẻ không lương thiện** *adj* shifty

lướt [lʊɤt] *v* glide, pass quickly

lượt [lʊɤt] *n* time, turn, layer, coat; **Chưa đến lượt anh đi** It wasn't your right of way; **Đến lượt ai?** Whose round is it?

lướt sóng [lʊɤt sauŋ] *v* surf, waterski; **môn lướt sóng** *n* surfing; **người lướt sóng** *n* surfer; **ván để lướt sóng** *n* surfboard; **Có thể chơi lướt sóng ở đâu?** Where can you go surfing?

lướt ván [lʊɤt van] **môn lướt ván buồm** *n* windsurfing; **môn lướt ván nước** *n* water-skiing; **Có thể**

chơi lướt ván nước ở đâu? Where can you go water-skiing?; **Có thể chơi lướt ván nước ở đây không?** Is it possible to go water-skiing here?

lưu [luu] **lưu hồ sơ** v file (folder); **lưu kho** v stock up on; **sự lưu thông** n circulation

lựu [luu] n pomegranate

lưu niệm [luu niem] **đồ lưu niệm** n souvenir; **Anh có đồ lưu niệm không?** Do you have souvenirs?

lưu trữ [luu tʃuu] n store; **hồ sơ lưu trữ** n archive

lưu vong [luu vauŋ] n exile

lưu ý [luu i] n NB (notabene)

ly [li] n glass, millimeter, smidgen; **Làm ơn cho một ly nước chanh** A glass of lemonade, please; **Làm ơn cho tôi xin một chiếc ly sạch được không?** Can I have a clean glass, please?

lý [li] **chuyện vô lý** n nonsense

lý chua [li tʃua] **quả lý chua** n redcurrant

ly dị [li zi] **đã ly dị** adj divorced; **sự ly dị** n divorce; **Tôi đã ly dị** I'm divorced

lý do [li zɔ] n reason

lý gai [li ɣaːi] **cây lý gai** n gooseberry

ly hợp [li hʌp] **khớp ly hợp** n clutch

ly kỳ [li ki] adj thrilling; **truyện ly kỳ** n thriller

lý lịch [li litʃ] **sơ yếu lý lịch** n curriculum vitae, CV

lý thú [li tu] adj exciting

lý thuyết [li tuiet] n theory

lý tưởng [li tuɤŋ] adj ideal ▷ adv ideally

ma [maː] n ghost; **ma ám** adj haunted

má [ma] n (trên mặt) cheek; **xương gò má** n cheekbone

mã [ma] n code, effigy, appearance, horse; **mã bưu chính** n postcode; **mã vùng** n dialling code; **Mã gọi điện thoại của nước Anh là gì?** What is the dialling code for the UK?

mạ [ma] n rice seedling ▷ v plate; **mạ vàng** adj gold-plated

Mác [mɑk] **chủ nghĩa Mác** n Marxism

macaroni [maːkaːzɔni] **mỳ ống macaroni** n macaroni

ma cà rồng [maː ka zɔŋ] n vampire

mạch [matʃ] n pulse

mạch nha [matʃ ɲaː] **whisky mạch nha** n malt whisky

Madagascar [maːzaːɣaːskaːz] **nước Madagascar** n Madagascar

mai [maːi] **cái mai** n spade; **sáng mai** tomorrow morning

mái [mɑi] **có mái tranh** adj

thatched; **gà mái** *n* hen; **mái chèo** *n* oar, paddle; **mái nhà** *n* roof; **Mái nhà bị dột** The roof leaks

mài [mai] **sơn mài** *n* lacquer

mãi mãi [mai mai] *adv* forever

Malawi [ma:la:wi] **nước Malawi** *n* Malawi

Malaysia [ma:la:isia] **người Malaysia** *n* Malaysian; **nước Malaysia** *n* Malaysia; **thuộc Malaysia** *adj* Malaysian

Malta [ma:lta:] **người Malta** *n* Maltese *(person)*; **nước Malta** *n* Malta; **thuộc Malta** *adj* Maltese; **tiếng Malta** *n* Maltese *(language)*

mã Morse [ma mɔzsɛ] *n* Morse

mamút [ma:mut] **voi mamút** *n* mammoth

man [ma:n] **sự khai man trước toà** *n* perjury

màn [man] *n* curtain; **bảo vệ bằng màn** *v* screen (off)

mang [ma:ŋ] *v* carry; **mang đi** *v* take away; **mang lại** *v* bring

máng [maŋ] **máng ăn** *n* trough

màng [maŋ] **màng nhĩ** *n* eardrum; **màng thủy tinh thể** *n* cataract *(eye)*

mạng [maŋ] *n (dệt)* web, the Net; **cứu mạng** *adj* life-saving; **mạng che mặt** *n* veil; **mạng Internet** *n* Internet; **mạng không dây Wifi** *n* WiFi; **mạng lưới** *n* network; **mạng nội bộ** *n* intranet; **mạng nhện** *n* cobweb; **tội phạm mạng** *n* cybercrime; **viết nhật ký trên mạng** *v* blog

mảnh [maŋ] *n* bit, fragment ▷ *adj* frail; **mảnh đất** *n* plot *(piece of land)*; **mảnh nhỏ** *n* scrap; **mảnh vỡ** *n* chip

(small piece); **mảnh vụn** *n* splinter; **mảnh vụn của ruột bánh mỳ** *n* crumb

mạnh [maŋ] *adv* strongly; **khỏe mạnh** *adj* well; **khoẻ mạnh** *adj* athletic; **mạnh mẽ** *adj* drastic; **rất mạnh** *adj* terrific; **sự vặn mạnh** *n* wrench; **vặn mạnh** *v* wrench; **Tôi cần loại mạnh hơn** I need something stronger

mành cửa [maŋ kwa:] *n* blind

mảnh dẻ [maŋ zɛ] *adj* slim

màn hình [man hiŋ] *n* screen; **chương trình bảo vệ màn hình** *n* screen-saver; **màn hình phẳng** *adj* flat-screen; **màn hình plasma** *n* plasma screen

mảnh mai [maŋ ma:i] *adj* slender

mãn kinh [man kiŋ] **sự mãn kinh** *n* menopause

mẩn ngứa [man ŋwa:] **Tôi bị mẩn ngứa** I have a rash

man rợ [ma:n zɤ] *adj* barbaric

mạo hiểm [mao hiem] *adj* adventurous, risky

Maori [ma:ɔzi] **người Maori** *n* Maori *(person)*; **thuộc tộc người Maori** *adj* Maori; **tiếng Maori** *n* Maori *(language)*

ma quỷ [ma: kui] *n* devil; **như ma quỷ** *adj* spooky

maratông [ma:za:toŋ] **cuộc chạy đua maratông** *n* marathon

Marốc [ma:zok] **người Marốc** *n* Moroccan *(person)*; **nước Marốc** *n* Morocco; **thuộc Marốc** *adj* Moroccan

mát [mat] *adj* cool; **mát mẻ** *adj* cool *(cold)*

ma túy [ma: tui] *n* drugs; **kẻ buôn**

ma túy n drug dealer; **người nghiện ma túy** n drug addict

máu [mau] n blood, temper, character; **nhóm máu** n blood group; **nhiễm trùng máu** n blood poisoning; **sự chảy máu mũi** n nosebleed; **sự truyền máu** n transfusion; **thiếu máu** adj anaemic; **truyền máu** n blood transfusion; **xét nghiệm máu** n blood test; **Nhóm máu của tôi là O+** My blood group is O positive

màu [mau] n colour; **có màu da cam** adj orange; **có màu hoa cà** adj mauve; **có màu hoa tử đinh hương** adj lilac; **có màu ngọc lam** adj turquoise; **kính màu** n stained glass; **làm ố màu** v stain; **mù màu** adj colour-blind; **màu đỏ** adj red; **màu be** adj beige; **màu hoe đỏ** adj ginger; **màu kem** adj cream; **màu nâu** n brown; **màu nâu hoe đỏ** adj auburn; **màu xanh lá cây** n green; **sáng màu** adj fair (light colour); **ti vi màu** n colour television; **tranh vẽ bằng màu nước** n watercolour; **Anh có chiếc này màu khác không?** Do you have this in another colour?; **Cho tôi màu này** This colour, please; **Làm ơn phôtô màu một bản này cho tôi** I'd like a colour photocopy of this, please; **Phôtô màu** in colour; **Tôi không thích màu này** I don't like the colour

màu mỡ [mau mɤ] adj fertile

Mauritania [maːuzitaːnia] **nước Mauritania** n Mauritania

Mauritius [maːuzitius] **nước Mauritius** n Mauritius

màu sắc [mau sak] n colour

may [maːi] n luck ▷ adj fortunate ▷ v sew; **đường may nối** n seam; **may là** adv fortunately; **may thay** adv luckily; **thợ may** n tailor; **vận may** n luck; **việc không may** n mishap

máy [mai] n (móc) machine, device ▷ v wink at; **bộ máy** n apparatus; **có thể giặt bằng máy** adj machine washable; **dập máy** v hang up; **đánh máy** v type; **máy ảnh** n camera; **máy ảnh kỹ thuật số** n digital camera; **máy đánh bạc điện tử** n fruit machine; **máy đào** n digger; **máy điện đài xách tay** n walkie-talkie; **máy đo** n gauge; **máy ép** n press; **máy bay phản lực** n jet; **máy bán hàng tự động** n vending machine; **máy bán vé tự động** n ticket machine; **máy cắt** n mower; **máy chế biến thực phẩm** n food processor; **máy chữ** n typewriter; **máy chủ** n server (computer); **máy chiếu** n projector; **máy chiếu overhead** n overhead projector; **máy dùng đồng xu** n slot machine; **máy ghi** n recorder (scribe); **máy giặt** n washing machine; **máy hút bụi** n vacuum cleaner; **máy hút bụi Hoover®** n Hoover®; **máy in** n printer (machine); **máy kéo** n tractor; **máy khâu** n sewing machine; **máy khoan** n drill; **máy móc** n machinery; **máy nghe nhạc cá nhân** n personal stereo; **máy nghe nhạc iPod®** n iPod®; **máy nghe nhạc MP3** n MP3 player; **máy nghe nhạc MP4** n MP4 player; **máy nhắn tin** n pager; **máy phát** n generator;

máy phô tô copy n photocopier; **máy quay làm khô quần áo** n spin dryer; **máy quay phim** n video camera; **máy quay video** n camcorder; **máy quét** n scanner; **máy rửa bát đĩa** n dishwasher; **máy sấy** n dryer; **máy sấy quần áo** n tumble dryer; **máy sấy tóc** n hairdryer; **máy trộn** n mixer; **máy viễn thông cầm tay BlackBerry®** n BlackBerry®; **người máy** n robot; **nhà máy** n factory, plant (site); **nhân viên đánh máy** n typist; **súng máy** n machine gun; **thang máy** n lift (up/down); **thang máy chở người tàn tật** n chairlift; **thợ máy** n mechanic; **xe máy** n motorbike, motorcycle; **xe máy nhỏ** n moped; **xuồng máy** n motorboat; **Có máy fax nào tôi có thể sử dụng được không?** Is there a fax machine I can use?; **Máy bán vé ở đâu?** Where is the ticket machine?; **Máy bán vé hoạt động thế nào?** How does the ticket machine work?; **Máy bán vé không hoạt động** The ticket machine isn't working; **Máy giặt ở đâu?** Where are the washing machines?; **Máy rút tiền nuốt mất thẻ của tôi rồi** The cash machine swallowed my card; **Tôi có thể dùng thẻ của tôi ở máy rút tiền này không?** Can I use my card with this cash machine?
mày [mɑi] **nhíu mày** v frown
máy bay [mai bɑːi] n aeroplane, aircraft; **cướp máy bay** v hijack; **máy bay phản lực cỡ lớn** n jumbo jet; **máy bay trực thăng** n helicopter; **thẻ lên máy bay** n boarding pass
may mắn [mɑːi man] adj fortunate, lucky; **không may mắn** adj unlucky
mayonnaise [mɑːiɔnnɑːisɛ] **sốt mayonnaise** n mayonnaise
máy thu [mɑi tu] n receiver (electronic); **máy thu thanh kỹ thuật số** n digital radio; **máy thu tiền đỗ xe** n parking meter
máy tính [mai tin] n (làm tính) calculator, (vi tính) computer; **đĩa máy tính** n disk; **khoa học máy tính** n computer science; **máy tính bỏ túi** n pocket calculator; **máy tính cá nhân** n PC; **máy tính xách tay** n laptop; **sự sử dụng máy tính** n computing; **tấm lót di chuột máy tính** n mouse mat; **Tôi có thể dùng máy tính của anh được không?** May I use your computer?
máy xay [mai sɑːi] **máy xay sinh tố** n blender, liquidizer
mắc [mak] n peg; **cái mắc áo** n hanger; **mắc áo** n coathanger; **mắc lỗi** v slip up
mặc [mak] v (quần áo) wear; **đã mặc quần áo** adj dressed; **mặc quần áo** v dress; **người mặc đồ khác giới** n transvestite; **thử mặc** v try on; **Tôi nên mặc thế nào?** What should I wear?
mặc cả [mak ka] v haggle
mặc dù [mak zu] conj although, though ▷ prep despite
mặn [man] adj salty; **nước mặn** adj saltwater
mắng [maŋ] v tell off; **trách mắng** v scold

măng sét [maŋ sɛt] **khuy măng sét** n cufflinks

măng tây [maŋ təi] n asparagus

mắt [mat] n eye; **bị lác mắt** v squint; **buổi chiếu ra mắt** n premiere; **chì kẻ mắt** n eyeliner; **kính đeo mắt** n glasses, specs, spectacles; **mí mắt** n eyelid; **nước mắt** n tear (from eye); **nháy mắt** v wink; **phấn mắt** n eye shadow; **thuốc nhỏ mắt** n eye drops; **Có cái gì trong mắt tôi** I have something in my eye; **Mắt tôi bị đau** My eyes are sore

mặt [mat] n face, surface, side; **có mặt** adj present; **chóng mặt** adj dizzy; **che mặt** adj masked; **đường nét khuôn mặt** n feature; **khăn mặt** n face cloth; **mạng che mặt** n veil; **mặt khác** adv otherwise; **mặt nạ** n mask; **mặt phẳng** n plane (surface); **mặt tiền** n front; **mặt trong** n inside; **sự đỏ mặt** n flush; **sự có mặt** n presence; **sự làm đẹp cho mặt** n facial; **thuộc mặt** adj facial; **tiền mặt** n cash

mắt cá [mat ka] **mắt cá chân** n ankle

mặt đất [mat dət] **dưới mặt đất** adv underground

mặt hàng [mat haŋ] **mặt hàng chủ lực** n staple (commodity)

mặt trăng [mat tʃaŋ] n moon

mặt trời [mat tʃɤi] n sun; **ánh sáng mặt trời** n sunlight; **hệ mặt trời** n solar system; **năng lượng mặt trời** n solar power; **thuộc mặt trời** adj solar

mắt xích [mat sitʃ] n link

mầm [məm] n sprouts

mâm xôi [məm soi] **cây mâm xôi** n raspberry

mận [mən] **mận khô** n prune; **quả mận** n plum

mấp máy [məp mai] **hiểu lời nói qua cách mấp máy môi** v lip-read

mất [mət] v (thất lạc) lose, cost, spend; **biến mất** v disappear; **chứng mất ngủ** n insomnia; **mất tích** adj missing; **mất trí** adj insane; **sự biến mất** n disappearance; **sự mất giá** n devaluation; **Anh có thể làm mất vết bẩn này không?** Can you remove this stain?; **Tôi bị mất hành lý** My luggage has been lost

mật [mət] **mật đường** n treacle; **mật ong** n honey; **sỏi mật** n gallstone; **túi mật** n gall bladder

mất điện [mət dien] n power cut; **sự mất điện** n blackout

mật độ [mət do] n density

mật khẩu [mət xəu] n password; **Số mật khẩu** n PIN

mất mát [mət mat] v lose; **sự mất mát** n loss

mẩu [məu] n stub

mẫu [məu] n (vật) sample; **bản mẫu** n proof (for checking); **mẫu đề nghị** n claim form; **mẫu hình** n pattern; **mẫu tóc** n hairstyle; **người tạo mẫu tóc** n stylist

mẫu Anh [məu ɑːɲ] n acre

mẫu đơn xin [məu dɤn sin] n application form

mẫu giáo [məu zao] n kindergarten; **trường mẫu giáo** n infant school, nursery school

mẫu mực [məu muɯk] adj model

mâu thuẫn [məu tuən] v contradict; **sự mâu thuẫn** n

contradiction

mây [məi] *n* cloud; **có mây** *adj* cloudy

mấy [məi] *pronoun* how much ▷ *adj* some, few; **Làm ơn xem hộ mấy giờ rồi** What time is it, please?

mẹ [mɛ] *n* mother, mum, mummy (*mother*); **bố mẹ** *n* parents; **chị em gái cùng mẹ** (*same mother, different father*) *npl* half sister; **đằng mẹ** *adj* maternal; **mẹ đỡ đầu** *n* godmother; **mẹ chồng** *n* mother-in-law; **người mẹ đẻ thay** *n* surrogate mother; **tiếng mẹ đẻ** *n* mother tongue

Mecca [mɛkkɑː] **thánh đường Mecca** *n* Mecca

mẹ kế [mɛ ke] *n* stepmother

men [mɛn] *n* (*gốm*) enamel; **men bia** *n* yeast

mèo [mɛɔ] **con mèo** *n* cat; **mèo con** *n* kitten

mét [mɛt] *n* metre; **theo hệ mét** *adj* metric

mê [me] *v* be numb, unconscious, infatuated; **gây mê toàn thể** *n* general anaesthetic; **sự hôn mê** *n* coma; **trạng thái mê ly** *n* ecstasy

mê cung [me kuŋ] *n* maze

mề đay [me dɑːi] *n* locket

Mêhicô [mehiko] **người Mêhicô** *n* Mexican (*person*); **nước Mêhicô** *n* Mexico; **thuộc Mêhicô** *adj* Mexican

mềm [mem] *adj* soft, tender; **không mềm dẻo** *adj* inflexible; **phần mềm** *n* software

mê mẩn [me mən] *v* fall for

mệnh lệnh [meŋ leŋ] *n* command, order

mệt [met] *adj* tired; **Tôi mệt** I'm tired

mê tín [me tin] *adj* superstitious

mệt mỏi [met mɔi] *adj* tiring; **sự mệt mỏi sau một chuyến bay dài** *n* jet lag

mi [mi] **thuốc bôi mi mắt** *n* mascara

mí [mi] **mí mắt** *n* eyelid

mì [mi] **bột mì** *n* flour

mỉa mai [miɑ mɑːi] *adj* ironic, sarcastic; **sự mỉa mai** *n* irony

micro [mikzɔ] **Có micro không?** Does it have a microphone?

micrô [mikzo] *n* microphone, mike

miễn [mien] *adj* exempt; **miễn phí** *adj* free (*no cost*); **miễn thuế** *adj* duty-free; **sự miễn thuế** *n* duty-free

miễn cưỡng [mien kɯɤŋ] *adj* reluctant ▷ *adv* reluctantly

miễn dịch [mien zitʃ] *adj* immune; **hệ miễn dịch** *n* immune system

Miến Điện [mien dien] *n* Burma; **người Miến Điện** *n* Burmese (*person*); **thuộc Miến Điện** *adj* Burmese; **tiếng Miến Điện** *n* Burmese (*language*)

miếng [mien] *n* bit, piece, slice, plot (*of land*); **miếng dán Velcro®** *n* Velcro®; **miếng giấy nhỏ** *n* slip (*paper*); **miếng vá** *n* patch

miệng [mien] *n* mouth; **dung dịch súc miệng** *n* mouthwash

miếng vá [mien vɑ] *n* sewing

milimét [milimɛt] *n* millimetre

mình [min] *pron* me, oneself; **của chính mình** *adj* own

minh họa [min hɔɑː] *v* illustrate; **hình minh họa** *n* graphics; **sự minh họa** *n* illustration

mịn màng [min maŋ] *adj* delicate
mít-tinh [mittiŋ] cuộc mít-tinh
   lớn *n* rally
mỏ [mɔ] *n (khoáng sản)* mine; **mỏ
   đá** *n* quarry; **mỏ chim** *n* beak; **mỏ
   than** *n* colliery; **sự khai mỏ** *n*
   mining; **thợ mỏ** *n* miner
móc [mɔk] *n* clasp; **cái khoá móc** *n*
   padlock; **cái móc** *n* clasp, hook
mọc [mɔk] **mọc răng** *v* teethe
mọi [mɔi] *adj (tất cả)* every; **mọi nơi**
   adv everywhere
mọi người [mɔi ŋuɤi] *pron*
   everybody, everyone
mọi thứ [mɔi tɯ] *pron* everything
Moldova [mɔlzɔva:] **nước
   Moldova** *n* Moldova; **thuộc
   Moldova** *adj* Moldovan
mò mẫm [mɔ mәm] *v* grope
món [mɔn] *n* course *(meal)*, dish;
   món chính *n* main course; **món
   khai vị** *n* starter; **món spaghetti** *n*
   spaghetti; **món thịt nướng kebab**
   n kebab; **món tráng miệng** *n*
   afters, dessert; **Anh có món ăn
   chay nào không?** Do you have any
   vegetarian dishes?; **Anh có món ăn
   chay tuyệt đối nào không?** Do
   you have any vegan dishes?; **Anh có
   món ăn halal kiểu đạo Hồi nào
   không?** Do you have halal dishes?;
   **Anh có món ăn không có bơ sữa
   nào không?** Do you have dairy-free
   dishes?; **Anh có món ăn không có
   gluten nào không?** Do you have
   gluten-free dishes?; **Anh có món
   ăn kosher kiểu Do Thái nào
   không?** Do you have kosher dishes?;
   Anh có những món cá gì? What
   fish dishes do you have?; **Anh có**

**thể giới thiệu một món ăn địa
phương không?** Can you
recommend a local dish?; **Có gì
trong món này vậy?** What is in this
dish?; **Món ăn của ngày hôm nay
là món gì?** What is the dish of the
day?; **Món nào không có thịt/cá?**
Which dishes have no meat / fish?;
Món này nấu thế nào? How do
you cook this dish?; **Món này phục
vụ thế nào?** How is this dish
served?
Monaco [mɔna:kɔ] **nước Monaco**
   n Monaco
mong [mauŋ] *v* expect; **trông
   mong** *v* expect
móng [mauŋ] *n* nail; **bàn chải
   móng tay** *n* nailbrush; **cắt sửa
   móng tay** *v* manicure; **cái giũa
   móng tay** *n* nailfile; **móng ngựa** *n*
   horseshoe; **móng tay** *n* fingernail;
   sự cắt sửa móng tay *n* manicure;
   thuốc sơn móng tay *n* nail polish,
   nail varnish
mỏng [mauŋ] *adj* thin
mọng [mauŋ] **quả mọng** *n* berry
mỏng manh [mauŋ ma:ɲ] *adj*
   fragile
mong muốn [mauŋ muon] *v*
   desire; **sự mong muốn** *n* desire
moóc phin [mɔɔk fin] *n* morphine
mô [mo] *n* tissue *(anatomy)*
mồ [mo] *n* tomb
mổ [mo] *v* operate *(perform surgery)*,
   kill *(animal for food)*; **phòng mổ** *n*
   operating theatre
mộ [mo] *n* grave; **bia mộ** *n*
   gravestone
mô-bi-lét [mobilɛt] *n* moped; **Tôi
   muốn thuê một xe mô-bi-lét** I

want to hire a moped

mốc [mok] *n (nấm)* mould *(fungus)*; **bị mốc** *adj* mouldy

mộc [mok] **nghề mộc** *n* woodwork; **nghề thợ mộc** *n* carpentry; **thợ mộc** *n* carpenter

mộc cầm [mok kəm] *n* xylophone

mồ côi [mo koi] *n* orphan; **trẻ mồ côi** *n* orphan

Môdămbích [mozambitʃ] **nước Môdămbích** *n* Mozambique

môđem [modɛm] *n* modem

mô đun [mo dun] *n* module

mô hình [mo hiɲ] *n* model; **làm mô hình** *v* model

mồ hôi [mo hoi] *n* perspiration, sweat; **đầy mồ hôi** *adj* sweaty; **thuốc chống ra mồ hôi** *n* antiperspirant; **toát mồ hôi** *v* sweat

môi [moi] *n (miệng)* lip; **hiểu lời nói qua cách mấp máy môi** *v* lip-read; **người môi giới** *n* broker; **sáp môi** *n* lip salve; **son môi** *n* lipstick

mồi [moi] *n* prey

mỗi [moi] *adj* each

môi giới [moi zɤi] **người môi giới chứng khoán** *n* stockbroker

mỗi người [moi ŋɯɤi] *adj* each; **mỗi người** *pron* each

môi sinh [moi siɲ] *n* environment; **thân thiện với môi sinh** *adj* ecofriendly

môi trường [moi tʃɯɤŋ] *n* environment; **thân thiện với môi trường** *adj* environmentally friendly; **thuộc môi trường** *adj* environmental

mồm [mom] *n* mouth; **câm mồm** *v* shut up

môn [mon] *n* door, field of study; **cuộc thi điền kinh năm môn** *n* pentathlon; **môn bóng bầu dục** *n* rugby; **môn chơi gôn** *n* golf; **môn dù lượn** *n* hang-gliding; **môn khúc côn cầu** *n* hockey; **môn nhảy cao** *n* high jump; **môn thể dục** *n* gymnastics; **thủ môn** *n* goalkeeper

mông [moŋ] *n* backside, behind, buttocks; **mông đít** *n* bum, buttocks; **thịt mông bò** *n* rump steak

Mông Cổ [moŋ ko] **người Mông Cổ** *n* Mongolian *(person)*; **nước Mông Cổ** *n* Mongolia; **thuộc Mông Cổ** *adj* Mongolian; **tiếng Mông Cổ** *n* Mongolian *(language)*

mộng du [moŋ zu] *v* sleepwalk

mốt [mot] *adj* fashionable

một [mot] *n* one ▷ *art* a, an ▷ *pron* one

mô tả [mo ta] *v* describe; **sự mô tả** *n* description

một cái gì đó [mot kai zi: dɔ] *pron* something

một chiều [mot tʃieu] *adj* one-way; **một vé một chiều đi...** a single to...; **Vé một chiều giá bao nhiêu?** How much is a single ticket?

một lần [mot lən] *adv* once; **dùng một lần** *adj* disposable

một mình [mot miɲ] *adj* alone; **Tôi đang đi du lịch một mình** I'm travelling alone

mô tô [mo to] **động cơ mô tô** *n* motor

một phần ba [mot fən ba:] *n* third

một phần bảy [mot fən bai] *n* seventh

một phần chín [mot fən tʃin] *n*

ninth

một phần mười [mot fən muɤi] *n* tenth

một phần nghìn [mot fən ŋin] *n* thousandth

một phần tư [mot fən tɯ] *n* quarter

một trong hai [mot tʃauŋ haːi] *pron* either

một vài [mot vai] *pron* few

một vài người [mot vai ŋɯɤi] **một vài người** *pron* some

mơ [mɤ] *v (ngủ)* dream; **quả mơ** *n* apricot

mỏ [mɤ] **mỏ tóc** *n* lock *(hair)*

mờ [mɤ] *adj* dim

mở [mɤ] *adj* open ▷ *v* open, start, turn on; **cái mở chai** *n* bottle-opener; **cái mở hộp** *n* can-opener; **cái mở nút chai** *n* corkscrew; **giờ mở cửa** *n* opening hours; **mở gói** *v* unwrap; **mở khóa** *v* unlock; **mở phéc-mơ-tuya** *v* unzip; **Anh có mở cửa không?** Are you open?; **Bảo tàng có mở cửa buổi chiều không?** Is the museum open in the afternoon?; **Cửa ra vào không mở được** The door won't open; **Hôm nay có mở cửa không?** Is it open today?; **Khi nào mở cửa?** When does it open?; **Khi nào ngân hàng mở cửa?** When does the bank open?; **Lâu đài có mở cửa cho mọi người vào không?** Is the castle open to the public?; **Ngày mai có mở cửa không?** Is it open tomorrow?; **Tôi không mở được cửa sổ** I can't open the window; **Tôi mở cửa sổ được không?** May I open the window?

mỡ [mɤ] *n* fat, grease; **rán ngập mỡ** *v* deep-fry; **thuốc mỡ** *n* ointment

mới [mɤi] *adj* new; **có thể thay mới** *adj* renewable; **mới đây** *adv* lately, recently; **mới sinh** *adj* newborn; **mới toanh** *adj* brand-new; **người mới đến** *n* newcomer; **Năm Mới** *n* New Year; **phiên bản mới** *n* remake

mời [mɤi] *v* invite; **lời mời** *n* invitation; **Rất cảm ơn anh đã mời chúng tôi** It's very kind of you to invite us; **Rất cảm ơn anh đã mời tôi** It's very kind of you to invite me

mở ra [mɤ zaː] *v* unroll

MP3 [mp] **máy nghe nhạc MP3** *n* MP3 player

MP4 [mp] **máy nghe nhạc MP4** *n* MP4 player

mù [mu] *adj* blind; **mù chữ** *adj* illiterate; **mù màu** *adj* colour-blind; **Tôi bị mù** I'm blind

mủ [mu] *n* pus

mũ [mu] *n* hat, cap; **cái mũ** *n* hat; **mũ bảo hiểm** *n* helmet; **mũ bóng chày** *n* baseball cap; **mũ che tóc khi tắm** *n* shower cap; **mũ lưỡi trai** *n* cap; **mũ nồi** *n* beret; **mũ trùm đầu** *n* hood; **Tôi muốn có mũ bảo hiểm được không?** Can I have a helmet?

mua [mua] *v* buy, purchase; **được mua** *adj* bought; **người mua** *n* buyer; **sự thoả thuận mua bán** *n* bargain; **sự thu mua toàn bộ** *n* buyout; **Tôi có thể mua bản đồ của khu vực này ở đâu?** Where can I buy a map of the area?; **Tôi có thể mua báo ở đâu?** Where can I buy a newspaper?; **Tôi có thể mua bưu thiếp ở đâu?:** Where can I buy some postcards?; **Tôi có thể mua tem ở đâu?** Where can I buy stamps?; **Tôi có thể mua thẻ điện thoại ở đâu?** Where can I buy a phonecard?; **Tôi có thể mua thẻ xe buýt ở đâu?** Where can I buy a bus card?; **Tôi mua vé ở đâu?** Where do I buy a ticket?

múa [muɑ:] v dance; **diễn viên múa** n dancer; **nhảy múa** v dance; **sự nhảy múa** n dance, dancing

mùa [muɑ:] n season; **gió mùa** n monsoon; **mùa đông** n winter; **mùa đông khách** n high season; **mùa vắng khách** n low season; **mùa vọng** n advent; **mùa xuân** n spring (season), springtime; **vụ mùa** n crop; **vé mùa** n season ticket; **vào mùa ít khách** adv off-season

mùa hè [muɑ: hɛ] n summer, summertime; **sau mùa hè** after summer; **trước mùa hè** before summer; **trong mùa hè** during the summer; **vào mùa hè** in summer

mua sắm [muɑ sɑm] n shopping; **túi đựng đồ mua sắm** n shopping bag; **việc mua sắm** n shopping

mùa thu [muɑ: tu] n autumn

mục đích [muk ditʃ] n aim, purpose

mục lục [muk luk] n contents (list)

mục sư [muk sɯ] n minister (clergy); **đoàn mục sư** n ministry (religion)

mục tiêu [muk tieu] n objective, target

mùi [mui] n (ngửi thấy) odour, smell, taste, flavour; **có mùi khó chịu** v stink; **chất khử mùi cơ thể** n

deodorant; **chất tạo mùi vị** n flavouring; **khăn mùi xoa** n handkerchief; **mùi vị** n flavour; **nặng mùi** adj smelly; **rượu mùi** n liqueur; **Có mùi gì lạ** There's a funny smell; **Tôi ngửi thấy mùi ga** I can smell gas

mũi [mui] n nose; **lỗ mũi** n nostril; **mũi khâu** n stitch; **sự chảy máu mũi** n nosebleed

múi giờ [mui zɤ] n time zone

mùi tây [mui təi] **cây mùi tây** parsley

mũi tên [mui ten] n arrow

mùi xoa [mui sɑɑ:] **khăn mùi xoa** n hankie

mũm mĩm [mum mim] adj chubby

mùn [mun] **mùn cưa** n sawdust

mụn [mun] n pimple, zit; **mụn cóc** n wart; **mụn trứng cá** n acne

muối [muoi] n salt; **Làm ơn đưa cho tôi muối** Pass the salt, please

muỗi [muoi] n mosquito; **con muỗi** n mosquito; **muỗi vằn** n midge

muốn [muon] v want; **muốn nói** v mean; **sự thèm muốn** n lust; **thèm muốn** v long; **Tôi muốn thứ gì rẻ hơn** I want something cheaper

muộn [muon] adj late (delayed) ▷ adv late ▷ v be late; **Chúng tôi muộn mười phút** We are ten minutes late; **Làm ơn gọi cho chúng tôi nếu anh về muộn** Please call us if you'll be late; **Muộn quá rồi** It's too late; **Xin lỗi chúng tôi đến muộn** Sorry we're late

muỗng [muoŋ] n ladle; **cái muỗng** n ladle

muộn hơn [muon hɤn] adv later

mút [mut] **kẹo mút** n lollipop; **món**

kem mút n mousse

mù tạc [mu tak] n mustard

mưa [mɯa] n rain ▷ v rain ▷ adj rainy; **áo khoác đi mưa có mũ** n cagoule; **áo mưa** n mac, raincoat; **có mưa** adj rainy; **chống mưa** adj showerproof; **mưa đá** v hail; **mưa phùn** n drizzle; **mưa tuyết** v sleet; **trận mưa to** n downpour; **Anh nghĩ sắp có mưa không?** Do you think it's going to rain?; **Trời đang mưa** It's raining

mưa axit [mɯa aːsit] n acid rain

mức [mɯk] n grade, level, standard; **mức sống** n standard of living; **mức trung bình** n average; **quá mức** adj excessive; **thay đổi giữa hai mức** v range

mực [mɯk] n (viết) ink; **mực ống** n squid; **mực nước biển** n sea level

mức độ [mɯk do] n level, scale (measure), degree; **ở mức độ lớn** adv largely

mừng [mɯŋ] adj glad; **chúc mừng** n congratulate, toast (tribute); **thiếp mừng Nô-en** n Christmas card; **vui mừng** adj cheerful, glad

mười [mɯɤi] n ten

mười ba [mɯɤi baː] number thirteen

mười bảy [mɯɤi bai] number seventeen

mười bốn [mɯɤi bon] number fourteen

mười chín [mɯɤi tʃin] number nineteen

mười hai [mɯɤi haːi] number twelve

mười lăm [mɯɤi lam] number fifteen

mười một [mɯɤi mot] number eleven

mười sáu [mɯɤi sau] number sixteen

mười tám [mɯɤi tam] number eighteen

mượn [mɯɤn] v borrow, hire, rent; **cho mượn** v lend; **Anh cho mượn chiếc bút được không?** Do you have a pen I could borrow?

mương [mɯɤŋ] n ditch

mứt [mɯt] n jam; **lọ mứt** n jam jar; **mứt cam** n marmalade

mưu [mɯu] **âm mưu** v conspiracy

mưu trí [mɯu tʃi] adj ingenious

mỳ [mi] **mỳ ống macaroni** n macaroni; **mỳ pasta** n pasta; **mỳ sợi** n noodles

Mỹ [mi] n America; **Bắc Mỹ** n North America; **cá sấu Mỹ** n alligator; **người Mỹ** n American; **người Nam Mỹ** n South American; **người thuộc khu vực Bắc Mỹ** n North American; **nước Mỹ** n America, US, USA; **Nam Mỹ** n South America; **thuộc khu vực Bắc Mỹ** adj North American; **thuộc Mỹ** adj American; **thuộc Nam Mỹ** adj South American; **vùng Trung Mỹ** n Central America

Myanmar [mianmaːz] **nước Myanmar** n Myanmar

Mỹ La tinh [mi laː tiŋ] **thuộc Mỹ La tinh** adj Latin American

mỹ phẩm [mi fəm] n cosmetics; **phẫu thuật thẩm mỹ** n cosmetic surgery; **sữa mỹ phẩm** n lotion

n

nách [naʧ] n armpit

nam [naːm] **đi về phía nam** adj
southbound; **giọng nam cao** n
tenor; **học sinh nam** n schoolboy;
hướng đông nam n southeast;
hướng tây nam n southwest; **nam
cảnh sát** n policeman; **người Nam
Mỹ** n South American; **Nam Mỹ** n
South America; **ở phía nam** adj
south; **ở phương nam** adj
southern; **phương nam** n south;
thuộc Nam Mỹ adj South
American; **về phía nam** adv south

nam châm [naːm ʧəm] n magnet

Nam Cực [naːm kɯk] n the
Antarctic, Antarctica, South Pole

Nam Dương [naːm zɯɤŋ] **cung
Nam Dương** n Capricorn

Nam Phi [naːm fi] n South Africa;
người Nam Phi gốc Âu n Afrikaner,
South African; **thuộc Nam Phi** adj
South African; **tiếng Nam Phi** n
Afrikaans

nản [naːn] **làm nản lòng** v
discourage

nạn [naːn] n accident, disaster;
người xin tị nạn n asylum seeker

nang [naːŋ] n cyst

nạng [naːŋ] **cái nạng** n crutch

nan hoa [naːn hɔaː] **cái nan hoa** n
spoke

nạn nhân [naːn ɲən] n victim

nào [naːɔ] adv which, every, any ▷ intj
come on!; **người nào** pron any;
Nói... như thế nào? What is the
word for...?; **Từ đó đánh vần như
thế nào?** How do you spell it?; **Việc
đó xảy ra khi nào?** When did it
happen?

não [naːɔ] n brain; **viêm màng não** n
meningitis

nạo [naːɔ] v grate

nào đó [naːɔ ɗɔ] adj some

nạp [naːp] v charge, load (gun), pay;
nạp điện v charge (electricity); **nạp
lại** v recharge; **Tôi có thể mua thẻ
nạp tiền điện thoại ở đâu?** Where
can I buy a top-up card?

nạt [naːt] **bắt nạt** v bully; **kẻ hay
bắt nạt** n bully

NATO [naːtɔ] **khối NATO** abbr
NATO

natri bicacbonat [naːʧi
bikaːkbɔnaːt] n bicarbonate of
soda

Na-uy [naːui] **người Na-uy** n
Norwegian (person); **nước Na-uy** n
Norway; **thuộc Na-uy** adj
Norwegian; **tiếng Na-uy** n
Norwegian (language)

này [naːi] adj these, this; **Chìa khoá
nào dùng cho cửa này?** Which is
the key for this door?; **Gửi bưu kiện
này mất bao nhiêu tiền?** How

much is it to send this parcel?;
Rượu này chưa ướp lạnh This
wine is not chilled; **Tôi có thể gửi
những bưu thiếp này ở đâu?**
Where can I post these cards?; **Tôi
muốn gửi bưu kiện này** I'd like to
send this parcel; **Tôi sẽ ăn món
này** I'll have this

nảy lên [nai len] v bounce

năm [nɑm] n (thời gian) year ▷
number (số) five; **cuộc thi điền kinh
năm môn** n pentathlon; **Đại Hội
đồng Hàng năm** n AGM; **hàng
năm** adv yearly; **năm học** n
academic year; **năm nhuận** n leap
year; **năm tài chính** n financial
year, fiscal year; **năm nay** this year;
năm ngoái last year; **năm sau** next
year

nắm [nɑm] v clench ▷ n handful;
nắm đấm n fist; **nắm chặt** v grasp,
hold on; **nắm lấy** v seize; **tay nắm
cửa** n door handle; **Tay nắm bị
bung ra** The handle has come off;
Tay nắm cửa ra vào bị bung ra
The door handle has come off

nằm [nɑm] v lie down; **nằm ngang**
adj horizontal; **Tôi có phải nằm
trên giường không?** Do I have to
stay in bed?

Năm mới [nɑm mɤi] n New Year;
Chúc mừng Năm Mới! Happy New
Year!

năm mươi [nɑm mɯɤi] number
fifty

năm mươi-năm mươi [nɑm
mɯɤinɑm mɯɤi] adj fifty-fifty
▷ adv fifty-fifty

năng [nɑŋ] adv often, frequently; **có
năng lực** adj capable

nắng [nɑŋ] adj sunny; **ánh nắng** n
sunshine; **bị cháy nắng** adj
sunburnt; **dầu tắm nắng** n suntan
oil; **ghế nằm phơi nắng** n sunbed;
kem chống nắng n sunblock,
suncream, sunscreen, suntan
lotion; **màu rám nắng** n tan; **rám
nắng** adj tanned; **sự cháy nắng** n
sunburn; **sự rám nắng** n suntan;
sự say nắng n sunstroke; **tắm
nắng** v sunbathe; **Trời nắng** It's
sunny

nặng [nɑŋ] adj heavy, serious,
strong; **gánh nặng** n burden; **nặng
nề** adv heavily; **vật nặng** n load;
Anh nặng bao nhiêu? How much
do you weigh?; **Cái này nặng quá**
This is too heavy

năng động [nɑŋ dɔŋ] adj dynamic

năng khiếu [nɑŋ xieu] n talent

năng lượng [nɑŋ lɯɤŋ] n energy;
năng lượng mặt trời n solar
power

năng suất [nɑŋ suɑt] n productivity

nắp [nɑp] n cover; **nắp tròn đậy
trục bánh xe** n hubcap

nấc [nək] **tiếng nấc** n hiccups

nấm [nəm] n mushroom; **nấm dù** n
toadstool

nâng [nəŋ] v raise; **đào tạo nâng
cao** n further education; **nâng lên** v
lift, raise

nâu [nəu] adj brown; **bánh mỳ nâu**
n brown bread; **màu nâu** n brown;
nâu sẫm adj maroon; **rượu nâu
đậm** n sherry

nấu [nəu] v cook; **công thức nấu ăn**
n recipe; **nấu ăn** v cook; **nấu sẵn**
adj ready-cooked; **sự nấu nướng** n
cooking; **sách dạy nấu ăn** n

cookbook, cookery book; **Cái này được nấu trong nước dùng thịt phải không?** Is this cooked in meat stock?; **Món này nấu thế nào?** How do you cook this dish?

né [nɛ] **né tránh** v dodge

ném [nɛm] v pitch, throw; **môn bóng ném** n handball; **trò ném phi tiêu** n darts

ném bom [nɛm bɔm] v bomb; **việc ném bom** n bombing

nén [nɛn] v (ép) squash

neo [nɛɔ] **bỏ neo** v moor; **mỏ neo** n anchor

Nepal [nɛpaːl] **nước Nepal** n Nepal

nét [nɛt] n feature; **đường nét khuôn mặt** n feature

New Zealand [nɛw zɛaːlaːnz] **người New Zealand** n New Zealander; **nước New Zealand** n New Zealand

nề [ne] **thợ nề** n bricklayer

nêm [nem] **có nêm gia vị** adj spicy

nếm [nem] v taste; **Tôi nếm được không?** Can I taste it?

nên [nen] **nên thơ** adj picturesque

nến [nen] n candle; **giá đỡ nến** n candlestick

nền [nen] n foundation; **nền tảng** n foundations

nên làm [nen lam] adj advisable

nền tảng [nen taŋ] n base

nê ông [ne oŋ] n neon

nếp [nep] **nếp nhăn** n crease

nêu [neu] v raise; **được nêu ra** v come up; **không được nêu** adj unlisted

nếu [neu] conj if

nếu không [neu xɔn] conj otherwise

Nga [ŋaː] **người Nga** n Russian (person); **nước Nga** n Russia; **thuộc Nga** adj Russian; **tiếng Nga** n Russian (language)

ngà [ŋa] n ivory

ngả [ŋa] **ngả ra ngoài** v lean out; **ngả về phía trước** v lean forward

ngã [ŋa] v (xuống) fall; **đánh ngã** v knock down; **Con bé bị ngã** She fell

ngạc nhiên [ŋak ɲien] adj surprised; **làm ngạc nhiên** adj surprising; **sự ngạc nhiên** n surprise; **thật ngạc nhiên** adv surprisingly

ngai [ŋaːi] **ngai vàng** n throne

ngài [ŋai] n (quý ông) sir

ngại [ŋai] **đáng lo ngại** adj grim; **đáng ngại** adj alarming

ngải giấm [ŋai zəm] **cây ngải giấm** n tarragon

ngang [ŋaːŋ] v be level with, act rudely; **con phố ngang** n side street; **nằm ngang** adj horizontal; **ngang bằng** adj level

ngành [ŋaɲ] **ngành du lịch** n tourism

ngáp [ŋap] v yawn

ngạt [ŋat] adj stuffy; **làm ngạt** v suffocate

ngã tư [ŋa tɯ] n crossroads

ngay [ŋaːi] **ngay đây** adv presently; **ngay lập tức** adj immediately, instant

ngáy [ŋai] v snore

ngày [ŋai] n day; **ban ngày** n daytime; **hàng ngày** adv daily; **ngày càng tăng** adv increasingly; **ngày cuối tuần** n weekend; **ngày hết hạn** n expiry date; **ngày hội** n carnival; **ngày sinh nhật** n birthday; **ngày tháng** *n* date; **ngày trong tuần** *n* weekday; **Bảo tàng có mở cửa hàng ngày không?** Is the museum open every day?; **Giá thuê theo ngày là bao nhiêu?** What are your rates per day?

ngay cả [ŋa:i ka] *adv* even

ngày kia [ŋai kia] *n* the day after tomorrow

ngày lễ [ŋai le] **Ngày lễ Tình nhân** *n* Valentine's Day

ngày mai [ŋai ma:i] **vào ngày mai** *adv* tomorrow; **Ngày mai tôi sẽ đi** I'm leaving tomorrow; **Thời tiết ngày mai thế nào?** What will the weather be like tomorrow?

ngày nay [ŋai na:i] *adv* nowadays

ngày nghỉ [ŋai ŋi] *n* holiday; **ngày nghỉ lễ** *n* public holiday; **ngày nghỉ khi các ngân hàng đóng cửa** *n* bank holiday

ngăn [ŋan] *n* compartment; **đập ngăn nước** *n* dam; **ngăn để găng tay** *n* glove compartment; **ngăn kéo để tiền** *n* till

ngắn [ŋan] *adj* short; **một cách ngắn gọn** *adv* briefly; **ngắn gọn** *adj* brief; **ngắn tay** *adj* short-sleeved; **truyện ngắn** *n* short story

ngăn cản [ŋan kan] **bị ngăn cản** *adj* blocked

ngăn kéo [ŋan kɛɔ] *n* drawer; **Ngăn kéo bị kẹt** The drawer is jammed

ngăn nắp [ŋan nap] *adj* tidy

ngăn ngừa [ŋan ŋɯa:] *v* prevent; **sự ngăn ngừa** *n* prevention

ngắt [ŋat] **ngắt ra** *v* disconnect; **Tôi bị ngắt cuộc gọi** I've been cut off

ngâm [ŋəm] *v* soak

ngầm [ŋəm] **đường ngầm** *n*

subway; **đường ngầm cho người đi bộ** *n* underpass; **tàu điện ngầm** *n* underground; **tàu ngầm** *n* submarine

ngân [ŋən] *n* money ▷ *v* vibrate; **ngân quỹ** *n* funds; **ngân sách** *n* budget; **ngân séc bưu điện** *n* postal order

ngân hàng [ŋən haŋ] *n* bank *(finance)*; **bản sao kê của ngân hàng** *n* bank statement; **chủ ngân hàng** *n* banker; **ngân hàng thương mại** *n* merchant bank; **phí ngân hàng** *n* bank charges; **số dư tài khoản ngân hàng** *n* bank balance; **tài khoản ngân hàng** *n* bank account; **Có ngân hàng nào ở đây không?** Is there a bank here?; **Hôm nay ngân hàng có mở cửa không?** Is the bank open today?; **Khi nào ngân hàng đóng cửa?** When does the bank close?; **Ngân hàng cách đây bao xa?** How far is the bank?; **Tôi muốn chuyển ít tiền từ ngân hàng của tôi ở...** I would like to transfer some money from my bank in...

ngập [ŋəp] *v* flood

ngất [ŋət] *v* faint, pass out; **Chị ấy bị ngất** She has fainted

ngẫu nhiên [ŋəu nien] *adj* random ▷ *adv* by accident; **trùng hợp ngẫu nhiên** *n* coincidence

ngây thơ [ŋəi tɤ] *adj* innocent, naive

nghe [ŋɛ] *v* hear, listen; **lắng nghe** *v* listen to; **máy nghe nhạc iPod®** *n* iPod®; **người nghe** *n* listener; **phòng luyện nghe** *n* language laboratory; **tai nghe** *n* earphones, headphones

nghén [ŋɛn] **ốm nghén** n morning sickness

nghèo [ŋɛɔ] adj poor; **sự nghèo đói** n poverty

nghẹt [ŋɛt] **bị nghẹt thở** v choke

nghề [ŋe] n profession; **người làm nghề xuất bản** n printer (person); **nghề cơ khí** n engineering; **nghề kế toán** n accountancy; **nghề mộc** n woodwork; **nghề thợ mộc** n carpentry

nghệ [ŋe] **ong nghệ** n bumblebee

nghề nghiệp [ŋe ŋiep] n career, occupation; **kinh nghiệm nghề nghiệp** n work experience

nghệ sỹ [ŋe si] n artist; **nghệ sỹ độc tấu** n soloist; **nghệ sỹ pianô** n pianist

nghệ tây [ŋe təi] **cây nghệ tây** n saffron; **giống nghệ tây** n crocus

nghệ thuật [ŋe tuət] n art; **có tính nghệ thuật** adj artistic; **phòng trưng bày nghệ thuật** n art gallery, gallery; **tác phẩm nghệ thuật** n work of art; **trường nghệ thuật** n art school

nghêu [ŋeu] **con nghêu** n mussel

nghỉ [ŋi] v rest, have a holiday; **chiếu nghỉ** n landing; **giờ nghỉ trưa** n lunch break; **kỳ nghỉ hè** n summer holidays; **kỳ nghỉ trọn gói** n package holiday; **khu nghỉ** n resort; **ngày nghỉ** n holiday; **ngày nghỉ lễ** n public holiday; **nghỉ đẻ** n maternity leave; **nghỉ giữa kỳ** n half-term; **nghỉ hưu** v retire; **nghỉ ngơi** v rest; **nghỉ sinh con của nam giới** n paternity leave; **nhà nghỉ** n holiday home; **nhà nghỉ bên**

đường dành cho khách có ôtô n motel; **phòng nghỉ và hai bữa ăn** n half board; **sự nghỉ giữa chuyến đi** n stopover; **sự nghỉ ngơi** n relaxation, rest; **thời gian nghỉ ốm** n sick leave; **thời gian nghỉ làm** n time off; **trạm nghỉ gần đường cao tốc** n service area; **Đi nghỉ vui vẻ nhé!** Enjoy your holiday!; **Tôi đang đi nghỉ ở đây** I'm on holiday here; **Tôi đi nghỉ ở đây** I'm here on holiday

nghĩ [ŋi] v think; **nghĩ là** v reckon; **nghĩ ra** v devise

nghĩa [ŋia:] n meaning, righteousness; **theo nghĩa đen** adv literally; **vô nghĩa** adj pointless; **Cái này nghĩa là gì?** What does this mean?

nghĩa trang [ŋia: tʃa:ŋ] n graveyard, cemetery

nghĩa vụ [ŋia: vu] n duty

nghịch [ŋitʃ] v mess around with; **cô gái tinh nghịch** n tomboy; **nghịch ngợm** adj naughty

nghiệm [ŋiem] v consider; **ống nghiệm** n test tube; **phòng thí nghiệm** n lab, laboratory; **thử nghiệm** v test

nghiêm chỉnh [ŋiem tʃin] adj decent ▷ adv properly

nghiêm khắc [ŋiem χak] adj strict ▷ adv strictly

nghiêm trọng [ŋiem tʃauŋ] adj serious ▷ adv seriously; **Có nghiêm trọng không?** Is it serious?

nghiền [ŋien] **khoai tây nghiền** n mashed potatoes

nghiện [ŋien] v be addicted to ▷ n addiction; **bị nghiện** adj addicted;

nghiện rượu *adj* alcoholic; **người nghiện** *n* addict; **người nghiện ma túy** *n* drug addict; **người nghiện rượu** *n* alcoholic; **người nghiện thuốc lá** *n* smoker

nghiên cứu [ŋien kɯɯ] *n* research; **nghiên cứu thị trường** *n* market research

nghiêng [ŋieŋ] *v* tip (incline)

nghiệp [ŋiep] *n* profession; **đồng nghiệp** *n* colleague; **nghề nghiệp** *n* career; **sự nghiệp** *n* cause (ideals)

nghiệp dư [ŋiep zɯ] **người nghiệp dư** *n* amateur

nghiệt [ŋiet] **khắc nghiệt** *adj* harsh

nghi lễ [ŋi le] *n* ceremony

nghìn [ŋin] *number* thousand

nghi ngờ [ŋi ŋɤ] *adj* doubtful ▷ *n* doubt ▷ *v* suspect; **sự nghi ngờ** *n* doubt

nghị sự [ŋi sɯ] **chương trình nghị sự** *n* agenda

ngõ [ŋɔ] *n* alley

ngoài [ŋɔai] *prep (quá)* beyond, *(ra)* apart from; **bên ngoài** *n* external, outside; **bếp nướng ngoài trời** *n* barbecue; **người nước ngoài** *n* foreigner; **ngoài ra** *adv* besides, further; **ngoài trời** *adv* out-of-doors, outdoor; **nước ngoài** *adj* foreign; **ở ngoài** *prep* exterior, out, outside; **ở ngoài trời** *adv* outdoors; **ở nước ngoài** *adv* overseas

ngoại [ŋɔai] *adj* external; **ngoại cỡ** *adj* outsize; **tỉ giá ngoại hối** *n* exchange rate

ngoại giao [ŋɔai zaːɔ] *adj* diplomatic; **mang tính ngoại giao** *adj* diplomatic; **nhà ngoại giao** *n* diplomat

ngoại lệ [ŋɔai le] *n* exception

ngoại ô [ŋɔai o] *n* suburb; **thuộc ngoại ô** *adj* suburban; **vùng ngoại ô** *n* outskirts

ngoại trừ [ŋɔai tʃɯ] *prep* except

ngoan [ŋɔaːn] *v* behave; **ngoan ngoãn** *adj* obedient

ngoan cố [ŋɔaːn ko] *adj* obstinate

ngoạn mục [ŋɔan muk] *adj* spectacular

ngoặc [ŋɔak] **dấu ngoặc đơn** *n* brackets

ngoặc kép [ŋɔak kɛp] **dấu ngoặc kép** *n* inverted commas, quotation marks

ngoặt [ŋɔat] *v* swerve; **đoạn đường ngoặt** *n* turning

ngọc [ŋɔk] **ngọc trai** *n* pearl; **viên ngọc** *n* gem

ngọc bích [ŋɔk bitʃ] *n* sapphire

ngọc lam [ŋɔk laːm] **có màu ngọc lam** *adj* turquoise

ngõ cụt [ŋɔ kut] *n* dead end

ngói [ŋɔi] *n (lợp)* tile; **được lợp bằng ngói** *adj* tiled

ngon [ŋɔn] *adj* delicious, tasty; **cảm giác ngon miệng** *n* appetite; **cửa hàng bán các món ngon** *n* delicatessen; **Bữa ăn rất ngon** The meal was delicious; **Bữa tối rất ngon** The dinner was delicious; **Ngon quá** That was delicious

ngón [ŋɔn] **đầu ngón chân** *n* tiptoe; **ngón chân** *n* toe; **ngón tay** *n* finger; **ngón tay cái** *n* thumb; **ngón tay trỏ** *n* index finger

ngọn [ŋɔn] *n* top; **ngọn hải đăng** *n* lighthouse; **ngọn lửa** *n* flame; **ngọn tháp** *n* spire, steeple

ngọt [ŋɔt] *adj* sweet *(taste)*; **bánh ngọt** *n* cake, pastry; **cá nước ngọt** *n* freshwater fish; **ngô ngọt** *n* sweetcorn

ngô [ŋo] *n* maize, corn; **bỏng ngô** *n* popcorn; **bột ngô** *n* cornflour; **ngô ngọt** *n* sweetcorn; **ngũ cốc ăn sáng làm từ ngô nướng** *n* cornflakes

ngốc [ŋok] *adj* stupid; **đồ ngốc** *n* fool; **kẻ ngu ngốc** *n* twit; **ngốc nghếch** *adj* idiotic; **thằng ngốc** *n* idiot

ngồi [ŋoi] *v* sit; **chỗ ngồi cạnh cửa sổ** *n* window seat; **Có chỗ nào tôi có thể ngồi không?** Is there somewhere I can sit down?; **Tôi có thể ngồi đâu?** Where can I sit down?; **Tôi ngồi đây được không?** Can I sit here?

ngôi sao [ŋoi sɑːɔ] *n* star *(person)*, star *(sky)*; **ngôi sao điện ảnh** *n* film star

ngồi xuống [ŋoi suoŋ] *v* sit down

ngỗng [ŋoŋ] **con ngỗng** *n* goose

ngộ nghĩnh [ŋo ŋiɲ] *adj* cute

ngôn ngữ [ŋon ŋɯ] *n* language; **ngôn ngữ cử chỉ** *n* sign language; **ngôn ngữ hiện đại** *n* modern languages; **nhà ngôn ngữ học** *n* linguist; **thuộc ngôn ngữ** *adj* linguistic; **trường dạy ngôn ngữ** *n* language school

ngột ngạt [ŋot ŋat] *adj* stifling, stuffy

ngờ [ŋɤ] **đáng ngờ** *adj* dubious

ngợi [ŋɤi] **khen ngợi** *adj* compliment, complimentary

ngớ ngẩn [ŋɤ ŋən] *adj* absurd, daft, silly

ngu [ŋu] **kẻ ngu ngốc** *n* twit; **ngu xuẩn** *adj* stupid

ngủ [ŋu] *v* sleep; **áo ngủ choàng** *n* dressing gown; **buồn ngủ** *adj* asleep, drowsy, sleepy; **buồng ngủ dành cho khách** *n* spare room; **chứng mất ngủ** *n* insomnia; **giấc ngủ ngắn** *n* nap, snooze; **giờ đi ngủ** *n* bedtime; **giường ngủ trên tàu** *n* bunk; **ngủ gà ngủ gật** *v* doze; **ngủ lơ mơ** *v* doze off; **ngủ một giấc ngắn** *v* snooze; **ngủ quá giấc** *v* oversleep; **ngủ thêm** *v* sleep in; **phòng ngủ** *n* bedroom; **quần áo ngủ** *n* pyjamas; **sự ngủ nướng** *n* have a lie-in; **túi ngủ** *n* sleeping bag; **thuốc ngủ** *n* sleeping pill; **trạng thái ngủ** *n* sleep; **váy ngủ** *n* nightdress, nightie; **Anh ngủ có ngon không?** Did you sleep well?; **Tôi không ngủ được** I can't sleep; **Tôi không thể ngủ được vì nóng quá** I can't sleep for the heat; **Tôi không thể ngủ được vì tiếng ồn** I can't sleep for the noise

ngục [ŋuk] **ngục tối** *n* dungeon

ngũ cốc [ŋu kok] *n* cereal; **cây ngũ cốc** *n* corn; **hạt ngũ cốc** *n* grain

nguội [ŋuoi] *v* cool off, be lost; **Đồ ăn nguội quá** The food is too cold; **Thịt nguội quá** The meat is cold

nguồn [ŋuon] **nguồn gốc** *n* origin; **nguồn lực** *n* resource

nguy [ŋui] *adj* dangerous; **Có nguy cơ tuyết lở không?** Is there a danger of avalanches?

nguyên [ŋuien] **nguyên do** *n* cause *(reason)*

nguyện [ŋuien] **nhà nguyện** *n* chapel

nguyên âm [ŋuien əm] n vowel
nguyên chất [ŋuien tʃət] adj pure;
 Sô cô la nguyên chất n plain
 chocolate
nguyên tắc [ŋuien tɑk] n principle
nguyên thể [ŋuien te] n infinitive
nguyên tử [ŋuien tɯ] n atom;
 bom nguyên tử n atom bomb;
 thuộc nguyên tử adj atomic
nguyên vẹn [ŋuien vɛn] **còn**
 nguyên vẹn adj intact
nguy hiểm [ŋui hiem] adj
 dangerous; **cảnh biểu diễn nguy**
 hiểm n stunt; **gây nguy hiểm** v
 endanger; **sự nguy hiểm** n danger
ngữ [ŋɯ] **người bản ngữ** n native
 speaker; **song ngữ** adj bilingual
ngứa [ŋɯɑ:] v itch; **ngứa ngáy** adj
 itchy
ngửa [ŋɯɑ:] **có thể ngửa ra sau**
 adj reclining
ngựa [ŋɯɑ:] n horse; **cưỡi ngựa** n
 horse riding; **chuồng ngựa** n
 stable; **con ngựa** n horse; **đua**
 ngựa n horse racing; **móng ngựa** n
 horseshoe; **môn đua ngựa** n show
 jumping; **môn cưỡi ngựa** n riding;
 môn cưỡi ngựa nhỏ n pony
 trekking; **ngựa đua** n racehorse;
 ngựa cái n mare; **ngựa con** n foal;
 ngựa gỗ bập bênh n rocking horse;
 ngựa nhỏ n pony; **ngựa vằn** n
 zebra; **người cưỡi ngựa** n rider;
 người cưỡi ngựa đua n jockey;
 người chăn ngựa n groom; **tóc**
 đuôi ngựa n ponytail; **trường đua**
 ngựa n racecourse; **xe ngựa** n cart;
 Chúng mình đi cưỡi ngựa đi Let's
 go horse riding; **Chúng tôi có đi**
 cưỡi ngựa được không? Can we

go horse riding?; **Tôi muốn xem**
 đua ngựa I'd like to see a horse race
ngực [ŋɯk] n breast, chest (body
 part); **đau thắt ngực** n angina;
 ngực phụ nữ n bust; **Tôi bị đau**
 ngực I have a pain in my chest
ngư dân [ŋɯ zən] n fisherman
ngửi [ŋɯi] v smell
ngừng [ŋɯŋ] n stop; **không ngừng**
 adv non-stop; **ngừng hoạt động** v
 go off; **sự ngừng bắn** n ceasefire;
 sự tạm ngừng n pause; **thỏa ước**
 ngừng bắn n truce
ngưng tụ [ŋɯŋ tu] **sự ngưng tụ** n
 condensation
ngược [ŋɯɤk] adj opposite, upside
 down; **đảo ngược** v reverse; **đem**
 lại kết quả ngược với mong đợi v
 backfire; **điều trái ngược** n
 contrary, reverse; **ngược chiều**
 kim đồng hồ adv anticlockwise;
 ngược nhau adj opposite; **sự vòng**
 ngược n U-turn; **trái ngược** adj
 opposing
ngược đãi [ŋɯɤk dai] v persecute
ngược lại [ŋɯɤk lai] adv vice versa
người [ŋɯɤi] n people, person;
 chết người adj fatal; **chỉ dành cho**
 người đi bộ adj pedestrianized;
 con người n human being; **không**
 có người ở adj uninhabited; **người**
 ở trọ n lodger; **người ăn xin** n
 beggar; **người đứng đầu** n head
 (principal); **người đi bộ** n
 pedestrian; **người đi săn** n hunter;
 người đi xe đạp n cyclist; **người**
 điên n lunatic, madman; **người**
 bản ngữ n native speaker; **người**
 buôn bán n dealer; **người chế tạo**
 n maker; **người chủ** n employer;

người chơi bạc n gambler; **người chiêu đãi** n host (entertains); **người gửi** n sender; **người gác cửa** n doorman; **người già** n senior citizen; **người già hưởng lương hưu** n old-age pensioner; **người hầu** n servant, server; **người hót rác** n dustman; **người hành hương** n pilgrim; **người hưởng lương hưu** n pensioner; **người lao động** n labourer; **người lạ** n stranger; **người lớn** n grown-up; **người lái xe** n driver; **người lãnh đạo** n leader; **người lùn** n dwarf; **người làm trò giải trí** n entertainer; **người làm vườn** n gardener; **người mắc bệnh tiểu đường** n diabetic; **người mới học** n beginner; **người máy** n robot; **người mua** n buyer; **người nộm ma nơ canh** n dummy; **người nộp đơn** n applicant; **người nào** pron any; **người nước ngoài** n alien, foreigner; **người nghe** n listener; **người nghiệp dư** n amateur; **người nhận** n recipient; **người nhút nhát** n coward; **người phá đám** n spoilsport; **người phiên dịch** n interpreter; **người quản lý** n manager; **người say rượu** n drunk; **người sản xuất** n producer; **người soát vé trên xe buýt** n bus conductor; **người sưu tầm** n collector; **người tặng** n donor; **người tị nạn** n refugee; **người tàn tật** n disabled; **người thừa kế nam** n heir; **người thừa kế nữ** n heiress; **người thua cuộc** n loser; **người trúng giải** n prizewinner; **người trông coi** n caretaker; **người**

trưởng thành n adult; **người tự cho rằng mình biết mọi thứ** n know-all; **người tuyết** n snowman; **người vô thần** n atheist; **người xem** n onlooker; **người xin tị nạn** n asylum seeker; **người yêu** n lover; **người yêu dấu** n darling; **thuê người** v employ; **thuộc loài người** adj human; **Bao nhiêu tiền một người?** How much is it per person?; **Làm ơn cho một bàn bốn người** A table for four people, please

người đi cắm trại [ŋɯɤi di kam tʃai] n camper

người Moldova [ŋɯɤi mɔlzɔvaː] n Moldovan (person)

người nào [ŋɯɤi naɔ] pron whom

người nào đó [ŋɯɤi naɔ dɔ] pron somebody, someone

ngưỡng [ŋɯɤŋ] **ngưỡng cửa** n doorstep

ngưỡng mộ [ŋɯɤŋ mo] v admire; **sự ngưỡng mộ** n admiration

ngượng ngập [ŋɯɤŋ ŋəp] adj self-conscious

ngữ pháp [ŋɯ fap] n grammar; **thuộc ngữ pháp** adj grammatical

nhà [ɲa] n (ở) home, family, spouse; **bài tập về nhà** n homework; **căn nhà xây tách riêng** n detached house; **dọn vào nhà mới** v move in; **dãy nhà** n terrace; **địa chỉ nhà** n home address; **ngôi nhà** n house; **người thuê nhà** n tenant; **nhà cao tầng** n high-rise; **nhà cổ** n stately home; **nhà chế tạo** n manufacturer; **nhà chọc trời** n skyscraper; **nhà chung tường** n semi, semi-detached house; **nhà**

cung cấp n supplier; **nhà dưỡng lão** n nursing home; **nhà di động** n mobile home; **nhà gỗ một tầng** n bungalow; **nhà hộ sinh** n maternity hospital; **nhà kính** n greenhouse; **nhà khách** n guesthouse; **nhà kho** n shed; **nhà khoa học** n scientist; **nhà kinh tế học** n economist; **nhà làm lấy** adj home-made; **nhà máy bia** n brewery; **nhà máy lọc dầu** n oil refinery; **nhà máy rượu** n distillery; **nhà nghỉ** n holiday home; **nhà nghỉ bên đường dành cho khách có ôtô** n motel; **nhà ngoại giao** n diplomat; **nhà nguyện** n chapel; **nhà nhỏ ở nông thôn** n cottage; **nhà ở do chính quyền địa phương cấp** n council house; **nhà quay phim** n cameraman; **nhà tang lễ** n funeral parlour; **nhà tù** n prison; **nhà tài trợ** n sponsor; **nhà tư vấn** n consultant (adviser); **nhà thầu** n contractor; **nhà thơ** n poet; **nhà thương điên** n psychiatric hospital; **nhà trẻ** n crèche, nursery; **nhà vật lý** n physicist; **nhà vệ sinh** n lavatory, toilet; **nhà vệ sinh nam** n gents'; **nhà văn** n writer; **nhà viết kịch** n playwright; **nhà xác** n morgue; **nhà xuất bản** n publisher; **nhớ nhà** adj homesick; **ở dưới nhà** adv downstairs; **ở nhà** adv home; **ở trong nhà** adv indoors; **rượu nhà làm lấy** n house wine; **toà nhà** n building; **trong nhà** adj indoor; **việc nhà** n housework; **Anh có muốn gọi điện về nhà không?** Would you like to phone home?; **Khi nào anh về nhà?** When do you go home?; **Về nhà muộn nhất là mười một giờ tối nhé** Please come home by 11 p.m.

nhạc [ɲak] n music; **âm nhạc** n music; **ban nhạc** n band (musical group); **ban nhạc dùng nhạc khí bằng đồng và bộ gõ** n brass band; **buổi hòa nhạc** n concert; **đoạn nhạc** n passage (musical); **máy nghe nhạc cá nhân** n personal stereo; **máy nghe nhạc iPod®** n iPod®; **nốt nhạc** n note (music); **người chơi nhạc** n player (music); **nhạc công** n musician; **nhạc dân gian** n folk music; **nhạc giao hưởng** n symphony; **nhạc jazz** n jazz; **nhạc phim** n soundtrack; **nhạc techno** n techno; **nhạc trưởng** n conductor; **nhà soạn nhạc** n composer; **thuộc âm nhạc** adj musical; **Có buổi hoà nhạc nào hay không?** Are there any good concerts on?; **Chúng tôi có thể nghe nhạc công địa phương chơi nhạc ở đâu?** Where can we hear local musicians play?; **Chúng tôi có thể nghe nhạc sống ở đâu?** Where can we hear live music?; **Tối nay ở phòng hoà nhạc có chương trình gì?** What's on tonight at the concert hall?; **Tôi có thể mua vé xem hoà nhạc ở đâu?** Where can I buy tickets for the concert?

nhạc cụ [ɲak ku] n musical instrument

nhà hàng [ɲa haŋ] n restaurant; **Có nhà hàng ăn chay nào ở đây không?** Are there any vegetarian restaurants here?

nhà hát [ɲa hat] **nhà hát biểu**

diễn kịch mục *n* rep

nhai [ɲaːi] *v* chew

nhà khảo cổ [ɲa χaɤ ko] *n* archaeologist

nha khoa [ɲaː χɤaː] **Tôi không biết là tôi có bảo hiểm nha khoa hay không** I don't know if I have dental insurance

nhà máy [ɲa mai] *n* factory; **nhà máy lọc** *n* refinery

nham hiểm [ɲaːm hiem] *adj* sinister

nham thạch [ɲaːm tatʃ] *n* lava

nhãn [ɲan] *n* (*hàng*) tag; **nhãn dính** *n* sticker

nhanh [ɲaːɲ] *adj* fast, quick ▷ *adv* fast, quickly; **nhanh chóng** *adv* prompt, promptly; **nhanh lên** *v* hurry up; **sự nhanh nhẹn** *n* speed; **Anh ấy đã lái xe quá nhanh** He was driving too fast; **Tôi muốn gửi cái này bằng dịch vụ chuyển phát nhanh** I want to send this by courier; **Tôi nghĩ đồng hồ của tôi nhanh** I think my watch is fast

nhãn hiệu [ɲan hieu] *n* make

nhãn mác [ɲan mak] *n* label

nhàn rỗi [ɲan zoi] *adj* idle

nhào [ɲaɤ] **bột nhào làm bánh** *n* dough

nhão [ɲaɤ] **bột nhão** *n* paste

nhào lộn [ɲaɤ lon] **tấm bạt lò xo để nhào lộn** *n* trampoline

nha sĩ [ɲaː si] *n* dentist; **Tôi cần một nha sĩ** I need a dentist

nhà thờ [ɲa tɤ] *n* church, place of worship; **nhà thờ lớn** *n* cathedral; **Chúng tôi có thể đi thăm nhà thờ không?** Can we visit the church?; **Nhà thờ lớn mở cửa khi nào?** When is the cathedral open?; **Ở đâu có nhà thờ Hồi giáo?** Where is there a mosque?

nhà tôi [ɲa toi] **Nhà tôi mất rồi** I'm widowed

nhà trọ [ɲa tʃɤ] *n* hostel; **nhà trọ bao gồm cả bữa sáng** *n* bed and breakfast, B&B; **nhà trọ thanh niên** *n* youth hostel; **Có nhà trọ dành cho du khách trẻ ở gần đây không?** Is there a youth hostel nearby?

nhau [ɲaːu] *n* each other; **hợp nhau** *adj* matching; **lẫn nhau** *adj* mutual; **qua đêm với nhau** *v* sleep together

nháy [ɲai] **nháy mắt** *v* wink; **nháy sáng** *v* flash

nhảy [ɲai] *v* jump, leap; **chuột nhảy** *n* gerbil; **điệu nhảy disco** *n* disco; **điệu nhảy van-xơ** *n* waltz; **môn nhảy bungee** *n* bungee jumping; **môn nhảy cao** *n* high jump; **môn nhảy sào** *n* pole vault; **nhảy gõ giầy** *n* tap-dancing; **nhảy lò cò** *v* skip; **nhảy múa** *v* dance; **nhảy van-xơ** *v* waltz; **sự nhảy múa** *n* dance, dancing; **Tôi có thể đi nhảy bungee ở đâu?** Where can I go bungee jumping?; **Tôi thấy muốn nhảy** I feel like dancing

nhảy xa [ɲai saː] *n* jump, long jump

nhắc [ɲak] **nhắc đến** *v* refer; **sự nhắc đến** *n* reference

nhắc lại [ɲak lai] *v* repeat; **sự nhắc lại** *n* repeat; **Anh làm ơn nhắc lại được không?** Could you repeat that, please?

nhắc nhở [ɲak ɲɤ] *v* remind

nhắm [ɲam] **nhắm vào** *v* aim

nhăn [ɲan] **bị nhăn** *adj* creased;

nếp nhăn *n* crease; **nhăn nheo** *adj* wrinkled; **vết nhăn** *n* wrinkle

nhắn [ɲan] *n* message; **lời nhắn** *n* note (*message*); **nhắn tin** *v* page; **tin nhắn thoại** *n* voicemail; **Có tin nhắn nào cho tôi không?** Are there any messages for me?; **Tôi có thể nhắn lại được không?** Can I leave a message?

nhẵn [ɲan] *adj* smooth

nhặt [ɲat] *v* pick

nhấc [ɲək] **Thằng bé không nhấc chân được** He can't move his leg

nhầm [ɲəm] *v* mistake; **gây nhầm lẫn** *adj* confusing; **nhầm lẫn** *adj* confuse, confused; **sự nhầm lẫn** *n* confusion

nhân [ɲən] *v* multiply ▷ *n* person, benevolence, cause; **bệnh nhân** *n* patient; **nhân đạo** *adj* humanitarian; **nhân lực** *n* manpower; **nhân loại** *n* mankind; **nhân quyền** *n* human rights; **nhân tạo** *adj* man-made; **phạm nhân** *n* prisoner; **sự nhân** *n* multiplication; **tình nhân** *n* mistress

nhẫn [ɲən] **nhẫn cưới** *n* wedding ring; **nhẫn hứa hôn** *n* engagement ring

nhận [ɲən] *v* receive, admit; **dễ nhận thấy** *adj* noticeable; **được nhận làm con nuôi** *adj* adopted; **người nhận** *n* recipient; **nhận làm con nuôi** *v* adopt; **sự xác nhận** *n* confirmation; **việc nhận làm con nuôi** *n* adoption; **xác nhận** *v* confirm; **Anh có nhận được e-mail của tôi không?** Did you get my email?

nhân bản [ɲən ban] *v* clone

nhận biết [ɲən biet] *v* identify; **không nhận biết được** *adj* unidentified

nhân chủng học [ɲən tʃuŋ hɔk] *n* anthropology

nhân chứng [ɲən tʃuŋ] *n* witness; **Nhân chứng Giê-hô-va** *n* Jehovah's Witness

nhận dạng [ɲən zaŋ] *v* identify; **sự nhận dạng** *n* identification

nhấn mạnh [ɲən maŋ] *v* emphasize, stress

nhận ra [ɲən zaː] *v* realize, recognize; **có thể nhận ra** *adj* recognizable

nhân sự [ɲən sɯ] *n* personnel

nhân tạo [ɲən taɔ] *adj* artificial

nhẫn tâm [ɲən təm] *adj* ruthless

nhân thọ [ɲən tɔ] **bảo hiểm nhân thọ** *n* life insurance

nhận thức [ɲən tɯk] *v* be aware of; **nhận thức được** *adj* aware

nhấn tin [ɲən tin] **Anh có thể nhấn tin cho...không?** Can you page...?

nhân viên [ɲən vien] *n* employee, staff (*workers*); **nhân viên đánh máy** *n* typist; **nhân viên đưa thư** *n* postman; **nhân viên cứu hộ** *n* lifeguard; **nhân viên du lịch** *n* travel agent; **nhân viên DJ** *n* disc jockey, DJ; **nhân viên tạm thời** *n* temp; **nhân viên tiếp tân** *n* receptionist; **nữ nhân viên đưa thư** *n* postwoman; **phòng nhân viên** *n* staffroom

nhận xét [ɲən sɛt] *v* remark; **bài nhận xét** *n* review

nhập [ɲəp] *v* enter, join; **người nhập cư** *n* immigrant; **sự nhập cư** *n* immigration; **Tôi không đăng nhập được** I can't log on; **Xe ô tô của tôi đã bị đột nhập** My car has been broken into

nhập khẩu [ɲəp χəu] v import; **sự nhập khẩu** n import

nhất [ɲət] adv most (superlative); **hạng nhất** adj first-class; **sản phẩm bán chạy nhất** n bestseller

Nhật [ɲət] **chó Nhật** n Pekinese; **người Nhật** n Japanese (person); **nước Nhật** n Japan; **thuộc Nhật** adj Japanese; **tiếng Nhật** n Japanese (language)

nhật ký [ɲət ki] n diary; **nhật ký điện tử** n blog; **sổ nhật ký cá nhân** n personal organizer; **viết nhật ký trên mạng** v blog

nhất quán [ɲət kuɑn] adj consistent

nhất thiết [ɲət tiet] adv necessarily

nhất trí [ɲət tʃi] adj unanimous

nhậy [ɲəi] **con nhậy** n moth

nhẹ [ɲɛ] adj light (not heavy), mild

nhẹ nhàng [ɲɛ ɲɑŋ] adv mildly; **một cách nhẹ nhàng** adv gently

nhèo nhèo [ɲɛɔ ɲɛɔ] adj flabby

nhện [ɲen] n spider; **con nhện** n spider; **mạng nhện** n cobweb

nhì [ɲi] **người về nhì** n runner-up

nhĩ [ɲi] **màng nhĩ** n eardrum

nhiễm [ɲiem] v contract (disease); **lây nhiễm** adj infectious; **nhiễm trùng** n infection; **sự viêm nhiễm** n inflammation; **truyền nhiễm** adj catching

nhiệm vụ [ɲiem vu] n assignment, task

nhiên liệu [ɲien lieu] n fuel; **tiếp nhiên liệu** v refuel

nhiệt [ɲiet] n heat; **cách nhiệt** adj ovenproof; **đầy nhiệt huyết** adj energetic; **găng tay cách nhiệt** n oven glove; **thiết bị ổn nhiệt** n thermostat

nhiệt độ [ɲiet do] n temperature; **Nhiệt độ là bao nhiêu?** What is the temperature?

nhiệt đới [ɲiet dɤi] adj tropical; **rừng nhiệt đới** n jungle; **rừng rậm nhiệt đới** n rainforest

nhiệt kế [ɲiet ke] n thermometer

nhiệt tình [ɲiet tiɲ] adj enthusiastic; **sự nhiệt tình** n enthusiasm

nhiều [ɲieu] adj many, much, numerous, plenty ▷ n host (multitude) ▷ pron many; **số nhiều** n plural; **Có nhiều... quá** There's too much... in it

nhiều hơn [ɲieu hɤn] adj more

nhiều lắm [ɲieu lɑm] pron much

nhím [ɲim] **con nhím** n hedgehog

nhìn [ɲin] v look; **bù nhìn** n scarecrow; **cách nhìn nhận** n perspective; **cái nhìn** n look; **nhìn chằm chằm** v gaze, stare; **nhìn lên** v look up; **nhìn trừng trừng** v glare

nhịn ăn [ɲin ɑn] **Tháng nhịn ăn ban ngày** n Ramadan

nhìn thấy [ɲin təi] v see

nhíp [ɲip] **cái nhíp** n tweezers

nhịp [ɲip] n rhythm; **máy điều hoà nhịp tim** n pacemaker; **nhịp điệu** n rhythm

nhíu [ɲiu] **nhíu mày** v frown

nho [ɲɔ] n grapes; **cây nho** n vine; **nho khô** n currant, raisin, sultana; **quả nho** n grape; **vườn nho** n vineyard

nhỏ [ɲɔ] *adj* little, minute ▷ *adv* slightly ▷ *v* drop; **một lượng rất nhỏ** *n* ounce; **nhỏ bé** *adj* small; **nhỏ xíu** *adj* tiny; **quảng cáo nhỏ** *n* small ads; **thuốc nhỏ mắt** *n* eye drops

nhóm [ɲɔm] *n* group ▷ *v* light, gather; **băng nhóm** *n* gang; **nhóm chơi cho trẻ em** *n* playgroup; **nhóm tứ tấu** *n* quartet

nhổ [ɲo] *v* spit; **nhổ nước bọt** *v* spit

nhồi [ɲoi] *v* stuff; **gấu nhồi bông** *n* teddy bear

nhồi nhét [ɲoi ɲɛt] *adj* crammed

nhôm [ɲom] *n* aluminium

nhớ [ɲɤ] *v* remember; **ghi nhớ** *v* memorize; **nhớ nhà** *adj* homesick; **thẻ nhớ** *n* memory card; **trí nhớ** *n* memory; **vật làm nhớ lại** *n* reminder

nhờ [ɲɤ] *prep* thanks to; **người xin đi nhờ xe** *n* hitchhiker; **sự đi nhờ xe** *n* lift *(free ride)*; **việc xin đi nhờ xe** *n* hitchhiking; **xin đi nhờ xe** *v* hitchhike

nhờ có [ɲɤ kɔ] *prep* owing to

nhờn [ɲɤn] *adj (mỡ)* greasy

nhuận [ɲuən] **năm nhuận** *n* leap year

nhục [ɲuk] **ô nhục** *adj* disgraceful

nhục đậu khấu [ɲuk dəu χəu] **hạt nhục đậu khấu** *n* nutmeg

nhún [ɲun] *v* shrug; **nhún vai** *v* shrug; **ván nhún ở bể bơi** *n* diving board

nhung [ɲuŋ] **vải nhung** *n* velvet

nhúng [ɲuŋ] *v* dip; **nhúng nước xốt** *v* marinade

nhũng [ɲuŋ] **sự tham nhũng** *n* corruption; **tham nhũng** *adj* corrupt

nhung kẻ [ɲuŋ kɛ] **vải nhung kẻ** *n* corduroy

nhuộm [ɲuom] *v* dye; **được nhuộm** *adj* tinted; **thuốc nhuộm** *n* dye; **Anh làm ơn nhuộm chân tóc cho tôi được không?** Can you dye my roots, please?; **Anh làm ơn nhuộm tóc cho tôi được không?** Can you dye my hair, please?

nhút nhát [ɲut ɲat] *adj* nervous; **người nhút nhát** *n* coward

nhu yếu [ɲu ieu] **nhu yếu phẩm** *n* supplies

như [ɲɯ] *prep* as ▷ *conj* in case; **coi như** *adj* regard; **gần như** *adv* nearly; **Phát âm từ này như thế nào?** How do you pronounce it?; **Tôi cũng gọi như vậy** I'll have the same

nhừ [ɲɯ] **quá nhừ** *adj* overdone

nhựa [ɲɯa:] *n (tổng hợp)* plastic; **bằng nhựa** *adj* plastic; **cây nhựa ruồi** *n* holly; **nhựa cây** *n* resin

nhức [ɲɯk] **chứng nhức đầu** *n* headache

như loại đó [ɲɯ lɔai dɔ] *adj* such

nhưng [ɲɯŋ] *conj* but

những cái đó [ɲɯŋ kai dɔ] *pron* those

những cái này [ɲɯŋ kai nai] *pron* these

những thứ mà [ɲɯŋ tɯ ma] *pron* what

nhượng [ɲɯɤŋ] **sự nhượng quyền** *n* concession

nhường đường [ɲɯɤŋ dɯɤŋ] *v* give way; **Chị ấy không nhường đường** She didn't give way

nỉ [ni] *n (vải)* felt

Nicaragua [nika:za:ɣua] **người Nicaragua** *n* Nicaraguan; **nước**

Nicaragua *n* Nicaragua; **thuộc Nicaragua** *adj* Nicaraguan

ních đầy [nitʃ dəi] *v* cram

nicôtin [nikotin] *n* nicotine

niềm hạnh phúc [niem haɲ fuk] *n* bliss

niên [nien] **trung niên** *adj* middle-aged

Niger [niɣɛz] **nước Niger** *n* Niger

Nigeria [niɣɛzia] **người Nigeria** *n* Nigerian (*person*); **nước Nigeria** *n* Nigeria; **thuộc Nigeria** *adj* Nigerian

ni lông [ni loŋ] *n* nylon; **túi ni lông** *n* plastic bag

ninh [niɲ] *adj* poached (*simmered gently*); **ninh nhỏ lửa** *v* simmer

nịnh [niɲ] **được khen nịnh** *adj* flattered

nịnh nọt [niɲ nɔt] *v* flatter

nịt [nit] **dây nịt móc bít tất** *n* suspenders; **quần nịt** *n* tights

Nitơ [nitɤ] *n* nitrogen

no [nɔ] **Tôi no rồi** I'm full

nó [nɔ] *pron* it

nóc [nɔk] **cửa nóc ô tô** *n* sunroof; **khung gắn trên nóc ô tô để chở hành lý** *n* roof rack

nói [nɔi] *v* say, speak; **bằng lời nói** *adj* oral; **giọng nói** *n* voice; **hay nói** *adj* talkative; **khả năng nói** *n* speech; **muốn nói** *v* mean; **nói chung** *adj* (*khái quát*) generally, (*nói trống*) impersonal; **nói dông dài** *v* waffle; **nói đùa** *v* joke; **nói lắp** *v* stammer, stutter; **nói thẳng ý kiến của mình** *v* speak up; **nói thầm** *v* whisper; **Anh có nói được tiếng Anh không?** Do you speak English?; **Anh làm ơn nói chậm lại được không?** Could you speak more slowly, please?; **Anh làm ơn nói to lên được không?** Could you speak louder, please?; **Anh nói những thứ tiếng gì?** What languages do you speak?; **Có ai ở đây nói tiếng... không?** Does anyone here speak...?; **Có ai nói được tiếng Anh không?** Does anyone speak English?; **Tôi không nói được tiếng Anh** I don't speak English; **Tôi nói được rất ít tiếng Anh** I speak very little English; **Tôi nói tiếng...** I speak...

nòi [nɔi] **có nòi** *adj* pedigree

nói chuyện [nɔi tʃuien] *v* talk; **bài nói chuyện** *n* talk; **cuộc nói chuyện** *n* conversation; **Làm ơn cho tôi nói chuyện với...** Can I speak to...?

nói dối [nɔi zoi] *v* lie; **kẻ nói dối** *n* liar; **lời nói dối** *n* lie

nom [nɔm] **sự trông nom** *n* custody

non [nɔn] *adj* (*thiếu*) premature; **non nớt** *adj* immature

nón [nɔn] **hình nón** *n* cone

nóng [nauŋ] *adj* (*nhiệt độ*) hot, hot-tempered; **chứng ợ nóng** *n* heartburn; **đốt nóng** *v* heat; **nổi nóng** *v* heat up; **sự đốt nóng** *n* heating; **Đồ ăn nóng quá** The food is too hot; **Phòng nóng quá** The room is too hot; **Tôi nóng quá** I'm too hot; **Tôi thấy nóng** I feel hot; **Trời hơi nóng quá** It's a bit too hot; **Trời nóng quá** It's very hot

nòng nọc [nauŋ nɔk] **con nòng nọc** *n* tadpole

nổ [no] *v* burst, explode; **chất nổ** *n*

explosive; **nổ tung** v blow up; **sự nổ** n blast; **vụ nổ** n explosion

Nô-en [noɛn] **Đêm Nô-en** n Christmas Eve

nôi [noi] n cradle; **cái nôi** n cradle; **xe nôi** n pram

nối [noi] v join, connect; **dây nối dài** n extension cable; **đoạn đường nối** n slip road; **đường may nối** n seam; **gạch nối** n hyphen; **kết nối** v link (up); **khớp nối** n joint (junction); **Tôi không kịp nối chuyến** I've missed my connection

nổi [noi] v float; **người nổi tiếng** n celebrity; **nổi nóng** v heat up

nổi bật [noi bət] adj outstanding ▷ v stand out; **phần nổi bật** n highlight

nội bộ [noi bo] adj internal; **hệ thống liên lạc nội bộ** n intercom; **mạng nội bộ** n intranet; **thư nội bộ** n memo

nổi cáu [noi kau] **dễ nổi cáu** adj bad-tempered

nội dung [noi zuŋ] n content

nội địa [noi dia:] adj domestic

nồi hơi [noi hɤi] n boiler

nổi loạn [noi lɔan] adj rebellious

nội thất [noi tət] n interior; **nhà thiết kế nội thất** n interior designer

nổi tiếng [noi tieŋ] adj famous, renowned, well-known; **sự nổi tiếng** n fame, publicity

nội trợ [noi tʃɤ] **bà nội trợ** n housewife

nội trú [noi tʃu] **học sinh nội trú** n boarder; **trường nội trú** n boarding school

nô lệ [no le] n slave; **làm việc như nô lệ** v slave

nổ lớn [no lɤn] v bang; **tiếng nổ lớn** n bang

nỗ lực [no lɯk] n effort

nôn [non] v throw up, vomit; **buồn nôn** adj sick; **sự buồn nôn** n nausea

nông [noŋ] adj shallow

nông nghiệp [noŋ ŋiep] n agriculture; **thuộc nông nghiệp** adj agricultural

nông thôn [noŋ ton] adj rural; **nhà nhỏ ở nông thôn** n cottage

nôn nóng [non nauŋ] adv impatiently

nộp [nop] v pay; **Tôi nộp phí ở đâu được?** Where can I pay the toll?

nốt [not] **nốt nhạc** n note (music)

nốt ruồi [not zuoi] n mole (skin)

nơ [nɤ] **nơ con bướm** n bow tie

nợ [nɤ] v owe; **ghi nợ** v debit; **món nợ** n debt; **sự ghi nợ** n debit; **thẻ ghi nợ** n debit card; **tiền còn nợ** n arrears; **Anh nợ tôi…** You owe me…; **Tôi nợ anh bao nhiêu?** What do I owe you?

nơi [nɤi] n spot (place); **không nơi nào** adv nowhere; **mọi nơi** adv everywhere; **nơi ẩn náu** n asylum; **nơi đến** n destination; **nơi làm việc** n workplace; **nơi sinh** n birthplace, place of birth; **ở nơi khác** adv elsewhere; **thuộc nơi sinh** adj native

nới lỏng [nɤi lauŋ] v unscrew

núi [nui] n mountain; **có núi** adj mountainous; **dãy núi An-pơ** n Alps; **khe núi** n ravine; **môn leo núi đá** n rock climbing; **núi băng trôi** n iceberg; **núi lửa** n volcano; **người leo núi** n climber, mountaineer; **trò leo núi** n mountaineering; **Cho tôi**

một phòng nhìn lên núi I'd like a room with a view of the mountains

nuôi [nuoi] v bring up, support; **người nuôi con một mình** n single parent; **nuôi dưỡng** v bring up, foster; **trẻ được nhận nuôi** n foster child; **vật nuôi làm cảnh** n pet

nuôi dưỡng [nuoi zɯɤŋ] v raise (child); **sự nuôi dưỡng** n nutrition

nuốt [nuot] v swallow; **nuốt nước bọt** v swallow; **sự nuốt** n swallow; **Máy rút tiền nuốt mất thẻ của tôi rồi** The cash machine swallowed my card

nút [nut] n cork, cap, stopper; **cái mở nút chai** n corkscrew; **cái nút** n plug; **nút bịt tai** npl earplugs; **nút thắt** n knot; **Các nút điều khiển bị tắc** The controls have jammed; **Tôi phải ấn nút nào?** Which button do I press?

nữ [nɯ] n woman; **giọng nữ cao** n soprano; **học sinh nữ** n schoolgirl; **ngực phụ nữ** n bust; **người bênh vực phụ nữ** n feminist; **nữ cảnh sát** n policewoman; **nữ doanh nhân** n businesswoman; **nữ hoàng** n queen; **nữ lao công** n cleaning lady; **nữ tiếp viên hàng không** n air hostess; **nữ tu sỹ** n nun; **nữ tu viện** n convent; **thiếu nữ** n lass; **Nhà vệ sinh cho phụ nữ ở đâu?** Where is the ladies?; **Tôi là nữ doanh nhân** I'm a businesswoman

nửa [nɯa:] **một nửa** n half; **nửa đêm** n midnight; **nửa đường** adv halfway; **nửa giờ** n half-hour; **nửa giá** adv half-price; **nửa tháng** n fortnight; **tới một nửa** adv half;

vào nửa đêm at midnight

nữa [nɯa:] **một tháng nữa** in a month's time; **một tuần nữa** in a week's time

nức nở [nɯk nɤ] **khóc nức nở** v sob

nước [nɯɤk] n (chất lỏng) water, (quốc gia) country; **bụi nước** n spray; **bể nước nhỏ cho trẻ em** n paddling pool; **bình đựng nước nóng** n hot-water bottle; **cần gạt nước** n windscreen wiper; **cá nước ngọt** n freshwater fish; **chạy nước kiệu** v trot; **đập ngăn nước** n dam; **được khử nước** adj dehydrated; **đường ống nước** n plumbing; **hơi nước** n moisture, steam; **không thấm nước** adj waterproof; **lỗ thoát nước** n plughole; **làm ráo nước** v drain; **mực nước biển** n sea level; **môn lướt ván nước** n water-skiing; **nước bọt** n saliva, spit; **nước biển** n sea water; **nước cam** n orange juice; **nước có ga** n sparkling water; **nước chanh** n lemonade; **nước chấm** n dip (food/ sauce); **nước đại** n gallop; **nước đang phát triển** n developing country; **nước đồng minh** n ally; **nước mặn** adj saltwater; **nước mắt** n tear (eye); **nước quả** n fruit juice; **nước quả ép** n juice; **nước quả ướp lạnh** n sorbet; **nước rửa bát** n washing-up liquid; **nước thịt** n gravy; **nước tiểu** n urine; **nước trộn sa-lát Vi-ni-grét** n vinaigrette; **nước uống** n drinking water; **nước xốt** n marinade, sauce; **ống phun nước** n hosepipe; **ở dưới nước** adv underwater; **ở**

nước ngoài *adv* overseas; **phi nước đại** *v* gallop; **que đo mực nước** *n* dipstick; **sũng nước** *adj* soggy; **tưới nước** *v* water; **thợ ống nước** *n* plumber; **thác nước lớn** *n* cataract *(waterfall)*; **tháp nước** *n* fountain; **tranh vẽ bằng màu nước** *n* watercolour; **vũng nước** *n* puddle; **xả nước** *v* flush; **yêu nước** *adj* patriotic; **Anh làm ơn kiểm tra nước hộ** Can you check the water, please?; **Không có nước nóng** There is no hot water; **Làm ơn mang thêm nước** Please bring more water; **Nước sâu bao nhiêu?** How deep is the water?

nước Bahrain [nuɤk baːhzaːin] *n* Bahrain

nước hoa [nuɤk hɔaː] *n* perfume; **nước hoa dùng sau khi cạo râu** *n* aftershave

nước khoáng [nuɤk χɔaŋ] *n* mineral water; **suối nước khoáng** *n* spa; **một chai nước khoáng** a bottle of mineral water

nước ngoài [nuɤk ŋoai] *adj* foreign; **người nước ngoài** *n* alien; **ở nước ngoài** *adv* abroad

nướng [nuɤŋ] *v* grill; **bếp nướng ngoài trời** *n* barbecue; **bánh mỳ nướng** *n* toast; **đã nướng** *adj* grilled; **được nướng bằng lò** *adj* baked; **lò nướng** *n* toaster; **ngũ cốc ăn sáng làm từ ngô nướng** *n* cornflakes; **nướng bằng lò** *v* bake; **sự nấu nướng** *n* cooking; **sự nướng bánh mỳ** *n* baking

nướng [nuɤŋ] *v* roast, barbecue; **Khu nướng đồ ăn ngoài trời ở đâu?** Where is the barbecue area?

nứt [nɯt] **làm rạn nứt** *v* crack; **rạn nứt** *adj* cracked; **vết nứt** *n* crack *(fracture)*

nữ tính [nɯ tiŋ] *adj* feminine

O

gì? What's on tonight at the opera?
Ozon [ɔzɔn] **khí Ozon** *n* ozone;
  tầng Ozon *n* ozone layer

oải hương [ɔai huɯxŋ] **cây oải
  hương** *n* lavender
oán [ɔan] **sự oán giận** *n* grudge
óc [ɔk] *n* brain, mind; **có óc thẩm
  mỹ** *adj* tasteful; **có óc thực tế** *adj*
  realistic; **có óc xét đoán** *adj*
  sensible; **thuộc trí óc** *adj*
  intellectual
óc chó [ɔk tʃɔ] *n* walnut tree; **quả óc
  chó** *n* walnut
oi ả [ɔi a] *adj* sweltering
oi bức [ɔi buɯk] *adj* muggy; **Trời oi
  bức** It's muggy
Oman [ɔmaːn] **nước Oman** *n*
  Oman
om sòm [ɔm sɔm] *adj* fussy; **sự om
  sòm** *n* fuss
ong [auŋ] *n* bee; **con ong** *n* bee;
  mật ong *n* honey; **ong bắp cày** *n*
  wasp; **ong nghệ** *n* bumblebee; **sáp
  ong** *n* wax
oóc [ɔɔk] **đàn oóc** *n* organ *(music)*
opera [ɔpɛza:] *n* opera; **Tối nay ở
  nhà hát opera có chương trình**

Ô

ô [o] *n* box ▷ *intj* oh!, hey!; **cái ô** *n* umbrella; **có kẻ ô vuông** *adj* tartan; **vùng ngoại ô** *n* outskirts

ố [o] **làm ố màu** *v* stain

ổ [o] *n* nest, hole, loaf; **nhà ổ chuột** *n* slum; **ổ đĩa** *n* disk drive; **ổ bánh mỳ** *n* loaf; **ổ cắm điện** *n* socket; **ổ cứng** *n* hard disk

ô-boa [oboɑ:] **kèn ô-boa** *n* oboe

ổ cắm [o kɑm] *n* power socket; **Ổ cắm cho máy cạo râu điện ở đâu?** Where is the socket for my electric razor?

ốc đảo [ok dɑɔ] *n* oasis

ô chữ [o tʃɯ] **trò chơi ô chữ** *n* crossword

ốc sên [ok sen] *n* snail; **con ốc sên** *n* snail

ổ gà [o ɣɑ] *n* pothole

ôi thiu [oi tiu] *adj* stale

ôliu [oliu] **cây ôliu** *n* olive tree; **dầu ôliu** *n* olive oil; **quả ôliu** *n* olive

ôm [om] *v* hug; **cái ôm** *n* hug; **ôm ấp** *v* cuddle; **sự ôm ấp** *n* cuddle

ốm [om] *adj* ill, poorly; **giấy cho nghỉ ốm** *n* sick note; **lương trả cho nhân viên nghỉ ốm** *n* sick pay; **ốm nghén** *n* morning sickness; **ốm yếu** *adj* unhealthy; **sự đau ốm** *n* illness; **thời gian nghỉ ốm** *n* sick leave; **Con tôi bị ốm** My child is ill; **Tôi thấy ốm** I feel ill

ồn [on] **ồn ào** *adj* noisy; **tiếng ồn** *n* noise; **Ồn quá** It's noisy; **Tôi không thể ngủ được vì tiếng ồn** I can't sleep for the noise

ổn [on] **bất ổn** *adj* restless; **thiết bị ổn nhiệt** *n* thermostat

ổn định [on dịɲ] *adj* stable; **không ổn định** *adj* unstable; **sự ổn định** *n* stability; **tính không ổn định** *n* instability

ông [oŋ] *n* granddad, grandfather, grandpa; **cụ ông** *n* great-grandfather; **ông bà** *npl* grandparents

Ông [oŋ] *n* Mr

ống [oŋ] *n* pipe, reel, tube, piggy bank; **đường ống** *n* pipeline; **đường ống nước** *n* plumbing; **mỳ ống macaroni** *n* macaroni; **ống kính** *n* lens; **ống khói** *n* chimney; **ống nghiệm** *n* test tube; **ống phun nước** *n* hosepipe; **ống thở khi lặn** *n* snorkel; **ống thoát nước** *n* drainpipe; **ống tiêm** *n* syringe; **ống vòi** *n* hose; **ống xịt thuốc** *n* inhaler; **thợ ống nước** *n* plumber

ông chủ [oŋ tʃu] *n* boss; **ông chủ nhà** *n* landlord

ống nhòm [oŋ ɲɔm] *n* binoculars

ống tiêu [oŋ tieu] *n* recorder (*music*)

ống xả [oŋ sɑ] *n* exhaust pipe; **khói từ ống xả** *n* exhaust fumes

ô nhiễm [o ɲiem] *v* pollute ▷ *n* pollution; **bị ô nhiễm** *adj* polluted; **làm ô nhiễm** *v* pollute; **sự ô nhiễm** *n* pollution

ôpêra [opezɑ:] *n* opera

ô tô [o to] *n* car; **bảo hiểm xe ô tô** *n* car insurance; **bãi đỗ xe ô tô** *n* car park; **chứng say ô tô** *n* travel sickness; **chìa khóa xe ô tô** *n* car keys; **cuộc đua ô tô** *n* motor racing; **ô tô cho thuê** *n* rental car; **ô tô con** *n* saloon; **ô tô con mui kín hai hoặc bốn cửa** *n* saloon car; **ô tô đi thuê** *n* hired car; **ô tô mui trần** *n* convertible; **ô tô năm cửa** *n* hatchback; **ô tô rộng năm cửa** *n* estate car; **sự cho thuê xe ô tô** *n* car hire; **sự thuê xe ô tô** *n* car rental; **thuê ô tô** *n* hire car; **xe ô tô** *n* car; **Anh có thể chở tôi bằng ô tô được không?** Can you take me by car?; **Có người bị ô tô đâm** Someone has been knocked down by a car; **Làm thế nào để lên được tầng chở ô tô?** How do I get to the car deck?; **Một ô tô con với hai người thì bao nhiêu tiền?** How much is it for a car with two people?; **Ô tô của tôi bị va chạm** I've crashed my car; **Ô tô của tôi hỏng rồi** My car has broken down; **Tôi có cần mua vé đỗ ô tô không?** Do I need to buy a car-parking ticket?; **Tôi có thể đỗ ô tô ở đâu?** Where can I park the car?; **Tôi muốn thuê một ô tô** I want to hire a car; **Xe ô tô của tôi đã bị đột nhập** My car has been broken into

Ôxy [osi] **khí Ôxy** *n* oxygen

ở [ɤ] *v* be located, live, behave; **không có người ở** *adj* uninhabited; **ở dưới** *adv* underneath; **ở ngoài** *prep* exterior; **ở nhà** *adv* home; **ở tại** *prep* at; **ở trên** *adv* up; **ở trong nhà** *adv* indoors; **thời gian ở** *n* stay; **Anh người ở đâu?** Where are you from?; **Anh ở vùng nào của...** What part of... are you from?; **Tôi đang ở...** My location is...; **Tôi đang ở khách sạn** I'm staying at a hotel; **Tôi có phải ở qua đêm không?** Do I have to stay overnight?; **Tôi muốn ở hai đêm** I'd like to stay for two nights; **Tôi muốn ở từ thứ Hai đến thứ Tư** I want to stay from Monday till Wednesday; **Tôi muốn ở thêm một đêm nữa** I want to stay an extra night

ợ [ɤ] *v* burp; **chứng ợ nóng** *n* heartburn; **sự ợ** *n* burp

ở đâu [ɤ dəu] *adv* where; **Chúng ta đang ở đâu?** Where are we?;

Chúng ta gặp nhau ở đâu? Where can we meet?; **Có thể đi... ở đâu?** Where can you go...?; **Cửa hàng bán tem gần nhất ở đâu?** Where is the nearest shop which sells stamps?; **Nhà vệ sinh cho đàn ông ở đâu?** Where is the gents?; **Nhà vệ sinh cho phụ nữ ở đâu?** Where is the ladies?; **... ở đâu?** Where is...?; **Thang máy ở đâu?** Where is the lift?; **Tôi có thể gọi điện thoại ở đâu?** Where can I make a phone call?; **Tôi có thể mua vé ở đâu?** Where can I get tickets?; **Tôi trả tiền ở đâu?** Where do I pay?; **Trạm xe buýt ở đâu?** Where is the bus station?

ở đây [ɤ dəi] *adv* here; **Tôi ở đây một mình** I'm here on my own; **Tôi ở đây với bạn bè** I'm here with my friends; **Tôi đi nghỉ ở đây** I'm here on holiday

ở đó [ɤ dɔ] *adv* there

ở gần [ɤ ɣən] *prep* near

ở lại [ɤ lai] *v* stay

ở một nơi nào đó [ɤ mot nɤi nɑɔ dɔ] *adv* someplace, somewhere

ơn [ɤn] **biết ơn** *adj* grateful; **ơn huệ** *n* favour

ở ngoài [ɤ ŋɔai] *prep* outside

ở nơi mà [ɤ nɤi ma] *conj* where

ở phía sau [ɤ fia: sa:u] *adj* back

ơ-rô [ɤzo] **đồng ơ-rô** *n* euro

ớt [ɤt] *n* chilli; **ớt bột** *n* paprika

ở trên [ɤ tʃen] *prep* above, on

Pakistan [pɑ:kistɑ:n] **người Pakistan** *n* Pakistani (*person*); **nước Pakistan** *n* Pakistan; **thuộc Pakistan** *adj* Pakistani

Palestine [pɑ:lɛstinɛ] **người Palestine** *n* Palestinian (*person*); **nước Palestine** *n* Palestine; **thuộc Palestine** *adj* Palestinian

Panama [pɑ:nɑ:mɑ:] **nước Panama** *n* Panama

paracetamol [pɑ:zɑ:kɛtɑ:mɔl] **Tôi muốn mua một ít paracetamol** I'd like some paracetamol

Paraguay [pɑ:zɑ:ɣuai] **người Paraguay** *n* Paraguayan (*person*); **nước Paraguay** *n* Paraguay; **thuộc Paraguay** *adj* Paraguayan

pasta [pɑ:stɑ:] *n* pasta; **Tôi muốn ăn món khai vị là mỳ pasta** I'd like pasta as a starter

patanh [pɑ:tɑ:ɲ] *n* roller skate; **sự trượt patanh** *n* rollerskating; **Chúng tôi có thể đi trượt patanh**

ở đâu? Where can we go roller skating?; **Chúng tôi có thể thuê patanh ở đâu?** Where can we hire skates?

PDF n PDF

Peru [pɛzu] **người Peru** n Peruvian; **nước Peru** n Peru; **thuộc Peru** adj Peruvian

pênixilin [penisilin] n penicillin

pha [fa:] v mix ▷ n phase, headlight; **đèn pha** n headlamp, headlight, spotlight; **pha loãng** v dilute; **pha trộn** adj mixed; **sự pha trộn** n mixture

phá [fa] v destroy; **kẻ phá rối** n troublemaker; **phá hủy** v demolish, destroy; **sự phá hủy** n destruction; **sự phá thai** n abortion

phà [fa] n ferry; **Có phà chở ô tô đi... không?** Is there a car ferry to...?; **Có phà đi... không?** Is there a ferry to...?; **Chúng tôi có thể đón phà đi... ở đâu?** Where do we catch the ferry to...?

phác họa [fak hɔa:] v sketch; **bức phác họa** n sketch

phá đám [fa ɗam] v spoil; **người phá đám** n spoilsport

phá hoại [fa hɔai] v sabotage; **cố ý phá hoại** v vandalize; **hành động cố ý phá hoại** n vandalism; **kẻ cố ý phá hoại** n vandal; **sự phá hoại** n sabotage

phai [fa:i] v fade

phải [fai] adj (bên) right (not left) ▷ v (bắt buộc) have to, must; **ở bên tay phải** adj right-hand; **thuận tay phải** adj right-handed; **Anh phải quay lại** You have to turn round; **Đến ngã rẽ tới thì rẽ phải** Go right

at the next junction; **Nếu gặp tai nạn thì tôi phải làm gì?** What do I do if I have an accident?; **Rẽ phải** Turn right; **Rẽ vào đường đầu tiên bên phải** Take the first turning on your right; **Tôi phải gọi điện thoại** I must make a phone call

pha lê [fa: le] n crystal

phạm [fam] v commit (crime); **kẻ phạm tội** n criminal; **liên quan đến tội phạm** adj criminal; **phạm nhân** n prisoner; **phạm phải** v commit; **sự vi phạm** n offence; **tội phạm** n crime; **thủ phạm** n culprit

phạm vi [fam vi] n extent, range (limits)

phản [fan] **phản chiếu** v reflect; **sự phản chiếu** n reflection

phản bội [fan boi] v betray

phản đối [fan doi] v oppose, protest; **sự phản đối** n objection, protest

phanh [fa:ɲ] v brake; **cái phanh** n brake; **đèn phanh** n brake light; **phanh tay** n handbrake; **Phanh không ăn** The brakes don't work; **Phanh không hoạt động** The brakes are not working; **Xe có phanh được khi đạp ngược lại không?** Does the bike have back-pedal brakes?

phản hồi [fan hoi] n feedback

phàn nàn [fan nan] v complain; **lời phàn nàn** n complaint

phản ứng [fan ɯŋ] v react; **lò phản ứng** n reactor; **sự phản ứng** n reaction

phản xạ [fan sa] n reflex

phán xét [fan sɛt] v judge

phao [fa:ɔ] n buoy, float; **áo phao** n

life jacket

pháo hoa [faɔ hɔa:] n fireworks

Pháp [fap] **đàn ông Pháp** n Frenchman; **nước Pháp** n France; **phụ nữ Pháp** n Frenchwoman; **thuộc Pháp** adj French; **tiếng Pháp** n French

phá sản [fa san] adj bankrupt

phát [fat] v deliver, smack; **cú phát bóng** n kick-off; **chương trình phát sóng** n broadcast; **đài phát thanh** n radio station; **máy phát** n generator; **phát bắn** n shot; **phát bóng** v kick off; **phát ra** v give out; **phát sóng** v broadcast; **phát thanh viên** n newsreader; **phát vào người** v spank; **sự chuyển phát** n delivery; **Tôi muốn gửi cái này bằng dịch vụ chuyển phát nhanh** I want to send this by courier

phạt [fat] v penalize, punish; **tiền phạt** n fine; **vé phạt đỗ xe** n parking ticket

phát âm [fat əm] v pronounce; **sự phát âm** n pronunciation; **Phát âm từ này như thế nào?** How do you pronounce it?

phát ban [fat ba:n] **chứng phát ban** n rash

phát cáu [fat kau] **làm phát cáu** adj irritating

phát hành [fat haŋ] v issue

phát hiện [fat hien] v discover; **phát hiện ra** v spot

phát minh [fat miŋ] v invent; **người phát minh** n inventor; **sự phát minh** n invention

phát ngôn [fat ŋɔn] **người phát ngôn** n spokesperson; **người phát ngôn nam** n spokesman; **người**

phát ngôn nữ n spokeswoman

phát triển [fat tʃien] v develop; **nước đang phát triển** n developing country; **sự phát triển** n development

phẳng [faŋ] adj flat; **bằng phẳng** adj even, plain; **màn hình phẳng** adj flat-screen; **mặt phẳng** n plane (surface)

phẳng lặng [faŋ laŋ] adj still

phẩm [fəm] **mỹ phẩm** n cosmetics

phẩm chất [fəm tʃət] n quality

phân [fən] **sự phân vai** n cast

phấn [fən] n powder, chalk, pollen; **phấn hoa** n pollen; **phấn mắt** n eye shadow; **phấn rôm** n talcum powder; **phấn viết** n chalk

phần [fən] n part, portion, section, share; **gồm ba phần** adj triple; **một phần** adj partial; **phần cứng** n hardware; **phần lớn** n majority; **phần mềm** n software; **phần nào** adv partly; **phần sót lại** n leftovers; **phần trăm** adv per cent; **thành phần** n component; **tỷ lệ phần trăm** n percentage

phân biệt [fən biet] v distinguish; **dễ phân biệt** adj distinctive; **người phân biệt chủng tộc** n racist; **phân biệt chủng tộc** adj racist; **sự phân biệt** n distinction; **sự phân biệt chủng tộc** n racism; **sự phân biệt đối xử** n discrimination

phân bón [fən bɔn] n fertilizer, manure

phấn đấu [fən dəu] n start

phấn hồng [fən hoŋ] n blusher

phấn khích [fən xitʃ] adj excited

Phần Lan [fən la:n] **người Phần Lan** n Finn; **nước Phần Lan** n

Finland; **thuộc Phần Lan** adj
Finnish; **tiếng Phần Lan** n Finnish
phân liệt [fən liet] **bị bệnh tâm
thần phân liệt** adj schizophrenic
phân loại [fən lɔai] v sort; **sự phân
loại** n assortment
phân phát [fən fat] v send out;
thiết bị phân phát n dispenser
phân phối [fən foi] v distribute;
nhà phân phối n distributor
phần thưởng [fən tɯɤŋ] n award,
reward
phân tích [fən titʃ] v analyse; **phân
tích viên hệ thống** n systems
analyst; **sự phân tích** n analysis
phân tử [fən tɯ] n molecule
phật [fət] **đạo Phật** n Buddhism;
Đức phật n Buddha; **theo đạo
Phật** adj Buddhist; **tín đồ đạo Phật**
n Buddhist
phẫu thuật [fəu tuət] n surgery
(operation); **bác sỹ phẫu thuật** n
surgeon; **khoa phẫu thuật** n
surgery (doctor's); **phẫu thuật
thẩm mỹ** n cosmetic surgery,
plastic surgery; **sự phẫu thuật** n
operation (surgery)
phẩy [fəi] **dấu phẩy** n comma
phéc-mơ-tuya [fɛkmɤtuia] n zip;
kéo phéc-mơ-tuya v zip (up); **mở
phéc-mơ-tuya** v unzip
phe hữu [fɛ hɯɯ] **thuộc phe hữu**
adj right-wing
phép [fɛp] n permission; **cho phép** v
allow; **sự cho phép** n leave; **Có cần
có giấy phép câu cá không?** Do
you need a fishing permit?
phép thuật [fɛp tuət] n spell
(magic)
phê bình [fe biɲ] v talk to; **nhà phê**

bình n critic
phê phán [fe fan] v criticize; **sự phê
phán** n criticism
phế quản [fe kuan] **bệnh viêm
phế quản** n bronchitis
phễu [feu] **cái phễu** n funnel
phi [fi] **phi hành đoàn** n cabin crew
phí [fi] v waste, squander; **chi phí** n
cost; **học phí** n tuition fees; **hoang
phí** adj extravagant; **lãng phí** v
squander; **miễn phí** adj free (no
cost); **phí bưu điện** n postage; **phí
dịch vụ** n service charge; **phí ngân
hàng** n bank charges; **phí vào cửa**
n entrance fee; **phung phí** v waste;
sự phung phí n waste; **Có phải trả
phí đặt chỗ không?** Is there a
booking fee to pay?; **Có phí đặt chỗ
không?** Is there a booking fee?; **Có
phí chuyển tiền không?** Is there a
transfer charge?; **Có phí tính theo
quãng đường không?** Is there a
mileage charge?; **Đi đường cao
tốc này có phải nộp phí không?** Is
there a toll on this motorway?; **Tôi
nộp phí ở đâu được?** Where can I
pay the toll?
phỉ [fi] **quả phỉ** n hazelnut
Phi [fi] **Bắc Phi** n North Africa; **Nam
Phi** n South Africa; **người Nam Phi**
n South African (person); **người
thuộc khu vực Bắc Phi** n North
African (person); **nước Cộng hòa
Trung Phi** n Central African
Republic; **thuộc khu vực Bắc Phi**
adj North African; **thuộc Nam Phi**
adj South African
phía [fiaː] n direction, side; **đi về
phía nam** adj southbound; **ở phía
bắc** adj north, northern; **ở phía**

nam adj south; **ở phía trước** adv ahead; **phía đông** adj east, eastern; **phía sau** n rear; **phía tây** n west; **phía trái** n left; **theo phía tây** adj west; **về phía bắc** adj northbound; **về phía nam** adv south; **về phía trái** adv left; **về phía trên** adv upwards

phía dưới [fiɑ: zɯɤi] prep under

phích [fitʃ] n (nước) flask; **phích Thermos®** n Thermos®; **tháo phích cắm** v unplug

phi công [fi kɔŋ] n pilot

phiếm [fiem] **chuyện phiếm** n gossip

phiên [fien] **phiên tòa** n trial

phiến [fien] **đá phiến** n slate

phiền [fien] v annoy, be worried; **mối phiền toái** n nuisance; **thấy phiền** v mind; **Anh có phiền nếu tôi hút thuốc không?** Do you mind if I smoke?; **Có phiền anh không?** Do you mind?; **Tôi không phiền đâu** I don't mind

phiên bản [fien bɑn] n reproduction (copy); **phiên bản mới** n remake

phiên dịch [fien zitʃ] v interpret; **người phiên dịch** n interpreter; **Anh làm ơn làm phiên dịch cho chúng tôi được không?** Could you act as an interpreter for us, please?; **Tôi cần một phiên dịch** I need an interpreter

phiên tòa [fien tɔɑ:] n trial

phiếu [fieu] n voucher; **phiếu điều tra** n questionnaire; **phiếu quà tặng** n gift voucher

phiêu lưu [fieu lɯɯu] **cuộc phiêu lưu** n adventure

phi-lê [file] n fillet; **lọc phi-lê** v fillet

Philippin [filippin] **người Philippin** n Filipino (person); **thuộc Philippin** adj Filipino

phim [fim] n film, movie; **máy quay phim** n video camera; **nhạc phim** n soundtrack; **phim cao bồi Mỹ** n western; **phim kinh dị** n horror film; **phim tài liệu** n documentary; **rạp chiếu phim** n cinema; **Anh làm ơn rửa cuốn phim này được không?** Can you develop this film, please?; **Có phim gì bằng tiếng Anh không?** Are there any films in English?; **Chúng tôi có thể đi xem phim ở đâu?** Where can we go to see a film?; **Làm ơn bán cho một cuộn phim màu** A colour film, please; **Mấy giờ phim bắt đầu chiếu?** When does the film start?; **Ở rạp đang chiếu phim gì?** Which film is on at the cinema?; **Phim bị kẹt** The film has jammed

phím [fim] n key (music/computer); **bàn phím** n keyboard

phi tiêu [fi tieu] n dart; **trò ném phi tiêu** n darts

phó [fɔ] n deputy head

pho mát [fɔ mɑt] n cheese; **pho mát làm từ sữa đã gạn kem** n cottage cheese; **Loại pho mát nào?** What sort of cheese?

phóng [fɑuŋ] v launch; **sự phóng to** n enlargement

phòng [fɑuŋ] n (ban) department, (không gian) room, chamber ▷ v prevent; **bạn chung phòng** n roommate; **dãy phòng** n suite; **dịch vụ ăn uống trong phòng khách sạn** n room service; **nữ phục**

vụ phòng *n* chambermaid; **phòng ăn** *n* dining room; **phòng bệnh** *n* ward (*hospital room*); **phòng bán vé** *n* booking office; **phòng có hai giường đơn** *n* twin room, twin-bedded room; **phòng cơi nới** *n* extension; **phòng chờ** *n* waiting room; **phòng chờ quá cảnh** *n* transit lounge; **phòng để mũ áo** *n* cloakroom; **phòng đôi** *n* double room; **phòng đơn** *n* single, single room; **phòng hộ tịch** *n* registry office; **phòng hướng dẫn** *n* inquiries office; **phòng khách** *n* living room, lounge, sitting room; **phòng khám chữa bệnh** *n* clinic; **phòng khởi hành** *n* departure lounge; **phòng mổ** *n* operating theatre; **phòng máy chơi điện tử** *n* amusement arcade; **phòng nghỉ và hai bữa ăn** *n* half board; **phòng ngủ** *n* bedroom; **phòng nhân viên** *n* staffroom; **phòng tắm** *n* bathroom; **phòng tán gẫu** *n* chatroom; **phòng tập** *n* gym; **phòng thay quần áo** *n* changing room; **phòng thí nghiệm** *n* lab, laboratory; **phòng trưng bày nghệ thuật** *n* art gallery, gallery; **phòng vé** *n* ticket office; **số phòng** *n* room number; **thiết bị phòng băng** *n* de-icer; **Anh có một phòng cho tối nay không?** Do you have a room for tonight?; **Cho tôi đặt một phòng đôi** I'd like to book a double room; **Cho tôi một phòng có giường đôi** I'd like a room with a double bed; **Cho tôi một phòng có hai giường** I'd like a room with twin beds; **Cho tôi một phòng được** **hút thuốc** I'd like a smoking room; **Cho tôi một phòng không hút thuốc** I'd like a no smoking room; **Cho tôi một phòng nhìn lên núi** I'd like a room with a view of the mountains; **Cho tôi một phòng nhìn ra biển** I'd like a room with a view of the sea; **Có dịch vụ dọn phòng không?** Is there room service?; **Đây là phòng của anh** This is your room; **Khi nào thì tôi phải trả phòng?** When do I have to vacate the room?; **Làm ơn tính tiền vào phòng của tôi** Please charge it to my room; **Phòng giá bao nhiêu?** How much is the room?; **Phòng máy tính ở đâu?** Where is the computer room?; **Phòng thay đồ ở đâu?** Where are the changing rooms?; **Tôi ăn sáng trong phòng có được không?** Can I have breakfast in my room?; **Tôi có thể đổi phòng không?** Can I switch rooms?; **Tôi đã đặt một phòng với tên...** I booked a room in the name of...; **Tôi đã khoá cửa và bỏ quên chìa khoá trong phòng** I have locked myself out of my room; **Tôi muốn đổi phòng khác** I'd like another room; **Tôi muốn xem phòng được không?** Can I see the room?

phong bì [faʊŋ bi] *n* envelope

phong cảnh [faʊŋ kaŋ] *n* landscape, scenery

phóng đại [faʊŋ dai] *v* exaggerate; **sự phóng đại** *n* exaggeration

phong lữ [faʊŋ lɯ] **cây phong lữ** *n* geranium

phong nhã [faʊŋ ɲa] **người đàn**

ông phong nhã n gentleman

phóng thích [fɑuŋ titʃ] v release; **sự phóng thích** n release

phòng thủ [fɑuŋ tu] adj defensive; **sự phòng thủ** n defence

phong tục [fɑuŋ tuk] n custom

phỏng vấn [fɑuŋ vən] v interview; **chương trình phỏng vấn khách mời** n chat show; **cuộc phỏng vấn** n interview; **người phỏng vấn** n interviewer

phóng viên [fɑuŋ vien] n journalist, reporter

phóng xạ [fɑuŋ sa] n radiation; **phát ra tia phóng xạ** adj radioactive

phó từ [fɔ tɯ] n adverb

phố [fo] n street, flat; **con phố ngang** n side street; **thành phố** n city; **Tôi muốn bản đồ đường phố của thành phố** I want a street map of the city

phổi [foi] n lung; **bệnh viêm phổi** n pneumonia

phồng [foŋ] **có thể bơm phồng** adj inflatable

phồng da [foŋ za:] **chỗ phồng da** n blister

phổ thông [fo toŋ] **giáo viên phổ thông** n schoolteacher; **hạng phổ thông** n economy class; **trường phổ thông cơ sở** n primary school

phôtô [foto] n photocopy; **Anh có thể phôtô cái này hộ tôi được không?** Can you copy this for me?; **Làm ơn phôtô cho tôi một bản này** I'd like a photocopy of this, please; **Tôi có thể mang đi phôtô ở đâu?** Where can I get some photocopying done?; **Tôi muốn**

phôtô tài liệu này I want to copy this document

phô trương [fo tʃɯɤŋ] v set out; **kẻ phô trương** n show-off

phơi [fɤi] **dây phơi quần áo** n clothes line, washing line; **kẹp phơi quần áo** n clothes peg

phù [fu] **phù dâu** n bridesmaid

phủ [fu] n cover; **che phủ** v cover

phụ [fu] **phụ âm** n consonant; **tác dụng phụ** n side effect

phục hồi [fuk hoi] v bring back; **phục hồi lại** v restore

phục kích [fuk kitʃ] v ambush; **sự phục kích** n ambush

Phục sinh [fuk siŋ] **lễ Phục sinh** Easter; **trứng Phục sinh** n Easter egg

phục vụ [fuk vu] v serve, service; **nữ phục vụ phòng** n chambermaid; **sự phục vụ** n service; **tự phục vụ** adj self-catering, self-service; **tiền phục vụ** n cover charge; **Chúng tôi vẫn đang chờ được phục vụ** We are still waiting to be served

phụ đạo [fu dɑɔ] **buổi phụ đạo** n tutorial; **giáo viên phụ đạo** n tutor

phụ đề [fu de] n subtitles; **có phụ đề** adj subtitled

phủ định [fu diŋ] adj negative

phụ gia [fu za:] n additive

phù hộ [fu ho] v bless

phù hợp [fu hɤp] adj suitable; **không phù hợp** adj unfit, unsuitable

phủi [fui] **phủi bụi** v dust

phụ khoa [fu χɔa:] **bác sĩ phụ khoa** n gynaecologist

phụ kiện [fu kien] n accessory

phun [fun] *v* spray; **bình phun** *n* sprinkler; **phun bụi nước** *v* spray

phủ nhận [fu ɲən] *v* deny; **không thể phủ nhận** *adj* undeniable

phủ quyết [fu kuiet] *v* veto; **quyền phủ quyết** *n* veto

phù rể [fu ze] *n* best man

phút [fut] *n* minute; **Chúng tôi muộn mười phút** We are ten minutes late

phụ tá [fu tɑ] **người phụ tá** *n* assistant

phụ thuộc [fu tuok] *v* depend

phù thủy [fu tui] *n* sorcerer; **mụ phù thủy** *n* witch

phụ trội [fu tʃoi] **khoản phụ trội** *n* surcharge

phức tạp [fuk tap] *adj* complex, complicated; **sự phức tạp** *n* complication

phương [fuɤŋ] **ở phương nam** *adj* southern; **Phương Đông** *n* Orient; **phương hướng** *n* direction; **phương nam** *n* south; **phương tây** *adj* western; **thuộc phương Đông** *adj* oriental

phường [fuɤŋ] *n* ward *(area)*

phương pháp [fuɤŋ fap] *n* method

phương thuốc [fuɤŋ tuok] *n* remedy

phương tiện [fuɤŋ tien] *n* facilities, means; **phương tiện truyền thông** *n* media

phương trình [fuɤŋ tʃiɲ] *n* equation

pianô [piano] *n* piano; **đàn pianô** *n* piano; **nghệ sỹ pianô** *n* pianist

píc níc [pik nik] *n* picnic

pin [pin] *n* battery; **đèn pin** *n* torch;

Anh có pin không? Do you have any batteries?

pít tông [pit toŋ] *n* piston

piza [pizɑː] **bánh piza** *n* pizza

podcast [pɔzkɑːst] **tệp tin podcast** *n* podcast

Polynesia [pɔlinɛsia] **người Polynesia** *n* Polynesian *(person)*; **tiếng Polynesia** *n* Polynesian *(language)*

pony [pɔni] **Tôi muốn đi cưỡi ngựa nhỏ pony** I'd like to go pony trekking

pôlite [politɛ] **túi pôlite** *n* polythene bag

Pớt tơ Ríc Cô [pɤt tɤ zik ko] **nước Pớt tơ Ríc Cô** *n* Puerto Rico

prô tê in [pzo te in] *n* protein

pút đinh [put diɲ] **bánh pút đinh** *n* pudding

q

Qatar [kɑːtɑːz] **tiểu vương quốc Qatar** n Qatar

qua [kuɑ] prep (sang) across, (theo đường) via, (vượt) past ▷ v past, cross ▷ adv carelessly; **đã qua** adj gone, past; **đã qua sử dụng** adj used; **đi qua** v cross, go past, pass; **thông qua** v pass; **trải qua** v go through

quá [kuɑ] adv excessively; **quá chậm** adj overdue; **quá mức** adj excessive; **quá nhừ** adj overdone; **việc sử dụng quá liều** n overdose; **Muộn quá rồi** It's too late; **Tôi nóng quá** I'm too hot

quà [kuɑ] n gift, present, snacks; **cửa hàng quà tặng** n gift shop; **phiếu quà tặng** n gift voucher; **Anh làm ơn gói món quà hộ** Please can you gift-wrap it?; **Tôi đang tìm một món quà cho chồng tôi** I'm looking for a present for my husband; **Tôi có thể mua quà tặng ở đâu?** Where can I buy gifts?; **Xin tặng anh món quà này** This is a gift for you

quả [kuɑ] n fruit (botany), fruit (collectively); **hậu quả** n consequence; **nước quả** n fruit juice; **nước quả ép** n juice; **nước quả ướp lạnh** n sorbet; **quả địa cầu** n globe; **quả óc chó** n walnut; **quả ôliu** n olive; **quả bưởi** n grapefruit; **quả cam** n orange; **quả cầu tuyết** n snowball; **quả dâu tây** n strawberry; **quả dưa chuột** n cucumber; **quả lý chua** n redcurrant; **quả mận** n plum; **quả mọng** n berry; **quả nho** n grape; **quả phi** n hazelnut; **quả vả** n fig; **quả xuân đào** n nectarine

quạ [kuɑ] **con quạ** n crow, raven

quả bí [kuɑ bi] **quả bí xanh** n zucchini

quả bơ [kuɑ bɤ] n avocado

quá cảnh [kuɑ kɑɲ] **phòng chờ quá cảnh** n transit lounge; **sự quá cảnh** n transit

quá cố [kuɑ ko] adj late (dead)

quả dừa [kuɑ zɯɑː] n coconut

quá độ [kuɑ do] **sự quá độ** n transition

quả hạnh [kuɑ hɑɲ] n almond

quai bị [kuɑi bi] **bệnh quai bị** n mumps

quái vật [kuɑi vɐt] n monster

quá khứ [kuɑ xɯ] n past

quả lý chua [kuɑ li tʃuɑ] **quả lý chua đen** n blackcurrant

quả mâm xôi [kuɑ məm soi] n blackberry

quán [kuɑn] n place; **chủ quán rượu** n publican; **đại sứ quán** n embassy; **nữ phục vụ của quán**

rượu *n* barmaid; **người phục vụ ở quán rượu** *n* barman; **quán ăn tự phục vụ** *n* cafeteria; **quán bán đồ ăn nhẹ** *n* snack bar; **quán cà phê** *n* café; **quán cà phê internet** *n* cybercafé, Internet café; **quán rượu** *n* bar, pub; **quán trọ** *n* inn

quản [kuan] **huyết quản** *n* vein

quan điểm [kuan diem] *n* outlook, standpoint, viewpoint

quàng [kuaŋ] **khăn quàng** *n* scarf

quảng bá [kuaŋ ba] **sự quảng bá** *n* propaganda

quang cảnh [kuaŋ kaɲ] *n* scene

quảng cáo [kuaŋ kaɔ] *n* ad, advert, advertisement ▷ *v* advertise; **quảng cáo nhỏ** *n* small ads; **quảng cáo trên truyền hình** *n* commercial; **quảng cáo xen giữa các chương trình truyền thông** *n* commercial break; **việc quảng cáo** *n* advertising

quang học [kuaŋ hɔk] **người làm và bán đồ quang học** *n* optician

quản giáo [kuan zaɔ] *n* prison officer

quanh [kuaɲ] **đường vòng quanh** *n* circuit

quan hệ [kuan he] *n* relationship; **có quan hệ** *adj* related; **mối quan hệ** *n* connection, relationship; **quan hệ công cộng** *n* public relations

quan lại [kuan lai] *n* mandarin (*official*)

quan liêu [kuan lieu] **bộ máy quan liêu** *n* bureaucracy

quản lý [kuan li] *v* manage, administer; **ban quản lý** *n* management; **người quản lý** *n* manager; **người quản lý tài sản** *n* receiver (*person*); **sự quản lý** *n* administration; **Anh ấy quản lý khách sạn** He runs the hotel; **Làm ơn cho tôi nói chuyện với người quản lý** I'd like to speak to the manager, please

quan sát [kuan sat] *v* observe; **người quan sát** *n* viewer; **quan sát chim** *n* birdwatching; **quan sát viên** *n* observer

quan tài [kuan tai] *n* coffin

quan tâm [kuan təm] *adj* thoughtful ▷ *v* care; **quan tâm đến** *adj* interested; **sự quan tâm** *n* care, interest (*curiosity*)

quan toà [kuan tɔa] *n* magistrate

quản trị [kuan tʃi] **quản trị web** *n* webmaster

quan trọng [kuan tʃauŋ] *adj* important, momentous; **ít quan trọng** *adj* trivial; **có tầm quan trọng** *v* matter; **rất quan trọng** *adj* crucial, significant; **tầm quan trọng** *n* importance, significance

quan trọng nhất [kuan tʃauŋ ɲət] *adj* primary

quạt [kuat] *n* fan; **dây đai quạt** *n* fan belt; **Phòng có quạt không?** Does the room have a fan?

quả thực [kua tɯk] *adv* indeed

quá trình [kua tʃiɲ] *n* process

quả việt quất [kua viet kuət] *n* blueberry

quay [kuai] *adj* (*thức ăn*) roast ▷ *v* twist, grill; **cửa quay** *n* turnstile; **máy quay làm khô quần áo** *n* spin dryer; **máy quay phim** *n* video camera; **máy quay video** *n* camcorder; **nhà quay phim** *n* cameraman; **quay đi** v turn; **quay số** v dial; **quay trở lại** v turn back; **quay tròn** v turn round, turn around; **sự quay** n turn; **vòng đu quay** n merry-go-round; **Làm ơn bán cho tôi một cuốn băng cho máy quay video này** Can I have a tape for this video camera, please?; **Quay phim ở đây có được không?** Can I film here?

quay lại [kuai lai] n go back; **Anh phải quay lại** You have to turn round; **Khi nào chúng tôi cần quay lại xe?** When should we be back on board?; **Tôi sẽ quay lại sau được không?** Shall I come back later?

quăn [kuan] adj curly; **kiểu tóc uốn quăn gợn sóng** n perm; **sự uốn quăn tóc** n curl

quân [kuən] n troops, army, card; **nam quân nhân** n serviceman; **nữ quân nhân** n servicewoman; **quân bài** n playing card

quần [kuən] n pants, trousers; **quần đùi** n underpants; **quần bơi của đàn ông** n trunks; **quần bơi nam** n swimming trunks; **quần jeans** n jeans; **quần jeans may bằng vải bông chéo** n denims; **quần lót** n briefs, knickers; **quần nịt** n tights; **quần soóc** n shorts; **quần soóc nam ống rộng** n boxer shorts; **quần tất** n leggings; **quần xi líp** n slip (underwear), panties; **quần yếm** n dungarees; **Tôi thử cái quần này được không?** Can I try on these trousers?

quận [kuən] n district, prefect

quần áo [kuən ɑɔ] n clothes, clothing, garment, outfit; **bộ quần áo thể thao** n tracksuit; **cởi quần áo** v undress; **dây phơi quần áo** n washing line; **phòng giặt là quần áo** n utility room; **quần áo bơi** n swimming costume, swimsuit; **quần áo giặt** n washing; **quần áo hóa trang** n fancy dress; **quần áo lót** n underwear; **quần áo len** n woollens; **quần áo nịt** n leotard; **quần áo ngủ** n pyjamas; **quần áo thể thao** n sportswear; **tủ quần áo** n wardrobe

quân chủ [kuən tʃu] **chế độ quân chủ** n monarchy

quần chúng [kuən tʃuŋ] n public

Quần đảo Faroe [kuən dɑɔ fɑːzɔɛ] n Faroe Islands

Quần đảo Fiji [kuən dɑɔ fiji] n Fiji

Quần đảo Polynesia [kuən dɑɔ pɔlinɛsia] n Polynesia; **thuộc Quần đảo Polynesia** adj Polynesian

quân đội [kuən doi] n army; **thuộc quân đội** adj military

quần vợt [kuən vɤt] n tennis; **người chơi quần vợt** n tennis player; **sân quần vợt** n tennis court; **vợt quần vợt** n tennis racket

quấy [kuai] v cause trouble, annoy; **sự quấy rối** n harassment

quầy [kuai] n counter, stall; **các quầy hàng** npl stands; **quầy đổi tiền** n bureau de change; **quầy bar nhỏ** n minibar; **quầy bán hàng** n stall; **quầy giải khát** n buffet; **toa có quầy giải khát** n buffet car

Quây-cơ [kuaikɤ] **tín đồ phái Quây-cơ** n Quaker

quấy rầy [kuəi zəi] v bother, disturb, pester; **kẻ quấy rầy** n pest

que [kuɛ] **kem que** n ice lolly

què [kuɛ] adj lame

quen [kuɛn] adj familiar; **quen thuộc** adj familiar

quen biết [kuɛn biet] **không quen biết** adj unfamiliar

quét [kuɛt] v sweep; **máy quét** n scanner; **quét sơn** v paint; **quét vôi** v whitewash

quê [kue] n countryside, village; **miền quê** n countryside

quế [kue] n cinnamon

quên [kuɛn] v forget; **bị lãng quên** adj forgotten; **không thể quên được** adj unforgettable

quốc [kuok] n country; **quốc ca** n national anthem; **quốc hữu hoá** v nationalize; **Tôi có thể mua bản đồ toàn quốc ở đâu?** Where can I buy a map of the country?

quốc gia [kuok zaː] n nation ▷ adj national; **công ty đa quốc gia** n multinational; **đa quốc gia** adj multinational; **vườn quốc gia** n national park

quốc hội [kuok hoi] n parliament

quốc tế [kuok te] adj international

quốc tịch [kuok titʃ] n citizenship, nationality

quốc vương [kuok vuɯɤŋ] n monarch

quý [kui] adj (giá trị) precious; **đồ quý giá** n valuables; **đá quý** n jewel; **quý bà** n madam

quỳ [kui] v kneel; **quỳ xuống** v kneel down

quỹ [kui] n fund; **ngân quỹ** n funds

quy định [kui diɲ] n regulation; **thấp hơn tuổi quy định** adj underage

quyền [kuien] adj (chưa chính thức) acting ▷ n (được làm) right, power, authority; **nhân quyền** n human rights; **nhiều quyền lực** adj powerful; **quyền được đi trước** n right of way; **quyền được vào** n admittance; **quyền công dân** n civil rights; **quyền tác giả** n copyright; **quyền thừa kế** n inheritance; **sự nhượng quyền** n concession

quyền Anh [kuien aːɲ] n boxing; **võ sỹ quyền Anh** n boxer

quyến rũ [kuien zu] v seduce; **có sức quyến rũ** adj charming; **sức quyến rũ** n charm

quyết định [kuiet diɲ] v decide; **mang tính quyết định** adj decisive; **sự quyết định** n decision

quy hoạch [kui hɔatʃ] n planning; **sự quy hoạch thị trấn** n town planning

quýt [kuit] **quả quýt** n mandarin, tangerine; **quýt nhỏ** n clementine

quy tắc [kui tak] n rule; **bất quy tắc** adj irregular; **quy tắc đạo đức** n morals

quý trọng [kui tʃauŋ] v respect; **sự quý trọng** n regard

quy ước [kui ɯɤk] **không theo quy ước** adj unconventional

r

ra [zɑ:] v exit ▷ adv outside; **bỏ ra ngoài** v leave out; **buổi chiều ra mắt** n premiere; **có thể ngửa ra sau** adj reclining; **cửa ra** n exit; **đi ra** v come out; **được nêu ra** v come up; **ra đi** v go away; **riêng ra** adv apart; **sự ra đi** n departure; **thở ra** v breathe out; **Cửa ra ở đâu?** Where is the exit?; **Chúng tôi có thể ra boong tàu không?** Can we go out on deck?; **Đi cửa nào để ra...?** Which exit for...?; **Khi nào tôi được ra viện?** When will I be discharged?

rá [zɑ] **cái rá** n colander

rác [zɑk] n refuse, rubbish, trash; **bãi rác** n dump; **cái hót rác** n dustpan; **chỗ đổ rác** n rubbish dump; **hố rác tự hoại** n septic tank; **người hót rác** n dustman; **rác rưởi** n litter (rubbish); **rác thải** n garbage; **sọt đựng giấy rác** n wastepaper basket; **thùng rác** n dustbin, litter bin; **thư rác** n junk mail, spam; **Chúng tôi để rác ở đâu?** Where do we leave the rubbish?

rách [zatʃ] v rip; **chỗ rách** n tear (split); **giẻ rách** n rag; **làm rách** v tear; **xé rách** v rip up

ra-đa [zɑ:dɑ:] n radar; **hệ thống ra-đa** n radar

rađiô [zɑ:dio] n radio; **được điều khiển bằng rađiô** adj radio-controlled

ra hiệu [zɑ: hieu] v signal

ra hoa [zɑ: hɔɑ:] v blossom

rái cá [zɑi ka] **con rái cá** n otter

ra lệnh [zɑ: leɲ] v order (request)

rám nắng [zam naɲ] adj brown; **màu rám nắng** n tan; **rám nắng** adj tanned; **sự rám nắng** n suntan

rán [zan] adj fried ▷ v fry; **bánh rán** n doughnut; **rán ngập mỡ** v deep-fry

rạn [zan] **làm rạn nứt** v crack; **rạn nứt** adj cracked; **vết rạn** n fracture

ra ngoài [zɑ: ŋɔɑi] **không ra ngoài** v stay in

ranh [zɑ:ɲ] adj sly; **ranh mãnh** adj sly; **trẻ ranh** n brat

rãnh [zɑɲ] n trench

ranh giới [zɑ:ɲ zɤi] n boundary

ráo [zɑɔ] adj dry; **làm ráo nước** v drain

rào [zɑɔ] n hurdle; **rào chắn đường** n roadblock

rào cản [zɑɔ kan] n hurdle

rào chắn [zɑɔ tʃan] n railings

ráp [zap] adj (thô) rough; **giấy ráp** n sandpaper

rạp [zap] n shed, cinema; **rạp hát** n theatre; **rạp xiếc** n circus; **Ở rạp tối nay có gì?** What's on tonight at the cinema?

rau [zɑ:u] n vegetables, greens; **cửa hàng rau quả** n greengrocer's; **rau**

củ *n* vegetable; **rau diếp** *n* lettuce; **Có rau trong đó không?** Are the vegetables included?; **Rau tươi hay rau đông lạnh?** Are the vegetables fresh or frozen?

rau cải [zɑːu kai] **rau cải xoong** *n* cress, watercress

rau húng quế [zɑːu huŋ kue] *n* basil

rau mùi [zɑːu mui] *n* coriander

rắc rối [zak zoi] **Tôi đang gặp rắc rối** I am in trouble

rắn [zan] *adj (thể)* solid; **con rắn** *n* snake; **rắn chuông** *n* rattlesnake

răng [zaŋ] *n* tooth; **bộ răng giả** *n* dentures; **bàn chải đánh răng** *n* toothbrush; **chứng đau răng** *n* toothache; **chỉ tơ vệ sinh răng** *n* dental floss; **kem đánh răng** *n* toothpaste; **mọc răng** *v* teethe; **răng khôn** *n* wisdom tooth; **thuộc răng** *adj* dental; **Cái răng này đau** This tooth hurts; **Tôi bị gãy răng** I've broken a tooth

rằng [zaŋ] *conj* that

râm [zəm] **chỗ râm** *n* shade; **kính râm** *n* sunglasses

rậm [zəm] *adj* bushy; **bụi rậm** *n* bush *(thicket)*

rận [zən] *n* louse; **con rận** *n* flea

rất [zət] *adv* very; **rất căng** *adj* intense; **rất quan trọng** *adj* crucial; **Rất cảm ơn anh đã mời tôi** It's very kind of you to invite me; **Tôi rất thích anh** I like you very much

râu [zəu] *n* beard; **cạo râu** *v* shave; **có râu** *adj* bearded; **không cạo râu** *adj* unshaven; **râu mèo** *n* whiskers

rây [zəi] **cái rây** *n* sieve

rẻ [zɛ] *adj* cheap; **Anh có thứ nào rẻ hơn không?** Do you have anything cheaper?; **Tôi muốn cách rẻ nhất** I'd like the cheapest option

rẽ [zɛ] *v* turn, divide; **Đến ngã rẽ tới thì rẽ phải** Go right at the next junction; **Đến ngã rẽ tới thì rẽ trái** Go left at the next junction; **Đây có phải đường rẽ vào... không?** Is this the turning for...?; **Rẽ phải** Turn right; **Rẽ trái** Turn left; **Rẽ vào đường đầu tiên bên phải** Take the first turning on your right; **Rẽ vào đường thứ hai bên trái** Take the second turning on your left

rèm [zɛm] *n* fringe; **rèm cửa** *n* curtain

rể [ze] **chú rể** *n* bridegroom; **con rể** *n* son-in-law

rễ [ze] **rễ cây** *n* root

rên gừ gừ [zen ɣɯ ɣɯ] *v* purr

rêu [zeu] *n* moss

rỉ [zi] **han rỉ** *adj* rusty; **thép không rỉ** *n* stainless steel

ria [ziɑ] *n* moustache

rìa [ziɑː] *n* edge

riêng [zieŋ] *adj* special, private; **riêng ra** *adv* apart; **riêng rẽ** *adv* separately; **tài sản riêng** *n* private property; **trợ lý riêng** *n* personal assistant; **Có phòng riêng cho nam không?** Do you have any single sex dorms?; **Tôi có thể nói chuyện riêng với anh được không?** Can I speak to you in private?

riêng biệt [zieŋ biet] *adj* particular, separate

riêng tư [zieŋ tɯ] *adj* personal, private; **sự riêng tư** *n* privacy

rít [zit] **rít lên** *v* squeak

rìu [ziu] **cái rìu** n axe
rò [zɔ] v leak; **Bình xăng bị rò** The petrol tank is leaking
rõ [zɔ] **ghi rõ** v specify; **làm rõ** v clarify
roi [zɔi] **roi da** n whip
rong [zauŋ] **người hát rong** n busker
rõ ràng [zɔ zaŋ] adj blatant, clear, definite, glaring, obvious; **không rõ ràng** adj unclear, vague; **một cách rõ ràng** adv clearly
rò rỉ [zɔ zi] v leak
rót [zɔt] v pour
rổ [zo] **bóng rổ nữ** n netball; **cái rổ** n basket
rồi [zoi] adv already
rỗi [zoi] adj free, unoccupied; **thời gian rỗi** n leisure, spare time; **Sáng mai tôi rỗi** I'm free tomorrow morning
rôman [zomaːn] **có kiểu kiến trúc rôman** adj Romanesque
rốn [zon] n belly button, navel
rồng [zoŋ] **con rồng** n dragon
rỗng [zoŋ] **trống rỗng** adj hollow
rộng [zoŋ] adj broad, wide; **băng rộng** n broadband; **chiều rộng** n width; **rộng lớn** adj large; **rộng lùng phùng** adj baggy
rộng rãi [zoŋ zai] adj extensive ▷ adv wide; **một cách rộng rãi** adv extensively
rơi [zɤi] v fall; **rơi ra** v fall out; **sự rơi** n fall; **tuyết rơi** v snow; **Anh có tờ rơi bằng tiếng Anh không?** Do you have a leaflet in English?; **Chỗ hàn bị rơi ra rồi** A filling has fallen out
rời [zɤi] v leave; **sắp rời đi** adj

outgoing; **thanh toán hóa đơn và rời khỏi khách sạn** v check out
rơm [zɤm] n straw
ru [zu] **bài hát ru** n lullaby
rủ [zu] **rủ xuống** v hang
rùa [zuaː] **con bọ rùa** n ladybird; **con rùa** n tortoise, turtle
rubella [zubɛllaː] **bệnh rubella** n German measles
rủi ro [zui zɔ] n risk; **hành động nhiều rủi ro** n gambling
rulet [zulɛt] **môn chơi rulet** n roulette
rum [zum] **rượu rum** n rum
Rumani [zumaːni] **người Rumani** n Romanian (person); **nước Rumani** n Romania; **thuộc Rumani** adj Romanian; **tiếng Rumani** n Romanian (language)
run [zun] v shiver, tremble; **run bắn lên** v shudder; **run lên vì sướng** adj thrilled; **sự run lên** n thrill
rung [zuŋ] v shake; **sự rung chuông** n toll
rụng [zuŋ] **rụng xuống** v fall down
run rẩy [zun zәi] adj shaky
ruồi [zuoi] **con ruồi** n fly
ruột [zuot] n gut; **anh chị em ruột** n siblings; **chứng sa ruột** n hernia; **họ hàng ruột thịt** n next-of-kin; **ruột bánh mỳ** n breadcrumbs
ruột thừa [zuot tɯaː] **bệnh viêm ruột thừa** n appendicitis
rút [zut] v withdraw; **máy rút tiền** n cash dispenser; **rút khỏi** v pull out; **rút lui** v back out; **sự rút khỏi** n withdrawal
rút khỏi [zut χɔi] v pull out
rửa [zɯaː] v wash; **bồn rửa** n sink; **công việc rửa bát** n washing-up;

chậu rửa n washbasin; **điểm rửa xe** n car wash; **lễ rửa tội** n christening; **máy rửa bát đĩa** n dishwasher; **nước rửa bát** n washing-up liquid; **rửa bát đĩa** v wash up; **sự rửa** n rinse; **Dùng máy rửa xe thế nào ạ?** How do I use the car wash?; **Khu rửa bát ở đâu?** Where is the washing up area?; **Tôi có thể rửa tay ở đâu?** Where can I wash my hands?; **Tôi muốn rửa xe** I would like to wash the car

rừng [zɯɯŋ] n forest; **rừng cây** n wood; **rừng nhiệt đới** n jungle; **rừng rậm nhiệt đới** n rainforest; **thỏ rừng** n hare

rưỡi [zɯɤi] **Bây giờ là hai rưỡi** It's half past two; **Gần hai rưỡi rồi** It's almost half past two

rượu [zɯɤu] n alcohol, drink; **cửa hàng rượu** n off-licence; **chủ quán rượu** n publican; **Đồ uống nóng có rượu** n punch (hot drink); **không uống rượu** adj teetotal; **nữ phục vụ của quán rượu** n barmaid; **người nghiện rượu** n alcoholic; **người phục vụ ở quầy rượu** n bartender; **người phục vụ ở quán rượu** n barman; **nghiện rượu** adj alcoholic; **nhà máy rượu** n distillery; **quán rượu** n bar, pub; **rượu cồn** n alcohol; **rượu gin** n gin; **rượu hồng** n rosé; **rượu khai vị** n aperitif; **rượu mạnh** n brandy; **rượu mùi** n liqueur; **rượu nâu đậm** n sherry; **rượu nhà làm lấy** n house wine; **rượu rum** n rum; **rượu sâm panh** n champagne; **rượu táo** n cider; **rượu uýt-xki** n whisky; **rượu vang ngọt** n port (wine); **rượu vốt-ca** n vodka; **say rượu** adj drunk; **sự khó chịu sau khi uống rượu** n hangover; **Thiết bị thử nồng độ rượu qua hơi thở Breathalyser®** n Breathalyser®; **việc lái xe khi say rượu** n drink-driving; **Anh có những loại rượu mùi nào?** What liqueurs do you have?; **Chúng tôi muốn uống rượu khai vị** We'd like an aperitif; **Làm ơn cho xem danh mục rượu** The wine list, please; **Tôi không uống rượu** I don't drink alcohol; **Trong đó có rượu không?** Does that contain alcohol?

rượu vang [zɯɤu vaːŋ] n wine; **cốc uống rượu vang** n wineglass; **danh sách rượu vang** n wine list; **rượu vang đỏ** n red wine; **rượu vang thường** n table wine

S

sa [sɑ:] **chứng sa ruột** n hernia
sạc [sak] **bộ sạc** n charger
sách [sɑtʃ] n book; **cặp sách** n
schoolbag; **cuốn sách nhỏ** n
pamphlet; **danh sách** n list; **danh
sách đợi** n waiting list; **danh sách
nhận thư** n mailing list; **giá sách** n
bookshelf; **hiệu sách** n bookshop;
ngân sách n budget; **sổ sách** n
register; **sách điện tử** n e-book;
sách bìa mềm n paperback; **sách
dạy nấu ăn** n cookbook, cookery
book; **sách giáo khoa** n
schoolbook, textbook; **sách hướng
dẫn** n guidebook, manual; **tủ sách**
n bookcase
sạch [sɑtʃ] adj clean; **dọn sạch** v
clean; **nước tẩy sạch** n cleanser;
sạch sẽ adj clean, spotless; **Phòng
không sạch** The room isn't clean;
**Tôi có thể mang cái này đi tẩy
sạch ở đâu?** Where can I get this
cleaned?; **Tôi muốn làm sạch
những thứ này** I'd like to get these

things cleaned
sa giông [sɑ: zoŋ] **con sa giông** n
newt
Sahara [sɑ:hɑ:zɑ:] **sa mạc Sahara**
n Sahara
sai [sɑ:i] adj (không đúng) wrong ▷ v
order, command, to be prolific;
đánh giá sai v misjudge; **một cách
sai lầm** adv mistakenly, wrong; **sai
lạc** adj misleading; **sai lầm** adj
mistaken; **số sai** n wrong number;
Hoá đơn tính sai The bill is wrong
sai lầm [sɑ:i ləm] **điều sai lầm** n
blunder
salad [sɑ:lɑ:z] **salad cải bắp** n
coleslaw
sà lan [sɑ lɑ:n] n barge
sa lát [sɑ: lɑt] **sa lát thập cẩm** n
mixed salad
sa mạc [sɑ: mɑk] n desert; **sa mạc
Sahara** n Sahara
sàn [sɑn] n floor; **vải sơn lót sàn** n
lino
sạn [sɑn] n grit
sang [sɑ:ŋ] v come over, transfer, be
noble ▷ adj noble; **chuyển sang** v
bring forward; **sang một bên** adv
sideways; **sự sang số** n gearshift;
trưởng giả học làm sang n snob
sáng [sɑŋ] adj (chói) bright, (màu)
light (not dark) ▷ adv (buổi) a.m.;
ánh sáng n light; **bữa ăn sáng** n
breakfast; **buổi sáng** n morning;
chiếu sáng v shine; **nháy sáng** v
flash; **sự sáng tạo** n creation; **sự
thắp sáng** n lighting; **sáng bóng**
adj shiny; **sáng chói** adj brilliant;
sáng màu adj fair (light colour);
sáng tạo adj creative; **thắp sáng** v
light; **Tôi có thể mang ra chỗ**

sáng được không? May I take it over to the light?

sáng kiến [saŋ kien] n initiative

sang trọng [saːŋ tʃauŋ] adj luxurious

sảnh [saŋ] **Chúng tôi uống cà phê trong sảnh được không?** Could we have coffee in the lounge?; **Tôi sẽ gặp anh ở sảnh** I'll meet you in the lobby

sành điệu [saŋ dieu] adj cool (stylish), sophisticated

sảnh đường [saŋ duɤŋ] n pavilion

san hô [saːn ho] n coral

San Marino [saːn maːzinɔ] n San Marino

sản phẩm [saŋ fəm] n product; **sản phẩm bán chạy nhất** n bestseller

sản xuất [saŋ suət] v yield; **người sản xuất** n producer; **việc sản xuất** n production

sao [saːɔ] n star ▷ adv how, why ▷ v roast, copy; **bản sao** n copy; **dù sao đi nữa** adv anyhow, anyway; **sao chổi** n comet; **sao chép** v copy; **Anh có sao không?** Are you alright?; **Bị làm sao?** What's wrong?; **Không sao** It doesn't matter

sáo [saɔ] n blackbird; **ống sáo** n flute

sào [saɔ] n pole; **môn nhảy sào** n pole vault

sao lãng [saːɔ laŋ] v neglect; **bị sao lãng** adj neglected; **làm sao lãng** v distract; **sự sao lãng** n neglect

sáp [sap] n ointment, wax; **sáp môi** n lip salve; **sáp ong** n wax

sa thạch [saː tatʃ] n sandstone

sa thải [saː tai] v dismiss, sack; **sự sa thải** n sack

sau [saːu] prep after ▷ adv behind, back; **có thể ngửa ra sau** adj reclining; **ở đằng sau** adj behind, rear; **phía sau** n rear; **sau đây** adj following; **sau cùng** adv last; **sau khi** conj after; **tiếp sau** adv next; **sau tám giờ** after eight o'clock; **tuần sau nữa** the week after next

sáu [sau] number six

Saudi [saːuzi] **người Saudi** n Saudi; **thuộc Saudi** adj Saudi

sau đó [saːu dɔ] conj then, afterwards

sáu mươi [sau muɤi] number sixty

say [saːi] adj drunken; **bị say sóng** adj seasick; **chứng say ô tô** n travel sickness; **ngà ngà say** adj tipsy; **người say rượu** n drunk; **say máy bay** adj airsick; **say rượu** adj drunk; **sự say nắng** n sunstroke; **Tôi bị say tàu xe** I get travel-sick

sẩy [sai] **sự sẩy thai** n miscarriage

say mê [saːi me] adj keen; **sự say mê** n zest (excitement)

say sưa [saːi sɯa] adj drunken; **cuộc chè chén say sưa** n binge drinking

sắc [sak] adj (nhọn) sharp; **thuộc sắc tộc** adj ethnic

sặc sỡ [sak sɤ] adj colourful

săm [sam] **săm xe** n inner tube; **Anh có săm mới không?** Do you have a new tube?

săn [san] v hunt; **bị săn trộm** adj poached (caught illegally); **cuộc đi săn** n safari; **người đi săn** n hunter; **sự đi săn** n hunting; **súng săn** n shotgun

sẵn [san] adj ready; **nấu sẵn** adj ready-cooked; **thực đơn sẵn** n set menu

săn bắn [san ban] v hunt

săn có [san kɔ] adj available; **sự sẵn có** n availability

sẵn lòng [san lauŋ] adj willing

sẵn sàng [san saŋ] adj prepared, ready ▷ adv readily, willingly; **Anh sẵn sàng chưa?** Are you ready?; **Tôi chưa sẵn sàng** I'm not ready; **Tôi sẵn sàng rồi** I'm ready

sắp [sap] adv nearly, soon; **sắp tới** adj coming

sắp xếp [sap sep] **sắp xếp gọn gàng** v tidy up

sắt [sat] n iron; **cửa hàng bán đồ sắt** n ironmonger's; **đường sắt** n railway

sấm [səm] n thunder; **Tôi nghĩ sắp có sấm** I think it's going to thunder

sầm [səm] **đóng sầm** v slam

sẫm [səm] adj dark (colour); **nâu sẫm** adj maroon

sâm panh [səm pa:ɲ] **rượu sâm panh** n champagne

sân [sən] n yard (enclosure); **cuộc đấu ở sân đối phương** n away match; **sân bay** n airport; **sân băng** n ice rink, rink, skating rink; **sân chơi** n playground, playing field; **sân gôn** n golf course; **sân nhỏ** n courtyard; **sân quần vợt** n tennis court; **sân vận động** n stadium; **xe buýt sân bay** n airport bus

sâu [səu] adj (nông) deep; **chiều sâu** n depth; **một cách sâu sắc** adv deeply; **sâu bướm** n caterpillar; **thuốc trừ sâu** n pesticide

sâu que [səu kuɛ] n stick insect

sấy [səi] v dry; **máy sấy** n dryer; **máy sấy quần áo** n tumble dryer; **máy sấy tóc** n hairdryer; **sấy khô** v dry; **sự sấy tóc** n blow-dry; **Có nơi nào sấy quần áo không?** Is there somewhere to dry clothes?

sậy [səi] **cây sậy** n reed

Scandinavia [ska:nzina:via] n Scandinavia; **thuộc Scandinavia** adj Scandinavian

Scotland [skɔtla:nz] **đàn ông Scotland** n Scotsman; **người Scotland** n Scot; **nước Scotland** n Scotland; **phụ nữ Scotland** n Scotswoman; **thuộc Scotland** adj Scots, Scottish; **váy Scotland** n kilt

sẻ [sɛ] **chim sẻ** n sparrow

séc [sɛk] n cheque; **séc du lịch** n traveller's cheque; **sổ séc** n chequebook; **Anh có chấp nhận séc du lịch không?** Do you accept traveller's cheques?; **Có người đã lấy cắp séc du lịch của tôi** Someone's stolen my traveller's cheques; **Tôi có thể đổi séc du lịch ở đây không?** Can I change my traveller's cheques here?; **Tôi có thể đổi séc ra tiền mặt không?** Can I cash a cheque?; **Tôi muốn đổi những tấm séc du lịch này** I want to change these traveller's cheques; **Tôi trả bằng séc có được không?** Can I pay by cheque?

Séc [sɛk] **người Séc** n Czech (person); **nước Cộng hòa Séc** n Czech Republic; **thuộc Séc** adj Czech; **tiếng Séc** n Czech (language)

Senegal [sɛnɛɣa:l] **người Senegal** n Senegalese; **nước Senegal** n Senegal; **thuộc Senegal** adj Senegalese

sẹo [sɛɔ] *n* scar; **vết sẹo** *n* scar
Serbia [sɛzbiɑ] **người Serbia** *n*
Serbian *(person)*; **nước Serbia** *n*
Serbia; **thuộc Serbia** *adj* Serbian;
tiếng Serbia *n* Serbian *(language)*
sét [sɛt] **đất sét** *n* clay
sên [sen] *n* slug; **con sên không vỏ**
n slug
sếu [seu] **con sếu** *n* crane *(bird)*
Shiite [shiitɛ] **thuộc dòng Shiite**
adj Shiite
Sibêri [sibezi] *n* Siberia
SIDA [sizɑ:] **bệnh SIDA** *n* AIDS
siết [siet] **siết chặt** *v* squeeze
siêu [sieu] *adj* super; **siêu tự nhiên**
adj supernatural
siêu âm [sieu əm] **sóng siêu âm** *n*
ultrasound
siêu thị [sieu ti] *n* supermarket;
cửa hàng siêu thị *n* hypermarket;
Tôi cần tìm một siêu thị I need to
find a supermarket
Sikh [siɣ] **liên quan đến đạo Sikh**
adj Sikh; **người theo đạo Sikh** *n*
Sikh
silic [silik] *n* silicon; **vi mạch làm**
bằng silic *n* silicon chip
sinh [siɲ] *v* be born ▷ *n* birth; **bẩm**
sinh *adj* born; **chi phí sinh hoạt** *n*
cost of living; **con sinh ba** *n*
triplets; **giấy khai sinh** *n* birth
certificate; **hướng đạo sinh** *n*
scout; **mới sinh** *adj* newborn; **nơi**
sinh *n* birthplace, place of birth;
nghỉ sinh con của nam giới *n*
paternity leave; **nhà hộ sinh** *n*
maternity hospital; **sự hạn chế**
sinh đẻ *n* birth control; **sự sinh đẻ**
n birth; **thuộc nơi sinh** *adj* native; **5**
tháng nữa tôi sẽ sinh I'm due in
five months
sinh đôi [siɲ doi] **con sinh đôi** *n*
twin
sinh hoạt [siɲ hɔat] *n* living
sinh nhật [siɲ ɲət] *n* birthday;
ngày sinh nhật *n* birthday; **Chúc**
mừng sinh nhật! Happy birthday!
sinh sản [siɲ san] *v* breed; **sự sinh**
sản *n* reproduction
sinh thái [siɲ tai] **sinh thái học** *n*
ecology; **thuộc sinh thái học** *adj*
ecological
sinh trắc học [siɲ tʃak hɔk] **thuộc**
sinh trắc học *adj* biometric
sinh vật [siɲ vət] *n* creature,
organism
sinh vật học [siɲ vət hɔk] *n*
biology; **thuộc sinh vật học** *adj*
biological
sinh viên [siɲ vien] *n* student; **sinh**
viên đại học *n* undergraduate;
sinh viên đã tốt nghiệp *n*
graduate; **sinh viên lớn tuổi** *n*
mature student; **sinh viên sau đại**
học *n* postgraduate; **sự giảm giá**
cho sinh viên *n* student discount;
Có giảm giá cho sinh viên không?
Are there any reductions for
students?; **Tôi là sinh viên** I'm a
student
Síp [sip] **đảo Síp** *n* Cyprus; **người**
Síp *n* Cypriot *(person)*; **thuộc Síp** *adj*
Cypriot
Slovakia [slɔvɑ:kiɑ] **người**
Slovakia *n* Slovak *(person)*; **nước**
Slovakia *n* Slovakia; **thuộc**
Slovakia *adj* Slovak; **tiếng**
Slovakia *n* Slovak *(language)*
Slovenia [slɔvɛniɑ] **người**
Slovenia *n* Slovenian *(person)*; **nước**

Slovenia n Slovenia; **thuộc Slovenia** adj Slovenian; **tiếng Slovenia** n Slovenian (language)
SMS [sms] **tin nhắn SMS** n SMS
sọ [sɔ] n skull
soạn [sɔan] v compose (music); **nhà soạn nhạc** n composer
soát [sɔat] **kiểm soát** v control; **sự kiểm soát** n control
sóc [sɔk] **con sóc** n squirrel
sọc [sɔk] n stripe; **có sọc** adj striped, stripy
sói [sɔi] **chó sói** n wolf
sỏi [sɔi] n gravel, pebble; **sỏi mật** n gallstone
Somali [sɔmaːli] **người Somali** n Somali (person); **nước Somali** n Somalia; **thuộc Somali** adj Somali; **tiếng Somali** n Somali (language)
son [sɔn] **son môi** n lipstick
sóng [sauŋ] n wave; **bị say sóng** adj seasick; **bọt sóng** n surf; **bước sóng** n wavelength; **chương trình phát sóng** n broadcast; **gợn sóng** adj wavy; **lướt sóng** v surf; **môn lướt sóng** n surfing; **người lướt sóng** n surfer; **phát sóng** v broadcast; **sóng siêu âm** n ultrasound; **sóng thần** n tsunami
sòng bạc [sauŋ bak] n casino
Song sinh [sauŋ siŋ] **cung Song sinh** n Gemini
song song [sauŋ sauŋ] adj parallel
soóc [sɔːk] **quần soóc** n shorts
so sánh [sɔ saŋ] v compare; **sự so sánh** n comparison
sọt [sɔt] **sọt đựng giấy rác** n wastepaper basket
sót lại [sɔt lai] **phần sót lại** n leftovers

số [so] n number, fate, destiny; **bộ số** n gear (mechanism); **biển số xe** n number plate; **cần số** n gear lever, gear stick; **con số** n figure; **cuộc điều tra dân số** n census; **dạng số ít** n singular; **dân số** n population; **hộp số** n gear box; **kỹ thuật số** adj digital; **quay số** v dial; **số điện thoại** n phone number; **số điện thoại di động** n mobile number; **số hội viên** n membership; **số không** n nought, zero; **số lượng** n quantity; **số liệu** n data; **số nhiều** n plural; **số phòng** n room number; **số sai** n wrong number; **số tài khoản** n account number; **số tham chiếu** n reference number; **Số mật khẩu** n PIN; **sự sang số** n gearshift; **Anh nhầm số rồi** You have the wrong number; **Cho tôi xin số điện thoại của anh được không?** Can I have your phone number?; **Số để gọi hỏi tổng đài là gì?** What is the number for directory enquiries?; **Số điện thoại di động của tôi là...** My mobile number is...; **Số điện thoại di động của anh là bao nhiêu?** What is the number of your mobile?; **Số điện thoại là gì?** What's the telephone number?; **Số fax là gì?** What is the fax number?
sổ [so] n notebook ▷ v slip away; **sổ địa chỉ** n address book; **sổ ghi chép** n notebook; **sổ sách** n register; **sổ séc** n chequebook; **sổ tay ghi chép** n jotter; **sổ tay hướng dẫn** n handbook; **sổ tay thành ngữ** n phrasebook
sốc [sok] n shock; **cú sốc** n shock; **gây sốc** v shock

sô cô la [so ko lɑ:] *n* chocolate; **Sô cô la nguyên chất** *n* plain chocolate; **sô cô la sữa** *n* milk chocolate

sôi [soi] *v* boil; **đang sôi** *adj* boiling; **đã sôi** *adj* boiled

sồi [soi] *n* oak tree; **cây sồi** *n* oak; **quả sồi** *n* acorn

sôi tràn [soi tʃan] *v* boil over

số liệu [so lieu] **số liệu thống kê** *n* statistics

số lượng [so lɯʌŋ] *n* amount

số mũ [so mu] *n* index *(numerical scale)*

sông [soŋ] *n* stream, river; **dòng sông** *n* river; **tôm sông** *n* crayfish; **Có bơi được ở sông không?** Can one swim in the river?; **Có chuyến tham quan bằng thuyền trên sông không?** Are there any boat trips on the river?

sống [soŋ] *adj (chưa chín)* raw ▷ *v (tồn tại)* live; **cột sống** *n* spine; **còn sống** *adj* alive; **cuộc sống** *n* life; **lối sống** *n* lifestyle; **mức sống** *n* standard of living; **sống động** *adj* lively; **sống bằng** *v* live on; **sống chung** *v* live together; **tủy sống** *n* spinal cord; **Anh sống ở đâu?** Where do you live?; **Chúng tôi có thể nghe nhạc sống ở đâu?** Where can we hear live music?; **Tôi sống ở...** I live in...

sống còn [soŋ kɔn] *adj* vital

sống lại [soŋ lai] **làm sống lại** *v* revive

sống sót [soŋ sɔt] *v* survive; **người sống sót** *n* survivor; **sự sống sót** *n* survival

số phận [so fən] *n* a lot, fate

sốt [sot] *adj* hot, feverish; **cơn sốt** *n* fever; **nước sốt cà chua** *n* ketchup; **sốt mayonnaise** *n* mayonnaise; **Con bé bị sốt** She has a temperature; **Tôi muốn mua thuốc hạ sốt** I'd like something for a temperature; **Thằng bé bị sốt** He has a fever

sốt rét [sot zɛt] **bệnh sốt rét** *n* malaria

sô vanh [so vɑ:ɲ] *n* chauvinist; **người theo chủ nghĩa sô vanh** *n* chauvinist

sổ xố [so so] *n* lottery

sở [sɤ] *n* office; **trụ sở chính** *n* head office, HQ

sợ [sɤ] *adj* afraid ▷ *v* fear; **dễ sợ** *adj* dreadful; **đáng sợ** *adj* frightening, scary; **hoảng sợ** *v* panic; **làm cho khiếp sợ** *v* terrify; **làm sợ hãi** *v* frighten; **nỗi sợ hãi** *n* phobia; **nỗi sợ** *n* fear; **sợ hãi** *adj* frightened; **sợ không gian hẹp** *adj* claustrophobic; **sự hoảng sợ** *n* panic; **sự sợ hãi** *n* fright

sơ-cua [sɤkuɑ] **đồ sơ-cua** *n* spare part

sơ cứu [sɤ kɯu] *n* first aid; **bộ đồ sơ cứu** *n* first-aid kit

sơ đồ [sɤ do] *n* plan; **sơ đồ đường phố** *n* street plan

sợ hãi [sɤ hai] *adj* scared; **sự sợ hãi** *n* scare

sở hữu [sɤ hɯu] *v* own

sởi [sɤi] **bệnh sởi** *n* measles; **Gần đây tôi bị bệnh sởi** I had measles recently

sợi [sɤi] *n* fibre, thread; **sợi dây** *n* string; **thủy tinh sợi** *n* fibreglass

sơ khai [sɤ xɑ:i] *adj* primitive

sớm [sɤm] *adj* early ▷ *adv* early, shortly, soon; **càng sớm càng tốt** as soon as possible

sớm hơn [sɤm hɤn] *adv* beforehand, earlier, sooner

sơmi [sɤmi] **áo sơmi** *n* shirt

sơ mi nữ [sɤ mi nɯ] *n* blouse

sơn [sɤn] *n* paint; **quét sơn** *v* paint; **sơn mài** *n* lacquer; **thuốc sơn móng tay** *n* nail polish, nail varnish; **thuốc tẩy sơn móng tay** *n* nail polish remover; **vải sơn lót sàn** *n* lino

sởn gai ốc [sɤn ɣaːi ok] **sự sởn gai ốc** *n* goose pimples

sơ suất [sɤ suət] *n* slip *(mistake)*; **sự sơ suất** *n* oversight *(mistake)*

sơ tán [sɤ tan] *v* evacuate

sở thích [sɤ titʃ] *n* hobby

sơ tuyển [sɤ tuien] **danh sách sơ tuyển** *n* shortlist

spaghetti [spaːɣɛtti] **món spaghetti** *n* spaghetti

Sri Lanka [szi laːnkaː] **nước Sri Lanka** *n* Sri Lanka

steroid [stɛzɔiz] **chất hữu cơ steroid** *n* steroid

studio [stuziɔ] *n* studio

sủa [suaː] *v* bark

súc [suk] *v* rinse, wash; **dung dịch súc miệng** *n* mouthwash

Sudan [suzaːn] *n* Sudan; **người Sudan** *n* Sudanese; **thuộc Sudan** *adj* Sudanese

súng [suŋ] *n* gun; **súng cối** *n* mortar *(military)*; **súng lục** *n* pistol, revolver; **súng máy** *n* machine gun; **súng săn** *n* shotgun; **súng trường** *n* rifle

sũng [suŋ] **sũng nước** *adj* soggy

sung túc [suŋ tuk] *adj* well-off

suối [suoi] *n* stream; **dòng suối** *n* stream; **suối nước khoáng** *n* spa

suốt [suot] *prep* through; **trong suốt** *adj* see-through

suốt từ lúc [suot tɯ luk] *conj* since

súp [sup] *n* soup; **Món súp của ngày hôm nay là súp gì?** What is the soup of the day?

súp lơ [sup lɤ] *n* cauliflower

suy [sui] **suy dinh dưỡng** *n* malnutrition

suy đoán [sui dɔan] *v* speculate; **theo suy đoán** *adv* presumably

suy ngẫm [sui ŋɤm] *v* contemplate; **sự suy ngẫm** *n* meditation

suy nghĩ [sui ŋi] *v* think; **sự suy nghĩ** *n* thought

suy nhược [sui ɲuɤk] *v* break down; **suy nhược thần kinh** *n* nervous breakdown

suy sụp [sui sup] *v* decay

suy thoái [sui tɔai] **tình trạng suy thoái** *n* recession

suy xét [sui sɛt] *v* speculate

sứ [sɯ] **cha sứ** *n* vicar

sự [sɯ] **sự nghiệp** *n* cause *(ideals)*; **sự việc** *n* incident

sứa [sɯaː] *n* jellyfish; **con sứa** *n* jellyfish; **Ở đây có sứa không?** Are there jellyfish here?

sửa [sɯaː] *v* repair, fix; **cắt sửa móng tay** *v* manicure; **công việc sửa đường** *n* roadworks; **sự cắt sửa móng tay** *n* manicure; **sự sửa lại** *n* revision; **sự sửa lại toàn bộ** *n* makeover; **sửa lại** *v* rectify, revise; **Anh có bộ đồ sửa xe không?** Do you have a repair kit?; **Anh có thể**

cho tôi đi nhờ đến chỗ sửa xe **không?** Can you give me a lift to the garage?; **Anh có thể kéo giúp tôi đến chỗ sửa xe không?** Can you tow me to a garage?; **Anh có thể sửa đồng hồ cho tôi không?** Can you repair my watch?; **Anh có thể sửa kính cho tôi không?** Can you repair my glasses?; **Cửa hàng sửa xe đạp gần nhất ở đâu?** Where is the nearest bike repair shop?; **Có đáng sửa không?** Is it worth repairing?; **Gần đây có chỗ sửa xe không?** Is there a garage near here?; **Sửa mất bao lâu?** How long will it take to repair?; **Sửa sẽ mất bao nhiêu tiền?** How much will the repairs cost?; **Tôi muốn có bộ đồ sửa xe được không?** Can I have a repair kit?

sữa [sɯɑː] n milk; **bình sữa trẻ em** n baby's bottle; **cửa hàng bơ sữa** n dairy; **kem sữa trứng** n custard; **nuôi con bằng sữa mẹ** v breast-feed; **pho mát làm từ sữa đã gạn kem** n cottage cheese; **sản phẩm từ sữa** n dairy produce, dairy products; **sữa đã được gạn một phần kem** n semi-skimmed milk; **sữa chua** n yoghurt; **sữa không kem** n skimmed milk; **sữa mỹ phẩm** n lotion; **sữa tắm** n shower gel; **sữa thoa sau khi đi nắng** n aftersun lotion; **sữa trẻ em** n baby milk; **sữa UHT** n UHT milk; **sôcôla sữa** n milk chocolate; **sinh tố khuấy sữa** n milkshake; **vắt sữa** v milk; **Anh có sữa nguyên chất không?** Have you got real milk?; **Anh có uống sữa không?** Do you

drink milk?; **cho sữa riêng** with the milk separate; **Nó được làm bằng sữa chưa tiệt trùng phải không?** Is it made with unpasteurised milk?

sửa chữa [sɯɑː tʃɯɑː] v fix, repair, correct, mend; **bộ đồ sửa chữa** n repair kit; **sự sửa chữa** n repair; **sự sửa chữa** n correction; **thợ sửa chữa xe môtô** n motor mechanic; **Cửa hàng sửa chữa xe lăn gần nhất ở đâu?** Where is the nearest repair shop for wheelchairs?

sửa đổi [sɯɑː doi] v modify; **sự sửa đổi** n modification

sự buồn tẻ [sɯ buon tɛ] n boredom

sức [sɯk] **bài tập giữ sức khỏe** n keep-fit; **hết sức** adv hard; **sức chứa** n capacity

sự cho phép [sɯ tʃo fɛp] n leave

sự chuyển giao [sɯ tʃuien zɑːɔ] n transfer

sức khoẻ [sɯk xɔɛ] **giấy chứng nhận sức khoẻ** n medical certificate; **sự khám sức khoẻ** n medical

sức khỏe [sɯk xɔɛ] n health; **kiểm tra sức khỏe** n physical; **sự kiểm tra sức khỏe** n check-up

sức lực [sɯk lɯk] n strength

sức mạnh [sɯk mạn] n strength; **sức mạnh ý chí** n willpower

sử dụng [sɯ zụn] v use; **dễ sử dụng** adj user-friendly; **đã qua sử dụng** adj used; **ngày hết hạn sử dụng** n best-before date; **người sử dụng** n user; **tái sử dụng** v reuse; **tiện sử dụng** adj handy; **việc chia phiên sử dụng** n timeshare; **việc sử dụng** n use

sử gia [sɯ zaː] *n* historian

sự kiện [sɯ kien] *n* event, fact; **có nhiều sự kiện** *adj* eventful; **trình tự sự kiện** *n* proceedings

sự ly dị [sɯ li zi] *n* divorce

sưng [sɯŋ] **bị sưng** *adj* swollen

sừng [sɯŋ] *n* horn

sự nghỉ ngơi [sɯ ŋi ŋɤi] *n* the rest

sự ngủ nướng [sɯ ŋu nɯɤŋ] *n* lie in

sưởi [sɯɤi] *v* heat up; **hệ thống sưởi** *n* radiator; **sưởi trung tâm** *n* central heating

sườn [sɯɤn] *n* flank; **sườn lợn** *n* pork chop; **xương sườn** *n* rib

sướng [sɯɤŋ] *n* delight; **run lên vì sướng** *adj* thrilled; **sự vui sướng** *n* delight; **vui sướng** *adj* delighted

sương giá [sɯɤŋ za] *n* frost; **đầy sương giá** *adj* frosty

sương mù [sɯɤŋ mu] *adj* foggy ▷ *n* fog, mist; **đầy sương mù** *adj* misty; **đèn sương mù** *n* fog light; **Trời có sương mù** It's foggy

sứ quán [sɯ kuan] *n* embassy; **Tôi cần gọi điện cho sứ quán nước tôi** I need to call my embassy; **Tôi muốn gọi điện cho sứ quán nước tôi** I'd like to phone my embassy

sự rút thăm [sɯ zut tam] *n* draw (tie)

sự say tuý luý [sɯ saːi tui lui] *n* booze

sự thật [sɯ tət] *n* truth

sư tử [sɯ tɯ] **con sư tử** *n* lion; **sư tử cái** *n* lioness

sưu tầm [sɯu təm] *v* collect; **người sưu tầm** *n* collector

Swaziland [swaːzilaːnz] **nước Swaziland** *n* Swaziland

sỹ quan [si kuan] *n* officer

Syria [sizia] **người Syria** *n* Syrian; **nước Syria** *n* Syria; **thuộc Syria** *adj* Syrian

t

tá [ta] *n* dozen

tã [ta] *n* nappy ▷ *v* be worn out; **Tôi có thể thay tã cho em bé ở đâu?** Where can I change the baby?

tác [tak] *v* work; **Tôi đến đây công tác** I'm here on business

tác dụng [tak zuŋ] *n* action, effect; **có tác dụng** *adj* effective; **một cách có tác dụng** *adv* effectively; **tác dụng phụ** *n* side effect

tác động [tak doŋ] *n* effect ▷ *v* affect

tác giả [tak za] *n* author; **quyền tác giả** *n* copyright

tách [tatʃ] **chia tách** *v* divide; **sự chia tách** *n* division; **tách ra** *v* separate

tác phẩm [tak fəm] **tác phẩm nghệ thuật** *n* work of art

Tahiti [taːhiti] *n* Tahiti

tai [taːi] *n* ear; **đau tai** *n* earache; **hoa tai** *n* earring; **làm điếc tai** *adj* deafening; **nút bịt tai** *npl* earplugs; **tai họa** *n* catastrophe; **tai nghe** *n* earphones, headphones

tái [taːi] *adj* rare (undercooked)

tài [taːi] **có tài** *adj* gifted; **phân xử trọng tài** *n* arbitration

tải [taːi] **băng tải** *n* conveyor belt; **xe tải** *n* lorry, van; **xe tải chuyên dùng để di dời** *n* removal van; **Tôi có thể tải ảnh về đây không?** Can I download photos to here?

tại [taːi] *prep* at; **đặt tại** *adj* situated; **ở tại** *prep* at

tái chế [taːi tʃe] *v* recycle; **sự tái chế** *n* recycling

tài chính [taːi tʃiɲ] *adj* financial, fiscal ▷ *n* finance; **năm tài chính** *n* financial year, fiscal year

tái diễn [taːi zien] *adj* recurring

tài giỏi [taːi zɔi] *adj* skilful

tái hôn [taːi hon] *v* remarry

tài khoản [taːi χoan] *n* account (in bank); **số dư tài khoản ngân hàng** *n* bank balance; **số tài khoản** *n* account number; **tài khoản chung** *n* joint account; **tài khoản ngân hàng** *n* bank account; **tài khoản vãng lai** *n* current account; **Tôi muốn chuyển ít tiền từ tài khoản của tôi** I would like to transfer some money from my account

tài liệu [taːi lieu] *n* document, documents; **bộ tài liệu** *n* documentation; **cặp tài liệu** *n* portfolio; **kẹp tài liệu có vòng kim loại có thể mở ra** *n* ring binder; **phim tài liệu** *n* documentary; **tài liệu tải về** *n* download

tai nạn [taːi nan] *n* accident, disaster, calamity; **bảo hiểm tai nạn** *n* accident insurance; **tai nạn liên hoàn** *n* pile-up; **Có tai nạn!** There's been an accident!; **Nếu gặp**

tai nạn thì tôi phải làm gì? What do I do if I have an accident?; **Tôi đã bị tai nạn** I've been in an accident; **Tôi bị tai nạn** I've had an accident; **Tôi muốn mua bảo hiểm tai nạn cá nhân** I'd like to arrange personal accident insurance

tài nguyên [tai ŋuien] n resources; **tài nguyên thiên nhiên** n natural resources

tái nhợt [tai nɤt] adj pale

tái phát [tai fat] **sự tái phát** n relapse

tài sản [tai san] n asset, assets, property, real estate; **người quản lý tài sản** n receiver (person); **tài sản riêng** n private property; **tài sản to lớn** n fortune

tại sao [tai sa:ɔ] adv why

tái thiết [tai tiet] v rebuild

tài trợ [tai tʃɤ] v finance, sponsor; **nhà tài trợ** n sponsor; **sự tài trợ** n sponsorship

tải về [tai ve] v download; **tài liệu tải về** n download

tài xế [tai se] **tài xế xe tải** n lorry driver

Tajikistan [ta:jikista:n] **nước Tajikistan** n Tajikistan

tã lót [ta lɔt] n nappy

tám [tam] number eight

tạm [tam] **sự tạm ngừng** n pause

tạm biệt [tam biet] excl farewell!, goodbye!; **chào tạm biệt!** excl bye!, bye-bye!, cheerio!

tam giác [ta:m zak] **hình tam giác** n triangle

tám mươi [tam muɤi] number eighty

tàm tạm [tam tam] adv so-so

tạm thời [tam tɤi] adj momentary, provisional, temporary; **nhân viên tạm thời** n temp

tan [ta:n] v dissolve, melt; **đạp tan ra từng mảnh** v smash; **hòa tan** v dissolve; **hòa tan được** adj soluble; **làm tan chảy** v melt; **tan chảy** v melt; **Tuyết đang tan** It's thawing

tán [tan] **đinh tán** n stud; **phòng tán gẫu** n chatroom; **tán gẫu** v chat

tàn [tan] n ashes ▷ v fade; **cái gạt tàn thuốc lá** n ashtray; **tàn bạo** adj brutal; **Làm ơn cho tôi một chiếc gạt tàn được không?** May I have an ashtray?

tản [tan] **tản ra** v spread out

tan biến [ta:n bien] v vanish

tang lễ [ta:ŋ le] **nhà tang lễ** n funeral parlour

tạng phủ [taŋ fu] **thuộc tạng phủ** adj coeliac

tàn nhang [tan ɲa:ŋ] n freckles

tàn nhẫn [tan ɲan] adj cruel; **sự tàn nhẫn** n cruelty

tàn phá [tan fa] adj devastating ▷ v ruin; **bị tàn phá** adj devastated

tàn sát [tan sat] n massacre; **cuộc tàn sát** n massacre

tàn tật [tan tət] adj disabled, handicapped; **người tàn tật** n disabled; **sự tàn tật** n disability; **Anh có những tiện nghi gì dành cho người tàn tật?** What facilities do you have for disabled people?; **Có giảm giá cho người tàn tật không?** Is there a reduction for disabled people?; **Có nhà vệ sinh nào dành cho người tàn tật không?** Are there any toilets for the disabled?; **Chỗ anh có lối đi dành cho người tàn tật không?** Do you provide access for the disabled?

tán tỉnh [tan tiɲ] v flirt; **sự tán tỉnh** n flirt

Tanzania [ta:nza:nia] n Tanzania; **người Tanzania** n Tanzanian; **thuộc Tanzania** adj Tanzanian

táo [taɔ] **bánh táo** n apple pie, tart; **cây táo gai** n hawthorn; **quả táo** n apple; **rượu táo** n cider; **sự tỉnh táo** n consciousness; **tỉnh táo** adj conscious

tảo [taɔ] **tảo biển** n seaweed

tạo [taɔ] v create; **nhân tạo** adj man-made; **sự sáng tạo** n creation; **sáng tạo** adj creative; **tạo ra** v create, produce

táo bón [taɔ bɔn] n constipation; **bị táo bón** adj constipated; **Tôi bị táo bón** I'm constipated

tào lao [taɔ la:ɔ] **làm việc tào lao** v mess about

tạp chí [tap tʃi] n magazine (periodical); **tạp chí web** n webzine; **Tôi có thể mua tạp chí ở đâu?** Where can I buy a magazine?

tạp dề [tap ze] n apron, pinafore

tạp hóa [tap hɔa:] **cửa hàng tạp hóa** n grocer's; **hàng tạp hóa** n groceries; **người bán tạp hóa** n grocer

tarmac [ta:zma:k] n tarmac

Tasmania [ta:sma:nia] **bang Tasmania** n Tasmania

tát [tat] v slap

tàu [tau] n ship, boat, stable; **bến tàu** n dock, quay; **bị đắm tàu** adj shipwrecked; **boong tàu** n deck; **cầu tàu** n jetty; **chỗ chắn tàu** n

level crossing; **con tàu** n ship; **cuộc đi chơi biển bằng tàu thủy** n cruise; **giường ngủ trên tàu** n berth; **môn tàu lượn** n gliding; **ngành đóng tàu** n shipbuilding; **tàu điện** n tram; **tàu cánh ngầm** n hovercraft; **tàu chở dầu** n tanker; **tàu du hành vũ trụ** n spacecraft; **tàu lộn vòng siêu tốc** n rollercoaster; **tàu ngầm** n submarine; **tàu siêu tốc** n speedboat; **tàu thủy lớn** n liner; **tàu xe bị hỏng** n wreck; **thẻ giảm giá đi tàu** n railcard; **thẻ lên tàu** n boarding card; **thân tàu** n hull; **toa tàu hỏa** n compartment; **vụ đắm tàu** n shipwreck; **xưởng đóng tàu** n shipyard; **Bao lâu thì có một chuyến tàu đến..?** How frequent are the trains to…?; **Các tàu đi… chạy lúc mấy giờ?** What times are the trains to…?; **Có thể chơi dù do tàu kéo ở đâu?** Where can you go parasailing?; **Đây có phải là tàu đi… không?** Is this the train for…?; **Khi nào có chuyến tàu đầu tiên đi…?** When is the first train to…?; **Khi nào có chuyến tàu cuối cùng đi…?** When is the last train to…?; **Khi nào có chuyến tàu sau đi…?** When is the next train to…?; **Tàu có dừng ở… không?** Does the train stop at…?; **Tôi bị lỡ chuyến tàu** I've missed my train; **Theo lịch thì mấy giờ tàu đến?** When is the train due?

tàu điện ngầm [tau dien ŋəm] n underground; **ga tàu điện ngầm** n metro station, tube station; **Bến tàu điện ngầm gần nhất ở đâu?**

Where is the nearest tube station?; **Ga tàu điện ngầm gần nhất ở đâu?** Where is the nearest tube station?; **Làm ơn cho tôi xin bản đồ tàu điện ngầm** Could I have a map of the tube, please?; **Xin chỉ cho tôi cách đến ga tàu điện ngầm gần nhất** How do I get to the nearest tube station?

tàu hỏa [tau hɔa:] *n* train; **Tôi có thể bắt tàu hỏa đi... ở đâu?** Where can I get a train to...?

tàu lượn [tau lɯʌn] *n* glider; **Tôi muốn đi tàu lượn** I'd like to go hang-gliding

taxi [tɑ:si] *n* cab, taxi; **bến xe taxi** *n* taxi rank; **người lái xe taxi** *n* taxi driver; **xe taxi** *n* minicab

tay [tɑ:i] *n* hand, arm, handle; **bằng tay trái** *adj* left-hand; **bộ đồ không cần dùng tay** *n* hands-free kit; **bàn tay** *n* hand; **cắt sửa móng tay** *v* manicure; **cổ tay** *n* wrist; **cái còng tay** *n* handcuffs; **cái tay cầm** *n* handle; **cánh tay** *n* arm; **chia tay** *v* break up; **đồng hồ đeo tay** *n* watch; **đàn áp thẳng tay** *n* crack down on; **găng tay** *n* glove; **hành lý xách tay** *n* hand luggage; **không cần dùng tay** *adj* hands-free; **không tay** *(áo)* *adj* sleeveless; **khuỷu tay** *n* elbow; **làm bằng tay** *adj* handmade; **lòng bàn tay** *n* palm *(part of hand)*; **máy viễn thông cầm tay BlackBerry®** *n* BlackBerry®; **móng tay** *n* fingernail; **ngắn tay** *adj* short-sleeved; **ngón tay** *n* finger; **ở bên tay phải** *adj* right-hand; **phanh tay** *n* handbrake; **sổ tay**

hướng dẫn *n* handbook; **sự cắt sửa móng tay** *n* manicure; **sự chia tay** *n* parting; **tay đua** *n* racing driver; **tay áo** *n* sleeve; **tay lái** *n* handlebars; **tay lái nghịch** *adj* left-hand drive; **thuận tay trái** *adj* left-handed; **trao tay** *v* hand; **vẫy tay** *v* wave; **vỗ tay** *v* clap; **vòng tay** *n* bracelet; **xách tay** *adj* portable; **Cái này làm bằng tay phải không?** Is this handmade?; **Tay nắm bị bung ra** The handle has come off; **Tay nắm cửa ra vào bị bung ra** The door handle has come off; **Tay tôi không cử động được** I can't move my arm; **Tôi có thể dùng máy xách tay của tôi ở đây không?** Can I use my own laptop here?; **Tôi có thể rửa tay ở đâu?** Where can I wash my hands?

tay vịn [tɑ:i vin] *n* banister

tắc [tɑk] *adj* obstructed ▷ *v* click; **bị tắc** *adj* stuck; **sự tắc nghẽn giao thông** *n* traffic jam; **Đường cao tốc có tắc lắm không?** Is the traffic heavy on the motorway?; **Các nút điều khiển bị tắc** The controls have jammed; **Sao lại bị tắc ở đây thế?** What is causing this hold-up?

tắc nghẽn [tɑk ŋɛn] *sự tắc nghẽn* *n* congestion

tắc xi [tɑk si] *n* taxi, cab; **Bãi đỗ tắc xi ở đâu?** Where is the taxi stand?; **Chúng ta có thể đi chung một tắc xi** We could share a taxi; **Đi tắc xi đến khách sạn này mất bao nhiêu tiền?** How much is the taxi fare to this hotel?; **Đi tắc xi vào thành phố mất bao nhiêu tiền?** How much is the taxi fare into town?; **Làm ơn mang giúp hành lý của tôi ra tắc xi** Please take my luggage to a taxi; **Tôi để túi trong tắc xi** I left my bags in the taxi; **Tôi cần một tắc xi** I need a taxi; **Tôi có thể bắt tắc xi ở đâu?** Where can I get a taxi?; **Xin gọi giúp tôi một tắc xi** Please order me a taxi; **Xin gọi giúp tôi một tắc xi vào lúc tám giờ** Please order me a taxi for 8 o'clock

tăm [tam] n toothpick; **cái tăm** n toothpick; **tăm bông** n cotton bud

tắm [tam] v bathe; **áo choàng tắm** n bathrobe; **áo tắm** n bathing suit; **bồn tắm** n bath, bathtub; **khăn tắm** n bath towel; **mũ che tóc khi tắm** n shower cap; **phòng tắm** n bathroom; **sữa tắm** n shower gel; **tắm hoa sen** n shower; **tắm hơi** n sauna; **tắm nắng** v sunbathe

tăng [taŋ] n Buddhist monk, tank ▷ v increase; **ngày càng tăng** adv increasingly; **sự tăng lên** n increase, rise; **tăng cường** v strengthen; **tăng gấp ba** v treble; **tăng tốc** v speed up; **tăng thêm** v increase

tặng [taŋ] v donate; **người tặng** n donor

tăng cường [taŋ kuʁŋ] **phòng điều trị tăng cường** n intensive care unit

tăng lên [taŋ len] v increase; **sự tăng lên đột ngột** n surge

tăng tốc [taŋ tok] v accelerate; **sự tăng tốc** n acceleration

tắt [tat] adv off ▷ v switch off, turn off, extinguish ▷ adj shortened; **đường tắt** n shortcut; **là chữ viết tắt của** v stand for; **tên họ viết tắt** n initials; **Nó không tắt đi được** It won't turn off; **Tắt đi bằng cách ngắt nguồn điện chính** Turn it off at the mains; **Tôi có thể tắt đài được không?** Can I switch the radio off?; **Tôi có thể tắt đèn được không?** Can I switch the light off?; **Tôi không tắt lò sưởi được** I can't turn the heating off

tâm [təm] **bận tâm** adj preoccupied; **lương tâm** n conscience; **tận tâm** adj conscientious; **tâm trí** n mind; **trung tâm** n centre

tấm [təm] **tấm biển** n plaque; **tấm thoát nước** n draining board

tầm gửi [təm ɣ ɯi] **cây tầm gửi** n mistletoe

tâm lý [təm li] n mentality; **nhà tâm lý học** n psychologist; **tâm lý học** n psychology; **tâm lý liệu pháp** n psychotherapy; **thuộc về tâm lý** adj psychological

tầm ma [təm mɑː] **cây tầm ma** n nettle

tầm nhìn [təm ɲin] n visibility

tâm thần [təm tən] **bị bệnh tâm thần phân liệt** adj schizophrenic; **bác sỹ tâm thần** n psychiatrist; **thuộc về tâm thần học** adj psychiatric

tầm thường [təm tuʁŋ] **người/ vật tầm thường** n nothing

tâm trạng [təm tʃaŋ] n mood, spirits

tấm ván [təm van] n board (go aboard), board (wood)

tấn [tən] **một tấn Anh** n ton

tận [tən] **tận tâm** adj conscientious;

vô tận *adj* endless

tấn công [tən koŋ] *v* attack; **sự tấn công** *n* attack; **tấn công bất ngờ** *v* raid; **vụ tấn công khủng bố** *n* terrorist attack; **Tôi đã bị tấn công** I've been attacked

tầng [təŋ] *n* layer; **giường tầng** *n* bunk beds; **tầng hầm** *n* basement; **tầng Ozon** *n* ozone layer; **tầng trệt** *n* ground floor

tầng lớp [təŋ lɤp] *n* tier; **thuộc tầng lớp trung lưu** *adj* middle-class

tần số [tən so] *n* frequency

tận tâm [tən təm] *adj* dedicated; **sự tận tâm** *n* dedication

tận tụy [tən tui] *adj* devoted

tập [təp] *v* practise, drill; **bài tập giữ sức khỏe** *n* keep-fit; **chương trình truyền hình nhiều tập** *n* soap opera; **phòng tập** *n* gym; **tập hồ sơ** *n* file *(folder)*; **Phòng tập thể dục ở đâu?** Where is the gym?

tập hợp [təp hɤp] *v* gather; **sự tập hợp** *n* composition

tập thể [təp te] *n* collective

tập trung [təp tʃuŋ] *v* concentrate; **sự tập trung** *n* concentration

tất [tət] *n* sock; **quần tất** *n* leggings

tất cả [tət ka] *n* whole ▷ *pron* all

tây [təi] *adj* west, western; **hướng tây nam** *n* southwest; **phía tây** *n* west; **phương tây** *adj* western; **tỏi tây** *n* leek; **tây bắc** *n* northwest; **theo phía tây** *adj* west; **về hướng tây** *adj* west, westbound

tẩy [təi] *v* remove; **được tẩy** *adj* bleached; **nước tẩy sạch** *n* cleanser; **tẩy xóa** *v* erase; **thuốc tẩy** *n* bleach, stain remover; **thuốc**

tẩy sơn móng tay *n* nail polish remover

Tây Ấn [təi un] *n* West Indies; **người Tây Ấn** *n* West Indian; **thuộc Tây Ấn** *adj* West Indian

Tây Ban Nha [təi baːn ɲaː] **người Tây Ban Nha** *n* Spaniard; **nước Tây Ban Nha** *n* Spain; **thuộc Tây Ban Nha** *adj* Spanish; **tiếng Tây Ban Nha** *n* Spanish

tấy ở kẽ [təi ɤ kɛ] **nốt viêm tấy ở kẽ ngón chân cái** *n* bunion

tẩy sạch [təi satʃ] **sữa tẩy sạch** *n* cleansing lotion

Tây Tạng [təi taŋ] *n* Tibet; **người Tây Tạng** *n* Tibetan *(person)*; **thuộc Tây Tạng** *adj* Tibetan; **tiếng Tây Tạng** *n* Tibetan *(language)*

tẩy uế [təi ue] **chất tẩy uế** *n* disinfectant

tẻ [tɛ] **buồn tẻ** *adj* dull

tem [tɛm] *n* stamp, postage stamp; **Anh có bán tem không?** Do you sell stamps?; **Cửa hàng bán tem gần nhất ở đâu?** Where is the nearest shop which sells stamps?; **Tôi có thể mua tem ở đâu?** Where can I buy stamps?; **Tôi muốn mua tem để gửi bốn bưu thiếp đi…** Can I have stamps for four postcards to…

tẻ nhạt [tɛ ɲat] *adj* boring

ten-nít [tɛnnit] *n* tennis; **Chúng tôi muốn chơi ten-nít** We'd like to play tennis; **Tôi có thể chơi ten-nít ở đâu?** Where can I play tennis?; **Thuê sân ten-nít mất bao nhiêu tiền?** How much is it to hire a tennis court?

tê [te] *adj* numb; **gây tê cục bộ** *n*

local anaesthetic

tệ [te] *adj* rotten, worn out, currency; **rất tệ** *adv* terribly; **tồi tệ** *adj* damn; **tiền tệ** *n* currency; **Thời tiết tệ quá!** What awful weather!

tế bào [te ɓɑɔ] *n* cell

tên [ten] *n* first name, name; **tên giả** *n* pseudonym; **tên họ viết tắt** *n* initials; **tên lửa** *n* missile; **tên thời con gái** *n* maiden name; **tên thánh** *n* Christian name; **Anh tên gì ạ?** What's your name?; **Tên tôi là...** My name is...

tế nhị [te ɲi] *adj* tactful; **sự tế nhị** *n* tact

tên lửa [ten lɯa:] *n* rocket

tệp [tep] *n* file; **tệp tin podcast** *n* podcast

tha [tɑ:] *v (cho ai)* spare

thả [tɑ] *v* free; **thả tự do** *v* free

thác [tak] **thác nước** *n* waterfall; **thác nước lớn** *n* cataract *(waterfall)*

thạch [tɑtʃ] *n* jelly

thạch nam [tɑtʃ nɑ:m] **cây thạch nam** *n* heather

thách thức [tɑtʃ tɯk] *v* challenge; **đầy thách thức** *adj* challenging; **sự thách thức** *n* challenge

thai [tɑ:i] *n* embryo; **bào thai** *n* foetus; **có thai** *adj* pregnant; **dụng cụ tránh thai** *n* contraceptive; **phương pháp tránh thai** *n* contraception; **sự có thai** *n* pregnancy; **sự phá thai** *n* abortion; **sự sảy thai** *n* miscarriage; **Tôi đang có thai** I'm pregnant

Thái Bình Dương [tɑi ɓiŋ zɯɤŋ] *n* Pacific

thái độ [tɑi do] *n* attitude

Thái Lan [tɑi lɑ:n] **người Thái Lan** *n* Thai *(person)*; **nước Thái Lan** *n* Thailand; **thuộc Thái Lan** *adj* Thai; **tiếng Thái Lan** *n* Thai *(language)*

thải ra [tɑi zɑ:] *v* scrap

tha lỗi [tɑ: loi] *v* excuse

tham [tɑ:m] **sự tham nhũng** *n* corruption; **tham nhũng** *adj* corrupt

thảm [tɑm] *n* carpet; **thảm gắn cố định** *n* fitted carpet; **thảm nhỏ** *n* rug

tham chiếu [tɑ:m tʃieu] **số tham chiếu** *n* reference number

tham gia [tɑ:m zɑ:] *v* join, participate; **không tham gia vào** *v* opt out

thám hiểm [tɑm hiem] *v* explore; **cuộc thám hiểm** *n* expedition; **nhà thám hiểm** *n* explorer

thảm họa [tɑm hɔɑ:] *n* disaster

thảm khốc [tɑm χok] *adj* disastrous

thảm kịch [tɑm kitʃ] **tấn thảm kịch** *n* tragedy

tham lam [tɑ:m lɑ:m] *adj* greedy

tham quan [tɑ:m kuɑn] *v* go sightseeing; **Anh có tổ chức chuyến tham quan trong ngày đến... không?** Do you run day trips to...?; **Có chuyến tham quan bằng thuyền trên sông không?** Are there any boat trips on the river?; **Có tua nào để tham quan thành phố không?** Are there any sightseeing tours of the town?; **Chúng tôi có thể tham quan gì ở khu vực này?** What can we visit in the area?; **Chuyến tham quan có hướng dẫn bắt đầu lúc mấy giờ?** What time does the guided tour begin?; **Chuyến tham quan mất**

bao lâu? How long does the tour take?

thám tử [tam tɯ] n detective

tham vọng [ta:m vauŋ] n ambition; **nhiều tham vọng** adj ambitious

than [ta:n] n (đá) coal ▷ v complain; **kêu than** v moan; **mỏ than** n colliery; **than bùn** n peat; **than củi** n charcoal

thang [ta:ŋ] n ladder, staircase; **cái thang** n ladder; **thang cuốn** n escalator; **thang kéo người trượt tuyết** n ski lift; **thang máy** n lift (up/down); **thang máy chở người tàn tật** n chairlift; **thang xếp** n stepladder; **Có thang máy không?** Is there a lift?; **Chỗ anh có thang máy cho xe lăn không?** Do you have a lift for wheelchairs?; **Thang máy ở đâu?** Where is the lift?; **Trong tòa nhà có thang máy không?** Is there a lift in the building?

tháng [taŋ] n month; **hàng tháng** adj monthly; **nửa tháng** n fortnight; **ngày tháng** n date; **Tháng nhịn ăn ban ngày** n Ramadan; **một tháng nữa** in a month's time; **một tháng trước** a month ago

tháng Ba [taŋ ba:] n March

tháng Bảy [taŋ bai] n July

tháng Chín [taŋ tʃin] n September

tháng Hai [taŋ ha:i] n February

tháng Một [taŋ mot] n January

tháng Mười [taŋ mɯɤi] n October; **Chủ nhật ngày ba tháng Mười** It's Sunday the third of October

tháng Mười Hai [taŋ mɯɤi ha:i] n December; **vào thứ Sáu ngày ba mươi mốt tháng Mười Hai** on Friday the thirty first of December

tháng Mười Một [taŋ mɯɤi mot] n November

tháng Năm [taŋ nam] n May

tháng Sáu [taŋ sau] n June; **trong cả tháng Sáu** for the whole of June; **Thứ Hai ngày mười lăm tháng Sáu** It's Monday the fifteeth of June; **vào đầu tháng Sáu** at the beginning of June; **vào cuối tháng Sáu** at the end of June

tháng Tám [taŋ tam] n August

tháng Tư [taŋ tɯ] n April; **Ngày Cá tháng Tư** n April Fools' Day

thanh [ta:n] n (hình chữ nhật) bar (metal); **thiết bị giảm thanh** n silencer

thánh [taŋ] adj holy, sacred, saint; **bài hát thánh ca** n carol; **bài thánh ca** n hymn; **hình Chúa Giê-su trên cây thánh giá** n crucifix; **lễ ban thánh thể** n mass (church); **tên thánh** n Christian name; **vị thánh** n saint; **Khi nào làm Thánh Lễ?** When is mass?

thành [taŋ] n fort; **hợp thành** adj component; **khung thành** n goal; **thành phần** n component; **thành trì** n fort

thánh A-la [taŋ a:la:] n Allah

thành công [taŋ koŋ] adj successful ▷ adv successfully ▷ v succeed; **không thành công** adj unsuccessful; **sự thành công** n success

thanh nẹp [ta:n nɛp] n splint

thành ngữ [taŋ ŋɯ] sổ tay thành ngữ n phrasebook

thanh nhã [tɑ:ɲ ɲa] *adj* elegant

thanh niên [tɑ:ɲ nien] **câu lạc bộ thanh niên** *n* youth club; **nhà trọ thanh niên** *n* youth hostel

thành niên [tɑɲ nien] **vị thành niên** *n* minor

thành phần [tɑɲ fən] *n* element, ingredient

thành phố [tɑɲ fo] *n* city, town; **trung tâm thành phố** *n* city centre, downtown, town centre; **Có xe buýt vào thành phố không?** Is there a bus to the city?; **Làm ơn cho tôi đến trung tâm thành phố** Please take me to the city centre; **Tôi có thể mua bản đồ thành phố ở đâu?** Where can I buy a map of the city?

thanh quản [tɑ:ɲ kuan] **chứng viêm thanh quản** *n* laryngitis

thành thực [tɑɲ tɯk] **không thành thực** *adj* insincere

thành tích [tɑɲ titʃ] *n* achievement

thành tiếng [tɑɲ tieŋ] *adv* aloud

thanh toán [tɑ:ɲ tɔan] *v* pay; **chưa thanh toán** *adj* unpaid; **đã được thanh toán** *adj* paid; **sự thanh toán** *n* payment

thanh tra [tɑ:ɲ tʃɑ:] *v* inspect; **thanh tra soát vé** *n* ticket inspector; **thanh tra viên** *n* inspector

thanh viên [tɑ:ɲ vien] **phát thanh viên** *n* newsreader

thành viên [tɑɲ vien] *n* member; **thành viên hội đồng** *n* councillor; **Có cần phải là thành viên không?** Do you have to be a member?; **Tôi có cần phải là thành viên không?** Do I have to be a member?

tháo [tɔ] **tháo phích cắm** *v* unplug; **tháo ra** *v* take apart

thao diễn [tɑ:ɔ zien] **người thao diễn** *n* demonstrator

thảo dược [tɑɔ zɯɤk] **chè thảo dược** *n* herbal tea

thảo luận [tɑɔ luən] *v* discuss; **sự thảo luận** *n* discussion

thảo mộc [tɑɔ mok] *n* herbs

tháo ra [tɑɔ zɑ:] *v* unwind

thao tác [tɑ:ɔ tak] *v* manipulate

tháp [tap] *n* tower; **kim tự tháp** *n* pyramid; **ngọn tháp** *n* spire, steeple; **tháp nước** *n* fountain

tha thiết [tɑ: tiet] **yêu tha thiết** *v* adore

tha thứ [tɑ: tɯ] *v* forgive; **sự tha thứ** *n* pardon

thay [tɑ:i] *v* change (*clothes*), replace ▷ *intj* how!; **có thể thay mới** *adj* renewable; **dễ thay đổi** *adj* changeable; **giáo viên dạy thay** *n* supply teacher; **làm thay đổi** *v* change; **người mẹ đẻ thay** *n* surrogate mother; **phòng thay quần áo** *n* changing room; **thay đổi** *v* change; **Anh có thể thay... được không?** Can you replace...?; **Phòng thay đồ ở đâu?** Where are the changing rooms?; **Tôi thay đồ ở đâu được?** Where do I change?

thay đổi [tɑ:i doi] *v* vary; **có thể thay đổi** *adj* variable; **không thay đổi** *adj* unchanged; **sự thay đổi khí hậu** *n* climate change; **thay đổi giữa hai mức** *v* range

thay mặt [tɑ:i mat] *n* on behalf of

thay thế [tɑ:i te] *v* replace, substitute; **cái thay thế** *n* substitute; **sự thay thế** *n* replacement

thay vì [taːi vi] *adv* instead ▷ *prep* instead of

thắc mắc [tak mak] *n* query ▷ *v* query

thăm [tam] *v* visit; **đi thăm** *v* visit; **khách đến thăm** *n* visitor; **thời gian thăm viếng** *n* visiting hours; **thăm viếng** *n* visit; **trung tâm thăm viếng** *n* visitor centre; **Có đi thăm... bằng xe lăn được không?** Can you visit... in a wheelchair?; **Chúng tôi có đủ thời gian đi thăm thành phố không?** Do we have time to visit the town?; **Chúng tôi có thể đi thăm lâu đài không?** Can we visit the castle?; **Chúng tôi muốn đi thăm...** We'd like to visit...; **Giờ vào thăm là khi nào?** When are visiting hours?; **Tôi đến đây thăm bạn bè** I'm here visiting friends

thăm dò [tam zɔ] *v* explore; **cuộc thăm dò dư luận** *n* opinion poll

thăm quan [tam kuan] **cuộc thăm quan** *n* sightseeing

thắng [taŋ] *v* win; **chiến thắng** *v* triumph, victory, win; **người chiến thắng** *n* winner; **sự chiến thắng** *n* winning

thằng [taŋ] **thằng cha** *n* chap

thẳng [taŋ] *adj* straight ▷ *adv* straight on; **nói thẳng ý kiến của mình** *v* speak up; **thẳng thắn** *adj* outspoken; **thẳng đứng** *adj* upright, vertical; **Đi thẳng** Go straight on

thắng cảnh [taŋ kaɲ] *n* beauty spot

thẳng thắn [taŋ tan] *adj*

straightforward; **một cách thẳng thắn** *adv* frankly

thằn lằn [tan lan] **con thằn lằn** *n* lizard

thắp [tap] *n* light; **sự thắp sáng** *n* lighting; **thắp sáng** *v* light

thắt [tat] *v* tie; **nút thắt** *n* knot; **thắt chặt** *v* tighten

thắt lưng [tat lɯŋ] *n* belt

thấm [təm] *v* soak up; **không thấm nước** *adj* waterproof

thầm [təm] **cười thầm** *v* snigger; **nói thầm** *v* whisper

thẩm đoàn [təm dɔan] *v* estimate; **bồi thẩm đoàn** *n* jury

thâm hụt [təm hut] *n* deficit; **sự thâm hụt** *n* deficit

thẩm mỹ [təm mi] *adj* aesthetic; **có óc thẩm mỹ** *adj* tasteful; **phẫu thuật thẩm mỹ** *n* plastic surgery; **thẩm mỹ viện** *n* beauty salon

thẩm phán [təm fan] *n* judge

thân [tən] **thân cây** *n* trunk (*tree*); **thân tàu** *n* hull; **thân yêu** *adj* dear (*loved*)

thần [tən] *n* God; **sóng thần** *n* tsunami; **thần học** *n* theology; **thiên thần** *n* angel

thận [tən] *n* kidney; **quả thận** *n* kidney

thần kinh [tən kiɲ] **dây thần kinh** *n* nerve (*to/from brain*); **suy nhược thần kinh** *n* nervous breakdown

thần kỳ [tən ki] *adj* magic; **sự thần kỳ** *n* magic

thân mật [tən mət] *adj* informal, intimate

thân thể [tən te] *n* body; **thuộc về thân thể** *adj* physical

thân thiện [tən tien] *adj* friendly;

không thân thiện *adj* unfriendly; **thân thiện với môi sinh** *adj* ecofriendly; **thân thiện với môi trường** *adj* environmentally friendly

thần thoại [tən tɔai] *n* myth; **thần thoại học** *n* mythology

thận trọng [tən tʃauŋ] *n* caution ▷ *adj* cautious; **một cách thận trọng** *adv* cautiously; **sự thận trọng** *n* discretion

thấp [təp] *adj (vị trí)* low; **cấp thấp** *adj* junior; **dưới thấp** *adv* low; **đánh giá thấp** *v* underestimate; **được trả lương thấp** *adj* underpaid; **hạ thấp** *v* lower

thập [təp] **chữ thập** *n* cross

thấp hơn [təp hɤn] *adj* lower

thấp khớp [təp χɤp] **Tôi bị thấp khớp** I suffer from arthritis

thấp nhất [təp ɲət] *adj* bottom

thập niên [təp nien] *n* decade

thập phân [təp fən] *adj* decimal

thất [tət] **để thất lạc** *v* mislay; **sự thất bại** *n* defeat; **thất tình** *adj* heartbroken

thật [tət] *adj* true; **không có thật** *adj* imaginary; **không thật** *adj* unreal

thất bại [tət bai] *v* fail; **sự thất bại** *n* failure

thất lạc [tət lak] **nơi để đồ thất lạc** *n* lost-and-found; **phòng giữ đồ thất lạc** *n* lost-property office

thất nghiệp [tət ɲiep] *adj* jobless, unemployed; **đăng ký tại phòng trợ cấp thất nghiệp** *v* sign on; **tình trạng thất nghiệp** *n* unemployment; **tiền trợ cấp thất nghiệp** *n* dole

thất vọng [tət vauŋ] *adj* disappointed; **làm thất vọng** *v* disappoint, disappointing, let down; **sự thất vọng** *n* disappointment

thầu [təu] **nhà thầu** *n* contractor

thấy [təi] **dễ nhận thấy** *adj* noticeable; **hiếm thấy** *adj* rare *(uncommon)*; **khó thấy** *adj* subtle; **thấy phiền** *v* mind; **thấy trước** *v* foresee; **Tôi thấy ốm** I feel ill; **Tôi thấy lạnh** I feel cold; **Tôi thấy nóng** I feel hot

thầy [təi] **thầy tu** *n* monk

thẻ [tɛ] *n* card, badge, ID; **điện thoại thẻ** *n* cardphone; **thẻ đánh dấu trang** *n* bookmark; **thẻ điện thoại** *n* phonecard; **thẻ căn cước** *n* identity card, ID card; **thẻ ghi nợ** *n* debit card; **thẻ giảm giá đi tàu** *n* railcard; **thẻ hội viên** *n* membership card; **thẻ lên máy bay** *n* boarding pass; **thẻ lên tàu** *n* boarding card; **thẻ nạp tiền điện thoại** *n* top-up card; **thẻ nhớ** *n* memory card; **thẻ tín dụng** *n* credit card; **Anh có bán thẻ điện thoại quốc tế không?** Do you sell international phone cards?; **Anh có chấp nhận thẻ debit không?** Do you take debit cards?; **Anh có nhận thẻ tín dụng không?** Do you take credit cards?; **Đây là thẻ của tôi** Here is my card; **Làm ơn bán cho một thẻ điện thoại quốc tế** An international phone card, please; **Thẻ của tôi bị lấy cắp rồi** My card has been stolen; **Tôi có thể dùng thẻ của tôi ở máy rút tiền này không?** Can I use my card with this cash machine?; **Tôi có thể dùng thẻ của tôi để rút tiền mặt không?** Can I use my card to get cash?; **Tôi có thể mua thẻ nạp tiền điện thoại ở đâu?** Where can I buy a top-up card?; **Tôi muốn huỷ thẻ của tôi** I need to cancel my card

them [tɛm] **them muốn** v long

thèm [tɛm] v crave; **sự thèm muốn** n lust

then chốt [tɛn tʃɔt] adj critical

then cửa [tɛn kʊɑːʔ] n bolt

theo [tɛɔ] prep according to; **đi theo** v follow, go after; **đọc theo** prep along; **theo đó** adv accordingly

theo dãy [tɛɔ zai] adj terraced

theo dõi [tɛɔ zɔi] v spy, watch; **sự bí mật theo dõi** n spying

theo đuổi [tɛɔ duoi] v pursue, chase; **sự theo đuổi** n pursuit, chase

thép [tɛp] n steel; **thép không rỉ** n stainless steel

thét [tɛt] v shriek

thể [te] **gây mê toàn thể** n general anaesthetic; **Có thẻ này có được giảm giá không?** Is there a reduction with this pass?; **Cho tôi mua một thẻ nhớ cho máy ảnh kỹ thuật số này** A memory card for this digital camera, please; **Tôi có thể mua thẻ xe buýt ở đâu?** Where can I buy a bus card?

thế bí [te bi] n stalemate

thế chấp [te tʃəp] n mortgage ▷ v mortgage

thể dục [te zuk] n gymnastics; **huấn luyện viên thể dục** n gymnast; **môn thể dục** n gymnastics; **thể dục nhịp điệu** n aerobics; **Phòng tập thể dục ở đâu?** Where is the gym?

thể dục thể hình [te zuk te hiɲ] n bodybuilding

thế giới [te zɤi] n world; **Giải Vô địch Bóng đá Thế giới** n World Cup; **Thế giới Thứ ba** n Third World

thế hệ [te he] n generation

thế kỷ [te ki] n century

thêm [tem] adj extra ▷ adv extra ▷ v add; **giờ làm thêm** n overtime; **ngủ thêm** v sleep in; **Làm ơn cho tôi món đó có thêm...** I'd like it with extra..., please

thêm nữa [tem nʊɑːʔ] pron more

thết đãi [tet dai] **sự thết đãi** n treat

thể thao [te taːɔ] n sports; **bộ quần áo thể thao** n tracksuit; **các môn thể thao mùa đông** n winter sports; **giày thể thao** n trainers; **ham mê thể thao** adj sporty; **môn thể thao** n sport; **quần áo thể thao** n sportswear; **Có những phương tiện gì để chơi thể thao?** What sports facilities are there?

thể tích [te titʃ] n volume

thêu [teu] v embroider; **đồ thêu** n embroidery

thể xác [te sak] adj physical; **hình phạt về thể xác** n corporal punishment

thi [ti] v take an exam ▷ n poetry; **cuộc thi** n contest; **cuộc thi đố** n quiz; **kỳ thi** n exam; **kỳ thi lái xe** n driving test; **kỳ thi vấn đáp** n oral; **người dự thi** n contestant; **sự thi đỗ** n pass (meets standard); **thi đỗ** v pass (an exam); **thi lại** v resit

thì [ti] **cuối cùng thì** adv ultimately

thìa [tia:] *n* spoon; **cái thìa** *n* spoon; **dao thìa đĩa** *n* cutlery; **thìa ăn món tráng miệng** *n* dessert spoon; **thìa đầy** *n* spoonful; **thìa cà phê** *n* teaspoon; **thìa to** *n* tablespoon; **Làm ơn cho tôi một chiếc thìa sạch được không?** Could I have a clean spoon, please?

thích [titʃ] *v* fancy, like, be fond of; **cây thích** *n* maple; **không thích** *v* dislike; **sự thích hơn** *n* preference; **vui thích** *v* enjoy; **Cái này tôi cũng không thích** I don't like it either; **Tôi không thích...** I don't like...; **Tôi rất thích anh** I like you very much; **Tôi thích...** I like...

thích hơn [titʃ hɤn] *v* prefer

thích hợp [titʃ hɤp] *adj* appropriate

thị chính [ti tʃịn] **tòa thị chính** *n* town hall

thích nghi [titʃ ɳi] *v* adapt

thi đấu [ti dəu] **cuộc thi đấu** *n* match (*sport*)

thiếc [tiek] *n* tin; **giấy thiếc** *n* tinfoil; **hợp kim thiếc** *n* pewter

thiên [tien] *n* heaven; **thiên đường** *n* heaven

thiển cận [tien kən] *adj* narrow-minded

Thiên chúa [tien tʃua:] **đạo Thiên chúa** *n* Christianity; **người theo đạo Thiên chúa** *n* Christian; **theo đạo Thiên chúa** *adj* Christian

Thiên Chúa giáo [tien tʃua: zɔ] *adj* Catholic; **người theo Thiên Chúa giáo La-mã** *n* Roman Catholic; **thuộc Thiên Chúa giáo La-mã** *adj* Roman Catholic

thiên đường [tien dɯɤn] *n* paradise

thiêng [tien] **linh thiêng** *adj* holy, sacred

thiên nga [tien ɳa:] **con thiên nga** *n* swan

thiên nhiên [tien ɲien] *adj* natural; **tài nguyên thiên nhiên** *n* natural resources

thiên niên [tien nien] **thiên niên kỷ** *n* millennium

thiên tài [tien tai] *n* genius

thiên thạch [tien tatʃ] *n* meteorite

thiên văn [tien van] **đài thiên văn** *n* observatory

thiên văn học [tien van hɔk] *n* astronomy

thiên vị [tien vi] *adj* biased; **không thiên vị** *adj* impartial

thiếp [tiep] *n* card; **thiếp mừng Nô-en** *n* Christmas card

thiệt [tiet] **thiệt hại** *n* damage

thiết bị [tiet bi] *n* appliance, device, equipment, gear (*equipment*); **thiết bị phát ra tiếng bíp bíp** *n* bleeper

thiết kế [tiet ke] *v* design; **bản thiết kế** *n* design; **nhà thiết kế** *n* designer; **nhà thiết kế nội thất** *n* interior designer

thiết yếu [tiet ieu] *adj* essential

thiêu [tieu] **thiêu trụi** *v* burn down

thiếu [tieu] **không thể thiếu được** *adj* indispensable; **lượng thiếu** *n* shortfall; **sự thiếu** *n* lack, shortage; **thiếu nữ** *n* lass; **thiếu tự tin** *adj* unsure

thiểu [tieu] **giảm thiểu** *v* minimize

thiếu niên [tieu nien] *n* adolescent, teenager; **tuổi thiếu niên** *n* adolescence, teens

thiểu số [tieu so] *n* minority

thiếu thốn [tieu ton] *adj* skimpy

thiêu trụi [tieu tʃui] v burn down

thị giác [ti zak] **thuộc thị giác** adj visual

thi hành [ti haɲ] **sự thi hành** n execution

thì hơn [ti hɤn] adv preferably

thì là tây [ti la təi] **cây thì là tây** n fennel

thị lực [ti lɯk] n eyesight, sight

thí nghiệm [ti ŋiem] n experiment; **vật thí nghiệm** n guinea pig (for experiment)

thính [tiɲ] **dụng cụ trợ thính** n hearing aid; **thính giác** n hearing; **Tôi có máy trợ thính** I have a hearing aid

thỉnh cầu [tiɲ kəu] v appeal; **sự thỉnh cầu** n appeal

thịnh nộ [tiɲ no] **cơn thịnh nộ** n rage

thỉnh thoảng [tiɲ tɔaɲ] adj occasional ▷ adv sometimes

thịnh vượng [tiɲ vɯɤŋ] v thrive; **sự thịnh vượng** n prosperity

thịt [tit] n meat, flesh ▷ v kill; **bánh mì tròn kẹp thịt băm viên** n burger; **cửa hàng thịt** n butcher's; **món thịt hầm** n casserole; **miếng thịt bò nạc** n steak; **người bán thịt** n butcher; **nước luộc thịt** n broth; **nước thịt** n gravy; **súc thịt** n joint (meat); **thịt đỏ** n red meat; **thịt băm viên** n meatball; **thịt bê** n veal; **thịt bò** n beef; **thịt bò băm viên** n beefburger; **thịt cừu** n lamb, mutton; **thịt cốtlet** n cutlet; **thịt giăm-bông** n ham; **thịt hươu** n venison; **thịt lợn** n pork; **thịt lợn muối xông khói** n bacon; **thịt mông bò** n rump steak; **Anh có ăn thịt không?** Do you eat meat?; **Cái này được nấu trong nước dùng thịt phải không?** Is this cooked in meat stock?; **Tôi không ăn thịt** I don't eat meat; **Tôi không ăn thịt đỏ** I don't eat red meat; **Tôi không thích thịt** I don't like meat; **Thịt này thiu rồi** This meat is off; **Thịt nguội quá** The meat is cold

thị thực [ti tɯk] n visa; **Đây là thị thực của tôi** Here is my visa; **Tôi có thị thực nhập cảnh** I have an entry visa

thị trấn [ti tʃən] n town; **sự quy hoạch thị trấn** n town planning

thị trường [ti tʃɯɤŋ] **nghiên cứu thị trường** n market research; **thị trường chứng khoán** n stock exchange, stock market

thị trưởng [ti tʃɯɤŋ] n mayor

thò [tɔ] **thò ra** v stick out

thỏ [tɔ] n rabbit; **con thỏ** n rabbit; **thỏ rừng** n hare

thỏa hiệp [tɔa: hiep] v compromise; **sự thỏa hiệp** n compromise

thoái lui [tɔai lui] v retrace

thoải mái [tɔai mai] adj comfortable, laid-back, relaxed; **không thoải mái** adj uncomfortable; **làm cho thoải mái** adj relaxing

thỏa mãn [tɔa: man] adj rewarding, satisfied

thoát [tɔat] v escape (from); **lỗ thoát nước** n plughole; **ống thoát nước** n drainpipe; **sự trốn thoát** n escape; **tấm thoát nước** n draining board; **trốn thoát** v escape

thoát hiểm [tɔat hiem] **cửa thoát hiểm** n emergency exit; **lối thoát hiểm** n fire escape

thỏa thuận [tɔaː tuən] **sự thỏa thuận** n deal, bargain

thoát ra [tɔat zaː] v log off

thoát y [tɔat i] v strip; **người biểu diễn thoát y** n stripper; **sự thoát y** n strip

thỏa ước [tɔaː ɯɤk] **thỏa ước ngừng bắn** n truce

thóc mách [tɔk matʃ] adj nosy ▷ v pry

thoi [tɔi] **xe con thoi** n shuttle

thói quen [tɔi kɯen] n habit

thô [to] adj coarse, crude

thôi [tɔi] adj no longer; **bị cho thôi việc** adj redundant; **cho thôi việc** v lay off

thổi [tɔi] v blow

thối rữa [tɔi zɯaː] v rot; **bị thối rữa** adj rotten

thông [tɔŋ] n pine tree; **cây thông** n pine; **cây thông Nô-en** n Christmas tree; **sự lưu thông** n circulation; **sự thông gió** n ventilation; **sự thông thái** n wisdom; **sự truyền thông** n communication; **thông qua** v pass

thông báo [tɔŋ baɔ] n announcement, notice (termination) ▷ v announce, inform, notify; **bảng thông báo** n notice board

thông cảm [tɔŋ kam] adj sympathetic, understanding ▷ v sympathize; **sự thông cảm** n sympathy

thông điệp [tɔŋ diep] n message; **thông điệp bật lên** n pop-up

thống kê [tɔŋ ke] **số liệu thống kê**

n statistics

thống khổ [tɔŋ χɔ] **nỗi thống khổ** n agony

thông minh [tɔŋ miɲ] adj brainy, clever, intelligent; **Chỉ số Thông minh IQ** n IQ; **điện thoại thông minh** n smart phone; **trí thông minh** n intelligence

thống nhất [tɔŋ ɲət] **không thống nhất** adj inconsistent

thông thường [tɔŋ tɯɤŋ] adj usual; **theo tập quán thông thường** adj conventional

thông tin [tɔŋ tin] n information ▷ v inform; **bàn thông tin** n enquiry desk; **cung cấp thông tin bổ ích** adj informative; **văn phòng cung cấp thông tin** n information office; **Đây là một số thông tin về công ty tôi** Here's some information about my company; **Tôi muốn một số thông tin về...** I'd like some information about...

Thổ Nhĩ Kỳ [to ɲi ki] n Turkey; **người Thổ Nhĩ Kỳ** n Turk; **thuộc Thổ Nhĩ Kỳ** adj Turkish; **tiếng Thổ Nhĩ Kỳ** n Turkish

thơ [tɤ] n verse; **bài thơ** n poem; **nên thơ** adj picturesque; **nhà thơ** n poet; **thơ ca** n poetry

thờ [tɤ] v worship; **nhà thờ** n church; **nhà thờ lớn** n cathedral; **thờ phụng** v worship

thở [tɤ] v breathe; **bị nghẹt thở** v choke; **hơi thở** n breath; **ống thở khi lặn** n snorkel; **thở dài** v sigh; **thở ra** v breathe out; **tiếng thở dài** n sigh; **Anh ấy không thở được** He can't breathe

thợ [tɤ] n artisan, craftsman,

tradesman; **người thợ** n workman; **thợ điện** n electrician; **thợ khóa** n locksmith; **thợ kim hoàn** n jeweller; **thợ lặn** n diver; **thợ làm đồ gỗ** n joiner; **thợ làm tóc** n hairdresser; **thợ may** n tailor; **thợ mỏ** n miner; **thợ mộc** n carpenter; **thợ máy** n mechanic; **thợ nề** n bricklayer; **thợ xây** n builder; **Anh có thể cử thợ máy đến được không?** Can you send a mechanic?

thơ ấu [tɤ əu] adj young; **thời thơ ấu** n childhood

thợ cắt tóc [tɤ kɑt tɔk] n barber

thời [tɤi] n time; **đồng thời** adj simultaneous; **đương thời** adj contemporary; **lỗi thời** adj obsolete, old-fashioned, out-of-date; **tên thời con gái** n maiden name; **thời của động từ** n tense; **thuộc thời Trung cổ** adj mediaeval

thời gian [tɤi zaːn] n time; **bán thời gian** adv part-time; **khoảng thời gian** n duration, while; **khoảng thời gian giữa hai sự kiện** n interval; **thời gian nghỉ làm** n time off; **thời gian rỗi** n leisure, spare time; **thời gian thử nghiệm** n trial period; **thời gian thăm viếng** n visiting hours; **toàn bộ thời gian** adv full-time; **Tôi đã có một khoảng thời gian tuyệt vời** I've had a great time; **Thời gian tối thiểu là bao nhiêu?** What's the minimum amount of time?

thời hạn [tɤi han] **thời hạn cuối cùng** n deadline

thời kỳ [tɤi ki] n period

thời sự [tɤi sɯ] n current events;

các vấn đề thời sự n current affairs; **có tính thời sự** adj topical; **Mấy giờ thì có thời sự?** When is the news?

thời tiết [tɤi tiet] n weather, climate; **dự báo thời tiết** n weather forecast; **Dự báo thời tiết thế nào?** What's the weather forecast?; **Tôi hy vọng thời tiết sẽ khá hơn** I hope the weather improves; **Tôi hy vọng thời tiết sẽ vẫn như thế này** I hope the weather stays like this; **Thời tiết có sắp thay đổi không?** Is the weather going to change?; **Thời tiết ngày mai thế nào?** What will the weather be like tomorrow?; **Thời tiết tệ quá!** What awful weather!

thời trang [tɤi tʃaːŋ] n fashion; **hợp thời trang** adj trendy; **không hợp thời trang** adj naff, unfashionable

thời vụ [tɤi vu] **theo thời vụ** adj seasonal

thơm [tɤm] adj fragrant; **hương thơm** n scent

thu [tu] n autumn ▷ v collect; **người thu vé** n ticket collector; **quầy thu tiền hóa đơn khách sạn** n checkout; **sự thu mua toàn bộ** n buyout

thú [tu] n beast; **vườn thú** n zoo

thù [tu] **gây thù địch** v antagonize; **kẻ thù** n enemy; **lòng căm thù** n hatred; **thù địch** adj hostile

thủ [tu] **thủ môn** n goalkeeper; **thủ phạm** n culprit

thua [tua] v lose; **chịu thua** v give up; **người thua cuộc** n loser; **thua**

kém *adj* inferior

thuần [tuən] *adj* tame

thuận [tuən] *v* agree, be favourable; **sự đồng thuận** *n* consensus; **tay lái thuận** *n* right-hand drive; **thuận tay phải** *adj* right-handed; **thuận tiện** *adj* convenient

thuật [tuət] **ảo thuật gia** *n* conjurer; **nghệ thuật ẩm thực** *n* cookery; **tiểu sử tự thuật** *n* autobiography

thuật ngữ [tuət ŋɯ] *n* term (*description*)

thúc đẩy [tuk dəi] *v* motivate; **sự thúc đẩy** *n* motivation

thúc giục [tuk zuk] *v* hurry

thủ công [tu koŋ] **nghề thủ công** *n* craft; **thợ thủ công** *n* craftsman

thủ đoàn [tu dɔan] **thuỷ thủ đoàn** *n* crew

thủ đô [tu do] *n* capital

thuê [tue] *v* hire, rent, charter; **cho thuê** *v* lease, rent; **hợp đồng cho thuê** *n* lease; **người thuê nhà** *n* tenant; **ô tô cho thuê** *n* rental car; **ô tô đi thuê** *n* hired car; **sự cho thuê xe ô tô** *n* car hire; **sự thuê xe ô tô** *n* car rental; **thuê ô tô** *n* hire car; **thuê người** *v* employ; **tiền thuê** *n* rent, rental; **việc thuê** *n* hire; **Chúng tôi có thể thuê thiết bị không?** Can we hire the equipment?; **Họ có cho thuê vợt không?** Do they hire out racquets?; **Tôi có thể thuê giường nằm tắm nắng ở đâu?** Where can I hire a sun lounger?; **Tôi có thể thuê mô tô trượt nước ở đâu?** Where can I hire a jet-ski?; **Tôi có thể thuê ô che nắng ở đâu?** Where can I hire a

sunshade?; **Tôi có thể thuê vợt ở đâu?** Where can I hire a racket?; **Tôi muốn thuê một chiếc xe đạp** I want to hire a bike; **Tôi muốn thuê một ô tô** I want to hire a car; **Tôi muốn thuê một xe máy** I want to hire a motorbike

thuế [tue] *n* tax; **bản khai thuế** *n* tax return; **miễn thuế** *adj* duty-free; **người đóng thuế** *n* tax payer; **sự miễn thuế** *n* duty-free; **thuế cầu đường** *n* road tax; **thuế GTGT** *abbr* VAT; **thuế thu nhập** *n* income tax

thuế quan [tue kuan] *n* tariff

thu hoạch [tu hɔatʃ] *v* harvest; **vụ thu hoạch** *n* harvest

thùng [tuŋ] *n* bin; **thùng rác** *n* dustbin, litter bin; **thùng tròn** *n* barrel

thủng [tuŋ] **lỗ thủng** *n* leak; **sự đâm thủng** *n* piercing; **thủng lỗ** *adj* pierced

thung lũng [tuŋ luŋ] *n* valley

thú nhận [tu ɲən] *v* admit, confess, own up; **sự thú nhận** *n* confession

thu nhập [tu ɲəp] *n* income, return (*yield*) ▷ *npl* earnings; **thuế thu nhập** *n* income tax

thu nhỏ [tu ɲɔ] *adj* miniature; **vật thu nhỏ** *n* miniature

thuốc [tuok] *n* (*chữa bệnh*) drug, medicine; **đơn thuốc** *n* prescription; **kê thuốc** *v* prescribe; **người không hút thuốc** *n* non-smoker; **người nghiện thuốc lá** *n* smoker; **ống xịt thuốc** *n* inhaler; **sự hút thuốc** *n* smoking; **sự tiêm thuốc** *n* injection; **thuốc an thần** *n* sedative, tranquilliser;

thuốc aspirin n aspirin; **thuốc bổ** n tonic; **thuốc bôi mi mắt** n mascara; **thuốc chữa dị ứng** n antihistamine; **thuốc chống ra mồ hôi** n antiperspirant; **thuốc chống trầm cảm** n antidepressant; **thuốc con nhộng** n capsule; **thuốc diệt cỏ dại** n weedkiller; **thuốc diệt côn trùng** n insect repellent; **thuốc độc** n poison; **thuốc giải độc** n antidote; **thuốc giảm đau** n painkiller; **thuốc kháng sinh** n antibiotic; **thuốc mỡ** n ointment; **thuốc nước chống ho** n cough mixture; **thuốc ngủ** n sleeping pill; **thuốc nhuận tràng** n laxative; **thuốc nhuộm** n dye; **thuốc tẩy** n bleach, stain remover; **thuốc trừ sâu** n pesticide; **thuốc uống** n medicine; **viên thuốc** n pill, tablet

thuộc [tuok] **quen thuộc** adj familiar; **thuộc cấp** n inferior

thuộc Indonesia [tuok inzɔnɛsia] adj Indonesian

thuốc lá [tuok la] n cigarette; **cửa hàng bán thuốc lá** n tobacconist's; **cái gạt tàn thuốc lá** n ashtray; **cây thuốc lá** n tobacco; **điếu thuốc lá** n cigarette

thuốc phiện [tuok fien] **cây thuốc phiện** n cannabis

thuốc tê [tuok te] n anaesthetic

thuộc về [tuok ve] v belong, belong to

thủ quỹ [tu kui] n cashier, treasurer

thu thanh [tu tɑːɲ] **máy thu thanh kỹ thuật số** n digital radio

thu thập [tu təp] v collect; **sự thu thập** n collection

thủ thư [tu tɯ] n librarian

thủ tục [tu tuk] n formality

thủ tướng [tu tɯʏŋ] n prime minister

thú vị [tu vi] adj enjoyable, interesting

thú vui [tu vui] n pleasure

thu xếp [tu sep] v arrange; **sự thu xếp** n arrangement; **Tôi muốn thu xếp một cuộc gặp với...** I'd like to arrange a meeting with...

thuỷ [tui] **thuỷ thủ đoàn** n crew

thú y [tu i] **bác sỹ thú y** n vet

thủy [tui] **hạ thủy** v launch; **tàu thủy lớn** n liner; **thủy triều** n tide

thủy đậu [tui dəu] **bệnh thủy đậu** n chickenpox

Thụy Điển [tui dien] **người Thụy Điển** n Swede; **nước Thụy Điển** n Sweden; **thuộc Thụy Điển** adj Swedish; **tiếng Thụy Điển** n Swedish

thuyền [tuien] n boat; **bến du thuyền** n marina; **chèo thuyền** v row (in boat); **đi thuyền** v sail; **sự đi thuyền** n sailing; **sự chèo thuyền** n rowing; **thuyền đánh cá** n fishing boat; **thuyền buồm** n sailing boat, yacht; **thuyền có mái chèo** n rowing boat; **thuyền trưởng** n captain; **Có chuyến tham quan bằng thuyền trên sông không?** Are there any boat trips on the river?; **Khi nào thì có chuyến thuyền đầu tiên?** When is the first boat?; **Khi nào thì có chuyến thuyền cuối cùng?** When is the last boat?; **Thuyền đi từ đâu?** Where does the boat leave from?

thuyết giáo [tuiet zɑo] v preach; **bài thuyết giáo** n sermon

thuyết phục [tuiet fuk] v convince, persuade; **có sức thuyết phục** adj convincing, persuasive

thuyết trình [tuiet tʃiɲ] **bản thuyết trình** n presentation; **người thuyết trình** n presenter

thuỷ ngân [tui ŋən] n mercury

Thụy Sỹ [tui si] n Switzerland; **người Thụy Sỹ** n Swiss; **thuộc Thụy Sỹ** adj Swiss

thủy thủ [tui tu] n sailor, seaman

thủy tiên [tui tien] **hoa thủy tiên** n daffodil

thủy tinh [tui tiɲ] n glass, crystal; **màng thủy tinh thể** n cataract (eye); **thủy tinh sợi** n fibreglass

thuỷ triều [tui tʃieu] n tide; **Lúc nào thì thuỷ triều lên?** When is high tide?

thư [tuɪ] n letter (message), book; **bạn qua thư** n penfriend; **dịch vụ thư bảo đảm** n recorded delivery; **giấy viết thư** n notepaper; **hộp thư** n letterbox, mailbox, postbox; **hộp thư đến** n inbox; **nữ nhân viên đưa thư** n postwoman; **người trao đổi thư từ** n correspondent; **nhân viên đưa thư** n postman; **thư máy bay** n airmail; **thư nội bộ** n memo; **thư rác** n junk mail, spam; **thư từ trao đổi** n correspondence; **Tôi muốn gửi bức thư này** I'd like to send this letter

thử [tuɪ] v try out; **buồng thử quần áo** n fitting room; **sự thử** n try; **sự thử giọng** n audition; **thời gian thử nghiệm** n trial period; **thử mặc** v try on; **thử nghiệm** v test

thừa [tuɪɑ:] adj spare, surplus; **đồ thừa** n remains; **tình trạng dư**

thừa n redundancy

thừa kế [tuɪɑ: ke] v inherit; **người thừa kế nam** n heir; **người thừa kế nữ** n heiress; **quyền thừa kế** n inheritance

thứ ba [tuɪ bɑ:] adj third ▷ adv thirdly; **Thế giới Thứ ba** n Third World

Thứ ba [tuɪ bɑ:] n Tuesday; **ngày thứ Ba trước tuần chay** n Shrove Tuesday; **vào thứ Ba** on Tuesday

thứ bảy [tuɪ bai] adj seventh

thứ Bảy [tuɪ bai] n Saturday; **mỗi thứ Bảy** every Saturday; **thứ Bảy tuần này** this Saturday; **thứ Bảy tuần tới** next Saturday; **thứ Bảy tuần trước** last Saturday; **vào các thứ Bảy** on Saturdays; **vào thứ Bảy** on Saturday

thức [tuɪk] adj awake ▷ v stay up; **đồng hồ báo thức** n alarm clock; **có học thức** adj educated; **gọi báo thức** n alarm call; **người trí thức** n intellectual; **thức đợi** v wait up

thực [tuɪk] adj genuine; **có thực** adj real; **nghệ thuật ẩm thực** n cookery

thức ăn [tuɪk an] n food, grub; **cửa hàng bán thức ăn mang về** n takeaway; **ngộ độc thức ăn** n food poisoning; **tủ đựng thức ăn** n larder; **Thức ăn cay quá** The food is too spicy; **Thức ăn mặn quá** The food is too salty

thực đơn [tuɪk ɤn] n menu; **thực đơn sẵn** n set menu; **Anh có thực đơn dành cho trẻ em không?** Do you have a children's menu?; **Anh có thực đơn với giá định sẵn không?** Do you have a set-price menu?; **Chúng tôi sẽ chọn thực đơn đã định sẵn** We'll take the set menu; **Làm ơn cho xem thực đơn** The menu, please; **Làm ơn cho xem thực đơn đồ tráng miệng** The dessert menu, please; **Thực đơn định sẵn thì giá bao nhiêu?** How much is the set menu?

thức giấc [tuk zək] *v* wake up

thực hiện [tuk hien] *v* carry out, conduct, perform; **sự thực hiện** *n* performance *(functioning)*

thứ chín [tu tʃin] *adj* ninth

thực phẩm [tuk fəm] **máy chế biến thực phẩm** *n* food processor; **việc cung cấp thực phẩm** *n* catering

thực sự [tuk su] *adj* actual, proper ▷ *adv* really

thực tập [tuk təp] **thực tập sinh** *n* trainee

thực tế [tuk te] *adj* practical ▷ *n* reality; **có óc thực tế** *adj* realistic; **chương trình ti-vi thực tế** *n* reality TV; **không thực tế** *adj* impractical, unrealistic; **một cách thực tế** *adv* practically; **thực tế ảo** *n* virtual reality; **trên thực tế** *adv* actually

thực tiễn [tuk tien] *n* practice

thứ của anh ấy [tu kua: a:ɲ əi] *n* his

thứ của cô ấy [tu kua: ko əi] *pron* hers

thực vật [tuk vət] *n* vegetation; **bơ thực vật** *n* margarine; **hệ thực vật** *n* flora

thư giãn [tu zan] *v* relax

thứ hai [tu ha:i] *adj* second ▷ *n* second; **thứ hai là** *adv* secondly

thứ Hai [tu ha:i] *n* Monday; **Thứ Hai ngày mười lăm tháng Sáu** It's Monday the fifteenth of June; **vào thứ Hai** on Monday

thứ hai mươi [tu ha:i muɤi] *adj* twentieth

thư ký [tu ki] *n* secretary

thứ một nghìn [tu mot ŋin] *adj* thousandth

thứ mười [tu muɤi] *adj* tenth

thứ mười ba [tu muɤi ba:] *adj* thirteenth

thứ mười bảy [tu muɤi bai] *adj* seventeenth

thứ mười bốn [tu muɤi bon] *adj* fourteenth

thứ mười chín [tu muɤi tʃin] *adj* nineteenth

thứ mười hai [tu muɤi ha:i] *adj* twelfth

thứ mười lăm [tu muɤi lam] *adj* fifteenth

thứ mười một [tu muɤi mot] *adj* eleventh

thứ mười sáu [tu muɤi sau] *adj* sixteenth

thứ mười tám [tu muɤi tam] *adj* eighteenth

thứ năm [tu nam] *adj* fifth

thứ Năm [tu nam] *n* Thursday; **vào thứ Năm** on Thursday

thước [tuɤk] **cái thước kẻ** *n* ruler *(measure)*; **thước dây** *n* tape measure

thương [tuɤŋ] *adj* wounded ▷ *n* trade, commerce; **bị thương** *adj* injured; **làm tổn thương** *v* injure; **lòng thương** *n* pity; **thương hại** *v* pity; **thương vong** *n* casualty; **vết thương** *n* injury, sore; **Có một số**

người bị thương There are some people injured; **Có người bị thương** Someone is injured; **Chị ấy bị thương nặng** She is seriously injured; **Tôi muốn mua một ít băng dính vết thương** I'd like some plasters

thường [tɯɤŋ] adv (xuyên) usually ▷ adj ordinary ▷ v compensate; **bình thường** adj normal; **coi thường** v mock; **khác thường** adj exceptional, unusual; **lạ thường** adj extraordinary; **lẽ thường** n common sense; **loại thường** adj second-rate; **như thường lệ** adv normally; **Những Câu hỏi Thường gặp** n FAQ; **tầm thường** adj unimportant; **thông thường** adj common, regular; **thường dân** n civilian; **theo tập quán thông thường** adj conventional; **thuộc thường dân** adj civilian

thưởng [tɯɤŋ] n reward; **giải thưởng** n prize; **tiền thưởng** n bonus

thượng cấp [tɯɤŋ kəp] n superior

thượng đế [tɯɤŋ de] n god

thương hàn [tɯɤŋ han] **bệnh thương hàn** n typhoid

thương hiệu [tɯɤŋ hieu] n trademark

thương lượng [tɯɤŋ lɯɤŋ] v negotiate; **sự thương lượng** n negotiations

thương mại [tɯɤŋ mai] n trade; **ngân hàng thương mại** n merchant bank; **thương mại điện tử** n e-commerce; **trung tâm thương mại** n shopping centre

thương nhân [tɯɤŋ ɲən] n merchant; **hạng thương nhân** n business class

thương thuyết [tɯɤŋ tuiet] **người thương thuyết** n negotiator

thương tiếc [tɯɤŋ tiek] v mourn; **sự thương tiếc** n mourning

thương trường [tɯɤŋ tʃɯɤŋ] n marketplace

thường xuân [tɯɤŋ suan] n ivy; **cây thường xuân** n ivy

thường xuyên [tɯɤŋ suien] adj continual, frequent ▷ adv continually, often; **hoạt động thường xuyên** n routine

thứ sáu [tɯ sau] adj sixth

thứ Sáu [tɯ sau] n Friday; **thứ Sáu trước Lễ Phục sinh** n Good Friday; **vào thứ Sáu** on Friday; **vào thứ Sáu ngày ba mươi mốt tháng Mười Hai** on Friday the thirty first of December

thứ tám [tɯ tam] adj eighth ▷ n eighth

thử thách [tɯ tatʃ] **sự thử thách** n ordeal

thư thái [tɯ tai] adj restful

thư từ [tɯ tɯ] n mail

thứ tư [tɯ tɯ] adj fourth

thứ tự [tɯ tɯ] **theo thứ tự** adv respectively

thứ Tư [tɯ tɯ] n Wednesday; **vào thứ Tư** on Wednesday

thư viện [tɯ vien] n library

thứ yếu [tɯ ieu] adj minor

tia [tia] **tia lửa** n spark

tỉa [tiaː] v trim

tích [titʃ] **mất tích** adj missing; **Con tôi bị mất tích** My child is missing

tích cực [titʃ kɯk] adj active

tịch thu [titʃ tu] v confiscate
tích trữ [titʃ tʃɯ] v store; **sự tích trữ** n storage
tiếc [tiek] v regret; **đáng tiếc** adv unfortunately
tiệc [tiek] n party; **bữa tiệc** n party (social gathering); **tiệc tiễn thời độc thân của một cô gái** n hen night
tiêm [tiem] v inject; **ống tiêm** n syringe; **sự tiêm thuốc** n injection
tiêm chủng [tiem tʃuŋ] v vaccinate; **sự tiêm chủng** n vaccination
tiềm năng [tiem naŋ] n potential
tiềm tàng [tiem taŋ] adj potential
tiên [tien] n fairy; **nàng tiên cá** n mermaid
tiến [tien] **tiến hành** v go ahead; **tiến lên** v forward, move forward
tiền [tien] n money ▷ adj front; **giá tiền** n charge (price); **hết tiền** adj broke; **hoàn lại tiền** v refund; **khoản tiền trả lại** n repayment; **lệnh trả tiền** n standing order; **mặt tiền** n front; **máy rút tiền** n cash dispenser; **máy tính tiền** n cash register; **ngăn kéo để tiền** n till; **quầy đổi tiền** n bureau de change; **quầy thu tiền hóa đơn khách sạn** n checkout; **số tiền chi trội** n overdraft; **tiền bảo lãnh** n bail; **tiền bán hàng** n takings; **tiền boa** n tip (reward); **tiền còn nợ** n arrears; **tiền cho vay** n loan; **tiền chuộc** n ransom; **tiền đặt báo dài hạn** n subscription; **tiền được cấp** n grant; **tiền gửi** n deposit; **tiền hoàn lại** n rebate, refund; **tiền lãi** n interest (income); **tiền lương** n pay, wage; **tiền mặt** n cash; **tiền phạt** n

fine; **tiền phục vụ** n cover charge; **tiền thưởng** n bonus; **tiền thuê** n rent, rental; **tiền tiết kiệm** n savings; **tiền tiêu vặt** n pocket money; **tiền trợ cấp** n subsidy; **tiền vé** n fare; **tiền vào cửa** n admission charge; **tiền xu** n coin; **trả lại tiền** v repay; **xưởng đúc tiền** n mint (coins); **Anh có thể cho tôi vay ít tiền không?** Could you lend me some money?; **Anh có thể thu xếp gửi tiền qua gấp không?** Can you arrange to have some money sent over urgently?; **Tôi có thể đổi tiền ở đâu?** Where can I change some money?; **Tôi hết tiền rồi** I have run out of money; **Tôi không có tiền** I have no money; **Tôi lấy lại tiền có được không?** Can I have my money back?; **Tôi muốn chuyển ít tiền từ tài khoản của tôi** I would like to transfer some money from my account; **Tôi muốn lấy lại tiền** I want my money back
tiện [tien] **bất tiện** adj inconvenient; **sự bất tiện** n inconvenience; **thuận tiện** adj convenient; **tiện sử dụng** adj handy
tiến bộ [tien bo] n progress; **sự tiến bộ** n improvement
tiến độ [tien do] n progress; **Chúng tôi đúng tiến độ** We are on schedule; **Chúng tôi hơi chậm so với tiến độ** We are slightly behind schedule
tiếng [tieŋ] n sound, voice; **được lồng tiếng** adj dubbed; **người nổi tiếng** n celebrity; **thiết bị phát ra tiếng bíp bíp** n bleeper; **tiếng ầm ĩ**

n din; **tiếng địa phương** *n* dialect; **tiếng cười** *n* laugh, laughter; **tiếng chuông** *n* ring; **tiếng gọi** *n* call; **tiếng huýt sáo** *n* whistle; **tiếng lạch cạch** *n* rattle; **tiếng lóng** *n* slang; **tiếng mẹ đẻ** *n* mother tongue; **tiếng ồn** *n* noise; **tiếng quay số điện thoại** *n* dialling tone; **tiếng thở dài** *n* sigh; **tiếng vọng** *n* echo; **Anh có nói được tiếng Anh không?** Do you speak English?; **Anh nói những thứ tiếng gì?** What languages do you speak?; **Có ai nói được tiếng Anh không?** Does anyone speak English?

tiến hóa [tien hɔɑ:] **sự tiến hóa** *n* evolution

tiền lệ [tien le] **chưa có tiền lệ** *adj* unprecedented

tiến lên [tien len] *v* advance; **sự tiến lên** *n* advance

tiện nghi [tien ɲi] *n* amenities; **tiện nghi hiện đại** *n* mod cons

tiền nhiệm [tien ɲiem] **người tiền nhiệm** *n* predecessor

tiền sản [tien sɑn] *adj* antenatal

tiền sảnh [tien sɑɲ] *n* hallway

Tiến sĩ [tien si] *n* PhD

tiền sử [tien sɯ] *adj* prehistoric

tiền tệ [tien te] *n* currency; **thuộc tiền tệ** *adj* monetary

tiên tiến [tien tien] *adj* advanced

tiền tuyến [tien tuien] *n* frontier

tiếp [tiep] **cuốn tiếp theo** *n* sequel; **liên tiếp** *adj* consecutive; **người chạy tiếp sức** *n* relay; **sự đón tiếp** *n* welcome; **tiếp diễn** *v* continue; **tiếp đón** *v* welcome; **tiếp nhiên liệu** *v* refuel; **tiếp sau** *adv* next

tiếp cận [tiep kən] *v* access; **có thể tiếp cận** *adj* accessible

tiếp quản [tiep kuan] *v* take over; **sự tiếp quản** *n* takeover

tiếp tân [tiep tən] **khu tiếp tân** *n* reception; **nhân viên tiếp tân** *n* receptionist

tiếp thị [tiep ti] **sự tiếp thị** *n* marketing

tiếp tục [tiep tuk] *v* carry on, continue, go on; **tiếp tục lại** *v* resume

tiếp viên [tiep vien] *n* steward; **tiếp viên hàng không** *n* flight attendant

tiết kiệm [tiet kiem] *adj* economical, thrifty ▷ *v* economize, put aside, put away, save up; **lợn tiết kiệm** *n* piggybank; **tiền tiết kiệm** *n* savings

tiết lộ [tiet lo] *n* disclose ▷ *v* reveal

tiệt trùng [tiet tʃuŋ] **đã được tiệt trùng** *adj* pasteurized

tiêu [tieu] *v (sử dụng)* spend; **chứng khó tiêu** *n* indigestion; **chỉ tiêu** *n* quota; **người tiêu dùng** *n* consumer; **tiền tiêu vặt** *n* pocket money

tiểu [tieu] **nước tiểu** *n* urine

tiêu chảy [tieu tʃai] **bệnh tiêu chảy** *n* diarrhoea; **Tôi bị tiêu chảy** I have diarrhoea

tiêu chí [tieu tʃi] *n* criterion

tiêu chuẩn [tieu tʃuan] *n* standard; **tiêu chuẩn hành lý gửi** *n* baggage allowance

tiêu đề [tieu de] *n* headline

tiểu đường [tieu dɯʌŋ] **bệnh tiểu đường** *n* diabetes; **mắc bệnh tiểu đường** *adj* diabetic; **người mắc bệnh tiểu đường** *n* diabetic

tiêu hóa [tieu hɔa:] v digest; **sự tiêu hóa** n digestion

tiểu học [tieu hɔk] **trường tiểu học** n elementary school

tiểu sử [tieu sɯ] n biography

tiểu thuyết [tieu tuiet] n novel; **người viết tiểu thuyết** n novelist; **truyện tiểu thuyết** n fiction

tiểu tụy [tieu tui] adj shabby

tỉ giá [ti za] **tỉ giá ngoại hối** n exchange rate

tỉ lệ [ti le] n rate; **tỉ lệ lãi suất** n interest rate

tim [tim] n heart; **cơn đau tim** n heart attack; **máy điều hoà nhịp tim** n pacemaker; **trái tim** n heart; **Tôi bị bệnh tim** I have a heart condition

tím [tim] adj purple; **vết thâm tím** n bruise

tìm [tim] v look for; **sự tìm hiểu** n enquiry; **tìm hiểu** v enquire, inquire; **tìm kiếm** v look for; **tìm ra** v find out, track down; **tìm thấy** v find; **trò chơi trốn tìm** n hide-and-seek; **Chúng tôi đang tìm…** We're looking for…; **Tôi đang tìm một món quà cho vợ tôi** I'm looking for a present for my wife; **Tôi cần tìm một siêu thị** I need to find a supermarket

tỉ mỉ [ti mi] adj detailed

tìm kiếm [tim kiem] v seek; **công cụ tìm kiếm** n search engine; **đoàn người đi tìm kiếm** n search party; **sự tìm kiếm** n search

tin [tin] v trust, believe ▷ n news, information; **đáng tin** adj reputable; **đáng tin cậy** adj credible; **hay tin người** adj

trusting; **không thể tin được** adj incredible, unbelievable; **lòng tin** n belief, trust; **máy nhắn tin** n pager; **người đưa tin** n messenger; **nhắn tin** v page; **niềm tin** n faith; **sự tự tin** n confidence (self-assurance); **sự tin tưởng** n confidence (trust); **tự tin** adj confident, self-assured; **thiếu tự tin** adj unsure; **tin đồn** n rumour; **tin nhắn thoại** n voicemail

tị nạn [ti nan] **người tị nạn** n refugee

tin cậy [tin kəi] **đáng tin cậy** adj reliable; **không đáng tin cậy** adj unreliable

tín dụng [tin zun] n credit; **thẻ tín dụng** n credit card; **Anh có nhận thẻ tín dụng không?** Do you take credit cards?; **Tôi trả bằng thẻ tín dụng có được không?** Can I pay by credit card?

tín đồ [tin do] **tín đồ Hồi giáo** n Moslem

tính [tiŋ] n personal character, nature ▷ v calculate; **dễ tính** adj easy-going; **giới tính** n gender; **hệ vô tính** n clone; **kịch tính** adj dramatic; **máy tính** n (làm tính) calculator, (vi tính) computer; **máy tính tiền** n cash register; **sự ước tính** n estimate; **sự tính toán** n calculation; **tốt tính** adj good-natured; **tính giá** v charge (price); **tính toán** v calculate, work out; **ước tính** v estimate; **Anh tính bao nhiêu?** How much do you charge?; **Có phí tính theo quãng đường không?** Is there a mileage charge?; **Làm ơn tính tiền vào**

phòng của tôi Please charge it to my room; **Sao anh tính tôi đắt thế?** Why are you charging me so much?; **Tôi bị tính giá quá đắt** I've been overcharged

tình [tiɲ] n love, sentiment; **bạn tình** n partner; **cố tình** adj deliberate; **có xu hướng tình dục khác giới** adj heterosexual; **mối tình** n romance; **một cách cố tình** adv deliberately; **tình nhân** n mistress; **tình yêu** n love; **thất tình** adj heartbroken; **vô tình** adv inadvertently

tỉnh [tiɲ] adj sober; **bất tỉnh** adj unconscious; **sự tỉnh táo** n consciousness; **tỉnh dậy** v awake; **tỉnh lại** v come round; **tỉnh táo** adj conscious

tình báo [tiɲ baɔ] cục tình báo n secret service

tinh bột [tiɲ bot] n starch

tình cờ [tiɲ kɤ] n accidental; **một cách tình cờ** adv accidentally, by chance, by accident

tính đến [tiɲ den] prep considering

tinh hoàn [tiɲ hɔan] n testicle

tình huống [tiɲ huoŋ] hài kịch tình huống n sitcom

tín hiệu [tin hieu] n signal; **tín hiệu bận** adj busy signal, engaged tone; **tín hiệu cấp cứu SOS** n SOS

tinh khiết [tiɲ xiet] adj pure

tình nghi [tiɲ ŋi] v suspect; **người bị tình nghi** n suspect

tình nguyện [tiɲ ŋuien] adj voluntary ▷ adv voluntarily ▷ v volunteer; **tình nguyện viên** n volunteer

tình nhân [tiɲ ɲən] n mistress;

Ngày lễ Tình nhân n Valentine's Day

tinh quái [tiɲ kuai] adj mischievous; **trò tinh quái** n mischief

tỉnh táo [tiɲ taɔ] adj alert; **làm tỉnh táo** adj refreshing

tinh thần [tiɲ tən] n spirit; **thuộc tinh thần** adj spiritual; **thuộc về tinh thần** adj mental

tinh tinh [tiɲ tiɲ] n chimpanzee; **con tinh tinh** n chimpanzee

tính toán [tiɲ tɔan] v calculate ▷ n calculation; **bảng tính toán** n spreadsheet

tính tổng [tiɲ toŋ] v add up

tình trạng [tiɲ tʃaŋ] tình trạng căng thẳng n tension; **tình trạng hôn nhân** n marital status; **tình trạng khẩn cấp** n emergency

tinh trùng [tiɲ tʃuŋ] n sperm

tính từ [tiɲ tɯ] n adjective

Tin lành [tin laɲ] Tín đồ Đạo Tin lành n Protestant; **Tín đồ Đạo Trưởng lão Tin lành** n Presbyterian; **Thuộc Đạo Tin lành** adj Protestant; **Thuộc Đạo Trưởng lão Tin lành** adj Presbyterian

tin nhắn [tin ɲan] n text message; **gửi tin nhắn** v text; **tin nhắn SMS** n SMS

tin tặc [tin tak] n hacker

tin tức [tin tɯk] n lead (position), news

tin tưởng [tin tɯɤŋ] vi believe

tít [tit] cái tít n title

ti vi [ti vi] n television, telly; **chương trình ti vi thực tế** n reality TV; **ti vi màu** n colour television; **Ti vi plasma** n plasma TV; **Ti vi ở đâu?**

Where is the television?

to [tɔ] *adj* loud; **đọc to** *v* read out; **sự phóng to** *n* enlargement; **to lớn** *adj* big, enormous, great, huge, massive; **Anh làm ơn nói to lên được không?** Could you speak louder, please?

toa [tɔaː] *n* coach (*of train*), prescription; **toa ăn trên tàu** *n* dining car; **toa có quầy giải khát** *n* buffet car; **toa chở hàng** *n* truck; **toa giường nằm** *n* sleeping car; **toa hành khách** *n* carriage; **toa tàu hỏa** *n* compartment; **Tôi muốn đặt một ghế ở toa không hút thuốc** I want to book a seat in a non-smoking compartment; **Toa ăn ở đâu?** Where is the buffet car?; **Toa số 30 ở đâu?** Where is carriage number thirty?; **Trên tàu có toa ăn không?** Is there a buffet car on the train?

toà [tɔa] **toà nhà** *n* building

tòa [tɔaː] *n* tribunal; **phiên tòa** *n* trial; **tòa thị chính** *n* town hall

tòa án [tɔaː an] *n* court

toán [tɔan] *n* group, mathematics; **kế toán viên** *n* accountant; **nghề kế toán** *n* accountancy; **sự tính toán** *n* calculation; **tính toán** *v* calculate, work out; **thuộc toán học** *adj* mathematical; **toán học** *n* mathematics, maths

toàn [tɔan] **gây mê toàn thể** *n* general anaesthetic

toàn bộ [tɔan bo] *adj* all, entire, whole ▷ *adv* entirely, overall

toàn cầu [tɔan kəu] *adj* global; **sự ấm lên toàn cầu** *n* global warming; **toàn cầu hóa** *n* globalization

toàn diện [tɔan zien] *adj* comprehensive

toàn thư [tɔan tɯ] **bách khoa toàn thư** *n* encyclopaedia

toát [tɔat] **toát mồ hôi** *v* sweat

tóc [tɔk] *n* hair; **bộ tóc giả** *n* wig; **bím tóc** *n* pigtail, plait; **bờm tóc** *n* hairband; **cái duỗi tóc** *n* straighteners; **cắt tóc** *n* haircut; **có tóc đỏ** *adj* red-haired; **dụng cụ uốn xoăn tóc** *n* curler; **gôm xịt tóc** *n* hair spray; **hiệu làm tóc** *n* hairdresser's; **keo vuốt tóc** *n* hair gel; **kiểu tóc** *n* hairdo; **kiểu tóc húi cua** *n* crew cut; **kiểu tóc uốn quăn gợn sóng** *n* perm; **mẫu tóc** *n* hairstyle; **mở tóc** *n* lock (*hair*); **máy sấy tóc** *n* hairdryer; **người có tóc đỏ** *n* redhead; **người tạo mẫu tóc** *n* stylist; **sự sấy tóc** *n* blow-dry; **sự uốn quăn tóc** *n* curl; **tóc đuôi ngựa** *n* ponytail; **tóc bạc** *adj* grey-haired; **tóc giả** *n* toupee; **thợ làm tóc** *n* hairdresser; **xả dưỡng tóc** *n* conditioner; **Anh có thể duỗi thẳng tóc cho tôi được không?** Can you straighten my hair?; **Anh đã cắt loại tóc của tôi bao giờ chưa?** Have you cut my type of hair before?; **Anh làm ơn nhuộm tóc cho tôi được không?** Can you dye my hair, please?; **Anh nghĩ tóc của tôi nên làm thế nào?** What do you recommend for my hair?; **Tóc của tôi có highlight** My hair is highlighted; **Tóc của tôi uốn quăn** My hair is permed; **Tóc tôi màu vàng tự nhiên** My hair is naturally blonde; **Tóc tôi thẳng tự nhiên** My hair is naturally straight; **Tóc**

tôi xoăn tự nhiên My hair is naturally curly; **Tôi cần máy sấy tóc** I need a hair dryer; **Tôi có tóc dầu** I have greasy hair; **Tôi có tóc khô** I have dry hair

tóe [tɔɛ] **bắn tóe ra** v splash

Togo [tɔɣɔ] **nước Togo** n Togo

to hơn [tɔ hʌn] n bigger

tỏi [tɔi] n garlic; **tỏi tây** n leek; **Có tỏi trong đó không?** Is there any garlic in it?

tóm [tɔm] v grab

tò mò [tɔ mɔ] adj curious, inquisitive

tóm tắt [tɔm tat] n summary ▷ v sum up, summarize

Tonga [tauŋa:] **Vương quốc Tonga** n Tonga

tòng phạm [tauŋ fam] n accomplice

touchpad [tɔutʃpa:z] **chuột touchpad** n touchpad

tổ [to] n (chim) nest

tốc [tok] v lift up; **đường cao tốc phân làn** n dual carriageway; **tăng tốc** v speed up; **tàu siêu tốc** n speedboat; **Làm thế nào để ra được đường cao tốc?** How do I get to the motorway?

tộc [tok] n race, ethnicity; **thuộc sắc tộc** adj ethnic; **thuộc tộc người Maori** adj Maori

tốc độ [tok do] n rate, velocity; **chạy quá tốc độ cho phép** n speeding; **đồng hồ tốc độ** n speedometer; **giới hạn tốc độ** n speed limit

tổ chức [to tʃuk] n organization ▷ v organize; **sự tổ chức kỷ niệm** n celebration; **tổ chức kỷ niệm** v celebrate, party; **tổ chức lại** v reorganize; **Tổ chức Liên hiệp quốc** n United Nations

tốc ký [tok ki] **phép tốc ký** n shorthand

tôi [toi] pron I, me; **Tôi bị lạc** I'm lost; **Tôi không biết** I don't know; **Tôi không hiểu** I don't understand; **Tôi là...** It's... (calling); **Tôi mệt** I'm tired; **Tôi ngồi đây được không?** Can I sit here?; **Tôi rất thích...** I love...; **Tôi sống ở...** I live in...; **Tôi thích...** I like...; **Tôi xin lỗi** I'm sorry

tối [toi] adj dark; **bóng tối** n dark, darkness; **bữa tối** n dinner, supper; **buổi tối** n evening; **chiều tối** adv p.m.; **lớp học buổi tối** n evening class; **tối tăm** n dark; **Bàn được đặt trước cho chín giờ tối nay** The table is booked for nine o'clock this evening; **Buổi tối có gì làm không?** What is there to do in the evenings?; **Mấy giờ sẽ có bữa tối?:** What time is dinner?; **Tối nay anh làm gì?** What are you doing this evening?; **Tối nay anh muốn đi đâu?** Where would you like to go tonight?; **Trời tối** It's dark; **vào buổi tối** in the evening

tồi [toi] adj bad; **rất tồi** adj shocking; **tồi tệ** adj damn, lousy

tội [toi] n guilt; **buộc tội** v accuse, charge; **có tội** adj guilty; **kẻ phạm tội** n criminal; **lễ rửa tội** n christening; **liên quan đến tội phạm** adj criminal; **sự buộc tội** n accusation; **tội bị cáo buộc** n charge (accusation); **tội giết người** n murder; **tội phạm** n crime; **tội phạm mạng** n cybercrime

tối đa [toi ɑ:] adj maximum; **lượng tối đa** n maximum

tối hậu [toi həu] **tối hậu thư** *n* ultimatum

tội lỗi [toi loi] *n* sin

tối mật [toi mət] *adj* top-secret

tồi tệ [toi te] *adj* rotten; **một cách tồi tệ** *adv* badly

tối thiểu [toi tieu] *adj* least, minimal, minimum; **lượng tối thiểu** *n* minimum

tôm [tom] **con tôm** *n* prawn, shrimp; **tôm càng** *n* scampi; **tôm sông** *n* crayfish

tô màu [to mɑu] **việc tô màu** *n* colouring

tôm hùm [tom hum] *n* lobster

tổng [toŋ] **tổng tuyển cử** *n* general election

tổng cộng [toŋ koŋ] *n* grand total; **Tổng cộng là bao nhiêu?** How much does that come to?

tổng đài [toŋ dai] *n* switchboard; **hỏi tổng đài** *n* directory enquiries; **tổng đài điện thoại** *n* switchboard; **Số để gọi hỏi tổng đài là gì?** What is the number for directory enquiries?

tổng giám mục [toŋ zam muk] *n* archbishop

tôn giáo [ton zɑo] *n* religion; **thuộc tôn giáo** *adj* religious

tổng số [toŋ so] *n* sum, total; **tổng số dặm đã đi được** *n* mileage

tống tiền [toŋ tien] *v* blackmail; **sự tống tiền** *n* blackmail

tồn tại [ton tai] *v* exist

tổn thương [ton tɯʏŋ] *v* wound; **dễ bị tổn thương** *adj* sensitive, vulnerable; **gây tổn thương** *v* wound

tôn trọng [ton tʃɑuŋ] *v* respect

tổ quốc [to kuok] *n* homeland

tốt [tot] *adj* good ▷ *adv* all right, fine, well; **có hạnh kiểm tốt** *adj* well-behaved; **lòng tốt** *n* kindness; **rất tốt!** *excl* well done!; **tốt!** *excl* okay!; **tốt bụng** *adj* kind; **tốt tính** *adj* good-natured

tốt đẹp [tot dɛp] *adj* beautiful; **không tốt đẹp** *adj* unsatisfactory

tốt hơn [tot hʏn] *adj* better, superior ▷ *adv* better

tổ tiên [to tien] *n* ancestor

tốt nghiệp [tot ŋiep] *v* qualify; **sự tốt nghiệp** *n* graduation; **sinh viên đã tốt nghiệp** *n* graduate

tốt nhất [tot nət] *adj* best ▷ *adv* best

tơ [tʏ] *n* silk; **lụa tơ tằm** *n* silk

tờ [tʏ] *n* piece of paper; **Anh có tiền lẻ đổi tờ này không?** Do you have change for this note?

tới [tʏi] *prep* to ▷ *v* reach; **sắp tới** *adj* coming

tởm [tʏm] *v* disgust; **kinh tởm** *adj* gruesome

tờ rơi [tʏ zʏi] *n* leaflet

tờ séc khống [tʏ sɛk xoŋ] *n* blank cheque

trà [tʃɑ] *n* tea; **ấm pha trà** *n* teapot; **chén uống trà** *n* teacup; **Làm ơn cho chúng tôi thêm một tách trà được không?** Could we have another cup of tea, please?; **Làm ơn cho một trà** A tea, please

trả [tʃɑ] *v* return, pay; **hoàn trả** *v* pay back; **khoản tiền trả lại** *n* repayment; **lệnh trả tiền** *n* standing order; **mang trả lại** *v* bring back; **phải trả** *adj* cost, payable; **phần trả góp** *n* instalment; **trả lại tiền** *v* repay; **trả**

trước adj prepaid; **Bảo hiểm có trả cho cái đó không?** Will the insurance pay for it?; **Có phải trả thêm khoản nào không?** Is there a supplement to pay?; **Không cần trả lại** Keep the change; **Khi nào đến hạn phải trả?** When is it due to be paid?; **Khi nào tôi phải trả tiền?** When do I pay?; **Khi nào thì tôi phải trả phòng?** When do I have to vacate the room?; **Tôi có phải trả ngay không?** Do I have to pay it straightaway?; **Tôi có phải trả thuế cho cái này không?** Do I have to pay duty on this?; **Tôi có phải trả tiền không?** Will I have to pay?; **Tôi có phải trả tiền trước không?** Do I pay in advance?; **Tôi muốn trả lại cái này** I'd like to return this; **Tôi nghĩ anh trả lại nhầm tiền cho tôi rồi** I think you've given me the wrong change; **Tôi trả bằng séc có được không?** Can I pay by cheque?; **Tôi trả bây giờ hay trả sau?** Do I pay now or later?; **Tôi trả tiền ở đâu?** Where do I pay?; **Tôi trả tiền phạt ở đâu?** Where do I pay the fine?

trách nhiệm [tʃatʃ ɲiem] n responsibility; **chịu trách nhiệm** adj accountable, responsible; **trốn tránh trách nhiệm** v skive; **vô trách nhiệm** adj irresponsible

trả giá [tʃa za] v bid (at auction)

trai [tʃaːi] n son, boy, oyster; **cháu trai** n grandson, nephew; **chàng trai** n lad; **con trai** (nam) n boy; **đẹp trai** adj handsome; **em trai** (younger) n brother; **Con trai tôi bị mất tích** My son is missing

trái [tʃai] **bằng tay trái** adj left-hand; **bên trái** adj left; **điều trái ngược** n contrary, reverse; **phía trái** n left; **thuận tay trái** adj left-handed; **trái ngược** adj opposing; **về phía trái** adv left; **Đến ngã rẽ tới thì rẽ trái** Go left at the next junction; **Rẽ trái** Turn left; **Rẽ vào đường thứ hai bên trái** Take the second turning on your left

trải [tʃai] v spread; **ga trải đệm góc có chun** n fitted sheet; **sự trải ra** n spread; **tấm trải giường** n sheet; **trải qua** v go through; **trải ra** v spread; **Có bộ đồ trải giường dự trữ nào không?** Is there any spare bedding?; **Khăn trải giường của tôi bẩn** My sheets are dirty

trại [tʃai] n camp; **cắm trại** v camp; **nơi cắm trại** n campsite; **người đi cắm trại** n camper; **việc đi cắm trại** n camping

trải qua [tʃai kua] v undergo

trai sò [tʃaːi sɔ] n shellfish

trái xoan [tʃai sɔaːn] **có hình trái xoan** adj oval

trả lại [tʃa lai] v return

trả lời [tʃa lɤi] v answer, respond; **câu trả lời** n answer, reply, response; **Anh có thể nhắn câu trả lời cho tôi không?** Can you text me your answer?

trạm [tʃam] n station, stop; **trạm làm việc** n work station, workstation; **trạm nghỉ gần đường cao tốc** n service area; **trạm xăng** n petrol station, service station; **Gần đây có trạm xăng không?** Is there a petrol station near here?

trán [tʃan] n forehead

trang [tʃaːŋ] n page; **đồ nữ trang** n jewellery; **nghĩa trang** n cemetery; **Những Trang Vàng Yellow Pages®** n Yellow Pages®; **thẻ đánh dấu trang** n bookmark; **trang web** n website; **Xem Trang Bên** v PTO

tràng [tʃaŋ] **thuốc nhuận tràng** n laxative

trạng [tʃaŋ] **trạng thái mê ly** n ecstasy

trang bị [tʃaːŋ bị] **đã trang bị đồ đạc** adj furnished; **được trang bị** adj equipped

trang chủ [tʃaːŋ tʃu] n farmer, (trang web) home page

trang điểm [tʃaːŋ diem] **bàn trang điểm** n dressing table

tráng lệ [tʃaŋ le] adj magnificent

tráng miệng [tʃaŋ mieŋ] n dessert, afters; **Chúng tôi muốn ăn tráng miệng** We'd like a dessert

trang phục [tʃaːŋ fuk] n costume

trang sức [tʃaːŋ sɯk] v adorn, embellish; **cửa hàng đồ trang sức** n jeweller's; **Tôi muốn cất đồ trang sức vào két** I would like to put my jewellery in the safe

trạng thái [tʃaŋ tai] n state

trang trại [tʃaːŋ tʃai] n farm; **nhà ở trang trại** n farmhouse

trang trí [tʃaːŋ tʃi] v decorate; **đồ trang trí** n ornament; **người trang trí** n decorator; **trang trí lại** v redecorate

tranh [tʃaːɲ] n straw, picture, painting; **bức tranh** n picture; **có mái tranh** adj thatched; **chuyện tranh vui** n comic strip; **chuyện tranh vui trẻ em** n comic book;

gây tranh cãi adj controversial; **khung tranh** n picture frame; **tranh biếm họa** n cartoon; **tranh khoả thân** n nude

tránh [tʃaɲ] v avoid; **dụng cụ tránh thai** n contraceptive; **không thể tránh được** adj inevitable, unavoidable; **né tránh** v dodge; **phương pháp tránh thai** n contraception; **tránh xa** v keep out

tranh cãi [tʃaːɲ kai] v quarrel; **không tranh cãi** adj undisputed; **sự tranh cãi** n quarrel

tranh luận [tʃaːɲ luən] v argue, debate; **cuộc tranh luận** n debate; **sự tranh luận** n argument

tránh thai [tʃaɲ taːi] **Tôi đang dùng thuốc tránh thai** I'm on the pill; **Tôi không dùng thuốc tránh thai** I'm not on the pill; **Tôi muốn tránh thai** I need contraception

tràn ngập [tʃan ŋəp] v flood

trao [tʃaːɔ] **trao tay** v hand

trao đổi [tʃaːɔ doi] v exchange, swap; **người trao đổi thư từ** n correspondent; **quá trình trao đổi chất** n metabolism; **thư từ trao đổi** n correspondence

tra tấn [tʃa təːn] v torture

trả thù [tʃa tu] **sự trả thù** n revenge

trăm [tʃam] number hundred; **phần trăm** adv per cent; **tỷ lệ phần trăm** n percentage

trăng [tʃaŋ] n moon; **trăng tròn** n full moon

trắng [tʃaŋ] adj white; **bảng trắng** n whiteboard; **lòng trắng trứng** n egg white; **vôi bột trắng** n whiting; **phôtô đen trắng** in black and white

trăng mật [tʃaŋ mət] **tuần trăng mật** n honeymoon; **Chúng tôi đi trăng mật** We are on our honeymoon

trắng trợn [tʃaŋ tʃɤn] adj gross (fat), gross (income etc.); **một cách trắng trợn** adv grossly

trầm cảm [tʃəm kam] **thuốc chống trầm cảm** n antidepressant

trần [tʃən] adj (trần trụi) bare; **trần nhà** n ceiling

trận [tʃən] n battle, game; **trận bán kết** n semifinal; **trận chung kết** n final; **trận đánh** n battle; **trận tứ kết** n quarter final

trận đấu [tʃən dəu] n match; **trận đấu tay đôi** n singles; **trận đấu trên sân nhà** n home match

trần truồng [tʃən tʃuoŋ] adj naked

trật [tʃət] **sự trật đĩa đệm** n slipped disc

trâu [tʃəu] **con trâu** n buffalo

tre [tʃɛ] n bamboo; **cây tre** n bamboo

trẻ [tʃɛ] adj young; **đứa trẻ** n child, kid; **đứa trẻ mới biết đi** n toddler; **người giữ trẻ** n childminder; **nhà trẻ** n crèche, nursery; **như trẻ con** adj childish; **sự trông trẻ** n childcare; **trẻ được nhận nuôi** n foster child; **trẻ mồ côi** n orphan; **trẻ ranh** n brat; **tuổi trẻ** n youth; **xe đẩy trẻ con** n carrycot

trẻ em [tʃɛ ɛm] n child, kid; **ghế ăn trẻ em** n highchair; **sự lạm dụng trẻ em** n child abuse; **xe đẩy trẻ em** n buggy, pushchair; **Có an toàn cho trẻ em không?** Is it safe for children?

trẻ hơn [tʃɛ hɤn] adj younger

trẻ nhất [tʃɛ nət] adj youngest

treo [tʃɛɔ] v hang; **cầu treo** n suspension bridge; **treo lên** v suspend; **treo lủng lẳng** v fling

trèo [tʃɛɔ] v climb; **trèo lên** v mount

trên [tʃen] prep on, up; **khoảng trống phía trên** n headroom; **ở trên** adv up; **về phía trên** adv upwards

trên gác [tʃen ɣak] adv upstairs; **ở trên gác** adv upstairs

trệt [tʃet] **tầng trệt** n ground floor

trêu [tʃeu] **trêu chọc** v pick on, tease

trí [tʃi] **mất trí** adj insane; **người trí thức** n intellectual; **tâm trí** n mind; **thuộc trí óc** adj intellectual; **trí nhớ** n memory; **trí tưởng tượng** n imagination; **trí thông minh** n intelligence

trĩ [tʃi] **bệnh trĩ** n haemorrhoids, piles; **chim trĩ** n pheasant

trích [tʃitʃ] v extract, set aside (amount); **chỉ trích** n condemn; **đoạn trích dẫn** n quotation, quote; **trích dẫn** v quote

triển lãm [tʃien lam] n exhibition

triển vọng [tʃien vauŋ] n prospect

triết [tʃiet] **triết học** n philosophy

triều [tʃieu] **thủy triều** n tide

triệu [tʃieu] n million; **nhà triệu phú** n millionaire

triệu chứng [tʃieu tʃɯŋ] n symptom

Triều Tiên [tʃieu tien] **Bắc Triều Tiên** n North Korea; **người Triều Tiên** n Korean (person); **nước Triều Tiên** n Korea; **thuộc Triều Tiên** adj Korean; **tiếng Triều Tiên** n Korean

(language)

trì hoãn [tʃi hɔan] v delay, hold up; **sự trì hoãn** n delay

trị liệu [tʃi lieu] adj therapeutic; **vật lý trị liệu** n physiotherapy

trình [tʃin] v report; **lập trình viên** n programmer; **trình bày ngắn gọn** n briefing; **trình tự sự kiện** n proceedings; **việc lập trình** n programming

trình diễn [tʃin zien] n perform; **buổi trình diễn** n showing

trình duyệt [tʃin zuiet] n browser; **trình duyệt web** n web browser

trình độ [tʃin do] n qualification; **có đủ trình độ** v qualify; **đủ trình độ** adj qualified

trinh nữ [tʃin nɯ] n virgin

trịnh trọng [tʃin tʃauŋ] adj formal

Trinidad và Tobago [tʃiniza:z va tɔba:ɣɔ] n Trinidad and Tobago

trò [tʃɔ] **trò bịp bợm** n trick; **trò chơi trên máy tính** n computer game; **trò kéo co** n tug-of-war

trỏ [tʃɔ] **con trỏ trên màn hình** n cursor; **ngón tay trỏ** n index finger

trọ [tʃɔ] **người ở trọ** n lodger; **nhà trọ** n hostel; **quán trọ** n inn

trọc [tʃɔk] adj hairless; **đầu trọc** n skinhead

trò chơi [tʃɔ tʃɤi] n game; **trò chơi bi-da** n snooker; **trò chơi trốn tìm** n hide-and-seek

trò đùa [tʃɔ dua:] n prank

trombon [tʃɔmbɔn] **kèn trombon** n trombone

trompet [tʃɔmpɛt] **kèn trompet** n trumpet

tròn [tʃɔn] adj circular, round; **biểu đồ tròn** n pie chart; **chấm tròn**

nhỏ n dot; **hình tròn** n circle, round; **quay tròn** v turn round, turn around; **sự lăn tròn** n roll; **trăng tròn** n full moon

trong [tʃauŋ] **bên trong** prep inner; **mặt trong** n inside; **ở trong** adv inside; **phần bên trong** n interior; **trong lúc đó** adv meantime, meanwhile; **trong nhà** adj indoor; **trong số** prep among; **Nó ở bên trong** It's inside

trọng [tʃauŋ] **một cách thận trọng** adv cautiously; **sự thận trọng** n caution; **thận trọng** adj cautious

trong khi [tʃauŋ χi] conj while ▷ prep during

trọng lượng [tʃauŋ lɯɤŋ] n weight

trọn gói [tʃɔn ɣɔi] **chuyến du lịch trọn gói** n package tour; **kỳ nghỉ trọn gói** n package holiday

trong suốt [tʃauŋ suot] adj transparent, see-through

trọng tài [tʃauŋ tai] n referee, umpire

trọng tâm [tʃauŋ təm] n focus

trong vòng [tʃauŋ vauŋ] prep within *(space)*, within *(term)*

trôi [tʃoi] **trôi đi** v go by; **trôi chảy** adj fluent

trôi dạt [tʃoi zat] v drift; **sự trôi dạt** n drift

trộm [tʃom] v steal ▷ n burglary; **ăn trộm** v burgle; **ăn trộm danh tính** n identity theft; **bị săn trộm** adj poached *(caught illegally)*; **chuông báo trộm** n burglar alarm; **kẻ trộm** n burglar, thief; **trộm cắp** n burglary; **trộm móc túi** n pickpocket; **Tôi muốn báo mất**

trộm I want to report a theft

trốn [tʃon] v hide; **chạy trốn** v flee; **sự trốn thoát** n escape; **trốn học** v play truant; **trốn thoát** v escape; **trốn tránh trách nhiệm** v skive; **trò chơi trốn tìm** n hide-and-seek

trộn [tʃon] v mix; **dầu trộn xa-lát** n salad dressing; **hoa quả trộn** n fruit salad; **máy trộn** n mixer; **nước trộn sa-lát Vi-ni-grét** n vinaigrette; **pha trộn** adj mixed; **sự pha trộn** n mixture; **trộn lẫn** v mix up

trông [tʃoŋ] v expect; **người trông coi** n caretaker; **sự trông nom** n custody; **sự trông trẻ** n childcare; **trông mong** v expect; **Anh làm ơn trông hộ tôi cái túi một phút được không?** Could you watch my bag for a minute, please?; **Tôi cần người trông bọn trẻ tối nay** I need someone to look after the children tonight

trống [tʃoŋ] adj free ▷ n drum; **bỏ trống** v vacate; **cái trống** n drum; **chỗ trống** n blank, gap; **để trống** adj blank; **người đánh trống** n drummer; **trống không** adj vacant; **trống rỗng** adj empty, hollow; **vị trí còn trống** n vacancy

trồng [tʃoŋ] v grow, plant; **nhà kính trồng cây** n conservatory

trống bass [tʃoŋ baːss] n bass drum

trông cậy [tʃoŋ kəi] v count on

trông coi [tʃoŋ kɔi] **người trông coi** n janitor

trống rỗng [tʃoŋ zoŋ] adj bare; **cảm giác trống rỗng** n void

trông trẻ [tʃoŋ tʃɛ] **việc trông trẻ** n babysitting

trợ cấp [tʃɤ kəp] v provide for; **tiền trợ cấp** n subsidy; **tiền trợ cấp thất nghiệp** n dole

trợ giảng [tʃɤ zaŋ] n classroom assistant

trời [tʃɤi] n sky, heavens; **chân trời** n horizon; **ngoài trời** adv out-of-doors, outdoor; **nhà chọc trời** n skyscraper; **ở ngoài trời** adv outdoors; **Có những hoạt động gì ngoài trời?** What outdoor activities are there?; **Trời đẹp quá!** What a lovely day!; **Trời tối** It's dark

trở lại [tʃɤ lai] v get back; **quay trở lại** v turn back

trợ lý riêng [tʃɤ li ziɛŋ] n PA, personal assistant

trơn [tʃɤn] adj slippery

trở nên [tʃɤ nen] v become

trở ngại [tʃɤ ŋai] **gây trở ngại** v block; **sự trở ngại** n block, obstacle

trơ trụi [tʃɤ tʃui] adj bleak

trở về [tʃɤ ve] v return; **sự trở về** n return (coming back)

trụ [tʃu] **hình trụ** n cylinder

trú ẩn [tʃu ən] **nơi trú ẩn** n refuge, shelter

trục [tʃuk] n hub; **nắp tròn đậy trục bánh xe** n hubcap; **trục cán** n rolling pin; **trục lăn** n roller

trục xe [tʃuk sɛ] n axle

trục xuất [tʃuk suət] v deport

trụi [tʃui] **thiêu trụi** v burn down

trung [tʃuŋ] adj average; **trường trung học** n secondary school; **trung dung** adj medium (between extremes); **trung niên** adj middle-aged; **vùng Trung Mỹ** n Central America

trùng [tʃuŋ] **côn trùng** n bug;

nhiễm trùng *n* infection; **Anh có thuốc chống côn trùng không?** Do you have insect repellent?

trung bình [tʃuŋ biɲ] *adj* average; **cỡ trung bình** *adj* medium-sized; **mức trung bình** *n* average

Trung cổ [tʃuŋ ko] **thời Trung cổ** *n* Middle Ages; **thuộc thời Trung cổ** *adj* mediaeval

trung đoàn [tʃuŋ doan] *n* regiment

Trung Đông [tʃuŋ doŋ] **vùng Trung Đông** *n* Middle East

trúng giải [tʃuŋ zai] **người trúng giải** *n* prizewinner

trung gian [tʃuŋ za:n] *adj* intermediate

trùng lặp [tʃuŋ lap] *n* coincide

trung lập [tʃuŋ ləp] *adj* neutral; **người trung lập** *n* neutral

trung lưu [tʃuŋ lɯɯ] **thuộc tầng lớp trung lưu** *adj* middle-class

Trung Quốc [tʃuŋ kuok] *n* China; **người Trung Quốc** *n* Chinese *(person)*; **thuộc Trung Quốc** *adj* Chinese; **tiếng Trung Quốc** *n* Chinese *(language)*

trung sỹ [tʃuŋ si] *n* sergeant

trung tâm [tʃuŋ təm] *n* centre; **ở trung tâm** *adj* central; **tự coi mình là trung tâm** *adj* self-centred; **trung tâm chăm sóc khách hàng** *n* call centre; **trung tâm giải trí** *n* leisure centre; **trung tâm thăm viếng** *n* visitor centre; **trung tâm thành phố** *n* city centre, downtown, town centre; **trung tâm thương mại** *n* shopping centre; **Đến trung tâm thành phố bằng cách nào là tốt nhất?** What's the best way to get to the city centre?; **Chúng ta còn cách trung tâm thành phố bao xa?** How far are we from the town centre?; **Xin chỉ cho tôi cách đến trung tâm của...** How do I get to the centre of...?

trung thành [tʃuŋ taɲ] *adj* faithful; **lòng trung thành** *n* loyalty; **một cách trung thành** *adv* faithfully

trung thực [tʃuŋ tɯk] *adj* honest, truthful ▷ *adv* honestly; **không trung thực** *adj* dishonest; **lòng trung thực** *n* honesty

trung úy [tʃuŋ ui] *n* lieutenant

truy cập [tʃui kəp] *v* log on

truyền [tʃuien] *v* transmit, hand over; **người truyền giáo** *n* missionary; **sự truyền máu** *n* transfusion; **sự truyền thông** *n* communication; **truyền đạt** *v* communicate; **truyền máu** *n* blood transfusion; **truyền nhiễm** *adj* catching; **Đường truyền chậm quá** The connection seems very slow

truyện [tʃuien] *n* story; **truyện ly kỳ** *n* thriller; **truyện ngắn** *n* short story; **truyện phát hành nhiều kỳ** *n* serial; **truyện tiểu thuyết** *n* fiction

truyền hình [tʃuien hiɲ] *v* transmit an image, broadcast; **chương trình truyền hình nhiều tập** *n* soap opera; **truyền hình cáp** *n* cable television; **truyền hình kỹ thuật số** *n* digital television

truyền thông [tʃuien toŋ] **phương tiện truyền thông** *n* media

truyền thống [tʃuien toŋ] *adj*

traditional ▷ n tradition
truyền thuyết [tʃuien tuiet] n
legend
truy nhập [tʃui nəp] v log in
truy tố [tʃui to] v prosecute
truy xuất [tʃui suat] v log out
trừ [tʃɯ] prep excluding, minus
▷ pron less ▷ v deduct, subtract
trữ [tʃɯ] **trữ hàng** v stock
trưa [tʃɯa] n midday; **bữa trưa** n
lunch; **bữa trưa mang từ nhà** n
packed lunch; **buổi trưa** n midday,
noon; **giờ ăn trưa** n lunchtime; **giờ
nghỉ trưa** n lunch break; **Bây giờ là
mười hai giờ trưa** It's twelve
midday; **Chúng ta dừng ăn trưa ở
đâu?** Where do we stop for lunch?;
**Chúng ta gặp nhau ăn trưa được
không?** Can we meet for lunch?;
Mấy giờ sẽ có bữa trưa? When
will lunch be ready?; **Tôi rảnh đi ăn
trưa được** I'm free for lunch; **vào
giữa trưa** at midday
trực giác [tʃuk zak] n intuition
trực tiếp [tʃuk tiep] adj direct, live;
một cách trực tiếp adv directly
trực tuyến [tʃuk tuien] adj online
▷ adv online
trừ khi [tʃɯ xi] conj unless
trứng [tʃuŋ] n egg; **bánh trứng
đường** n meringue; **buồng trứng** n
ovary; **cốc chẵn trứng** n eggcup;
kem sữa trứng n custard; **lòng đỏ
trứng** n yolk; **lòng trắng trứng** n
egg white; **món trứng bác** n
scrambled eggs; **trứng ốp lết** n
omelette; **trứng luộc** n boiled egg;
trứng Phục sinh n Easter egg; **Anh
có thể chuẩn bị một bữa ăn
không có trứng không?** Could you

prepare a meal without eggs?; **Tôi
không ăn được trứng sống** I can't
eat raw eggs
trưng bày [tʃuŋ bai] v display; **sự
trưng bày** n display
trừng phạt [tʃuŋ fat] v punish; **sự
trừng phạt** n punishment
trừng trừng [tʃuŋ tʃuŋ] **nhìn
trừng trừng** v glare
trước [tʃɯk] adj former, preceding,
previous ▷ adv before ▷ prep before;
có thể đoán trước adj predictable;
đằng trước adj front; **đoán trước** v
predict; **hôm trước** n eve; **lên
trước** adv forward; **linh tính báo
trước** n premonition; **ở phía trước**
adv ahead; **quyền được đi trước** n
right of way; **thấy trước** v foresee;
trả trước adj prepaid; **trước đây**
adv formerly; **trước hết** adv first;
trước kia adv previously; **trước
năm giờ** before five o'clock; **tuần
trước nữa** the week before last
trước CN [tʃɯk kn] abbr BC
trước khi [tʃɯk xi] conj before
trước tiên [tʃɯk tien] adv firstly
trường [tʃɯŋ] n intestines, school,
field; **công trường** n building site;
trường cao đẳng n college;
trường công n public school;
trường dạy ngôn ngữ n language
school; **trường đại học** n uni;
trường hợp n case; **trường học** n
school; **trường học ban đêm** n
night school; **trường luật** n law
school; **trường mẫu giáo** n infant
school, nursery school; **trường nội
trú** n boarding school; **trường
nghệ thuật** n art school; **trường
phổ thông cơ sở** n primary school;

trường tiểu học n elementary school; **trường trung học** n secondary school

trưởng [tʃɯɤŋ] n patriarch, chief; **hiệu trưởng** n headteacher; **lớp trưởng** n monitor; **nhạc trưởng** n conductor; **sự tăng trưởng** n growth; **thuyền trưởng** n captain; **Anh có thấy trưởng tàu đâu không?** Have you seen the guard?

trưởng giả [tʃɯɤŋ za] **trưởng giả học làm sang** n snob

trường sở [tʃɯɤŋ sɤ] **khu trường sở** n campus

trưởng thành [tʃɯɤŋ taŋ] adj mature ▷ v grow up; **người trưởng thành** n adult

trượt [tʃɯɤt] v (lệch đường) skid, (trôi) slide, (trơn) slip; **dốc dành cho những người mới tập trượt tuyết** n nursery slope; **giày trượt băng** n skates; **giày trượt patanh** n rollerskates; **môn trượt băng** n ice-skating, skating; **môn trượt tuyết** n skiing; **môn trượt ván** n skateboarding; **người đi trượt tuyết** n skier; **sự đi xe trượt toboggan** n tobogganing; **sự trượt** n slide; **sự trượt patanh** n rollerskating; **trượt băng** v skate; **trượt tuyết** v ski; **ván trượt** n skateboard; **ván trượt tuyết** n ski; **vé trượt tuyết** n ski pass; **việc đi bằng xe trượt tuyết** n sledging; **xe trượt toboggan** n toboggan; **xe trượt tuyết** n sledge; **Anh có bản đồ các đường trượt tuyết không?** Do you have a map of the ski runs?; **Chúng tôi có thể đi xe trượt tuyết ở đâu?** Where can we go sledging?; **Chúng tôi có thể thuê ván trượt ở đây không?** Can we hire skis here?; **Một thẻ trượt tuyết giá bao nhiêu tiền?** How much is a ski pass?; **Tôi có thể mua thẻ trượt tuyết ở đâu?** Where can I buy a ski pass?; **Tôi có thể thuê thiết bị trượt tuyết ở đâu?** Where can I hire skiing equipment?; **Tôi muốn đi trượt tuyết** I'd like to go skiing; **Tôi muốn chơi trượt ván** I'd like to go skateboarding

trừu tượng [tʃɯu tɯɤŋ] adj abstract

tu [tu] **nữ tu viện** n convent; **thầy tu** n monk

tù [tu] **bạn tù** n inmate; **bỏ tù** v jail; **nhà tù** n jail, prison

tủ [tu] n cabinet, wardrobe; **tủ đựng chén bát** n cupboard; **tủ đựng thức ăn** n larder; **tủ đá** n freezer, icebox; **tủ bếp** n sideboard; **tủ có khóa** n locker; **tủ có nhiều ngăn** n cabinet; **tủ có nhiều ngăn kéo** n chest of drawers; **tủ giữ đồ vật để lại** n left-luggage locker; **tủ kính bày hàng** n shop window; **tủ lạnh** n fridge, refrigerator; **tủ quần áo** n wardrobe; **tủ sách** n bookcase; **Có tủ khóa để giữ đồ không?** Are there any luggage lockers?; **Ngăn tủ để quần áo ở đâu?** Where are the clothes lockers?; **Ngăn tủ khoá nào là của tôi?** Which locker is mine?

tua [tua] n tour, ride; **Có chuyến tua nào được hướng dẫn bằng tiếng Anh không?** Is there a guided tour in English?; **Có tua nào để tham quan thành phố không?** Are there any sightseeing tours of the town?; **Tôi thích tua này** I enjoyed the tour; **Tua tham quan bắt đầu vào khoảng...** The tour starts at about...; **Tua tham quan thành phố bằng xe buýt đi lúc nào?** When is the bus tour of the town?

tua lại [tua lɑi] v rewind

tuần [tuən] n (thời gian) week; **ngày cuối tuần** n weekend; **ngày trong tuần** n weekday; **Bao nhiêu tiền một tuần?** How much is it per week?; **Giá thuê theo tuần là bao nhiêu?** What are your rates per week?; **một tuần nữa** in a week's time; **một tuần trước** a week ago; **Một tuần thì giá bao nhiêu?** How much is it for a week?; **tuần sau nữa** the week after next; **tuần tới** next week; **tuần trước** last week; **tuần trước nữa** the week before last

Tuần ăn chay [tuən ɑn tʃɑːi] n Lent

Tuần Chay [tuən tʃɑːi] **ngày đầu tiên của Tuần Chay** n Ash Wednesday

tuần lộc [tuən lok] **con tuần lộc** n reindeer

tuân thủ [tuən tu] **không tuân thủ** v disobey

tuần tra [tuən tʃɑː] **việc đi tuần tra** n patrol; **xe tuần tra** n patrol car

tục [tuk] **tiếp tục** v carry on

tục ngữ [tuk ŋɯ] n proverb, saying

tục tĩu [tuk tiu] adj obscene, vulgar

túi [tui] n bag, pocket; **cháy túi** adj hard up; **chuột túi kangaru** n kangaroo; **máy tính bỏ túi** n

pocket calculator; **túi bao tử** n bum bag, money belt; **túi đeo vai** n satchel; **túi đựng đồ mua sắm** n shopping bag; **túi đựng đồ ngủ qua đêm** n overnight bag; **túi đựng đồ vệ sinh cá nhân** n toilet bag; **túi đựng hàng** n carrier bag; **túi khí** n airbag; **túi không thấm nước** n sponge bag; **túi mật** n gall bladder; **túi ngủ** n sleeping bag; **túi ni lông** n plastic bag; **túi pôlite** n polythene bag; **túi xách** n handbag; **túi yên** n saddlebag; **trộm móc túi** n pickpocket; **Anh làm ơn trông hộ tôi cái túi một phút được không?** Could you watch my bag for a minute, please?; **Có người đã lấy cắp túi của tôi** Someone's stolen my bag; **Cho tôi một cái túi được không?** Can I have a bag, please?; **Làm ơn cho tôi xin thêm một chiếc túi được không?** Can I have an extra bag, please?; **Tôi không cần túi, cảm ơn** I don't need a bag, thanks

tung [tuŋ] v toss

tung hứng [tuŋ hɯŋ] v juggle; **nghệ sĩ tung hứng** n juggler

Tunisia [tunisiɑ] n Tunisia; **người Tunisia** n Tunisian; **thuộc Tunisia** adj Tunisian

tuốc-nơ-vít [tuoknɤvit] n screwdriver

tuổi [tuoi] n age; **cao tuổi** adj elderly; **có tuổi** adj aged; **giới hạn tuổi** n age limit; **thấp hơn tuổi quy định** adj underage; **tuổi thiếu niên** n teens; **tuổi trẻ** n youth

tu sỹ [tu si] **nữ tu sỹ** n nun

tụt hậu [tut hə̆u] v lag behind

tu viện [tu vien] *n* abbey, monastery; **Tu viện có mở cửa cho mọi người vào không?** Is the monastery open to the public?

tuxedo [tusɛ:ɔ] **áo tuxedo** *n* tuxedo

tuỳ [tui] **tuỳ chọn** *adj* optional

tuỷ [tui] *n* marrow

tủy [tui] **tủy sống** *n* spinal cord

tuyến [tuien] *n* gland; **tuyến đường** *n* route

tuyên bố [tuien bo] *v* declare, state; **lời tuyên bố** *n* statement

tuyển mộ [tuien mo] *v* recruit; **sự tuyển mộ** *n* recruitment

tuyên thệ [tuien te] **lời tuyên thệ** *n* oath

tuyết [tuiet] *n* snow; **bông tuyết** *n* snowflake; **cái ủi tuyết** *n* snowplough; **cơn bão tuyết** *n* snowstorm; **môn trượt tuyết** *n* skiing; **mưa tuyết** *v* sleet; **người đi trượt tuyết** *n* skier; **người tuyết** *n* snowman; **quả cầu tuyết** *n* snowball; **sự lở tuyết** *n* avalanche; **trận bão tuyết** *n* blizzard; **trượt tuyết** *v* ski; **tuyết rơi** *v* snow; **việc đi bằng xe trượt tuyết** *n* sledging; **Anh nghĩ sẽ có tuyết không?** Do you think it will snow?; **Đang có tuyết** It's snowing; **Đường đến... có bị tuyết phủ không?** Is the road to... snowed up?; **Tình trạng tuyết ra sao?** What are the snow conditions?; **Tôi có cần xích đi trên tuyết không?** Do I need snow chains?; **Tuyết như thế nào?** What is the snow like?; **Tuyết nhiều quá** The snow is very heavy

tuyệt [tuiet] *adv* extremely, perfectly; **sự tuyệt vọng** *n* despair; **tuyệt đẹp** *adj* gorgeous; **Tôi đã có một khoảng thời gian tuyệt vời** I've had a great time

tuyệt chủng [tuiet tʃuŋ] *adj* extinct

tuyệt vời [tuiet vɤi] *adj* fabulous, fantastic, stunning, super

tuy nhiên [tui ɲien] *adv* however, nevertheless

tuy thế [tui te] *adv* though

tùy tiện [tui tien] *adj* casual; **một cách tùy tiện** *adv* casually

tứ [tɯ] **trận tứ kết** *n* quarter final

từ [tɯ] *n (ngôn ngữ)* word ▷ *prep (khoảng cách)* from, *(thời gian)* since ▷ *v* renounce, abandon; **đến từ** *v* come from; **sự chia động từ** *n* conjugation; **từ đó** *adv* since; **từ viết tắt** *n* acronym; **Phát âm từ này như thế nào?** How do you pronounce it?; **tất cả là một từ** all one word; **Từ đó đánh vần như thế nào?** How do you spell it?; **Tôi bị ốm từ thứ Hai** I've been sick since Monday

tử [tɯ] **người tử vì đạo** *n* martyr

tự [tɯ] *n* letter ▷ *pronoun* self ▷ *adv* from; **kim tự tháp** *n* pyramid; **sự tự tin** *n* confidence *(self-assurance)*; **tự coi mình là trung tâm** *adj* self-centred; **tự hỏi** *v* wonder; **tự làm chủ** *adj* self-employed; **tự phục vụ** *adj* self-catering, self-service; **tự tin** *adj* confident, self-assured; **thiếu tự tin** *adj* unsure; **tiểu sử tự thuật** *n* autobiography; **việc tự kỷ luật** *n* self-discipline; **việc tự làm** *n* DIY; **Cho tôi xe tự động** An automatic, please; **Con bé tự làm mình đau**

She has hurt herself; **Tôi tự làm chủ** I'm self-employed; **Xe này có phải xe tự động không?** Is it an automatic car?

tự anh ấy [tɯ ɑːɲ əi] *pron* himself

tư bản [tɯ bɑn] **chủ nghĩa tư bản** *n* capitalism

từ bỏ [tɯ bɔ] *v* abandon, part with, waive

tức [tɯk] **bực tức** *adj* frustrated; **chọc tức** *v* spite

từ chối [tɯ tʃoi] *v* refuse; **lời từ chối** *n* negative; **sự từ chối** *n* refusal

tự chủ [tɯ tʃu] *adj* calm; **sự tự chủ** *n* self-control

từ chức [tɯ tʃɯk] *v* resign

tức là [tɯk lɑ] *conj* i.e.

tự cô ấy [tɯ ko əi] *pron* herself

tự do [tɯ zɔ] *adj* free (no restraint), liberal ▷ *n* freedom; **đá tự do** *n* free kick; **làm tự do** *adv* freelance; **thả tự do** *v* free

từ điển [tɯ dien] *n* dictionary

tử đinh hương [tɯ diɲ hɯɤŋ] **hoa tử đinh hương** *n* lilac

tự động [tɯ doŋ] *adj* automatic; **điện thoại có máy trả lời tự động** *n* answerphone; **Hàng giặt tự động Launderette®** *n* Launderette®; **một cách tự động** *adv* automatically; **máy bán hàng tự động** *n* vending machine; **máy bán vé tự động** *n* ticket machine; **máy trả lời điện thoại tự động** *n* answering machine

tự hào [tɯ hɑɔ] *adj* proud; **sự tự hào** *n* pride

tử hình [tɯ hiɲ] **án tử hình** *n* capital punishment

tự họ [tɯ hɔ] *pron* themselves

tự mãn [tɯ mɑn] *adj* smug

tư nhân [tɯ ɲən] **tư nhân hóa** *v* privatize

tự nhiên [tɯ ɲien] *n* nature; **khí tự nhiên** *n* natural gas; **nhà tự nhiên học** *n* naturalist; **siêu tự nhiên** *adj* supernatural; **thuộc tự nhiên** *adj* natural; **Xin cứ tự nhiên!** Help yourself!

tự nó [tɯ nɔ] *pron* itself

tươi [tɯɤi] *adj* fresh; **tươi tốt** *adj* lush

tưới [tɯɤi] *n* irrigation, watering; **bình tưới nước** *n* watering can; **tưới nước** *v* water

tương [tɯɤŋ] *n* soy sauce

tướng [tɯɤŋ] *n* general

tường [tɯɤŋ] *n* wall; **bức tường** *n* wall; **giấy dán tường** *n* wallpaper; **hình vẽ hoặc chữ viết trên tường** *n* graffiti; **nhà chung tường** *n* semi, semi-detached house; **tường lửa** *n* firewall

tưởng [tɯɤŋ] **ảo tưởng** *n* illusion; **sự tin tưởng** *n* confidence (*trust*)

tượng [tɯɤŋ] **biểu tượng** (*máy tính*) *n* icon

tương đối [tɯɤŋ doi] *adv* comparatively, relatively

tương đương [tɯɤŋ dɯɤŋ] *adj* comparable ▷ *n* equivalent

tương lai [tɯɤŋ lɑːi] *n* future; **trong tương lai** *adj* future

tương phản [tɯɤŋ fɑn] **sự tương phản** *n* contrast

tương thích [tɯɤŋ titʃ] *adj* compatible

tương tự [tɯɤŋ tɯ] *adj* similar; **sự tương tự** *n* similarity

tưởng tượng [tɯʌŋ tɯʌŋ] *v*
imagine; **trí tưởng tượng** *n*
imagination

tự phát [tɯ fɑt] *adj* spontaneous

tứ tấu [tɯ təu] **nhóm tứ tấu** *n*
quartet

từ thiện [tɯ tien] *adj* charitable;
cửa hàng từ thiện *n* charity shop;
hội từ thiện *n* charity

từ tính [tɯ tin] **có từ tính** *adj*
magnetic

tự trị [tɯ tʃi] *adj* autonomous;
quyền tự trị *n* autonomy

từ từ [tɯ tɯ] **Từ từ thôi!** Slow
down!

tư tưởng [tɯ tɯʌŋ] **hệ tư tưởng**
n ideology

tư vấn [tɯ vən] **nhà tư vấn** *n*
consultant *(adviser)*

tự vẫn [tɯ vən] **sự tự vẫn** *n* suicide

tự vệ [tɯ ve] *v* defend oneself; **sự tự
vệ** *n* self-defence

tử vi [tɯ vi] **lá số tử vi** *n* horoscope

từ vựng [tɯ vɯŋ] *n* vocabulary

tỷ [ti] *n* billion

tỷ giá [ti zɑ] *n* rate; **tỷ giá hối đoái**
n rate of exchange; **Tỷ giá là bao
nhiêu?** What's the exchange rate?;
Tỷ giá từ… sang… là bao nhiêu?
What is the rate for… to…?

tỷ lệ [ti le] *n* proportion, ratio; **theo
tỷ lệ** *adj* proportional

tỷ số [ti so] *n* score *(game/match)*

u ám [u ɑm] *adj* gloomy, overcast

uất kim hương [uət kim hɯʌŋ]
cây uất kim hương *n* tulip

Úc [uk] **người Úc** *n* Australian; **nước
Úc** *n* Australia; **thuộc Úc** *adj*
Australian

Úc-Á [ukɑ] **khu vực Úc-Á** *n*
Australasia

Ucraina [ukzɑːinɑː] **người
Ucraina** *n* Ukrainian *(person)*; **nước
Ucraina** *n* Ukraine; **thuộc Ucraina**
adj Ukrainian; **tiếng Ucraina** *n*
Ukrainian *(language)*

U-gan-đa [uɣɑːndɑː] **người
U-gan-đa** *n* Ugandan; **nước
U-gan-đa** *n* Uganda; **thuộc
U-gan-đa** *adj* Ugandan

UHT sữa UHT *n* UHT milk

ủi [ui] *v* press; **cái ủi tuyết** *n*
snowplough; **xe ủi** *n* bulldozer

ủng [uŋ] *n* boots; **ủng cao su** *n*
wellies; **ủng cao su Wellington** *n*
wellingtons; **Giá có bao gồm cả
ủng không?** Does the price include

boots?; **Tôi muốn thuê ủng** I want to hire boots

ủng hộ [uŋ ho] v support; **người ủng hộ** n supporter; **sự ủng hộ** n backing

ung nhọt [uŋ ɲɔt] n ulcer

ung thư [uŋ tɯ] n cancer; **bệnh ung thư** n cancer (illness)

uốn [uon] v bend, curl; **dụng cụ uốn xoăn tóc** n curler; **uốn cong** v bend

uống [uoŋ] v drink, take medicine; **đồ uống** n drink; **không uống rượu** adj teetotal; **nước uống** n drinking water; **sự khó chịu sau khi uống rượu** n hangover; **thuốc uống** n medicine; **Anh có muốn uống gì không?** Would you like a drink?; **Anh có những loại đồ uống không cồn gì?** What non-alcoholic drinks do you have?; **Anh có uống sữa không?** Do you drink milk?; **Anh muốn uống gì không?** Would you like a drink?; **Anh muốn uống gì?** What would you like to drink?; **Cho phép tôi mời anh uống gì nhé?** Can I get you a drink?; **Để tôi trả tiền đồ uống** The drinks are on me; **Tôi không bao giờ uống rượu vang** I never drink wine; **Tôi không uống** I'm not drinking; **Tôi không uống, xin cảm ơn** I'm not drinking, thank you

uốn lượn [uon lɯɤn] v wind (coil around), wind (with a blow etc.)

uốn ván [uon van] **bệnh uốn ván** n tetanus

u-ra-nium [uzaːnium] n uranium

URL đường dẫn liên kết URL n URL

U-ru-goay [uzuɣɔaːi] **người**

U-ru-goay n Uruguayan; **nước U-ru-goay** n Uruguay; **thuộc U-ru-goay** adj Uruguayan

ủy ban [ui baːn] n committee

uyên bác [uien bak] adj scholarly; **sự uyên bác** n scholarship

ủy mị [ui mi] adj sentimental, soppy

uy nghi [ui ɲi] **vẻ uy nghi** n majesty

ủy nhiệm [ui ɲiem] v authorize ▷ n authority; **ủy nhiệm chi** n direct debit

ủy quyền [ui kuien] v authorize; **người được ủy quyền** n attorney

ủy quyền [ui kuien] v delegate

uy tín [ui tin] n credentials, prestige; **có uy tín** adj prestigious

uýt-xki [uitski] **rượu uýt-xki** n whisky

Uzbekistan [uzbɛkistaːn] **nước Uzbekistan** n Uzbekistan

Ư V

ưa chuộng [ɯa tʃuoŋ] **được ưa chuộng** *adj* popular; **không được ưa chuộng** *adj* unpopular; **sự được ưa chuộng** *n* popularity

ưa thích [ɯa titʃ] *adj* favourite; **người ưa thích** *n* favourite

ức chế [ɯk tʃe] *adj* inhibited; **sự ức chế** *n* inhibition

ước [ɯɤk] *v* desire, guess; **điều ước** *n* wish; **sự ước tính** *n* estimate; **ước đoán** *n* guess; **ước tính** *v* estimate

ướp [ɯɤp] **xác ướp** *n* mummy (*body*)

ướt [ɯɤt] *adj* wet; **ẩm ướt** *adj* damp, humid, moist; **làm ướt sũng** *v* drench; **ướt đẫm** *adj* soaked

ưu tiên [ɯu tien] *v* prioritize; **sự ưu tiên** *n* priority

va [vaː] *v* collide against; **sự va mạnh** *n* bump; **va chạm** *v* clash

vá [va] **bị vá** *adj* patched; **miếng vá** *n* patch

và [va] *conj (từ nối)* and

vả [va] **quả vả** *n* fig

vạch [vatʃ] **vạch kế hoạch** *v* plan

va chạm [vaː tʃam] *v* collide; **sự va chạm** *n* collision; **va chạm mạnh** *n* crash

vách đá [vatʃ da] *n* cliff

vai [vaːi] *n* shoulder; **đóng vai chính** *v* star; **nhún vai** *v* shrug; **sự phân vai** *n* cast; **túi đeo vai** *n* satchel; **vai chính** *n* lead (*in play/film*); **xương vai** *n* shoulder blade; **Tôi đau vai** I've hurt my shoulder

vài [vai] *adj* several ▷ *pron* several

vải [vai] *n* (*vóc*) cloth, (*vóc*) fabric, litchi (*fruit*); **giày vải** *n* sneakers; **lớp vải lót** *n* lining; **vải bạt** *n* canvas; **vải bịt mắt** *n* blindfold; **vải bông chéo** *n* denim; **vải dầu** *n* tarpaulin; **vải dệt** *n* textile; **vải**

flannel n flannel; **vải fleece** n fleece; **vải lanh** n linen; **vải nhung** n velvet

vại [vai] n (bia) pint

vai trò [va:i tʃɔ] n role

va-li [va:li] n suitcase

ván [van] n board, game; **môn lướt ván buồm** n windsurfing; **môn lướt ván nước** n water-skiing; **môn trượt ván** n skateboarding; **ván để lướt sóng** n surfboard; **ván nhún ở bể bơi** n diving board; **ván trượt** n skateboard; **ván trượt tuyết** n ski; **Chúng tôi có thể thuê ván trượt ở đây không?** Can we hire skis here?; **Tôi muốn chơi trượt ván** I'd like to go skateboarding; **Tôi muốn thuê ván trượt** I want to hire skis; **Tôi muốn thuê ván trượt lao dốc** I want to hire downhill skis; **Tôi muốn thuê ván trượt việt dã** I want to hire cross-country skis

vàng [vaŋ] adj (màu) yellow ▷ n (khoáng sản) gold; **bằng vàng** adj golden; **bệnh vàng da** n jaundice; **cá vàng** n goldfish; **mạ vàng** adj gold-plated; **Những Trang Vàng Yellow Pages®** n Yellow Pages®

vàng hoe [vaŋ hɔɛ] adj blonde

vành [vaɲ] n rim; **đường vành đai** n ring road

vani [va:ni] n vanilla

van-xơ [va:nsɤ] **điệu nhảy van-xơ** n waltz; **nhảy van-xơ** v waltz

vào [vaɔ] v enter; **cửa ra vào** n door; **cửa vào** n entry; **cho vào** v let in; **dựa vào** v lean on; **đâm vào** v ram; **đi vào** v come in, enter, get into, go in; **đường lái xe vào nhà** n driveway; **hít vào** v breathe in; **lối vào** n entrance; **phí vào cửa** n entrance fee; **quyền được vào** n admittance; **Mời vào!** Come in!

vào lúc nào đó [vaɔ luk naɔ dɔ] adv sometime

vào trong [vaɔ tʃauŋ] prep into

Va-ti-căng [va:tikaŋ] **Tòa thánh Va-ti-căng** n Vatican

vay [va:i] v borrow; **cho vay** v loan; **tiền cho vay** n loan; **Anh có thể cho tôi vay ít tiền không?** Could you lend me some money?

váy [vai] n skirt; **váy dạ hội** n evening dress; **váy mặc trong** n underskirt; **váy ngắn** n skirt; **váy ngủ** n nightdress, nightie; **váy rất ngắn** n miniskirt; **Tôi thử chiếc váy này được không?** Can I try on this dress?

váy dài [vai zai] n dress

văn [van] **bài văn** n text; **nhà văn** n writer

vằn [van] **ngựa vằn** n zebra

vặn [van] v twist, screw, turn; **sự vặn mạnh** n wrench; **vặn mạnh** v wrench; **Làm ơn vặn nhỏ đi** Please could you lower the volume?; **Tôi vặn to lên có được không?** May I turn the volume up?

vắng [vaŋ] **mùa vắng khách** n low season

vắng mặt [vaŋ mat] adj absent; **sự vắng mặt** n absence

văn hóa [van hɔa:] n culture; **thuộc văn hóa** adj cultural; **văn hóa dân gian** n folklore

văn học [van hɔk] n literature

văn minh [van miɲ] n civilization; **nền văn minh** n civilization

văn phòng [van fauŋ] n office; **cửa
hàng văn phòng phẩm** n
stationer's; **văn phòng cung cấp
thông tin** n information office; **văn
phòng du lịch** n tourist office; **văn
phòng giữ đồ vật để lại** n
left-luggage office; **văn phòng
phẩm** n stationery; **Tôi làm việc
văn phòng** I work in an office; **Tôi
tới văn phòng của anh bằng cách
nào?** How do I get to your office?;
Văn phòng du lịch ở đâu? Where is
the tourist office?

vắt [vat] **vắt sữa** v milk

vẫn [vən] adv still

vận chuyển [vən tʃuien] v
transport

vấn đáp [vən dap] **kỳ thi vấn đáp** n
oral

vấn đề [vən de] n affair, issue,
problem, trouble; **các vấn đề thời
sự** n current affairs; **vấn đề khó** n
puzzle; **Không có vấn đề gì** No
problem; **Nếu có vấn đề gì thì
chúng tôi liên hệ với ai?** Who do
we contact if there are problems?

vận động [vən dɔŋ] v exercise,
campaign; **sân vận động** n
stadium; **vận động bầu cử** v
canvass; **Chúng tôi đi đến sân vận
động bằng cách nào được?** How
do we get to the stadium?

vận động viên [vən dɔŋ vien] n
athlete; **nam vận động viên** n
sportsman; **nữ vận động viên** n
sportswoman; **vận động viên cử
tạ** n weightlifter; **vận động viên
đua** n racer

vâng [vəŋ] excl yes; **không vâng lời**
adj disobedient; **vâng lời** v obey

vận hành [vən haŋ] v operate (to
function)

vận mệnh [vən meŋ] n destiny

vân tay [vən taːi] n fingerprint

vấp [vəp] v stumble, trip (up)

vật [vət] n thing, wrestling; **đồ vật** n
thing; **động vật** n animal; **môn
đấu vật** n wrestling; **vật dự trữ** n
reserve (retention); **vật làm nhớ lại**
n reminder; **vật nặng** n load; **vật
nuôi làm cảnh** n pet; **vật thể** n
object

vật liệu [vət lieu] n material

vật lý [vət li] n physics; **bác sỹ vật
lý trị liệu** n physiotherapist; **nhà
vật lý** n physicist; **vật lý trị liệu** n
physiotherapy

vất vả [vət va] adj strenuous;
chuyến đi vất vả n trek; **đi bộ vất
vả** v trek

vây [vəi] **vây quanh** v surround

vẩy [vəi] n (cá) scale (tiny piece)

vẫy [vəi] v wag; **cái vẫy nhẹ** n
whisk; **vẫy tay** v wave

vd abbr e.g.

vé [vɛ] n ticket, coupon; **chỗ bán vé**
n box office; **hàng rào soát vé** n
ticket barrier; **máy bán vé tự động**
n ticket machine; **người soát vé
trên xe buýt** n bus conductor;
người thu vé n ticket collector;
phòng bán vé n booking office;
phòng vé n ticket office; **thanh tra
soát vé** n ticket inspector; **tiền vé**
n fare; **vé dự phòng** n stand-by
ticket; **vé điện tử** n e-ticket; **vé hai
chiều đi về trong ngày** n day
return; **vé khứ hồi** n return ticket;
vé một chiều n one-way ticket,
single ticket; **vé mùa** n season

ticket; **vé trượt tuyết** n ski pass; **vé xe buýt** n bus ticket; **Anh có thể đặt vé cho chúng tôi không?** Can you book the tickets for us?; **Anh có vé đi nhiều chuyến không?** Do you have multi-journey tickets?; **Cho tôi mua một vé** A ticket, please; **Chúng tôi có thể mua vé ở đâu?** Where can we get tickets?; **hai vé khứ hồi đi...** two return tickets to...; **Làm ơn bán cho hai vé xem tối nay** Two tickets for tonight, please; **Làm ơn cho tôi mua hai vé** I'd like two tickets, please; **một vé trẻ em** a child's ticket; **Máy bán vé hoạt động thế nào?** How does the ticket machine work?; **Máy bán vé không hoạt động** The ticket machine isn't working; **Máy bán vé ở đâu?** Where is the ticket machine?; **Những vé này giá bao nhiêu?** How much are the tickets?; **Tôi có cần mua vé đỗ ô tô không?** Do I need to buy a car-parking ticket?; **Tôi có thể mua vé ở đâu?** Where can I get tickets?; **Tôi có thể mua vé ở đây không?** Can I buy the tickets here?; **Tôi có thể mua vé xem hoà nhạc ở đâu?** Where can I buy tickets for the concert?; **Tôi mất vé rồi** I've lost my ticket; **Tôi mua vé ở đâu?** Where do I buy a ticket?; **Tôi muốn đổi vé** I want to change my ticket; **Tôi muốn mua hai vé cho thứ Sáu tới** I'd like two tickets for next Friday; **Tôi muốn mua hai vé cho tối nay** I'd like two tickets for tonight; **Tôi muốn nâng hạng vé** I want to upgrade my

ticket; **Vé khứ hồi giá bao nhiêu?** How much is a return ticket?; **Vé một chiều giá bao nhiêu?** How much is a single ticket?; **Xin cho một tập vé** A book of tickets, please

vẽ [vɛ] v draw (sketch); **bản vẽ** n drawing; **bút vẽ** n paintbrush
véc-ni [vɛkni] n varnish; **đánh véc-ni** v varnish
Velcro® [vɛlkzɔs] **miếng dán Velcro®** n Velcro®
vestong [vɛstauŋ] **áo vestong mặc đi dự tiệc** n dinner jacket
vẹt [vɛt] n parrot ▷ v level, scrape; **chim vẹt đuôi dài ở Úc** n budgerigar, budgie; **con vẹt** n parrot
về [ve] prep (liên quan đến) about
vệ [ve] n edge, side; **Nhà vệ sinh ở đâu?** Where are the toilets?
về hưu [ve hɯu] **đã về hưu** adj retired; **sự về hưu** n retirement
Vê-nê-duê-la [venezuelaː] **người Vê-nê-duê-la** n Venezuelan; **nước Vê-nê-duê-la** n Venezuela; **thuộc Vê-nê-duê-la** adj Venezuelan
vênh vác [veŋ vak] adj stuck-up
về phía [ve fiaː] prep towards
về phía sau [ve fiaː saːu] adv back, backwards
vệ sĩ [ve si] n bodyguard; **vệ sĩ gác cửa** n bouncer
vệ sinh [ve siŋ] n hygiene; **băng vệ sinh** n sanitary towel; **băng vệ sinh dạng nút** n tampon; **đồ vệ sinh cá nhân** n toiletries; **giấy vệ sinh** n toilet paper; **nhà vệ sinh** n lavatory, loo, toilet; **nhà vệ sinh nam** n gents'; **phòng vệ sinh nữ** n

ladies'; **túi đựng đồ vệ sinh cá nhân** n toilet bag

vệ sỹ [ve si] n bodyguard

vết [vet] n spot, stain; **dấu vết** n trace; **vết bẩn** n stain; **vết cháy** n burn; **vết dầu loang** n oil slick; **vết nứt** n crack (fracture); **vết rạn** n fracture; **vết thâm tím** n bruise; **vết thương** n injury, sore; **Anh có thể làm mất vết bẩn này không?** Can you remove this stain?; **Đây là vết cà phê** This stain is coffee; **Đây là vết dầu** This stain is oil; **Đây là vết máu** This stain is blood; **Đây là vết rượu** This stain is wine

vệ tinh [ve tiŋ] n satellite; **chảo vệ tinh** n satellite dish; **hệ thống chỉ đường bằng vệ tinh** n GPS; **hệ thống định vị bằng vệ tinh** n sat nav

vết thương [vet tɯʁŋ] n wound

về việc [ve viek] prep regarding

ví [vi] n (đựng tiền) purse, wallet; **Tôi mất ví rồi** I've lost my wallet; **Ví của tôi đã bị lấy cắp** My wallet has been stolen

vì [vi] conj because

vị [vi] n (nếm) taste; **chất tạo mùi vị** n flavouring; **mùi vị** n flavour

vỉa hè [via: hɛ] n pavement

ví dụ [vi zu] n example, instance

viđiô [vidio] n video; **điện thoại viđiô** n videophone

vĩ độ [vi do] n latitude

việc [viek] n work, business, affair; **bị cho thôi việc** adj redundant; **cho thôi việc** v lay off; **sự việc** n incident; **việc nhà** n housework; **việc nhàm chán** n fag; **Anh có thích việc đó không?** Do you enjoy

it?; **Khi nào anh xong việc?** When will you have finished?; **Việc đó xảy ra khi nào?** When did it happen?

việc kiểm tra [viek kiem tʃa:] n examination (school)

việc làm [viek lɑm] n job, work, employment; **trung tâm giới thiệu việc làm** n job centre; **việc làm trong kỳ nghỉ hè** n holiday job

viêm [viem] n inflammation; **bệnh viêm gan** n hepatitis; **bệnh viêm phế quản** n bronchitis; **bệnh viêm phổi** n pneumonia; **bệnh viêm ruột thừa** n appendicitis; **bị viêm** adj inflamed; **chứng viêm khớp** n arthritis; **chứng viêm thanh quản** n laryngitis; **nốt viêm tấy ở kẽ ngón chân cái** n bunion; **sự viêm nhiễm** n inflammation; **viêm amiđan** n tonsillitis; **viêm bàng quang** n cystitis; **viêm màng não** n meningitis

viên [vien] n pellet, pill; **biên tập viên** n editor; **giảng viên** n lecturer; **học viên trường sỹ quan** n cadet; **huấn luyện viên** n coach, trainer, instructor; **huấn luyện viên thể dục** n gymnast; **hướng dẫn viên** n guide; **hướng dẫn viên du lịch** n courier; **quan sát viên** n observer; **thanh tra viên** n inspector; **ứng cử viên** n candidate; **vận động viên** n athlete; **viên cảnh sát** n police officer; **viên đá** n ice cube; **viên đạn** n bullet; **viên thuốc** n pill, tablet; **viên xúp** n stock cube

viễn [vien] **gỗ viễn chân tường** n skirting board

viện [vien] **phải viện đến** v resort to; **thẩm mỹ viện** n beauty salon;

Khi nào tôi được ra viện? When will I be discharged?

viện bảo tàng [vien baɔ taŋ] *n* museum

Viễn Đông [vien doŋ] *n* Far East

viếng [vien] **thăm viếng** *n* visit

viễn thị [vien ti] **Tôi bị viễn thị** I'm long-sighted

viễn thông [vien toŋ] *n* telecommunications

viện trợ [vien tʃʁ] **sự viện trợ** *n* aid

viễn tưởng [vien tɯʁŋ] **truyện khoa học viễn tưởng** *n* science fiction, scifi

viễn vọng [vien vauŋ] **kính viễn vọng** *n* telescope

viết [viet] *v* write; **bài viết** *n* writing; **bản viết tay** *n* manuscript; **chữ viết tắt** *n* abbreviation; **chữ viết tay** *n* handwriting; **giấy viết thư** *n* writing paper; **phấn viết** *n* chalk; **từ viết tắt** *n* acronym; **viết cẩu thả** *v* scribble; **viết nhật ký trên mạng** *v* blog; **Anh làm ơn viết ra được không?** Could you write it down, please?, Could you write that down, please?; **Làm ơn viết ra giá tiền** Please write down the price

việt dã [viet za] **cuộc đua việt dã** *n* cross-country

Việt Nam [viet naːm] **người Việt Nam** *n* Vietnamese *(person)*; **nước Việt Nam** *n* Vietnam; **thuộc Việt Nam** *adj* Vietnamese; **tiếng Việt Nam** *n* Vietnamese *(language)*

việt vị [viet vi] *adj* offside

vi khuẩn [vi xuən] *n* bacteria

vi lượng [vi lɯʁŋ] **phép chữa vi lượng đồng căn** *n* homeopathy; **thuộc phép chữa vi lượng đồng**

căn *adj* homeopathic

vi mạch [vi matʃ] *n* chip *(electronic)*, microchip; **vi mạch làm bằng silic** *n* silicon chip

vịnh [viŋ] *n (biển)* bay

vĩnh cửu [viŋ kɯu] *adj* permanent

vĩnh viễn [viŋ vien] *adj* eternal; **sự vĩnh viễn** *n* eternity

vỉ nướng [vi nɯʁŋ] *n* grill

vi-ô-la [violaː] **đàn vi-ô-la** *n* viola

vi-ô-lông [violoŋ] **đàn vi-ô-lông** *n* violin; **người chơi đàn vi-ô-lông** *n* violinist

viôlôngxen [violoŋsɛn] **đàn viôlôngxen** *n* cello

vi-rút [vizut] *n* virus

vi sinh [vi siŋ] *n* bacteria; **có thể phân hủy vi sinh** *adj* biodegradable

vịt [vit] *n* duck; **chân vịt** *n* flippers; **con vịt** *n* duck

vitamin [vitaːmin] *n* vitamin

vị trí [vi tʃi] *n* placement, position, post *(position)*, rank *(status)*; **giữ vị trí** *v* rank; **vị trí còn trống** *n* vacancy

vi trùng [vi tʃuŋ] *n* germ

vì vậy [vi vəi] *adv* therefore ▷ *conj* so *(that)*

vizon [vizon] **chồn vizon** *n* mink

vỏ [vɔ] *n (ốc)* shell, *(quả)* peel; **bóc vỏ** *v* peel; **con sên không vỏ** *n* slug; **vỏ chanh** *n* zest *(lemon-peel)*; **vỏ đạn** *n* cartridge; **vỏ gối** *n* pillowcase

võ [vɔ] **môn võ Judo** *n* judo; **võ karate** *n* karate

voi [vɔi] *n* elephant; **con voi** *n* elephant; **voi mamút** *n* mammoth

vòi [vɔi] *n* tap; **ống vòi** *n* hose

vòm [vɔm] *n* arch; **cổng vòm** *n*

porch

vong [vɑuŋ] **thương vong** n casualty

vòng [vɑuŋ] n round (series); **đường vòng** n bypass, detour, diversion; **đường vòng quanh** n circuit; **sự vòng ngược** n U-turn; **vòng đeo chìa khóa** n keyring; **vòng đu quay** n merry-go-round; **vòng tay** n bracelet

võng [vɑuŋ] n hammock; **cái võng** n hammock; **ghế võng** n deckchair

vọng [vɑuŋ] **sự tuyệt vọng** n despair; **tiếng vọng** n echo; **vô vọng** adj hopeless

Vòng [vɑuŋ] **Vòng Bắc Cực** n Arctic Circle

vòng quanh [vɑuŋ kuaɲ] prep round

vỏn vẹn [vɔn vɛn] adv scarcely

vo ve [vɔ vɛ] **kêu vo ve** v hum

vô [vo] **chức vô địch** n championship; **chuyện vô lý** n nonsense; **hệ vô tính** n clone; **nhà vô địch** n champion; **vô gia cư** adj homeless; **vô hại** adj harmless; **vô hình** adj invisible; **vô lễ** adj cheeky; **vô nghĩa** adj pointless; **vô tận** adj endless; **vô tình** adv inadvertently; **vô vọng** adj hopeless; **vô ý** adj insensitive

vô cùng [vo kuŋ] adv extremely, such

vô dụng [vo zuŋ] adj useless; **người vô dụng** n punk

vôi [voi] n lime (compound); **đá vôi** n limestone; **quét vôi** v whitewash; **vôi bột trắng** n whiting

vội [voi] n rush; **sự vội vã** n rush; **sự vội vàng** n hurry; **vội vã** v rush; **vội**

vàng adv hastily; **Tôi đang vội** I'm in a hurry

vô lăng [vo laŋ] n steering wheel

vô lý [vo li] adj unreasonable

vôn [von] n volt

vốn [von] **vốn góp chung** n pool (resources)

vô nghĩa [vo ɲiɑ:] adj senseless

vô ơn [vo ɤn] adj ungrateful

vô phương [vo fɯɤŋ] **vô phương cứu chữa** adv terminally

vỗ tay [vo tɑ:i] v clap; **tiếng vỗ tay tán thưởng** n applause; **vỗ tay tán thưởng** v applaud

vô tâm [vo təm] adj thoughtless

vốt-ca [votkɑ:] n vodka; **rượu vốt-ca** n vodka

vô thần [vo tən] **người vô thần** n atheist

vô trùng [vo tʃuŋ] adj sterile

vô vị [vo vi] adj tasteless

vở [vɤ] **quyển vở** n notepad; **vở nháp** n scrapbook

vỡ [vɤ] v split; **bị vỡ** adj broken; **làm vỡ** v break; **mảnh vỡ** n chip (small piece); **sự vỡ** n break

vợ [vɤ] n wife; **chị em vợ** (wife's sister) npl sister-in-law; **người góa vợ** n widower; **vợ cũ** n ex-wife; **vợ sắp cưới** n fiancée; **Đây là vợ tôi** This is my wife

với [vɤi] prep (cùng) with

với điều kiện [vɤi dieu kien] conj provided, providing

vợt [vɤt] n racquet; **cái vợt** n racquet; **vợt quần vợt** n tennis racquet; **Họ có cho thuê vợt không?** Do they hire out racquets?

vở vẩn [vɤ vən] adj rubbish

vú [vu] n breast; **động vật có vú** n

mammal
vụ [vu] *n* case; **vụ mùa** *n* crop
vua [vua] *n* king
vú em [vu ɛm] *n* nanny
vui [vui] *adj* joyful, happy; **hay vui đùa** *adj* playful; **sự vui mừng** *n* joy; **sự vui sướng** *n* delight; **sự vui vẻ** *n* fun; **vui lòng** *adv* kindly; **vui mừng** *adj* cheerful, glad; **vui nhộn** *adj* hilarious; **vui sướng** *adj* delighted; **vui thích** *v* enjoy; **Anh có thấy vui không?** Did you enjoy yourself?; **Rất vui được gặp anh** Pleased to meet you
vui chơi [vui tʃɤi] *n* pleasure; **công viên vui chơi theo chủ đề** *n* theme park
vui thú [vui tu] *adj* entertaining
vui vẻ [vui vɛ] *adj* fun, glad, pleasant; **Chúng tôi đang rất vui vẻ** We are having a nice time; **Đi nghỉ vui vẻ nhé!** Enjoy your holiday!; **Đi vui vẻ nhé!** Have a good trip!
vũ khí [vu xi] *n* weapon; **có vũ khí** *adj* armed; **kho vũ khí** *n* magazine (ammunition)
vụ mùa [vu mua:] *n* crop
vụn [vun] **mảnh vụn** *n* splinter
vung [vuŋ] **cái vung** *n* lid
vùng [vuŋ] *n* zone; **mã vùng** *n* dialling code; **vùng lân cận** *n* neighbourhood, vicinity
vũng [vuŋ] *n* pool; **vũng nước** *n* puddle
vũng lầy [vuŋ ləi] *n* bog
vụng về [vuŋ ve] *adj* awkward, clumsy
Vùng Vịnh [vuŋ vịŋ] **các nước Vùng Vịnh** *npl* Gulf States

vuông [vuoŋ] *adj* square; **có kẻ ô vuông** *adj* tartan; **góc vuông** *n* right angle; **hình vuông** *n* square
vuốt [vuot] *n* claw
vuốt ve [vuot vɛ] *v* stroke; **cái vuốt ve** *n* stroke (hit)
vũ trang [vu tʃa:ŋ] **vụ cướp có vũ trang** *n* hold-up
vũ trụ [vu tʃu] *n* universe; **nhà du hành vũ trụ** *n* astronaut; **tàu du hành vũ trụ** *n* spacecraft
vừa [vua:] *adj* reasonable ▷ *v* fit, suit ▷ *adv* just, recently; **Nó không vừa với tôi** It doesn't fit me; **Tôi vừa mới đến** I've just arrived
vữa [vua:] *n* (trát ngoài) plaster (for wall), (xây gạch) mortar (plaster)
vừa phải [vua: fai] *adj* moderate ▷ *adv* reasonably
vừa vặn [vua: van] **sự vừa vặn** *n* fit
vững [vuŋ] *adj* steady; **giữ vững** *v* keep up
vững chắc [vuŋ tʃak] *adj* solid; **không vững chắc** *adj* unsteady
vườn [vuɤn] *n* garden; **người làm vườn** *n* gardener; **trung tâm cây cảnh và dụng cụ làm vườn** *n* garden centre; **việc làm vườn** *n* gardening; **vườn cây ăn quả** *n* orchard; **vườn nho** *n* vineyard; **vườn quốc gia** *n* national park; **vườn thú** *n* zoo; **Chúng tôi có thể đi thăm vườn không?** Can we visit the gardens?
vương miện [vuɤn mien] *n* crown
vương quốc [vuɤn kuok] *n* kingdom; **Vương quốc Anh** *n* UK, United Kingdom
vượt [vuɤt] *v* overtake

vượt qua [vɯɤt kua] v overcome,
get over; **không thể vượt qua** adj
unbeatable
vứt [vɯt] v throw away; **nơi vứt vỏ
chai để tái chế** n bottle bank; **vứt
bỏ** v dump; **vứt đi** v throw away
vv abbr etc

Wales [wɑːlɛs] **người xứ Wales** n
Welsh; **thuộc xứ Wales** adj Welsh;
xứ Wales n Wales
web [wɛb] **địa chỉ web** n web
address; **quản trị web** n
webmaster; **tạp chí web** n
webzine; **trang web** n website;
trình duyệt web n web browser
webcam [wɛbkɑːm] n webcam
whisky [whiski] **whisky mạch nha**
n malt whisky; **một whisky và
soda** a whisky and soda; **Tôi sẽ
uống whisky** I'll have a whisky

X

mummy (*body*)

xạc [sɑk] **Anh có cái xạc bật lửa ga không?** Do you have a refill for my gas lighter?; **Không xạc được pin** It's not charging; **Tôi có thể xạc điện thoại di động ở đâu?** Where can I charge my mobile phone?; **Xạc xong lại hết ngay** It's not holding its charge

xách [sɑtʃ] *v* carry; **túi xách** *n* handbag; **xách tay** *adj* portable

xác nhận [sɑk ɲən] *v* support, confirm; **Tôi đã xác nhận việc đặt phòng của tôi qua thư** I confirmed my booking by letter

xác suất [sɑk suət] *n* probability

xác thực [sɑk tɯk] *adj* authentic

xả dưỡng [sɑ zɯɤŋ] **xả dưỡng tóc** *n* conditioner

xã hội [sɑ hoi] *n* society; **an sinh xã hội** *n* social security; **chủ nghĩa xã hội** *n* socialism; **dịch vụ xã hội** *n* social services; **liên quan đến chủ nghĩa xã hội** *adj* socialist; **người làm công tác xã hội** *n* social worker; **người theo chủ nghĩa xã hội** *n* socialist; **xã hội học** *n* sociology

Xã hội [sɑ hoi] **Cử nhân Khoa học Xã hội** *n* BA

xa hơn [sɑː hɤn] *adj* further

xa lát [sɑː lat] *n* salad; **xa lát rau xanh** *n* green salad

xám [sam] *adj* grey

xám xịt [sam sit] *adj* drab

xanh [sɑːɲ] *adj* blue, green, unripe; **màu xanh lá cây** *n* green; **quả bí xanh** *n* courgette, zucchini; **xanh lá cây** *adj* green (*colour*); **xanh nước biển** *adj* navy-blue

xa [sɑː] *adj* distant, far ▷ *adv* far ▷ *n* car, vehicle; **điều khiển từ xa** *n* remote control; **người thường xuyên phải đi xa từ nhà đến nơi làm việc** *n* commuter; **nhảy xa** *n* long jump; **rất xa** *adv* remotely; **ra xa** *adv* away; **tránh xa** *v* keep out; **xa xôi** *adj* remote; **Cách bao xa?** How far is it?; **Chúng ta còn cách trạm xe buýt bao xa?** How far are we from the bus station?; **Chúng ta còn cách trung tâm thành phố bao xa?** How far are we from the town centre?; **Có xa không?** Is it far?; **Khá xa đấy** It's quite far; **Không xa đâu** It's not far

xà [sɑ] **đẩy xà** *n* push-up

xả [sɑ] **xả nước** *v* flush

xa-ba [sɑːbɑː] **ngày xa-ba** *n* Sabbath

xác [sɑk] *n* corpse, dead body; **nhà xác** *n* morgue; **sự xác nhận** *n* confirmation; **xác chết** *n* corpse; **xác nhận** *v* confirm; **xác ướp** *n*

xanh da trời [sa:ɲ za: tʃɤi] *adj* blue

xảo quyệt [saɔ kuiet] *adj* cunning

xà phòng [sa fauŋ] *n* soap; **chỗ để xà phòng** *n* soap dish; **Không có xà phòng** There is no soap

xả vải [sa vai] **Anh có nước xả vải không?** Do you have softener?

xa xỉ [sa: si] **sự xa xỉ** *n* luxury

xay [sa:i] *v* grind; **cối xay gió** *n* windmill; **cối xay hạt tiêu** *n* peppermill; **máy xay sinh tố** *n* liquidizer; **xưởng xay bột** *n* mill

xảy ra [sai za:] *v* happen, occur; **chuyện xảy ra** *n* occurrence; **có thể xảy ra** *adj* likely; **việc chỉ xảy ra một lần** *n* one-off; **Việc đó xảy ra khi nào?** When did it happen?

xắc-xô [sakso] **kèn xắc-xô** *n* saxophone

xăm [sam] **hình xăm trên da** *n* tattoo

xăng [saŋ] *n* petrol; **bể chứa xăng** *n* petrol tank; **trạm xăng** *n* petrol station, service station; **xăng không pha chì** *n* unleaded petrol; **Gần đây có trạm xăng không?** Is there a petrol station near here?; **Hết xăng rồi** The petrol has run out; **Máy bán xăng số ba ạ** Pump number three, please; **Tôi bị hết xăng** I've run out of petrol

xăng-uýt [saŋuit] **bánh xăng-uýt** *n* sandwich

xâm lược [səm lɯɤk] *v* invade

xâm nhập [səm ɲəp] *v* intrude; **người xâm nhập** *n* intruder

xấp xỉ [səp si] *adj* approximate

xấu [səu] *adj* bad; **điểm xấu** *n* vice; **sự chơi xấu** *n* foul; **xấu xa** *adj* foul, wicked; **xấu xỉ** *adj* ugly

xấu đi [səu di] *adv* worse; **trở nên xấu đi** *v* worsen

xấu hổ [səu ho] *adj* ashamed, embarrassed; **đáng xấu hổ** *adj* embarrassing; **sự xấu hổ** *n* shame

xấu hơn [səu hɤn] *adj* worse

xấu nhất [səu ɲət] *adj* worst

xấu xa [səu sa:] *adj* vicious

xây [səi] *v* build; **thợ xây** *n* builder

xây dựng [səi zɯŋ] *v* build, put up, construct; **gỗ xây dựng** *n* timber; **mang tính xây dựng** *adj* constructive

xe [sɛ] *n* vehicle, carriage; **bảng đồng hồ xe ô tô** *n* dashboard; **bánh xe** *n* wheel; **biển số xe** *n* number plate; **chuyến đi chơi bằng xe** *n* drive; **đạp xe** *v* cycle; **điểm rửa xe** *n* car wash; **đỗ xe** *v* park; **kiểm định xe của Bộ Giao thông** *n* MOT; **lái xe** *v* drive; **lái xe tải** *n* truck driver; **lốp xe** *n* tyre; **người lái xe** *n* chauffeur; **người xin đi nhờ xe** *n* hitchhiker; **phà chở xe** *n* car-ferry; **sự đi nhờ xe** *n* lift (*free ride*); **sự đi xe trượt toboggan** *n* tobogganing; **sự đỗ xe** *n* parking; **săm xe** *n* inner tube; **tài xế xe tải** *n* lorry driver; **tàu xe bị hỏng** *n* wreck; **thợ sửa chữa xe môtô** *n* motor mechanic; **việc đi bằng xe trượt tuyết** *n* sledging; **việc xin đi nhờ xe** *n* hitchhiking; **xe đẩy** *n* trolley; **xe đẩy hai bánh của trẻ con** *n* scooter; **xe đẩy hàng mua sắm** *n* shopping trolley; **xe đẩy hành lý** *n* luggage trolley; **xe đẩy trẻ con** *n* carrycot; **xe đẩy trẻ em** *n* buggy, pushchair; **xe đua** *n* racing car; **xe cứu thương** *n* ambulance; **xe cộ** *n* vehicle; **xe cáp treo** *n* cable car; **xe chở hàng nặng** *n* HGV; **xe công ty** *n* company car; **xe con thoi** *n* shuttle; **xe cút kít** *n* wheelbarrow; **xe hai cầu** *n* four-wheel drive; **xe lăn** *n* wheelchair; **xe li-mu-zin** *n* limousine; **xe moóc** *n* trailer; **xe moóc caravan** *n* caravan; **xe ngựa** *n* cart; **xe nôi** *n* pram; **xe ô tô** *n* car; **xe tải** *n* lorry, van; **xe tải chuyên dùng để di dời** *n* removal van; **xe tải cứu hộ** *n* breakdown truck; **xe trượt toboggan** *n* toboggan; **xe trượt tuyết** *n* sledge; **xe tuần tra** *n* patrol car; **xe ủi** *n* bulldozer; **xe van cứu hộ** *n* breakdown van; **xin đi nhờ xe** *v* hitchhike; **Anh có thể cho xe cứu hộ đến được không?** Can you send a breakdown van?; **Anh đã lái xe quá nhanh** You were driving too fast; **Anh làm ơn dời xe được không?** Could you move your car, please?; **Chúng tôi có thể đi xe trượt tuyết ở đâu?** Where can we go sledging?; **Có xe đẩy để chở đồ không?** Are there any luggage trolleys?; **Dùng máy rửa xe thế nào ạ?** How do I use the car wash?; **Đây là bằng lái xe của tôi** Here is my driving licence; **Đây là giấy tờ xe của tôi** Here are my vehicle documents; **Khi nào thì xe sửa xong?** When will the car be ready?; **Tôi bị say tàu xe** I get travel-sick; **Tôi có phải trả xe lại đây không?** Do I have to return the car here?; **Tôi dùng xe lăn** I use a wheelchair; **Tôi muốn rửa xe** I would like to wash the car; **Trong xe có đài**

không? Is there a stereo in the car?; **Xe bị trượt** The car skidded; **Xe đang ở gần ngã rẽ số...** The car is near junction number...; **Xe khách đi mất rồi mà không chờ tôi** The coach has left without me; **Xe không nổ máy được** The car won't start; **Xe vẫn còn trong thời hạn bảo hành** The car is still under warranty; **Xin làm ơn dừng xe** Please stop the bus

xé [sɛ] **xé rách** *v* rip up; **xé toạc** *v* rip, tear up

xe buýt [sɛ buit] *n* bus; **xe buýt đường dài** *n* coach (*vehicle*); **xe buýt nhỏ** *n* minibus; **Bến xe buýt cách đây bao xa?** How far is the bus stop?; **Chúng ta còn cách trạm xe buýt bao xa?** How far are we from the bus station?; **Tôi có thể bắt xe buýt đi... ở đâu?** Where can I get a bus to...?; **Tôi có thể mua thẻ xe buýt ở đâu?** Where can I buy a bus card?; **Trạm xe buýt ở đâu?** Where is the bus station?

xe đạp [sɛ ɗap] *n* bicycle; **bơm xe đạp** *n* bicycle pump; **đường dành cho xe đạp** *n* cycle path; **làn xe đạp** *n* cycle lane; **người đi xe đạp** *n* cyclist; **sự đi xe đạp** *n* cycling; **xe đạp địa hình** *n* mountain bike; **xe đạp đôi** *n* tandem; **xe đạp ba bánh** *n* tricycle; **Cửa hàng sửa xe đạp gần nhất ở đâu?** Where is the nearest bike repair shop?; **Chúng mình đi xe đạp đi** Let's go cycling; **Chúng tôi muốn đi xe đạp** We would like to go cycling; **Khi nào phải trả xe?** When is the bike due back?; **Tôi có thể thuê xe đạp ở**

đâu? Where can I hire a bike?; **Tôi để xe đạp ở đây có được không?** Can I keep my bike here?

xe lửa [sɛ lɯɑ:] **ga xe lửa** n railway station

xem [sɛm] v look at, watch; **người xem** n onlooker; **việc xem kỹ** n scan; **xem kỹ** v scan; **xem lướt qua** v browse; **Xem Trang Bên** v PTO; **Anh cho tôi xem được không?** Could you show me please?; **Anh có thể dẫn chúng tôi đi xem được không?** Could you show us around?; **Anh có thể dẫn chúng tôi xem quanh căn hộ không?** Could you show us around the apartment?; **Anh làm ơn kiểm tra xem lốp đủ căng chưa?** Can you check the air, please?; **Có phòng xem ti vi không?** Is there a television lounge?; **Chúng tôi có thể đi xem kịch ở đâu?** Where can we go to see a play?; **Chúng tôi có thể đi xem phim ở đâu?** Where can we go to see a film?; **Chúng tôi muốn xem cây cỏ địa phương** We'd like to see local plants and trees; **Chúng tôi muốn xem những khung cảnh đặc biệt** We'd like to see spectacular views; **Làm ơn bán cho hai vé xem tối nay** Two tickets for tonight, please; **Ở đây có gì để xem không?** What is there to see here?; **Tôi chỉ xem thôi** I'm just looking; **Tôi muốn xem một trận bóng đá** I'd like to see a football match; **Tôi muốn xem phòng được không?** Can I see the room?

xe máy [sɛ mai] n motorbike,

motorcycle; **người lái xe máy** n motorcyclist, motorist; **xe máy nhỏ** n moped; **Tôi muốn thuê một xe máy** I want to hire a motorbike

xem xét [sɛm sɛt] v look at, look round, consider

xẻng [sɛŋ] n shovel; **cái xẻng** n shovel; **cái xẻng bứng cây** n trowel

xentimét [sɛntimɛt] n centimetre

xe taxi [sɛ tɑ:si] n taxi, minicab

xe tăng [sɛ taŋ] n tank (combat vehicle)

xét đoán [sɛt dɔan] v judge; **có óc xét đoán** adj sensible

xét nghiệm [sɛt ŋiɛm] n test; **xét nghiệm phết tế bào cổ tử cung** n smear test

xếp [sep] **thang xếp** n stepladder; **trò chơi xếp hình** n jigsaw

xếp hàng [sep haŋ] v queue

xi [si] **xi đánh giày** n shoe polish

xích [sitʃ] n chain; **Tôi có cần xích đi trên tuyết không?** Do I need snow chains?

xích đạo [sitʃ dɑɔ] n equator; **đường xích đạo** n equator

xiếc [siek] n circus; **rạp xiếc** n circus

xiên [sien] **cái xiên** n skewer

xì gà [si ɣa] n cigar; **điếu xì gà** n cigar

xi líp [si lip] **quần xi líp** n slip (underwear)

xi măng [si maŋ] n cement

xin [sin] v ask for, beg

xin chào [sin tʃaɔ] excl hello!, hi!

xinh [siŋ] adj pretty

xi nhan [si ɲa:n] v indicate; **đèn xi nhan** n sidelight

xin lỗi [sin loi] v apologize; **lời xin lỗi** n apology; **xin lỗi!** excl sorry!;

Tôi rất xin lỗi, tôi không biết quy định I'm very sorry, I didn't know the regulations; **Tôi xin lỗi** I'm sorry; **Xin cho tôi xuống** Please let me off; **Xin lỗi** Excuse me; **Xin lỗi, đấy là ghế của tôi** Excuse me, that's my seat; **Xin lỗi, tôi bận** Sorry, I'm busy; **Xin lỗi, tôi không thích** Sorry, I'm not interested

xi-rô [sizo] *n* syrup; **nước xi-rô** *n* syrup

xịt [sit] **ống xịt thuốc** *n* inhaler

xíu [siu] **nhỏ xíu** *adj* tiny

xóa [sɔa:] *v* delete; **tẩy xóa** *v* erase; **xóa đi** *v* cross out

xoa bóp [sɔa: bɔp] **sự xoa bóp** *n* massage

xoài [sɔai] *n* mango; **quả xoài** *n* mango

xoang [sɔa:ŋ] *n* sinus

xoay xở [sɔa:i sɤ] *v* manage; **có thể xoay xở được** *adj* manageable

xoắn [sɔan] *v* twist

xóc [sɔk] *adj (đường)* bumpy

xong [sauŋ] *v* finish; **đã xong** *adj* done, over; **Khi nào anh xong việc?** When will you have finished?; **Khi nào thì xong?** When will it be ready?

xô [so] *n* bucket; **cái xô** *n* pail

xốp [sop] *adj* porous; **bánh xốp** *n* sponge *(cake)*, wafer; **bánh xốp nhiều bơ** *n* puff pastry

xôpha [sofa:] **ghế xôpha** *n* sofa; **giường xôpha** *n* sofa bed

xổ số [so so] *n* raffle; **xổ số có giải bằng hiện vật** *n* raffle

xốt [sot] **nhúng nước xốt** *v* marinade; **nước xốt** *n* marinade, sauce; **nước xốt cà chua** *n* tomato sauce

X-quang [skuaŋ] *n* X-ray; **chụp X-quang** *v* X-ray

xu [su] *n* cent; **tiền xu** *n* coin

xuân [suən] **mùa xuân** *n* spring *(season)*, springtime

xuân đào [suən dɑɔ] **quả xuân đào** *n* nectarine

xuất bản [suət ban] *n* publication, publish; **người làm nghề xuất bản** *n* printer *(person)*; **nhà xuất bản** *n* publisher

xuất hiện [suət hien] *v* appear, turn up; **sự xuất hiện** *n* appearance

xuất khẩu [suət χəu] *v* export; **sự xuất khẩu** *n* export

xuất sắc [suət sak] *adj* excellent, smashing

xúc động [suk dɔŋ] *adj* emotional, touched; **gây ra sự xúc động mạnh** *adj* sensational; **gây xúc động** *adj* touching

xu chiêng [su tʃieŋ] *n* bra

xúc phạm [suk fam] *v* offend

xúc tiến [suk tien] *v* promote; **sự xúc tiến** *n* promotion

xúc xắc [suk sak] *n* dice

xúc-xích [suksitʃ] *n* sausage; **bánh mỳ kẹp xúc-xích** *n* hot dog; **xúc-xích Ý** *n* salami

xu hướng [su hɯɤŋ] *n* tendency, trend; **có xu hướng** *v* tend

xúi giục [sui zuk] *v* tempt; **sự xúi giục** *n* temptation

xung đột [suŋ dot] **sự xung đột** *n* conflict

xung quanh [suŋ kuaɲ] *prep* around; **khu vực xung quanh** *n* surroundings

xuống [suoŋ] *adv (dưới)* down ▷ *v*

(tàu xe) get off; **cúi xuống** v crouch down; **đi xuống** v come down, descend, go down; **quỳ xuống** v kneel down; **rụng xuống** v fall down; **rủ xuống** v hang; **Làm ơn bảo tôi khi nào phải xuống** Please tell me when to get off

xuồng [suoŋ] n dinghy; **chèo xuồng** v paddle; **việc bơi xuồng** n canoeing; **xuồng cứu hộ** n lifeboat; **xuồng máy** n motorboat

xúp [sup] n soup; **viên xúp** n stock cube

xúp lơ [sup lɤ] **xúp lơ xanh** n broccoli

xuyên qua [suien kua] prep through

xuyên suốt [suien suot] prep throughout

xuyên thủng [suien tuŋ] v pierce

xử [sɯ] v decide, judge; **phân xử trọng tài** n arbitration; **tình thế khó xử** n dilemma

xử lý [sɯ li] v deal with, tackle

xứng đáng [sɯŋ daŋ] v deserve

xước [sɯɤk] v scratch; **làm xước** v scratch; **vết xước** n scratch

xương [sɯɤŋ] n bone; **bộ xương** n skeleton; **xương bánh chè** n kneecap; **xương đòn** n collarbone; **xương gò má** n cheekbone; **xương sườn** n rib; **xương vai** n shoulder blade

xưởng [sɯɤŋ] n factory, plant; **phân xưởng** n workshop; **xưởng đóng tàu** n shipyard

xương chậu [sɯɤŋ tʃəu] **khung xương chậu** n pelvis

xương rồng [sɯɤŋ zoŋ] n cactus; **cây xương rồng** n cactus

xương sống [sɯɤŋ soŋ] n backbone

Y

ý [i] *n* idea; **hỏi ý kiến** *v* consult; **sự
ác ý** *n* spite; **vô ý** *adj* insensitive
Ý [i] **người Ý** *n* Italian *(person)*; **nước
Ý** *n* Italy; **thuộc Ý** *adj* Italian; **tiếng
Ý** *n* Italian *(language)*
ý chí [i tʃi] *n* will *(motivation)*; **sức
mạnh ý chí** *n* willpower
ý định [i din] *n* intention; **có ý định**
v intend to
yếm [iem] **cái yếm** *n* bib
Y-ê-men [iemɛn] **Nước Y-ê-men** *n*
Yemen
yên [ien] *adj* peaceful ▷ *n* saddle; **Để
cho tôi yên!** Leave me alone!; **Yên
này ngồi khó chịu** The seat is
uncomfy; **Yên xe cao quá** The seat
is too high; **Yên xe thấp quá** The
seat is too low
yên lặng [ien laŋ] *adj* quiet ▷ *adv*
quietly
yên lòng [ien lauŋ] **làm yên lòng**
adj reassure, reassuring
yến mạch [ien matʃ] *n* oats; **bột
yến mạch** *n* oatmeal; **yến mạch**

ép trộn hạt và quả khô *n* muesli
yên ngựa [ien ŋɯa:] *n* saddle
yên tĩnh [ien tiŋ] *adj* peaceful; **sự
yên tĩnh** *n* peace
yêu [ieu] *v* love, be in love with;
đáng yêu *adj* lovely; **người yêu** *n*
lover; **người yêu dấu** *n* darling;
tình yêu *n* love; **thân yêu** *adj* dear;
yêu nước *adj* patriotic; **yêu tha
thiết** *v* adore; **Anh yêu em** I love
you
yếu [ieu] *adj* weak; **điểm yếu** *n*
weakness; **ốm yếu** *adj* unhealthy;
yếu ớt *adj* faint, frail
yêu cầu [ieu kəu] *n* inquiry,
requirement ▷ *v* call for, demand;
đơn yêu cầu *n* petition; **sự yêu
cầu** *n* demand
y học [i hɔk] *n* medicine; **thuộc y
học** *adj* medical
ý kiến [i kien] *n* idea, opinion
ý nghĩa [i ŋia:] *n* meaning
Y-ô-ga [ioɣa:] **môn Y-ô-ga** *n* yoga
y tá [i ta] *n* nurse; **Tôi muốn nói
chuyện với y tá** I'd like to speak to
a nurse

*mbd54451
@gmail.
com

721.9*

Z

Zim-ba-buê [zimbaːbue] **thuộc**
Zim-ba-buê *adj* Zimbabwean

Vietnamese Grammar

Introduction

Vietnamese is the official language of Vietnam; it is the mother tongue of the Việt (Kinh) people and a common language of 54 ethnic minorities living in Vietnam. The Vietnamese language is also spoken in Vietnamese communities abroad (the largest of which reside in the United States, Australia, France, Canada, United Kingdom, Germany, and in many Asian countries such as Korea, Japan, Thailand ...).

The Vietnamese language forms a part of the Austro-Asiatic family of languages. It belongs to the Mon-Khmer group and is not linguistically connected to Chinese which is a common misconception based on the fact that the Chinese language was for centuries used as medium of administration and education in Vietnam.

Vietnamese is an isolating (non-inflective) language which means that words are invariable. Grammatical categories are created by means of grammatical words (particles) and a strictly prescribed word order. Vietnamese is a tonal language: words are pronounced with a different pitch level of the voice and the tones are used to differentiate lexical meaning. Standard Vietnamese has six tones. The modern Vietnamese writing system, **quốc ngữ**, uses the Latin alphabet with a few special diacritics (to mark, for example, individual tones).

The main dialects of Vietnamese are Northern Vietnamese, Central Vietnamese, and Southern Vietnamese. Many of the differences between the dialects relate to pronunciation; there also exist some minor vocabulary differences but the dialects are mutually intelligible.

Addressing people: Terms of personal reference

The Vietnamese language does not possess a complete set of personal pronouns. Instead, when addressing each other or referring to themselves, the Vietnamese use kinship terms (terms indicating relationships within a family): this means that there are many ways to say I or you in Vietnamese. This aspect of Vietnamese language can present some problems for a beginner as the choice of the correct term depends on many factors such as gender, age, social context, and general level of the politeness of the discourse. First, second, and third person distinctions are minimal (in most cases the kinship terms are used as both 'you' and 'I' but can also be used as a third person reference, 'he' and 'she'). Here are the most common kinship terms which should be sufficient for you to use in most everyday situations:

anh	older brother (used when addressing a younger man)
chị	older sister (used when addressing a younger woman)
em	younger sibling both male or female (use when addressing young people and children)
ông	grandfather (closest to English 'Mr', 'Sir')
bà	grandmother (closest to English 'Mrs')

The Vietnamese sentence: basic sentence structure

As in English, a simple sentence in Vietnamese follows the order of Subject-Verb-Object. For example:

Subject	Verb	Object	
Tôi [I]	là [to be]	luật sư. [lawyer]	I am a lawyer.
Chị Lan [Miss Lan]	là [to be]	bác sĩ. [doctor]	Miss Liên is a doctor.
Anh Phê [Phê]	là [to be]	người Việt. [Vietnamese]	Phê is Vietnamese.
Mark	học [to study]	tiếng Việt [Vietnamese language]	Mark studies Vietnamese language.
Helen	thăm [to visit]	Việt Nam. [Vietnam]	Helen is visiting Vietnam.
Ông Nam [Mr Nam]	gặp [to meet]	bà Hương. [Mrs Hương]	Mr Nam meets Mrs Hương.

Negative sentences

The most common marker of negation in Vietnamese is **không**. **Không** is placed before the verb (verbal phrase) it negates. The verb **là** [*to be*] is negated using **không phải**. For example:

3

Mark	**không**	học	tiếng Việt	Mark does not study Vietnamese language.
Helen	**không**	thăm	Việt Nam.	Helen is not visiting Vietnam.
Ông Nam	**không**	gặp	bà Hương.	Mr Nam does not meet Mrs Hương.
Tôi	**không phải**	là	luật sư.	I am not a lawyer.
Chị Liên	**không phải**	là	bác sĩ.	Miss Liên is not a doctor.
Anh Phê	**không phải**	là	người Việt.	Phê is not Vietnamese.

Questions

Affirmative questions

There are several ways of constructing a question in Vietnamese. The simplest form of a question is an affirmative question which is created by adding a tag **phải không** or **có phải không** at the end. This type of question is used when asking for a confirmation. For example:

> Anh là sinh viên, phải không?
> *You are a student, aren't you?*
> Anh Mark học tiếng Việt, phải không?
> *Mark is learning Vietnamese, isn't he?*
> Ông Brown sống ở Luân Đôn, có phải không?
> *Mr Brown lives in London, doesn't he?*

General questions

A general question in Vietnamese is created using a formula **có ... không?**. **Có** is positioned before the main verb (verbal phrase) and **không** is placed at the very end of a sentence. For example:

> Bà có thích cà phê không?
> *Do you like coffee?*
> Anh có biết tiếng Pháp không?
> *Do you know French?*

'Have you done something yet?' questions

This type of question uses a formula **đã .... chưa?**. **Đã** is always placed before the main verb or a verbal phrase and **chưa** is placed at the end. **Đã** is optional and can be omitted. For example:

4

Anh (đã) ăn trưa chưa?
Have you had lunch yet?
Em (đã) thăm Việt Nam chưa?
Have you visited Vietnam yet?
Ông (đã) đọc báo hôm nay chưa?
Have you read today's newspaper yet?
Bà (đã) mua nhà mới chưa?
Have you bought a new house yet?

The correct way to respond to this type of question positively is to use the word **rồi** (*already*) instead of **vâng** (*yes*) and **chưa** (*not yet*) to respond negatively. For example,

Rồi, tôi đã ăn trưa rồi.
Yes, I have already had lunch.
Rồi, tôi mua nhà mới rồi.
Yes, I have already bought a new house.
Chưa, tôi chưa thăm Việt Nam.
Not yet, I have not yet visited Vietnam.
Chưa, tôi chưa đọc báo hôm nay.
Not yet, I have not yet read today's newspaper.

Interrogative pronouns

Another way of creating a question is by using interrogative pronouns such as **ở đâu?** (*where?*), **gì?** (*what?*), **nào?** (*which?*), **ai?** (*who?*) **bao giờ** (*when?*), **bao lâu?** (*how long?*), **tại sao?** (*why?*), **bao nhiêu?** (*how many? how much?*)… For example:

Chị học ở đâu?
Where do you study?
Anh ở đâu?
Where do you live?
Anh Nam làm việc ở đâu?
Where do you work?

Đây là cái gì?
What is this?
Anh tên là gì?
What is your name?

Chị muốn mua gì?
What do you want to buy?
Chị Mai làm gì?
What does Mai do?

Anh ở thành phố nào?
In which city do you live?
Chị Lan ở địa chỉ nào?
At what address do you live?
Ông là người nước nào?
Which country are you from?
Chị thích áo màu nào?
Which colour of dress do you like?
Anh đi đâu?
Where are you going?
Ai đói?
Who is hungry?

Bao giờ anh về?
When will you come back?
Bao giờ anh Mark đến Việt Nam?
When will Mark come to Vietnam?

Chị học tiếng Việt bao lâu?
How long have you been studying Vietnamese?

Imperative: commands and requests

The imperative is created in Vietnamese by using special grammatical particles. The positive imperative (telling somebody to do something) is created using the grammatical words **đi** or **hãy**. **Đi** is always placed at the very end of a sentence while **hãy** is placed before the main verb (verbal phrase). For example:

Anh ăn đi!
Eat!
Con học đi!
Study!
Anh hãy to đi đi!
Go!

Chúng ta đi xem phim đi!
Let's go to the cinema!
Em hãy uống nước cam!
Drink the orange juice!
Anh hãy ngồi xuống!
Sit down!

The negative command is created by using the grammatical words **đừng**, **chớ**, **cấm**. **Đừng**, **chớ** and **cấm** are placed before the main verb (verbal phrase). **Chớ** implies a recommedation, suggestion, or proposal rather than a strict command. **Cấm** is often used on public signs. For example:

Đừng khóc!
Don't cry!
Đừng nói to!
Don't speak loudly!
Đừng lo!
Don't worry!
Cấm vào!
Do not enter!

Sometimes it is better to phrase your command more politely as a request to avoid sounding too strict or even rude. In this case you should use one of the polite expressions such as **mời**, **xin**, **làm ơn**, **đề nghị**… For example:

Mời anh vào.
Please come in.
Mời chị uống cà phê.
Please have some coffee.
Xin mời vào.
Please come in.

làm ơn (*do somebody a favour*)
Chị làm ơn giúp tôi.
Please (do me a favour and) help me.

Đề nghị (*to suggest*)
Đề nghị anh im lặng.
Please be quiet.

Nouns

Classifiers

Classifiers are grammatical words that are used to 'specify' nouns and to classify into which category a particular noun belongs. If a statement refers to a specific object, person, animal, or activity, then an appropriate classifier must be used. On the other hand, if the reference is general rather than specific (if we refer to a whole category or species) then the classifier is ommitted. Classifiers are always positioned immediately before a noun. A classifier on its own can be used to stand in for a noun when it is clear from the context to which noun it refers. The following examples illustrate the correct usage of classifiers :

> Con chó của tôi đẹp lắm.
> *My dog is very pretty.*
> (In this sentence, the classifier for animals has to be used because we are referring to a specific dog, i.e. my dog.)

> Chó là bạn của người.
> *Dogs are people's friends.*
> (In this sentence no classifier is used because we are not referring to any specific dog but to dogs in general, i.e. dogs as a species.)

Here are some of the most frequently used classifiers:

General classifier for people: **người**

General classifier for animal: **con**
> con chó (a dog)
> con voi (an elephant)
> con gà (a chicken)
> con chim (a bird)

Con is also used for a small number of nouns indicating non-living things which are considered 'animate' such as **con mắt** (*an eye*), **con sông** (*a river*), **con đường** (*a road*), **con dao** (*a knife*)...

General classifier for things: **cái**
> cái nhà (a house)

cái bàn (a table)
cái cốc (a glass)

Specialised classifiers

Classifier for books and volumes: **cuốn/quyển**
cuốn/quyển sách (a book)
từ điển (a dictionary)
tiểu thuyết (a novel)

Classifier for rectangular flat objects: **bức**
bức ảnh (a photograph)
bức tường (a wall)
bức tranh (a picture)

Classifier for fruit and round-shaped objects: **quả/trái**
quả cam (an orange)
quả chuối (a banana)
quả trứng (an egg)
quả bóng (a ball)
quả Đất (the Earth)

Classifier for manufactured items or one item of a pair: **chiếc**
chiếc ô tô (a car)
chiếc đồng hồ (a watch)
chiếc đũa (one chopstick)
chiếc giày (one shoe)

Classifier for pairs: **đôi**
đôi đũa (a pair of chopsticks)
đôi giày (a pair of shoes)
đôi mắt (a pair of eyes)

Classifier for texts: **bài**
bài hát (a song)
bài thơ (a poem)
bài tập (an exercise)

Classifier for a set of objects: **bộ**
bộ bàn ghế (a dining suite)
bộ từ điển (a set of dictionaries)

Classifier for sheet of paper: **tờ**
tờ giấy (a sheet of paper)
tờ báo (a newspaper)

Classifier for activities, processes: **cuộc**
cuộc sống (life)
cuộc chiến tranh (war)

Plural of nouns

Plural is created in Vietnamese using grammatical words **những** and **các**. These are positioned before the noun they pluralize. **Các** is used when referring to all of a given set (for example, **các bạn tôi** = my friends, i.e. all of my friends) and **những** is used when referring to some, several of a given set (for example, **những bạn tôi** = my friends, i.e. some of my friends).

Adjectives

Contrary to English, Vietnamese adjectives are positioned after the noun they describe ('a beautiful girl' would, therefore, have to be translated into Vietnamese as 'a girl beautiful', **cô gái đẹp**'). Here are some more examples:

sinh viên chăm chỉ	a hardworking student
phở ngon	a tasty noodle soup
khách sạn đắt	an expensive hotel

Vietnamese adjectives already contain the verbal meaning of **là** (*to be*) which means that a Vietnamese adjective such as **đẹp** (*beautiful*) should be more correctly translated into English as 'to be beautiful'. As illustrated in the examples below, no additional verb **là** (*to be*) is used:

Chị Hoa đẹp.	Miss Hoa is beautiful.
Con chó này nhanh.	This dog is fast.
Bố tôi già.	My father is old.
Quyển sách này tốt.	This book is good.
Sinh viên này chăm chỉ.	This student is hardworking

Here is a list of some frequently used adjectives:

tốt	good	xấu	bad, ugly
nhỏ	small	to/lớn	big, large
dài	long	ngắn	short
mới	new	cũ	old (opposite to new)
già	old (opposite to young)	trẻ	young
nhanh	quick	chậm	slow
bẩn	dirty	sạch	clean
đúng	correct	sai	wrong
nóng	hot	lạnh	cold
khỏe	healthy	ốm	ill
béo	fat	gầy	slim
nghèo	poor	giàu	rich

What is something like?: (Như) thế nào?

(Như) thế nào is used to ask 'what is something like'? For example:

> Cái nhà này như thế nào?
> *What is this house like?*
> Phim đó như thế nào?
> *What is that film like?*

Comparing adjectives

Bằng (*to be equal*) is used to express equality. For example:

> Tôi cao bằng bạn tôi.
> *I am as tall as my friend.*
> Ông Hùng giàu bằng ông Nam.
> *Mr Hung is as rich as Mr Nam.*

Comparative degree of adjectives

Hơn (*more*) is added after an adjective to express its comparative degree. For example:

> Tôi trẻ hơn bạn tôi.
> *I am younger than my friend.*

Máy bay nhanh hơn tàu hỏa.
A plane is faster than a train.
Hà Nội nhỏ hơn Thành phố Hồ Chí Minh.
Hanoi is smaller than Ho Chi Minh City.
Tiếng Việt dễ hơn tiếng Trung Quốc.
Vietnamese is easier than Chinese.

Superlative degree of adjectives

Nhất is used to express the superlative degree of adjectives. For example:

Tôi thích đi du lịch nhất.
I like travelling the most.
Con sông nào dài nhất ở Việt Nam?
Which river is the longest in Vietnam?

Degree markers: intensifying/reducing the meaning of adjectives

The meaning of adjectives can be intensified or reduced by adding degree markers. Here are the most frequently used expressions:

rất (*very, a lot*) is always placed before the adjective to which it relates:
rất giỏi (very clever)
rất đẹp (very pretty)
rất đắt (very expensive)
Món này rất ngon.
This meal is very tasty.

lắm (*very, a lot*) is always placed after the adjective to which it refers.
Rất and **lắm** are mutually exclusive.

đẹp lắm (very pretty)
rẻ lắm (very cheap)
hay lắm (very interesting)

quá (*too much, a lot*)
đắt quá (too expensive)
khó quá (too difficult)
Trời nóng quá!
The weather is very hot!

Khá (rather, fairly, quite)

Hơi (slightly)
> Hôm nay trời hơi lạnh.
> *It is rather cold today.*

Tense

Vietnamese verbs are 'tenseless'. Depending on the context, a simple sentence '**Tôi đi Việt Nam**' can mean 'I am going to Vietnam', 'I went to Vietnam', or 'I will go to Vietnam'. If the sentence already contains a word which points to a specific time reference (for example, expressions such as last week, next month, today etc.) then there is no need to add any formal grammatical particle to express the tense. However, when required, the grammatical category of tense is marked in Vietnamese by special grammatical particles which are listed below.

Present tense : đang

The present tense particle **đang** is placed before the main verb (verbal phrase). **Đang** indicates that something is currently in the process of happening (i.e. present continuous tense). For example:

> Em Lan đang ăn.
> *Lan is eating.*
> Tôi đang xem vô tuyến.
> *I am watching television.*
> Bà Mai đang viết thư.
> *Mrs Mai is writing a letter.*
> Chị ấy đang ngủ.
> *She is sleeping.*

Past tense : đã, vừa, mới, vừa mới

The past tense particles listed above are placed before the main verb (verbal phrase). **Đã** is used to express neutral past tense while **vừa**, **mới**, **vừa mới** are used to indicate the meaning of recent past. For example:

> Tôi đã gặp chị ấy hai lần rồi.
> *I have already met her twice.*

13

Cô ấy đã đi nước ngoài.
She went abroad.
Chị ấy mới bắt đầu học tiếng Việt.
She has only just started learning Vietnamese.
Tôi vừa về nhà.
I have just returned home.
Anh ấy vừa mới đi chợ.
He has just gone to the market.

Future tense: sẽ, sắp

The future tense is created in Vietnamese using grammatical particles **sẽ** and **sắp**. **Sẽ** is used to created a general future tense while **sắp** is used to refer to near future (i.e. to something that is about to happen). Here are some examples:

Sáng mai tôi sẽ đi chợ.
Tomorrow morning I will go to the market.
Anh Hùng sắp đi Luân Đôn công tác.
Hùng is about to go to London on business.
Chị ấy sắp lấy chồng.
She is about to get married.

Complex sentences: conjunctions

Simple Vietnamese sentences can be linked together by conjunctions to create complex sentences. Here are some of the most frequently used conjunction constructions.

conjunctions of coordination: **và** (*and*)
Tôi học tiếng Việt và bạn tôi học tiếng Pháp.
I study Vietnamese and my friend studies French.

disjunction/alternative: **hay** (*or*), **hoặc** (*or*)
Ngày mai tôi sẽ đi thăm bạn tôi hay đi xem phim.
Tomorrow I will go to visit my friend or I will go to the cinema.

opposition: **nhưng** (*but*)
Tôi học tiếng Việt nhưng tôi không học tiếng Pháp.
I study Vietnamese but I don't study French.

cause and effect: **vì ... nên**, **bởi**, **bởi vì**, **tại**, (*because .... therefore*)

> Vì tôi bận nên tôi không đến thăm chị được.
> *Because I am busy I cannot come to visit you.*

condition: **nếu ... vì** (*if ... then*)

> Nếu tôi khoẻ thì tôi sẽ đi học.
> *If I am healthy then I will go to school.*

time: **khi ... thì** (*when ... then*)

> Khi rỗi thì tôi thích chơi bóng đá.
> *When I am not busy I like to play football.*

concession: **tuy/mặc dù/dù .... nhưng** (*although*)

> Tuy uống nhiều cà phê nhưng tôi vẫn buồn ngủ.
> *Although I have drunk a lot of coffee I am still sleepy.*

Numbers: the cardinal numbers

The following table lists the simple Vietnamese numbers from 1–10:

1	một	4	bốn	7	bảy	10	mười
2	hai	5	năm	8	tám		
3	ba	6	sáu	9	chín		

Compound numbers

Numbers higher than 10 are formed by a combination of lower numbers. Therefore, number 11 is created as a combination of 10 and 1, number 20 is created as a combination of 2 and 10, and number 73 is formed by a combination of 7 and 10 and 3. Although the system of creating compound numbers in Vietnamese is quite regular there are some exceptions which are highlighted below. The following table illustrates the system in more detail:

11	mười một	16	mười sáu	30	ba mươi
12	mười hai	17	mười bảy	40	bốn mươi
13	mười ba	18	mười tám	50	năm mươi
14	mười bốn	19	mười chín	60	sáu mươi
15	mười lăm	20	hai mươi	21	hai mươi mốt

31	ba mươi mốt	53	năm mươi ba	75	bảy mươi lăm
42	bốn mươi hai	65	sáu mươi lăm		

100 **một trăm**
1000 **một nghìn/ngàn**
1 million **một triệu**

Number 1 (**một**) changes into **mốt** after **mươi**, for example: **hai mươi mốt** (21).
Number 5 (**năm**) changes into **lăm** after **mười** or **mươi**.
Number 10 (**mười**) changes into **mươi** when it is preceded by another number, for example: **năm mươi** (50), **bảy mươi** (70).
Number 4 (**bốn**) can be replaced by **tư** in compound numbers such as 24 (**hai mươi tư**), 34 (**ba mươi tư**), 44 (**bốn mươi tư**), 64 (**sáu mươi tư**) etc. (but not in number 14, **mười bốn**).

The particle **linh/lẻ** (zero) is used to indicate that one level (or more) in the numerical sequence is skipped:

102: **một trăm linh/lẻ hai**
3002: **ba nghìn linh/lẻ hai**

Ordinal numbers

Ordinal numbers indicating rank or order are created in Vietnamese by the ordinal number designator **thứ** positioned before the ordinal number. For example :

thứ nhất	first	thứ mười	tenth
thứ hai	second	thứ một trăm	hundredth
thứ ba	third	thứ hai mươi tám	28th
thứ tư	fourth	thứ chín mươi sáu	96th

Ngữ pháp Tiếng Anh

Ngữ pháp Tiếng Anh

Giới thiệu

Tiếng Anh từ lâu đã trở thành một ngôn ngữ chính thức của các tổ chức quốc tế, các giao dịch quốc tế và là ngoại ngữ được nhiều người học nhất trên thế giới. Tài liệu hướng dẫn về Ngữ pháp cơ bản Tiếng Anh này sẽ giới thiệu cho các bạn những kiến thức cơ bản nhất của ngữ pháp tiếng Anh, bao gồm cách dùng động từ, tính từ, danh từ ..., một số các câu đơn giản và thông thường trong tiếng Anh mà bất cứ ai mới bắt đầu học tiếng Anh cũng cần biết. Với rất nhiều ví dụ cụ thể và dễ hiểu, tài liệu này sẽ cho bạn có một cái nhìn toàn diện về ngữ pháp tiếng Anh, cũng như giúp các bạn trong việc tiếp tục học môn ngoại ngữ này.

Cấu trúc câu

Cấu trúc câu đơn giản nhất trong tiếng Anh cũng khá tương đồng với tiếng Việt. Nếu trong tiếng Việt, câu đơn giản nhất bao gồm Chủ ngữ và Vị ngữ thì trong tiếng Anh, cấu trúc câu đơn giản nhất bao gồm Chủ ngữ, Động từ và Tân ngữ.

> I study English.
> Tôi học Tiếng Anh.

Sau đây, chúng ta sẽ tìm hiểu cụ thể hơn về những thành phần trong câu.

Động từ chính

Động từ là một từ đơn, từ ghép hoặc một cụm từ, dùng để biểu thị hành động và trạng thái của một chủ thể hay một sự vật.

> John **is reading** a book.
> John **đang đọc** sách.
>
> Mary **booked** a single room.
> Mary **đã đặt** một phòng đơn.

Tom **feels** so happy.
Tom **cảm thấy** rất hạnh phúc.

Một **cụm động từ** có thể là một từ hoặc nhiều từ:

He **walks**.
Anh ấy **đi bộ**.

He **is walking**.
Anh ấy **đang đi bộ**.

He **can walk**.
Anh ấy **có thể đi bộ**.

Ngoại động từ là những động từ bắt buộc phải có tân ngữ trực tiếp đi kèm theo:

She **likes** novels.
Chị ấy **thích** tiểu thuyết.

Đối với động từ **like** (*thích*) thì bắt buộc phải có tân ngữ là **novels** (*tiểu thuyết*) để bổ nghĩa cho động từ. Không thể chỉ nói rằng **She likes** (*Cô ấy thích*).

Nội động từ là những động từ không cần có tân ngữ trực tiếp đi kèm theo:

He **cried**.
Anh ấy **đã khóc**.

Đối với động từ **cry** (*khóc*) thì không thể đặt một tân ngữ nào ngay sau động từ. Nếu có tân ngữ thì phải có giới từ ở phía trước, lúc này tân ngữ sẽ bổ nghĩa cho giới từ, không phải là tân ngữ trực tiếp.

Rất nhiều động từ có thể vừa là **ngoại động từ**, vừa là **nội động từ** và nghĩa của chúng trong từng trường hợp có thể thay đổi:

The company **increased** its profit. (Ngoại động từ)
Công ty đó **đã làm tăng** lợi nhuận.

The water level **increased**. (Nội động từ)
Mực nước **đã tăng**.

Động từ nguyên thể là dạng nguyên mẫu của động từ, mang ý nghĩa tổng quát của một động từ. Trong từ điển, các động từ luôn được liệt kê ở dạng nguyên mẫu. Ví dụ, nếu như bạn muốn tìm hiểu nghĩa của động từ trong câu sau:

He **wanted** a better job.
Anh ấy **đã muốn** một công việc tốt hơn.

Bạn phải tra động từ ở dạng nguyên thể **want** (*muốn*), chứ không phải là **wanted** (*đã muốn*). Trong tùy từng trường hợp khác nhau, động từ nguyên thể có thể được dùng có hoặc không có **to** ở phía trước.

I don't know how **to do** it.
Tôi không biết **làm** nó thế nào.

You must **lock** the door.
Anh phải **khóa** cửa.

Trợ động từ

Trợ động từ là những động từ được dùng với các động từ chính khác, cho phép chúng ta nói đến những thời điểm khác nhau của hành động, để hình thành câu hỏi và để hình thành câu phủ định. Động từ **be** (*là*) và **have** (*có*) là hai trợ động từ căn bản dùng để nói đến thời của động từ.

Động từ **be** dùng để hình thành thời hiện tại tiếp diễn, quá khứ tiếp diễn và câu bị động:

I **am working**.
Tôi **đang làm việc**.

At 8pm yesterday, we **were watching** television.
Lúc 8 giờ tối hôm qua, chúng tôi **đang xem** vô tuyến.

He **was arrested** last week.
Anh ấy **bị bắt** tuần trước.

Động từ **have** dùng để hình thành thời hiện tại hoàn thành và quá khứ hoàn thành:

They **have bought** a new car.
Họ **vừa mới mua** một xe ô tô mới.

Jane **had studied** in England before she did her master's in France.
Jane **đã học** ở Anh trước khi cô ấy học thạc sỹ ở Pháp.

Động từ **do** (*làm*) là trợ động từ hỗ trợ dùng để hình thành câu phủ định, câu hỏi và câu nhấn mạnh:

I **do** not **smoke**.
Tôi **không hút** thuốc.

Do you **drink** beer?
Bạn **có uống** bia không?

I **do like** playing football.
Tôi **rất thích** chơi đá bóng.

Động từ thiếu khuyết

Động từ thiếu khuyết là những động từ được dùng trước một động từ chính khác để biểu đạt một ý kiến ví dụ như năng lực, khả năng hay sự cần thiết. Những động từ thiếu khuyết chính trong tiếng Anh đó là:

can (*có thể*)	could (*có thể (quá khứ)*)
may (*có lẽ*)	might (*có lẽ (quá khứ)*)
must (*phải*)	ought (*nên/phải*)
shall (*sẽ*)	will (*sẽ*)
would (*sẽ (quá khứ)*)	

Những động từ thiếu khuyết đặc biệt ở chỗ nó sẽ không thay đổi đối với chủ thể khác nhau:

I **can** swim.
Tôi **có thể** bơi được.

She **can** swim.
Cô ấy **có thể** bơi được.

Động từ thiếu khuyết	Thể phủ định	Viết tắt của thể phủ định
can *có thể*	cannot	can't
could *có thể (quá khứ)*	could not	couldn't
may *có lẽ*	may not	mayn't (*rất hiếm gặp*)
might *có lẽ (quá khứ)*	might not	mightn't
must *phải*	must not	musn't
ought *nên/phải*	ought not to	oughtn't to
shall *sẽ*	shall not	shan't
will *sẽ*	will not	won't
would *sẽ (quá khứ)*	would not	wouldn't

Cụm động từ

Cụm động từ được tạo thành bằng cách ghép một động từ chính với một trong các trường hợp sau đây:

Với một trạng từ:

take off (*cất cánh*)   **blow up** (*nổ tung*)
break in (*đột nhập*)   **give up** (*bỏ cuộc*)

Với giới từ:

get at (*phê bình*)   **pick on** (*trêu chọc*)

Với trạng từ và giới từ:

put up with (*chịu đựng*)   **get out of** (*thoát khỏi*)

Trong hầu hết các trường hợp, nghĩa của cụm động từ không liên quan gì đến nghĩa đen của động từ chính, trạng từ hay giới từ đi kèm.

Danh từ

Danh từ là những từ chỉ người, sự vật, sự việc hay một khái niệm.
    Danh từ riêng là những danh từ chỉ tên của từng người, vật, địa điểm... và thường được viết hoa ở chữ cái đầu tiên:

John Lennon (*John Lennon*)   **Mount Everest** (*Núi Everest*)

Danh từ chung là tất cả những danh từ còn lại để gọi chung những tập hợp mà trong đó có những vật hay sự vật tương tự... và được chia thành nhiều loại:

Danh từ trừu tượng là những danh từ chỉ những sự vật không thể nhìn thấy hoặc chạm vào được:

idea (*ý kiến*)   **time** (*thời gian*)

Danh từ cụ thể là những danh từ chỉ những sự vật có thể nhìn thấy hoặc chạm vào được:

cat (*mèo*)   **sugar** (*đường*):

Danh từ tập hợp là những danh từ chỉ toàn thể một nhóm bao gồm người hoặc vật cùng dạng và tính chất:

> A **herd** of cows.
> Một **đàn** bò.

Danh từ ghép là những danh từ được ghép từ những danh từ, mỗi danh từ ghép thường có hai hoặc nhiều hơn các danh từ đơn ghép lại với nhau. Một số được viết liền, một số được viết rời và một số được viết có một gạch ngang ở giữa:

> **seafood** (*hải sản*)   **washing machine** (*máy giặt*)
> **self-esteem** (*lòng tự trọng*)

Danh từ đếm được và danh từ không đếm được

Danh từ đếm được chỉ tất cả những gì có thể đếm được. Những danh từ này có thể nhận biết được ở dạng số ít hay dạng số nhiều bằng cách nhìn vào từ. Danh từ số nhiều thường có 's' ở cuối cùng và danh từ số ít thường đi với một mạo từ xác định ở trước:

> **Cats** like fish.
> **Mèo** thích cá.

> I'd like to buy **a cat**.
> Tôi thích mua **một con mèo**.

Danh từ không đếm được chỉ tất cả những gì không đếm được. Danh từ không đếm được không có ở dạng số nhiều và vì thế được sử dụng với động từ ở dạng số ít và thường không đi với mạo từ không xác định:

> She asked me for some **advice**.
> Cô ấy hỏi tôi một số **lời khuyên**.

> I called to ask for some more **information**.
> Tôi gọi điện để hỏi thêm một số **thông tin**.

Danh từ khối là những danh từ chỉ những chất liệu, vật chất tuy không thể đếm được nhưng có thể đo lường được. Những danh từ này thường không có mạo từ không xách định ở trước. Tuy thông thường không có dạng số nhiều cho những danh từ này, chúng thỉnh thoảng xuất hiện khi chúng ta muốn nói đến một loại của chất đó:

> **Meat** is more expensive than **cheese**.
> **Thịt** đắt hơn **pho mát**.

> **The principal sugars** are glucose, sucrose, and fructose.
> **Những loại đường chính** là glucose, sucrose và fructose.

Đại từ

Đại từ là những từ được dùng để thay thế cho danh từ khi chúng ta không muốn lặp lại danh từ đó nữa.

Đại từ nhân xưng được dùng như chủ ngữ hoặc tân ngữ trong một câu:

> I'll call **you**.
> Tôi sẽ gọi điện cho **anh**.

> **We** visited Hanoi last year.
> **Chúng tôi** đến thăm Hà Nội năm ngoái.

Đại từ phản thân được sử dụng khi chủ ngữ và tân ngữ trong câu cùng là một người hoặc để nhấn mạnh:

> I'm proud of **myself**.
> Tôi tự hào với **chính mình**.

> The director **himself** gave me the document.
> Giám đốc **đích thân** đưa cho tôi tài liệu đó.

Đại từ sở hữu được dùng để chỉ quyền sở hữu:

> Please use **mine** if your computer is broken.
> Hãy dùng **của tôi** nếu máy tính của anh bị hỏng.

Đại từ chỉ định được sử dụng cho những vật ở gần hoặc xa chúng ta về thời gian hoặc khoảng cách:

> **This** is my friend and **that** is my sister.
> **Đây** là bạn của tôi còn **kia** là em gái tôi.

Đại từ quan hệ được dùng để nối hai mệnh đề với nhau, để giải thích hoặc đưa thêm thông tin về một danh từ hay một mệnh đề:

She didn't know **who** called her last night.
Cô ấy không biết **ai** gọi điện cho mình tối qua.

Đại từ nghi vấn dùng để hỏi cho danh từ mà nó thay thế:

Which do you prefer?
Cái gì anh thích hơn?

Đại từ bất định được dùng để chỉ một loạt các sự vật mà không cần thiết hoặc không thể chỉ từng sự vật:

Everyone is happy to see her.
Tất cả mọi người đều vui khi gặp cô ấy.

Much needs to be done.
Rất nhiều điều cần làm.

Tính từ

Tính từ là những từ chỉ tính chất, trạng thái... và bổ nghĩa cho danh từ. Trong tiếng Việt, tính từ bổ nghĩa cho danh từ thường đứng sau danh từ nhưng trong tiếng Anh, tính từ bổ nghĩa cho danh từ luôn đứng trước danh từ. Có thể có nhiều tính từ bổ nghĩa cho danh từ và trật tự của chúng thường đảo ngược lại so với trật tự trong tiếng Việt.

He's chatting with a **pretty young blonde** girl.
Anh ấy đang nói chuyện với một cô gái **tóc vàng trẻ trung xinh đẹp**.

Để so sánh giữa hai sự vật, chúng ta dùng **so sánh hơn** và để so sánh từ hai sự vật trở lên, chúng ta dùng **so sánh cao nhất**. Có hai cách để tạo nên các cấp độ so sánh của tính từ:
Thêm âm tiết **er** (so sánh hơn) và **est** (so sánh nhất) vào những tính từ ngắn, có một âm tiết:

	So sánh hơn	So sánh nhất
short *ngắn*	**shorter** *ngắn hơn*	**the shortest** *ngắn nhất*
bright *sáng*	**brighter** *sáng hơn*	**the brightest** *sáng nhất*

Với những từ đã kết thúc bằng **-e** thì âm **-e** cuối cùng đó sẽ được bỏ đi rồi áp dụng quy tắc trên. Đối với những từ kết thúc bằng **-y** thì âm **-y** sẽ được chuyển thành **-i** và tiếp tục áp dụng quy tắc trên.

	So sánh hơn	So sánh nhất
close *gần*	**closer** *gần hơn*	**the closest** *gần nhất*
weary *mệt*	**wearier** *mệt hơn*	**the weariest** *mệt nhất*

Thêm từ **more** (so sánh hơn) và **most** (so sánh nhất) vào phía trước các tính từ và các tính từ từ ba âm tiết trở lên:

	So sánh hơn	So sánh nhất
beautiful *đẹp*	**more beautiful** *đẹp hơn*	**the most beautiful** *đẹp nhất*
dangerous *nguy hiểm*	**more dangerous** *nguy hiểm hơn*	**the most dangerous** *nguy hiểm nhất*

Với những tính từ có hai âm tiết (kể cả những tính từ kết thúc bằng **-e**) chúng ta có thể áp dụng một hoặc hai nguyên tắc trên.

Tuy nhiên, có một số tính từ bất quy tắc không thể áp dụng theo những cách trên:

	So sánh hơn	So sánh nhất
good *tốt*	**better** *tốt hơn*	**the best** *tốt nhất*
far *xa*	**further** *xa hơn*	**the furthest** *xa nhất*

Để so sánh kém, chúng ta thêm từ **less** (kém hơn) và **least** (kém nhất):

	So sánh kém hơn	So sánh kém nhất
interesting *thú vị*	**less interesting** *kém thú vị hơn*	**the least interesting** *kém thú vị nhất*
expensive *đắt*	**less expensive** *kém đắt hơn*	**the least expensive** *kém đắt nhất*

Trạng từ

Trạng từ là những từ dùng để bổ nghĩa cho động từ, tính từ, một trạng từ khác hay cho cả câu. Trạng từ có thể đứng ngay trước, ngay sau từ mà nó bổ nghĩa hoặc ở đầu hay cuối câu. Hầu hết các trạng từ được hình thành bằng cách thêm đuôi **ly** vào tính từ tương ứng. Đối với những tính từ kết thúc bằng **-ble**, âm tiết '-e' sẽ được bỏ đi trước khi thêm đuôi 'ly'. Những tính từ kết thúc bằng **-y** thì âm tiết **-y** sẽ được chuyển thành **-i** sau đó thêm đuôi **ly**:

> **quickly**
> (*một cách nhanh chóng*)
>
> **happily**
> (*một cách hạnh phúc*)
>
> **sensibly** (*một cách hợp lý*)
>
> **clearly** (*một cách rõ ràng*)

Trong một số trường hợp đặc biệt, trạng từ vẫn được giữ nguyên như tính từ.

> He came in **early**.
> Anh ấy đến **sớm**.

Trạng từ của câu thường được dùng đầu câu, để bổ nghĩa cho cả câu.

> **Actually**, I don't mind.
> **Thật ra**, tôi không quan tâm.

Trạng từ chỉ mức độ thường dùng để bổ nghĩa cho tính từ.

> He seems **rather** nice.
> Anh ấy **khá** dễ chịu.

Cũng giống như tính từ, chúng ta có thể áp dụng các quy tắc so sánh hơn và so sánh nhất để so sánh trạng từ.

Từ chỉ định

Từ chỉ định là những từ dùng để xác định chính xác một người, một sự vật hay ý tưởng đang được nói đến. Từ chỉ định bao gồm các loại sau:

Mạo từ bất định là những từ để chỉ những sự vật không xác định (**a, an**) và **Mạo từ xác định** chỉ một sự vật cụ thể được nói đến (**the**).

Tính từ và đại từ chỉ định để xác định khoảng cách tương đối của người nói tới sự vật được để cập. Gồm có: **this/that/these/those** (*Cái này/Cái kia/Những cái này/Những cái kia*).

Tính từ sở hữu là những từ được dùng để nói về một cái gì đó thuộc sở hữu của ai hoặc cái gì. Các tính từ sở hữu gồm có: **my/your/ his/her/its/our/their/** (*của tôi/của bạn/của anh ấy/của chị ấy/ của nó/của chúng tôi/của họ*).

Lượng từ là những từ để chỉ định lượng hay số lượng của một sự vật, hiện tượng. Một số những từ chỉ số lượng chính gồm có: **some/ few/much/enough** (*một ít/một vài/nhiều/đủ*).

Số đếm ví dụ như **one/two/three...** (*một/hai/ba*...) và **số thứ tự** như **first/second/third...** (*thứ nhất/thứ hai/thứ ba*...)

Đại từ và tính từ phân biệt trong tiếng Anh gồm có những từ ví dụ như: **each/every/either/neither** (*từng/mọi/một trong hai/ không cái nào*).

Từ cảm thán được dùng trong những câu cảm thán. Từ cảm thán thường đứng trước mạo từ hoặc danh từ để bổ nghĩa cho danh từ. Hai từ cảm thán trong tiếng Anh đó là **what/such** (*thật là*).

> **What** a beautiful beach!
> **Thật là** một bãi biển đẹp.

> They have **such** beautiful children.
> Họ có những đứa con **thật là** xinh đẹp.

Giới từ

Giới từ là những từ loại chỉ sự liên quan giữa các từ loại trong cụm từ, trong câu. Một số giới từ có hai chức năng, vừa là trạng ngữ (không có tân ngữ đi theo) vừa là giới từ (có tân ngữ đi theo).

> Please, come **in**.
> Xin mời vào **trong**.

> We live **in** a small apartment.
> Chúng tôi sống **trong** một căn hộ nhỏ.

Về vị trí, thông thường, giới từ trong tiếng Anh được đặt như trong tiếng Việt, tuy nhiên, trong một số những tình huống hiếm gặp, nó cũng có thể đặt ngay trước từ nghi vấn hay đại từ.

> The man **to** whom you talked to yesterday is my teacher.
> Ông mà hôm qua anh nói chuyện **với** là thầy giáo tôi.

Liên từ

Liên từ là những từ dùng để liên kết giữa các từ loại, cụm từ hay mệnh đề với nhau. Trong văn phạm tiếng Anh, thông thường không nên dùng liên từ để bắt đầu một câu, tuy nhiên trong những trường hợp muốn tạo một hiệu quả đặc biệt cho câu, chúng ta có thể bắt gặp điều này. Cách sử dụng liên từ trong tiếng Anh cũng tương tự như trong tiếng Việt.

> I went to the supermarket **and** bought some bread.
> Tôi đi đến siêu thị **và** mua một ít bánh mỳ.

> He is intelligent **but** very lazy.
> Anh ấy thông minh **nhưng** rất lười.

Các thời của động từ

Đây là một trong những điểm khác nhau cơ bản giữa tiếng Anh và tiếng Việt. Trong tiếng Việt, chúng ta thường chỉ dùng có năm thời căn bản của động từ (quá khứ, quá khứ gần, hiện tại, tương lai gần, tương lai), nhưng trong tiếng Anh có đến mười hai thời khác nhau cho động từ. Chúng ta sẽ lần lượt tìm hiểu chúng.

Hiện tại đơn dùng để diễn đạt một hành động mang tính thường xuyên, theo thói quen hay qui luật.

> I **walk** to school.
> Tôi **đi bộ** đến trường.

Hiện tại tiếp diễn dùng để diễn đạt một hành động đang xảy ra vào thời điểm hiện tại.

> He **is driving** to work now.
> Bây giờ, anh ấy **đang lái xe** đi làm.

Hiện tại hoàn thành dùng để diễn đạt một hành động xảy ra trong quá khứ, ở một thời điểm không xác định hay một hành động mới xảy ra trong quá khứ.

> We **have seen** this movie many times.
> Chúng tôi **đã xem** bộ phim này nhiều lần rồi.

Hiện tại hoàn thành tiếp diễn dùng để diễn đạt một hành động đã xảy ra trong quá khứ và vẫn còn tiếp diễn ở hiện tại.

> The snow **has been falling** all night.
> Tuyết **đã rơi** cả đêm qua và vẫn **đang rơi**.

Quá khứ đơn dùng để diễn đạt một hành động đã xảy ra trong quá khứ và không còn tiếp diễn ở hiện tại.

> Mark **cooked** dinner for his family last night.
> Mark **đã nấu** bữa tối qua cho cả nhà.

Quá khứ tiếp diễn dùng để diễn đạt một hành động đang xảy ra ở một thời điểm xác định trong quá khứ.

> I **was reading** a book when she came home last night.
> Tôi **đang đọc** sách khi cô ấy về nhà tối qua.

Quá khứ hoàn thành dùng để diễn đạt một hành động đã xảy ra trước một hành động khác cũng xảy ra trong quá khứ.

> The police came when the thief **had gone** away.
> Cảnh sát đến khi tên trộm **đã đi** mất rồi.

Quá khứ hoàn thành tiếp diễn dùng để diễn đạt một trạng thái đã tồn tại một thời gian trong quá khứ nhưng đã chấm dứt trước một hành động khác cũng xảy ra trong quá khứ.

> I **had been living** abroad for two years before I moved back to Vietnam last year.
> Tôi **đã sống** ở nước ngoài hai năm trước khi tôi trở về Việt Nam vào năm ngoái.

Tương lai đơn dùng để diễn đạt một hành động sẽ xảy ra trong tương lai.

> I **will give** you my key when I see you.
> Tôi **sẽ đưa** cho bạn chìa khóa khi nào tôi gặp bạn.

Tương lai tiếp diễn dùng để diễn đạt một hành động đang xảy ra ở một thời điểm xác định trong tương lai.

> She **will be performing** tomorrow.
> Cô ấy **sẽ biểu diễn** vào ngày mai.

Tương lai hoàn thành dùng để diễn đạt một hành động sẽ kết thúc trước một hành động khác cũng xảy ra trong tương lai.

>You can call me at 9am. I **will have arrived** at the office by 9.
>Anh có thể gọi điện cho tôi lúc 9 giờ. Tôi **sẽ đến** văn phòng trước 9 giờ.

Tương lai hoàn thành tiếp diễn dùng để diễn đạt một trạng thái sẽ tồn tại một thời gian trong tương lai và sẽ kết thúc trước một hành động khác cũng xảy ra trong tương lai.

>I **will have been working** here for ten years next month.
>Tôi **sẽ làm việc** ở đây được mười năm vào tháng sau.

Để chia động từ, ở những thời ở dạng đơn (hiện tại đơn, quá khứ đơn, tương lai đơn) chúng ta chỉ chia động từ ở ngôi thứ ba số ít bằng cách thêm đuôi **s** hoặc **es** vào sau động từ. Ở những thời khác, chúng ta dùng các trợ động từ ở thời quá khứ và hiện tại với một động từ chính ở thời hiện tại (kết thúc bởi đuôi **ing**) và thời quá khứ (kết thúc bởi đuôi **ed**). Mặc dù hầu hết các động từ chính ở dạng quá khứ đều kết thúc bởi đuôi **ed**, không phải tất cả các động từ đều như vậy. Chúng ta gọi chúng là **động từ bất qui tắc** và chúng ta buộc phải tìm hiểu cách chia chúng ở thời quá khứ thế nào qua từ điển.

Chủ ngữ, tân ngữ và tân ngữ gián tiếp

Chủ ngữ là thành phần quan trọng của câu, đóng vai trò là chủ thể của hành động trong câu. Cũng giống như trong tiếng Việt, chủ ngữ có thể là một danh từ, một cụm danh từ hay một đại từ.

>I wrote her a letter.
>**Tôi** đã viết cho cô ấy một bức thư.

>**A girl in the crowd** smiled at me.
>**Một cô gái trong đám đông** đã cười với tôi.

Tân ngữ cũng có thể là một danh từ, một cụm danh từ hoặc một đại từ. Tân ngữ thường đứng sau động từ và là đối tượng tác động của động từ. Tuy nhiên, không phải câu nào cũng cần có tân ngữ.

>I met an **old friend of mine** yesterday.
>Tôi đã gặp một **người bạn cũ của tôi** hôm qua.

She is writing.
Cô ấy đang viết.

Tân ngữ gián tiếp là tân ngữ chỉ đồ vật hoặc người mà hành động xảy ra đối với hoặc dành cho vật hoặc người đó.

He gave me **a box of chocolates**.
Anh ấy tặng tôi **một hộp sô cô la**.

Sự phù hợp giữa các thành phần trong câu

Sự phù hợp giữa chủ ngữ và động từ là một trong những điểm khác biệt căn bản so với tiếng Việt và là lý do vì sao phải chia động từ trong tiếng Anh. Nếu chủ ngữ là số ít thì động từ cũng phải chia ở ngôi số ít, nếu chủ ngữ số nhiều thì động từ cũng phải chia ở ngôi số nhiều.

My parents **are** going on holiday.
Bố mẹ tôi **đang** đi nghỉ.

He often **invites** me to his birthday party.
Anh ấy thường **mời** tôi đến dự sinh nhật.

Sự phù hợp về đại từ và danh từ yêu cầu đại từ dùng thay thế phải phù hợp về ngôi và số với danh từ chúng thay thế.

My brother and my sister arrived yesterday. **They** will stay with me for a week.
Em trai và em gái tôi đã đến hôm qua. **Họ** sẽ ở lại chơi với tôi một tuần.

Sự phù hợp về thời của động từ yêu cầu về các thời của động từ trong câu hay trong các vế khác nhau của câu phải phù hợp với nhau.

He **said** he **would come** today.
Anh ấy **đã nói** là anh ấy **sẽ đến** hôm nay.

I **hope** he **had** a wonderful time.
Tôi **hy vọng** là anh ấy **đã có** một thời gian tuyệt vời.

ENGLISH–VIETNAMESE
ANH–VIỆT

a

a [eɪ] *art* một

abandon [ə'bændən] *v* từ bỏ

abbey ['æbɪ] *n* tu viện

abbreviation [ə,briːvɪ'eɪʃən] *n* chữ viết tắt

abdomen ['æbdəmən] *n* bụng

abduct [æb'dʌkt] *v* bắt cóc

ability [ə'bɪlɪtɪ] *n* khả năng

able ['eɪbəl] *adj* có khả năng

abnormal [æb'nɔːməl] *adj* không bình thường

abolish [ə'bɒlɪʃ] *v* hủy bỏ

abolition [,æbə'lɪʃən] *n* sự hủy bỏ

abortion [ə'bɔːʃən] *n* sự phá thai

about [ə'baʊt] *adv* khoảng ▷ *prep* về *(liên quan đến);* **Do you have any leaflets about…?** Anh có tờ quảng cáo nào về... không?; **I want to complain about the service** Tôi muốn khiếu nại về dịch vụ này; **The tour starts at about…** Tua tham quan bắt đầu vào khoảng...

above [ə'bʌv] *prep* ở trên

abroad [ə'brɔːd] *adv* ở nước ngoài

abrupt [ə'brʌpt] *adj* đột ngột

abruptly [ə'brʌptlɪ] *adv* một cách đột ngột

abscess ['æbsɛs] *n* áp xe; **I have an abscess** Tôi bị áp xe

absence ['æbsəns] *n* sự vắng mặt

absent ['æbsənt] *adj* vắng mặt

absent-minded [,æbsən't'maɪndɪd] *adj* đãng trí

absolutely [,æbsə'luːtlɪ] *adv* hoàn toàn

abstract ['æbstrækt] *adj* trừu tượng

absurd [əb's3ːd] *adj* ngớ ngẩn

Abu Dhabi ['æbuː 'dɑːbɪ] *n* Abu Dhabi

abuse *n* [ə'bjuːs] sự lạm dụng ▷ *v* [ə'bjuːz] lạm dụng; **child abuse** *n* sự lạm dụng trẻ em

abusive [ə'bjuːsɪv] *adj* lạm dụng

academic [,ækə'dɛmɪk] *adj* mang tính học thuật; **academic year** *n* năm học

academy [ə'kædəmɪ] *n* viện hàn lâm

accelerate [æk'sɛləˌreɪt] *v* tăng tốc

acceleration [æk,sɛlə'reɪʃən] *n* sự tăng tốc

accelerator [æk'sɛləˌreɪtə] *n* chân ga

accept [ək'sɛpt] *v* chấp nhận; **Do you accept traveller's cheques?** Anh có chấp nhận séc du lịch không?

acceptable [ək'sɛptəbəl] *adj* chấp nhận được

access ['æksɛs] *n* lối vào ▷ *v* tiếp cận

accessible [ək'sɛsəbəl] *adj* có thể tiếp cận

accessory [ək'sɛsərɪ] *n* phụ kiện

accident ['æksɪdənt] n tai nạn;
**accident & emergency
department** n khoa cấp cứu;
accident insurance n bảo hiểm tai
nạn; **by accident** adv một cách tình
cờ; **I'd like to arrange personal
accident insurance** Tôi muốn mua
bảo hiểm tai nạn cá nhân; **I've had
an accident** Tôi bị tai nạn; **There's
been an accident!** Có tai nạn!;
**What do I do if I have an
accident?** Nếu gặp tai nạn thì tôi
phải làm gì?

accidental [,æksɪ'dɛntᵊl] adj tình cờ

accidentally [,æksɪ'dɛntəlɪ] adv
một cách tình cờ

accommodate [ə'kɒmədeɪt] v
cung cấp chỗ ở

accommodation [ə,kɒmə'deɪʃən]
n chỗ ở

accompany [ə'kʌmpənɪ;
ə'kʌmpnɪ] v đi cùng

accomplice [ə'kɒmplɪs; ə'kʌm-] n
tòng phạm

according [ə'kɔ:dɪŋ] prep
according to prep theo

accordingly [ə'kɔ:dɪŋlɪ] adv theo
đó

accordion [ə'kɔ:dɪən] n đàn
ắccoócđêông

account [ə'kaʊnt] n (in bank) tài
khoản, (report) bản báo cáo;
account number n số tài khoản;
bank account n tài khoản ngân
hàng; **current account** n tài khoản
vãng lai; **joint account** n tài khoản
chung

accountable [ə'kaʊntəbᵊl] adj chịu
trách nhiệm

accountancy [ə'kaʊntənsɪ] n nghề
kế toán

accountant [ə'kaʊntənt] n kế toán
viên

account for [ə'kaʊnt fɔ:] v giải
thích

accuracy ['ækjʊrəsɪ] n sự chính xác

accurate ['ækjərɪt] adj chính xác

accurately ['ækjərɪtlɪ] adv một
cách chính xác

accusation [,ækjʊ'zeɪʃən] n sự
buộc tội

accuse [ə'kju:z] v buộc tội

accused [ə'kju:zd] n bị cáo

ace [eɪs] n quân át

ache [eɪk] n sự đau nhức ▷ v đau

achieve [ə'tʃi:v] v đạt được

achievement [ə'tʃi:vmənt] n thành
tích

acid ['æsɪd] n axit; **acid rain** n mưa
axit

acknowledgement
[ək'nɒlɪdʒmənt] n sự công nhận

acne ['æknɪ] n mụn trứng cá

acorn ['eɪkɔ:n] n quả sồi

acoustic [ə'ku:stɪk] adj thuộc âm
thanh

acre ['eɪkə] n mẫu Anh

acrobat ['ækrə,bæt] n diễn viên
nhào lộn

acronym ['ækrənɪm] n từ viết tắt

across [ə'krɒs] prep qua (sang)

act [ækt] n hành vi ▷ v hành động

acting ['æktɪŋ] adj quyền (chưa
chính thức) ▷ n sự diễn xuất

action ['ækʃən] n hành động

active ['æktɪv] adj tích cực (hoạt
động)

activity [æk'tɪvɪtɪ] n hoạt động;
activity holiday n kỳ nghỉ với các
hoạt động giải trí; **Do you have**

activities for children? Anh có các hoạt động cho trẻ em không?

actor ['æktə] *n* diễn viên

actress ['æktrɪs] *n* nữ diễn viên

actual ['æktʃʊəl] *adj* thực sự

actually ['æktʃʊəlɪ] *adv* trên thực tế

acupuncture ['ækjʊˌpʌŋktʃə] *n* châm cứu

ad [æd] *abbr* quảng cáo; **small ads** *npl* quảng cáo nhỏ

AD [eɪ diː] *abbr* sau CN

adapt [ə'dæpt] *v* thích nghi

adaptor [ə'dæptə] *n* bộ nắn dòng

add [æd] *v* thêm

addict ['ædɪkt] *n* người nghiện; **drug addict** *n* người nghiện ma túy

addicted [ə'dɪktɪd] *adj* bị nghiện

additional [ə'dɪʃənᵊl] *adj* bổ sung

additive ['ædɪtɪv] *n* phụ gia

address [ə'drɛs] *n (location)* địa chỉ, *(speech)* bài diễn văn; **address book** *n* sổ địa chỉ; **home address** *n* địa chỉ nhà; **web address** *n* địa chỉ web; **Please send my mail on to this address** Làm ơn gửi thư từ của tôi đến địa chỉ này; **Will you write down the address, please?** Anh vui lòng ghi lại địa chỉ được không?

add up [æd ʌp] *v* tính tổng

adjacent [ə'dʒeɪsᵊnt] *adj* liền kề

adjective ['ædʒɪktɪv] *n* tính từ

adjust [ə'dʒʌst] *v* điều chỉnh; **Can you adjust my bindings, please?** Anh làm ơn điều chỉnh đế kẹp của tôi được không?

adjustable [ə'dʒʌstəbᵊl] *adj* điều chỉnh được

adjustment [ə'dʒʌstmənt] *n* sự điều chỉnh

administration [ədˌmɪnɪ'streɪʃən] *n* sự quản lý

administrative [əd'mɪnɪˌstrətɪv] *adj* hành chính

admiration [ˌædmə'reɪʃən] *n* sự ngưỡng mộ

admire [əd'maɪə] *v* ngưỡng mộ

admission [əd'mɪʃən] *n* sự cho vào; **admission charge** *n* tiền vào cửa

admit [əd'mɪt] *v (allow in)* cho vào, *(confess)* thú nhận

admittance [əd'mɪtᵊns] *n* quyền được vào

adolescence [ˌædə'lɛsəns] *n* tuổi thiếu niên

adolescent [ˌædə'lɛsᵊnt] *n* thiếu niên

adopt [ə'dɒpt] *v* nhận làm con nuôi

adopted [ə'dɒptɪd] *adj* được nhận làm con nuôi

adoption [ə'dɒpʃən] *n* việc nhận làm con nuôi

adore [ə'dɔː] *v* yêu tha thiết

Adriatic [ˌeɪdrɪ'ætɪk] *adj* thuộc Adriatic

Adriatic Sea [ˌeɪdrɪ'ætɪk siː] *n* Biển Adriatic

adult ['ædʌlt; ə'dʌlt] *n* người trưởng thành; **adult education** *n* giáo dục dành cho người trưởng thành

advance [əd'vɑːns] *n* sự tiến lên ▷ *v* tiến lên; **advance booking** *n* đặt chỗ trước

advanced [əd'vɑːnst] *adj* tiên tiến

advantage [əd'vɑːntɪdʒ] *n* lợi thế

advent ['ædvɛnt; -vənt] *n* mùa vọng

adventure [əd'vɛntʃə] *n* cuộc phiêu lưu

adventurous [əd'vɛntʃərəs] *adj* mạo hiểm

adverb ['ædˌvɜːb] *n* phó từ

adversary ['ædvəsərɪ] *n* đối thủ

advert ['ædvɜːt] *n* quảng cáo

advertise ['ædvəˌtaɪz] *v* quảng cáo

advertisement [əd'vɜːtɪsmənt] *n* quảng cáo

advertising ['ædvəˌtaɪzɪŋ] *n* việc quảng cáo

advice [əd'vaɪs] *n* lời khuyên

advisable [əd'vaɪzəbᵊl] *adj* nên làm

advise [əd'vaɪz] *v* khuyên

aerial ['ɛərɪəl] *n* cột ăng ten

aerobics [ɛə'rəʊbɪks] *npl* thể dục nhịp điệu

aerosol ['ɛərəˌsɒl] *n* bình phun

affair [ə'fɛə] *n* vấn đề *(công việc)*

affect [ə'fɛkt] *v* tác động

affectionate [ə'fɛkʃənɪt] *adj* âu yếm

afford [ə'fɔːd] *v* đủ tiềm lực

affordable [ə'fɔːdəbᵊl] *adj* có giá dễ chịu

Afghan ['æfɡæn] *adj* thuộc Afghanistan ▷ *n* người Afghanistan

Afghanistan [æf'ɡænɪˌstɑːn; -ˌstæn] *n* nước Afghanistan

afraid [ə'freɪd] *adj* sợ

Africa ['æfrɪkə] *n* Châu Phi; **North Africa** *n* Bắc Phi; **South Africa** *n* Nam Phi

African ['æfrɪkən] *adj* thuộc Châu Phi ▷ *n* người Châu Phi; **Central African Republic** *n* nước Cộng hòa Trung Phi; **North African** *n* người thuộc khu vực Bắc Phi, thuộc khu vực Bắc Phi; **South African** *n* người Nam Phi, thuộc Nam Phi

Afrikaans [ˌæfrɪ'kɑːns; -'kɑːnz] *n* tiếng Nam Phi

Afrikaner [afri'kɑːnə; ˌæfrɪ'kɑːnə] *n* người Nam Phi gốc Âu

after ['ɑːftə] *conj* sau khi ▷ *prep* sau; **after eight o'clock** sau tám giờ; **the week after next** tuần sau nữa

afternoon [ˌɑːftə'nuːn] *n* buổi chiều; **in the afternoon** vào buổi chiều

afters ['ɑːftəz] *npl* món tráng miệng

aftershave ['ɑːftəˌʃeɪv] *n* nước hoa dùng sau khi cạo râu

afterwards ['ɑːftəwədz] *adv* sau đó

again [ə'ɡɛn; ə'ɡeɪn] *adv* lại; **Can you try again later?** Anh có thể gọi lại sau không?

against [ə'ɡɛnst; ə'ɡeɪnst] *prep* dựa vào

age [eɪdʒ] *n* tuổi; **age limit** *n* giới hạn tuổi; **Middle Ages** *npl* thời Trung cổ

aged [eɪdʒd] *adj* có tuổi

agency ['eɪdʒənsɪ] *n* cơ quan; **travel agency** *n* đại lý du lịch

agenda [ə'dʒɛndə] *n* chương trình nghị sự

agent ['eɪdʒənt] *n* đại lý; **estate agent** *n* đại lý bất động sản; **travel agent** *n* nhân viên du lịch

aggressive [ə'ɡrɛsɪv] *adj* hung hăng

AGM [eɪ dʒiː ɛm] *abbr* Đại Hội đồng Hàng năm

ago [ə'ɡəʊ] *adv* **a month ago** một tháng trước; **a week ago** một tuần trước

agony ['æɡənɪ] *n* nỗi thống khổ

agree [ə'ɡriː] *v* đồng ý

agreed [ə'ɡriːd] *adj* được đồng ý

agreement [ə'ɡriːmənt] *n* sự đồng ý

agricultural [ˈægrɪˌkʌltʃərəl] *adj* thuộc nông nghiệp

agriculture [ˈægrɪˌkʌltʃə] *n* nông nghiệp

ahead [əˈhɛd] *adv* ở phía trước

aid [eɪd] *n* sự viện trợ; **first aid** *n* sơ cứu; **first-aid kit** *n* bộ đồ sơ cứu; **hearing aid** *n* dụng cụ trợ thính

AIDS [eɪdz] *n* bệnh SIDA

aim [eɪm] *n* mục đích ▷ *v* nhắm vào

air [ɛə] *n* không khí; **air hostess** *n* nữ tiếp viên hàng không; **air-traffic controller** *n* kiểm soát viên không lưu; **Air Force** *n* Lực lượng Không quân

airbag [ɛəbæg] *n* túi khí

air-conditioned [ɛəkənˈdɪʃənd] *adj* có điều hoà nhiệt độ

air conditioning [ɛə kənˈdɪʃənɪŋ] *n* hệ thống điều hoà nhiệt độ

aircraft [ˈɛəˌkrɑːft] *n* máy bay

airline [ˈɛəˌlaɪn] *n* hãng hàng không

airmail [ˈɛəˌmeɪl] *n* thư máy bay

airport [ˈɛəˌpɔːt] *n* sân bay; **airport bus** *n* xe buýt sân bay; **How do I get to the airport?** Xin chỉ cho tôi cách ra sân bay; **How much is the taxi to the airport?** Đi tắc xi ra sân bay mất bao nhiêu tiền?; **Is there a bus to the airport?** Có xe buýt ra sân bay không?

airsick [ˈɛəˌsɪk] *adj* say máy bay

airspace [ˈɛəˌspeɪs] *n* không phận

airtight [ˈɛəˌtaɪt] *adj* kín hơi

aisle [aɪl] *n* lối đi ở giữa

alarm [əˈlɑːm] *n* sự hoảng hốt; **alarm call** *n* gọi báo thức; **alarm clock** *n* đồng hồ báo thức; **false alarm** *n* báo động giả; **fire alarm** *n* thiết bị báo cháy; **smoke alarm** *n* thiết bị báo cháy

alarming [əˈlɑːmɪŋ] *adj* đáng ngại

Albania [ælˈbeɪnɪə] *n* nước Albania

Albanian [ælˈbeɪnɪən] *adj* thuộc Albania ▷ *n (language)* tiếng Albania, *(person)* người Albania

album [ˈælbəm] *n* album; **photo album** *n* album ảnh

alcohol [ˈælkəˌhɒl] *n* rượu cồn

alcohol-free [ˈælkəˌhɒlfriː] *adj* không có cồn

alcoholic [ˌælkəˈhɒlɪk] *adj* nghiện rượu ▷ *n* người nghiện rượu

alert [əˈlɜːt] *adj* cảnh giác ▷ *v* báo động

Algeria [ælˈdʒɪərɪə] *n* nước Algeria

Algerian [ælˈdʒɪərɪən] *adj* thuộc Algeria ▷ *n* người Algeria

alias [ˈeɪlɪəs] *adv* biệt hiệu ▷ *prep* biệt hiệu là

alibi [ˈælɪˌbaɪ] *n* lời khai ngoại phạm

alien [ˈeɪljən; ˈeɪlɪən] *n* người nước ngoài

alive [əˈlaɪv] *adj* còn sống

all [ɔːl] *adj* toàn bộ ▷ *pron* tất cả

Allah [ˈælə] *n* thánh A-la

allegation [ˌælɪˈgeɪʃən] *n* lời cáo buộc

alleged [əˈlɛdʒd] *adj* bị cáo buộc

allergic [əˈlɜːdʒɪk] *adj* dị ứng; **I'm allergic to penicillin** Tôi bị dị ứng với thuốc penicillin

allergy [ˈælədʒɪ] *n* sự dị ứng; **peanut allergy** *n* dị ứng đậu phộng

alley [ˈælɪ] *n* ngõ

alliance [əˈlaɪəns] *n* liên minh

alligator [ˈælɪˌgeɪtə] *n* cá sấu Mỹ

allow [əˈlaʊ] *v* cho phép

all right [ɔːl raɪt] *adv* tốt *(tốt đẹp)*

ally [ˈælaɪ; əˈlaɪ] *n* nước đồng minh

almond [ˈɑːmənd] n quả hạnh
almost [ˈɔːlməʊst] adv gần như
alone [əˈləʊn] adj một mình; **I'm travelling alone** Tôi đang đi du lịch một mình
along [əˈlɒŋ] prep dọc theo
aloud [əˈlaʊd] adv thành tiếng
alphabet [ˈælfəˌbɛt] n bảng chữ cái
Alps [ælps] npl dãy núi An-pơ
already [ɔːlˈrɛdɪ] adv rồi
alright [ɔːlˈraɪt] adv **Are you alright?** Anh có sao không?
also [ˈɔːlsəʊ] adv cũng
altar [ˈɔːltə] n bàn thờ
alter [ˈɔːltə] v sửa đổi
alternate [ɔːlˈtɜːnɪt] adj luân phiên
alternative [ɔːlˈtɜːnətɪv] adj có thể lựa chọn ▷ n phương án lựa chọn
alternatively [ɔːlˈtɜːnətɪvlɪ] adv một cách khác
although [ɔːlˈðəʊ] conj mặc dù
altitude [ˈæltɪˌtjuːd] n cao độ
altogether [ˌɔːltəˈgɛðə; ˈɔːltəˌgɛðə] adv cả thảy
aluminium [ˌæljʊˈmɪnɪəm] n nhôm
always [ˈɔːlweɪz; -wɪz] adv luôn luôn
a.m. [eɪɛm] abbr sáng (buổi); **I will be leaving tomorrow morning at ten a.m.** Sáng mai tôi sẽ đi lúc mười giờ sáng
amateur [ˈæmətə; -tʃə; -ˌtjʊə; ˌæməˈtɜː] n người nghiệp dư
amaze [əˈmeɪz] v làm kinh ngạc
amazed [əˈmeɪzd] adj kinh ngạc
amazing [əˈmeɪzɪŋ] adj đáng kinh ngạc
ambassador [æmˈbæsədə] n đại sứ
amber [ˈæmbə] n hổ phách
ambition [æmˈbɪʃən] n tham vọng

ambitious [æmˈbɪʃəs] adj nhiều tham vọng
ambulance [ˈæmbjʊləns] n xe cứu thương; **Call an ambulance** Gọi xe cứu thương đi
ambush [ˈæmbʊʃ] n sự phục kích
amenities [əˈmiːnɪtɪz] npl tiện nghi
America [əˈmɛrɪkə] n nước Mỹ; **Central America** n vùng Trung Mỹ; **North America** n Bắc Mỹ; **South America** n Nam Mỹ
American [əˈmɛrɪkən] adj thuộc Mỹ ▷ n người Mỹ; **American football** n bóng bầu dục kiểu Mỹ; **North American** n người thuộc khu vực Bắc Mỹ, thuộc khu vực Bắc Mỹ; **South American** n người Nam Mỹ, thuộc Nam Mỹ
ammunition [ˌæmjʊˈnɪʃən] n đạn dược
among [əˈmʌŋ] prep trong số
amount [əˈmaʊnt] n số lượng
amp [æmp] n ampe
amplifier [ˈæmplɪˌfaɪə] n bộ khuếch đại
amuse [əˈmjuːz] v làm buồn cười; **amusement arcade** n phòng máy chơi điện tử
an [ɑːn] art một
anaemic [əˈniːmɪk] adj thiếu máu
anaesthetic [ˌænɪsˈθɛtɪk] n thuốc tê; **general anaesthetic** n gây mê toàn thể; **local anaesthetic** n gây tê cục bộ
analyse [ˈænəˌlaɪz] v phân tích
analysis [əˈnælɪsɪs] n sự phân tích
ancestor [ˈænsɛstə] n tổ tiên
anchor [ˈæŋkə] n mỏ neo
anchovy [ˈæntʃəvɪ] n cá trống
ancient [ˈeɪnʃənt] adj cổ xưa

and [ænd; ənd; ən] *conj* và *(từ nối)*; **a whisky and soda** một whisky và soda

Andes ['ændi:z] *npl* Dãy núi Andes

Andorra [æn'dɔːrə] *n* nước Andorra

angel ['eɪndʒəl] *n* thiên thần

anger ['æŋgə] *n* sự giận dữ

angina [æn'dʒaɪnə] *n* đau thắt ngực

angle ['æŋgəl] *n* góc *(hình học)*; **right angle** *n* góc vuông

angler ['æŋglə] *n* người câu cá

angling ['æŋglɪŋ] *n* sự câu cá

Angola [æŋ'gəʊlə] *n* nước Angola

Angolan [æŋ'gəʊlən] *adj* thuộc Angola ▷ *n* người Angola

angry ['æŋgrɪ] *adj* tức giận

animal ['ænɪməl] *n* động vật

aniseed ['ænɪ,si:d] *n* hạt hồi

ankle ['æŋkəl] *n* mắt cá chân

anniversary [,ænɪ'vɜːsərɪ] *n* ngày kỷ niệm; **wedding anniversary** *n* lễ kỷ niệm ngày cưới

announce [ə'naʊns] *v* thông báo

announcement [ə'naʊnsmənt] *n* thông báo

annoy [ə'nɔɪ] *v* làm khó chịu

annoying [ə'nɔɪɪŋ; an'noying] *adj* gây khó chịu

annual ['ænjʊəl] *adj* hàng năm

annually ['ænjʊəlɪ] *adv* hàng năm

anonymous [ə'nɒnɪməs] *adj* giấu tên

anorak ['ænə,ræk] *n* áo khoác chống thấm có mũ

anorexia [,ænɒ'rɛksɪə] *n* chứng biếng ăn

anorexic [,ænɒ'rɛksɪk] *adj* biếng ăn

another [ə'nʌðə] *adj* khác; **I'd like another room** Tôi muốn đổi phòng khác

answer ['ɑːnsə] *n* câu trả lời ▷ *v* trả lời

answerphone ['ɑːnsəfəʊn] *n* điện thoại có máy trả lời tự động

ant [ænt] *n* con kiến

antagonize [æn'tægə,naɪz] *v* gây thù địch

Antarctic [ænt'ɑːktɪk] *adj* châu Nam Cực; **the Antarctic** *n* Nam Cực

Antarctica [ænt'ɑːktɪkə] *n* Nam Cực

antelope ['æntɪ,ləʊp] *n* linh dương

antenatal [,æntɪ'neɪtəl] *adj* tiền sản

anthem ['ænθəm] *n* bài hát ca ngợi

anthropology [,ænθrə'pɒlədʒɪ] *n* nhân chủng học

antibiotic [,æntɪbaɪ'ɒtɪk] *n* thuốc kháng sinh

antibody ['æntɪ,bɒdɪ] *n* kháng thể

anticlockwise [,æntɪ'klɒk,waɪz] *adv* ngược chiều kim đồng hồ

antidepressant [,æntɪdɪ'prɛsənt] *n* thuốc chống trầm cảm

antidote ['æntɪ,dəʊt] *n* thuốc giải độc

antifreeze ['æntɪ,fri:z] *n* chất chống đông

antihistamine [,æntɪ'hɪstə,mi:n; -mɪn] *n* thuốc chữa dị ứng

antiperspirant [,æntɪ'pɜːspərənt] *n* thuốc chống ra mồ hôi

antique [æn'ti:k] *n* đồ cổ; **antique shop** *n* cửa hàng đồ cổ

antiseptic [,æntɪ'sɛptɪk] *n* chất khử trùng

antivirus ['æntɪ,vaɪrəs] *n* chống vi rút

anxiety [æŋ'zaɪɪtɪ] *n* sự lo lắng

any ['ɛnɪ] *pron* bất kỳ, người nào

anybody ['ɛnɪ,bɒdɪ; -bədɪ] *pron* bất cứ ai

anyhow ['ɛnɪ,haʊ] *adv* dù sao đi nữa

anyone ['ɛnɪ,wʌn; -wən] *pron* bất cứ ai

anything ['ɛnɪ,θɪŋ] *pron* bất cứ cái gì; **Do you need anything?** Anh có cần gì không?

anyway ['ɛnɪ,weɪ] *adv* dù sao đi nữa

anywhere ['ɛnɪ,wɛə] *adv* ở bất cứ đâu

apart [ə'pɑːt] *adv* riêng ra

apart from [ə'pɑːt frɒm] *prep* ngoài (ra)

apartment [ə'pɑːtmənt] *n* căn hộ; **We're looking for an apartment** Chúng tôi đang tìm một căn hộ; **We've booked an apartment in the name of...** Chúng tôi đã đặt một căn hộ với tên...

aperitif [ɑː,pɛrɪ'tiːf] *n* rượu khai vị; **We'd like an aperitif** Chúng tôi muốn uống rượu khai vị

aperture ['æpətʃə] *n* lỗ hổng

apologize [ə'pɒlə,dʒaɪz] *v* xin lỗi

apology [ə'pɒlədʒɪ] *n* lời xin lỗi

apostrophe [ə'pɒstrəfɪ] *n* dấu móc lửng

appalling [ə'pɔːlɪŋ] *adj* kinh khủng

apparatus [,æpə'reɪtəs] *n* bộ máy

apparent [ə'pærənt; ə'pɛər-] *adj* hiển nhiên

apparently [ə'pærəntlɪ; ə'pɛər-] *adv* một cách hiển nhiên

appeal [ə'piːl] *n* sự thỉnh cầu ▷ *v* thỉnh cầu

appear [ə'pɪə] *v* xuất hiện

appearance [ə'pɪərəns] *n* sự xuất hiện

appendicitis [ə,pɛndɪ'saɪtɪs] *n* bệnh viêm ruột thừa

appetite ['æpɪ,taɪt] *n* cảm giác ngon miệng

applaud [ə'plɔːd] *v* vỗ tay tán thưởng

applause [ə'plɔːz] *n* tiếng vỗ tay tán thưởng

apple ['æpəl] *n* quả táo; **apple pie** *n* bánh táo

appliance [ə'plaɪəns] *n* thiết bị

applicant ['æplɪkənt] *n* người nộp đơn

application [,æplɪ'keɪʃən] *n* đơn xin; **application form** *n* mẫu đơn xin

apply [ə'plaɪ] *v* làm đơn xin

appoint [ə'pɔɪnt] *v* bổ nhiệm

appointment [ə'pɔɪntmənt] *n* cuộc hẹn

appreciate [ə'priːʃɪ,eɪt; -sɪ-] *v* đánh giá cao

apprehensive [,æprɪ'hɛnsɪv] *adj* lo lắng

apprentice [ə'prɛntɪs] *n* người học việc

approach [ə'prəʊtʃ] *v* đến gần

appropriate [ə'prəʊprɪɪt] *adj* thích hợp

approval [ə'pruːvəl] *n* sự chấp thuận

approve [ə'pruːv] *v* chấp thuận

approximate [ə'prɒksɪmɪt] *adj* xấp xỉ

approximately [ə'prɒksɪmɪtlɪ] *adv* khoảng chừng

apricot ['eɪprɪ,kɒt] *n* quả mơ

April ['eɪprəl] *n* tháng Tư; **April Fools' Day** *n* Ngày Cá tháng Tư

apron ['eɪprən] *n* tạp dề

aquarium [ə'kwɛərɪəm] n bể nuôi cá

Aquarius [ə'kwɛərɪəs] n cung Bảo Bình

Arab ['ærəb] adj thuộc Ả-rập ▷ n người Ả-rập; **United Arab Emirates** npl Các Tiểu vương quốc A-rập Thống nhất

Arabic ['ærəbɪk] adj thuộc Ả-rập ▷ n tiếng Ả-rập

arbitration [ˌɑːbɪ'treɪʃən] n phân xử trọng tài

arch [ɑːtʃ] n khung vòm

archaeologist [ˌɑːkɪ'ɒlədʒɪst] n nhà khảo cổ

archaeology [ˌɑːkɪ'ɒlədʒɪ] n khảo cổ học

archbishop ['ɑːtʃ'bɪʃəp] n tổng giám mục

architect ['ɑːkɪˌtɛkt] n kiến trúc sư

architecture ['ɑːkɪˌtɛktʃə] n kiến trúc

archive ['ɑːkaɪv] n hồ sơ lưu trữ

Arctic ['ɑːktɪk] adj Bắc Cực; **Arctic Circle** n Vòng Bắc Cực; **Arctic Ocean** n Bắc Băng Dương; **the Arctic** n Bắc Cực

area ['ɛərɪə] n khu vực; **service area** n trạm nghỉ gần đường cao tốc; **I'd like a seat in the smoking area** Tôi muốn một chỗ ở khu vực hút thuốc; **Is there a non-smoking area?** Có khu vực không hút thuốc không?

Argentina [ˌɑːdʒən'tiːnə] n nước Argentina

Argentinian [ˌɑːdʒən'tɪnɪən] adj thuộc Argentina ▷ n (person) người Argentina

argue ['ɑːgjuː] v tranh luận

argument ['ɑːgjʊmənt] n sự tranh luận

Aries ['ɛəriːz] n Cung Bạch Dương

arm [ɑːm] n cánh tay

armchair ['ɑːmˌtʃɛə] n ghế bành

armed [ɑːmd] adj có vũ khí

Armenia [ɑː'miːnɪə] n nước Armenia

Armenian [ɑː'miːnɪən] adj thuộc Armenia ▷ n (language) tiếng Armenia, (person) người Armenia

armour ['ɑːmə] n áo giáp

armpit ['ɑːmˌpɪt] n nách

army ['ɑːmɪ] n quân đội

aroma [ə'rəʊmə] n hương thơm

aromatherapy [əˌrəʊmə'θɛrəpɪ] n hương liệu pháp

around [ə'raʊnd] adv khoảng ▷ prep xung quanh

arrange [ə'reɪndʒ] v thu xếp; **I'd like to arrange a meeting with...** Tôi muốn thu xếp một cuộc gặp với...

arrangement [ə'reɪndʒmənt] n sự thu xếp

arrears [ə'rɪəz] npl tiền còn nợ

arrest [ə'rɛst] n sự bắt giữ ▷ v bắt giữ

arrival [ə'raɪvəl] n sự đến

arrive [ə'raɪv] v đến (nơi); **I've just arrived** Tôi vừa mới đến; **My suitcase has arrived damaged** Va ly của tôi lúc đến nơi đã bị hỏng; **Our luggage has not arrived** Hành lý của chúng tôi vẫn chưa đến; **We arrived early/late** Chúng tôi đến sớm/muộn; **When does it arrive in...?** Khi nào thì đến...?

arrogant ['ærəgənt] adj kiêu ngạo

arrow ['ærəʊ] n mũi tên

arson ['ɑːsən] n sự cố ý gây hoả

hoạn

art [ɑːt] *n* nghệ thuật; **art gallery** *n* phòng trưng bày nghệ thuật; **art school** *n* trường nghệ thuật; **work of art** *n* tác phẩm nghệ thuật

artery [ˈɑːtərɪ] *n* động mạch

arthritis [ɑːˈθraɪtɪs] *n* chứng viêm khớp

artichoke [ˈɑːtɪˌtʃəʊk] *n* atisô

article [ˈɑːtɪkəl] *n* bài báo

artificial [ˌɑːtɪˈfɪʃəl] *adj* nhân tạo

artist [ˈɑːtɪst] *n* nghệ sỹ

artistic [ɑːˈtɪstɪk; arˈtistic] *adj* có tính nghệ thuật

as [əz] *adv* bằng *(như)* ▷ *conj* khi ▷ *prep* như

asap [eɪsæp] *abbr* (= as soon as possible) càng sớm càng tốt

ashamed [əˈʃeɪmd] *adj* xấu hổ

ashore [əˈʃɔː] *adv* **Can we go ashore now?** Chúng tôi có thể lên bờ bây giờ không?

ashtray [ˈæʃˌtreɪ] *n* cái gạt tàn thuốc lá

Asia [ˈeɪʃə; ˈeɪʒə] *n* châu Á

Asian [ˈeɪʃən; ˈeɪʒən] *adj* thuộc châu Á ▷ *n* người châu Á

Asiatic [ˌeɪʃɪˈætɪk; -zɪ-] *adj* thuộc châu Á

ask [ɑːsk] *v* hỏi

ask for [ɑːsk fɔː] *v* đòi hỏi

asleep [əˈsliːp] *adj* buồn ngủ

asparagus [əˈspærəgəs] *n* măng tây

aspect [ˈæspɛkt] *n* khía cạnh

aspirin [ˈæsprɪn] *n* thuốc aspirin

assembly [əˈsɛmblɪ] *n* sự hội họp

asset [ˈæsɛt] *n* tài sản; **assets** *npl* tài sản

assignment [əˈsaɪnmənt] *n* nhiệm vụ

assistance [əˈsɪstəns] *n* sự hỗ trợ

assistant [əˈsɪstənt] *n* người phụ tá; **personal assistant** *n* trợ lý riêng; **sales assistant** *n* người bán hàng; **shop assistant** *n* người bán hàng

associate *adj* [əˈsəʊʃɪɪt] liên kết ▷ *n* [əˈsəʊʃɪɪt] cộng sự

association [əˌsəʊsɪˈeɪʃən; -ʃɪ-] *n* hiệp hội

assortment [əˈsɔːtmənt] *n* sự phân loại

assume [əˈsjuːm] *v* giả thiết

assure [əˈʃʊə] *v* cam đoan

asthma [ˈæsmə] *n* bệnh hen

astonish [əˈstɒnɪʃ] *v* làm kinh ngạc

astonished [əˈstɒnɪʃt] *adj* kinh ngạc

astonishing [əˈstɒnɪʃɪŋ] *adj* đáng kinh ngạc

astrology [əˈstrɒlədʒɪ] *n* chiêm tinh học

astronaut [ˈæstrəˌnɔːt] *n* nhà du hành vũ trụ

astronomy [əˈstrɒnəmɪ] *n* thiên văn học

asylum [əˈsaɪləm] *n* nơi ẩn náu; **asylum seeker** *n* người xin tị nạn

at [æt] *prep* ở tại; **at least** *adv* ít ra

atheist [ˈeɪθɪˌɪst] *n* người vô thần

athlete [ˈæθliːt] *n* vận động viên

athletic [æθˈlɛtɪk] *adj* khoẻ mạnh

athletics [æθˈlɛtɪks] *npl* điền kinh

Atlantic [ətˈlæntɪk] *n* Đại Tây Dương

atlas [ˈætləs] *n* tập bản đồ

atmosphere [ˈætməsˌfɪə] *n* khí quyển

atom [ˈætəm] *n* nguyên tử; **atom bomb** *n* bom nguyên tử

atomic [ə'tɒmɪk] *adj* thuộc nguyên tử

attach [ə'tætʃ] *v* gắn

attached [ə'tætʃt] *adj* gắn bó

attachment [ə'tætʃmənt] *n* sự gắn bó

attack [ə'tæk] *n* sự tấn công ▷ *v* tấn công; **heart attack** *n* cơn đau tim; **terrorist attack** *n* vụ tấn công khủng bố; **I've been attacked** Tôi đã bị tấn công

attempt [ə'tempt] *n* sự cố gắng ▷ *v* cố gắng

attend [ə'tend] *v* tham dự

attendance [ə'tendəns] *n* sự tham dự

attendant [ə'tendənt] *n* **flight attendant** *n* tiếp viên hàng không

attention [ə'tenʃən] *n* sự chú ý

attic ['ætɪk] *n* gác mái

attitude ['ætɪˌtjuːd] *n* thái độ

attorney [ə'tɜːnɪ] *n* người được uỷ quyền

attract [ə'trækt] *v* lôi cuốn

attraction [ə'trækʃən] *n* sự hấp dẫn

attractive [ə'træktɪv] *adj* hấp dẫn

aubergine ['əʊbəʒiːn] *n* cà tím

auburn ['ɔːbᵊn] *adj* màu nâu hoe đỏ

auction ['ɔːkʃən] *n* cuộc bán đấu giá

audience ['ɔːdɪəns] *n* khán giả

audit ['ɔːdɪt] *n* sự kiểm toán ▷ *v* kiểm toán

audition [ɔː'dɪʃən] *n* sự thử giọng

auditor ['ɔːdɪtə] *n* kiểm toán viên

August ['ɔːɡəst] *n* tháng Tám

aunt [ɑːnt] *n* bác (*older than one's parents*)

auntie ['ɑːntɪ] *n* bác (*older than one's parents*)

au pair [əʊ 'peə; o pɛr] *n* người giúp việc

austerity [ɒ'sterɪtɪ] *n* sự khắc khổ

Australasia [ˌɒstrə'leɪzɪə] *n* khu vực Úc-Á

Australia [ɒ'streɪlɪə] *n* nước Úc

Australian [ɒ'streɪlɪən] *adj* thuộc Úc ▷ *n* người Úc

Austria ['ɒstrɪə] *n* nước Áo

Austrian ['ɒstrɪən] *adj* thuộc Áo ▷ *n* người Áo

authentic [ɔː'θentɪk] *adj* xác thực

author, authoress ['ɔːθə, 'ɔːθəˌres] *n* tác giả

authorize ['ɔːθəˌraɪz] *v* uỷ quyền

autobiography [ˌɔːtəʊbaɪ'ɒɡrəfɪ] *n* tiểu sử tự thuật

autograph ['ɔːtəˌɡrɑːf] *n* bút tích

automatic [ˌɔːtə'mætɪk] *adj* tự động; **An automatic, please** Cho tôi xe tự động; **Is it an automatic car?** Xe này có phải xe tự động không?

automatically [ˌɔːtə'mætɪklɪ] *adv* một cách tự động

autonomous [ɔː'tɒnəməs] *adj* tự trị

autonomy [ɔː'tɒnəmɪ] *n* quyền tự trị

autumn ['ɔːtəm] *n* mùa thu

availability [əˌveɪlə'bɪlɪtɪ] *n* sự sẵn có

available [ə'veɪləbᵊl] *adj* sẵn có

avalanche ['ævəˌlɑːntʃ] *n* sự lở tuyết

avenue ['ævɪˌnjuː] *n* đại lộ

average ['ævərɪdʒ; 'ævrɪdʒ] *adj* trung bình ▷ *n* mức trung bình

avocado, avocados [ˌævə'kɑːdəʊ, ˌævə'kɑːdəʊs] *n* quả bơ

avoid [ə'vɔɪd] *v* tránh

awake [ə'weɪk] *adj* thức ▷ *v* tỉnh dậy
award [ə'wɔːd] *n* phần thưởng
aware [ə'weə] *adj* nhận thức được
away [ə'weɪ] *adv* ra xa; **away match** *n* cuộc đấu ở sân đối phương
awful ['ɔːfʊl] *adj* kinh khủng
awfully ['ɔːfəlɪ; 'ɔːflɪ] *adv* khủng khiếp
awkward ['ɔːkwəd] *adj* vụng về
axe [æks] *n* cái rìu
axle ['æksəl] *n* trục xe
Azerbaijan [ˌæzəbaɪ'dʒɑːn] *n* nước Azerbaijan
Azerbaijani [ˌæzəbaɪ'dʒɑːnɪ] *adj* thuộc Azerbaijan ▷ *n* người Azerbaijan

B&B [biː ænd biː] *n* nhà trọ bao gồm cả bữa sáng
BA [bɑː] *abbr* Cử nhân Khoa học Xã hội
baby ['beɪbɪ] *n* em bé; **baby milk** *n* sữa trẻ em; **baby wipe** *n* giấy lau cho em bé; **baby's bottle** *n* bình sữa trẻ em
babysit ['beɪbɪsɪt] *v* giữ trẻ
babysitter ['beɪbɪsɪtə] *n* người giữ trẻ
babysitting ['beɪbɪsɪtɪŋ] *n* việc trông trẻ
bachelor ['bætʃələ] *n* người đàn ông độc thân
back [bæk] *adj* ở phía sau ▷ *adv* về phía sau ▷ *n* lưng ▷ *v* lùi; **back pain** *n* sự đau lưng; **I've got a bad back** Tôi bị đau lưng; **I've hurt my back** Tôi đau lưng
backache ['bækˌeɪk] *n* sự đau lưng
backbone ['bækˌbəʊn] *n* xương sống

backfire [ˌbækˈfaɪə] v đem lại kết quả ngược với mong đợi

background [ˈbækˌɡraʊnd] n bối cảnh

backing [ˈbækɪŋ] n sự ủng hộ

back out [bæk aʊt] v rút lui

backpack [ˈbækˌpæk] n ba lô

backpacker [ˈbækˌpækə] n du khách ba lô

backpacking [ˈbækˌpækɪŋ] n việc đi du lịch bằng ba lô

backside [ˌbækˈsaɪd] n mông

backslash [ˈbækˌslæʃ] n giật ngược

backstroke [ˈbækˌstrəʊk] n kiểu bơi ngửa

back up [bæk ʌp] v hỗ trợ

backup [bækˌʌp] n hậu thuẫn

backwards [ˈbækwədz] adv về phía sau

bacon [ˈbeɪkən] n thịt lợn muối xông khói

bacteria [bækˈtɪərɪə] npl vi khuẩn

bad [bæd] adj tồi

badge [bædʒ] n huy hiệu

badger [ˈbædʒə] n con lửng

badly [ˈbædlɪ] adv một cách tồi tệ

badminton [ˈbædmɪntən] n cầu lông

bad-tempered [bædˈtɛmpəd] adj dễ nổi cáu

baffled [ˈbæfᵊld] adj bối rối

bag [bæg] n túi; **bum bag** n túi bao tử; **carrier bag** n túi đựng hàng; **overnight bag** n túi đựng đồ ngủ qua đêm; **plastic bag** n túi ni lông; **polythene bag** n túi pôlite; **shopping bag** n túi đựng đồ mua sắm; **sleeping bag** n túi ngủ; **tea bag** n gói chè; **toilet bag** n túi đựng đồ vệ sinh cá nhân; **Can I have a**

bag, please? Cho tôi một cái túi được không?; **Could you watch my bag for a minute, please?** Anh làm ơn trông hộ tôi cái túi một phút được không?; **I don't need a bag, thanks** Tôi không cần túi, cảm ơn; **Someone's stolen my bag** Có người đã lấy cắp túi của tôi

baggage [ˈbægɪdʒ] n hành lý; **baggage allowance** n tiêu chuẩn hành lý gửi; **baggage reclaim** n lấy lại hành lý; **excess baggage** n hành lý quá cân; **What is the baggage allowance?** Được gửi bao nhiêu hành lý?

baggy [ˈbægɪ] adj rộng lùng phùng

bagpipes [ˈbægˌpaɪps] npl kèn túi

Bahamas [bəˈhɑːməz] npl nước Bahamas

Bahrain [bɑːˈreɪn] n nước Bahrain

bail [beɪl] n tiền bảo lãnh

bake [beɪk] v nướng bằng lò

baked [beɪkt] adj được nướng bằng lò; **baked potato** n khoai tây nướng

baker [ˈbeɪkə] n người làm bánh mỳ

bakery [ˈbeɪkərɪ] n hiệu bánh mỳ

baking [ˈbeɪkɪŋ] n sự nướng bánh mỳ; **baking powder** n bột nở

balance [ˈbæləns] n sự cân bằng; **balance sheet** n bản cân đối kế toán; **bank balance** n số dư tài khoản ngân hàng

balanced [ˈbælənst] adj cân bằng

balcony [ˈbælkənɪ] n ban công; **Do you have a room with a balcony?** Anh có phòng có ban công không?

bald [bɔːld] adj hói đầu

Balkan [ˈbɔːlkən] adj thuộc Bán đảo Balkan

ball [bɔːl] *n* (*dance*) buổi khiêu vũ, (*toy*) quả bóng

ballerina [ˌbæləˈriːnə] *n* nữ diễn viên ba lê

ballet [ˈbæleɪ; bæˈleɪ] *n* ba lê; **ballet dancer** *n* diễn viên ba lê; **ballet shoes** *npl* giày múa ba lê

balloon [bəˈluːn] *n* bóng bay

bamboo [bæmˈbuː] *n* cây tre

ban [bæn] *n* lệnh cấm ▷ *v* cấm

banana [bəˈnɑːnə] *n* quả chuối

band [bænd] *n* (*musical group*) ban nhạc, (*strip*) dải băng; **brass band** *n* ban nhạc dùng nhạc khí bằng đồng và bộ gõ; **elastic band** *n* dây chun; **rubber band** *n* dây chun vòng

bandage [ˈbændɪdʒ] *n* băng dán cứu thương ▷ *v* băng bó; **I'd like a bandage** Tôi muốn băng bó

Band-Aid® [ˈbændeɪd] *n* Băng dán cứu thương cá nhân

bang [bæŋ] *n* tiếng nổ lớn ▷ *v* nổ lớn

Bangladesh [ˌbɑːŋɡləˈdɛʃ; ˌbæŋ-] *n* nước Bangladesh

Bangladeshi [ˌbɑːŋɡləˈdɛʃɪ; ˌbæŋ-] *adj* thuộc Bangladesh ▷ *n* người Bangladesh

banister [ˈbænɪstə] *n* tay vịn

banjo [ˈbændʒəʊ] *n* đàn banjô

bank [bæŋk] *n* (*finance*) ngân hàng, (*ridge*) bờ; **bank account** *n* tài khoản ngân hàng; **bank balance** *n* số dư tài khoản ngân hàng; **bank charges** *npl* phí ngân hàng; **bank holiday** *n* ngày nghỉ khi các ngân hàng đóng cửa; **bank statement** *n* bản sao kê của ngân hàng; **bottle bank** *n* nơi vứt vỏ chai để tái chế; **merchant bank** *n* ngân hàng thương mại; **How far is the bank?** Ngân hàng cách đây bao xa?; **I would like to transfer some money from my bank in…** Tôi muốn chuyển ít tiền từ ngân hàng của tôi ở…; **Is the bank open today?** Hôm nay ngân hàng có mở cửa không?; **Is there a bank here?** Có ngân hàng nào ở đây không?; **When does the bank close?** Khi nào ngân hàng đóng cửa?

banker [ˈbæŋkə] *n* chủ ngân hàng

banknote [ˈbæŋkˌnəʊt] *n* giấy bạc

bankrupt [ˈbæŋkrʌpt] *adj* phá sản

banned [bænd] *adj* bị cấm

Baptist [ˈbæptɪst] *n* người theo giáo phái Baptist

bar [bɑː] *n* (*alcohol*) quán rượu, (*strip*) thanh (*hình chữ nhật*); **snack bar** *n* quán bán đồ ăn nhẹ

Barbados [bɑːˈbeɪdəʊs; -dəʊz; -dɒs] *n* nước Barbados

barbaric [bɑːˈbærɪk] *adj* man rợ

barbecue [ˈbɑːbɪˌkjuː] *n* bếp nướng ngoài trời

barber [ˈbɑːbə] *n* thợ cắt tóc

bare [bɛə] *adj* trần (*trần trụi*) ▷ *v* cởi bỏ

barefoot [ˈbɛəˌfʊt] *adj* chân trần ▷ *adv* đi chân không

barely [ˈbɛəlɪ] *adv* chỉ vừa vặn

bargain [ˈbɑːɡɪn] *n* sự thoả thuận mua bán

barge [bɑːdʒ] *n* sà lan

bark [bɑːk] *v* sủa

barley [ˈbɑːlɪ] *n* lúa mạch

barmaid [ˈbɑːˌmeɪd] *n* nữ phục vụ của quán rượu

barman, barmen [ˈbɑːmən, ˈbɑːmɛn] *n* người phục vụ ở quán rượu

barn [bɑːn] n kho thóc
barrel ['bærəl] n thùng tròn
barrier ['bærɪə] n hàng rào; **ticket barrier** n hàng rào soát vé
bartender ['bɑːˌtɛndə] n người phục vụ ở quầy rượu
base [beɪs] n nền tảng
baseball ['beɪsˌbɔːl] n bóng chày; **baseball cap** n mũ bóng chày
based [beɪst] adj dựa trên
basement ['beɪsmənt] n tầng hầm
bash [bæʃ] n cú đập mạnh ▷ v đập mạnh
basic ['beɪsɪk] adj căn bản
basically ['beɪsɪklɪ] adv về cơ bản
basics ['beɪsɪks] npl những vấn đề cơ bản
basil ['bæzəl] n rau húng quế
basin ['beɪsən] n cái chậu
basis ['beɪsɪs] n cơ sở (nền tảng)
basket ['bɑːskɪt] n cái rổ; **wastepaper basket** n sọt đựng giấy rác
basketball ['bɑːskɪtˌbɔːl] n bóng rổ
Basque [bæsk; bɑːsk] adj thuộc tộc người Basque ▷ n (language) tiếng Basque, (person) người Basque
bass [beɪs] n giọng nam trầm; **bass drum** n trống bass; **double bass** n đàn công tơ bát
bassoon [bəˈsuːn] n kèn pha-gốt
bat [bæt] n (mammal) con dơi, (with ball) gậy đánh bóng
bath [bɑːθ] n **bath towel** n khăn tắm; **bubble bath** n chất làm cho nước tắm sủi bọt và thơm
bath [bɑːθ] n bồn tắm
bathe [beɪð] v tắm
bathrobe ['bɑːθˌrəʊb] n áo choàng tắm

bathroom ['bɑːθˌruːm; -ˌrʊm] n phòng tắm
baths [bɑːðz] npl bể bơi công cộng
bathtub ['bɑːθˌtʌb] n bồn tắm
batter ['bætə] n bột nhão làm bánh
battery ['bætərɪ] n pin; **Do you have any batteries?** Anh có pin không?; **Do you have batteries for this camera?** Anh có pin cho máy ảnh này không?
battle ['bætəl] n trận đánh
battleship ['bætəlˌʃɪp] n chiến hạm
bay [beɪ] n vịnh (biển); **bay leaf** n lá nguyệt quế
BC [biː siː] abbr trước CN
be [biː; bɪ] v là (ai, gì); **How much will it be?** Sẽ là bao nhiêu?; **I'm going to...** Tôi đi đến...; **I've been in an accident** Tôi đã bị tai nạn; **Is... there?** Có... ở đấy không?; **Is there a bus to...?** Có xe buýt đi đến... không?; **The flash is not working** Đèn flash bị hỏng; **We are on schedule** Chúng tôi đúng tiến độ
beach [biːtʃ] n bãi biển; **Are there any good beaches near here?** Có bãi biển nào hay gần đây không?
bead [biːd] n hạt (chuỗi)
beak [biːk] n mỏ chim
beam [biːm] n nụ cười rạng rỡ
bean [biːn] **broad bean** n đậu tằm; **coffee bean** n hạt cà phê; **French beans** npl đỗ tây; **runner bean** n cây đậu tây
beansprout ['biːnspraʊt] n **beansprouts** npl giá đỗ
bear [bɛə] n con gấu ▷ v chịu đựng; **polar bear** n gấu bắc cực; **teddy bear** n gấu nhồi bông

beard [bɪəd] *n* râu

bearded [bɪədɪd] *adj* có râu

bear up [beə ʌp] *v* chống đỡ

beat [biːt] *n* cú đánh ▷ *v (outdo)* đánh bại, *(strike)* đánh đập

beautiful [ˈbjuːtɪfʊl] *adj* đẹp

beautifully [ˈbjuːtɪflɪ] *adv* một cách tốt đẹp

beauty [ˈbjuːtɪ] *n* vẻ đẹp; **beauty salon** *n* thẩm mỹ viện; **beauty spot** *n* thắng cảnh

beaver [ˈbiːvə] *n* con hải ly

because [bɪˈkɒz; -ˈkəz] *conj* vì; **because of a strike** vì có đình công

become [bɪˈkʌm] *v* trở nên

bed [bɛd] *n* giường; **bed and breakfast** *n* nhà trọ bao gồm cả bữa sáng; **bunk beds** *npl* giường tầng; **camp bed** *n* giường gấp nhẹ; **double bed** *n* giường đôi; **king-size bed** *n* giường ngủ cỡ lớn; **single bed** *n* giường đơn; **sofa bed** *n* giường xôpha; **twin beds** *npl* cặp hai giường đơn; **Do I have to stay in bed?** Tôi có phải nằm trên giường không?; **I'd like a dorm bed** Cho tôi một giường trong phòng chung; **The bed is uncomfortable** Giường nằm không thoải mái

bedclothes [ˈbɛdˌkləʊðz] *npl* bộ đồ phủ giường

bedding [ˈbɛdɪŋ] *n* bộ đồ phủ giường

bedroom [ˈbɛdˌruːm; -ˌrʊm] *n* phòng ngủ; **Do you have any bedrooms on the ground floor?** Anh có phòng ngủ ở tầng trệt không?

bedsit [ˈbɛdˌsɪt] *n* buồng vừa để ngủ vừa để tiếp khách

bedspread [ˈbɛdˌsprɛd] *n* khăn trải giường

bedtime [ˈbɛdˌtaɪm] *n* giờ đi ngủ

bee [biː] *n* con ong

beech [biːtʃ] *n* **beech (tree)** *n* cây sồi

beef [biːf] *n* thịt bò

beefburger [ˈbiːfˌbɜːgə] *n* thịt bò băm viên

beer [bɪə] *n* bia *(đồ uống)*; **another beer** một bia nữa; **A draught beer, please** Làm ơn cho một bia hơi

beetle [ˈbiːtəl] *n* bọ cánh cứng

beetroot [ˈbiːtˌruːt] *n* củ cải đường

before [bɪˈfɔː] *adv* trước ▷ *conj* trước khi ▷ *prep* trước; **before five o'clock** trước năm giờ; **Do we have to clean the house before we leave?** Chúng tôi có phải dọn sạch nhà trước khi rời đi không?; **the week before last** tuần trước nữa

beforehand [bɪˈfɔːˌhænd] *adv* sớm hơn

beg [bɛg] *v* ăn xin

beggar [ˈbɛgə] *n* người ăn xin

begin [bɪˈgɪn] *v* bắt đầu; **When does it begin?** Khi nào bắt đầu?

beginner [bɪˈgɪnə] *n* người mới học

beginning [bɪˈgɪnɪŋ] *n* lúc khởi đầu

behave [bɪˈheɪv] *v* cư xử

behaviour [bɪˈheɪvjə] *n* cách cư xử

behind [bɪˈhaɪnd] *adv* ở đằng sau ▷ *n* mông ▷ *prep* ở đằng sau; **lag behind** *v* tụt hậu

beige [beɪʒ] *adj* màu be

Beijing [ˈbeɪˈdʒɪŋ] *n* Bắc Kinh

Belarus [ˈbɛləˌrʌs; -ˌrʊs] *n* nước Belarus

Belarussian [ˌbɛləʊˈrʌʃən; ˌbjɛl-] *adj* thuộc Belarus ▷ *n (language)* tiếng Belarus, *(person)* người Belarus

Belgian [ˈbɛldʒən] *adj* thuộc Bỉ ▷ *n* người Bỉ

Belgium [ˈbɛldʒəm] *n* nước Bỉ

belief [bɪˈliːf] *n* lòng tin

believe [bɪˈliːv] *vi* tin tưởng ▷ *vt* tin

bell [bɛl] *n* cái chuông

belly [ˈbɛlɪ] *n* bụng; **belly button** *n* rốn

belong [bɪˈlɒŋ] *v* thuộc về; **belong to** *v* thuộc về

belongings [bɪˈlɒŋɪŋz] *npl* đồ đạc

below [bɪˈləʊ] *adv* ở dưới ▷ *prep* ở dưới

belt [bɛlt] *n* thắt lưng; **conveyor belt** *n* băng tải; **money belt** *n* túi bao tử; **safety belt** *n* dây an toàn

bench [bɛntʃ] *n* ghế dài

bend [bɛnd] *n* chỗ cong ▷ *v* uốn cong; **bend down** *v* cúi xuống; **bend over** *v* cúi xuống

beneath [bɪˈniːθ] *prep* ở dưới

benefit [ˈbɛnɪfɪt] *n* lợi ích ▷ *v* được lợi

bent [bɛnt] *adj (dishonest)* không trung thực, *(not straight)* cong

beret [ˈbɛreɪ] *n* mũ nồi

berry [ˈbɛrɪ] *n* quả mọng

berth [bɜːθ] *n* giường ngủ trên tàu

beside [bɪˈsaɪd] *prep* bên cạnh

besides [bɪˈsaɪdz] *adv* ngoài ra

best [bɛst] *adj* tốt nhất ▷ *adv* tốt nhất; **best man** *n* phù rể; **What's the best way to get to the city centre?** Đến trung tâm thành phố bằng cách nào là tốt nhất?

bestseller [ˌbɛstˈsɛlə] *n* sản phẩm bán chạy nhất

bet [bɛt] *n* sự đánh cược ▷ *v* đánh cược

betray [bɪˈtreɪ] *v* phản bội

better [ˈbɛtə] *adj* tốt hơn ▷ *adv* tốt hơn

betting [ˈbɛtɪŋ] *n* sự cá cược; **betting shop** *n* cửa hàng cá cược

between [bɪˈtwiːn] *prep* ở giữa

bewildered [bɪˈwɪldəd] *adj* bối rối

beyond [bɪˈjɒnd] *prep* ngoài *(quá)*

biased [ˈbaɪəst] *adj* thiên vị

bib [bɪb] *n* cái yếm

Bible [ˈbaɪbəl] *n* Kinh thánh

bicarbonate [baɪˈkɑːbənɪt; -ˌneɪt] *n* **bicarbonate of soda** *n* natri bicacbonat

bicycle [ˈbaɪsɪkəl] *n* xe đạp; **bicycle pump** *n* bơm xe đạp

bid [bɪd] *n* sự đấu thầu ▷ *v (at auction)* trả giá

bifocals [baɪˈfəʊkəlz] *npl* kính hai tròng

big [bɪg] *adj* to lớn

bigger [bɪgə] *adj* to hơn

bigheaded [ˈbɪgˌhɛdɪd] *adj* kiêu ngạo

bike [baɪk] *n* xe đạp; **mountain bike** *n* xe đạp địa hình; **Can I keep my bike here?** Tôi để xe đạp ở đây có được không?; **I want to hire a bike** Tôi muốn thuê một chiếc xe đạp; **Where can I hire a bike?** Tôi có thể thuê xe đạp ở đâu?; **Where is the nearest bike repair shop?** Cửa hàng sửa xe đạp gần nhất ở đâu?

bikini [bɪˈkiːnɪ] *n* áo tắm hai mảnh

bilingual [baɪˈlɪŋgwəl] *adj* song ngữ

bill [bɪl] *n (account)* hoá đơn, *(legislation)* dự luật; **phone bill** *n* hóa đơn điện thoại; **Can I have an itemized bill?** Cho tôi hoá đơn chi tiết được không?; **Separate bills, please** Làm ơn cho các hoá đơn riêng; **The bill is wrong** Hoá đơn tính sai

billiards ['bɪljədz] *npl* trò chơi bida

billion ['bɪljən] *n* tỷ

bin [bɪn] *n* thùng; **litter bin** *n* thùng rác

binding ['baɪndɪŋ] *n* **Can you adjust my bindings, please?** Anh làm ơn điều chỉnh đế kẹp của tôi được không?; **Can you tighten my bindings, please?** Anh làm ơn đóng chặt đế kẹp của tôi được không?

bingo ['bɪŋɡəʊ] *n* trò chơi bingo

binoculars [bɪ'nɒkjʊləz; baɪ-] *npl* ống nhòm

biochemistry [ˌbaɪəʊ'kɛmɪstrɪ] *n* hoá sinh

biodegradable [ˌbaɪəʊdɪ'ɡreɪdəbəl] *adj* có thể phân hủy vi sinh

biography [baɪ'ɒɡrəfɪ] *n* tiểu sử

biological [ˌbaɪə'lɒdʒɪkəl] *adj* thuộc sinh vật học

biology [baɪ'ɒlədʒɪ] *n* sinh vật học

biometric [ˌbaɪəʊ'mɛtrɪk] *adj* thuộc sinh trắc học

birch [bɜːtʃ] *n* cây bulô

bird [bɜːd] *n* chim; **bird flu** *n* cúm gà; **bird of prey** *n* chim săn mồi

birdwatching [bɜː'dwɒtʃɪŋ] *n* quan sát chim

Biro® ['baɪrəʊ] *n* bút Biro®

birth [bɜːθ] *n* sự sinh đẻ; **birth certificate** *n* giấy khai sinh; **birth control** *n* sự hạn chế sinh đẻ; **place of birth** *n* nơi sinh

birthday ['bɜːθˌdeɪ] *n* ngày sinh nhật

birthplace ['bɜːθˌpleɪs] *n* nơi sinh

biscuit ['bɪskɪt] *n* bánh quy

bishop ['bɪʃəp] *n* giám mục

bit [bɪt] *n* miếng

bitch [bɪtʃ] *n (offensive)* chó cái

bite [baɪt] *n* miếng cắn ▷ *v* cắn; **I have been bitten** Tôi bị cắn; **This bite is infected** Vết cắn này bị nhiễm trùng

bitter ['bɪtə] *adj* đắng

black [blæk] *adj* đen *(màu)*; **black ice** *n* lớp băng phủ mặt đường; **in black and white** phôtô đen trắng

blackberry ['blækbərɪ] *n* quả mâm xôi

blackbird ['blækˌbɜːd] *n* chim két

blackboard ['blækˌbɔːd] *n* bảng đen

blackcurrant [ˌblæk'kʌrənt] *n* quả lý chua đen

blackmail ['blækˌmeɪl] *n* sự tống tiền ▷ *v* tống tiền

blackout ['blækaʊt] *n* sự mất điện

bladder ['blædə] *n* bàng quang; **gall bladder** *n* túi mật

blade [bleɪd] *n* lưỡi dao; **razor blade** *n* lưỡi dao cạo; **shoulder blade** *n* xương vai

blame [bleɪm] *n* lỗi ▷ *v* đổ lỗi

blank [blæŋk] *adj* để trống ▷ *n* chỗ trống; **blank cheque** *n* tờ séc khống

blanket ['blæŋkɪt] *n* chăn; **electric blanket** *n* chăn điện; **Please bring me an extra blanket** Làm ơn mang cho tôi thêm một cái chăn; **We need more blankets** Chúng tôi cần thêm chăn

blast [blɑːst] *n* sự nổ

blatant ['bleɪtənt] *adj* rõ ràng

blaze [bleɪz] *n* ngọn lửa

blazer ['bleɪzə] *n* áo khoác mỏng

bleach [bliːtʃ] *n* thuốc tẩy

bleached [bliːtʃt] *adj* được tẩy

bleak [bliːk] *adj* trơ trụi

bleed [bliːd] *v* chảy máu; **My gums are bleeding** Lợi của tôi đang chảy máu

bleeper [ˈbliːpə] *n* thiết bị phát ra tiếng bíp bíp

blender [ˈblɛndə] *n* máy xay sinh tố

bless [blɛs] *v* phù hộ

blind [blaɪnd] *adj* mù ▷ *n* mành cửa; **Venetian blind** *n* cửa chớp lật; **I'm blind** Tôi bị mù

blindfold [ˈblaɪndˌfəʊld] *n* vải bịt mắt ▷ *v* bịt mắt

blink [blɪŋk] *v* chớp mắt

bliss [blɪs] *n* niềm hạnh phúc

blister [ˈblɪstə] *n* chỗ phồng da

blizzard [ˈblɪzəd] *n* trận bão tuyết

block [blɒk] *n* (buildings) khu nhà, (obstruction) sự trở ngại, (solid piece) khối (cục) ▷ *v* gây trở ngại

blockage [ˈblɒkɪdʒ] *n* chướng ngại vật

blocked [blɒkt] *adj* bị ngăn cản

blog [blɒg] *n* nhật ký điện tử ▷ *v* viết nhật ký trên mạng

bloke [bləʊk] *n* gã

blonde [blɒnd] *adj* vàng hoe

blood [blʌd] *n* máu; **blood group** *n* nhóm máu; **blood poisoning** *n* nhiễm trùng máu; **blood pressure** *n* huyết áp; **blood sports** *n* trò bắn giết thú vật; **blood test** *n* xét nghiệm máu; **blood transfusion** *n* truyền máu; **My blood group is O positive** Nhóm máu của tôi là O+; **This stain is blood** Đây là vết máu

bloody [ˈblʌdɪ] *adj* đẫm máu

blossom [ˈblɒsəm] *n* hoa ▷ *v* ra hoa

blouse [blaʊz] *n* sơ mi nữ

blow [bləʊ] *n* đòn đánh ▷ *v* thổi

blow-dry [bləʊdraɪ] *n* sự sấy tóc

blow up [bləʊ ʌp] *v* nổ tung

blue [bluː] *adj* xanh da trời

blueberry [ˈbluːbərɪ; -brɪ] *n* quả việt quất

blues [bluːz] *npl* cảm giác buồn bã

bluff [blʌf] *n* sự lừa gạt ▷ *v* lừa gạt

blunder [ˈblʌndə] *n* điều sai lầm

blunt [blʌnt] *adj* cùn

blush [blʌʃ] *v* đỏ mặt

blusher [ˈblʌʃə] *n* phấn hồng

board [bɔːd] *n* (meeting) ban (hội đồng), (wood) tấm ván ▷ *v* (go aboard) tấm ván; **board game** *n* trò đánh cờ; **bulletin board** *n* bảng thông báo; **diving board** *n* ván nhún ở bể bơi; **draining board** *n* tấm thoát nước; **half board** *n* phòng nghỉ và hai bữa ăn; **ironing board** *n* cầu là; **notice board** *n* bảng thông báo; **skirting board** *n* gỗ viền chân tường; **When should we be back on board?** Khi nào chúng tôi cần quay lại xe?

boarder [ˈbɔːdə] *n* học sinh nội trú

boarding [ˈbɔːdɪŋ] *n* **boarding card** *n* thẻ lên tàu; **boarding pass** *n* thẻ lên máy bay; **boarding school** *n* trường nội trú; **Here is my boarding card** Đây là thẻ lên máy bay của tôi; **When does boarding begin?** Khi nào thì bắt đầu lên máy bay?

boast [bəʊst] *v* khoe khoang

boat [bəʊt] *n* thuyền; **fishing boat** *n* thuyền đánh cá; **rowing boat** *n* thuyền có mái chèo; **sailing boat** *n* thuyền buồm; **Are there any boat**

trips on the river? Có chuyến tham quan bằng thuyền trên sông không?; **Where does the boat leave from?** Thuyền đi từ đâu?

body ['bɒdɪ] *n* thân thể

bodybuilding ['bɒdɪˌbɪldɪŋ] *n* thể dục thể hình

bodyguard ['bɒdɪˌgɑːd] *n* vệ sỹ

bog [bɒg] *n* vũng lầy

boil [bɔɪl] *vi* sôi ▷ *vt* đun sôi

boiled [bɔɪld] *adj* đã sôi; **boiled egg** *n* trứng luộc

boiler ['bɔɪlə] *n* nồi hơi

boiling ['bɔɪlɪŋ] *adj* đang sôi

boil over [bɔɪl 'əʊvə] *v* sôi tràn

Bolivia [bə'lɪvɪə] *n* nước Bolivia

Bolivian [bə'lɪvɪən] *adj* thuộc Bolivia ▷ *n* người Bolivia

bolt [bəʊlt] *n* then cửa

bomb [bɒm] *n* quả bom ▷ *v* ném bom; **atom bomb** *n* bom nguyên tử

bombing [bɒmɪŋ] *n* việc ném bom

bond [bɒnd] *n* giao kèo

bone [bəʊn] *n* xương; **bone dry** *adj* khô xác

bonfire ['bɒnˌfaɪə] *n* lửa trại

bonnet ['bɒnɪt] *n (car)* cốp xe ôtô

bonus ['bəʊnəs] *n* tiền thưởng

book [bʊk] *n* sách ▷ *v* đặt chỗ; **address book** *n* sổ địa chỉ

bookcase ['bʊkˌkeɪs] *n* tủ sách

booking ['bʊkɪŋ] *n* sự đặt chỗ; **advance booking** *n* đặt chỗ trước; **booking office** *n* phòng bán vé

booklet ['bʊklɪt] *n* cuốn sổ nhỏ

bookmark ['bʊkˌmɑːk] *n* thẻ đánh dấu trang

bookshelf ['bʊkˌʃelf] *n* giá sách

bookshop ['bʊkˌʃɒp] *n* hiệu sách

boost [buːst] *v* đẩy mạnh

boot [buːt] *n* giày ống

booze [buːz] *n* sự say tuý luý

border ['bɔːdə] *n* biên giới

bore [bɔː] *v (be dull)* làm cho chán, *(drill)* làm cho chán

bored [bɔːd] *adj* chán

boredom ['bɔːdəm] *n* sự buồn tẻ

boring ['bɔːrɪŋ] *adj* tẻ nhạt

born [bɔːn] *adj* bẩm sinh

borrow ['bɒrəʊ] *v* mượn; **Do you have a pen I could borrow?** Anh cho mượn chiếc bút được không?

Bosnia ['bɒznɪə] *n* Bosnia; **Bosnia and Herzegovina** *n* Bosnia và Herzegovina

Bosnian ['bɒznɪən] *adj* thuộc Bosnia ▷ *n (person)* người Bosnia

boss [bɒs] *n* ông chủ

boss around [bɒs ə'raʊnd] *v* chỉ tay năm ngón

bossy ['bɒsɪ] *adj* hách dịch

both [bəʊθ] *adj* cả hai ▷ *pron* cả hai

bother ['bɒðə] *v* quấy rầy

Botswana [bʊ'tʃwɑːnə] *n* nước Botswana

bottle ['bɒtəl] *n* chai *(nước)*; **baby's bottle** *n* bình sữa trẻ em; **bottle bank** *n* nơi vứt vỏ chai để tái chế; **hot-water bottle** *n* bình đựng nước nóng; **a bottle of mineral water** một chai nước khoáng; **a bottle of red wine** một chai rượu vang đỏ; **Please bring another bottle** Làm ơn mang thêm một chai nữa

bottle-opener ['bɒtəlˌəʊpənə] *n* cái mở chai

bottom ['bɒtəm] *adj* thấp nhất ▷ *n* đáy

bought [bɔːt] *adj* được mua

bounce [baʊns] v nảy lên

bouncer ['baʊnsə] n vệ sĩ gác cửa

boundary ['baʊndərɪ; -drɪ] n ranh giới

bouquet ['buːkeɪ] n bó hoa

bow n [bəʊ] (weapon) cái cung ▷ v [baʊ] cúi chào

bowels ['baʊəlz] npl lòng (ruột)

bowl [bəʊl] n cái bát

bowling ['bəʊlɪŋ] n trò chơi bowling; **bowling alley** n nơi chơi bowling; **tenpin bowling** n trò chơi bowling mười con ky

bow tie [bəʊ] n **bow tie** n nơ con bướm

box [bɒks] n cái hộp; **box office** n chỗ bán vé; **call box** n buồng điện thoại; **fuse box** n hộp cầu chì; **gear box** n hộp số

boxer ['bɒksə] n võ sỹ quyền Anh; **boxer shorts** npl quần soóc nam ống rộng

boxing ['bɒksɪŋ] n quyền Anh

boy [bɔɪ] n con trai (nam)

boyfriend ['bɔɪˌfrɛnd] n bạn trai; **I have a boyfriend** Tôi có bạn trai

bra [brɑː] n xu chiêng

bracelet ['breɪslɪt] n vòng tay

braces ['breɪsɪz] npl dây đeo quần

brackets ['brækɪts] npl dấu ngoặc đơn

brain [breɪn] n não

brainy ['breɪnɪ] adj thông minh

brake [breɪk] n cái phanh ▷ v phanh; **brake light** n đèn phanh; **Does the bike have back-pedal brakes?** Xe có phanh được khi đạp ngược lại không?; **The brakes don't work** Phanh không ăn

bran [bræn] n cám

branch [brɑːntʃ] n cành cây

brand [brænd] n loại hàng; **brand name** n nhãn hiệu

brand-new [brænd'njuː] adj mới toanh

brandy ['brændɪ] n rượu mạnh

brass [brɑːs] n đồng (thau); **brass band** n ban nhạc dùng nhạc khí bằng đồng và bộ gõ

brat [bræt] n trẻ ranh

brave [breɪv] adj can đảm

bravery ['breɪvərɪ] n sự can đảm

Brazil [brə'zɪl] n nước Brazil

Brazilian [brə'zɪljən] adj thuộc Brazil ▷ n người Brazil

bread [brɛd] n bánh mỳ; **bread roll** n ổ bánh mỳ; **brown bread** n bánh mỳ nâu; **Please bring more bread** Làm ơn mang thêm bánh mỳ; **Would you like some bread?** Anh có muốn ít bánh mỳ không?

bread bin [brɛdbɪn] n thùng đựng bánh mỳ

breadcrumbs ['brɛdˌkrʌmz] npl ruột bánh mỳ

break [breɪk] n sự vỡ ▷ v làm vỡ; **lunch break** n giờ nghỉ trưa; **I've broken the window** Tôi đã làm vỡ cửa sổ

break down [breɪk daʊn] v hỏng; **My car has broken down** Ô tô của tôi hỏng rồi; **What do I do if I break down?** Nếu xe bị hỏng thì tôi phải làm gì?

breakdown ['breɪkdaʊn] n sự hỏng hóc; **breakdown truck** n xe tải cứu hộ; **breakdown van** n xe van cứu hộ; **nervous breakdown** n suy nhược thần kinh

breakfast ['brɛkfəst] n bữa ăn sáng;

bed and breakfast *n* nhà trọ bao gồm cả bữa sáng; **continental breakfast** *n* bữa sáng kiểu lục địa

break in [breɪk ɪn] *v* đột nhập vào; **break in (on)** *v* đột nhập vào

break-in ['breɪkɪn] *n* sự đột nhập

break up [breɪk ʌp] *v* chia tay

breast [brɛst] *n* ngực

breast-feed ['brɛst,fi:d] *v* nuôi con bằng sữa mẹ

breaststroke ['brɛst,strəʊk] *n* kiểu bơi ếch

breath [brɛθ] *n* hơi thở

Breathalyser® ['brɛθə,laɪzə] *n* Thiết bị thử nồng độ rượu qua hơi thở Breathalyser®

breathe [bri:ð] *v* thở; **He can't breathe** Anh ấy không thở được

breathe in [bri:ð ɪn] *v* hít vào

breathe out [bri:ð aʊt] *v* thở ra

breathing ['bri:ðɪŋ] *n* sự hô hấp

breed [bri:d] *n* giống *(loài)* ▷ *v* sinh sản

breeze [bri:z] *n* gió nhẹ

brewery ['brʊərɪ] *n* nhà máy bia

bribe [braɪb] *v* hối lộ

bribery ['braɪbərɪ; 'bribery] *n* sự hối lộ

brick [brɪk] *n* gạch

bricklayer ['brɪk,leɪə] *n* thợ nề

bride [braɪd] *n* cô dâu

bridegroom ['braɪd,gru:m] *n* chú rể

bridesmaid ['braɪdz,meɪd] *n* phù dâu

bridge [brɪdʒ] *n* cầu *(qua sông)*; **suspension bridge** *n* cầu treo

brief [bri:f] *adj* ngắn gọn

briefcase ['bri:f,keɪs] *n* cặp tài liệu

briefing ['bri:fɪŋ] *n* trình bày ngắn gọn

briefly ['bri:flɪ] *adv* một cách ngắn gọn

briefs [bri:fs] *npl* quần lót

bright [braɪt] *adj* sáng *(chói)*

brilliant ['brɪljənt] *adj* sáng chói

bring [brɪŋ] *v* mang lại

bring back [brɪŋ bæk] *v* mang trả lại

bring forward [brɪŋ 'fɔ:wəd] *v* chuyển sang

bring up [brɪŋ ʌp] *v* nuôi dưỡng

Britain ['brɪtⁿn] *n* nước Anh

British ['brɪtɪʃ] *adj* thuộc Anh ▷ *n* người Anh

broad [brɔ:d] *adj* rộng

broadband ['brɔ:d,bænd] *n* băng rộng

broadcast ['brɔ:d,kɑ:st] *n* chương trình phát sóng ▷ *v* phát sóng

broad-minded [brɔ:d'maɪndɪd] *adj* có tư tưởng khoáng đạt

broccoli ['brɒkəlɪ] *n* xúp lơ xanh

brochure ['brəʊʃʊə; -ʃə] *n* tờ giới thiệu

broke [brəʊk] *adj* hết tiền

broken ['brəʊkən] *adj* bị vỡ; **broken down** *adj* hỏng hóc

broker ['brəʊkə] *n* người môi giới

bronchitis [brɒŋ'kaɪtɪs] *n* bệnh viêm phế quản

bronze [brɒnz] *n* đồng thiếc

brooch [brəʊtʃ] *n* ghim hoa cài áo

broom [bru:m; brʊm] *n* cái chổi

broth [brɒθ] *n* nước luộc thịt

brother ['brʌðə] *n* em trai *(younger)*

brother-in-law ['brʌðə ɪn lɔ:] *n* anh em chồng *(husband's brother)*

brown [braʊn] *adj* màu nâu; **brown bread** *n* bánh mỳ nâu; **brown rice** *n* gạo lứt

browse [braʊz] *v* xem lướt qua

browser ['braʊzə] *n* trình duyệt (*phần mềm*)

bruise [bruːz] *n* vết thâm tím

brush [brʌʃ] *n* bàn chải ▷ *v* chải

brutal ['bruːtᵊl] *adj* tàn bạo

bubble ['bʌbᵊl] *n* bong bóng; **bubble bath** *n* chất làm cho nước tắm sủi bọt và thơm; **bubble gum** *n* kẹo cao su

bucket ['bʌkɪt] *n* cái xô

buckle ['bʌkᵊl] *n* cái khoá

Buddha ['bʊdə] *n* Đức phật

Buddhism ['bʊdɪzəm] *n* đạo Phật

Buddhist ['bʊdɪst] *adj* theo đạo Phật ▷ *n* tín đồ đạo Phật

budgerigar ['bʌdʒərɪˌgɑː] *n* chim vẹt đuôi dài ở Úc

budget ['bʌdʒɪt] *n* ngân sách

budgie ['bʌdʒɪ] *n* chim vẹt đuôi dài ở Úc

buffalo ['bʌfələʊ] *n* con trâu

buffet ['bʊfeɪ] *n* quầy giải khát; **buffet car** *n* toa có quầy giải khát

bug [bʌg] *n* côn trùng; **There are bugs in my room** Có côn trùng trong phòng tôi

bugged ['bʌgd] *adj* bực mình

buggy ['bʌgɪ] *n* xe đẩy trẻ em

build [bɪld] *v* xây dựng

builder ['bɪldə] *n* thợ xây

building ['bɪldɪŋ] *n* toà nhà; **building site** *n* công trường

bulb [bʌlb] *n* (*electricity*) bóng đèn, (*plant*) củ

Bulgaria [bʌlˈgɛərɪə; bʊl-] *n* nước Bulgaria

Bulgarian [bʌlˈgɛərɪən; bʊl-] *adj* thuộc Bulgaria ▷ *n* (*language*) tiếng Bulgaria, (*person*) người Bulgaria

bulimia [bjuːˈlɪmɪə] *n* chứng cuồng

ăn vô độ

bull [bʊl] *n* bò đực

bulldozer ['bʊlˌdəʊzə] *n* xe ủi

bullet ['bʊlɪt] *n* viên đạn

bully ['bʊlɪ] *n* kẻ hay bắt nạt ▷ *v* bắt nạt

bum [bʌm] *n* mông đít; **bum bag** *n* túi bao tử

bumblebee ['bʌmbᵊlˌbiː] *n* ong nghệ

bump [bʌmp] *n* sự va mạnh; **bump into** *v* tình cờ gặp

bumper ['bʌmpə] *n* cái ba đờ sốc

bumpy ['bʌmpɪ] *adj* xóc (*đường*)

bun [bʌn] *n* bánh bao

bunch [bʌntʃ] *n* búi

bungalow ['bʌŋgəˌləʊ] *n* nhà gỗ một tầng

bungee jumping ['bʌndʒɪ] *n* môn nhảy bungee

bunion ['bʌnjən] *n* nốt viêm tấy ở kẽ ngón chân cái

bunk [bʌŋk] *n* giường ngủ trên tàu; **bunk beds** *npl* giường tầng

buoy [bɔɪ; 'buːɪ] *n* phao

burden ['bɜːdᵊn] *n* gánh nặng

bureaucracy [bjʊəˈrɒkrəsɪ] *n* bộ máy quan liêu

bureau de change ['bjʊərəʊ də 'ʃɒnʒ] *n* **bureau de change** *n* quầy đổi tiền; **I need to find a bureau de change** Tôi cần tìm quầy đổi tiền; **Is there a bureau de change here?** Ở đây có quầy đổi tiền không?; **When is the bureau de change open?** Khi nào thì quầy đổi tiền mở cửa?

burger ['bɜːgə] *n* bánh mì tròn kẹp thịt băm viên

burglar ['bɜːglə] *n* kẻ trộm; **burglar**

alarm n chuông báo trộm

burglary [ˈbɜːgləɪɪ] n trộm cắp

burgle [ˈbɜːgᵊl] v ăn trộm

Burma [ˈbɜːmə] n Miến Điện

Burmese [bɜːˈmiːz] adj thuộc Miến
Điện ▷ n (language) tiếng Miến
Điện, (person) người Miến Điện

burn [bɜːn] n vết cháy ▷ v đốt cháy

burn down [bɜːn daʊn] v thiêu trụi

burp [bɜːp] n sự ợ ▷ v ợ

burst [bɜːst] v nổ

bury [ˈbɛrɪ] v chôn

bus [bʌs] n xe buýt; **airport bus** n xe
buýt sân bay; **bus station** n ga xe
buýt; **bus stop** n bến xe buýt; **bus
ticket** n vé xe buýt; **Does this bus
go to…?** Xe buýt này có đi…
không?; **Excuse me, which bus
goes to…?** Xin cho hỏi, xe buýt nào
đi đến…?; **How often are the buses
to…?** Bao lâu thì có một chuyến xe
buýt tới…?; **Is there a bus to the
airport?** Có xe buýt ra sân bay
không?; **What time does the bus
leave?** Mấy giờ xe buýt đi?; **What
time is the last bus?** Mấy giờ có
chuyến xe buýt cuối?; **When is the
next bus to…?** Khi nào có chuyến
xe buýt tiếp theo đi…?; **Where can I
buy a bus card?** Tôi có thể mua thẻ
xe buýt ở đâu?; **Where can I get a
bus to…?** Tôi có thể bắt xe buýt
đi… ở đâu?; **Where is the bus
station?** Trạm xe buýt ở đâu?

bush [bʊʃ] n (shrub) cây bụi,
(thicket) bụi rậm

business [ˈbɪznɪs] n việc kinh
doanh; **business class** n hạng
thương nhân; **business trip** n
chuyến công tác; **show business** n
ngành kinh doanh giải trí; **I run my
own business** Tôi có công việc
kinh doanh riêng

businessman, businessmen
[ˈbɪznɪsˌmæn; ˈbɪznɪsˌmɛn] n
doanh nhân; **I'm a businessman**
Tôi là doanh nhân

**businesswoman,
businesswomen** [ˈbɪznɪsˌwʊmən,
ˈbɪznɪsˌwɪmɪn] n nữ doanh nhân;
I'm a businesswoman Tôi là nữ
doanh nhân

busker [ˈbʌskə] n người hát rong

bust [bʌst] n ngực phụ nữ

busy [ˈbɪzɪ] adj bận rộn; **busy signal**
n tín hiệu bận

but [bʌt] conj nhưng

butcher [ˈbʊtʃə] n người bán thịt

butcher's [ˈbʊtʃəz] n cửa hàng thịt

butter [ˈbʌtə] n bơ (sữa); **peanut
butter** n bơ làm từ đậu phộng

buttercup [ˈbʌtəˌkʌp] n cây mao
lương hoa vàng

butterfly [ˈbʌtəˌflaɪ] n con bướm

buttocks [ˈbʌtəkz] npl mông đít

button [ˈbʌtᵊn] n cái khuy; **belly
button** n rốn

buy [baɪ] v mua; **Where can I buy a
map of the area?** Tôi có thể mua
bản đồ của khu vực này ở đâu?;
Where can I buy stamps? Tôi có
thể mua tem ở đâu?; **Where do I
buy a ticket?** Tôi mua vé ở đâu?

buyer [ˈbaɪə] n người mua

buyout [ˈbaɪˌaʊt] n sự thu mua toàn
bộ

by [baɪ] prep bởi

bye [baɪ] excl chào tạm biệt

bye-bye [baɪbaɪ] excl chào tạm biệt!

bypass [ˈbaɪˌpɑːs] n đường vòng

C

cab [kæb] *n* taxi

cabbage ['kæbɪdʒ] *n* cải bắp

cabin ['kæbɪn] *n* ca bin; **cabin crew** *n* phi hành đoàn

cabinet ['kæbɪnɪt] *n* tủ có nhiều ngăn

cable ['keɪbᵊl] *n* cáp; **cable car** *n* xe cáp treo; **cable television** *n* truyền hình cáp

cactus ['kæktəs] *n* cây xương rồng

cadet [kə'dɛt] *n* học viên trường sỹ quan

café ['kæfeɪ; 'kæfɪ] *n* quán cà phê; **Internet café** *n* quán cà phê internet; **Are there any Internet cafés here?** Có quán cà phê internet nào ở đây không?

cafeteria [,kæfɪ'tɪərɪə] *n* quán ăn tự phục vụ

caffeine ['kæfiːn; 'kæfɪ,iːn] *n* cafêin

cage [keɪdʒ] *n* lồng *(nhốt)*

cagoule [kə'guːl] *n* áo khoác đi mưa có mũ

cake [keɪk] *n* bánh ngọt

calcium ['kælsɪəm] *n* canxi

calculate ['kælkjʊ,leɪt] *v* tính toán

calculation [,kælkjʊ'leɪʃən] *n* sự tính toán

calculator ['kælkjʊ,leɪtə] *n* máy tính *(làm tính)*; **pocket calculator** *n* máy tính bỏ túi

calendar ['kælɪndə] *n* lịch

calf, calves [kɑːf, kɑːvz] *n* con bê

call [kɔːl] *n* tiếng gọi ▷ *v* gọi; **alarm call** *n* gọi báo thức; **call box** *n* buồng điện thoại; **call centre** *n* trung tâm chăm sóc khách hàng; **roll call** *n* điểm danh; **Call a doctor!** Gọi bác sĩ!; **Call the police** Gọi công an đi; **I must make a phone call** Tôi phải gọi điện thoại; **I need to call my embassy** Tôi cần gọi điện cho sứ quán nước tôi; **I'd like an alarm call for tomorrow morning at seven o'clock** Làm ơn gọi điện đánh thức tôi vào bảy giờ sáng mai; **I'd like to make a reverse charge call** Tôi muốn gọi một cuộc điện thoại mà người nghe sẽ trả tiền; **May I call you tomorrow?** Tôi có thể gọi cho anh vào ngày mai không?; **Who's calling?** Ai gọi đó?

call back [kɔːl bæk] *v* gọi lại; **I'll call back later** Tôi sẽ gọi lại sau; **I'll call back tomorrow** Ngày mai tôi sẽ gọi lại; **Please call me back** Làm ơn gọi lại cho tôi

call for [kɔːl fɔː] *v* yêu cầu

call off [kɔːl ɒf] *v* hoãn lại

calm [kɑːm] *adj* bình tĩnh

calm down [kɑːm daʊn] *v* bình tĩnh lại

calorie ['kælərɪ] *n* calo

Cambodia [kæm'bəʊdɪə] *n* nước Campuchia

Cambodian [kæm'bəʊdɪən] *adj* thuộc Campuchia ▷ *n (person)* người Campuchia

camcorder ['kæm,kɔːdə] *n* máy quay video

camel ['kæməl] *n* con lạc đà

camera ['kæmərə; 'kæmrə] *n* máy ảnh; **camera phone** *n* điện thoại chụp ảnh; **digital camera** *n* máy ảnh kỹ thuật số; **video camera** *n* máy quay phim

cameraman, cameramen ['kæmərə,mæn; 'kæmərə,mɛn] *n* nhà quay phim

Cameroon [,kæmə'ruːn; 'kæmə,ruːn] *n* nước Cameroon

camp [kæmp] *n* trại ▷ *v* cắm trại; **camp bed** *n* giường gấp nhẹ; **Can we camp here overnight?** Chúng tôi cắm trại ở đây qua đêm có được không?

campaign [kæm'peɪn] *n* chiến dịch

camper ['kæmpə] *n* người đi cắm trại

camping ['kæmpɪŋ] *n* việc đi cắm trại; **camping gas** *n* ga du lịch

campsite ['kæmp,saɪt] *n* nơi cắm trại

campus ['kæmpəs] *n* khu trường sở

can [kæn] *v* đóng hộp; **watering can** *n* bình tưới nước

Canada ['kænədə] *n* nước Canađa

Canadian [kə'neɪdɪən] *adj* thuộc Canađa ▷ *n* người Canađa

canal [kə'næl] *n* con kênh

Canaries [kə'nɛəriːz] *npl* quần đảo Canary

canary [kə'nɛərɪ] *n* chim hoàng yến

cancel ['kænsəl] *v* hủy bỏ

cancellation [,kænsɪ'leɪʃən] *n* sự hủy bỏ

cancer ['kænsə] *n (illness)* bệnh ung thư

Cancer ['kænsə] *n (horoscope)* cung Bắc giải

candidate ['kændɪ,deɪt; -dɪt] *n* ứng cử viên

candle ['kændəl] *n* nến

candlestick ['kændəl,stɪk] *n* giá đỡ nến

candyfloss ['kændɪ,flɒs] *n* que kẹo bông

canister ['kænɪstə] *n* hộp kim loại đựng đồ khô

cannabis ['kænəbɪs] *n* cây thuốc phiện

canned [kænd] *adj* được đóng hộp

canoe [kə'nuː] *n* canô

canoeing [kə'nuːɪŋ] *n* việc bơi xuồng

can-opener ['kæn'əʊpənə] *n* cái mở hộp

canteen [kæn'tiːn] *n* căng tin

canter ['kæntə] *v* chạy nước kiệu

canvas ['kænvəs] *n* vải bạt

canvass ['kænvəs] *v* vận động bầu cử

cap [kæp] *n* mũ lưỡi trai; **baseball cap** *n* mũ bóng chày

capable ['keɪpəbəl] *adj* có năng lực

capacity [kə'pæsɪtɪ] *n* sức chứa

capital ['kæpɪtəl] *n* thủ đô

capitalism ['kæpɪtə,lɪzəm] *n* chủ nghĩa tư bản

Capricorn ['kæprɪ,kɔːn] *n* cung Nam Dương

capsize [kæp'saɪz] *v* lật úp

capsule ['kæpsjuːl] *n* thuốc con nhộng

captain ['kæptɪn] *n* thuyền trưởng

caption ['kæpʃən] *n* lời chú thích

capture ['kæptʃə] *v* bắt giữ

car [kɑː] *n* xe ô tô; **buffet car** *n* toa có quầy giải khát; **cable car** *n* xe cáp treo; **car hire** *n* sự cho thuê xe ô tô; **car park** *n* bãi đỗ xe ô tô; **car rental** *n* sự thuê xe ô tô; **car wash** *n* điểm rửa xe; **company car** *n* xe công ty; **dining car** *n* toa ăn trên tàu; **estate car** *n* ô tô rộng năm cửa; **hired car** *n* ô tô đi thuê; **patrol car** *n* xe tuần tra; **racing car** *n* xe đua; **rental car** *n* ô tô cho thuê; **saloon car** *n* ô tô con mui kín hai hoặc bốn cửa; **sleeping car** *n* toa giường nằm; **My car has been broken into** Xe ô tô của tôi đã bị đột nhập; **When will the car be ready?** Khi nào thì xe sửa xong?; **Where can I park the car?** Tôi có thể đỗ ô tô ở đâu?

carafe [kəˈræf; -ˈrɑːf] *n* bình miệng rộng

caramel ['kærəməl; -ˌmɛl] *n* kem ca-ra-men

carat ['kærət] *n* kara

caravan ['kærəˌvæn] *n* xe moóc caravan; **caravan site** *n* khu vực dành cho caravan lữ hành

carbohydrate [ˌkɑːbəʊˈhaɪdreɪt] *n* hyđrat cácbon

carbon ['kɑːbᵊn] *n* cácbon; **carbon footprint** *n* khí CO_2 thải ra

carburettor [ˌkɑːbjʊˈrɛtə; 'kɑːbjʊˌrɛtə; -bə-] *n* bộ chế hòa khí

card [kɑːd] *n* thẻ; **boarding card** *n* thẻ lên tàu; **credit card** *n* thẻ tín dụng; **debit card** *n* thẻ ghi nợ; **greetings card** *n* bưu thiếp; **ID card** *abbr* thẻ căn cước; **membership card** *n* thẻ hội viên; **playing card** *n* quân bài; **report card** *n* báo cáo học tập; **top-up card** *n* thẻ nạp tiền điện thoại; **A memory card for this digital camera, please** Cho tôi mua một thẻ nhớ cho máy ảnh kỹ thuật số này; **Can I use my card to get cash?** Tôi có thể dùng thẻ của tôi để rút tiền mặt không?; **Do you sell phone cards?** Anh có bán thẻ điện thoại không?; **Do you take credit cards?** Anh có nhận thẻ tín dụng không?; **Do you take debit cards?** Anh có chấp nhận thẻ debit không?; **I need to cancel my card** Tôi muốn huỷ thẻ của tôi; **My card has been stolen** Thẻ của tôi bị lấy cắp rồi

cardboard ['kɑːdˌbɔːd] *n* bìa các tông

cardigan ['kɑːdɪgən] *n* áo len

cardphone ['kɑːdfəʊn] *n* điện thoại thẻ

care [kɛə] *n* sự quan tâm ▷ *v* quan tâm; **intensive care unit** *n* phòng điều trị tăng cường

career [kəˈrɪə] *n* nghề nghiệp

careful ['kɛəfʊl] *adj* cẩn thận

carefully ['kɛəfʊlɪ] *adv* một cách cẩn thận

careless ['kɛəlɪs] *adj* cẩu thả

caretaker ['kɛəˌteɪkə] *n* người trông coi

car-ferry ['kɑːfɛrɪ] *n* phà chở xe

cargo ['kɑːgəʊ] *n* hàng hóa

Caribbean [ˌkærɪˈbiːən; kəˈrɪbɪən]

adj thuộc vùng biển Caribê ▷ *n* người vùng Caribê

caring ['keərɪŋ] *adj* chu đáo

carnation [kɑːˈneɪʃən] *n* cây cẩm chướng

carnival ['kɑːnɪvᵊl] *n* ngày hội

carol ['kærəl] *n* bài hát thánh ca

carpenter ['kɑːpɪntə] *n* thợ mộc

carpentry ['kɑːpɪntrɪ] *n* nghề thợ mộc

carpet ['kɑːpɪt] *n* thảm; **fitted carpet** *n* thảm gắn cố định

carriage ['kærɪdʒ] *n* toa hành khách

carriageway ['kærɪdʒˌweɪ] *n* **dual carriageway** *n* đường cao tốc phân làn

carrot ['kærət] *n* củ cà rốt

carry ['kærɪ] *v* mang

carrycot ['kærɪˌkɒt] *n* xe đẩy trẻ con

carry on ['kærɪ ɒn] *v* tiếp tục

carry out ['kærɪ aʊt] *v* thực hiện

cart [kɑːt] *n* xe ngựa

carton ['kɑːtᵊn] *n* hộp bìa các tông

cartoon [kɑːˈtuːn] *n* tranh biếm họa

cartridge ['kɑːtrɪdʒ] *n* vỏ đạn

carve [kɑːv] *v* chạm khắc

case [keɪs] *n* trường hợp; **pencil case** *n* hộp bút

cash [kæʃ] *n* tiền mặt; **cash dispenser** *n* máy rút tiền; **cash register** *n* máy tính tiền; **Can I get a cash advance with my credit card?** Tôi có thể dùng thẻ tín dụng để ứng tiền mặt không?; **Do you offer a discount for cash?** Trả bằng tiền mặt có được giảm giá không?; **I don't have any cash** Tôi không có tiền mặt; **I want to cash a cheque, please** Tôi muốn đổi

một tấm séc ra tiền mặt

cashew ['kæʃuː; kæˈʃuː] *n* cây điều

cashier [kæˈʃɪə] *n* thủ quỹ

cashmere ['kæʃmɪə] *n* len casơmia

casino [kəˈsiːnəʊ] *n* sòng bạc

casserole ['kæsəˌrəʊl] *n* món thịt hầm

cassette [kæˈsɛt] *n* băng cátxét

cast [kɑːst] *n* sự phân vai

castle ['kɑːsᵊl] *n* tòa lâu đài

casual ['kæʒjʊəl] *adj* tùy tiện

casually ['kæʒjʊəlɪ] *adv* một cách tùy tiện

casualty ['kæʒjʊəltɪ] *n* thương vong

cat [kæt] *n* con mèo

catalogue ['kætəˌlɒg] *n* cuốn catơlô; **I'd like a catalogue** Tôi muốn một cuốn catơlô

cataract ['kætəˌrækt] *n (eye)* màng thủy tinh thể, *(waterfall)* thác nước lớn

catarrh [kəˈtɑː] *n* đờm dãi

catastrophe [kəˈtæstrəfɪ] *n* tai họa

catch [kætʃ] *v* bắt; **Where do I catch the bus to...?** Tôi bắt xe buýt đi... ở đâu?

catching ['kætʃɪŋ] *adj* truyền nhiễm

catch up [kætʃ ʌp] *v* đuổi kịp

category ['kætɪgərɪ] *n* loại *(nhóm)*

catering ['keɪtərɪŋ] *n* việc cung cấp thực phẩm

caterpillar ['kætəˌpɪlə] *n* sâu bướm

cathedral [kəˈθiːdrəl] *n* nhà thờ lớn; **When is the cathedral open?** Nhà thờ lớn mở cửa khi nào?

Catholic ['kæθəlɪk; 'kæθlɪk] *adj* theo Công giáo ▷ *n* tín đồ Công giáo; **Roman Catholic** *n* người theo Thiên Chúa giáo La-mã, thuộc

Thiên Chúa giáo La-mã
cattle ['kætⁿl] *npl* gia súc
Caucasus ['kɔːkəsəs] *n* vùng Caucasus
cauliflower ['kɒlɪˌflaʊə] *n* súp lơ
cause [kɔːz] *n (ideals)* sự nghiệp, *(reason)* nguyên do ▷ *v* gây ra
caution ['kɔːʃən] *n* sự thận trọng
cautious ['kɔːʃəs] *adj* thận trọng
cautiously ['kɔːʃəslɪ] *adv* một cách thận trọng
cave [keɪv] *n* hang
CCTV [siː siː tiː viː] *abbr* hệ thống camera an ninh
CD [siː diː] *n* đĩa CD; **CD burner** *n* thiết bị ghi đĩa CD; **CD player** *n* máy chạy đĩa CD; **Can I make CDs at this computer?** Tôi có thể làm đĩa CD ở máy tính này không?
CD-ROM ['-rɒm] *n* CD-ROM
ceasefire ['siːsˈfaɪə] *n* sự ngừng bắn
ceiling ['siːlɪŋ] *n* trần nhà
celebrate ['sɛlɪˌbreɪt] *v* tổ chức kỷ niệm
celebration ['sɛlɪˌbreɪʃən] *n* sự tổ chức kỷ niệm
celebrity [sɪ'lɛbrɪtɪ] *n* người nổi tiếng
celery ['sɛlərɪ] *n* cần tây
cell [sɛl] *n* tế bào
cellar ['sɛlə] *n* hầm chứa
cello ['tʃɛləʊ] *n* đàn viôlôngxen
cement [sɪ'mɛnt] *n* xi măng
cemetery ['sɛmɪtrɪ] *n* nghĩa trang
census ['sɛnsəs] *n* cuộc điều tra dân số
cent [sɛnt] *n* xu
centenary [sɛn'tiːnərɪ] *n* lễ kỷ niệm 100 năm
centimetre ['sɛntɪˌmiːtə] *n* xentimét

central ['sɛntrəl] *adj* ở trung tâm; **central heating** *n* sưởi trung tâm; **Central America** *n* vùng Trung Mỹ
centre ['sɛntə] *n* trung tâm; **call centre** *n* trung tâm chăm sóc khách hàng; **city centre** *n* trung tâm thành phố; **job centre** *n* trung tâm giới thiệu việc làm; **leisure centre** *n* trung tâm giải trí; **shopping centre** *n* trung tâm thương mại; **town centre** *n* trung tâm thành phố; **visitor centre** *n* trung tâm thăm viếng; **How do I get to the centre of…?** Xin chỉ cho tôi cách đến trung tâm của...
century ['sɛntʃərɪ] *n* thế kỷ
CEO [siː iː əʊ] *abbr* Tổng Giám đốc Điều hành
ceramic [sɪ'ræmɪk] *adj* bằng gốm
cereal ['sɪərɪəl] *n* ngũ cốc
ceremony ['sɛrɪmənɪ] *n* nghi lễ
certain ['sɜːtⁿn] *adj* chắc chắn
certainly ['sɜːtⁿnlɪ] *adv* chắc chắn
certainty ['sɜːtⁿntɪ] *n* điều chắc chắn
certificate [sə'tɪfɪkɪt] *n* giấy chứng nhận; **birth certificate** *n* giấy khai sinh; **marriage certificate** *n* giấy đăng ký kết hôn; **medical certificate** *n* giấy chứng nhận sức khoẻ; **I need a 'fit to fly' certificate** Tôi cần một giấy chứng nhận "đủ sức khoẻ để bay"
Chad [tʃæd] *n* nước Chad
chain [tʃeɪn] *n* xích; **Do I need snow chains?** Tôi có cần xích đi trên tuyết không?
chair [tʃɛə] *n (furniture)* cái ghế; **easy chair** *n* ghế bành; **rocking**

chair n ghế bập bênh

chairlift ['tʃɛə,lɪft] n thang máy chở người tàn tật

chairman, chairmen ['tʃɛəmən, 'tʃɛəmɛn] n chủ tịch

chalk [tʃɔ:k] n phấn viết

challenge ['tʃælɪndʒ] n sự thách thức ▷ v thách thức

challenging ['tʃælɪndʒɪŋ] adj đầy thách thức

chambermaid ['tʃeɪmbə,meɪd] n nữ phục vụ phòng

champagne [ʃæm'peɪn] n rượu sâm panh

champion ['tʃæmpɪən] n nhà vô địch

championship ['tʃæmpɪən,ʃɪp] n chức vô địch

chance [tʃɑ:ns] n cơ hội; **by chance** adv một cách tình cờ

change [tʃeɪndʒ] n thay đổi ▷ vi thay đổi ▷ vt làm thay đổi; **changing room** n phòng thay quần áo

changeable ['tʃeɪndʒəbəl] adj dễ thay đổi

channel ['tʃænəl] n kênh

chaos ['keɪɒs] n sự hỗn loạn

chaotic ['keɪ'ɒtɪk] adj hỗn loạn

chap [tʃæp] n thằng cha

chapel ['tʃæpəl] n nhà nguyện

chapter ['tʃæptə] n chương

character ['kærɪktə] n đặc điểm

characteristic [,kærɪktə'rɪstɪk] n đặc trưng

charcoal ['tʃɑ:,kəʊl] n than củi

charge [tʃɑ:dʒ] n (accusation) tội bị cáo buộc, (electricity) sự nạp điện, (price) giá tiền ▷ v (accuse) buộc tội, (electricity) nạp điện, (price) tính giá; **admission charge** n tiền vào cửa; **cover charge** n tiền phục vụ; **service charge** n phí dịch vụ

charger ['tʃɑ:dʒə] n bộ sạc

charity ['tʃærɪtɪ] n hội từ thiện; **charity shop** n cửa hàng từ thiện

charm [tʃɑ:m] n sức quyến rũ

charming ['tʃɑ:mɪŋ] adj có sức quyến rũ

chart [tʃɑ:t] n đồ thị; **pie chart** n biểu đồ tròn

chase [tʃeɪs] n sự theo đuổi ▷ v theo đuổi

chat [tʃæt] n chuyện phiếm ▷ v tán gẫu; **chat show** n chương trình phỏng vấn khách mời

chatroom ['tʃæt,ru:m] n phòng tán gẫu

chauffeur ['ʃəʊfə; ʃəʊ'fɜ:] n người lái xe

chauvinist ['ʃəʊvɪ,nɪst] n người theo chủ nghĩa sô vanh

cheap [tʃi:p] adj rẻ; **Do you have anything cheaper?** Anh có thứ nào rẻ hơn không?; **I'd like the cheapest option** Tôi muốn cách rẻ nhất

cheat [tʃi:t] n kẻ lừa đảo ▷ v lừa đảo

Chechnya ['tʃɛtʃnjə] n nước Chechnya

check [tʃɛk] n sự kiểm tra ▷ v kiểm tra; **Can you check the water, please?** Anh làm ơn kiểm tra nước hộ

checked [tʃɛkt] adj đã được kiểm tra

check in [tʃɛk ɪn] v đăng ký khi đến khách sạn hoặc sân bay

check-in [tʃɛkɪn] n quầy đăng ký khi đến khách sạn hoặc sân bay

check out [tʃɛk aʊt] v thanh toán hóa đơn và rời khỏi khách sạn

checkout ['tʃɛkaʊt] n quầy thu tiền hóa đơn khách sạn

check-up ['tʃɛkʌp] n sự kiểm tra sức khỏe

cheek [tʃiːk] n má (trên mặt)

cheekbone ['tʃiːkˌbəʊn] n xương gò má

cheeky ['tʃiːkɪ] adj vô lễ

cheer [tʃɪə] n sự cổ vũ ▷ v cổ vũ

cheerful ['tʃɪəfʊl] adj vui mừng

cheerio [ˌtʃɪərɪ'əʊ] excl chào tạm biệt!

cheers [tʃɪəz] excl chúc mừng!

cheese [tʃiːz] n pho mát; **cottage cheese** n pho mát làm từ sữa đã gạn kem; **What sort of cheese?** Loại pho mát nào?

chef [ʃɛf] n đầu bếp

chemical ['kɛmɪkəl] n hóa chất

chemist ['kɛmɪst] **chemist(s)** n cửa hàng dược phẩm; **Where is the nearest chemist?** Hiệu thuốc gần nhất ở đâu?

chemistry ['kɛmɪstrɪ] n ngành hóa học

cheque [tʃɛk] n séc; **blank cheque** n tờ séc khống; **traveller's cheque** n séc du lịch; **Can I cash a cheque?** Tôi có thể đổi séc ra tiền mặt không?; **Can I change my traveller's cheques here?** Tôi có thể đổi séc du lịch ở đây không?; **Can I pay by cheque?** Tôi trả bằng séc có được không?; **I want to change these traveller's cheques** Tôi muốn đổi những tấm séc du lịch này; **Someone's stolen my traveller's cheques** Có người đã lấy cắp séc du lịch của tôi

chequebook ['tʃɛkˌbʊk] n sổ séc

cherry ['tʃɛrɪ] n quả anh đào

chess [tʃɛs] n cờ (trò chơi)

chest [tʃɛst] n (body part) ngực, (storage) hòm; **chest of drawers** n tủ có nhiều ngăn kéo; **I have a pain in my chest** Tôi bị đau ngực

chestnut ['tʃɛsˌnʌt] n hạt dẻ

chew [tʃuː] v nhai; **chewing gum** n kẹo cao su

chick [tʃɪk] n gà con

chicken ['tʃɪkɪn] n con gà

chickenpox ['tʃɪkɪnˌpɒks] n bệnh thủy đậu

chickpea ['tʃɪkˌpiː] n hạt đậu gà

chief [tʃiːf] adj chính ▷ n người đứng đầu

child, children [tʃaɪld, 'tʃɪldrən] n đứa trẻ; **child abuse** n sự lạm dụng trẻ em

childcare ['tʃaɪldˌkɛə] n sự trông trẻ

childhood ['tʃaɪldhʊd] n thời thơ ấu

childish ['tʃaɪldɪʃ] adj như trẻ con

childminder ['tʃaɪldˌmaɪndə] n người giữ trẻ

Chile ['tʃɪlɪ] n nước Chilê

Chilean ['tʃɪlɪən] adj thuộc Chilê ▷ n người Chilê

chill [tʃɪl] v làm lạnh

chilli ['tʃɪlɪ] n ớt

chilly ['tʃɪlɪ] adj lạnh lẽo

chimney ['tʃɪmnɪ] n ống khói

chimpanzee [ˌtʃɪmpæn'ziː] n con tinh tinh

chin [tʃɪn] n cằm

china ['tʃaɪnə] n đồ sứ

China ['tʃaɪnə] n Trung Quốc

Chinese [tʃaɪ'niːz] adj thuộc Trung Quốc ▷ n (language) tiếng Trung Quốc, (person) người Trung Quốc

chip [tʃɪp] n (electronic) vi mạch, (small piece) mảnh vỡ; **silicon chip** n vi mạch làm bằng silic

chips [tʃɪps] npl khoai tây rán

chiropodist [kɪˈrɒpədɪst] n người chữa các bệnh về chân

chisel [ˈtʃɪzᵊl] n cái đục

chives [tʃaɪvz] npl hẹ

chlorine [ˈklɔːriːn] n clo

chocolate [ˈtʃɒkəlɪt; ˈtʃɒklɪt; -lət] n sô cô la; **milk chocolate** n sôcôla sữa; **plain chocolate** n Sô cô la nguyên chất

choice [tʃɔɪs] n sự lựa chọn

choir [kwaɪə] n dàn đồng ca

choke [tʃəʊk] v bị nghẹt thở

cholesterol [kəˈlɛstəˌrɒl] n chất cholestorol

choose [tʃuːz] v lựa chọn

chop [tʃɒp] n nhát chặt ▷ v chặt; **pork chop** n sườn lợn

chopsticks [ˈtʃɒpstɪks] npl đũa ăn

chosen [ˈtʃəʊzᵊn] adj được lựa chọn

Christ [kraɪst] n Chúa Giê-su

christening [ˈkrɪsᵊnɪŋ] n lễ rửa tội

Christian [ˈkrɪstʃən] adj theo đạo Thiên chúa ▷ n người theo đạo Thiên chúa; **Christian name** n tên thánh

Christianity [ˌkrɪstɪˈænɪtɪ] n đạo Thiên chúa

Christmas [ˈkrɪsməs] n Lễ Nô-en; **Christmas card** n thiếp mừng Nô-en; **Christmas Eve** n Đêm Nô-en; **Christmas tree** n cây thông Nô-en

chrome [krəʊm] n crôm

chronic [ˈkrɒnɪk] adj kinh niên

chrysanthemum [krɪˈsænθəməm] n cây hoa cúc

chubby [ˈtʃʌbɪ] adj mũm mĩm

chunk [tʃʌŋk] n khúc

church [tʃɜːtʃ] n nhà thờ; **Can we visit the church?** Chúng tôi có thể đi thăm nhà thờ không?

cider [ˈsaɪdə] n rượu táo

cigar [sɪˈgɑː] n điếu xì gà

cigarette [ˌsɪgəˈrɛt] n điếu thuốc lá; **cigarette lighter** n cái bật lửa

cinema [ˈsɪnɪmə] n rạp chiếu phim

cinnamon [ˈsɪnəmən] n quế

circle [ˈsɜːkᵊl] n hình tròn; **Arctic Circle** n Vòng Bắc Cực

circuit [ˈsɜːkɪt] n đường vòng quanh

circular [ˈsɜːkjʊlə] adj tròn

circulation [ˌsɜːkjʊˈleɪʃən] n sự lưu thông

circumstances [ˈsɜːkəmstənsɪz] npl hoàn cảnh

circus [ˈsɜːkəs] n rạp xiếc

citizen [ˈsɪtɪzᵊn] n công dân; **senior citizen** n người già

citizenship [ˈsɪtɪzənˌʃɪp] n quốc tịch

city [ˈsɪtɪ] n thành phố; **city centre** n trung tâm thành phố; **Is there a bus to the city?** Có xe buýt vào thành phố không?; **Please take me to the city centre** Làm ơn cho tôi đến trung tâm thành phố; **Where can I buy a map of the city?** Tôi có thể mua bản đồ thành phố ở đâu?

civilian [sɪˈvɪljən] adj thuộc thường dân ▷ n thường dân

civilization [ˌsɪvɪlaɪˈzeɪʃən] n nền văn minh

claim [kleɪm] n sự đòi hỏi ▷ v đòi hỏi; **claim form** n mẫu đề nghị

clap [klæp] v vỗ tay

clarify [ˈklærɪˌfaɪ] v làm rõ

clarinet [ˌklærɪˈnɛt] n kèn clarinet

clash [klæʃ] v va chạm

clasp [klɑːsp] n cái móc

class [klɑːs] n giai cấp; **business class** n hạng thương nhân; **economy class** n hạng phổ thông; **second class** n hạng hai

classic [ˈklæsɪk] adj kinh điển ▷ n tác phẩm kinh điển

classical [ˈklæsɪkəl] adj cổ điển

classmate [ˈklɑːsˌmeɪt] n bạn cùng lớp

classroom [ˈklɑːsˌruːm] n lớp học; **classroom assistant** n trợ giảng

clause [klɔːz] n điều khoản

claustrophobic [ˌklɔːstrəˈfəʊbɪk; ˌklɒs-] adj sợ không gian hẹp

claw [klɔː] n vuốt

clay [kleɪ] n đất sét

clean [kliːn] adj sạch sẽ ▷ v dọn sạch

cleaner [ˈkliːnə] n người quét dọn; **When does the cleaner come?** Khi nào thì người quét dọn đến?

cleaning [ˈkliːnɪŋ] n sự quét dọn; **cleaning lady** n nữ lao công

cleanser [ˈklɛnzə] n nước tẩy sạch

clear [klɪə] adj rõ ràng

clearly [ˈklɪəlɪ] adv một cách rõ ràng

clear off [klɪə ɒf] v cút xéo

clear up [klɪə ʌp] v dọn dẹp

clementine [ˈklɛmənˌtiːn; -ˌtaɪn] n quýt nhỏ

clever [ˈklɛvə] adj thông minh

click [klɪk] n tiếng lách cách ▷ v kêu lách cách

client [ˈklaɪənt] n khách hàng

cliff [klɪf] n vách đá

climate [ˈklaɪmɪt] n khí hậu; **climate change** n sự thay đổi khí hậu

climb [klaɪm] v trèo

climber [ˈklaɪmə] n người leo núi

climbing [ˈklaɪmɪŋ] n sự leo trèo

clinic [ˈklɪnɪk] n phòng khám chữa bệnh

clip [klɪp] n cái ghim

clippers [ˈklɪpəz] npl kéo xén

cloakroom [ˈkləʊkˌruːm] n phòng để mũ áo

clock [klɒk] n đồng hồ; **alarm clock** n đồng hồ báo thức

clockwise [ˈklɒkˌwaɪz] adv theo chiều kim đồng hồ

clog [klɒg] n chiếc guốc

clone [kləʊn] n hệ vô tính ▷ v nhân bản

close adj [kləʊs] gần ▷ adv [kləʊs] gần ▷ v [kləʊz] đóng; **close by** adj gần; **closing time** n giờ đóng cửa; **May I close the window?** Tôi đóng cửa sổ được không?; **The door won't close** Cửa ra vào không đóng được; **What time do you close?** Anh đóng cửa lúc mấy giờ?; **When does it close?** Khi nào đóng cửa?; **When does the bank close?** Khi nào ngân hàng đóng cửa?

closed [kləʊzd] adj đóng kín

closely [kləʊslɪ] adv chặt chẽ

closure [ˈkləʊʒə] n sự đóng kín

cloth [klɒθ] n vải (vóc)

clothes [kləʊðz] npl quần áo; **clothes line** n dây phơi quần áo; **clothes peg** n kẹp phơi quần áo; **Is there somewhere to dry clothes?** Có nơi nào sấy quần áo không?; **My clothes are damp** Quần áo của tôi bị ẩm

clothing [ˈkləʊðɪŋ] n quần áo

cloud [klaʊd] n mây
cloudy ['klaʊdɪ] adj có mây
clove [kləʊv] n đinh hương
clown [klaʊn] n anh hề
club [klʌb] n (group) câu lạc bộ, (weapon) dùi cui; **golf club** n (game) gậy đánh gôn, (society) câu lạc bộ chơi gôn; **Where is there a good club?** Ở đâu có câu lạc bộ hay?
club together [klʌb tə'gɛðə] v họp lại
clue [kluː] n đầu mối
clumsy ['klʌmzɪ] adj vụng về
clutch [klʌtʃ] n khớp ly hợp
clutter ['klʌtə] n sự lộn xộn
coach [kəʊtʃ] n (trainer) huấn luyện viên, (vehicle) xe buýt đường dài
coal [kəʊl] n than (đá)
coarse [kɔːs] adj thô
coast [kəʊst] n bờ biển
coastguard ['kəʊstˌgɑːd] n biên phòng bờ biển
coat [kəʊt] n áo khoác; **fur coat** n áo lông thú
coathanger ['kəʊtˌhæŋə] n mắc áo
cobweb ['kɒbˌwɛb] n mạng nhện
cocaine [kə'keɪn] n côcain
cock [kɒk] n gà trống
cockerel ['kɒkərəl; 'kɒkrəl] n gà giò
cockpit ['kɒkˌpɪt] n buồng lái máy bay
cockroach ['kɒkˌrəʊtʃ] n con gián
cocktail ['kɒkˌteɪl] n cốc tai
cocoa ['kəʊkəʊ] n ca cao
coconut ['kəʊkəˌnʌt] n quả dừa
cod [kɒd] n cá tuyết
code [kəʊd] n mã; **dialling code** n mã vùng; **Highway Code** n Luật Giao thông; **What is the dialling code for the UK?** Mã gọi điện thoại của nước Anh là gì?
coeliac ['siːlɪˌæk] adj thuộc tạng phủ
coffee ['kɒfɪ] n cà phê; **black coffee** n cà phê đen; **coffee bean** n hạt cà phê; **decaffeinated coffee** n cà phê đã được khử chất cafein; **A white coffee, please** Làm ơn cho một cà phê sữa; **Could we have another cup of coffee, please?** Làm ơn cho chúng tôi thêm một tách cà phê được không?; **Have you got fresh coffee?** Anh có cà phê tươi không?
coffeepot ['kɒfɪˌpɒt] n bình cà phê
coffin ['kɒfɪn] n quan tài
coin [kɔɪn] n tiền xu; **I'd like some coins for the phone, please** Tôi muốn một ít tiền xu để gọi điện thoại
coincide [ˌkəʊɪn'saɪd] v trùng lặp
coincidence [kəʊ'ɪnsɪdəns] n trùng hợp ngẫu nhiên
Coke® [kəʊk] n Côca Côla
colander ['kɒləndə] n cái rá
cold [kəʊld] adj lạnh ▷ n sự lạnh lẽo; **cold sore** n bệnh hecpet môi; **I have a cold** Tôi bị cảm lạnh; **I'm cold** Tôi lạnh; **It's freezing cold** Trời lạnh cóng; **The room is too cold** Phòng lạnh quá; **Will it be cold tonight?** Liệu tối nay có lạnh không?
coleslaw ['kəʊlˌslɔː] n salad cải bắp
collaborate [kə'læbəˌreɪt] v cộng tác
collapse [kə'læps] v đổ sập
collar ['kɒlə] n cổ áo
collarbone ['kɒləˌbəʊn] n xương

đòn

colleague ['kɒliːg] n đồng nghiệp

collect [kə'lɛkt] v thu thập

collection [kə'lɛkʃən] n sự thu thập

collective [kə'lɛktɪv] adj chung (tập thể) ▷ n tập thể

collector [kə'lɛktə] n người sưu tầm; **ticket collector** n người thu vé

college ['kɒlɪdʒ] n trường cao đẳng

collide [kə'laɪd] v va chạm

collie ['kɒlɪ] n giống chó côli

colliery ['kɒljərɪ] n mỏ than

collision [kə'lɪʒən] n sự va chạm

Colombia [kə'lɒmbɪə] n nước Colombia

Colombian [kə'lɒmbɪən] adj thuộc Colombia ▷ n (person) người Colombia

colon ['kəʊlən] n dấu hai chấm

colonel ['kɜːnªl] n đại tá

colour ['kʌlə] n màu sắc

colour-blind ['kʌlə'blaɪnd] adj mù màu

colourful ['kʌləfʊl] adj sặc sỡ

colouring ['kʌlərɪŋ] n việc tô màu

column ['kɒləm] n cột (báo)

coma ['kəʊmə] n sự hôn mê

comb [kəʊm] n cái lược ▷ v chải

combination [ˌkɒmbɪ'neɪʃən] n sự kết hợp

combine [kəm'baɪn] v kết hợp

come [kʌm] v đến (nơi)

come back [kʌm bæk] v quay trở lại

comedian [kə'miːdɪən] n diễn viên hài

come down [kʌm daʊn] v đi xuống

comedy ['kɒmɪdɪ] n hài kịch

come from [kʌm frəm] v đến từ

come in [kʌm ɪn] v đi vào

come out [kʌm aʊt] v đi ra

come round [kʌm raʊnd] v tỉnh lại

comet ['kɒmɪt] n sao chổi

come up [kʌm ʌp] v được nêu ra

comfortable ['kʌmftəbªl] adj thoải mái

comic ['kɒmɪk] n diễn viên hài; **comic book** n chuyện tranh vui trẻ em; **comic strip** n chuyện tranh vui

coming ['kʌmɪŋ] adj sắp tới

comma ['kɒmə] n dấu phẩy; **inverted commas** npl dấu ngoặc kép

command [kə'mɑːnd] n mệnh lệnh

comment ['kɒmɛnt] n lời bình luận ▷ v bình luận

commentary ['kɒməntərɪ; -trɪ] n bài bình luận

commentator ['kɒmənˌteɪtə] n nhà bình luận

commercial [kə'mɜːʃəl] n quảng cáo trên truyền hình; **commercial break** n quảng cáo xen giữa các chương trình truyền thông

commission [kə'mɪʃən] n chỉ thị

commit [kə'mɪt] v phạm phải

committee [kə'mɪtɪ] n ủy ban

common ['kɒmən] adj thông thường; **common sense** n lẽ thường

communicate [kə'mjuːnɪˌkeɪt] v truyền đạt

communication [kəˌmjuːnɪ'keɪʃən] n sự truyền thông

communion [kə'mjuːnjən] n sự đồng cảm

communism ['kɒmjʊˌnɪzəm] n chủ nghĩa cộng sản

communist ['kɒmjʊnɪst] adj theo

chủ nghĩa cộng sản ▷ *n* người cộng sản

community [kəˈmjuːnɪtɪ] *n* cộng đồng

commute [kəˈmjuːt] *v* đi lại đều đặn

commuter [kəˈmjuːtə] *n* người thường xuyên phải đi xa từ nhà đến nơi làm việc

compact [kəmˈpækt] *adj* kết chặt; **compact disc** *n* đĩa CD

companion [kəmˈpænjən] *n* bạn đồng hành

company [ˈkʌmpənɪ] *n* công ty; **company car** *n* xe công ty; **I would like some information about the company** Tôi muốn có một số thông tin về công ty

comparable [ˈkɒmpərəbəl] *adj* tương đương

comparatively [kəmˈpærətɪvlɪ] *adv* tương đối

compare [kəmˈpeə] *v* so sánh

comparison [kəmˈpærɪsən] *n* sự so sánh

compartment [kəmˈpɑːtmənt] *n* toa tàu hỏa

compass [ˈkʌmpəs] *n* la bàn

compatible [kəmˈpætəbəl] *adj* tương thích

compensate [ˈkɒmpɛnˌseɪt] *v* đền bù

compensation [ˌkɒmpɛnˈseɪʃən] *n* sự đền bù

compere [ˈkɒmpeə] *n* người giới thiệu chương trình

compete [kəmˈpiːt] *v* cạnh tranh

competent [ˈkɒmpɪtənt] *adj* có khả năng

competition [ˌkɒmpɪˈtɪʃən] *n* sự cạnh tranh

competitive [kəmˈpɛtɪtɪv] *adj* mang tính cạnh tranh

competitor [kəmˈpɛtɪtə] *n* đối thủ cạnh tranh

complain [kəmˈpleɪn] *v* phàn nàn

complaint [kəmˈpleɪnt] *n* lời phàn nàn

complementary [ˌkɒmplɪˈmɛntərɪ; -trɪ] *adj* bổ sung

complete [kəmˈpliːt] *adj* đầy đủ

completely [kəmˈpliːtlɪ] *adv* hoàn toàn; **I want a completely new style** Tôi muốn một kiểu hoàn toàn mới

complex [ˈkɒmplɛks] *adj* phức tạp ▷ *n* khu liên hợp

complexion [kəmˈplɛkʃən] *n* nước da

complicated [ˈkɒmplɪˌkeɪtɪd] *adj* phức tạp

complication [ˌkɒmplɪˈkeɪʃən] *n* sự phức tạp

compliment *n* [ˈkɒmplɪmənt] lời khen ▷ *v* [ˈkɒmplɪˌmɛnt] khen ngợi

complimentary [ˌkɒmplɪˈmɛntərɪ; -trɪ] *adj* khen ngợi

component [kəmˈpəʊnənt] *adj* hợp thành ▷ *n* thành phần

composer [kəmˈpəʊzə] *n* nhà soạn nhạc

composition [ˌkɒmpəˈzɪʃən] *n* sự tập hợp

comprehension [ˌkɒmprɪˈhɛnʃən] *n* sự hiểu

comprehensive [ˌkɒmprɪˈhɛnsɪv] *adj* toàn diện

compromise [ˈkɒmprəˌmaɪz] *n* sự thỏa hiệp ▷ *v* thỏa hiệp

compulsory [kəmˈpʌlsəri] *adj* bắt buộc

computer [kəmˈpjuːtə] *n* máy tính *(vi tính)*; **computer game** *n* trò chơi trên máy tính; **computer science** *n* khoa học máy tính; **May I use your computer?** Tôi có thể dùng máy tính của anh được không?; **Where is the computer room?** Phòng máy tính ở đâu?

computing [kəmˈpjuːtɪŋ] *n* sự sử dụng máy tính

concentrate [ˈkɒnsənˌtreɪt] *v* tập trung

concentration [ˌkɒnsənˈtreɪʃən] *n* sự tập trung

concern [kənˈsɜːn] *n* sự lo lắng

concerned [kənˈsɜːnd] *adj* lo lắng

concerning [kənˈsɜːnɪŋ] *prep* liên quan đến

concert [ˈkɒnsət] *n* buổi hòa nhạc

concerto, concerti [kənˈtʃɛətəʊ, kənˈtʃɛətɪ] *n* bản côngxéctô

concession [kənˈsɛʃən] *n* sự nhượng quyền

concise [kənˈsaɪs] *adj* cô đọng

conclude [kənˈkluːd] *v* kết thúc

conclusion [kənˈkluːʒən] *n* kết luận

concrete [ˈkɒnkriːt] *n* bê tông

concussion [kənˈkʌʃən] *n* sự chấn động

condemn [kənˈdɛm] *v* chỉ trích

condensation [ˌkɒndɛnˈseɪʃən] *n* sự ngưng tụ

condition [kənˈdɪʃən] *n* điều kiện

conditional [kənˈdɪʃənᵊl] *adj* có điều kiện

conditioner [kənˈdɪʃənə] *n* xả dưỡng tóc; **Do you sell conditioner?** Anh có bán dầu xả không?

condom [ˈkɒndɒm] *n* bao cao su

conduct [kənˈdʌkt] *v* thực hiện

conductor [kənˈdʌktə] *n* nhạc trưởng; **bus conductor** *n* người soát vé trên xe buýt

cone [kəʊn] *n* hình nón

conference [ˈkɒnfərəns; -frəns] *n* hội nghị; **press conference** *n* họp báo; **Please take me to the conference centre** Làm ơn cho tôi đến trung tâm hội nghị

confess [kənˈfɛs] *v* thú nhận

confession [kənˈfɛʃən] *n* sự thú nhận

confetti [kənˈfɛti] *npl* hoa giấy confetti

confidence [ˈkɒnfɪdəns] *n* *(secret)* chuyện bí mật, *(self-assurance)* sự tự tin, *(trust)* sự tin tưởng

confident [ˈkɒnfɪdənt] *adj* tự tin

confidential [ˌkɒnfɪˈdɛnʃəl] *adj* bí mật

confirm [kənˈfɜːm] *v* xác nhận; **I confirmed my booking by letter** Tôi đã xác nhận việc đặt phòng của tôi qua thư

confirmation [ˌkɒnfəˈmeɪʃən] *n* sự xác nhận

confiscate [ˈkɒnfɪˌskeɪt] *v* tịch thu

conflict [ˈkɒnflɪkt] *n* sự xung đột

confuse [kənˈfjuːz] *v* nhầm lẫn

confused [kənˈfjuːzd] *adj* nhầm lẫn

confusing [kənˈfjuːzɪŋ] *adj* gây nhầm lẫn

confusion [kənˈfjuːʒən] *n* sự nhầm lẫn

congestion [kənˈdʒɛstʃən] *n* sự tắc nghẽn

Congo ['kɒŋgəʊ] n nước Congo

congratulate [kən'grætjʊˌleɪt] v chúc mừng

congratulations [kənˌgrætjʊ'leɪʃənz] npl những lời chúc mừng

conifer ['kəʊnɪfə; 'kɒn-] n cây lá kim

conjugation [ˌkɒndʒʊ'geɪʃən] n sự chia động từ

conjunction [kən'dʒʌŋkʃən] n sự kết hợp

conjurer ['kʌndʒərə] n ảo thuật gia

connection [kə'nɛkʃən] n mối quan hệ

conquer ['kɒŋkə] v chinh phục

conscience ['kɒnʃəns] n lương tâm

conscientious [ˌkɒnʃɪ'ɛnʃəs] adj tận tâm

conscious ['kɒnʃəs] adj tỉnh táo

consciousness ['kɒnʃəsnɪs] n sự tỉnh táo

consecutive [kən'sɛkjʊtɪv] adj liên tiếp

consensus [kən'sɛnsəs] n sự đồng thuận

consequence ['kɒnsɪkwəns] n hậu quả

consequently ['kɒnsɪkwəntlɪ] adv do vậy

conservation [ˌkɒnsə'veɪʃən] n sự bảo tồn

conservative [kən'sɜːvətɪv] adj bảo thủ

conservatory [kən'sɜːvətrɪ] n nhà kính trồng cây

consider [kən'sɪdə] v xem xét

considerate [kən'sɪdərɪt] adj chu đáo

considering [kən'sɪdərɪŋ] prep tính đến

consist [kən'sɪst] v **consist of** v gồm có

consistent [kən'sɪstənt] adj nhất quán

consonant ['kɒnsənənt] n phụ âm

conspiracy [kən'spɪrəsɪ] n âm mưu

constant ['kɒnstənt] adj liên tục

constantly ['kɒnstəntlɪ] adv liên tục

constipated ['kɒnstɪˌpeɪtɪd] adj bị táo bón; **I'm constipated** Tôi bị táo bón

constituency [kən'stɪtjʊənsɪ] n khu vực bầu cử

constitution [ˌkɒnstɪ'tjuːʃən] n hiến pháp

construct [kən'strʌkt] v xây dựng

construction [kən'strʌkʃən] n xây dựng

constructive [kən'strʌktɪv] adj mang tính xây dựng

consul ['kɒnsəl] n lãnh sự

consulate ['kɒnsjʊlɪt] n toà lãnh sự

consult [kən'sʌlt] v hỏi ý kiến

consultant [kən'sʌltənt] n (adviser) nhà tư vấn

consumer [kən'sjuːmə] n người tiêu dùng

contact n ['kɒntækt] sự liên hệ ▷ v [kən'tækt] liên hệ; **contact lenses** npl kính áp tròng; **Where can I contact you?** Tôi có thể liên hệ với anh ở đâu?; **Who do we contact if there are problems?** Nếu có vấn đề gì thì chúng tôi liên hệ với ai?

contagious [kən'teɪdʒəs] adj dễ lây

contain [kən'teɪn] v chứa đựng

container [kən'teɪnə] n cái đựng

contemporary [kən'tɛmprərɪ] adj

đương thời

contempt [kən'tɛmpt] *n* sự khinh miệt

content ['kɒntɛnt] *n* nội dung; **contents** *(list)* npl mục lục

contest ['kɒntɛst] *n* cuộc thi

contestant [kən'tɛstənt] *n* người dự thi

context ['kɒntɛkst] *n* bối cảnh

continent ['kɒntɪnənt] *n* lục địa

continual [kən'tɪnjʊəl] *adj* thường xuyên

continually [kən'tɪnjʊəlɪ] *adv* thường xuyên

continue [kən'tɪnjuː] *vi* tiếp diễn ▷ *vt* tiếp tục

continuous [kən'tɪnjʊəs] *adj* liên tục

contraception [ˌkɒntrə'sɛpʃən] *n* phương pháp tránh thai

contraceptive [ˌkɒntrə'sɛptɪv] *n* dụng cụ tránh thai

contract ['kɒntrækt] *n* hợp đồng

contractor ['kɒntræktə; kən'træk-] *n* nhà thầu

contradict [ˌkɒntrə'dɪkt] *v* mâu thuẫn

contradiction [ˌkɒntrə'dɪkʃən] *n* sự mâu thuẫn

contrary ['kɒntrərɪ] *n* điều trái ngược

contrast ['kɒntrɑːst] *n* sự tương phản

contribute [kən'trɪbjuːt] *v* đóng góp

contribution [ˌkɒntrɪ'bjuːʃən] *n* sự đóng góp

control [kən'trəʊl] *n* sự kiểm soát ▷ *v* kiểm soát; **birth control** *n* sự hạn chế sinh đẻ; **passport control** *n* sự kiểm tra hộ chiếu; **remote control** *n* điều khiển từ xa

controller [kən'trəʊlə] *n* **air-traffic controller** *n* kiểm soát viên không lưu

controversial [ˌkɒntrə'vɜːʃəl] *adj* gây tranh cãi

convenient [kən'viːnɪənt] *adj* thuận tiện

convent ['kɒnvənt] *n* nữ tu viện

conventional [kən'vɛnʃən³l] *adj* theo tập quán thông thường

conversation [ˌkɒnvə'seɪʃən] *n* cuộc nói chuyện

convert [kən'vɜːt] *v* chuyển đổi; **catalytic converter** *n* bộ xúc tác lọc khí thải

convertible [kən'vɜːtəb³l] *adj* có thể đổi được ▷ *n* ô tô mui trần

convict [kən'vɪkt] *v* kết án

convince [kən'vɪns] *v* thuyết phục

convincing [kən'vɪnsɪŋ] *adj* có sức thuyết phục

convoy ['kɒnvɔɪ] *n* đoàn hộ tống

cook [kʊk] *n* đầu bếp ▷ *v* nấu ăn

cookbook ['kʊkˌbʊk] *n* sách dạy nấu ăn

cooker ['kʊkə] *n* bếp *(nấu)*; **gas cooker** *n* bếp ga

cookery ['kʊkərɪ] *n* nghệ thuật ẩm thực; **cookery book** *n* sách dạy nấu ăn

cooking ['kʊkɪŋ] *n* sự nấu nướng

cool [kuːl] *adj (cold)* mát mẻ, *(stylish)* sành điệu

cooperation [kəʊˌɒpə'reɪʃən] *n* sự hợp tác

cop [kɒp] *n* cảnh sát

cope [kəʊp] *v* **cope (with)** *v* đối phó

copper ['kɒpə] *n* đồng đỏ

copy ['kɒpɪ] n (reproduction) bản sao, (written text) văn bản ▷ v sao chép

copyright ['kɒpɪˌraɪt] n quyền tác giả

coral ['kɒrəl] n san hô

cord [kɔːd] n **spinal cord** n tủy sống

cordless ['kɔːdlɪs] adj không dây

corduroy ['kɔːdəˌrɔɪ; ˌkɔːdə'rɔɪ] n vải nhung kẻ

core [kɔː] n lõi

coriander [ˌkɒrɪ'ændə] n rau mùi

cork [kɔːk] n vỏ dày xốp của cây sồi vùng Địa Trung Hải

corkscrew ['kɔːkˌskruː] n cái mở nút chai

corn [kɔːn] n cây ngũ cốc

corner ['kɔːnə] n góc (phòng); **It's on the corner** Nó ở góc phố; **It's round the corner** Nó ở gần góc phố

cornet ['kɔːnɪt] n kèn cócnê

cornflakes ['kɔːnˌfleɪks] npl ngũ cốc ăn sáng làm từ ngô nướng

cornflour ['kɔːnˌflaʊə] n bột ngô

corporal ['kɔːpərəl; -prəl] n hạ sỹ

corpse [kɔːps] n xác chết

correct [kə'rɛkt] adj đúng ▷ v sửa chữa

correction [kə'rɛkʃən] n sự sửa chữa

correctly [kə'rɛktlɪ] adv một cách đúng đắn

correspondence [ˌkɒrɪ'spɒndəns] n thư từ trao đổi

correspondent [ˌkɒrɪ'spɒndənt] n người trao đổi thư từ

corridor ['kɒrɪˌdɔː] n hành lang

corrupt [kə'rʌpt] adj tham nhũng

corruption [kə'rʌpʃən] n sự tham nhũng

cosmetics [kɒz'mɛtɪks] npl mỹ phẩm

cost [kɒst] n chi phí ▷ v phải trả; **cost of living** n chi phí sinh hoạt; **How much will the repairs cost?** Sửa sẽ mất bao nhiêu tiền?

Costa Rica ['kɒstə 'riːkə] n nước Costa Rica

costume ['kɒstjuːm] n trang phục; **swimming costume** n quần áo bơi

cosy ['kəʊzɪ] adj ấm cúng

cot [kɒt] n cũi; **Do you have a cot?** Anh có cũi không?

cottage ['kɒtɪdʒ] n nhà nhỏ ở nông thôn; **cottage cheese** n pho mát làm từ sữa đã gạn kem

cotton ['kɒtᵊn] n bông (vải); **cotton bud** n tăm bông; **cotton wool** n bông mềm

couch [kaʊtʃ] n đi văng

couchette [kuː'ʃɛt] n giường trên tàu hoả

cough [kɒf] n chứng ho ▷ v ho; **cough mixture** n thuốc nước chống ho; **I have a cough** Tôi bị ho

council ['kaʊnsəl] n hội đồng; **council house** n nhà ở do chính quyền địa phương cấp

councillor ['kaʊnsələ] n thành viên hội đồng

count [kaʊnt] v đếm

counter ['kaʊntə] n quầy

count on [kaʊnt ɒn] v trông cậy

country ['kʌntrɪ] n nước (quốc gia); **developing country** n nước đang phát triển

countryside ['kʌntrɪˌsaɪd] n miền quê

couple ['kʌpᵊl] n cặp đôi

courage ['kʌrɪdʒ] n sự can đảm

courageous [kə'reɪdʒəs] *adj* can đảm

courgette [kʊə'ʒɛt] *n* quả bí xanh

courier ['kʊərɪə] *n* hướng dẫn viên du lịch; **I want to send this by courier** Tôi muốn gửi cái này bằng dịch vụ chuyển phát nhanh

course [kɔːs] *n* khóa học; **golf course** *n* sân gôn; **main course** *n* món chính; **refresher course** *n* khóa bồi dưỡng; **training course** *n* khóa huấn luyện

court [kɔːt] *n* tòa án; **tennis court** *n* sân quần vợt

courtyard ['kɔːt‚jɑːd] *n* sân nhỏ

cousin ['kʌzən] *n* anh em họ

cover ['kʌvə] *n* nắp ▷ *v* che phủ; **cover charge** *n* tiền phục vụ

cow [kaʊ] *n* con bò cái

coward ['kaʊəd] *n* người nhút nhát

cowardly ['kaʊədlɪ] *adj* hèn nhát

cowboy ['kaʊ‚bɔɪ] *n* cao bồi

crab [kræb] *n* con cua

crack [kræk] *n (cocaine)* cô-ca-in crack, *(fracture)* vết nứt ▷ *v* làm rạn nứt; **crack down on** *v* đàn áp thẳng tay

cracked [krækt] *adj* rạn nứt

cracker ['krækə] *n* bánh quy giòn

cradle ['kreɪdəl] *n* cái nôi

craft [krɑːft] *n* nghề thủ công

craftsman ['krɑːftsmən] *n* thợ thủ công

cram [kræm] *v* ních đầy

crammed [kræmd] *adj* nhồi nhét

cranberry ['krænbərɪ; -brɪ] *n* cây nam việt quất

crane [kreɪn] *n (bird)* con sếu, *(for lifting)* cần cẩu

crash [kræʃ] *n* va chạm mạnh ▷ *vi* đâm mạnh

crawl [krɔːl] *v* bò *(dưới đất)*

crayfish ['kreɪ‚fɪʃ] *n* tôm sông

crayon ['kreɪən; -ɒn] *n* bút chì màu

crazy ['kreɪzɪ] *adj* điên

cream [kriːm] *adj* màu kem ▷ *n* kem *(tươi, bôi)*; **ice cream** *n* kem *(lạnh)*; **shaving cream** *n* kem cạo râu; **whipped cream** *n* kem tươi

crease [kriːs] *n* nếp nhăn

creased [kriːst] *adj* bị nhăn

create [kriː'eɪt] *v* tạo ra

creation [kriː'eɪʃən] *n* sự sáng tạo

creative [kriː'eɪtɪv] *adj* sáng tạo

creature ['kriːtʃə] *n* sinh vật

crêche [krɛʃ] *n* nhà trẻ

credentials [krɪ'dɛnʃəlz] *npl* uy tín

credible ['krɛdɪbəl] *adj* đáng tin cậy

credit ['krɛdɪt] *n* tín dụng; **credit card** *n* thẻ tín dụng; **Can I pay by credit card?** Tôi trả bằng thẻ tín dụng có được không?; **Do you take credit cards?** Anh có nhận thẻ tín dụng không?

crematorium, crematoria [‚krɛmə'tɔːrɪəm, ‚krɛmə'tɔːrɪə] *n* đài hỏa táng

cress [krɛs] *n* rau cải xoong

crew [kruː] *n* thuỷ thủ đoàn; **crew cut** *n* kiểu tóc húi cua

cricket ['krɪkɪt] *n (game)* môn crickê, *(insect)* con dế

crime [kraɪm] *n* tội phạm

criminal ['krɪmɪnəl] *adj* liên quan đến tội phạm ▷ *n* kẻ phạm tội

crisis ['kraɪsɪs] *n* cuộc khủng hoảng

crisp [krɪsp] *adj* giòn

crisps [krɪsps] *npl* khoai tây chiên giòn khô

crispy ['krɪspɪ] *adj* giòn

criterion, criteria [kraɪˈtɪərɪən, kraɪˈtɪərɪə] n tiêu chí

critic [ˈkrɪtɪk] n nhà phê bình

critical [ˈkrɪtɪkəl] adj then chốt

criticism [ˈkrɪtɪˌsɪzəm] n sự phê phán

criticize [ˈkrɪtɪˌsaɪz] v phê phán

Croatia [krəʊˈeɪʃə] n nước Croatia

Croatian [krəʊˈeɪʃən] adj thuộc Croatia ▷ n (language) tiếng Croatia, (person) người Croatia

crochet [ˈkrəʊʃeɪ; -ʃɪ] v đan bằng kim móc (len, sợi)

crockery [ˈkrɒkərɪ] n **We need more crockery** Chúng tôi cần thêm bát đĩa

crocodile [ˈkrɒkəˌdaɪl] n cá sấu

crocus [ˈkrəʊkəs] n giống nghệ tây

crook [krʊk] n (swindler) kẻ lừa gạt

crop [krɒp] n vụ mùa

cross [krɒs] adj cáu ▷ n chữ thập ▷ v đi qua; **Red Cross** n Hội chữ thập đỏ

cross-country [ˈkrɒsˈkʌntrɪ] n cuộc đua việt dã

crossing [ˈkrɒsɪŋ] n chỗ giao nhau; **level crossing** n chỗ chắn tàu; **pedestrian crossing** n lối qua đường dành cho người đi bộ; **pelican crossing** n lối qua đường có đèn giao thông; **zebra crossing** n lối qua đường cho người đi bộ; **The crossing was rough** Chuyến đi lắc quá

cross out [krɒs aʊt] v xóa đi

crossroads [ˈkrɒsˌrəʊdz] n ngã tư

crossword [ˈkrɒsˌwɜːd] n trò chơi ô chữ

crouch down [kraʊtʃ daʊn] v cúi xuống

crow [krəʊ] n con quạ

crowd [kraʊd] n đám đông

crowded [kraʊdɪd] adj đông đúc

crown [kraʊn] n vương miện

crucial [ˈkruːʃəl] adj rất quan trọng

crucifix [ˈkruːsɪfɪks] n hình Chúa Giê-su trên cây thánh giá

crude [kruːd] adj thô

cruel [ˈkruːəl] adj tàn nhẫn

cruelty [ˈkruːəltɪ] n sự tàn nhẫn

cruise [kruːz] n cuộc đi chơi biển bằng tàu thủy

crumb [krʌm] n mảnh vụn của ruột bánh mỳ

crush [krʌʃ] v ép

crutch [krʌtʃ] n cái nạng

cry [kraɪ] n sự khóc lóc ▷ v khóc

crystal [ˈkrɪstəl] n pha lê

cub [kʌb] n con thú con

Cuba [ˈkjuːbə] n nước Cuba

Cuban [ˈkjuːbən] adj thuộc Cuba ▷ n người Cuba

cube [kjuːb] n hình lập phương; **ice cube** n viên đá; **stock cube** n viên xúp

cubic [ˈkjuːbɪk] adj có hình lập phương

cuckoo [ˈkʊkuː] n chim cu

cucumber [ˈkjuːˌkʌmbə] n quả dưa chuột

cuddle [ˈkʌdəl] n sự ôm ấp ▷ v ôm ấp

cufflinks [ˈkʌflɪŋks] npl khuy măng sét

culprit [ˈkʌlprɪt] n thủ phạm

cultural [ˈkʌltʃərəl] adj thuộc văn hóa

culture [ˈkʌltʃə] n văn hóa

cumin [ˈkʌmɪn] n hạt của một loại cây gia vị ở vùng Địa Trung Hải

cunning [ˈkʌnɪŋ] adj xảo quyệt

cup [kʌp] n chén (uống); **World Cup**

n Giải Vô địch Bóng đá Thế giới

cupboard ['kʌbəd] *n* tủ đựng chén bát

curb [kɜːb] *n* sự kiềm chế

cure [kjʊə] *n* sự chữa bệnh ▷ *v* chữa bệnh

curfew ['kɜːfjuː] *n* lệnh giới nghiêm

curious ['kjʊərɪəs] *adj* tò mò

curl [kɜːl] *n* sự uốn quăn tóc

curler ['kɜːlə] *n* dụng cụ uốn xoăn tóc

curly ['kɜːlɪ] *adj* quăn

currant ['kʌrənt] *n* nho khô

currency ['kʌrənsɪ] *n* tiền tệ

current ['kʌrənt] *adj* hiện hành ▷ *n* (electricity) dòng, (flow) luồng; **current account** *n* tài khoản văng lai; **current affairs** *npl* các vấn đề thời sự; **Are there currents?** Có các dòng hải lưu không?

currently ['kʌrəntlɪ] *adv* hiện nay

curriculum [kə'rɪkjʊləm] *n* chương trình học; **curriculum vitae** *n* sơ yếu lý lịch

curry ['kʌrɪ] *n* món ca ri; **curry powder** *n* bột ca ri

cursor ['kɜːsə] *n* con trỏ trên màn hình

curtain ['kɜːtᵊn] *n* rèm cửa

cushion ['kʊʃən] *n* cái đệm

custard ['kʌstəd] *n* kem sữa trứng

custody ['kʌstədɪ] *n* sự trông nom

custom ['kʌstəm] *n* phong tục

customer ['kʌstəmə] *n* khách hàng

customized ['kʌstəˌmaɪzd] *adj* theo yêu cầu của khách hàng

customs ['kʌstəmz] *npl* hải quan; **customs officer** *n* cán bộ hải quan

cut [kʌt] *n* sự cắt ▷ *v* cắt; **crew cut** *n* kiểu tóc húi cua; **power cut** *n* mất điện; **A cut and blow-dry, please** Làm ơn cắt và sấy khô tóc; **Don't cut too much off** Đừng cắt đi nhiều quá; **Have you cut my type of hair before?** Anh đã cắt loại tóc của tôi bao giờ chưa?

cutback ['kʌtˌbæk] *n* sự cắt giảm

cut down [kʌt daʊn] *v* giảm bớt

cute [kjuːt] *adj* ngộ nghĩnh

cutlery ['kʌtlərɪ] *n* dao thìa đĩa

cutlet ['kʌtlɪt] *n* thịt cốtlet

cut off [kʌt ɒf] *v* cắt đứt

cutting ['kʌtɪŋ] *n* bài báo cắt ra

cut up [kʌt ʌp] *v* cắt ra từng mảnh

CV [siː viː] *abbr* sơ yếu lý lịch

cybercafé ['saɪbəˌkæfeɪ; -ˌkæfɪ] *n* quán cà phê internet

cybercrime ['saɪbəˌkraɪm] *n* tội phạm mạng

cycle ['saɪkᵊl] *n* (bike) xe đạp, (recurring period) chu kỳ ▷ *v* đạp xe; **cycle lane** *n* làn xe đạp; **cycle path** *n* đường dành cho xe đạp; **Where is the cycle path to...?** Đường dành cho xe đạp đến... ở đâu?

cycling ['saɪklɪŋ] *n* sự đi xe đạp

cyclist ['saɪklɪst] *n* người đi xe đạp

cyclone ['saɪkləʊn] *n* lốc (bão)

cylinder ['sɪlɪndə] *n* hình trụ

cymbals ['sɪmbᵊlz] *npl* cái chũm chọe

Cypriot ['sɪprɪət] *adj* thuộc Síp ▷ *n* (person) người Síp

Cyprus ['saɪprəs] *n* đảo Síp

cyst [sɪst] *n* nang

cystitis [sɪ'staɪtɪs] *n* viêm bàng quang

Czech [tʃɛk] *adj* thuộc Séc ▷ *n* (language) tiếng Séc, (person) người Séc; **Czech Republic** *n* nước Cộng hòa Séc

d

dad [dæd] *n* bố

daddy ['dædɪ] *n* bố

daffodil ['dæfədɪl] *n* hoa thủy tiên

daft [dɑːft] *adj* ngớ ngẩn

daily ['deɪlɪ] *adj* hàng ngày ▷ *adv* hàng ngày

dairy ['dɛərɪ] *n* cửa hàng bơ sữa; **dairy produce** *n* sản phẩm từ sữa; **dairy products** *npl* sản phẩm từ sữa

daisy ['deɪzɪ] *n* hoa cúc

dam [dæm] *n* đập ngăn nước

damage ['dæmɪdʒ] *n* thiệt hại ▷ *v* làm hư hại; **I'd like to arrange a collision damage waiver** Tôi muốn mua bảo hiểm để không phải bồi thường thiệt hại va chạm

damaged ['dæmɪdʒd] *adj* **My luggage has been damaged** Hành lý của tôi bị hư hỏng

damn [dæm] *adj* tồi tệ

damp [dæmp] *adj* ẩm ướt

dance [dɑːns] *n* sự nhảy múa ▷ *v* nhảy múa; **I feel like dancing** Tôi thấy muốn nhảy; **Would you like to dance?** Cho phép tôi mời anh nhảy nhé?

dancer ['dɑːnsə] *n* diễn viên múa

dancing ['dɑːnsɪŋ] *n* sự nhảy múa; **ballroom dancing** *n* khiêu vũ

dandelion ['dændɪ,laɪən] *n* cây bồ công anh

dandruff ['dændrəf] *n* gàu bám da đầu

Dane [deɪn] *n* người Đan Mạch

danger ['deɪndʒə] *n* sự nguy hiểm

dangerous ['deɪndʒərəs] *adj* nguy hiểm

Danish ['deɪnɪʃ] *adj* thuộc Đan Mạch ▷ *n (language)* tiếng Đan Mạch

dare [dɛə] *v* dám

daring ['dɛərɪŋ] *adj* cả gan

dark [dɑːk] *adj* tối tăm ▷ *n* bóng tối

darkness ['dɑːknɪs] *n* bóng tối

darling ['dɑːlɪŋ] *n* người yêu dấu

dart [dɑːt] *n* phi tiêu

darts [dɑːts] *npl* trò ném phi tiêu

dash [dæʃ] *v* lao tới

dashboard ['dæʃbɔːd] *n* bảng đồng hồ xe ô tô

data ['deɪtə; 'dɑːtə] *npl* số liệu

database ['deɪtə,beɪs] *n* cơ sở dữ liệu

date [deɪt] *n* ngày tháng; **best-before date** *n* ngày hết hạn sử dụng; **expiry date** *n* ngày hết hạn; **sell-by date** *n* ngày hàng hết hạn bán

daughter ['dɔːtə] *n* con gái *(con đẻ)*; **My daughter is lost** Con gái tôi bị lạc; **My daughter is missing** Con gái tôi bị mất tích

daughter-in-law ['dɔːtə ɪn lɔː] **(daughters-in-law)** n con dâu

dawn [dɔːn] n bình minh

day [deɪ] n ngày; **day return** n vé hai chiều đi về trong ngày; **Valentine's Day** n Ngày lễ Tình nhân; **Do you run day trips to…?** Anh có tổ chức chuyến tham quan trong ngày đến… không?; **I want to hire a car for five days** Tôi muốn thuê một ô tô trong năm ngày; **Is the museum open every day?** Bảo tàng có mở cửa hàng ngày không?; **the day after tomorrow** ngày kia; **What are your rates per day?** Giá thuê theo ngày là bao nhiêu?; **What is the dish of the day?** Món ăn của ngày hôm nay là món gì?

daytime ['deɪtaɪm] n ban ngày

dead [dɛd] adj chết ▷ adv hoàn toàn; **dead end** n ngõ cụt

deadline ['dɛdˌlaɪn] n thời hạn cuối cùng

deaf [dɛf] adj điếc; **I'm deaf** Tôi bị điếc

deafening ['dɛfᵊnɪŋ] adj làm điếc tai

deal [diːl] n sự thỏa thuận

dealer ['diːlə] n người buôn bán; **drug dealer** n kẻ buôn ma túy

deal with [diːl wɪð] v xử lý

dear [dɪə] adj (expensive) đắt đỏ, (loved) thân yêu

death [dɛθ] n cái chết

debate [dɪ'beɪt] n cuộc tranh luận ▷ v tranh luận

debit ['dɛbɪt] n sự ghi nợ ▷ v ghi nợ; **debit card** n thẻ ghi nợ; **direct debit** n ủy nhiệm chi

debt [dɛt] n món nợ

decade ['dɛkeɪd; dɪ'keɪd] n thập

niên

decaffeinated [dɪ'kæfɪˌneɪtɪd] adj được khử chất cafein; **decaffeinated coffee** n cà phê đã được khử chất cafein

decay [dɪ'keɪ] v suy sụp

deceive [dɪ'siːv] v lừa dối

December [dɪ'sɛmbə] n tháng Mười Hai; **on Friday the thirty first of December** vào thứ Sáu ngày ba mươi mốt tháng Mười Hai

decent ['diːsᵊnt] adj nghiêm chỉnh

decide [dɪ'saɪd] v quyết định

decimal ['dɛsɪməl] adj thập phân

decision [dɪ'sɪʒən] n sự quyết định

decisive [dɪ'saɪsɪv] adj mang tính quyết định

deck [dɛk] n boong tàu; **Can we go out on deck?** Chúng tôi có thể ra boong tàu không?

deckchair ['dɛkˌtʃɛə] n ghế võng

declare [dɪ'klɛə] v tuyên bố; **I have nothing to declare** Tôi không có gì cần khai; **I have the allowed amount of alcohol to declare** Tôi có lượng rượu được phép mang cần khai

decorate ['dɛkəˌreɪt] v trang trí

decorator ['dɛkəˌreɪtə] n người trang trí

decrease n ['diːkriːs] sự giảm đi ▷ v [dɪ'kriːs] giảm bớt

dedicated ['dɛdɪˌkeɪtɪd] adj tận tâm

dedication [ˌdɛdɪ'keɪʃən] n sự tận tâm

deduct [dɪ'dʌkt] v trừ

deep [diːp] adj sâu (nông)

deep-fry [diːpfraɪ] v rán ngập mỡ

deeply ['diːplɪ] adv một cách sâu sắc

deer [dɪə] **(deer)** n con hươu
defeat [dɪˈfiːt] n sự thất bại ▷ v đánh bại
defect [dɪˈfɛkt] n khuyết điểm
defence [dɪˈfɛns] n sự phòng thủ
defend [dɪˈfɛnd] v bảo vệ
defendant [dɪˈfɛndənt] n bị đơn
defender [dɪˈfɛndə] n người bảo vệ
deficit [ˈdɛfɪsɪt; dɪˈfɪsɪt] n sự thâm hụt
define [dɪˈfaɪn] v định nghĩa
definite [ˈdɛfɪnɪt] adj rõ ràng
definitely [ˈdɛfɪnɪtlɪ] adv dứt khoát
definition [ˌdɛfɪˈnɪʃən] n định nghĩa
degree [dɪˈɡriː] n mức độ; **degree centigrade** n độ bách phân; **degree Celsius** n độ C; **degree Fahrenheit** n độ Fahrenheit
dehydrated [diːhaɪˈdreɪtɪd] adj được khử nước
de-icer [diːˈaɪsə] n thiết bị phòng băng
delay [dɪˈleɪ] n sự trì hoãn ▷ v trì hoãn
delayed [dɪˈleɪd] adj bị hoãn lại
delegate n [ˈdɛlɪˌɡeɪt] đại biểu ▷ v [ˈdɛlɪˌɡeɪt] ủy quyền
delete [dɪˈliːt] v xóa
deliberate [dɪˈlɪbərɪt] adj cố tình
deliberately [dɪˈlɪbərətlɪ] adv một cách cố tình
delicate [ˈdɛlɪkɪt] adj mịn màng
delicatessen [ˌdɛlɪkəˈtɛsən] n cửa hàng bán các món ngon
delicious [dɪˈlɪʃəs] adj ngon; **That was delicious** Ngon quá; **The meal was delicious** Bữa ăn rất ngon
delight [dɪˈlaɪt] n sự vui sướng
delighted [dɪˈlaɪtɪd] adj vui sướng

delightful [dɪˈlaɪtfʊl] adj vui vẻ
deliver [dɪˈlɪvə] v phát
delivery [dɪˈlɪvərɪ] n sự chuyển phát; **recorded delivery** n dịch vụ thư bảo đảm
demand [dɪˈmɑːnd] n sự yêu cầu ▷ v yêu cầu
demanding [dɪˈmɑːndɪŋ] adj đòi hỏi khắt khe
demo, demos [ˈdɛməʊ, ˈdiːmɒs] n cuộc biểu tình
democracy [dɪˈmɒkrəsɪ] n sự dân chủ
democratic [ˌdɛməˈkrætɪk] adj dân chủ
demolish [dɪˈmɒlɪʃ] v phá hủy
demonstrate [ˈdɛmənˌstreɪt] v chứng minh
demonstration [ˌdɛmənˈstreɪʃən] n cuộc biểu tình
demonstrator [ˈdɛmənˌstreɪtə] n người thao diễn
denim [ˈdɛnɪm] n vải bông chéo
denims [ˈdɛnɪmz] npl quần jeans may bằng vải bông chéo
Denmark [ˈdɛnmɑːk] n nước Đan Mạch
dense [dɛns] adj đậm đặc
density [ˈdɛnsɪtɪ] n mật độ
dent [dɛnt] n vết lõm ▷ v làm lõm
dental [ˈdɛntəl] adj thuộc răng; **dental floss** n chỉ tơ vệ sinh răng
dentist [ˈdɛntɪst] n nha sỹ
dentures [ˈdɛntʃəz] npl bộ răng giả; **Can you repair my dentures?** Anh có thể sửa cho tôi bộ răng giả không?
deny [dɪˈnaɪ] v phủ nhận
deodorant [diːˈəʊdərənt] n chất khử mùi cơ thể

depart [dɪ'pɑːt] v khởi hành

department [dɪ'pɑːtmənt] n phòng *(ban)*; **accident & emergency department** n khoa cấp cứu; **department store** n cửa hàng bách hóa

departure [dɪ'pɑːtʃə] n sự ra đi; **departure lounge** n phòng khởi hành

depend [dɪ'pɛnd] v phụ thuộc

deport [dɪ'pɔːt] v trục xuất

deposit [dɪ'pɒzɪt] n tiền gửi; **Can I have my deposit back, please?** Làm ơn cho tôi lấy lại tiền đặt cọc được không?; **How much is the deposit?** Phải đặt cọc bao nhiêu?

depressed [dɪ'prɛst] adj chán nản

depressing [dɪ'prɛsɪŋ] adj gây chán nản

depression [dɪ'prɛʃən] n sự chán nản

depth [dɛpθ] n chiều sâu

descend [dɪ'sɛnd] v đi xuống

describe [dɪ'skraɪb] v mô tả

description [dɪ'skrɪpʃən] n sự mô tả

desert ['dɛzət] n sa mạc; **desert island** n đảo hoang

deserve [dɪ'zɜːv] v xứng đáng

design [dɪ'zaɪn] n bản thiết kế ▷ v thiết kế

designer [dɪ'zaɪnə] n nhà thiết kế; **interior designer** n nhà thiết kế nội thất

desire [dɪ'zaɪə] n sự mong muốn ▷ v mong muốn

desk [dɛsk] n bàn giấy; **enquiry desk** n bàn thông tin

despair [dɪ'spɛə] n sự tuyệt vọng

desperate ['dɛspərɪt; -prɪt] adj vô cùng bức bách

desperately ['dɛspərɪtlɪ] adv một cách bức bách

despise [dɪ'spaɪz] v khinh thường

despite [dɪ'spaɪt] prep mặc dù

dessert [dɪ'zɜːt] n món tráng miệng; **dessert spoon** n thìa ăn món tráng miệng

destination [ˌdɛstɪ'neɪʃən] n nơi đến

destiny ['dɛstɪnɪ] n vận mệnh

destroy [dɪ'strɔɪ] v phá hủy

destruction [dɪ'strʌkʃən] n sự phá hủy

detail ['diːteɪl] n chi tiết; **Here are my insurance details** Đây là chi tiết bảo hiểm của tôi

detailed ['diːteɪld] adj tỉ mỉ

detective [dɪ'tɛktɪv] n thám tử

detention [dɪ'tɛnʃən] n sự giam cầm

detergent [dɪ'tɜːdʒənt] n bột giặt

deteriorate [dɪ'tɪərɪəˌreɪt] v xấu đi

determined [dɪ'tɜːmɪnd] adj kiên quyết

detour ['diːtʊə] n đường vòng

devaluation [diːˌvæljuː'eɪʃən] n sự mất giá

devastated ['dɛvəˌsteɪtɪd] adj bị tàn phá

devastating ['dɛvəˌsteɪtɪŋ] adj tàn phá

develop [dɪ'vɛləp] vi phát triển; **developing country** n nước đang phát triển

development [dɪ'vɛləpmənt] n sự phát triển

device [dɪ'vaɪs] n thiết bị

devil ['dɛvəl] n ma quỷ

devise [dɪ'vaɪz] v nghĩ ra

devoted [dɪ'vəʊtɪd] *adj* tận tụy

diabetes [ˌdaɪə'biːtɪs; -tiːz] *n* bệnh tiểu đường

diabetic [ˌdaɪə'bɛtɪk] *adj* mắc bệnh tiểu đường ▷ *n* người mắc bệnh tiểu đường

diagnosis [ˌdaɪəg'nəʊsɪs] *n* sự chẩn đoán

diagonal [daɪ'ægənˀl] *adj* chéo

diagram ['daɪəˌgræm] *n* biểu đồ

dial ['daɪəl; daɪl] *v* quay số; **dialling code** *n* mã vùng; **dialling tone** *n* tiếng quay số điện thoại

dialect ['daɪəˌlɛkt] *n* tiếng địa phương

dialogue ['daɪəˌlɒg] *n* cuộc đối thoại

diameter [daɪ'æmɪtə] *n* đường kính

diamond ['daɪəmənd] *n* kim cương

diarrhoea [ˌdaɪə'rɪə] *n* bệnh tiêu chảy

diary ['daɪərɪ] *n* nhật ký

dice, die [daɪs, daɪ] *npl* xúc xắc

dictation [dɪk'teɪʃən] *n* sự đọc chính tả

dictator [dɪk'teɪtə] *n* nhà độc tài

dictionary ['dɪkʃənərɪ; -ʃənrɪ] *n* từ điển

die [daɪ] *v* chết

diesel ['diːzˀl] *n* dầu điêzen

diet ['daɪət] *n* chế độ ăn uống ▷ *v* ăn kiêng; **I'm on a diet** Tôi ăn kiêng, Tôi đang ăn kiêng

difference ['dɪfərəns; 'dɪfrəns] *n* sự khác nhau

different ['dɪfərənt; 'dɪfrənt] *adj* khác nhau

difficult ['dɪfɪkˀlt] *adj* khó khăn

difficulty ['dɪfɪkˀltɪ] *n* sự khó khăn

dig [dɪg] *v* đào *(bới)*

digest [dɪ'dʒɛst; daɪ-] *v* tiêu hóa

digestion [dɪ'dʒɛstʃən; daɪ-] *n* sự tiêu hóa

digger ['dɪgə] *n* máy đào

digital ['dɪdʒɪtˀl] *adj* kỹ thuật số; **digital camera** *n* máy ảnh kỹ thuật số; **digital radio** *n* máy thu thanh kỹ thuật số; **digital television** *n* truyền hình kỹ thuật số; **digital watch** *n* đồng hồ kỹ thuật số

dignity ['dɪgnɪtɪ] *n* thái độ đường hoàng

dilemma [dɪ'lɛmə; daɪ-] *n* tình thế khó xử

dilute [daɪ'luːt] *v* pha loãng

diluted [daɪ'luːtɪd] *adj* loãng

dim [dɪm] *adj* mờ

dimension [dɪ'mɛnʃən] *n* kích thước

diminish [dɪ'mɪnɪʃ] *v* giảm bớt

din [dɪn] *n* tiếng ầm ĩ

dinghy ['dɪŋɪ] *n* xuồng

dinner ['dɪnə] *n* bữa tối; **dinner jacket** *n* áo vestong mặc đi dự tiệc; **dinner party** *n* bữa ăn liên hoan; **dinner time** *n* giờ ăn tối; **The dinner was delicious** Bữa tối rất ngon; **What time is dinner?** Mấy giờ sẽ có bữa tối?; **Would you like to go out for dinner?** Cho phép tôi mời anh đi ăn tối nhé?

dinosaur ['daɪnəˌsɔː] *n* con khủng long

dip [dɪp] *n* (*food/sauce*) nước chấm ▷ *v* nhúng

diploma [dɪ'pləʊmə] *n* văn bằng

diplomat ['dɪpləˌmæt] *n* nhà ngoại giao

diplomatic [ˌdɪplə'mætɪk] *adj* mang tính ngoại giao

dipstick ['dɪpˌstɪk] *n* que đo mực

nước

direct [dɪˈrɛkt; daɪ-] *adj* trực tiếp ▷ *v* chỉ đạo; **direct debit** *n* ủy nhiệm chi

direction [dɪˈrɛkʃən; daɪ-] *n* phương hướng

directions [dɪˈrɛkʃənz; daɪ-] *npl* chỉ thị

directly [dɪˈrɛktlɪ; daɪ-] *adv* một cách trực tiếp

director [dɪˈrɛktə; daɪ-] *n* giám đốc; **managing director** *n* giám đốc điều hành; **What is the name of the managing director?** Giám đốc điều hành tên là gì?

directory [dɪˈrɛktərɪ; -trɪ; daɪ-] *n* cuốn danh bạ; **directory enquiries** *npl* hỏi tổng đài; **telephone directory** *n* danh bạ điện thoại

dirt [dɜːt] *n* chất bẩn

dirty [ˈdɜːtɪ] *adj* bẩn; **It's dirty** Bẩn quá; **My sheets are dirty** Khăn trải giường của tôi bẩn

disability [ˌdɪsəˈbɪlɪtɪ] *n* sự tàn tật

disabled [dɪˈseɪbᵊld] *adj* tàn tật ▷ *npl* người tàn tật; **Are there any toilets for disabled people?** Có nhà vệ sinh nào dành cho người tàn tật không?; **Do you provide access for disabled people?** Chỗ anh có lối đi dành cho người tàn tật không?; **Is there a reduction for disabled people?** Có giảm giá cho người tàn tật không?; **What facilities do you have for disabled people?** Anh có những tiện nghi gì dành cho người tàn tật?

disadvantage [ˌdɪsədˈvɑːntɪdʒ] *n* sự bất lợi

disagree [ˌdɪsəˈɡriː] *v* bất đồng

disagreement [ˌdɪsəˈɡriːmənt] *n* sự bất đồng

disappear [ˌdɪsəˈpɪə] *v* biến mất

disappearance [ˌdɪsəˈpɪərəns] *n* sự biến mất

disappoint [ˌdɪsəˈpɔɪnt] *v* làm thất vọng

disappointed [ˌdɪsəˈpɔɪntɪd] *adj* thất vọng

disappointing [ˌdɪsəˈpɔɪntɪŋ] *adj* làm thất vọng

disappointment [ˌdɪsəˈpɔɪntmənt] *n* sự thất vọng

disaster [dɪˈzɑːstə] *n* thảm họa

disastrous [dɪˈzɑːstrəs] *adj* thảm khốc

disc [dɪsk] *n* vật hình đĩa; **compact disc** *n* đĩa CD; **disc jockey** *n* nhân viên DJ; **slipped disc** *n* sự trật đĩa đệm

discharge [dɪsˈtʃɑːdʒ] *v* **When will I be discharged?** Khi nào tôi được ra viện?

discipline [ˈdɪsɪplɪn] *n* kỷ luật

disclose [dɪsˈkləʊz] *v* tiết lộ

disco [ˈdɪskəʊ] *n* điệu nhảy disco

disconnect [ˌdɪskəˈnɛkt] *v* ngắt ra

discount [ˈdɪskaʊnt] *n* sự giảm giá; **student discount** *n* sự giảm giá cho sinh viên

discourage [dɪsˈkʌrɪdʒ] *v* làm nản lòng

discover [dɪˈskʌvə] *v* phát hiện

discretion [dɪˈskrɛʃən] *n* sự thận trọng

discrimination [dɪˌskrɪmɪˈneɪʃən] *n* sự phân biệt đối xử

discuss [dɪˈskʌs] *v* thảo luận

discussion [dɪˈskʌʃən] *n* sự thảo luận

disease [dɪ'ziːz] n bệnh;
Alzheimer's disease n bệnh
Alzheimer

disgraceful [dɪs'greɪsfʊl] adj ô
nhục

disguise [dɪs'gaɪz] v cải trang

disgusted [dɪs'gʌstɪd] adj cảm thấy
kinh tởm

disgusting [dɪs'gʌstɪŋ] adj ghê tởm

dish [dɪʃ] n (plate) đĩa (đựng thức
ăn); **dish towel** n khăn lau bát;
satellite dish n chảo vệ tinh; **soap
dish** n chỗ để xà phòng

dishcloth ['dɪʃˌklɒθ] n khăn rửa bát

dishonest [dɪs'ɒnɪst] adj không
trung thực

dishwasher ['dɪʃˌwɒʃə] n máy rửa
bát đĩa

disinfectant [ˌdɪsɪn'fɛktənt] n chất
tẩy uế

disk [dɪsk] n đĩa máy tính; **disk
drive** n ổ đĩa

diskette [dɪs'kɛt] n đĩa mềm

dislike [dɪs'laɪk] v không thích

dismal ['dɪzməl] adj ảm đạm

dismiss [dɪs'mɪs] v sa thải

disobedient [ˌdɪsə'biːdɪənt] adj
không vâng lời

disobey [ˌdɪsə'beɪ] v không tuân thủ

dispenser [dɪ'spɛnsə] n thiết bị
phân phát; **cash dispenser** n máy
rút tiền

display [dɪ'spleɪ] n sự trưng bày ▷ v
trưng bày

disposable [dɪ'spəʊzəbəl] adj dùng
một lần

disqualify [dɪs'kwɒlɪˌfaɪ] v loại (bỏ)

disrupt [dɪs'rʌpt] v làm gián đoạn

dissatisfied [dɪs'sætɪsˌfaɪd] adj bất
mãn

dissolve [dɪ'zɒlv] v hòa tan

distance ['dɪstəns] n khoảng cách

distant ['dɪstənt] adj xa

distillery [dɪ'stɪlərɪ] n nhà máy
rượu

distinction [dɪ'stɪŋkʃən] n sự phân
biệt

distinctive [dɪ'stɪŋktɪv] adj dễ
phân biệt

distinguish [dɪ'stɪŋgwɪʃ] v phân
biệt

distract [dɪ'strækt] v làm sao lãng

distribute [dɪ'strɪbjuːt] v phân phối

distributor [dɪ'strɪbjʊtə] n nhà
phân phối

district ['dɪstrɪkt] n quận

disturb [dɪ'stɜːb] v quấy rầy

ditch [dɪtʃ] n mương ▷ v bỏ

dive [daɪv] n sự lặn ▷ v lao đầu
xuống nước

diver ['daɪvə] n thợ lặn

diversion [daɪ'vɜːʃən] n đường vòng

divide [dɪ'vaɪd] v chia tách

diving ['daɪvɪŋ] n việc lao đầu xuống
nước; **diving board** n ván nhún ở
bể bơi; **scuba diving** n môn lặn

division [dɪ'vɪʒən] n sự chia tách

divorce [dɪ'vɔːs] n sự ly dị ▷ v sự ly dị

divorced [dɪ'vɔːst] adj đã ly dị; **I'm
divorced** Tôi đã ly dị

DIY [diː aɪ waɪ] abbr việc tự làm

dizzy ['dɪzɪ] adj chóng mặt; **I feel
dizzy** Tôi thấy chóng mặt; **I keep
having dizzy spells** Tôi liên tục bị
nhiều đợt chóng mặt

DJ [diː dʒeɪ] abbr nhân viên DJ

DNA [diː ɛn eɪ] n DNA

do [dʊ] v làm; **Can you do it
straightaway?** Anh có thể làm
luôn được không?; **What are you**

doing this evening? Tối nay anh làm gì?; **What do I do?** Tôi phải làm gì?; **What do you do?** Anh làm nghề gì?; **What is there for children to do?** Có gì cho trẻ em làm không?; **What is there to do here?** Ở đây có gì để làm không?; **What would you like to do today?** Hôm nay anh muốn làm gì?

dock [dɒk] *n* bến tàu

doctor ['dɒktə] *n* bác sĩ; **Please call the emergency doctor** Làm ơn mời bác sĩ cấp cứu

document ['dɒkjʊmənt] *n* tài liệu; **I want to copy this document** Tôi muốn phôtô tài liệu này

documentary [ˌdɒkjʊ'mentərɪ; -trɪ] *n* phim tài liệu

documentation [ˌdɒkjʊmen'teɪʃən] *n* bộ tài liệu

documents [ˌdɒkjʊments] *npl* tài liệu

dodge [dɒdʒ] *v* né tránh

dog [dɒg] *n* con chó; **guide dog** *n* chó dẫn đường; **hot dog** *n* bánh mỳ kẹp xúc xích

dole [dəʊl] *n* tiền trợ cấp thất nghiệp

doll [dɒl] *n* búp bê

dollar ['dɒlə] *n* đô la; **Do you take dollars?** Anh có lấy tiền đô la không?

dolphin ['dɒlfɪn] *n* cá heo

domestic [də'mestɪk] *adj* nội địa

Dominican Republic [də'mɪnɪkən rɪ'pʌblɪk] *n* nước Cộng hòa Dominica

domino ['dɒmɪˌnəʊ] *n* quân cờ đôminô

dominoes ['dɒmɪˌnəʊz] *npl* cờ

đôminô

donate [dəʊ'neɪt] *v* tặng

done [dʌn] *adj* đã xong

donkey ['dɒŋkɪ] *n* con lừa

donor ['dəʊnə] *n* người tặng

door [dɔː] *n* cửa ra vào; **door handle** *n* tay nắm cửa; **The door handle has come off** Tay nắm cửa ra vào bị bung ra; **The door won't close** Cửa ra vào không đóng được; **The door won't lock** Cửa ra vào không khóa được; **The door won't open** Cửa ra vào không mở được

doorbell ['dɔːˌbel] *n* chuông cửa

doorman, doormen ['dɔːˌmæn; 'dɔːˌmen] *n* người gác cửa

doorstep ['dɔːˌstep] *n* ngưỡng cửa

dormitory ['dɔːmɪtərɪ; -trɪ] *n* ký túc xá

dose [dəʊs] *n* liều *(thuốc)*

dot [dɒt] *n* chấm tròn nhỏ

double ['dʌbᵊl] *adj* gấp đôi ▷ *v* tăng gấp đôi; **double bass** *n* đàn công tơ bát; **double bed** *n* giường đôi; **double glazing** *n* cửa sổ lắp hai lớp kính cách nhiệt; **double room** *n* phòng đôi

doubt [daʊt] *n* sự nghi ngờ ▷ *v* nghi ngờ

doubtful ['daʊtfʊl] *adj* nghi ngờ

dough [dəʊ] *n* bột nhào làm bánh

doughnut ['dəʊnʌt] *n* bánh rán

do up [dʊ ʌp] *v* gói lại

dove [dʌv] *n* chim bồ câu

do without [dʊ wɪ'ðaʊt] *v* không có

down [daʊn] *adv* xuống *(dưới)*

download ['daʊnˌləʊd] *n* tài liệu tải về ▷ *v* tải về

downpour ['daʊnˌpɔː] *n* trận mưa

to

downstairs ['daʊn'stɛəz] *adj* ở dưới nhà ▷ *adv* ở dưới nhà

downtown ['daʊn'taʊn] *adv* trung tâm thành phố

doze [dəʊz] *v* ngủ gà ngủ gật

dozen ['dʌzən] *n* tá

doze off [dəʊz ɒf] *v* ngủ lơ mơ

drab [dræb] *adj* xám xịt

draft [drɑːft] *n* dự thảo

drag [dræg] *v* kéo lê

dragon ['drægən] *n* con rồng

dragonfly ['drægən,flaɪ] *n* con chuồn chuồn

drain [dreɪn] *n* cống ▷ *v* làm ráo nước; **draining board** *n* tấm thoát nước; **The drain is blocked** Cống bị tắc

drainpipe ['dreɪn,paɪp] *n* ống thoát nước

drama ['drɑːmə] *n* kịch *(nói)*

dramatic [drə'mætɪk] *adj* kịch tính

drastic ['dræstɪk] *adj* mạnh mẽ

draught [drɑːft] *n* gió lùa

draughts [drɑːfts] *npl* cờ đam

draw [drɔː] *n (tie)* sự rút thăm ▷ *v (equal with)* hoà *(tỉ số)*, *(sketch)* vẽ

drawback ['drɔː,bæk] *n* mặt hạn chế

drawer ['drɔːə] *n* ngăn kéo; **The drawer is jammed** Ngăn kéo bị kẹt

drawers [drɔːz] *n* **chest of drawers** *n* tủ có nhiều ngăn kéo

drawing ['drɔːɪŋ] *n* bản vẽ

drawing pin ['drɔːɪŋ pɪn] *n* đinh ghim

dreadful ['drɛdfʊl] *adj* dễ sợ

dream [driːm] *n* giấc mơ ▷ *v* mơ *(ngủ)*

drench [drɛntʃ] *v* làm ướt sũng

dress [drɛs] *n* áo đầm ▷ *v* mặc quần áo; **evening dress** *n* váy dạ hội; **wedding dress** *n* địa chỉ tổ chức đám cưới

dressed [drɛst] *adj* đã mặc quần áo

dresser ['drɛsə] *n* chạn bát đĩa

dressing ['drɛsɪŋ] *n* **salad dressing** *n* dầu trộn xa-lát

dressing gown ['drɛsɪŋ gaʊn] *n* áo ngủ choàng

dressing table ['drɛsɪŋ 'teɪbəl] *n* bàn trang điểm

dress up [drɛs ʌp] *v* ăn diện

dried [draɪd] *adj* đã khô

drift [drɪft] *n* sự trôi dạt ▷ *v* trôi dạt

drill [drɪl] *n* máy khoan ▷ *v* khoan; **pneumatic drill** *n* khoan khí động

drink [drɪŋk] *n* đồ uống ▷ *v* uống; **binge drinking** *n* cuộc chè chén say sưa; **drinking water** *n* nước uống; **soft drink** *n* đồ uống không có cồn; **Can I get you a drink?** Cho phép tôi mời anh uống gì nhé?; **Do you drink milk?** Anh có uống sữa không?; **I don't drink alcohol** Tôi không uống rượu; **I never drink wine** Tôi không bao giờ uống rượu vang; **I'm not drinking, thank you** Tôi không uống, xin cảm ơn; **The drinks are on me** Để tôi trả tiền đồ uống; **What is your favourite drink?** Anh thích loại đồ uống gì nhất?; **What non-alcoholic drinks do you have?** Anh có những loại đồ uống không cồn gì?; **What would you like to drink?** Anh muốn uống gì?; **Would you like a drink?** Anh có muốn uống gì không?, Anh muốn uống gì không?

drink-driving ['drɪŋk'draɪvɪŋ] *n*

việc lái xe khi say rượu

drip [drɪp] n nhỏ giọt ▷ v chảy nhỏ giọt

drive [draɪv] n chuyến đi chơi bằng xe ▷ v lái xe; **driving instructor** n người dạy lái xe; **four-wheel drive** n xe hai cầu; **left-hand drive** n tay lái nghịch; **right-hand drive** n tay lái thuận; **You were driving too fast** Anh đã lái xe quá nhanh

driver ['draɪvə] n người lái xe; **learner driver** n người học lái xe; **lorry driver** n tài xế xe tải; **racing driver** n tay đua; **truck driver** n lái xe tải

driveway ['draɪvˌweɪ] n đường lái xe vào nhà

driving lesson ['draɪvɪŋ 'lɛsⁿn] n bài học lái xe

driving licence ['draɪvɪŋ 'laɪsⁿns] n bằng lái xe; **Here is my driving licence** Đây là bằng lái xe của tôi; **I don't have my driving licence on me** Tôi không mang bằng lái theo người; **My driving licence number is...** Số bằng lái của tôi là...

driving test ['draɪvɪŋ 'tɛst] n kỳ thi lái xe

drizzle ['drɪzⁿl] n mưa phùn

drop [drɒp] n giọt; **eye drops** npl thuốc nhỏ mắt

drought [draʊt] n hạn hán

drown [draʊn] v chết đuối; **Someone is drowning!** Có người chết đuối!

drowsy ['draʊzɪ] adj buồn ngủ

drug [drʌg] n thuốc (chữa bệnh); **drug addict** n người nghiện ma túy; **drug dealer** n kẻ buôn ma túy

drum [drʌm] n cái trống

drummer ['drʌmə] n người đánh trống

drunk [drʌŋk] adj say rượu ▷ n người say rượu

dry [draɪ] adj khô ▷ v sấy khô; **bone dry** adj khô xác; **I have dry hair** Tôi có tóc khô

dry-cleaner's ['draɪ'kliːnəz] n hiệu giặt khô là hơi

dry-cleaning ['draɪ'kliːnɪŋ] n sự giặt khô là hơi

dryer ['draɪə] n máy sấy; **spin dryer** n máy quay làm khô quần áo; **tumble dryer** n máy sấy quần áo

dual ['djuːəl] adj **dual carriageway** n đường cao tốc phân làn

dubbed [dʌbt] adj được lồng tiếng

dubious ['djuːbɪəs] adj đáng ngờ

duck [dʌk] n con vịt

due [djuː] adj đến hạn; **When is it due to be paid?** Khi nào đến hạn phải trả?

due to [djuː tʊ] prep do

dull [dʌl] adj buồn tẻ

dumb [dʌm] adj (pejorative) câm

dummy ['dʌmɪ] n người nộm ma nơ canh

dump [dʌmp] n bãi rác ▷ v vứt bỏ; **rubbish dump** n chỗ đổ rác

dumpling ['dʌmplɪŋ] n bánh bao

dune [djuːn] n **sand dune** n cồn cát

dungarees [ˌdʌŋɡə'riːz] npl quần yếm

dungeon ['dʌndʒən] n ngục tối

duration [djʊ'reɪʃən] n khoảng thời gian

during ['djʊərɪŋ] prep trong khi

dusk [dʌsk] n hoàng hôn

dust [dʌst] n bụi ▷ v phủi bụi

dustbin ['dʌstˌbɪn] n thùng rác

dustman, dustmen ['dʌstmən, 'dʌstmen] *n* người hót rác

dustpan ['dʌst,pæn] *n* cái hót rác

dusty ['dʌstɪ] *adj* đầy bụi

Dutch [dʌtʃ] *adj* thuộc Hà Lan ▷ *n* tiếng Hà Lan

Dutchman, Dutchmen ['dʌtʃmən, 'dʌtʃmen] *n* đàn ông Hà Lan

Dutchwoman, Dutchwomen [,dʌtʃwʊmən, 'dʌtʃwɪmɪn] *n* phụ nữ Hà Lan

duty ['djuːtɪ] *n* nghĩa vụ; **(customs) duty** *n* hải quan

duty-free ['djuːtɪ'friː] *adj* miễn thuế ▷ *n* sự miễn thuế

duvet ['duːveɪ] *n* chăn lông vịt

DVD [diː viː diː] *n* đĩa DVD; **DVD burner** *n* đầu ghi đĩa DVD; **DVD player** *n* đầu đĩa DVD

dwarf, dwarves [dwɔːf, dwɔːvz] *n* (pejorative) người lùn

dye [daɪ] *n* thuốc nhuộm ▷ *v* nhuộm; **Can you dye my hair, please?** Anh làm ơn nhuộm tóc cho tôi được không?

dynamic [daɪ'næmɪk] *adj* năng động

dyslexia [dɪs'leksɪə] *n* bệnh khó đọc

dyslexic [dɪs'leksɪk] *adj* mắc bệnh khó đọc ▷ *n* người mắc bệnh khó đọc

each [iːtʃ] *adj* mỗi ▷ *pron* mỗi người

eagle ['iːgəl] *n* đại bàng

ear [ɪə] *n* tai

earache ['ɪər,eɪk] *n* đau tai

eardrum ['ɪə,drʌm] *n* màng nhĩ

earlier ['ɜːlɪə] *adv* sớm hơn; **I would prefer an earlier flight** Tôi muốn bay chuyến sớm hơn

early ['ɜːlɪ] *adj* sớm ▷ *adv* sớm; **We arrived early/late** Chúng tôi đến sớm/muộn

earn [ɜːn] *v* kiếm được

earnings ['ɜːnɪŋz] *npl* thu nhập

earphones ['ɪə,fəʊnz] *npl* tai nghe

earplugs ['ɪə,plʌgz] *npl* nút bịt tai

earring ['ɪə,rɪŋ] *n* hoa tai

earth [ɜːθ] *n* trái đất

earthquake ['ɜːθ,kweɪk] *n* động đất

easily ['iːzɪlɪ] *adv* dễ dàng

east [iːst] *adj* hướng đông ▷ *adv* phía đông ▷ *n* đông (hướng); **Far East** *n* Viễn Đông; **Middle East** *n* vùng Trung Đông

eastbound ['iːstˌbaʊnd] *adj* về hướng đông

Easter ['iːstə] *n* lễ Phục sinh; **Easter egg** *n* trứng Phục sinh

eastern ['iːstən] *adj* phía đông

easy ['iːzɪ] *adj* dễ; **easy chair** *n* ghế bành

easy-going ['iːzɪˈɡəʊɪŋ] *adj* dễ tính

eat [iːt] *v* ăn; **Can I eat on the terrace?** Tôi có thể ăn trên sân trời không?; **Do you eat meat?** Anh có ăn thịt không?; **Have you eaten?** Anh ăn chưa?; **I can't eat liver** Tôi không ăn được gan; **I can't eat raw eggs** Tôi không ăn được trứng sống; **I don't eat fish** Tôi không ăn cá; **I don't eat meat** Tôi không ăn thịt; **I don't eat pork** Tôi không ăn thịt lợn; **Is there somewhere to eat on the boat?** Trên thuyền có chỗ ăn không?; **What would you like to eat?** Anh muốn ăn gì?; **Would you like something to eat?** Anh có muốn ăn gì không?

e-book ['iːˌbʊk] *n* sách điện tử

eccentric [ɪkˈsɛntrɪk] *adj* kỳ dị

echo ['ɛkəʊ] *n* tiếng vọng

ecofriendly ['iːkəʊˌfrɛndlɪ] *adj* thân thiện với môi sinh

ecological [ˌiːkəˈlɒdʒɪkəl] *adj* thuộc sinh thái học

ecology [ɪˈkɒlədʒɪ] *n* sinh thái học

e-commerce ['iːkɒmɜːs] *n* thương mại điện tử

economic [ˌiːkəˈnɒmɪk; ˌɛkə-] *adj* thuộc về kinh tế

economical [ˌiːkəˈnɒmɪkəl; ˌɛkə-] *adj* tiết kiệm

economics [ˌiːkəˈnɒmɪks; ˌɛkə-] *npl* kinh tế học

economist [ɪˈkɒnəmɪst] *n* nhà kinh tế học

economize [ɪˈkɒnəˌmaɪz] *v* tiết kiệm

economy [ɪˈkɒnəmɪ] *n* nền kinh tế; **economy class** *n* hạng phổ thông

ecstasy ['ɛkstəsɪ] *n* trạng thái mê ly

Ecuador ['ɛkwəˌdɔː] *n* nước Ê-cu-a-đo

eczema ['ɛksɪmə; ɪɡ'ziːmə] *n* bệnh ec-ze-ma

edge [ɛdʒ] *n* rìa

edgy ['ɛdʒɪ] *adj* bồn chồn

edible ['ɛdɪbəl] *adj* ăn được

edition [ɪˈdɪʃən] *n* bản in

editor ['ɛdɪtə] *n* biên tập viên

educated ['ɛdjʊˌkeɪtɪd] *adj* có học thức

education [ˌɛdjʊˈkeɪʃən] *n* giáo dục; **adult education** *n* giáo dục dành cho người trưởng thành; **higher education** *n* giáo dục đại học

educational [ˌɛdjʊˈkeɪʃənəl] *adj* có tính giáo dục

eel [iːl] *n* con lươn *(con vật)*

effect [ɪˈfɛkt] *n* tác động; **side effect** *n* tác dụng phụ

effective [ɪˈfɛktɪv] *adj* có tác dụng

effectively [ɪˈfɛktɪvlɪ] *adv* một cách có tác dụng

efficient [ɪˈfɪʃənt] *adj* hiệu quả

efficiently [ɪˈfɪʃəntlɪ] *adv* một cách hiệu quả

effort ['ɛfət] *n* nỗ lực

e.g. [iː dʒiː] *abbr* vd

egg [ɛɡ] *n* trứng; **boiled egg** *n* trứng luộc; **egg white** *n* lòng trắng trứng; **egg yolk** *n* lòng đỏ trứng; **Easter egg** *n* trứng Phục sinh; **scrambled eggs** *npl* món trứng bác; **Could**

you prepare a meal without eggs? Anh có thể chuẩn bị một bữa ăn không có trứng không?; **I can't eat raw eggs** Tôi không ăn được trứng sống

eggcup ['ɛɡ,kʌp] n cốc chân trứng

Egypt ['iːdʒɪpt] n Ai Cập

Egyptian [ɪ'dʒɪpʃən] adj thuộc Ai Cập ▷ n người Ai Cập

eight [eɪt] number tám; **two for the eight o'clock showing** hai vé cho buổi diễn lúc tám giờ

eighteen ['eɪ'tiːn] number mười tám

eighteenth ['eɪ'tiːnθ] adj thứ mười tám

eighth [eɪtθ] adj thứ tám ▷ n thứ tám

eighty ['eɪtɪ] number tám mươi

Eire ['ɛərə] n nước Ai-len

either ['aɪðə; 'iːðə] adv (with negative) hoặc ▷ conj (.. or) hoặc ▷ pron một trong hai; **either... or** conj hoặc... hoặc

elastic [ɪ'læstɪk] n chun; **elastic band** n dây chun

Elastoplast® [ɪ'læstəplɑːst] n băng dán vết thương

elbow ['ɛlbəʊ] n khuỷu tay

elder ['ɛldə] adj lớn hơn

elderly ['ɛldəlɪ] adj cao tuổi

eldest ['ɛldɪst] adj cả (lớn nhất)

elect [ɪ'lɛkt] v bầu (cử)

election [ɪ'lɛkʃən] n sự bầu cử; **general election** n tổng tuyển cử

electorate [ɪ'lɛktərɪt] n đoàn cử tri

electric [ɪ'lɛktrɪk] adj điện; **electric blanket** n chăn điện; **electric shock** n điện giật; **There is something wrong with the electrics** Hệ thống điện bị hỏng cái

gì đó

electrical [ɪ'lɛktrɪkəl] adj điện

electrician [ɪlɛk'trɪʃən; ,iːlɛk-] n thợ điện

electricity [ɪlɛk'trɪsɪtɪ; ,iːlɛk-] n điện; **Do we have to pay extra for electricity?** Chúng tôi có phải trả thêm tiền điện không?; **Is the cost of electricity included?** Tiền điện có bao gồm trong đó không?; **There is no electricity** Không có điện; **Where is the electricity meter?** Đồng hồ đo điện ở đâu

electronic [ɪlɛk'trɒnɪk; ,iːlɛk-] adj điện tử

electronics [ɪlɛk'trɒnɪks; ,iːlɛk-] npl điện tử học

elegant ['ɛlɪɡənt] adj thanh nhã

element ['ɛlɪmənt] n thành phần

elephant ['ɛlɪfənt] n con voi

eleven [ɪ'lɛvən] number mười một

eleventh [ɪ'lɛvənθ] adj thứ mười một

eliminate [ɪ'lɪmɪ,neɪt] v loại trừ (xóa bỏ)

elm [ɛlm] n cây du

else [ɛls] adj khác; **Have you anything else?** Anh có thứ gì khác không?

elsewhere [,ɛls'wɛə] adv ở nơi khác

email ['iːmeɪl] n email ▷ vt (a person) gửi email; **email address** n địa chỉ email; **Can I have your email?** Cho tôi xin email của anh được không?; **Did you get my email?** Anh có nhận được email của tôi không?; **Do you have an email?** Anh có email không?; **My email address is...** Địa chỉ email của tôi là...; **What is your email**

address? Địa chỉ email của anh là gì?

embankment [ɪmˈbæŋkmənt] *n* kè

embarrassed [ˌɪmˈbærəst] *adj* xấu hổ

embarrassing [ɪmˈbærəsɪŋ] *adj* đáng xấu hổ

embassy [ˈembəsɪ] *n* đại sứ quán

embroider [ɪmˈbrɔɪdə] *v* thêu

embroidery [ɪmˈbrɔɪdərɪ] *n* đồ thêu

emergency [ɪˈmɜːdʒənsɪ] *n* tình trạng khẩn cấp; **accident & emergency department** *n* khoa cấp cứu; **emergency exit** *n* cửa thoát hiểm; **emergency landing** *n* hạ cánh khẩn cấp

emigrate [ˈemɪˌɡreɪt] *v* di cư

emotion [ɪˈməʊʃən] *n* cảm xúc

emotional [ɪˈməʊʃənᵊl] *adj* xúc động

emperor, empress [ˈempərə, ˈemprɪs] *n* hoàng đế

emphasize [ˈemfəˌsaɪz] *v* nhấn mạnh

empire [ˈempaɪə] *n* đế chế

employ [ɪmˈplɔɪ] *v* thuê người

employee [emˈplɔɪiː, ˌemplɔɪˈiː] *n* nhân viên

employer [ɪmˈplɔɪə] *n* người chủ

employment [ɪmˈplɔɪmənt] *n* việc làm

empty [ˈemptɪ] *adj* trống rỗng ▷ *v* dốc ra

enamel [ɪˈnæməl] *n* men *(gốm)*

encourage [ɪnˈkʌrɪdʒ] *v* khuyến khích

encouragement [ɪnˈkʌrɪdʒmənt] *n* sự khuyến khích

encouraging [ɪnˈkʌrɪdʒɪŋ] *adj* đáng khích lệ

encyclopaedia [enˌsaɪkləʊˈpiːdɪə] *n* bách khoa toàn thư

end [end] *n* điểm cuối ▷ *v* kết thúc; **dead end** *n* ngõ cụt

endanger [ɪnˈdeɪndʒə] *v* gây nguy hiểm

ending [ˈendɪŋ] *n* kết cục

endless [ˈendlɪs] *adj* vô tận

enemy [ˈenəmɪ] *n* kẻ thù

energetic [ˌenəˈdʒetɪk] *adj* đầy nhiệt huyết

energy [ˈenədʒɪ] *n* năng lượng

engaged [ɪnˈɡeɪdʒd] *adj* đã hứa hôn; **engaged tone** *n* tín hiệu bận

engagement [ɪnˈɡeɪdʒmənt] *n* sự hứa hôn; **engagement ring** *n* nhẫn hứa hôn

engine [ˈendʒɪn] *n* động cơ; **search engine** *n* công cụ tìm kiếm

engineer [ˌendʒɪˈnɪə] *n* kỹ sư

engineering [ˌendʒɪˈnɪərɪŋ] *n* nghề cơ khí

England [ˈɪŋɡlənd] *n* nước Anh

English [ˈɪŋɡlɪʃ] *adj* thuộc Anh ▷ *n* tiếng Anh; **Do you speak English?** Anh có nói được tiếng Anh không?; **Does anyone speak English?** Có ai nói được tiếng Anh không?; **I don't speak English** Tôi không nói được tiếng Anh; **I speak very little English** Tôi nói được rất ít tiếng Anh

Englishman, Englishmen [ˈɪŋɡlɪʃmən, ˈɪŋɡlɪʃmen] *n* đàn ông Anh

Englishwoman, Englishwomen [ˈɪŋɡlɪʃˌwʊmən, ˈɪŋɡlɪʃˌwɪmɪn] *n* phụ nữ Anh

engrave [ɪnˈɡreɪv] v khắc (chạm)

enjoy [ɪnˈdʒɔɪ] v vui thích

enjoyable [ɪnˈdʒɔɪəbᵊl] adj thú vị

enlargement [ɪnˈlɑːdʒmənt] n sự phóng to

enormous [ɪˈnɔːməs] adj to lớn

enough [ɪˈnʌf] adj đủ ▷ pron đủ; **That's enough, thank you** Thế đủ rồi, cám ơn

enquire [ɪnˈkwaɪə] v tìm hiểu

enquiry [ɪnˈkwaɪərɪ] n sự tìm hiểu; **enquiry desk** n bàn thông tin

ensure [enˈʃʊə; -ˈʃɔː] v bảo đảm

enter [ˈentə] v đi vào

entertain [ˌentəˈteɪn] v giải trí

entertainer [ˌentəˈteɪnə] n người làm trò giải trí

entertaining [ˌentəˈteɪnɪŋ] adj vui thú

entertainment [ˌentəˈteɪnmənt] n **What entertainment is there?** Có hoạt động giải trí gì?

enthusiasm [ɪnˈθjuːzɪˌæzəm] n sự nhiệt tình

enthusiastic [ɪnˌθjuːzɪˈæstɪk] adj nhiệt tình

entire [ɪnˈtaɪə] adj toàn bộ

entirely [ɪnˈtaɪəlɪ] adv toàn bộ

entrance [ˈentrəns] n lối vào; **entrance fee** n phí vào cửa; **Where is the wheelchair-accessible entrance?** Lối vào dành cho xe lăn ở đâu?

entry [ˈentrɪ] n cửa vào; **entry phone** n điện thoại ở cửa vào

envelope [ˈenvəˌləʊp; ˈɒn-] n phong bì

envious [ˈenvɪəs] adj ghen tị

environment [ɪnˈvaɪrənmənt] n môi trường

environmental [ɪnˌvaɪrənˈmentəˌl] adj thuộc môi trường; **environmentally friendly** adj thân thiện với môi trường

envy [ˈenvɪ] n sự ghen tị ▷ v ghen tị

epidemic [ˌepɪˈdemɪk] n bệnh dịch

epileptic [ˌepɪˈleptɪk] n bệnh động kinh; **epileptic fit** n cơn động kinh

episode [ˈepɪˌsəʊd] n hồi (chương)

equal [ˈiːkwəl] adj bằng nhau ▷ v bằng với

equality [ɪˈkwɒlɪtɪ] n sự bình đẳng

equalize [ˈiːkwəˌlaɪz] v làm bằng nhau

equation [ɪˈkweɪʒən; -ʃən] n phương trình

equator [ɪˈkweɪtə] n đường xích đạo

Equatorial Guinea [ˌekwəˈtɔːrɪəl ˈɡɪnɪ] n Ghi-nê Xích đạo

equipment [ɪˈkwɪpmənt] n thiết bị; **Can we hire the equipment?** Chúng tôi có thể thuê thiết bị không?

equipped [ɪˈkwɪpt] adj được trang bị

equivalent [ɪˈkwɪvələnt] n tương đương

erase [ɪˈreɪz] v tẩy xóa

Eritrea [ˌerɪˈtreɪə] n nước Eritrea

erotic [ɪˈrɒtɪk] adj gợi tình

error [ˈerə] n lỗi

escalator [ˈeskəˌleɪtə] n thang cuốn

escape [ɪˈskeɪp] n sự trốn thoát ▷ v trốn thoát; **fire escape** n lối thoát hiểm

escort [ɪsˈkɔːt] v hộ tống

especially [ɪˈspeʃəlɪ] adv đặc biệt là

espionage [ˈespɪəˌnɑːʒ] n hoạt động gián điệp

essay ['ɛseɪ] n bài luận

essential [ɪ'sɛnʃəl] adj thiết yếu

estate [ɪ'steɪt] n bất động sản;
  estate agent n đại lý bất động sản;
  estate car n ô tô rộng năm cửa

estimate n ['ɛstɪmɪt] sự ước tính ▷ v ['ɛstɪˌmeɪt] ước tính

Estonia [ɛ'stəʊnɪə] n nước Estonia

Estonian [ɛ'stəʊnɪən] adj thuộc Estonia ▷ n (language) tiếng Estonia, (person) người Estonia

etc [ɪt 'sɛtrə] abbr vv

eternal [ɪ'tɜːnəl] adj vĩnh viễn

eternity [ɪ'tɜːnɪtɪ] n sự vĩnh viễn

ethical ['ɛθɪkəl] adj có đạo đức

Ethiopia [ˌiːθɪ'əʊpɪə] n nước Ethiopia

Ethiopian [ˌiːθɪ'əʊpɪən] adj thuộc Ethiopia ▷ n (person) người Ethiopia

ethnic ['ɛθnɪk] adj thuộc sắc tộc

e-ticket ['iːtɪkɪt] n vé điện tử

EU [iː juː] abbr EU

euro ['jʊərəʊ] n đồng ơ-rô

Europe ['jʊərəp] n châu Âu

European [ˌjʊərə'pɪən] adj thuộc châu Âu ▷ n (person) người châu Âu; **European Union** n Liên minh châu Âu

evacuate [ɪ'vækjʊˌeɪt] v sơ tán

eve [iːv] n hôm trước

even ['iːvən] adj bằng phẳng ▷ adv ngay cả

evening ['iːvnɪŋ] n buổi tối;
  evening class n lớp học buổi tối;
  evening dress n váy dạ hội; **in the evening** vào buổi tối; **What is there to do in the evenings?** Buổi tối có gì làm không?

event [ɪ'vɛnt] n sự kiện; **Which sporting events can we go to?** Chúng tôi có thể đi xem các sự kiện thể thao gì?

eventful [ɪ'vɛntfʊl] adj có nhiều sự kiện

eventually [ɪ'vɛntʃʊəlɪ] adv cuối cùng

ever ['ɛvə] adv bao giờ (chưa); **Have you ever been to…?** Anh đã bao giờ đến… chưa?

every ['ɛvrɪ] adj mọi (tất cả)

everybody ['ɛvrɪˌbɒdɪ] pron mọi người

everyone ['ɛvrɪˌwʌn; -wən] pron mọi người

everything ['ɛvrɪθɪŋ] pron mọi thứ

everywhere ['ɛvrɪˌwɛə] adv mọi nơi

evidence ['ɛvɪdəns] n bằng chứng

evil ['iːvəl] adj ác

evolution [ˌiːvə'luːʃən] n sự tiến hóa

ewe [juː] n cừu cái

exact [ɪg'zækt] adj chính xác

exactly [ɪg'zæktlɪ] adv một cách chính xác

exaggerate [ɪg'zædʒəˌreɪt] v phóng đại

exaggeration [ɪg'zædʒəˌreɪʃən] n sự phóng đại

exam [ɪg'zæm] n kỳ thi

examination [ɪgˌzæmɪ'neɪʃən] n (medical) việc kiểm tra, (school) việc kiểm tra

examine [ɪg'zæmɪn] v kiểm tra

examiner [ɪg'zæmɪnə] n giám khảo

example [ɪg'zɑːmpəl] n ví dụ

excellent ['ɛksələnt] adj xuất sắc

except [ɪk'sɛpt] prep ngoại trừ

exception [ɪk'sɛpʃən] n ngoại lệ

exceptional [ɪk'sɛpʃənəl] adj khác thường

excessive | 296

excessive [ɪk'sɛsɪv] *adj* quá mức
exchange [ɪks'tʃeɪndʒ] *v* trao đổi;
  exchange rate *n* tỉ giá ngoại hối;
  rate of exchange *n* tỷ giá hối đoái;
  stock exchange *n* thị trường
  chứng khoán; **I'd like to exchange
  this** Tôi muốn đổi cái này; **What's
  the exchange rate?** Tỷ giá là bao
  nhiêu?
excited [ɪk'saɪtɪd] *adj* phấn khích
exciting [ɪk'saɪtɪŋ] *adj* lý thú
exclude [ɪk'skluːd] *v* loại trừ *(trừ ra)*
excluding [ɪk'skluːdɪŋ] *prep* trừ
exclusively [ɪk'skluːsɪvlɪ] *adv* dành
  riêng
excuse *n* [ɪk'skjuːs] lý do bào chữa
  ▷ *v* [ɪk'skjuːz] tha lỗi
execute ['ɛksɪˌkjuːt] *v* hành hình
execution [ˌɛksɪ'kjuːʃən] *n* sự thi
  hành
executive [ɪg'zɛkjʊtɪv] *n* người điều
  hành
exercise ['ɛksəˌsaɪz] *n* bài tập
exhaust [ɪg'zɔːst] *n* **The exhaust is
  broken** Ống xả bị vỡ
exhausted [ɪg'zɔːstɪd] *adj* kiệt sức
exhibition [ˌɛksɪ'bɪʃən] *n* triển lãm
ex-husband [ɛks'hʌzbənd] *n* chồng
  trước
exile ['ɛgzaɪl; 'ɛksaɪl] *n* lưu vong
exist [ɪg'zɪst] *v* tồn tại
exit ['ɛgzɪt; 'ɛksɪt] *n* cửa ra;
  emergency exit *n* cửa thoát hiểm;
  Where is the exit? Cửa ra ở đâu?
exotic [ɪg'zɒtɪk] *adj* lạ
expect [ɪk'spɛkt] *v* trông mong
expedition [ˌɛkspɪ'dɪʃən] *n* cuộc
  thám hiểm
expel [ɪk'spɛl] *v* làm bật ra
expenditure [ɪk'spɛndɪtʃə] *n* chi
  tiêu
expenses [ɪk'spɛnsɪz] *npl* chi phí
expensive [ɪk'spɛnsɪv] *adj* đắt; **It's
  too expensive for me** Quá đắt đối
  với tôi
experience [ɪk'spɪərɪəns] *n* kinh
  nghiệm; **work experience** *n* kinh
  nghiệm nghề nghiệp
experienced [ɪk'spɪərɪənst] *adj*
  nhiều kinh nghiệm
experiment [ɪk'spɛrɪmənt] *n* thí
  nghiệm
expert ['ɛkspɜːt] *n* chuyên gia
expire [ɪk'spaɪə] *v* hết hạn
explain [ɪk'spleɪn] *v* giải thích; **Can
  you explain what the matter is?**
  Anh có thể giải thích xem vấn đề là
  gì không?
explanation [ˌɛksplə'neɪʃən] *n* lời
  giải thích
explode [ɪk'spləʊd] *v* nổ
exploit [ɪk'splɔɪt] *v* khai thác
exploitation [ˌɛksplɔɪ'teɪʃən] *n* sự
  khai thác
explore [ɪk'splɔː] *v* thám hiểm
explorer [ɪk'splɔːrə] *n* nhà thám
  hiểm
explosion [ɪk'spləʊʒən] *n* vụ nổ
explosive [ɪk'spləʊsɪv] *n* chất nổ
export *n* ['ɛkspɔːt] sự xuất khẩu ▷ *v*
  [ɪk'spɔːt] xuất khẩu
express [ɪk'sprɛs] *v* diễn tả
expression [ɪk'sprɛʃən] *n* sự diễn tả
extension [ɪk'stɛnʃən] *n* phòng cơi
  nới; **extension cable** *n* dây nối dài
extensive [ɪk'stɛnsɪv] *adj* rộng rãi
extensively [ɪk'stɛnsɪvlɪ] *adv* một
  cách rộng rãi
extent [ɪk'stɛnt] *n* phạm vi
exterior [ɪk'stɪərɪə] *adj* ở ngoài

external [ɪk'stɜːn³l] *adj* bên ngoài
extinct [ɪk'stɪŋkt] *adj* tuyệt chủng
extinguisher [ɪk'stɪŋgwɪʃə] *n* bình chữa cháy
extortionate [ɪk'stɔːʃənɪt] *adj* cắt cổ
extra ['ɛkstrə] *adj* thêm ▷ *adv* thêm; **Can I have an extra bag, please?** Làm ơn cho tôi xin thêm một chiếc túi được không?; **I'd like it with extra…, please** Làm ơn cho tôi món đó có thêm...
extraordinary [ɪk'strɔːd³nrɪ; -d³nərɪ] *adj* lạ thường
extravagant [ɪk'strævɪgənt] *adj* hoang phí
extreme [ɪk'striːm] *adj* cực đoan
extremely [ɪk'striːmlɪ] *adv* vô cùng
extremism [ɪk'striːmɪzəm] *n* chủ nghĩa cực đoan
extremist [ɪk'striːmɪst] *n* người theo chủ nghĩa cực đoan
ex-wife [ɛks'waɪf] *n* vợ cũ
eye [aɪ] *n* mắt; **eye drops** *npl* thuốc nhỏ mắt; **eye shadow** *n* phấn mắt; **I have something in my eye** Có cái gì trong mắt tôi; **My eyes are sore** Mắt tôi bị đau
eyebrow ['aɪˌbraʊ] *n* lông mày
eyelash ['aɪˌlæʃ] *n* lông mi
eyelid ['aɪˌlɪd] *n* mí mắt
eyeliner ['aɪˌlaɪnə] *n* chì kẻ mắt
eyesight ['aɪˌsaɪt] *n* thị lực

fabric ['fæbrɪk] *n* vải *(vóc)*
fabulous ['fæbjʊləs] *adj* tuyệt vời
face [feɪs] *n* mặt ▷ *v* đối mặt; **face cloth** *n* khăn mặt
facial ['feɪʃəl] *adj* thuộc mặt ▷ *n* sự làm đẹp cho mặt
facilities [fə'sɪlɪtɪz] *npl* phương tiện; **What sports facilities are there?** Có những phương tiện gì để chơi thể thao?
fact [fækt] *n* sự kiện
factory ['fæktərɪ] *n* nhà máy; **I work in a factory** Tôi làm trong nhà máy
fade [feɪd] *v* phai
fag [fæg] *n* việc nhàm chán
fail [feɪl] *v* thất bại
failure ['feɪljə] *n* sự thất bại
faint [feɪnt] *adj* yếu ớt ▷ *v* ngất; **She has fainted** Chị ấy bị ngất
fair [fɛə] *adj* *(light colour)* sáng màu, *(reasonable)* công bằng ▷ *n* hội chợ
fairground ['fɛəˌgraʊnd] *n* địa điểm

hội chợ

fairly ['fɛəlɪ] *adv* khá

fairness ['fɛənɪs] *n* sự công bằng

fairy ['fɛərɪ] *n* tiên

fairytale ['fɛərɪˌteɪl] *n* chuyện cổ tích

faith [feɪθ] *n* niềm tin

faithful ['feɪθfʊl] *adj* trung thành

faithfully ['feɪθfʊlɪ] *adv* một cách trung thành

fake [feɪk] *adj* giả ▷ *n* đồ giả

fall [fɔːl] *n* sự rơi ▷ *v* ngã *(xuống)*; **She fell** Con bé bị ngã

fall down [fɔːl daʊn] *v* rụng xuống

fall for [fɔːl fɔː] *v* mê mẩn

fall out [fɔːl aʊt] *v* rơi ra; **A filling has fallen out** Chỗ hàn bị rơi ra rồi

false [fɔːls] *adj* giả; **false alarm** *n* báo động giả

fame [feɪm] *n* sự nổi tiếng

familiar [fə'mɪlɪə] *adj* quen thuộc

family ['fæmɪlɪ; 'fæmlɪ] *n* gia đình; **I want to reserve a family room** Tôi muốn đặt một phòng gia đình; **I'd like to book a family room** Cho tôi đặt một phòng gia đình; **I'm here with my family** Tôi ở đây với gia đình

famine ['fæmɪn] *n* nạn đói

famous ['feɪməs] *adj* nổi tiếng

fan [fæn] *n* quạt; **fan belt** *n* dây đai quạt; **Does the room have a fan?** Phòng có quạt không?

fanatic [fə'nætɪk] *n* người cuồng tín

fancy ['fænsɪ] *v* thích; **fancy dress** *n* quần áo hóa trang

fantastic [fæn'tæstɪk] *adj* tuyệt vời

FAQ [ɛf eɪ kjuː] *abbr* Những Câu hỏi Thường gặp

far [fɑː] *adj* xa ▷ *adv* xa; **Far East** *n*
Viễn Đông; **How far are we from the beach?** Chúng ta còn cách bờ biển bao xa?; **How far are we from the bus station?** Chúng ta còn cách trạm xe buýt bao xa?; **How far is it?** Cách bao xa?; **How far is the bank?** Ngân hàng cách đây bao xa?; **Is it far?** Có xa không?; **It's not far** Không xa đâu; **It's quite far** Khá xa đấy

fare [fɛə] *n* tiền vé

farewell [ˌfɛə'wɛl] *excl* tạm biệt!

farm [fɑːm] *n* trang trại

farmer ['fɑːmə] *n* trang chủ *(chủ trang trại)*

farmhouse ['fɑːmˌhaʊs] *n* nhà ở trang trại

farming ['fɑːmɪŋ] *n* việc canh tác

Faroe Islands ['fɛərəʊ 'aɪləndz] *npl* Quần đảo Faroe

fascinating ['fæsɪˌneɪtɪŋ] *adj* hấp dẫn

fashion ['fæʃən] *n* thời trang

fashionable ['fæʃənəbəl] *adj* mốt

fast [fɑːst] *adj* nhanh ▷ *adv* nhanh; **He was driving too fast** Anh ấy đã lái xe quá nhanh; **I think my watch is fast** Tôi nghĩ đồng hồ của tôi nhanh

fat [fæt] *adj* béo ▷ *n* mỡ

fatal ['feɪtəl] *adj* chết người

fate [feɪt] *n* số phận

father ['fɑːðə] *n* bố

father-in-law ['fɑːðə ɪn lɔː] **(fathers-in-law)** *n* bố chồng

fault [fɔːlt] *n* *(defect)* lỗi, *(mistake)* lỗi; **It wasn't my fault** Không phải lỗi của tôi

faulty ['fɔːltɪ] *adj* bị lỗi

fauna ['fɔːnə] *npl* hệ động vật

favour ['feɪvə] n ơn huệ

favourite ['feɪvərɪt; 'feɪvrɪt] adj ưa thích ▷ n người ưa thích

fax [fæks] n bức fax ▷ v gửi fax; **How much is it to send a fax?** Gửi fax giá bao nhiêu?; **I want to send a fax** Tôi muốn gửi fax

fear [fɪə] n nỗi sợ ▷ v sợ

feasible ['fiːzəbəl] adj khả thi

feather ['fɛðə] n lông vũ

feature ['fiːtʃə] n đường nét khuôn mặt

February ['fɛbruərɪ] n tháng Hai

fed up [fɛd ʌp] adj chán ngấy

fee [fiː] n lệ phí; **entrance fee** n phí vào cửa; **tuition fees** npl học phí

feed [fiːd] v cho ăn

feedback ['fiːdbæk] n phản hồi

feel [fiːl] v cảm thấy; **How are you feeling now?** Bây giờ anh cảm thấy thế nào?

feeling ['fiːlɪŋ] n cảm giác

feet [fiːt] npl chân; **My feet are a size six** Chân tôi cỡ số sáu; **My feet are sore** Chân tôi đau

felt [fɛlt] n nỉ (vải)

female ['fiːmeɪl] adj giống cái ▷ n giống cái

feminine ['fɛmɪnɪn] adj nữ tính

feminist ['fɛmɪnɪst] n người bênh vực phụ nữ

fence [fɛns] n hàng rào

fennel ['fɛnəl] n cây thì là tây

fern [fɜːn] n dương xỉ

ferret ['fɛrɪt] n chồn fu-rô

ferry ['fɛrɪ] n phà; **Is there a ferry to...?** Có phà đi... không?; **Where do we catch the ferry to...?** Chúng tôi có thể đón phà đi... ở đâu?

fertile ['fɜːtaɪl] adj màu mỡ

fertilizer ['fɜːtɪˌlaɪzə] n phân bón

festival ['fɛstɪvəl] n lễ hội

fetch [fɛtʃ] v lấy (mang lại)

fever ['fiːvə] n cơn sốt; **hay fever** n bệnh dị ứng phấn hoa

few [fjuː] adj ít (số lượng) ▷ pron một vài

fewer [fjuːə] adj ít hơn

fiancé [fɪˈɒnseɪ] n chồng sắp cưới

fiancée [fɪˈɒnseɪ] n vợ sắp cưới

fibre ['faɪbə] n sợi

fibreglass ['faɪbəˌglɑːs] n thủy tinh sợi

fiction ['fɪkʃən] n truyện tiểu thuyết; **science fiction** n truyện khoa học viễn tưởng

field [fiːld] n cánh đồng; **playing field** n sân chơi

fierce [fɪəs] adj dữ tợn

fifteen ['fɪf'tiːn] number mười lăm

fifteenth ['fɪf'tiːnθ] adj thứ mười lăm

fifth [fɪfθ] adj thứ năm (thứ tự)

fifty ['fɪftɪ] number năm mươi

fifty-fifty ['fɪftɪˌfɪftɪ] adj năm mươi-năm mươi ▷ adv năm mươi-năm mươi

fig [fɪg] n quả vả

fight [faɪt] n trận chiến đấu ▷ v chiến đấu

fighting [faɪtɪŋ] n sự chiến đấu

figure ['fɪgə; 'fɪgjər] n con số

figure out ['fɪgə aʊt] v hiểu ra

Fiji ['fiːdʒiː; fiːˈdʒiː] n Quần đảo Fiji

file [faɪl] n (folder) tập hồ sơ, (tool) cái giũa ▷ v (folder) lưu hồ sơ, (smoothing) giũa

Filipino, Filipina [ˌfɪlɪˈpiːnəʊ, ˌfɪlɪˈpiːna] adj thuộc Philippin ▷ n người Philippin

fill [fɪl] v làm đầy

fillet ['fɪlɪt] n phi-lê ▷ v lọc phi-lê

fill in [fɪl ɪn] v điền vào

filling ['fɪlɪŋ] n **A filling has fallen out** Chỗ hàn bị rơi ra rồi; **Can you do a temporary filling?** Anh có thể hàn tạm thời không?

fill up [fɪl ʌp] v đổ đầy; **Fill it up, please** Làm ơn đổ đầy bình

film [fɪlm] n phim; **film star** n ngôi sao điện ảnh; **horror film** n phim kinh dị; **A colour film, please** Làm ơn bán cho một cuộn phim màu; **Are there any films in English?** Có phim gì bằng tiếng Anh không?; **Can I film here?** Quay phim ở đây có được không?; **Can you develop this film, please?** Anh làm ơn rửa cuốn phim này được không?; **The film has jammed** Phim bị kẹt; **When does the film start?** Mấy giờ phim bắt đầu chiếu?; **Where can we go to see a film?** Chúng tôi có thể đi xem phim ở đâu?; **Which film is on at the cinema?** Ở rạp đang chiếu phim gì?

filter ['fɪltə] n cái lọc ▷ v lọc

filthy ['fɪlθɪ] adj bẩn thỉu

final ['faɪnᵊl] adj cuối cùng ▷ n trận chung kết

finalize ['faɪnə,laɪz] v hoàn tất

finally ['faɪnəlɪ] adv cuối cùng

finance [fɪ'næns; 'faɪnæns] n tài chính ▷ v tài trợ

financial [fɪ'nænʃəl; faɪ-] adj tài chính; **financial year** n năm tài chính

find [faɪnd] v tìm thấy

find out [faɪnd aʊt] v tìm ra

fine [faɪn] adj giỏi ▷ adv tốt (tốt đẹp) ▷ n tiền phạt; **How much is the fine?** Tiền phạt là bao nhiêu?; **Where do I pay the fine?** Tôi trả tiền phạt ở đâu?

finger ['fɪŋgə] n ngón tay; **index finger** n ngón tay trỏ

fingernail ['fɪŋgə,neɪl] n móng tay

fingerprint ['fɪŋgə,prɪnt] n vân tay

finish ['fɪnɪʃ] n phần kết thúc ▷ v kết thúc; **When does it finish?** Khi nào kết thúc?

finished ['fɪnɪʃt] adj hoàn chỉnh

Finland ['fɪnlənd] n nước Phần Lan

Finn ['fɪn] n người Phần Lan

Finnish ['fɪnɪʃ] adj thuộc Phần Lan ▷ n tiếng Phần Lan

fir [fɜː] n **fir (tree)** n cây linh sam

fire [faɪə] n lửa; **fire alarm** n thiết bị báo cháy; **fire brigade** n đội cứu hỏa; **fire escape** n lối thoát hiểm; **fire extinguisher** n bình cứu hỏa

fireman, firemen ['faɪəmən, 'faɪəmɛn] n lính cứu hỏa

fireplace ['faɪə,pleɪs] n lò sưởi

firewall ['faɪə,wɔːl] n tường lửa

fireworks ['faɪə,wɜːks] npl pháo hoa

firm [fɜːm] adj chắc chắn ▷ n hãng

first [fɜːst] adj đầu tiên (thứ nhất) ▷ adv trước hết ▷ n đầu tiên (thứ nhất); **first aid** n sơ cứu; **first name** n tên; **This is my first trip to...** Đây là lần đầu tiên tôi đến...; **When does the first chair-lift go?** Khi nào chuyến ghế treo đầu tiên đi?; **When is the first bus to...?** Khi nào có chuyến xe buýt đầu tiên đi...?

first-class ['fɜːst'klɑːs] adj hạng nhất

firstly ['fɜːstlɪ] *adv* trước tiên

fiscal ['fɪskəl] *adj* tài chính; **fiscal year** *n* năm tài chính

fish [fɪʃ] *n* cá *(dưới nước)* ▷ *v* câu cá; **freshwater fish** *n* cá nước ngọt; **Am I allowed to fish here?** Tôi có được câu cá ở đây không?; **Can we fish here?** Chúng tôi câu cá ở đây có được không?; **Could you prepare a meal without fish?** Anh có thể chuẩn bị một bữa ăn không có cá không?; **I don't eat fish** Tôi không ăn cá; **I'll have the fish** Tôi sẽ ăn món cá; **Is the fish fresh or frozen?** Cá tươi hay cá đông lạnh?; **Is this cooked in fish stock?** Cái này được nấu trong nước dùng cá phải không?; **What fish dishes do you have?** Anh có những món cá gì?; **Where can I go fishing?** Tôi đi câu cá ở đâu được?

fisherman, fishermen ['fɪʃəmən, 'fɪʃəmɛn] *n* ngư dân

fishing ['fɪʃɪŋ] *n* nghề đánh cá; **fishing boat** *n* thuyền đánh cá; **fishing rod** *n* cần câu cá; **fishing tackle** *n* đồ nghề câu cá

fishmonger ['fɪʃˌmʌŋɡə] *n* người bán cá

fist [fɪst] *n* nắm đấm

fit [fɪt] *adj* phù hợp ▷ *n* sự vừa vặn ▷ *v* phù hợp; **epileptic fit** *n* cơn động kinh; **fitted kitchen** *n* phòng bếp lắp đặt sẵn; **fitted sheet** *n* ga trải đệm góc có chun; **fitting room** *n* buồng thử quần áo

fit in [fɪt ɪn] *v* ăn khớp

five [faɪv] *number* năm *(số)*

fix [fɪks] *v* sửa chữa

fixed [fɪkst] *adj* cố định

fizzy ['fɪzɪ] *adj* có ga

flabby ['flæbɪ] *adj* nhẽo nhèo

flag [flæɡ] *n* cờ *(lá)*

flame [fleɪm] *n* ngọn lửa

flamingo [flə'mɪŋɡəʊ] *n* chim hồng hạc

flammable ['flæməbəl] *adj* dễ cháy

flan [flæn] *n* kem ca-ra-men

flannel ['flænəl] *n* vải flannel

flap [flæp] *v* đập *(cánh)*

flash [flæʃ] *n* đèn flash ▷ *v* nháy sáng

flashlight ['flæʃˌlaɪt] *n* đèn flash

flask [flɑːsk] *n* phích *(nước)*

flat [flæt] *adj* phẳng ▷ *n* căn hộ; **studio flat** *n* căn hộ nhỏ

flat-screen ['flætˌskriːn] *adj* màn hình phẳng

flatter ['flætə] *v* nịnh nọt

flattered ['flætəd] *adj* được khen nịnh

flavour ['fleɪvə] *n* mùi vị

flavouring ['fleɪvərɪŋ] *n* chất tạo mùi vị

flaw [flɔː] *n* khiếm khuyết

flea [fliː] *n* con rận; **flea market** *n* chợ đồ cũ

flee [fliː] *v* chạy trốn

fleece [fliːs] *n* vải fleece

fleet [fliːt] *n* hạm đội

flex [flɛks] *n* dây mềm

flexible ['flɛksɪbəl] *adj* linh hoạt

flexitime ['flɛksɪˌtaɪm] *n* giờ làm việc linh hoạt

flight [flaɪt] *n* chuyến bay; **charter flight** *n* chuyến bay thuê bao; **flight attendant** *n* tiếp viên hàng không; **scheduled flight** *n* chuyến bay theo lịch trình; **Are there any cheap flights?** Có chuyến bay giá rẻ nào không?; **I'd like to cancel**

my flight Tôi muốn hủy chuyến bay; **I'd like to change my flight** Tôi muốn đổi chuyến bay; **I've missed my flight** Tôi bị lỡ chuyến bay; **The flight has been delayed** Chuyến bay bị hoãn rồi; **Where do I check in for the flight to…?** Làm thủ tục cho chuyến bay đi... ở đâu ạ?; **Where is the luggage for the flight from…?** Hành lý cho chuyến bay từ... ở đâu?; **Which gate for the flight to…?** Chuyến bay đi... ở cửa nào?

fling [flɪŋ] v treo lủng lẳng

flip-flops ['flɪpˌflɒpz] npl dép tông

flippers ['flɪpəz] npl chân vịt

flirt [flɜːt] n sự tán tỉnh ▷ v tán tỉnh

float [fləʊt] n phao ▷ v nổi

flock [flɒk] n đàn (bầy)

flood [flʌd] n lũ lụt ▷ vi ngập ▷ vt tràn ngập

flooding ['flʌdɪŋ] n lũ (lụt)

floodlight ['flʌdˌlaɪt] n đèn chiếu

floor [flɔː] n sàn; **ground floor** n tầng trệt

flop [flɒp] n hỏng bét

floppy ['flɒpɪ] adj **floppy disk** n đĩa mềm

flora ['flɔːrə] npl hệ thực vật

florist ['flɒrɪst] n người bán hoa

flour ['flaʊə] n bột mì

flow [fləʊ] v chảy

flower ['flaʊə] n hoa ▷ v ra hoa

flu [fluː] n bệnh cúm; **bird flu** n cúm gà

fluent ['fluːənt] adj trôi chảy

fluorescent [ˌflʊəˈrɛsᵊnt] adj bằng huỳnh quang

flush [flʌʃ] n sự đỏ mặt ▷ v xả nước

flute [fluːt] n ống sáo

fly [flaɪ] n con ruồi ▷ v bay (hành động); **I need a 'fit to fly' certificate** Tôi cần một giấy chứng nhận "đủ sức khoẻ để bay"

fly away [flaɪ əˈweɪ] v bay đi

foal [fəʊl] n ngựa con

foam [fəʊm] n **shaving foam** n bọt cạo râu

focus ['fəʊkəs] n trọng tâm ▷ v chú trọng

foetus ['fiːtəs] n bào thai

fog [fɒg] n sương mù; **fog light** n đèn sương mù

foggy ['fɒgɪ] adj sương mù; **It's foggy** Trời có sương mù

foil [fɔɪl] n lá kim loại

fold [fəʊld] n nếp gấp ▷ v gấp (lại)

folder ['fəʊldə] n cặp tài liệu

folding [fəʊldɪŋ] adj gấp (được)

folklore ['fəʊkˌlɔː] n văn hóa dân gian

follow ['fɒləʊ] v đi theo

following ['fɒləʊɪŋ] adj sau đây

food [fuːd] n thức ăn; **food poisoning** n ngộ độc thức ăn; **food processor** n máy chế biến thực phẩm

fool [fuːl] n đồ ngốc ▷ v đánh lừa

foot, feet [fʊt, fiːt] n chân; **My feet are a size six** Chân tôi cỡ số sáu

football ['fʊtˌbɔːl] n bóng đá; **American football** n bóng bầu dục kiểu Mỹ; **football match** n trận bóng đá; **football player** n cầu thủ bóng đá; **I'd like to see a football match** Tôi muốn xem một trận bóng đá

footballer ['fʊtˌbɔːlə] n cầu thủ bóng đá

footpath ['fʊtˌpɑːθ] n đường đi bộ

footprint ['fʊt,prɪnt] *n* dấu chân
footstep ['fʊt,stɛp] *n* bước chân
for [fɔː; fə] *prep* cho; **Can I have a tape for this video camera, please?** Làm ơn bán cho tôi một cuốn băng cho máy quay video này; **I work for...** Tôi làm việc cho...; **I'd like to book a table for four people for tonight at eight o'clock** Tôi muốn đặt một bàn cho bốn người vào tối nay lúc tám giờ; **I'd like two tickets for tonight** Tôi muốn mua hai vé cho tối nay; **Is it safe for children?** Có an toàn cho trẻ em không?
forbid [fə'bɪd] *v* cấm
forbidden [fə'bɪdən] *adj* bị cấm
force [fɔːs] *n* lực ▷ *v* cưỡng ép; **Air Force** *n* Lực lượng Không quân
forecast ['fɔː,kɑːst] *n* dự báo; **What's the weather forecast?** Dự báo thời tiết thế nào?
foreground ['fɔː,graʊnd] *n* cận cảnh
forehead ['fɒrɪd; 'fɔː,hɛd] *n* trán
foreign ['fɒrɪn] *adj* nước ngoài
foreigner ['fɒrɪnə] *n* người nước ngoài
foresee [fɔː'siː] *v* thấy trước
forest ['fɒrɪst] *n* rừng
forever [fɔː'rɛvə; fə-] *adv* mãi mãi
forge [fɔːdʒ] *v* giả mạo
forgery ['fɔːdʒərɪ] *n* sự giả mạo
forget [fə'gɛt] *v* quên
forgive [fə'gɪv] *v* tha thứ
forgotten [fə'gɒtən] *adj* bị lãng quên
fork [fɔːk] *n* đĩa; **Could I have a clean fork please?** Làm ơn cho tôi một cái đĩa sạch được không?

form [fɔːm] *n* hình thức; **application form** *n* mẫu đơn xin; **order form** *n* đơn đặt hàng
formal ['fɔːməl] *adj* trịnh trọng
formality [fɔː'mælɪtɪ] *n* thủ tục
format ['fɔːmæt] *n* hình dạng ▷ *v* định dạng
former ['fɔːmə] *adj* trước
formerly ['fɔːməlɪ] *adv* trước đây
formula ['fɔːmjʊlə] *n* công thức
fort [fɔːt] *n* thành trì
fortnight ['fɔːt,naɪt] *n* nửa tháng
fortunate ['fɔːtʃənɪt] *adj* may mắn
fortunately ['fɔːtʃənɪtlɪ] *adv* may là
fortune ['fɔːtʃən] *n* tài sản to lớn
forty ['fɔːtɪ] *number* bốn mươi
forward ['fɔːwəd] *adv* lên trước ▷ *v* tiến lên; **forward slash** *n* dấu gạch chéo; **lean forward** *v* ngả về phía trước
foster ['fɒstə] *v* nuôi dưỡng; **foster child** *n* trẻ được nhận nuôi
foul [faʊl] *adj* xấu xa ▷ *n* sự chơi xấu
foundations [faʊn'deɪʃənz] *npl* nền tảng
fountain ['faʊntɪn] *n* tháp nước; **fountain pen** *n* bút máy
four [fɔː] *number* bốn
fourteen ['fɔː'tiːn] *number* mười bốn
fourteenth ['fɔː'tiːnθ] *adj* thứ mười bốn
fourth [fɔːθ] *adj* thứ tư *(thứ tự)*
fox [fɒks] *n* con cáo
fracture ['fræktʃə] *n* vết rạn
fragile ['frædʒaɪl] *adj* mỏng manh
frail [freɪl] *adj* yếu ớt
frame [freɪm] *n* khung; **picture frame** *n* khung tranh; **Zimmer® frame** *n* khung di động Zimmer

France [frɑːns] n nước Pháp

frankly ['fræŋklɪ] adv một cách thẳng thắn

frantic ['fræntɪk] adj cuống cuồng

fraud [frɔːd] n lừa đảo

freckles ['frekəlz] npl tàn nhang

free [friː] adj (no cost) miễn phí, (no restraint) tự do ▷ v thả tự do; **free kick** n đá tự do

freedom ['friːdəm] n tự do

freelance ['friːˌlɑːns] adj làm tự do ▷ adv làm tự do

freeze [friːz] v đông lại

freezer ['friːzə] n tủ đá

freezing ['friːzɪŋ] adj lạnh giá

freight [freɪt] n hàng hóa chuyên chở

French [frentʃ] adj thuộc Pháp ▷ n tiếng Pháp; **French beans** npl đỗ tây; **French horn** n kèn tây

Frenchman, Frenchmen ['frentʃmən, 'frentʃmen] n đàn ông Pháp

Frenchwoman, Frenchwomen ['frentʃwumən, 'frentʃwɪmɪn] n phụ nữ Pháp

frequency ['friːkwənsɪ] n tần số

frequent ['friːkwənt] adj thường xuyên

fresh [freʃ] adj tươi

fret [fret] v buồn chán

Friday ['fraɪdɪ] n thứ Sáu (trong tuần); **Good Friday** n thứ Sáu trước Lễ Phục sinh; **on Friday the thirty first of December** vào thứ Sáu ngày ba mươi mốt tháng Mười Hai; **on Friday** vào thứ Sáu

fridge [frɪdʒ] n tủ lạnh

fried [fraɪd] adj rán

friend [frend] n bạn; **I'm here with my friends** Tôi ở đây với bạn bè

friendly ['frendlɪ] adj thân thiện

friendship ['frendʃɪp] n tình bạn

fright [fraɪt] n sự sợ hãi

frighten ['fraɪtən] v làm sợ hãi

frightened ['fraɪtənd] adj sợ hãi

frightening ['fraɪtənɪŋ] adj đáng sợ

fringe [frɪndʒ] n rèm

frog [frɒg] n con ếch

from [frɒm; frəm] prep từ (khoảng cách)

front [frʌnt] adj đằng trước ▷ n mặt tiền

frontier ['frʌntɪə; frʌn'tɪə] n tiền tuyến

frost [frɒst] n sương giá

frosting ['frɒstɪŋ] n sự đóng băng

frosty ['frɒstɪ] adj đầy sương giá

frown [fraʊn] v nhíu mày

frozen ['frəʊzən] adj đông lạnh

fruit [fruːt] n (botany) quả, (collectively) quả; **fruit juice** n nước quả; **fruit machine** n máy đánh bạc điện tử; **fruit salad** n hoa quả trộn; **passion fruit** n quả chanh leo

frustrated [frʌ'streɪtɪd] adj bực tức

fry [fraɪ] v rán; **frying pan** n chảo rán

fuel [fjʊəl] n nhiên liệu

fulfil [fʊl'fɪl] v hoàn thành

full [fʊl] adj đầy; **full moon** n trăng tròn; **full stop** n dấu chấm câu; **I'm full** Tôi no rồi

full-time ['fʊlˌtaɪm] adj chuyên trách ▷ adv toàn bộ thời gian

fully ['fʊlɪ] adv đầy đủ

fumes [fjuːmz] npl khói; **exhaust fumes** npl khói từ ống xả

fun [fʌn] adj vui vẻ ▷ n sự vui vẻ

funds [fʌndz] npl ngân quỹ

funeral ['fju:nərəl] *n* đám tang;
  funeral parlour *n* nhà tang lễ
funfair ['fʌn,feə] *n* hội chợ vui chơi
funnel ['fʌnᵊl] *n* cái phễu
funny ['fʌnɪ] *adj* buồn cười
fur [fɜ:] *n* lông mao; **fur coat** *n* áo
  lông thú
furious ['fjʊərɪəs] *adj* điên tiết
furnished ['fɜ:nɪʃt] *adj* đã trang bị
  đồ đạc
furniture ['fɜ:nɪtʃə] *n* đồ đạc
further ['fɜ:ðə] *adj* xa hơn ▷ *adv*
  ngoài ra; **further education** *n* đào
  tạo nâng cao
fuse [fju:z] *n* cầu chì; **fuse box** *n* hộp
  cầu chì; **A fuse has blown** Một cầu
  chì bị nổ; **Can you mend a fuse?**
  Anh có thể chữa cầu chì được
  không?
fuss [fʌs] *n* sự om sòm
fussy ['fʌsɪ] *adj* om sòm
future ['fju:tʃə] *adj* trong tương lai
  ▷ *n* tương lai

g

Gabon [gəˈbɒn] *n* nước Gabon
gain [geɪn] *n* lợi lộc ▷ *v* đạt được
gale [geɪl] *n* cơn gió mạnh
gallery ['gælərɪ] *n* phòng trưng bày
  nghệ thuật; **art gallery** *n* phòng
  trưng bày nghệ thuật
gallop ['gæləp] *n* nước đại ▷ *v* phi
  nước đại
gallstone ['gɔ:l,stəʊn] *n* sỏi mật
Gambia ['gæmbɪə] *n* nước Gambia
gamble ['gæmbᵊl] *v* đánh bạc
gambler ['gæmblə] *n* người chơi
  bạc
gambling ['gæmblɪŋ] *n* hành động
  nhiều rủi ro
game [geɪm] *n* trò chơi; **board
  game** *n* trò đánh cờ; **games
  console** *n* đầu chơi điện tử; **Can I
  play video games?** Tôi có thể chơi
  trò chơi điện tử không?
gang [gæŋ] *n* băng nhóm
gangster ['gæŋstə] *n* găng-xtơ
gap [gæp] *n* chỗ trống

garage ['gærɑːʒ; -rɪdʒ] *n* ga-ra;
Which is the key for the garage?
Chìa khoá nào dùng cho ga-ra?

garbage ['gɑːbɪdʒ] *n* rác thải

garden ['gɑːdən] *n* vườn; **garden
centre** *n* trung tâm cây cảnh và
dụng cụ làm vườn; **Can we visit
the gardens?** Chúng tôi có thể đi
thăm vườn không?

gardener ['gɑːdnə] *n* người làm
vườn

gardening ['gɑːdªnɪŋ] *n* việc làm
vườn

garlic ['gɑːlɪk] *n* tỏi; **Is there any
garlic in it?** Có tỏi trong đó không?

garment ['gɑːmənt] *n* quần áo

gas [gæs] *n* khí ga; **gas cooker** *n* bếp
ga; **natural gas** *n* khí tự nhiên

gasket ['gæskɪt] *n* miếng đệm

gate [geɪt] *n* cửa; **Please go to
gate...** Làm ơn đến cửa số...;
Which gate for the flight to...?
Chuyến bay đi... ở cửa nào?

gateau, gateaux ['gætəʊ,
'gætəʊz] *n* bánh gatô

gather ['gæðə] *v* tập hợp

gauge [geɪdʒ] *n* máy đo ▷ *v* đánh giá

gaze [geɪz] *v* nhìn chằm chằm

gear [gɪə] *n (equipment)* thiết bị,
(mechanism) bộ số; **gear box** *n* hộp
số; **gear lever** *n* cần số; **gear stick**
n cần số

gearshift ['gɪəʃɪft] *n* sự sang số

gel [dʒɛl] *n* gôm; **hair gel** *n* keo vuốt
tóc

gem [dʒɛm] *n* viên ngọc

Gemini ['dʒɛmɪˌnaɪ; -ˌniː] *n* cung
Song sinh

gender ['dʒɛndə] *n* giới tính

gene [dʒiːn] *n* gien

general ['dʒɛnərəl; 'dʒɛnrəl] *adj*
chung *(không riêng)* ▷ *n* tướng;
general anaesthetic *n* gây mê
toàn thể; **general election** *n* tổng
tuyển cử; **general knowledge** *n*
kiến thức chung

generalize ['dʒɛnrəˌlaɪz] *v* khái quát
hóa

generally ['dʒɛnrəlɪ] *adv* nói chung
(khái quát)

generation [ˌdʒɛnəˈreɪʃən] *n* thế hệ

generator ['dʒɛnəˌreɪtə] *n* máy phát

generosity [ˌdʒɛnəˈrɒsɪtɪ] *n* sự hào
phóng

generous ['dʒɛnərəs; 'dʒɛnrəs] *adj*
hào phóng

genetic [dʒɪˈnɛtɪk] *adj* di truyền

genetically-modified
[dʒɪˈnɛtɪklɪˈmɒdɪˌfaɪd] *adj* được
biến đổi gien

genetics [dʒɪˈnɛtɪks] *n* di truyền
học

genius ['dʒiːnɪəs; -njəs] *n* thiên tài

gentle ['dʒɛntªl] *adj* dịu dàng

gentleman ['dʒɛntªlmən]
(gentlemen ['dʒɛntªlmɛn]**)** *n*
người đàn ông phong nhã

gently ['dʒɛntlɪ] *adv* một cách nhẹ
nhàng

gents' [dʒɛnts] *n* nhà vệ sinh nam

genuine ['dʒɛnjʊɪn] *adj* thực

geography [dʒɪˈɒɡrəfɪ] *n* địa lý

geology [dʒɪˈɒlədʒɪ] *n* địa chất

Georgia ['dʒɔːdʒjə] *n (country)* nước
Georgia, *(US state)* bang Georgia
thuộc Mỹ

Georgian ['dʒɔːdʒjən] *adj (re
Georgia)* thuộc Georgia ▷ *n
(inhabitant of Georgia)* người
Georgia

geranium [dʒɪˈreɪnɪəm] *n* cây phong lữ

gerbil [ˈdʒɜːbɪl] *n* chuột nhảy

geriatric [ˌdʒɛrɪˈætrɪk] *adj* thuộc lão khoa ▷ *n* bệnh nhân lão khoa

germ [dʒɜːm] *n* vi trùng

German [ˈdʒɜːmən] *adj* thuộc Đức ▷ *n* (*language*) tiếng Đức, (*person*) người Đức; **German measles** *n* bệnh rubella

Germany [ˈdʒɜːmənɪ] *n* nước Đức

gesture [ˈdʒɛstʃə] *n* cử chỉ

get [gɛt] *v* có được, (*to a place*) có được; **Did you get my email?** Anh có nhận được email của tôi không?; **Have you got any...?** Anh có... không?; **How do I get to the airport?** Xin chỉ cho tôi cách ra sân bay; **How do we get to...?** Xin chỉ cho chúng tôi cách đến...; **How long will it take to get there?** Đến đó mất bao nhiêu lâu?; **How long will it take to get to...?** Đến... mất bao nhiêu lâu?; **I need to get to...** Tôi cần đến...; **Where can we get tickets?** Chúng tôi có thể mua vé ở đâu?; **Where do I get a bus for...?** Tôi bắt xe buýt đi... ở đâu?

get away [gɛt əˈweɪ] *v* đi khỏi

get back [gɛt bæk] *v* trở lại

get in [gɛt ɪn] **How much does it cost to get in?** Vào cửa giá bao nhiêu?

get into [gɛt ˈɪntə] *v* đi vào

get off [gɛt ɒf] *v* xuống (*tàu xe*); **Please tell me when to get off** Làm ơn bảo tôi khi nào phải xuống

get on [gɛt ɒn] *v* lên; **Can you help me get on, please?** Anh làm ơn giúp tôi lên được không?

get out [gɛt aʊt] *v* đi ra

get over [gɛt ˈəʊvə] *v* vượt qua

get through [gɛt θruː] *v* **I can't get through** Tôi không thể liên lạc được

get together [gɛt təˈgɛðə] *v* gặp gỡ

get up [gɛt ʌp] *v* dậy (*thức*); **What time do you get up?** Mấy giờ anh dậy?

Ghana [ˈgɑːnə] *n* nước Ghana

Ghanaian [gɑːˈneɪən] *adj* thuộc Ghana ▷ *n* người Ghana

ghost [gəʊst] *n* ma

giant [ˈdʒaɪənt] *adj* khổng lồ ▷ *n* người khổng lồ

gift [gɪft] *n* quà; **gift shop** *n* cửa hàng quà tặng; **gift voucher** *n* phiếu quà tặng; **Please can you gift-wrap it?** Anh làm ơn gói món quà hộ; **This is a gift for you** Xin tặng anh món quà này; **Where can I buy gifts?** Tôi có thể mua quà tặng ở đâu?

gifted [ˈgɪftɪd] *adj* có tài

gigantic [dʒaɪˈgæntɪk] *adj* kếch xù

giggle [ˈgɪgəl] *v* khúc khích

gin [dʒɪn] *n* rượu gin

ginger [ˈdʒɪndʒə] *adj* màu hoe đỏ ▷ *n* gừng

giraffe [dʒɪˈrɑːf; -ˈræf] *n* hươu cao cổ

girl [gɜːl] *n* con gái (*nữ*)

girlfriend [ˈgɜːlˌfrɛnd] *n* bạn gái; **I have a girlfriend** Tôi có bạn gái

give [gɪv] *v* cho; **Can you give me a lift to the garage?** Anh có thể cho tôi đi nhờ đến chỗ sửa xe không?; **Can you give me something for the pain?** Anh có thể cho tôi thuốc giảm đau không?; **Could you give**

me change of...? Anh có thể đổi cho tôi... không?; **Do you give lessons?** Anh có dạy không?; **Give me your insurance details, please** Làm ơn cho tôi chi tiết bảo hiểm của anh; **How much should I give as a tip?** Tôi nên cho tiền boa bao nhiêu?; **How much should I give?** Tôi nên cho uống bao nhiêu?; **She didn't give way** Chị ấy không nhường đường

give back [gɪv bæk] v đưa lại

give in [gɪv ɪn] v đầu hàng

give out [gɪv aʊt] v phát ra

give up [gɪv ʌp] v chịu thua

glacier ['glæsɪə; 'gleɪs-] n khối băng trôi

glad [glæd] adj vui mừng

glamorous ['glæmərəs] adj hào nhoáng

glance [glɑːns] n cái liếc ▷ v liếc (nhìn)

gland [glænd] n tuyến

glare [glɛə] v nhìn trừng trừng

glaring ['glɛərɪŋ] adj rõ ràng

glass [glɑːs] n thủy tinh, (vessel) thủy tinh; **magnifying glass** n kính lúp; **stained glass** n kính màu; **Can I have a clean glass, please?** Làm ơn cho tôi xin một chiếc ly sạch được không?

glasses ['glɑːsɪz] npl kính đeo mắt

glazing ['gleɪzɪŋ] n **double glazing** n cửa sổ lắp hai lớp kính cách nhiệt

glider ['glaɪdə] n tàu lượn

gliding ['glaɪdɪŋ] n môn tàu lượn

global ['gləʊbəl] adj toàn cầu; **global warming** n sự ấm lên toàn cầu

globalization [ˌgləʊbəlaɪˈzeɪʃən] n toàn cầu hóa

globe [gləʊb] n quả địa cầu

gloomy ['gluːmɪ] adj u ám

glorious ['glɔːrɪəs] adj huy hoàng

glory ['glɔːrɪ] n sự huy hoàng

glove [glʌv] n găng tay; **glove compartment** n ngăn để găng tay; **oven glove** n găng tay cách nhiệt; **rubber gloves** npl găng tay cao su

glucose ['gluːkəʊz; -kəʊs] n đường glucose

glue [gluː] n hồ dán ▷ v dán lại

gluten ['gluːtən] n gluten; **Could you prepare a meal without gluten?** Anh có thể chuẩn bị một bữa ăn không có gluten không?; **Do you have gluten-free dishes?** Anh có món ăn không có gluten nào không?

GM [dʒiː ɛm] abbr được biến đổi gien

go [gəʊ] v đi; **Can we go to...?** Chúng tôi có thể đi... không?; **Does this bus go to...?** Xe buýt này có đi... không?; **Excuse me, which bus goes to...?** Xin cho hỏi, xe buýt nào đi đến...?; **Go away!** Đi đi!; **I'd like to go wind-surfing** Tôi muốn đi lướt ván buồm; **I'm going to...** Tôi đi đến...; **I'm going to the beach** Tôi đang đi ra bờ biển; **Is it time to go?** Đến giờ đi chưa?; **Let's go cycling** Chúng mình đi xe đạp đi; **We'd like to go to...** Chúng tôi muốn đến...; **We're going to...** Chúng tôi đang đi đến...; **Where can we go dancing?** Chúng tôi có thể đi nhảy ở đâu?; **Where can you go paragliding?** Có thể chơi dù lượn ở đâu?; **Will she have to go to hospital?** Chị ấy có phải đi bệnh viện không?; **Would you like to go**

out for dinner? Cho phép tôi mời anh đi ăn tối nhé?

go after [gəʊ 'ɑːftə] v đi theo

go ahead [gəʊ ə'hɛd] v tiến hành

goal [gəʊl] n khung thành

goalkeeper ['gəʊl,kiːpə] n thủ môn

goat [gəʊt] n con dê

go away [gəʊ ə'weɪ] v ra đi

go back [gəʊ bæk] v quay lại

go by [gəʊ baɪ] v trôi đi

god [gɒd] n thượng đế

godchild, godchildren ['gɒd,tʃaɪld, 'gɒd,tʃɪldrən] n con đỡ đầu

goddaughter ['gɒd,dɔːtə] n con gái đỡ đầu

godfather ['gɒd,fɑːðə] n (baptism) cha đỡ đầu, (criminal leader) bố già

godmother ['gɒd,mʌðə] n mẹ đỡ đầu

go down [gəʊ daʊn] v đi xuống

godson ['gɒd,sʌn] n con trai đỡ đầu

goggles ['gɒgəlz] npl kính bảo hộ

go in [gəʊ ɪn] v đi vào

gold [gəʊld] n vàng (khoáng sản)

golden ['gəʊldən] adj bằng vàng

goldfish ['gəʊld,fɪʃ] n cá vàng

gold-plated ['gəʊld'pleɪtɪd] adj mạ vàng

golf [gɒlf] n môn chơi gôn; **golf club** n (game) gậy đánh gôn, (society) câu lạc bộ chơi gôn; **golf course** n sân gôn

gone [gɒn] adj đã qua

good [gʊd] adj tốt (tốt đẹp)

goodbye [,gʊd'baɪ] excl tạm biệt!

good-looking ['gʊd'lʊkɪŋ] adj đẹp

good-natured ['gʊd'neɪtʃəd] adj tốt tính

goods [gʊdz] npl hàng hóa

go off [gəʊ ɒf] v ngừng hoạt động

Google® ['guːgəl] v tìm trên mạng Google

go on [gəʊ ɒn] v tiếp tục

goose, geese [guːs, giːs] n con ngỗng; **goose pimples** npl sự sởn gai ốc

gooseberry ['gʊzbərɪ; -brɪ] n cây lý gai

go out [gəʊ aʊt] v đi chơi

go past [gəʊ pɑːst] v đi qua

gorgeous ['gɔːdʒəs] adj tuyệt đẹp

gorilla [gə'rɪlə] n khỉ đột

go round [gəʊ raʊnd] v đủ

gospel ['gɒspəl] n lời dạy của Chúa

gossip ['gɒsɪp] n chuyện phiếm ▷ v buôn chuyện

go through [gəʊ θruː] v trải qua

go up [gəʊ ʌp] v đi lên

government ['gʌvənmənt; 'gʌvəmənt] n chính phủ

gown [gaʊn] n **dressing gown** n áo ngủ choàng

GP [dʒiː piː] abbr bác sĩ đa khoa

GPS [dʒiː piː ɛs] abbr hệ thống chỉ đường bằng vệ tinh

grab [græb] v tóm

graceful ['greɪsfʊl] adj duyên dáng

grade [greɪd] n mức

gradual ['grædjʊəl] adj dẫn dần

gradually ['grædjʊəlɪ] adv dẫn dần

graduate ['grædjʊɪt] n sinh viên đã tốt nghiệp

graduation [,grædjʊ'eɪʃən] n sự tốt nghiệp

graffiti, graffito [græ'fiːtiː, græ'fiːtəʊ] npl hình vẽ hoặc chữ viết trên tường

grain [greɪn] n hạt ngũ cốc

grammar ['græmə] n ngữ pháp

grammatical [grəˈmætɪkəl] *adj* thuộc ngữ pháp

gramme [græm] *n* gam

grand [grænd] *adj* hùng vĩ

grandchild [ˈgræn.tʃaɪld] *n* cháu; **grandchildren** *npl* các cháu

granddad [ˈgræn.dæd] *n* ông

granddaughter [ˈgræn.dɔ:tə] *n* cháu gái

grandfather [ˈgræn.fɑ:ðə] *n* ông

grandma [ˈgræn.mɑ:] *n* bà

grandmother [ˈgræn.mʌðə] *n* bà

grandpa [ˈgræn.pɑ:] *n* ông

grandparents [ˈgræn.pɛərəntz] *npl* ông bà

grandson [ˈgrænsʌn; ˈgrænd-] *n* cháu trai

granite [ˈgrænɪt] *n* đá granite

granny [ˈgrænɪ] *n* bà

grant [grɑ:nt] *n* tiền được cấp

grape [greɪp] *n* quả nho

grapefruit [ˈgreɪp.fru:t] *n* quả bưởi

graph [grɑ:f; græf] *n* biểu đồ

graphics [ˈgræfɪks] *npl* hình minh họa

grasp [grɑ:sp] *v* nắm chặt

grass [grɑ:s] *n (informer)* người chỉ điểm, *(marijuana)* cần sa, *(plant)* cỏ

grasshopper [ˈgrɑ:s.hɒpə] *n* châu chấu

grate [greɪt] *v* nạo

grateful [ˈgreɪtfʊl] *adj* biết ơn

grave [greɪv] *n* mộ

gravel [ˈgrævəl] *n* sỏi

gravestone [ˈgreɪv.stəʊn] *n* bia mộ

graveyard [ˈgreɪv.jɑ:d] *n* nghĩa trang

gravy [ˈgreɪvɪ] *n* nước thịt

grease [gri:s] *n* mỡ

greasy [ˈgri:zɪ; -sɪ] *adj* nhờn *(mỡ)*

great [greɪt] *adj* to lớn

Great Britain [ˈgreɪt ˈbrɪtən] *n* nước Anh

great-grandfather [ˈgreɪtˈgræn.fɑ:ðə] *n* cụ ông

great-grandmother [ˈgreɪtˈgræn.mʌðə] *n* cụ bà

Greece [gri:s] *n* nước Hy Lạp

greedy [ˈgri:dɪ] *adj* tham lam

Greek [gri:k] *adj* thuộc Hy Lạp ▷ *n (language)* tiếng Hy Lạp, *(person)* người Hy Lạp

green [gri:n] *adj (colour)* xanh lá cây, *(inexperienced)* thiếu kinh nghiệm ▷ *n* màu xanh lá cây; **green salad** *n* xa lát rau xanh

greengrocer's [ˈgri:n.grəʊsəz] *n* cửa hàng rau quả

greenhouse [ˈgri:n.haʊs] *n* nhà kính

Greenland [ˈgri:nlənd] *n* đảo Greenland

greet [gri:t] *v* chào hỏi

greeting [ˈgri:tɪŋ] *n* lời chào; **greetings card** *n* bưu thiếp

grey [greɪ] *adj* xám

grey-haired [.greɪˈhɛəd] *adj* tóc bạc

grid [grɪd] *n* đường kẻ ô

grief [gri:f] *n* sự đau buồn

grill [grɪl] *n* vỉ nướng ▷ *v* nướng

grilled [grɪld] *adj* đã nướng

grim [grɪm] *adj* đáng lo ngại

grin [grɪn] *n* miệng cười toe toét ▷ *v* cười toe toét

grind [graɪnd] *v* xay

grip [grɪp] *v* cầm chặt

gripping [ˈgrɪpɪŋ] *adj* hấp dẫn

grit [grɪt] *n* sạn

groan [grəʊn] *v* kêu rên

grocer [ˈgrəʊsə] *n* người bán tạp

hóa

groceries ['grəʊsərɪz] *npl* hàng tạp
hóa

grocer's ['grəʊsəz] *n* cửa hàng tạp
hóa

groom [gru:m; grʊm] *n* người chăn
ngựa, *(bridegroom)* chú rể

grope [grəʊp] *v* mò mẫm

gross [grəʊs] *adj (fat)* trắng trợn,
(income etc.) trắng trợn

grossly [grəʊslɪ] *adv* một cách
trắng trợn

ground [graʊnd] *n* mặt đất ▷ *v* làm
không cất cánh được; **ground floor**
n tầng trệt

group [gru:p] *n* nhóm

grouse [graʊs] *n (complaint)* càu
nhàu, *(game bird)* gà gô

grow [grəʊ] *vi* lớn lên ▷ *vt* trồng

growl [graʊl] *v* gầm gừ

grown-up [grəʊnʌp] *n* người lớn

growth [grəʊθ] *n* sự tăng trưởng

grow up [grəʊ ʌp] *v* trưởng thành

grub [grʌb] *n* thức ăn

grudge [grʌdʒ] *n* sự oán giận

gruesome ['gru:səm] *adj* kinh tởm

grumpy ['grʌmpɪ] *adj* bực bội

guarantee [ˌgærən'ti:] *n* sự bảo
đảm ▷ *v* bảo đảm

guard [gɑ:d] *n* lính gác ▷ *v* canh gác;
security guard *n* người bảo vệ

Guatemala [ˌgwɑ:tə'mɑ:lə] *n* nước
Guatemala

guess [gɛs] *n* ước đoán ▷ *v* đoán

guest [gɛst] *n* khách

guesthouse ['gɛstˌhaʊs] *n* nhà
khách

guide [gaɪd] *n* hướng dẫn viên ▷ *v*
hướng dẫn viên; **guide dog** *n* chó
dẫn đường; **guided tour** *n* chuyến

du lịch có hướng dẫn; **tour guide** *n*
hướng dẫn viên du lịch; **Is there a
guide who speaks English?** Có
hướng dẫn viên nào nói tiếng Anh
không?

guidebook ['gaɪdˌbʊk] *n* sách
hướng dẫn

guilt [gɪlt] *n* tội

guilty ['gɪltɪ] *adj* có tội

Guinea ['gɪnɪ] *n* nước Guinea;
guinea pig *n (for experiment)* vật
thí nghiệm, *(rodent)* chuột lang

guitar [gɪ'tɑ:] *n* đàn ghi-ta

gum [gʌm] *n* gôm; **chewing gum** *n*
kẹo cao su

gun [gʌn] *n* súng; **machine gun** *n*
súng máy

gust [gʌst] *n* cơn gió mạnh đột ngột

gut [gʌt] *n* ruột

guy [gaɪ] *n* anh chàng

Guyana [gaɪ'ænə] *n* nước Guyana

gym [dʒɪm] *n* phòng tập; **Where is
the gym?** Phòng tập thể dục ở
đâu?

gymnast ['dʒɪmnæst] *n* huấn luyện
viên thể dục

gymnastics [dʒɪm'næstɪks] *npl*
môn thể dục

gynaecologist [ˌgaɪnɪ'kɒlədʒɪst] *n*
bác sĩ phụ khoa

gypsy ['dʒɪpsɪ] *n* dân di-gan

h

hairband ['hɛəˌbænd] *n* bờm tóc

hairbrush ['hɛəˌbrʌʃ] *n* lược

haircut ['hɛəˌkʌt] *n* cắt tóc

hairdo ['hɛəˌduː] *n* kiểu tóc

hairdresser ['hɛəˌdrɛsə] *n* thợ làm tóc

hairdresser's ['hɛəˌdrɛsəz] *n* hiệu làm tóc

hairdryer ['hɛəˌdraɪə] *n* máy sấy tóc

hairgrip ['hɛəgrɪp] *n* cặp ghim

hairstyle ['hɛəstaɪl] *n* mẫu tóc

hairy ['hɛərɪ] *adj* rậm lông

Haiti ['heɪtɪ; hɑːˈiːtɪ] *n* nước Haiti

81ℓLᏎᏮᏕᏓᏮ8Ꮑ8L

habit ['hæbɪt] *n* thói quen

hack [hæk] *v* chặt mạnh

hacker ['hækə] *n* tin tặc

haddock ['hædək] *n* cá tuyết ê-fin

haemorrhoids ['hɛməˌrɔɪdz] *npl* bệnh trĩ

haggle ['hægəl] *v* mặc cả

hail [heɪl] *n* mưa đá ▷ *v* mưa đá

hair [hɛə] *n* tóc; **hair gel** *n* keo vuốt tóc; **hair spray** *n* gôm xịt tóc; **Can you dye my hair, please?** Anh làm ơn nhuộm tóc cho tôi được không?; **Can you straighten my hair?** Anh có thể duỗi thẳng tóc cho tôi được không?; **I have greasy hair** Tôi có tóc dầu; **I need a hair dryer** Tôi cần máy sấy tóc; **My hair is naturally blonde** Tóc tôi màu vàng tự nhiên; **My hair is naturally straight** Tóc tôi thẳng tự nhiên; **My hair is permed** Tóc của tôi uốn quăn; **What do you recommend for my hair?** Anh nghĩ tóc của tôi nên làm

half [hɑːf] *adj* một nửa ▷ *adv* tới một nửa ▷ *n* một nửa; **half board** *n* phòng nghỉ và hai bữa ăn

half-hour ['hɑːfˌaʊə] *n* nửa giờ

half-price ['hɑːfˌpraɪs] *adj* nửa giá ▷ *adv* nửa giá

half-term ['hɑːfˌtɜːm] *n* nghỉ giữa kỳ

half-time ['hɑːfˌtaɪm] *n* giờ giải lao

halfway [ˌhɑːfˈweɪ] *adv* nửa đường

hall [hɔːl] *n* đại sảnh; **town hall** *n* tòa thị chính

hallway ['hɔːlˌweɪ] *n* tiền sảnh

halt [hɔːlt] *n* sự dừng lại

ham [hæm] *n* thịt giăm-bông

hamburger ['hæmˌbɜːgə] *n* bánh hăm-bơ-gơ

hammer ['hæmə] *n* cái búa

hammock ['hæmək] *n* cái võng

hamster ['hæmstə] *n* chuột đồng

hand [hænd] *n* bàn tay ▷ *v* trao tay; **hand luggage** *n* hành lý xách tay

handbag ['hændˌbæg] *n* túi xách

handball ['hændˌbɔːl] *n* môn bóng ném

handbook ['hændˌbʊk] *n* sổ tay

hướng dẫn

handbrake ['hænd,breɪk] n phanh tay

handcuffs ['hænd,kʌfs] npl cái còng tay

handicap ['hændɪ,kæp] n (golf) **My handicap is...** Mức handicap của tôi là...; **What's your handicap?** Mức handicap của anh là bao nhiêu?

handicapped ['hændɪ,kæpt] adj (pejorative) tàn tật

handkerchief ['hæŋkətʃɪf; -tʃiːf] n khăn mùi xoa

handle ['hændəl] n cái tay cầm ▷ v điều khiển

handlebars ['hændəl,baːz] npl tay lái

handmade [,hænd'meɪd] adj làm bằng tay; **Is this handmade?** Cái này làm bằng tay phải không?

hands-free ['hændz,friː] adj không cần dùng tay; **hands-free kit** n bộ đồ không cần dùng tay

handsome ['hændsəm] adj đẹp trai

handwriting ['hænd,raɪtɪŋ] n chữ viết tay

handy ['hændɪ] adj tiện sử dụng

hang [hæŋ] vi rủ xuống ▷ vt treo

hanger ['hæŋə] n cái mắc áo

hang-gliding ['hæŋ'glaɪdɪŋ] n môn dù lượn

hang on [hæŋ ɒn] v kiên trì

hangover ['hæŋ,əʊvə] n sự khó chịu sau khi uống rượu

hang up [hæŋ ʌp] v dập máy

hankie ['hæŋkɪ] n khăn mùi xoa

happen ['hæpən] v xảy ra; **When did it happen?** Việc đó xảy ra khi nào?

happily ['hæpɪlɪ] adv hạnh phúc

happiness ['hæpɪnɪs] n niềm hạnh phúc

happy ['hæpɪ] adj hạnh phúc

harassment ['hærəsmənt] n sự quấy rối

harbour ['haːbə] n bến cảng

hard [haːd] adj (difficult) khó khăn, (firm, rigid) cứng ▷ adv hết sức; **hard disk** n ổ cứng; **hard shoulder** n làn dừng xe khẩn cấp

hardboard ['haːd,bɔːd] n phiến gỗ ép

hardly ['haːdlɪ] adv hiếm khi

hard up [haːd ʌp] adj cháy túi

hardware ['haːd,wɛə] n phần cứng

hare [hɛə] n thỏ rừng

harm [haːm] v làm hại

harmful ['haːmfʊl] adj có hại

harmless ['haːmlɪs] adj vô hại

harp [haːp] n đàn hạc

harsh [haːʃ] adj khắc nghiệt

harvest ['haːvɪst] n vụ thu hoạch ▷ v thu hoạch

hastily ['heɪstɪlɪ] adv vội vàng

hat [hæt] n cái mũ

hatchback ['hætʃ,bæk] n ô tô năm cửa

hate [heɪt] v ghét; **I hate...** Tôi ghét...

hatred ['heɪtrɪd] n lòng căm thù

haunted ['hɔːntɪd] adj ma ám

have [hæv] v có (sở hữu); **Can I have a key?** Có thể cho tôi xin một chiếc chìa khóa được không?; **Do you have a room?** Anh có phòng không?; **I don't have any children** Tôi không có con; **I have a child** Tôi có một con; **Someone's stolen my bag** Có người đã lấy cắp túi của tôi

have to [hæv tʊ] v phải *(bắt buộc)*; **Do you have to be a member?** Có cần phải là thành viên không?; **We will have to report it to the police** Chúng tôi sẽ phải báo công an; **Will I have to pay?** Tôi có phải trả tiền không?

hawthorn [ˈhɔːˌθɔːn] n cây táo gai

hay [heɪ] n cỏ khô; **hay fever** n bệnh dị ứng phấn hoa

haystack [ˈheɪˌstæk] n đống cỏ khô

hazelnut [ˈheɪzəlˌnʌt] n quả phỉ

he [hiː] pron anh ấy

head [hɛd] n *(body part)* cái đầu, *(principal)* người đứng đầu ▷ v dẫn đầu; **deputy head** n phó; **head office** n trụ sở chính

headache [ˈhɛdˌeɪk] n chứng nhức đầu

headlamp [ˈhɛdˌlæmp] n đèn pha

headlight [ˈhɛdˌlaɪt] n đèn pha

headline [ˈhɛdˌlaɪn] n tiêu đề

headphones [ˈhɛdˌfəʊnz] npl tai nghe; **Does it have headphones?** Có tai nghe không?

headquarters [ˌhɛdˈkwɔːtəz] npl cơ quan đầu não

headroom [ˈhɛdˌrʊm] n khoảng trống phía trên

headscarf, headscarves [ˈhɛdˌskɑːf, ˈhɛdˌskɑːvz] n khăn trùm đầu

headteacher [ˈhɛdˌtiːtʃə] n hiệu trưởng

heal [hiːl] v hàn gắn

health [hɛlθ] n sức khỏe

healthy [ˈhɛlθɪ] adj khỏe mạnh

heap [hiːp] n đống

hear [hɪə] v nghe

hearing [ˈhɪərɪŋ] n thính giác;

hearing aid n dụng cụ trợ thính

heart [hɑːt] n trái tim; **heart attack** n cơn đau tim

heartbroken [ˈhɑːtˌbrəʊkən] adj thất tình

heartburn [ˈhɑːtˌbɜːn] n chứng ợ nóng

heat [hiːt] n nhiệt ▷ v đốt nóng

heater [ˈhiːtə] n lò sưởi

heather [ˈhɛðə] n cây thạch nam

heating [ˈhiːtɪŋ] n sự đốt nóng; **central heating** n sưởi trung tâm

heat up [hiːt ʌp] v nổi nóng

heaven [ˈhɛvən] n thiên đường

heavily [ˈhɛvɪlɪ] adv nặng nề

heavy [ˈhɛvɪ] adj nặng; **This is too heavy** Cái này nặng quá

hedge [hɛdʒ] n hàng rào

hedgehog [ˈhɛdʒˌhɒg] n con nhím

heel [hiːl] n gót chân; **high heels** npl giày cao gót

height [haɪt] n chiều cao

heir [ɛə] n người thừa kế nam

heiress [ˈɛərɪs] n người thừa kế nữ

helicopter [ˈhɛlɪˌkɒptə] n máy bay trực thăng

hell [hɛl] n địa ngục

hello [hɛˈləʊ] excl xin chào!

helmet [ˈhɛlmɪt] n mũ bảo hiểm; **Can I have a helmet?** Tôi muốn có mũ bảo hiểm được không?

help [hɛlp] n sự giúp đỡ ▷ v giúp đỡ; **Help yourself!** Xin cứ tự nhiên!

helpful [ˈhɛlpfʊl] adj có ích

helpline [ˈhɛlpˌlaɪn] n đường dây điện thoại trợ giúp

hen [hɛn] n gà mái; **hen night** n tiệc tiễn thời độc thân của một cô gái

hepatitis [ˌhɛpəˈtaɪtɪs] n bệnh viêm gan

her [hɜː; hə; ə] *pron* của chị ấy, cô ấy

herbs [hɜːbz] *npl* thảo mộc

herd [hɜːd] *n* đàn *(bầy)*

here [hɪə] *adv* ở đây; **I'm here on my own** Tôi ở đây một mình

hereditary [hɪˈrɛdɪtərɪ; -trɪ] *adj* di truyền

heritage [ˈhɛrɪtɪdʒ] *n* di sản

hernia [ˈhɜːnɪə] *n* chứng sa ruột

hero [ˈhɪərəʊ] *n* anh hùng

heroin [ˈhɛrəʊɪn] *n* hêrôin

heroine [ˈhɛrəʊɪn] *n* nữ anh hùng

heron [ˈhɛrən] *n* con diệc

herring [ˈhɛrɪŋ] *n* cá trích

hers [hɜːz] *pron* thứ của cô ấy

herself [həˈsɛlf] *pron* tự cô ấy

hesitate [ˈhɛzɪˌteɪt] *v* do dự

heterosexual [ˌhɛtərəʊˈsɛksjʊəl] *adj* có xu hướng tình dục khác giới

HGV [eɪtʃ dʒiː viː] *abbr* xe chở hàng nặng

hi [haɪ] *excl* xin chào!

hiccups [ˈhɪkʌps] *npl* tiếng nấc

hidden [ˈhɪdən] *adj* ẩn

hide [haɪd] *vi* trốn ▷ *vt* giấu

hide-and-seek [ˌhaɪdændˈsiːk] *n* trò chơi trốn tìm

hideous [ˈhɪdɪəs] *adj* gớm ghiếc

hifi [ˈhaɪˈfaɪ] *n* dàn hifi

high [haɪ] *adj* cao ▷ *adv* trên cao; **high heels** *npl* giày cao gót; **high jump** *n* môn nhảy cao; **high season** *n* mùa đông khách; **How high is it?** Nó cao bao nhiêu?

highchair [ˈhaɪˌtʃɛə] *n* ghế ăn trẻ em

high-heeled [ˈhaɪˌhiːld] *adj* có gót cao

highlight [ˈhaɪˌlaɪt] *n* phần nổi bật ▷ *v* nêu bật

highlighter [ˈhaɪˌlaɪtə] *n* bút đánh dấu

high-rise [ˈhaɪˌraɪz] *n* nhà cao tầng

hijack [ˈhaɪˌdʒæk] *v* cướp máy bay

hijacker [ˈhaɪˌdʒækə] *n* không tặc

hike [haɪk] *n* cuộc đi bộ đường dài

hiking [haɪkɪŋ] *n* sự đi bộ đường dài

hilarious [hɪˈlɛərɪəs] *adj* vui nhộn

hill [hɪl] *n* đồi

hill-walking [ˈhɪlˌwɔːkɪŋ] *n* đi bộ lên đồi; **I'd like to go hill walking** Tôi muốn đi bộ lên đồi

him [hɪm; ɪm] *pron* anh ấy; **We must get him to hospital** Chúng ta phải đưa anh ấy vào bệnh viện

himself [hɪmˈsɛlf] *pron* tự anh ấy

Hindu [ˈhɪnduː; hɪnˈduː] *adj* thuộc đạo Hindu ▷ *n* người theo đạo Hindu

Hinduism [ˈhɪnduˌɪzəm] *n* Đạo Hindu

hinge [hɪndʒ] *n* bản lề

hint [hɪnt] *n* gợi ý ▷ *v* gợi ý

hip [hɪp] *n* hông

hippie [ˈhɪpɪ] *n* dân híp-pi

hippo [ˈhɪpəʊ] *n* con hà mã

hippopotamus, hippopotami [ˌhɪpəˈpɒtəməs, ˌhɪpəˈpɒtəmaɪ] *n* con hà mã

hire [ˈhaɪə] *n* việc thuê ▷ *v* thuê; **car hire** *n* sự cho thuê xe ô tô; **hire car** *n* thuê ô tô; **Can we hire the equipment?** Chúng tôi có thể thuê thiết bị không?; **Do they hire out rackets?** Họ có cho thuê vợt không?; **Do you hire push-chairs?** Anh có cho thuê xe đẩy không?; **How much is it to hire a tennis court?** Thuê sân ten-nít mất bao nhiêu tiền?; **I want to hire a bike** Tôi muốn thuê một chiếc xe đạp; **I want to hire a car for five days** Tôi muốn thuê một ô tô trong năm ngày; **I'd like to hire...** Tôi muốn thuê...; **Where can I hire a jet-ski?** Tôi có thể thuê mô tô trượt nước ở đâu?; **Where can I hire a sun lounger?** Tôi có thể thuê giường nằm tắm nắng ở đâu?; **Where can I hire a sunshade?** Tôi có thể thuê ô che nắng ở đâu?

his [hɪz; ɪz] *adj* của anh ấy ▷ *pron* thứ của anh ấy

historian [hɪˈstɔːrɪən] *n* sử gia

historical [hɪˈstɒrɪkəl] *adj* liên quan đến lịch sử

history [ˈhɪstərɪ; ˈhɪstrɪ] *n* lịch sử

hit [hɪt] *n* cú đánh ▷ *v* đánh

hitch [hɪtʃ] *n* bế tắc

hitchhike [ˈhɪtʃˌhaɪk] *v* xin đi nhờ xe

hitchhiker [ˈhɪtʃˌhaɪkə] *n* người xin đi nhờ xe

hitchhiking [ˈhɪtʃˌhaɪkɪŋ] *n* việc xin đi nhờ xe

HIV-negative [eɪtʃ aɪ viː ˈnɛɡətɪv] *adj* HIV-âm tính

HIV-positive [eɪtʃ aɪ viː ˈpɒzɪtɪv] *adj* HIV-dương tính

hobby [ˈhɒbɪ] *n* sở thích

hockey [ˈhɒkɪ] *n* môn khúc côn cầu; **ice hockey** *n* môn khúc côn cầu trên băng

hold [həʊld] *v* cầm; **Could you hold this for me?** Anh cầm giúp tôi cái này được không?

holdall [ˈhəʊldˌɔːl] *n* hộp đựng dụng cụ

hold on [həʊld ɒn] *v* nắm chặt

hold up [həʊld ʌp] *v* trì hoãn

hold-up [həʊldʌp] *n* vụ cướp có vũ trang

hole [həʊl] *n* lỗ *(hổng)*; **I have a hole in my shoe** Giày của tôi bị thủng một lỗ

holiday [ˈhɒlɪˌdeɪ; -dɪ] *n* ngày nghỉ; **activity holiday** *n* kỳ nghỉ với các hoạt động giải trí; **bank holiday** *n* ngày nghỉ khi các ngân hàng đóng cửa; **holiday home** *n* nhà nghỉ; **holiday job** *n* việc làm trong kỳ nghỉ hè; **package holiday** *n* kỳ nghỉ trọn gói; **public holiday** *n* ngày nghỉ lễ

Holland [ˈhɒlənd] *n* nước Hà Lan

hollow [ˈhɒləʊ] *adj* trống rỗng

holly [ˈhɒlɪ] *n* cây nhựa ruồi

holy [ˈhəʊlɪ] *adj* linh thiêng

home [həʊm] *adv* ở nhà ▷ *n* nhà *(ở)*; **home address** *n* địa chỉ nhà; **home match** *n* trận đấu trên sân nhà; **home page** *n* trang chủ *(trang web)*; **mobile home** *n* nhà di động; **nursing home** *n* nhà dưỡng lão; **stately home** *n* nhà cổ; **I'd like to go home** Tôi muốn về nhà; **Please come home by 11p.m.** Về nhà muộn nhất là mười một giờ tối nhé; **When do you go home?** Khi nào anh về nhà?; **Would you like to phone home?** Anh có muốn gọi điện về nhà không?

homeland [ˈhəʊmˌlænd] *n* tổ quốc

homeless [ˈhəʊmlɪs] *adj* vô gia cư

home-made [ˈhəʊmˈmeɪd] *adj* nhà làm lấy

homeopathic [ˌhəʊmɪɒʊˈpæθɪk] *adj* thuộc phép chữa vi lượng đồng căn

homeopathy [ˌhəʊmɪˈɒpəθɪ] *n*

phép chữa vi lượng đồng căn

homesick ['həum,sɪk] adj nhớ nhà

homework ['həum,wɜːk] n bài tập về nhà

Honduras [hɒn'djuərəs] n nước Honduras

honest ['ɒnɪst] adj trung thực

honestly ['ɒnɪstlɪ] adv trung thực

honesty ['ɒnɪstɪ] n lòng trung thực

honey ['hʌnɪ] n mật ong

honeymoon ['hʌnɪ,muːn] n tuần trăng mật

honeysuckle ['hʌnɪ,sʌkəl] n cây kim ngân

honour ['ɒnə] n danh dự

hood [hʊd] n mũ trùm đầu

hook [hʊk] n cái móc

hooray [huː'reɪ] excl hoan hô!

Hoover® ['huːvə] n máy hút bụi Hoover®; **hoover** v hút bụi

hope [həup] n niềm hy vọng ▷ v hy vọng; **I hope the weather improves** Tôi hy vọng thời tiết sẽ khá hơn

hopeful ['həupful] adj đầy hy vọng

hopefully ['həupfulɪ] adv hy vọng rằng

hopeless ['həuplɪs] adj vô vọng

horizon [hə'raɪzən] n chân trời

horizontal [,hɒrɪ'zɒntəl] adj nằm ngang

hormone ['hɔːməun] n hóc-môn

horn [hɔːn] n sừng; **French horn** n kèn tây

horoscope ['hɒrə,skəup] n lá số tử vi

horrendous [hɒ'rɛndəs] adj kinh khủng

horrible ['hɒrəbəl] adj khủng khiếp

horrifying ['hɒrɪ,faɪɪŋ] adj kinh hoàng

horror ['hɒrə] n sự ghê rợn; **horror film** n phim kinh dị

horse [hɔːs] n con ngựa; **horse racing** n đua ngựa; **horse riding** n cưỡi ngựa; **rocking horse** n ngựa gỗ bập bênh

horseradish ['hɔːs,rædɪʃ] n cây cải ngựa

horseshoe ['hɔːs,ʃuː] n móng ngựa

hose [həuz] n ống vòi

hosepipe ['həuz,paɪp] n ống phun nước

hospital ['hɒspɪtəl] n bệnh viện; **maternity hospital** n nhà hộ sinh; **psychiatric hospital** n nhà thương điên; **How do I get to the hospital?** Xin chỉ cho tôi cách đến bệnh viện; **I work in a hospital** Tôi làm việc ở bệnh viện; **We must get him to hospital** Chúng ta phải đưa anh ấy vào bệnh viện; **Where is the hospital?** Bệnh viện ở đâu?; **Will he have to go to hospital?** Anh ấy có phải đi bệnh viện không?

hospitality [,hɒspɪ'tælɪtɪ] n lòng hiếu khách

host [həust] n (entertains) người chiêu đãi, (multitude) nhiều

hostage ['hɒstɪdʒ] n con tin

hostel ['hɒstəl] n nhà trọ; **Is there a youth hostel nearby?** Có nhà trọ dành cho du khách trẻ ở gần đây không?

hostess ['həustɪs] n **air hostess** n nữ tiếp viên hàng không

hostile ['hɒstaɪl] adj thù địch

hot [hɒt] adj nóng (nhiệt độ); **hot dog** n bánh mỳ kẹp xúc xích; **I feel hot** Tôi thấy nóng; **I'm too hot** Tôi nóng quá; **It's very hot** Trời nóng quá; **The food is too hot** Đồ ăn nóng quá; **The room is too hot** Phòng nóng quá

hotel [həʊ'tɛl] *n* khách sạn; **Can you book me into a hotel?** Anh có thể đặt giúp tôi một khách sạn được không?; **Can you recommend a hotel?** Anh có thể giới thiệu một khách sạn được không?; **He runs the hotel** Anh ấy quản lý khách sạn; **I'm staying at a hotel** Tôi đang ở khách sạn; **Is your hotel accessible to wheelchairs?** Khách sạn của anh có lối vào cho xe lăn không?; **We're looking for a hotel** Chúng tôi đang tìm khách sạn; **What's the best way to get to this hotel?** Đến khách sạn này bằng cách nào là tốt nhất?

hour [aʊə] *n* giờ; **office hours** *npl* giờ làm việc; **opening hours** *npl* giờ mở cửa; **peak hours** *npl* giờ cao điểm; **rush hour** *n* giờ cao điểm; **visiting hours** *npl* thời gian thăm viếng; **How much is it per hour?** Giá bao nhiêu tiền một giờ?; **When are visiting hours?** Giờ vào thăm là khi nào?

hourly ['aʊəlɪ] *adj* hàng giờ ▷ *adv* hàng giờ

house [haʊs] *n* ngôi nhà; **council house** *n* nhà ở do chính quyền địa phương cấp; **detached house** *n* căn nhà xây tách riêng; **semi-detached house** *n* nhà chung tường

household ['haʊs,həʊld] *n* hộ gia đình

housewife, housewives

['haʊs,waɪf, 'haʊs,waɪvz] *n* bà nội trợ

housework ['haʊs,wɜːk] *n* việc nhà

hovercraft ['hɒvə,krɑːft] *n* tàu cánh ngầm

how [haʊ] *adv* bằng cách nào; **Do you know how to do this?** Anh biết cách làm việc này không?; **How are you?** Anh có khỏe không?; **How do I get to…?** Xin chỉ cho tôi cách đến…; **How does this work?** Cái này hoạt động thế nào?; **How far are we from the town centre?** Chúng ta còn cách trung tâm thành phố bao xa?; **How far is it?** Cách bao xa?; **How far is the bus stop?** Bến xe buýt cách đây bao xa?; **How frequent are the trains to…?** Bao lâu thì có một chuyến tàu đến..?; **How long will it take to get to…?** Đến… mất bao nhiêu lâu?; **How much is it?** Cái đó bao nhiêu tiền?; **How much is the deposit?** Phải đặt cọc bao nhiêu?; **How old are you?** Anh bao nhiêu tuổi?; **How tall are you?** Anh cao bao nhiêu?

however [haʊ'ɛvə] *adv* tuy nhiên

howl [haʊl] *v* hú

HQ [eɪtʃ kjuː] *abbr* trụ sở chính

hubcap ['hʌb,kæp] *n* nắp tròn đậy trục bánh xe

hug [hʌg] *n* cái ôm ▷ *v* ôm

huge [hjuːdʒ] *adj* to lớn

hull [hʌl] *n* thân tàu

hum [hʌm] *v* kêu vo ve

human ['hjuːmən] *adj* thuộc loài người; **human being** *n* con người; **human rights** *npl* nhân quyền

humanitarian [hjuː,mænɪ'tɛərɪən] *adj* nhân đạo

humble ['hʌmbªl] *adj* khiêm tốn

humid ['hjuːmɪd] *adj* ẩm ướt

humidity [hjuːˈmɪdɪtɪ] *n* độ ẩm

humorous ['hjuːmərəs] *adj* hài hước

humour ['hjuːmə] *n* sự hài hước; **sense of humour** *n* khiếu hài hước

hundred ['hʌndrəd] *number* trăm; **I'd like five hundred...** Tôi muốn năm trăm...

Hungarian [hʌŋˈgeərɪən] *adj* thuộc Hungary ▷ *n* người Hungary

Hungary ['hʌŋgərɪ] *n* nước Hungary

hunger ['hʌŋgə] *n* sự đói

hungry ['hʌŋgrɪ] *adj* đói; **I'm hungry** Tôi đói; **I'm not hungry** Tôi không đói

hunt [hʌnt] *n* săn bắn ▷ *v* săn bắn

hunter ['hʌntə] *n* người đi săn

hunting ['hʌntɪŋ] *n* sự đi săn

hurdle ['hɜːdªl] *n* rào cản

hurricane ['hʌrɪkªn; -keɪn] *n* cơn cuồng phong

hurry ['hʌrɪ] *n* sự vội vàng ▷ *v* thúc giục

hurry up ['hʌrɪ ʌp] *v* nhanh lên

hurt [hɜːt] *adj* đau đớn ▷ *v* làm đau

husband ['hʌzbənd] *n* chồng *(vợ)*; **This is my husband** Đây là chồng tôi

hut [hʌt] *n* túp lều

hyacinth ['haɪəsɪnθ] *n* cây dạ lan hương

hydrogen ['haɪdrɪdʒən] *n* hyđrô

hygiene ['haɪdʒiːn] *n* vệ sinh

hymn [hɪm] *n* bài thánh ca

hypermarket ['haɪpəˌmɑːkɪt] *n* cửa hàng siêu thị

hyphen ['haɪfªn] *n* gạch nối

I [aɪ] *pron* tôi; **I am HIV-positive** Tôi bị HIV dương tính; **I don't like...** Tôi không thích...; **I have an appointment with...** Tôi có hẹn với...; **I like...** Tôi thích...; **I love...** Tôi rất thích...

ice [aɪs] *n* đá *(tủ lạnh)*; **black ice** *n* lớp băng phủ mặt đường; **ice cube** *n* viên đá; **ice hockey** *n* môn khúc côn cầu trên băng; **ice lolly** *n* kem que; **ice rink** *n* sân băng; **With ice, please** Làm ơn cho đá

iceberg ['aɪsbɜːg] *n* núi băng trôi

icebox ['aɪsˌbɒks] *n* tủ đá

ice cream ['aɪs 'kriːm] *n* **ice cream** *n* kem *(lạnh)*; **I'd like an ice cream** Tôi muốn ăn kem

Iceland ['aɪslənd] *n* nước Aixơlen

Icelandic [aɪsˈlændɪk] *adj* thuộc Aixơlen ▷ *n* tiếng Aixơlen

ice-skating ['aɪsˌskeɪtɪŋ] *n* môn trượt băng

icing ['aɪsɪŋ] *n* kem phủ trên bánh;

icing sugar *n* đường dùng làm kem

icon ['aɪkɒn] *n* biểu tượng *(máy tính)*

icy ['aɪsɪ] *adj* phủ băng

idea [aɪ'dɪə] *n* ý kiến

ideal [aɪ'dɪəl] *adj* lý tưởng

ideally [aɪ'dɪəlɪ] *adv* lý tưởng

identical [aɪ'dɛntɪkəl] *adj* giống hệt

identification [aɪˌdɛntɪfɪ'keɪʃən] *n* sự nhận dạng

identify [aɪ'dɛntɪˌfaɪ] *v* nhận dạng

identity [aɪ'dɛntɪtɪ] *n* danh tính; **identity card** *n* thẻ căn cước; **identity theft** *n* ăn trộm danh tính

ideology [ˌaɪdɪ'ɒlədʒɪ] *n* hệ tư tưởng

idiot ['ɪdɪət] *n* thằng ngốc

idiotic [ˌɪdɪ'ɒtɪk] *adj* ngốc nghếch

idle ['aɪdəl] *adj* nhàn rỗi

i.e. [aɪ iː] *abbr* tức là

if [ɪf] *conj* nếu; **Do you mind if I smoke?** Anh có phiền nếu tôi hút thuốc không?; **Please call us if you'll be late** Làm ơn gọi cho chúng tôi nếu anh về muộn; **What do I do if I break down?** Nếu xe bị hỏng thì tôi phải làm gì?

ignition [ɪg'nɪʃən] *n* bộ phận đánh lửa

ignorance ['ɪgnərəns] *n* sự thiếu hiểu biết

ignorant ['ɪgnərənt] *adj* dốt nát

ignore [ɪg'nɔː] *v* lờ đi

ill [ɪl] *adj* ốm; **I feel ill** Tôi thấy ốm; **My child is ill** Con tôi bị ốm

illegal [ɪ'liːgəl] *adj* bất hợp pháp

illegible [ɪ'lɛdʒɪbəl] *adj* khó đọc

illiterate [ɪ'lɪtərɪt] *adj* mù chữ

illness ['ɪlnɪs] *n* sự đau ốm

ill-treat [ɪl'triːt] *v* bạc đãi

illusion [ɪ'luːʒən] *n* ảo tưởng

illustration [ˌɪlə'streɪʃən] *n* sự minh họa

image ['ɪmɪdʒ] *n* hình ảnh

imaginary [ɪ'mædʒɪnərɪ; -dʒɪnrɪ] *adj* không có thật

imagination [ɪˌmædʒɪ'neɪʃən] *n* trí tưởng tượng

imagine [ɪ'mædʒɪn] *v* tưởng tượng

imitate ['ɪmɪˌteɪt] *v* bắt chước

imitation [ˌɪmɪ'teɪʃən] *n* sự bắt chước

immature [ˌɪmə'tjʊə; -'tʃʊə] *adj* non nớt

immediate [ɪ'miːdɪət] *adj* lập tức

immediately [ɪ'miːdɪətlɪ] *adv* ngay lập tức

immigrant ['ɪmɪgrənt] *n* người nhập cư

immigration [ˌɪmɪ'greɪʃən] *n* sự nhập cư

immoral [ɪ'mɒrəl] *adj* trái đạo đức

impact ['ɪmpækt] *n* ảnh hưởng

impaired [ɪm'pɛəd] *adj* **I'm visually impaired** Tôi bị khiếm thị

impartial [ɪm'pɑːʃəl] *adj* không thiên vị

impatience [ɪm'peɪʃəns] *n* sự thiếu kiên nhẫn

impatient [ɪm'peɪʃənt] *adj* thiếu kiên nhẫn

impatiently [ɪm'peɪʃəntlɪ] *adv* nôn nóng

impersonal [ɪm'pɜːsənəl] *adj* nói chung *(nói trống)*

import *n* ['ɪmpɔːt] sự nhập khẩu ▷ *v* [ɪm'pɔːt] nhập khẩu

importance [ɪm'pɔːtəns] *n* tầm quan trọng

important [ɪm'pɔːtənt] *adj* quan

trọng

impossible [ɪmˈpɒsəbᵊl] *adj* không
thể

impractical [ɪmˈpræktɪkᵊl] *adj*
không thực tế

impress [ɪmˈprɛs] *v* gây ấn tượng

impressed [ɪmˈprɛst] *adj* có ấn
tượng

impression [ɪmˈprɛʃən] *n* ấn tượng

impressive [ɪmˈprɛsɪv] *adj* gây ấn
tượng

improve [ɪmˈpruːv] *v* cải thiện

improvement [ɪmˈpruːvmənt] *n*
sự tiến bộ

in [ɪn] *prep* bên trong

inaccurate [ɪnˈækjʊrɪt] *adj* không
chính xác

inadequate [ɪnˈædɪkwɪt] *adj* không
đầy đủ

inadvertently [ˌɪnədˈvɜːtᵊntlɪ] *adv*
vô tình

inbox [ˈɪnbɒks] *n* hộp thư đến

incentive [ɪnˈsɛntɪv] *n* phần thưởng
khích lệ

inch [ɪntʃ] *n* inch

incident [ˈɪnsɪdənt] *n* sự việc

include [ɪnˈkluːd] *v* bao gồm

included [ɪnˈkluːdɪd] *adj* kể cả

including [ɪnˈkluːdɪŋ] *prep* bao gồm
cả

inclusive [ɪnˈkluːsɪv] *adj* bao gồm

income [ˈɪnkʌm; ˈɪnkəm] *n* thu
nhập; **income tax** *n* thuế thu nhập

incompetent [ɪnˈkɒmpɪtənt] *adj*
thiếu khả năng

incomplete [ˌɪnkəmˈpliːt] *adj*
không đầy đủ

inconsistent [ˌɪnkənˈsɪstənt] *adj*
không thống nhất

inconvenience [ˌɪnkənˈviːnjəns] *n*
sự bất tiện

inconvenient [ˌɪnkənˈviːnjənt] *adj*
bất tiện

incorrect [ˌɪnkəˈrɛkt] *adj* không
đúng

increase *n* [ˈɪnkriːs] sự tăng lên ▷ *v*
[ɪnˈkriːs] tăng thêm

increasingly [ɪnˈkriːsɪŋlɪ] *adv* ngày
càng tăng

incredible [ɪnˈkrɛdəbᵊl] *adj* không
thể tin được

indecisive [ˌɪndɪˈsaɪsɪv] *adj* không
dứt khoát

indeed [ɪnˈdiːd] *adv* quả thực

independence [ˌɪndɪˈpɛndəns] *n*
nền độc lập

independent [ˌɪndɪˈpɛndənt] *adj*
độc lập

index [ˈɪndɛks] *n (list)* bảng chú giải,
(numerical scale) số mũ; **index
finger** *n* ngón tay trỏ

India [ˈɪndɪə] *n* nước Ấn Độ

Indian [ˈɪndɪən] *adj* thuộc Ấn Độ ▷ *n*
người Ấn Độ; **Indian Ocean** *n* Ấn
Độ Dương

indicate [ˈɪndɪˌkeɪt] *v* chỉ ra

indicator [ˈɪndɪˌkeɪtə] *n* dấu hiệu
cho biết

indigestion [ˌɪndɪˈdʒɛstʃən] *n*
chứng khó tiêu

indirect [ˌɪndɪˈrɛkt] *adj* gián tiếp

indispensable [ˌɪndɪˈspɛnsəbᵊl] *adj*
không thể thiếu được

individual [ˌɪndɪˈvɪdjʊəl] *adj* cá
nhân

Indonesia [ˌɪndəʊˈniːzɪə] *n* nước
Indonesia

Indonesian [ˌɪndəʊˈniːzɪən] *adj*
thuộc Indonesia ▷ *n (person)* người
Indonesia

indoor ['ɪn,dɔː] *adj* trong nhà; **What indoor activities are there?** Có những hoạt động gì trong nhà?

indoors [,ɪn'dɔːz] *adv* ở trong nhà

industrial [ɪn'dʌstrɪəl] *adj* thuộc công nghiệp; **industrial estate** *n* khu công nghiệp

industry ['ɪndəstrɪ] *n* công nghiệp

inefficient [,ɪnɪ'fɪʃənt] *adj* không có hiệu quả

inevitable [ɪn'evɪtəbᵊl] *adj* không thể tránh được

inexpensive [,ɪnɪk'spensɪv] *adj* không đắt

inexperienced [,ɪnɪk'spɪərɪənst] *adj* thiếu kinh nghiệm

infantry ['ɪnfəntrɪ] *n* bộ binh

infection [ɪn'fekʃən] *n* nhiễm trùng

infectious [ɪn'fekʃəs] *adj* lây nhiễm

inferior [ɪn'fɪərɪə] *adj* thua kém ▷ *n* thuộc cấp

infertile [ɪn'fɜːtaɪl] *adj* cằn cỗi

infinitive [ɪn'fɪnɪtɪv] *n* nguyên thể

infirmary [ɪn'fɜːmərɪ] *n* bệnh xá

inflamed [ɪn'fleɪmd] *adj* bị viêm

inflammation [,ɪnflə'meɪʃən] *n* sự viêm nhiễm

inflatable [ɪn'fleɪtəbᵊl] *adj* có thể bơm phồng

inflation [ɪn'fleɪʃən] *n* lạm phát

inflexible [ɪn'fleksəbᵊl] *adj* không mềm dẻo

influence ['ɪnflʊəns] *n* ảnh hưởng ▷ *v* gây ảnh hưởng

influenza [,ɪnflʊ'enzə] *n* bệnh cúm

inform [ɪn'fɔːm] *v* thông báo

informal [ɪn'fɔːməl] *adj* thân mật

information [,ɪnfə'meɪʃən] *n* thông tin; **information office** *n* văn phòng cung cấp thông tin; **Here's some information about my company** Đây là một số thông tin về công ty tôi; **I'd like some information about...** Tôi muốn một số thông tin về...

informative [ɪn'fɔːmətɪv] *adj* cung cấp thông tin bổ ích

infrastructure ['ɪnfrə,strʌktʃə] *n* cơ sở hạ tầng

infuriating [ɪn'fjʊərɪeɪtɪŋ] *adj* làm điên tiết

ingenious [ɪn'dʒiːnjəs; -nɪəs] *adj* mưu trí

ingredient [ɪn'griːdɪənt] *n* thành phần

inhabitant [ɪn'hæbɪtənt] *n* dân cư

inhaler [ɪn'heɪlə] *n* ống xịt thuốc

inherit [ɪn'herɪt] *v* thừa kế

inheritance [ɪn'herɪtəns] *n* quyền thừa kế

inhibition [,ɪnɪ'bɪʃən; ,ɪnhɪ-] *n* sự ức chế

initial [ɪ'nɪʃəl] *adj* ban đầu ▷ *v* ký tắt

initially [ɪ'nɪʃəlɪ] *adv* lúc đầu

initials [ɪ'nɪʃəlz] *npl* tên họ viết tắt

initiative [ɪ'nɪʃɪətɪv; -'nɪʃətɪv] *n* sáng kiến

inject [ɪn'dʒekt] *v* tiêm

injection [ɪn'dʒekʃən] *n* sự tiêm thuốc

injure ['ɪndʒə] *v* làm tổn thương

injured ['ɪndʒəd] *adj* bị thương; **She is seriously injured** Chị ấy bị thương nặng; **Someone is injured** Có người bị thương; **There are some people injured** Có một số người bị thương

injury ['ɪndʒərɪ] *n* vết thương; **injury time** *n* thời gian bù giờ

injustice [ɪn'dʒʌstɪs] *n* sự bất công

ink [ɪŋk] *n* mực *(viết)*

in-laws [ɪnlɔːz] *npl* họ hàng nhà chồng

inmate ['ɪnˌmeɪt] *n* bạn tù

inn [ɪn] *n* quán trọ

inner ['ɪnə] *adj* bên trong; **inner tube** *n* săm xe

innocent ['ɪnəsənt] *adj* ngây thơ

innovation [ˌɪnə'veɪʃən] *n* sự đổi mới

innovative ['ɪnəveɪtɪv] *adj* có tính chất đổi mới

inquest ['ɪnˌkwɛst] *n* cuộc điều tra chính thức

inquire [ɪn'kwaɪə] *v* tìm hiểu

inquiry [ɪn'kwaɪərɪ] *n* yêu cầu; **inquiries office** *n* phòng hướng dẫn

inquisitive [ɪn'kwɪzɪtɪv] *adj* tò mò

insane [ɪn'seɪn] *adj* mất trí

inscription [ɪn'skrɪpʃən] *n* câu chữ khắc

insect ['ɪnsɛkt] *n* côn trùng; **insect repellent** *n* thuốc diệt côn trùng; **stick insect** *n* sâu que; **Do you have insect repellent?** Anh có thuốc chống côn trùng không?

insecure [ˌɪnsɪ'kjʊə] *adj* không an toàn

insensitive [ɪn'sɛnsɪtɪv] *adj* vô ý

inside *adv* [ˌɪn'saɪd] ở trong ▷ *n* ['ɪn'saɪd] mặt trong ▷ *prep* bên trong; **It's inside** Nó ở bên trong

insincere [ˌɪnsɪn'sɪə] *adj* không thành thực

insist [ɪn'sɪst] *v* khăng khăng

insomnia [ɪn'sɒmnɪə] *n* chứng mất ngủ

inspect [ɪn'spɛkt] *v* thanh tra

inspector [ɪn'spɛktə] *n* thanh tra viên; **ticket inspector** *n* thanh tra soát vé

instability [ˌɪnstə'bɪlɪtɪ] *n* tính không ổn định

instalment [ɪn'stɔːlmənt] *n* phần trả góp

instance ['ɪnstəns] *n* ví dụ

instant ['ɪnstənt] *adj* ngay lập tức

instantly ['ɪnstəntlɪ] *adv* lập tức

instead [ɪn'stɛd] *adv* thay vì; **instead of** *prep* thay vì

instinct ['ɪnstɪŋkt] *n* bản năng

institute ['ɪnstɪˌtjuːt] *n* học viện

institution [ˌɪnstɪ'tjuːʃən] *n* cơ quan *(tổ chức)*

instruct [ɪn'strʌkt] *v* hướng dẫn

instructions [ɪn'strʌkʃənz] *npl* lời chỉ dẫn

instructor [ɪn'strʌktə] *n* huấn luyện viên; **driving instructor** *n* người dạy lái xe

instrument ['ɪnstrəmənt] *n* dụng cụ; **musical instrument** *n* nhạc cụ

insufficient [ˌɪnsə'fɪʃənt] *adj* không đủ

insulation [ˌɪnsjʊ'leɪʃən] *n* lớp cách ly

insulin ['ɪnsjʊlɪn] *n* chất insulin

insult *n* ['ɪnsʌlt] sự lăng mạ ▷ *v* [ɪn'sʌlt] lăng mạ

insurance [ɪn'ʃʊərəns; -'ʃɔː-] *n* bảo hiểm; **accident insurance** *n* bảo hiểm tai nạn; **car insurance** *n* bảo hiểm xe ô tô; **insurance certificate** *n* giấy chứng nhận bảo hiểm; **insurance policy** *n* đơn bảo hiểm; **life insurance** *n* bảo hiểm nhân thọ; **third-party insurance** *n* sự bảo hiểm cho bên thứ ba; **travel insurance** *n* bảo hiểm du lịch; **Give**

me your insurance details, please Làm ơn cho tôi chi tiết bảo hiểm của anh; **Here are my insurance details** Đây là chi tiết bảo hiểm của tôi; **How much extra is comprehensive insurance cover?** Phải trả thêm bao nhiêu để có bảo hiểm toàn bộ?; **I don't have health insurance** Tôi không có bảo hiểm y tế; **I have insurance** Tôi có bảo hiểm; **I'd like to arrange personal accident insurance** Tôi muốn mua bảo hiểm tai nạn cá nhân; **Is fully comprehensive insurance included in the price?** Giá đã có bảo hiểm toàn diện chưa?; **Will the insurance pay for it?** Bảo hiểm có trả cho cái đó không?

insure [ɪn'ʃʊə; -'ʃɔ:] v bảo hiểm; **Can I insure my luggage?** Tôi có thể bảo hiểm hành lý của mình không?

insured [ɪn'ʃʊəd; -'ʃɔ:d] adj được bảo hiểm

intact [ɪn'tækt] adj còn nguyên vẹn

intellectual [ˌɪntɪ'lektʃʊəl] adj thuộc trí óc ▷ n người trí thức

intelligence [ɪn'telɪdʒəns] n trí thông minh

intelligent [ɪn'telɪdʒənt] adj thông minh

intend [ɪn'tend] v **intend to** v có ý định

intense [ɪn'tens] adj rất căng

intensive [ɪn'tensɪv] adj chuyên sâu; **intensive care unit** n phòng điều trị tăng cường

intention [ɪn'tenʃən] n ý định

intentional [ɪn'tenʃənəl] adj có chủ tâm

intercom ['ɪntəˌkɒm] n hệ thống liên lạc nội bộ

interest ['ɪntrɪst; -tərɪst] n (curiosity) sự quan tâm, (income) tiền lãi ▷ v gây sự chú ý; **interest rate** n tỉ lệ lãi suất

interested ['ɪntrɪstɪd; -tərɪs-] adj quan tâm đến

interesting ['ɪntrɪstɪŋ; -tərɪs-] adj thú vị

interior [ɪn'tɪərɪə] n phần bên trong; **interior designer** n nhà thiết kế nội thất

intermediate [ˌɪntə'mi:dɪɪt] adj trung gian

internal [ɪn'tɜ:nəl] adj nội bộ

international [ˌɪntə'næʃənəl] adj quốc tế; **Where can I make an international phone call?** Tôi có thể gọi điện thoại quốc tế ở đâu?

Internet ['ɪntəˌnet] n mạng Internet; **Internet café** n quán cà phê internet; **Internet user** n người dùng Internet; **Does the room have wireless Internet access?** Phòng có mạng internet không dây không?; **Is there an Internet connection in the room?** Trong phòng có nối mạng internet không?

interpret [ɪn'tɜ:prɪt] v giải thích

interpreter [ɪn'tɜ:prɪtə] n người phiên dịch

interrogate [ɪn'terəˌgeɪt] v chất vấn

interrupt [ˌɪntə'rʌpt] v chen ngang

interruption [ˌɪntə'rʌpʃən] n sự chen ngang

interval ['ɪntəvəl] n khoảng thời gian giữa hai sự kiện

interview ['ɪntəˌvju:] n cuộc phỏng

vấn ▷ v phỏng vấn

interviewer [ˈɪntəˌvjuːə] n người phỏng vấn

intimate [ˈɪntɪmɪt] adj thân mật

intimidate [ɪnˈtɪmɪˌdeɪt] v đe dọa

into [ˈɪntuː; ˈɪntə] prep vào trong; **bump into** v tình cờ gặp

intolerant [ɪnˈtɒlərənt] adj không dung thứ

intranet [ˈɪntrəˌnɛt] n mạng nội bộ

introduce [ˌɪntrəˈdjuːs] v giới thiệu

introduction [ˌɪntrəˈdʌkʃən] n sự giới thiệu

intruder [ɪnˈtruːdə] n người xâm nhập

intuition [ˌɪntjʊˈɪʃən] n trực giác

invade [ɪnˈveɪd] v xâm lược

invalid [ˈɪnvəˌlɪd] n người bệnh tật

invent [ɪnˈvɛnt] v phát minh

invention [ɪnˈvɛnʃən] n sự phát minh

inventor [ɪnˈvɛntə] n người phát minh

inventory [ˈɪnvəntərɪ; -trɪ] n bản kiểm kê

invest [ɪnˈvɛst] v đầu tư

investigation [ɪnˌvɛstɪˈgeɪʃən] n sự điều tra

investment [ɪnˈvɛstmənt] n sự đầu tư

investor [ɪnˈvɛstə] n nhà đầu tư

invigilator [ɪnˈvɪdʒɪˌleɪtə] n giám thị

invisible [ɪnˈvɪzəbᵊl] adj vô hình

invitation [ˌɪnvɪˈteɪʃən] n lời mời

invite [ɪnˈvaɪt] v mời; **It's very kind of you to invite me** Rất cảm ơn anh đã mời tôi

invoice [ˈɪnvɔɪs] n hóa đơn ▷ v lập hóa đơn

involve [ɪnˈvɒlv] v dính líu

iPod® [ˈaɪˌpɒd] n máy nghe nhạc iPod®

IQ [aɪ kjuː] abbr Chỉ số Thông minh IQ

Iran [ɪˈrɑːn] n nước Iran

Iranian [ɪˈreɪnɪən] adj thuộc Iran ▷ n (person) người Iran

Iraq [ɪˈrɑːk] n nước Iraq

Iraqi [ɪˈrɑːkɪ] adj thuộc Iraq ▷ n (person) người Iraq

Ireland [ˈaɪələnd] n nước Ai-len; **Northern Ireland** n Bắc Ai Len

iris [ˈaɪrɪs] n hoa diên vĩ

Irish [ˈaɪrɪʃ] adj thuộc Ai-len ▷ n tiếng Ai-len

Irishman, Irishmen [ˈaɪrɪʃmən, ˈaɪrɪʃmɛn] n đàn ông Ai-len

Irishwoman, Irishwomen [ˈaɪrɪʃwʊmən, ˈaɪrɪʃwɪmɪn] n phụ nữ Ai-len

iron [ˈaɪən] n sắt ▷ v là (quần áo); **I need an iron** Tôi cần bàn là; **Where can I get this ironed?** Tôi có thể mang cái này đi là ở đâu?

ironic [aɪˈrɒnɪk] adj mỉa mai

ironing [ˈaɪənɪŋ] n sự là ủi; **ironing board** n cầu là

ironmonger's [ˈaɪənˌmʌŋgəz] n cửa hàng bán đồ sắt

irony [ˈaɪrənɪ] n sự mỉa mai

irregular [ɪˈrɛgjʊlə] adj bất quy tắc

irrelevant [ɪˈrɛləvənt] adj không liên quan

irresponsible [ˌɪrɪˈspɒnsəbᵊl] adj vô trách nhiệm

irritable [ˈɪrɪtəbᵊl] adj dễ cáu kỉnh

irritating [ˈɪrɪˌteɪtɪŋ] adj làm phát cáu

Islam [ˈɪzlɑːm] n đạo Hồi

Islamic [ız'lɑ:mɪk] *adj* thuộc đạo Hồi

island ['aɪlənd] *n* đảo *(trên biển)*; **desert island** *n* đảo hoang

isolated ['aɪsəˌleɪtɪd] *adj* biệt lập

ISP [aɪ ɛs piː] *abbr* nhà cung cấp dịch vụ Internet

Israel ['ɪzreɪəl; -rɪəl] *n* nước Israel

Israeli [ɪz'reɪlɪ] *adj* thuộc Israel ▷ *n (person)* người Israel

issue ['ɪʃjuː] *n* vấn đề *(nêu ra)* ▷ *v* phát hành

it [ɪt] *pron* nó; **It hurts** Nó đau; **It won't turn on** Nó không bật lên được

IT [aɪ tiː] *abbr* CNTT

Italian [ɪ'tæljən] *adj* thuộc Ý ▷ *n (language)* tiếng Ý, *(person)* người Ý

Italy ['ɪtəlɪ] *n* nước Ý

itch [ɪtʃ] *v* ngứa; **My leg itches** Chân tôi bị ngứa

itchy [ɪtʃɪ] *adj* ngứa ngáy

item ['aɪtəm] *n* khoản

itinerary [aɪ'tɪnərərɪ; ɪ-] *n* lộ trình

its [ɪts] *adj* của nó

itself [ɪt'sɛlf] *pron* tự nó

ivory ['aɪvərɪ; -vrɪ] *n* ngà

ivy ['aɪvɪ] *n* cây thường xuân

J

jab [dʒæb] *n* cú thọc mạnh

jack [dʒæk] *n* cái kích

jacket ['dʒækɪt] *n* áo khoác; **dinner jacket** *n* áo vestong mặc đi dự tiệc; **jacket potato** *n* khoai tây nướng cả vỏ; **life jacket** *n* áo phao

jackpot ['dʒækˌpɒt] *n* giải độc đắc

jail [dʒeɪl] *n* nhà tù ▷ *v* bỏ tù

jam [dʒæm] *n* mứt; **jam jar** *n* lọ mứt; **traffic jam** *n* sự tắc nghẽn giao thông

Jamaican [dʒə'meɪkən] *adj* thuộc Jamaica ▷ *n (person)* người Jamaica

jammed [dʒæmd] *adj* kẹp

janitor ['dʒænɪtə] *n* người trông coi

January ['dʒænjʊərɪ] *n* tháng Một

Japan [dʒə'pæn] *n* nước Nhật

Japanese [ˌdʒæpə'niːz] *adj* thuộc Nhật ▷ *n (language)* tiếng Nhật, *(person)* người Nhật

jar [dʒɑː] *n* lọ; **jam jar** *n* lọ mứt

jaundice ['dʒɔːndɪs] *n* bệnh vàng da

javelin ['dʒævlɪn] *n* cái lao

jaw [dʒɔː] *n* quai hàm

jazz [dʒæz] n nhạc jazz

jealous ['dʒɛləs] adj ghen tị

jeans [dʒiːnz] npl quần jeans

jelly ['dʒɛlɪ] n thạch

jellyfish ['dʒɛlɪ,fɪʃ] n con sứa

jersey ['dʒɜːzɪ] n áo nịt len

Jesus ['dʒiːzəs] n chúa Giê-su

jet [dʒɛt] n máy bay phản lực; **jet lag** n sự mệt mỏi sau một chuyến bay dài; **jumbo jet** n máy bay phản lực cỡ lớn

jetty ['dʒɛtɪ] n cầu tàu

Jew [dʒuː] n người Do thái

jewel ['dʒuːəl] n đá quý

jeweller ['dʒuːələ] n thợ kim hoàn

jeweller's ['dʒuːələz] n cửa hàng đồ trang sức

jewellery ['dʒuːəlrɪ] n đồ nữ trang

Jewish ['dʒuːɪʃ] adj thuộc người Do thái

jigsaw ['dʒɪg,sɔː] n trò chơi xếp hình

job [dʒɒb] n công việc; **job centre** n trung tâm giới thiệu việc làm

jobless ['dʒɒblɪs] adj thất nghiệp

jockey ['dʒɒkɪ] n người cưỡi ngựa đua

jog [dʒɒg] v chạy bộ

jogging ['dʒɒgɪŋ] n môn chạy bộ; **Where can I go jogging?** Tôi có thể chạy bộ ở đâu?

join [dʒɔɪn] v tham gia

joiner ['dʒɔɪnə] n thợ làm đồ gỗ

joint [dʒɔɪnt] adj chung (cùng nhau) ▷ n (junction) khớp nối, (meat) súc thịt; **joint account** n tài khoản chung

joke [dʒəʊk] n lời nói đùa ▷ v nói đùa

jolly ['dʒɒlɪ] adj vui vẻ

Jordan ['dʒɔːdən] n nước Jordan

Jordanian [dʒɔːˈdeɪnɪən] adj thuộc Jordan ▷ n người Jordan

jot down [dʒɒt daʊn] v ghi tóm tắt

jotter ['dʒɒtə] n sổ tay ghi chép

journalism ['dʒɜːnə,lɪzəm] n nghề viết báo

journalist ['dʒɜːnəlɪst] n phóng viên

journey ['dʒɜːnɪ] n cuộc hành trình

joy [dʒɔɪ] n sự vui mừng

joystick ['dʒɔɪ,stɪk] n cần điều khiển

judge [dʒʌdʒ] n thẩm phán ▷ v phán xét

judo ['dʒuːdəʊ] n môn võ Judo

jug [dʒʌg] n bình có tay cầm

juggler ['dʒʌglə] n nghệ sĩ tung hứng

juice [dʒuːs] n nước quả ép; **orange juice** n nước cam

July [dʒuːˈlaɪ; dʒə-; dʒʊ-] n tháng Bảy

jump [dʒʌmp] n nhảy xa ▷ v nhảy; **high jump** n môn nhảy cao; **jump leads** npl dây sạc điện; **long jump** n nhảy xa

jumper ['dʒʌmpə] n áo len chui đầu

jumping ['dʒʌmpɪŋ] n **show jumping** n môn đua ngựa

junction ['dʒʌŋkʃən] n chỗ giao nhau

June [dʒuːn] n tháng Sáu; **at the beginning of June** vào đầu tháng Sáu; **at the end of June** vào cuối tháng Sáu; **for the whole of June** trong cả tháng Sáu; **It's Monday the fifteenth of June** Thứ Hai ngày mười lăm tháng Sáu

jungle ['dʒʌŋgəl] n rừng nhiệt đới

junior ['dʒuːnjə] adj cấp thấp

junk [dʒʌŋk] n đồ đồng nát; **junk mail** n thư rác

jury ['dʒʊərɪ] n bồi thẩm đoàn

just [dʒəst] adv một cách chính xác

justice ['dʒʌstɪs] n công lý

justify ['dʒʌstɪ,faɪ] v giải thích

kangaroo [ˌkæŋgəˈruː] *n* chuột túi kangaru

karaoke [ˌkɑːrəˈəʊkɪ] *n* karaokê

karate [kəˈrɑːtɪ] *n* võ karate

Kazakhstan [ˌkɑːzɑːkˈstæn; -ˈstɑːn] *n* nước Kazakhstan

kebab [kəˈbæb] *n* món thịt nướng kebab

keen [kiːn] *adj* say mê

keep [kiːp] *v* giữ; **How long will it keep?** Cái này để được bao lâu?; **Keep the change** Không cần trả lại; **Keep to the path** Đi theo lối mòn; **May I keep it?** Tôi giữ có được không?

keep-fit [ˈkiːpˌfɪt] *n* bài tập giữ sức khỏe

keep out [kiːp aʊt] *v* tránh xa

keep up [kiːp ʌp] *v* giữ vững; **keep up with** *v* giữ vững

kennel [ˈkɛnəl] *n* chuồng chó

Kenya [ˈkɛnjə; ˈkiːnjə] *n* nước Kenya

Kenyan [ˈkɛnjən; ˈkiːnjən] *adj* thuộc Kenya ▷ *n (person)* người Kenya

kerb [kɜːb] *n* lề đường

kerosene [ˈkɛrəˌsiːn] *n* dầu lửa

ketchup [ˈkɛtʃəp] *n* nước sốt cà chua

kettle [ˈkɛtəl] *n* ấm đun nước

key [kiː] *n (for lock)* chìa khóa, *(music/computer)* phím; **car keys** *npl* chìa khóa xe ô tô; **Can I have a key?** Có thể cho tôi xin một chiếc chìa khóa được không?; **I left the keys in the car** Tôi để chìa khóa trong xe; **I'm having trouble with the key** Tôi đang gặp trục trặc với chìa khóa; **I've forgotten the key** Tôi quên chìa khóa rồi; **the key for room number two hundred and two** chìa khóa phòng hai linh hai; **The key doesn't work** Chìa khóa không mở được

keyboard [ˈkiːˌbɔːd] *n* bàn phím

keyring [ˈkiːˌrɪŋ] *n* vòng đeo chìa khóa

kick [kɪk] *n* cú đá ▷ *v* đá *(bằng chân)*

kick off [kɪk ɒf] *v* phát bóng

kick-off [kɪkɒf] *n* cú phát bóng

kid [kɪd] *n* đứa trẻ ▷ *v* lừa phỉnh

kidnap [ˈkɪdnæp] *v* bắt cóc

kidney [ˈkɪdnɪ] *n* quả thận

kill [kɪl] *v* giết

killer [ˈkɪlə] *n* kẻ giết người

kilo [ˈkiːləʊ] *n* ki-lô-gram

kilometre [kɪˈlɒmɪtə; ˈkɪləˌmiːtə] *n* ki-lô-mét

kilt [kɪlt] *n* váy Scotland

kind [kaɪnd] *adj* tốt bụng ▷ *n* loại *(dạng)*; **What kind of sandwiches do you have?** Anh có loại bánh xăng-đuých gì?

kindly ['kaɪndlɪ] *adv* vui lòng

kindness ['kaɪndnɪs] *n* lòng tốt

king [kɪŋ] *n* vua

kingdom ['kɪŋdəm] *n* vương quốc

kingfisher ['kɪŋˌfɪʃə] *n* chim bói cá

kiosk ['kiːɒsk] *n* ki-ốt

kipper ['kɪpə] *n* cá trích muối hun khói

kiss [kɪs] *n* nụ hôn ▷ *v* hôn

kit [kɪt] *n* bộ *(đồ)*; **hands-free kit** *n* bộ đồ không cần dùng tay; **repair kit** *n* bộ đồ sửa chữa; **Can I have a repair kit?** Tôi muốn có bộ đồ sửa xe được không?

kitchen ['kɪtʃɪn] *n* bếp *(nhà)*; **fitted kitchen** *n* phòng bếp lắp đặt sẵn

kite [kaɪt] *n* cái diều

kitten ['kɪtˀn] *n* mèo con

kiwi ['kiːwiː] *n* chim kiwi

knee [niː] *n* đầu gối

kneecap ['niːˌkæp] *n* xương bánh chè

kneel [niːl] *v* quỳ

kneel down [niːl daʊn] *v* quỳ xuống

knickers ['nɪkəz] *npl* quần lót

knife [naɪf] *n* dao

knit [nɪt] *v* đan

knitting ['nɪtɪŋ] *n* việc đan len; **knitting needle** *n* kim đan

knob [nɒb] *n* nắm đấm cửa

knock [nɒk] *n* cú đánh ▷ *v* đập *(cửa)*, *(on the door etc.)* đập *(cửa)*

knock down [nɒk daʊn] *v* đánh ngã

knock out [nɒk aʊt] *v* hạ đo ván

knot [nɒt] *n* nút thắt

know [nəʊ] *v* biết; **Do you know him?** Anh có biết anh ấy không?; **Do you know how to do this?** Anh biết cách làm việc này không?; **I don't know** Tôi không biết; **I'm very sorry, I didn't know the regulations** Tôi rất xin lỗi, tôi không biết quy định; **Please let me know when we get to...** Làm ơn bảo tôi khi đến...

know-all ['nəʊɔːl] *n* người tự cho rằng mình biết mọi thứ

know-how ['nəʊˌhaʊ] *n* bí quyết làm việc

knowledge ['nɒlɪdʒ] *n* sự hiểu biết

knowledgeable ['nɒlɪdʒəbˀl] *adj* am hiểu

known [nəʊn] *adj* được biết

Koran [kɔːˈrɑːn] *n* kinh Koran

Korea [kəˈriːə] *n* nước Triều Tiên; **North Korea** *n* Bắc Triều Tiên; **South Korea** *n* Hàn Quốc

Korean [kəˈriːən] *adj* thuộc Triều Tiên ▷ *n (language)* tiếng Triều Tiên, *(person)* người Triều Tiên

kosher ['kəʊʃə] *adj* tuân thủ chế độ ăn kiêng kosher

Kosovo ['kɒsɔvɔ; 'kɒsəvəʊ] *n* nước Kosovo

Kuwait [kʊˈweɪt] *n* nước Kuwait

Kuwaiti [kʊˈweɪtɪ] *adj* thuộc Kuwait ▷ *n (person)* người Kuwait

Kyrgyzstan ['kɪəgɪzˌstɑːn; -ˌstæn] *n* nước Kyrgyzstan

L

lab [læb] *n* phòng thí nghiệm

label ['leɪbᵊl] *n* nhãn mác

laboratory [lə'bɒrətərɪ] *n* phòng thí nghiệm; **language laboratory** *n* phòng luyện nghe

labour ['leɪbə] *n* lao động

labourer ['leɪbərə] *n* người lao động

lace [leɪs] *n* dây buộc

lack [læk] *n* sự thiếu

lacquer ['lækə] *n* sơn mài

lad [læd] *n* chàng trai

ladder ['lædə] *n* cái thang

ladies ['leɪdɪz] *n* **ladies'** *n* phòng vệ sinh nữ; **Where is the ladies?** Nhà vệ sinh cho phụ nữ ở đâu?

ladle ['leɪdᵊl] *n* cái muỗng

lady ['leɪdɪ] *n* quý bà

ladybird ['leɪdɪ,bɜːd] *n* con bọ rùa

lag [læg] *n* **jet lag** *n* sự mệt mỏi sau một chuyến bay dài; **I'm suffering from jet lag** Tôi bị mệt vì thay đổi múi giờ

lager ['lɑːgə] *n* bia nhẹ

lagoon [lə'guːn] *n* đầm (*nước*)

laid-back ['leɪdbæk] *adj* thoải mái

lake [leɪk] *n* hồ nước

lamb [læm] *n* thịt cừu

lame [leɪm] *adj* què

lamp [læmp] *n* đèn; **bedside lamp** *n* đèn ngủ

lamppost ['læmp,pəʊst] *n* cột đèn

lampshade ['læmp,ʃeɪd] *n* chụp đèn

land [lænd] *n* đất ▷ *v* đổ bộ

landing ['lændɪŋ] *n* chiếu nghỉ

landlady ['lænd,leɪdɪ] *n* bà chủ nhà

landlord ['lænd,lɔːd] *n* ông chủ nhà

landmark ['lænd,mɑːk] *n* điểm định vị

landowner ['lænd,əʊnə] *n* địa chủ

landscape ['lænd,skeɪp] *n* phong cảnh

landslide ['lænd,slaɪd] *n* sự lở đất

lane [leɪn] *n* làn đường, (*driving*) làn đường; **cycle lane** *n* làn xe đạp; **You are in the wrong lane** Anh đi sai làn đường rồi

language ['læŋgwɪdʒ] *n* ngôn ngữ; **language laboratory** *n* phòng luyện nghe; **language school** *n* trường dạy ngôn ngữ; **sign language** *n* ngôn ngữ cử chỉ

lanky ['læŋkɪ] *adj* cao gầy

Laos [laʊz; laʊs] *n* nước Lào

lap [læp] *n* lòng (*ngồi vào*)

laptop ['læp,tɒp] *n* máy tính xách tay

larder ['lɑːdə] *n* tủ đựng thức ăn

large [lɑːdʒ] *adj* rộng lớn

largely ['lɑːdʒlɪ] *adv* ở mức độ lớn

laryngitis [,lærɪn'dʒaɪtɪs] *n* chứng viêm thanh quản

laser ['leɪzə] *n* la-de

lass [læs] *n* thiếu nữ

last [lɑːst] *adj* sau cùng ▷ *adv* sau cùng ▷ *v* kéo dài

lastly ['lɑːstlɪ] *adv* cuối cùng

late [leɪt] *adj (dead)* quá cố, *(delayed)* muộn ▷ *adv* muộn; **It's too late** Muộn quá rồi; **Please call us if you'll be late** Làm ơn gọi cho chúng tôi nếu anh về muộn; **Sorry we're late** Xin lỗi chúng tôi đến muộn; **The train is running ten minutes late** Tàu đang chậm mười phút; **We are ten minutes late** Chúng tôi muộn mười phút

lately ['leɪtlɪ] *adv* mới đây

later ['leɪtə] *adv* muộn hơn

Latin ['lætɪn] *n* La-tinh

Latin America ['lætɪn ə'mɛrɪkə] *n* Châu Mỹ La tinh

Latin American ['lætɪn ə'mɛrɪkən] *adj* thuộc Mỹ La tinh

latitude ['lætɪˌtjuːd] *n* vĩ độ

Latvia ['lætvɪə] *n* nước Latvia

Latvian ['lætvɪən] *adj* thuộc Latvia ▷ *n (language)* tiếng Latvia, *(person)* người Latvia

laugh [lɑːf] *n* tiếng cười ▷ *v* cười

laughter ['lɑːftə] *n* tiếng cười

launch [lɔːntʃ] *v* hạ thủy

Launderette® [ˌlɔːndə'rɛt; lɔːn'drɛt] *n* Hàng giặt tự động Launderette®

laundry ['lɔːndrɪ] *n* hiệu giặt

lava ['lɑːvə] *n* nham thạch

lavatory ['lævətərɪ; -trɪ] *n* nhà vệ sinh

lavender ['lævəndə] *n* cây oải hương

law [lɔː] *n* luật; **law school** *n* trường luật

lawn [lɔːn] *n* bãi cỏ

lawnmower ['lɔːnˌməʊə] *n* máy cắt cỏ

lawyer ['lɔːjə; 'lɔɪə] *n* luật sư

laxative ['læksətɪv] *n* thuốc nhuận tràng

lay [leɪ] *v* bày biện

layby ['leɪˌbaɪ] *n* làn đỗ xe trên đường

layer ['leɪə] *n* tầng; **ozone layer** *n* tầng Ozon

lay off [leɪ ɒf] *v* cho thôi việc

layout ['leɪˌaʊt] *n* cách bố trí

lazy ['leɪzɪ] *adj* lười biếng

lead¹ [liːd] *n (in play/film)* vai chính, *(position)* tin tức ▷ *v* lãnh đạo; **jump leads** *npl* dây sạc điện; **lead singer** *n* ca sỹ chính

lead² [lɛd] *n (metal)* chì

leader ['liːdə] *n* người lãnh đạo

lead-free [ˌlɛd'friː] *adj* không có chì

leaf [liːf] *n* chiếc lá; **bay leaf** *n* lá nguyệt quế

leaflet ['liːflɪt] *n* tờ rơi; **Do you have a leaflet in English?** Anh có tờ rơi bằng tiếng Anh không?

league [liːg] *n* liên đoàn

leak [liːk] *n* lỗ thủng ▷ *v* rò rỉ

lean [liːn] *v* dựa; **lean forward** *v* ngả về phía trước

lean on [liːn ɒn] *v* dựa vào

lean out [liːn aʊt] *v* ngả ra ngoài

leap [liːp] *v* nhảy; **leap year** *n* năm nhuận

learn [lɜːn] *v* học

learner ['lɜːnə] *n* người học; **learner driver** *n* người học lái xe

lease [liːs] *n* hợp đồng cho thuê ▷ *v* cho thuê

least [liːst] *adj* tối thiểu; **at least** *adv*

ít ra

leather ['lɛðə] *n* da thuộc

leave [li:v] *n* sự cho phép ▷ *v* dời đi; **maternity leave** *n* nghỉ đẻ; **paternity leave** *n* nghỉ sinh con của nam giới; **sick leave** *n* thời gian nghỉ ốm

leave out [li:v aʊt] *v* bỏ ra ngoài

leaves [li:vz] *npl* những chiếc lá

Lebanese [ˌlɛbə'ni:z] *adj* thuộc Li-băng ▷ *n* người Li-băng

Lebanon ['lɛbənən] *n* nước Li-băng

lecture ['lɛktʃə] *n* bài giảng ▷ *v* giảng bài

lecturer ['lɛktʃərə] *n* giảng viên

leek [li:k] *n* tỏi tây

left [lɛft] *adj* bên trái ▷ *adv* về phía trái ▷ *n* phía trái

left-hand [ˌlɛft'hænd] *adj* bằng tay trái; **left-hand drive** *n* tay lái nghịch

left-handed [ˌlɛft'hændɪd] *adj* bên phía tay trái

left-luggage [ˌlɛft'lʌɡɪdʒ] *n* hành lý để lại; **left-luggage locker** *n* tủ giữ đồ vật để lại; **left-luggage office** *n* văn phòng giữ đồ vật để lại

leftovers ['lɛftˌəʊvəz] *npl* phần sót lại

left-wing [ˌlɛftˌwɪŋ] *adj* thuộc cánh tả

leg [lɛɡ] *n* chân; **I can't move my leg** Chân tôi không cử động được; **I've got cramp in my leg** Chân tôi bị chuột rút; **My leg itches** Chân tôi bị ngứa; **She has hurt her leg** Con bé bị đau chân

legal ['li:ɡəl] *adj* hợp pháp

legend ['lɛdʒənd] *n* truyền thuyết

leggings ['lɛɡɪŋz] *npl* quần tất

legible ['lɛdʒəbəl] *adj* dễ đọc

legislation [ˌlɛdʒɪs'leɪʃən] *n* văn bản luật

leisure ['lɛʒə; 'li:ʒər] *n* thời gian rỗi; **leisure centre** *n* trung tâm giải trí

lemon ['lɛmən] *n* quả chanh

lemonade [ˌlɛmə'neɪd] *n* nước chanh

lend [lɛnd] *v* cho mượn

length [lɛŋkθ; lɛŋθ] *n* chiều dài

lens [lɛnz] *n* ống kính; **contact lenses** *npl* kính áp tròng; **zoom lens** *n* ống kính máy ảnh

Lent [lɛnt] *n* Tuần ăn chay

lentils ['lɛntɪlz] *npl* cây đậu lăng

Leo ['li:əʊ] *n* cung Sư tử

leopard ['lɛpəd] *n* con báo

leotard ['lɪəˌtɑːd] *n* quần áo nịt

less [lɛs] *adv* ở mức ít hơn ▷ *pron* trừ

lesson ['lɛsən] *n* bài học; **driving lesson** *n* bài học lái xe; **Do you give lessons?** Anh có dạy không?; **Do you organise skiing lessons?** Anh có tổ chức dạy trượt tuyết không?; **Do you organise snowboarding lessons?** Anh có tổ chức dạy trượt ván không?

let [lɛt] *v* để cho

let down [lɛt daʊn] *v* làm thất vọng

let in [lɛt ɪn] *v* cho vào

letter ['lɛtə] *n* (a, b, c) chữ cái, (message) thư; **I'd like to send this letter** Tôi muốn gửi bức thư này

letterbox ['lɛtəˌbɒks] *n* hộp thư

lettuce ['lɛtɪs] *n* rau diếp

leukaemia [lu:'ki:mɪə] *n* bệnh bạch cầu

level ['lɛvəl] *adj* ngang bằng ▷ *n* mức độ; **level crossing** *n* chỗ chắn tàu; **sea level** *n* mực nước biển

lever ['liːvə] *n* đòn bẩy

liar ['laɪə] *n* kẻ nói dối

liberal ['lɪbərəl; 'lɪbrəl] *adj* tự do

liberation [,lɪbə'reɪʃən] *n* sự giải phóng

Liberia [laɪ'bɪərɪə] *n* nước Liberia

Liberian [laɪ'bɪərɪən] *adj* thuộc Liberian ▷ *n* người Liberia

Libra ['liːbrə] *n* cung Thiên Bình

librarian [laɪ'brɛərɪən] *n* thủ thư

library ['laɪbrərɪ] *n* thư viện

Libya ['lɪbɪə] *n* nước Libya

Libyan ['lɪbɪən] *adj* thuộc Libya ▷ *n* người Libya

lice [laɪs] *npl* chấy rận

licence ['laɪsəns] *n* giấy phép; **driving licence** *n* bằng lái xe

lick [lɪk] *v* liếm

lid [lɪd] *n* cái vung

lie [laɪ] *n* lời nói dối ▷ *v* nói dối

Liechtenstein ['lɪktən,staɪn; 'lɪçtənʃtaɪn] *n* nước Liechtenstein

lie down [laɪ daʊn] *v* nói dối

lie in [laɪ ɪn] *v* sự ngủ nướng

lie-in ['laɪɪn] *n* **have a lie-in** *v* sự ngủ nướng

lieutenant [lɛf'tɛnənt; luː'tɛnənt] *n* trung úy

life [laɪf] *n* cuộc sống; **life insurance** *n* bảo hiểm nhân thọ; **life jacket** *n* áo phao

lifebelt ['laɪf,bɛlt] *n* đai cứu đắm

lifeboat ['laɪf,bəʊt] *n* xuồng cứu hộ

lifeguard ['laɪf,gɑːd] *n* nhân viên cứu hộ; **Get the lifeguard!** Gọi nhân viên cứu hộ đi!; **Is there a lifeguard?** Có nhân viên cứu hộ không?

life-saving ['laɪf,seɪvɪŋ] *adj* cứu mạng

lifestyle ['laɪf,staɪl] *n* lối sống

lift [lɪft] *n* (free ride) sự đi nhờ xe, (up/down) thang máy ▷ *v* nâng lên; **ski lift** *n* thang kéo người trượt tuyết; **Do you have a lift for wheelchairs?** Chỗ anh có thang máy cho xe lăn không?; **Is there a lift in the building?** Trong tòa nhà có thang máy không?; **Where is the lift?** Thang máy ở đâu?

light [laɪt] *adj* (not dark) sáng (màu), (not heavy) nhẹ ▷ *n* ánh sáng ▷ *v* thắp sáng; **brake light** *n* đèn phanh; **hazard warning lights** *npl* đèn báo nguy hiểm; **light bulb** *n* bóng đèn; **pilot light** *n* đèn mồi; **traffic lights** *npl* đèn giao thông; **May I take it over to the light?** Tôi có thể mang ra chỗ sáng được không?

lighter ['laɪtə] *n* bật lửa

lighthouse ['laɪt,haʊs] *n* ngọn hải đăng

lighting ['laɪtɪŋ] *n* sự thắp sáng

lightning ['laɪtnɪŋ] *n* chớp (sấm)

like [laɪk] *prep* giống như ▷ *v* thích; **Come home whenever you like** Anh thích về nhà lúc nào cũng được; **I don't like…** Tôi không thích…; **I like…** Tôi thích…; **I like you very much** Tôi rất thích anh

likely ['laɪklɪ] *adj* có thể xảy ra

lilac ['laɪlək] *adj* có màu hoa tử đinh hương ▷ *n* hoa tử đinh hương

Lilo® ['laɪləʊ] *n* Lilo®

lily ['lɪlɪ] *n* hoa loa kèn; **lily of the valley** *n* cây hoa lan chuông

lime [laɪm] *n* (compound) vôi, (fruit) chanh

limestone ['laɪm,stəʊn] *n* đá vôi

limit ['lɪmɪt] n giới hạn; **age limit** n giới hạn tuổi; **speed limit** n giới hạn tốc độ

limousine ['lɪməˌziːn; ˌlɪmə'ziːn] n xe li-mu-zin

limp [lɪmp] v đi khập khiễng

line [laɪn] n đường kẻ; **washing line** n dây phơi quần áo

linen ['lɪnɪn] n vải lanh; **bed linen** n khăn trải giường và áo gối

liner ['laɪnə] n tàu thủy lớn

lingerie ['lænʒərɪ] n đồ lót phụ nữ; **Where is the lingerie department?** Khu bán đồ lót phụ nữ ở đâu?

linguist ['lɪŋgwɪst] n nhà ngôn ngữ học

linguistic [lɪŋ'gwɪstɪk] adj thuộc ngôn ngữ

lining ['laɪnɪŋ] n lớp vải lót

link [lɪŋk] n mắt xích; **link (up)** v kết nối

lino ['laɪnəʊ] n vải sơn lót sàn

lion ['laɪən] n con sư tử

lioness ['laɪənɪs] n sư tử cái

lip [lɪp] n môi (miệng); **lip salve** n sáp môi

lip-read ['lɪpˌriːd] v hiểu lời nói qua cách mấp máy môi

lipstick ['lɪpˌstɪk] n son môi

liqueur [lɪ'kjʊə] n rượu mùi; **What liqueurs do you have?** Anh có những loại rượu mùi nào?

liquid ['lɪkwɪd] n chất lỏng; **washing-up liquid** n nước rửa bát

liquidizer ['lɪkwɪˌdaɪzə] n máy xay sinh tố

list [lɪst] n danh sách ▷ v liệt kê; **mailing list** n danh sách nhận thư; **price list** n bảng giá; **waiting list** n danh sách đợi; **wine list** n danh sách rượu vang

listen ['lɪsᵊn] v nghe; **listen to** v lắng nghe

listener ['lɪsnə] n người nghe

literally ['lɪtərəlɪ] adv theo nghĩa đen

literature ['lɪtərɪtʃə] n văn học

Lithuania [ˌlɪθjʊ'eɪnɪə] n nước Lithuania

Lithuanian [ˌlɪθjʊ'eɪnɪən] adj thuộc Lithuania ▷ n (language) tiếng Lithuania, (person) người Lithuania

litre ['liːtə] n lít

litter ['lɪtə] n (offspring) lứa con, (rubbish) rác rưởi; **litter bin** n thùng rác

little ['lɪtᵊl] adj nhỏ

live¹ [lɪv] v sống (tồn tại); **I live in...** Tôi sống ở...; **We live in...** Chúng tôi sống ở...; **Where do you live?** Anh sống ở đâu?

live² [laɪv] adj trực tiếp

lively ['laɪvlɪ] adj sống động

live on [lɪv ɒn] v sống bằng

liver ['lɪvə] n gan (ruột)

live together [lɪv] v sống chung

living ['lɪvɪŋ] n sinh hoạt; **cost of living** n chi phí sinh hoạt; **living room** n phòng khách; **standard of living** n mức sống

lizard ['lɪzəd] n con thần lằn

load [ləʊd] n vật nặng ▷ v chở

loaf, loaves [ləʊf, ləʊvz] n ổ bánh mỳ

loan [ləʊn] n tiền cho vay ▷ v cho vay

loathe [ləʊð] v ghê tởm

lobby ['lɒbɪ] n **I'll meet you in the lobby** Tôi sẽ gặp anh ở sảnh

lobster ['lɒbstə] *n* tôm hùm

local ['ləʊkᵊl] *adj* thuộc địa phương; **local anaesthetic** *n* gây tê cục bộ

location [ləʊ'keɪʃən] *n* địa điểm

lock [lɒk] *n (door)* khóa cửa, *(hair)* mở tóc ▷ *v* khóa *(ổ)*; **Can I have a lock?** Tôi muốn có cái khóa được không?; **The door won't lock** Cửa ra vào không khóa được; **The wheels lock** Bánh xe bị khóa

locker ['lɒkə] *n* tủ có khóa; **left-luggage locker** *n* tủ giữ đồ vật để lại

locket ['lɒkɪt] *n* mề đay

lock out [lɒk aʊt] *v* khóa cửa không cho vào

locksmith ['lɒk,smɪθ] *n* thợ khóa

lodger ['lɒdʒə] *n* người ở trọ

loft [lɒft] *n* gác xép

log [lɒg] *n* khúc gỗ

logical ['lɒdʒɪkᵊl] *adj* hợp lý

log in [lɒg ɪn] *v* truy nhập

logo ['ləʊgəʊ; 'lɒg-] *n* biểu tượng *(lôgô)*

log off [lɒg ɒf] *v* thoát ra

log on [lɒg ɒn] *v* truy cập

log out [lɒg aʊt] *v* truy xuất

lollipop ['lɒlɪ,pɒp] *n* kẹo mút

lolly ['lɒlɪ] *n* kẹo

London ['lʌndən] *n* Luân Đôn

loneliness ['ləʊnlɪnɪs] *n* sự cô đơn

lonely ['ləʊnlɪ] *adj* cô đơn

lonesome ['ləʊnsəm] *adj* cô đơn

long [lɒŋ] *adj* dài ▷ *adv* lâu ▷ *v* thèm muốn; **long jump** *n* nhảy xa; **How long is the journey?** Chuyến đi dài bao lâu?; **How long will it take?** Sẽ mất bao lâu?; **Will it be long?** Có lâu không?

longer [lɒŋə] *adv* lâu hơn nữa

longitude ['lɒndʒɪ,tjuːd; 'lɒŋg-] *n* kinh độ

loo [luː] *n* nhà vệ sinh

look [lʊk] *n* cái nhìn ▷ *v* nhìn; **look at** *v* xem xét

look after [lʊk ɑːftə] *v* chăm sóc

look for [lʊk fɔː] *v* tìm kiếm

look round [lʊk raʊnd] *v* xem xét

look up [lʊk ʌp] *v* nhìn lên

loose [luːs] *adj* lỏng *(rộng)*

lorry ['lɒrɪ] *n* xe tải; **lorry driver** *n* tài xế xe tải

lose [luːz] *vi* thua ▷ *vt* mất *(thất lạc)*

loser ['luːzə] *n* người thua cuộc

loss [lɒs] *n* sự mất mát

lost [lɒst] *adj* bị lạc đường; **lost-property office** *n* phòng giữ đồ thất lạc; **My luggage has been lost** Tôi bị mất hành lý; **My son is lost** Con trai tôi bị lạc

lost-and-found ['lɒstænd'faʊnd] *n* nơi để đồ thất lạc

lot [lɒt] *n* **a lot** *n* số phận

lotion ['ləʊʃən] *n* sữa mỹ phẩm; **aftersun lotion** *n* sữa thoa sau khi đi nắng; **cleansing lotion** *n* sữa tẩy sạch; **suntan lotion** *n* kem chống nắng

lottery ['lɒtərɪ] *n* sổ xố

loud [laʊd] *adj* to; **Could you speak louder, please?** Anh làm ơn nói to lên được không?

loudly [laʊdlɪ] *adv* ầm ĩ

loudspeaker [,laʊd'spiːkə] *n* loa phóng thanh

lounge [laʊndʒ] *n* phòng khách; **departure lounge** *n* phòng khởi hành; **transit lounge** *n* phòng chờ quá cảnh

lousy ['laʊzɪ] *adj* tồi tệ

love [lʌv] *n* tình yêu ▷ *v* yêu; **I love you** Anh yêu em

lovely ['lʌvlɪ] *adj* đáng yêu

lover ['lʌvə] *n* người yêu

low [ləʊ] *adj* thấp *(vị trí)* ▷ *adv* dưới thấp; **low season** *n* mùa vắng khách

low-alcohol ['ləʊ,ælkə,hɒl] *adj* ít cồn

lower ['ləʊə] *adj* thấp hơn ▷ *v* hạ thấp

low-fat ['ləʊ,fæt] *adj* ít béo

loyalty ['lɔɪəltɪ] *n* lòng trung thành

luck [lʌk] *n* vận may

luckily ['lʌkɪlɪ] *adv* may thay

lucky ['lʌkɪ] *adj* may mắn

lucrative ['luːkrətɪv] *adj* sinh lợi

luggage ['lʌgɪdʒ] *n* hành lý; **hand luggage** *n* hành lý xách tay; **luggage rack** *n* giá để hành lý; **luggage trolley** *n* xe đẩy hành lý; **Are there any luggage trolleys?** Có xe đẩy để chở đồ không?; **Can I insure my luggage?** Tôi có thể bảo hiểm hành lý của mình không?; **Can you help me with my luggage, please?** Anh làm ơn mang hành lý hộ tôi được không?; **Could you have my luggage taken up?** Anh cho chuyển giúp hành lý lên phòng được không?; **My luggage has been damaged** Hành lý của tôi bị hư hỏng; **My luggage has been lost** Tôi bị mất hành lý; **My luggage hasn't arrived** Hành lý của tôi vẫn chưa đến; **Please take my luggage to a taxi** Làm ơn mang giúp hành lý của tôi ra tắc xi; **Where do I check in my luggage?** Tôi làm thủ tục gửi hành lý ở đâu?;

Where is the luggage for the flight from...? Hành lý cho chuyến bay từ... ở đâu?

lukewarm [,luːk'wɔːm] *adj* âm ấm

lullaby ['lʌlə,baɪ] *n* bài hát ru

lump [lʌmp] *n* cục *(khối)*

lunatic ['luː'nætɪk] *n* người điên

lunch [lʌntʃ] *n* bữa trưa; **lunch break** *n* giờ nghỉ trưa; **packed lunch** *n* bữa trưa mang từ nhà; **The lunch was excellent** Bữa trưa tuyệt vời; **When will lunch be ready?** Mấy giờ sẽ có bữa trưa?

lunchtime ['lʌntʃ,taɪm] *n* giờ ăn trưa

lung [lʌŋ] *n* phổi

lush [lʌʃ] *adj* tươi tốt

lust [lʌst] *n* sự thèm muốn

Luxembourg ['lʌksəm,bɜːg] *n* nước Luxembourg

luxurious [lʌg'zjʊərɪəs] *adj* sang trọng

luxury ['lʌkʃərɪ] *n* sự xa xỉ

lyrics ['lɪrɪks] *npl* lời bài hát

m

mac [mæk] *abbr* áo mưa
macaroni [ˌmækəˈrəʊnɪ] *npl* mỳ ống macaroni
machine [məˈʃiːn] *n* máy *(móc)*;
answering machine *n* máy trả lời điện thoại tự động; **machine gun** *n* súng máy; **machine washable** *adj* có thể giặt bằng máy; **sewing machine** *n* máy khâu; **slot machine** *n* máy dùng đồng xu; **ticket machine** *n* máy bán vé tự động; **vending machine** *n* máy bán hàng tự động; **washing machine** *n* máy giặt; **Can I use my card with this cash machine?** Tôi có thể dùng thẻ của tôi ở máy rút tiền này không?; **How does the washing machine work?** Máy giặt hoạt động thế nào?; **Is there a cash machine here?** Có máy rút tiền ở đây không?; **Is there a fax machine I can use?** Có máy fax nào tôi có thể sử dụng được

không?; **The cash machine swallowed my card** Máy rút tiền nuốt mất thẻ của tôi rồi; **Where are the washing machines?** Máy giặt ở đâu?; **Where is the nearest cash machine?** Máy rút tiền gần nhất ở đâu?
machinery [məˈʃiːnərɪ] *n* máy móc
mackerel [ˈmækrəl] *n* cá thu
mad [mæd] *adj (angry)* bực bội, *(insane)* điên
Madagascar [ˌmædəˈgæskə] *n* nước Madagascar
madam [ˈmædəm] *n* quý bà
madly [ˈmædlɪ] *adv* điên cuồng
madman [ˈmædmən] *n* người điên
madness [ˈmædnɪs] *n* sự điên rồ
magazine [ˌmægəˈziːn] *n (ammunition)* kho vũ khí, *(periodical)* tạp chí; **Where can I buy a magazine?** Tôi có thể mua tạp chí ở đâu?
maggot [ˈmægət] *n* con giòi
magic [ˈmædʒɪk] *adj* thần kỳ ▷ *n* sự thần kỳ
magical [ˈmædʒɪkəl] *adj* kỳ diệu
magician [məˈdʒɪʃən] *n* ảo thuật gia
magistrate [ˈmædʒɪˌstreɪt; -strɪt] *n* quan toà
magnet [ˈmægnɪt] *n* nam châm
magnetic [mægˈnɛtɪk] *adj* có từ tính
magnificent [mægˈnɪfɪsᵊnt] *adj* tráng lệ
magpie [ˈmægˌpaɪ] *n* chim ác là
mahogany [məˈhɒgənɪ] *n* gỗ dái ngựa
maid [meɪd] *n* người hầu gái
maiden [ˈmeɪdᵊn] *n* **maiden name**

n tên thời con gái

mail [meɪl] *n* thư từ ▷ *v* gửi qua bưu điện; **junk mail** *n* thư rác; **Is there any mail for me?** Tôi có thư từ gì không?; **Please send my mail on to this address** Làm ơn gửi thư từ của tôi đến địa chỉ này

mailbox ['meɪl,bɒks] *n* hộp thư

mailing list ['meɪlɪŋ 'lɪst] *n* **mailing list** *n* danh sách nhận thư

main [meɪn] *adj* chủ yếu; **main course** *n* món chính; **main road** *n* đường chính

mainland ['meɪnlənd] *n* đất liền

mainly ['meɪnlɪ] *adv* chủ yếu

maintain [meɪn'teɪn] *v* duy trì

maintenance ['meɪntɪnəns] *n* sự duy trì

maize [meɪz] *n* ngô

majesty ['mædʒɪstɪ] *n* vẻ uy nghi

major ['meɪdʒə] *adj* chủ yếu

majority [mə'dʒɒrɪtɪ] *n* phần lớn

make [meɪk] *v* chế tạo

makeover ['meɪk,əʊvə] *n* sự sửa lại toàn bộ

maker ['meɪkə] *n* người chế tạo

make up [meɪk ʌp] *v* cấu thành

make-up [meɪkʌp] *n* đồ hoá trang

malaria [mə'lɛərɪə] *n* bệnh sốt rét

Malawi [mə'lɑːwɪ] *n* nước Malawi

Malaysia [mə'leɪzɪə] *n* nước Malaysia

Malaysian [mə'leɪzɪən] *adj* thuộc Malaysia ▷ *n (person)* người Malaysia

male [meɪl] *adj* thuộc giống đực ▷ *n* giống đực

malicious [mə'lɪʃəs] *adj* hiểm độc

malignant [mə'lɪgnənt] *adj* hiểm ác

malnutrition [,mælnjuː'trɪʃən] *n* suy dinh dưỡng

Malta ['mɔːltə] *n* nước Malta

Maltese [mɔːl'tiːz] *adj* thuộc Malta ▷ *n (language)* tiếng Malta, *(person)* người Malta

mammal ['mæməl] *n* động vật có vú

mammoth ['mæməθ] *adj* khổng lồ ▷ *n* voi mamút

man, men [mæn, mɛn] *n* đàn ông; **best man** *n* phù rể

manage ['mænɪdʒ] *v* xoay xở

manageable ['mænɪdʒəbəl] *adj* có thể xoay xở được

management ['mænɪdʒmənt] *n* ban quản lý

manager ['mænɪdʒə] *n* người quản lý; **I'd like to speak to the manager, please** Làm ơn cho tôi nói chuyện với người quản lý

manageress [,mænɪdʒə'rɛs; 'mænɪdʒə,rɛs] *n* bà giám đốc

mandarin ['mændərɪn] *n (fruit)* quả quýt, *(official)* quan lại

mangetout ['mɑ̃ʒ'tuː] *n* đậu ăn cả vỏ

mango ['mæŋgəʊ] *n* quả xoài

mania ['meɪnɪə] *n* sự đam mê

maniac ['meɪnɪ,æk] *n* người điên

manicure ['mænɪ,kjʊə] *n* sự cắt sửa móng tay ▷ *v* cắt sửa móng tay

manipulate [mə'nɪpjʊ,leɪt] *v* thao tác

mankind [,mæn'kaɪnd] *n* nhân loại

man-made ['mæn,meɪd] *adj* nhân tạo

manner ['mænə] *n* cách thức

manners ['mænəz] *npl* cách cư xử

manpower ['mæn,paʊə] *n* nhân lực

mansion ['mænʃən] n lâu đài

mantelpiece ['mænt°l,pi:s] n bệ lò sưởi

manual ['mænjʊəl] n sách hướng dẫn

manufacture [,mænjʊ'fæktʃə] v chế tạo

manufacturer [,mænjʊ'fæktʃərə] n nhà chế tạo

manure [mə'njʊə] n phân bón

manuscript ['mænjʊ,skrɪpt] n bản viết tay

many ['mɛnɪ] adj nhiều ▷ pron nhiều

Maori ['maʊrɪ] adj thuộc tộc người Maori ▷ n (language) tiếng Maori, (person) người Maori

map [mæp] n bản đồ; **road map** n bản đồ; **street map** n bản đồ đường sá; **Can I have a map?** Tôi muốn có bản đồ được không?; **Can you draw me a map with directions?** Anh làm ơn vẽ giúp tôi bản đồ có chỉ dẫn; **Can you show me where it is on the map?** Anh làm ơn chỉ cho tôi nó ở đâu trên bản đồ; **Do you have a map of the ski runs?** Anh có bản đồ các đường trượt tuyết không?; **Do you have a map of the tube?** Anh có bản đồ tàu điện ngầm không?; **Have you got a map of…?** Anh có bản đồ của… không?; **I need a road map of…** Tôi cần bản đồ đường bộ của…; **Is there a cycle map of this area?** Có bản đồ dành cho người đi xe đạp của vùng này không?; **Where can I buy a map of the area?** Tôi có thể mua bản đồ của khu vực này ở đâu?

maple ['meɪp°l] n cây thích

marathon ['mærəθən] n cuộc chạy đua maratông

marble ['mɑ:b°l] n đá cẩm thạch

march [mɑ:tʃ] n cuộc diễu hành ▷ v diễu hành

March [mɑ:tʃ] n tháng Ba

mare [mɛə] n ngựa cái

margarine [,mɑ:dʒə'ri:n; ,mɑ:gə-] n bơ thực vật

margin ['mɑ:dʒɪn] n biên (độ chênh)

marigold ['mærɪ,gəʊld] n cúc vạn thọ

marijuana [,mærɪ'hwɑ:nə] n cần sa

marina [mə'ri:nə] n bến du thuyền

marinade n [,mærɪ'neɪd] nước xốt ▷ v ['mærɪ,neɪd] nhúng nước xốt

marital ['mærɪt°l] adj **marital status** n tình trạng hôn nhân

maritime ['mærɪ,taɪm] adj thuộc về hàng hải

marjoram ['mɑ:dʒərəm] n cây kinh giới

mark [mɑ:k] n dấu ▷ v (grade) cho điểm, (make sign) đánh dấu; **exclamation mark** n dấu chấm than; **question mark** n dấu chấm hỏi; **quotation marks** npl dấu ngoặc kép

market ['mɑ:kɪt] n chợ; **market research** n nghiên cứu thị trường; **stock market** n thị trường chứng khoán; **When is the market on?** Khi nào chợ mở?

marketing ['mɑ:kɪtɪŋ] n sự tiếp thị

marketplace ['mɑ:kɪt,pleɪs] n thương trường

marmalade ['mɑ:mə,leɪd] n mứt cam

maroon [mə'ru:n] *adj* nâu sẫm

marriage ['mærɪdʒ] *n* sự kết hôn;
marriage certificate *n* giấy đăng
ký kết hôn

married ['mærɪd] *adj* đã kết hôn

marrow ['mærəʊ] *n* tuỷ

marry ['mærɪ] *v* cưới

marsh [mɑːʃ] *n* đầm lầy

martyr ['mɑːtə] *n* người tử vì đạo

marvellous ['mɑːvᵊləs] *adj* kỳ diệu

Marxism ['mɑːksɪzəm] *n* chủ nghĩa
Mác

marzipan ['mɑːzɪ,pæn] *n* bột bánh
hạnh nhân

mascara [mæ'skɑːrə] *n* thuốc bôi
mi mắt

masculine ['mæskjʊlɪn] *adj* đàn
ông

mask [mɑːsk] *n* mặt nạ

masked [mɑːskt] *adj* che mặt

mass [mæs] *n* (amount) khối lượng,
(church) lễ ban thánh thể

massacre ['mæsəkə] *n* cuộc tàn sát

massage ['mæsɑːʒ; -sɑːdʒ] *n* sự
xoa bóp

massive ['mæsɪv] *adj* to lớn

mast [mɑːst] *n* cột buồm

master ['mɑːstə] *n* chủ ▷ *v* làm chủ

masterpiece ['mɑːstə,piːs] *n* kiệt
tác

mat [mæt] *n* chiếu (trải); **mouse
mat** *n* tấm lót di chuột máy tính

match [mætʃ] *n* (partnership) sự kết
đôi, (sport) cuộc thi đấu ▷ *v* ghép;
away match *n* cuộc đấu ở sân đối
phương; **home match** *n* trận đấu
trên sân nhà

matching [mætʃɪŋ] *adj* hợp nhau

mate [meɪt] *n* bạn

material [mə'tɪərɪəl] *n* vật liệu

maternal [mə'tɜːnᵊl] *adj* đằng mẹ

mathematical [,mæθə'mætɪkˀl;
,mæθ'mæt-] *adj* thuộc toán học

mathematics [,mæθə'mætɪks;
,mæθ'mæt-] *npl* toán học

maths [mæθs] *npl* toán học

matter ['mætə] *n* chất ▷ *v* có tầm
quan trọng

mattress ['mætrɪs] *n* đệm (nằm)

mature [mə'tjʊə; -'tʃʊə] *adj* trưởng
thành; **mature student** *n* sinh viên
lớn tuổi

Mauritania [,mɒrɪ'teɪnɪə] *n* nước
Mauritania

Mauritius [mə'rɪʃəs] *n* nước
Mauritius

mauve [məʊv] *adj* có màu hoa cà

maximum ['mæksɪməm] *adj* tối đa
▷ *n* lượng tối đa

may [meɪ] *v* **May I call you
tomorrow?** Tôi có thể gọi cho anh
vào ngày mai không?; **May I open
the window?** Tôi mở cửa sổ được
không?

May [meɪ] *n* tháng Năm

maybe ['meɪ,biː] *adv* có thể

mayonnaise [,meɪə'neɪz] *n* sốt
mayonnaise

mayor, mayoress [mɛə, 'mɛərɪs]
n thị trưởng

maze [meɪz] *n* mê cung

me [miː] *pron* tôi; **Can you show me
where it is on the map?** Anh làm
ơn chỉ cho tôi nó ở đâu trên bản
đồ; **Please let me off** Xin cho tôi
xuống

meadow ['mɛdəʊ] *n* bãi cỏ

meal [miːl] *n* bữa ăn; **Could you
prepare a meal without eggs?**
Anh có thể chuẩn bị một bữa ăn

không có trứng không?; **Could you prepare a meal without gluten?** Anh có thể chuẩn bị một bữa ăn không có gluten không?; **The meal was delicious** Bữa ăn rất ngon

mealtime ['miːlˌtaɪm] *n* giờ ăn

mean [miːn] *adj* bần tiện ⊳ *v* muốn nói

meaning ['miːnɪŋ] *n* ý nghĩa

means [miːnz] *npl* phương tiện

meantime ['miːnˌtaɪm] *adv* trong lúc đó

meanwhile ['miːnˌwaɪl] *adv* trong lúc đó

measles ['miːzəlz] *npl* bệnh sởi; **German measles** *n* bệnh rubella; **I had measles recently** Gần đây tôi bị bệnh sởi

measure ['mɛʒə] *v* đo lường; **tape measure** *n* thước dây

measurements ['mɛʒəmənts] *npl* sự đo lường

meat [miːt] *n* thịt; **red meat** *n* thịt đỏ; **Do you eat meat?** Anh có ăn thịt không?; **I don't eat meat** Tôi không ăn thịt; **I don't eat red meat** Tôi không ăn thịt đỏ; **I don't like meat** Tôi không thích thịt; **The meat is cold** Thịt nguội quá; **This meat is off** Thịt này thiu rồi

meatball ['miːtˌbɔːl] *n* thịt băm viên

Mecca ['mɛkə] *n* thánh đường Mecca

mechanic [mɪ'kænɪk] *n* thợ máy; **Can you send a mechanic?** Anh có thể cử thợ máy đến được không?

mechanical [mɪ'kænɪkəl] *adj* thuộc cơ khí

mechanism ['mɛkəˌnɪzəm] *n* cơ chế

medal ['mɛdəl] *n* huy chương

medallion [mɪ'dæljən] *n* mặt dây chuyền

media ['miːdɪə] *npl* phương tiện truyền thông

mediaeval [ˌmɛdɪ'iːvəl] *adj* thuộc thời Trung cổ

medical ['mɛdɪkəl] *adj* thuộc y học ⊳ *n* sự khám sức khoẻ; **medical certificate** *n* giấy chứng nhận sức khoẻ

medication [ˌmɛdɪ'keɪʃən] *n* **I'm on this medication** Tôi đang dùng thuốc này

medicine ['mɛdɪsɪn; 'mɛdsɪn] *n* thuốc uống

meditation [ˌmɛdɪ'teɪʃən] *n* sự suy ngẫm

Mediterranean [ˌmɛdɪtə'reɪnɪən] *adj* thuộc vùng Địa Trung Hải ⊳ *n* người vùng Địa Trung Hải

medium ['miːdɪəm] *adj (between extremes)* trung dung

medium-sized ['miːdɪəmˌsaɪzd] *adj* cỡ trung bình

meet [miːt] *vi* họp ⊳ *vt* gặp; **Can we meet for lunch?** Chúng ta gặp nhau ăn trưa được không?; **I'll meet you in the lobby** Tôi sẽ gặp anh ở sảnh; **I'm delighted to meet you at last** Tôi rất vui là cuối cùng đã gặp được anh; **It was a pleasure to meet you** Rất hân hạnh được gặp anh; **Pleased to meet you** Rất vui được gặp anh; **Shall we meet afterwards?** Chúng ta sẽ gặp nhau sau đó được không?; **Where shall we meet?** Chúng ta sẽ gặp nhau ở đâu?

meeting ['miːtɪŋ] *n* cuộc gặp gỡ

meet up [miːt ʌp] v hẹn gặp

mega ['mɛgə] adj cực kỳ

melody ['mɛlədɪ] n giai điệu

melon ['mɛlən] n quả dưa

melt [mɛlt] vi tan chảy ▷ vt làm tan chảy

member ['mɛmbə] n thành viên; **Do I have to be a member?** Tôi có cần phải là thành viên không?

membership ['mɛmbəʃɪp] n số hội viên; **membership card** n thẻ hội viên

memento [mɪ'mɛntəʊ] n vật kỷ niệm

memo ['mɛməʊ] n thư nội bộ

memorial [mɪ'mɔːrɪəl] n đài kỷ niệm

memorize ['mɛməˌraɪz] v ghi nhớ

memory ['mɛmərɪ] n trí nhớ; **memory card** n thẻ nhớ

mend [mɛnd] v sửa chữa

meningitis [ˌmɛnɪn'dʒaɪtɪs] n viêm màng não

menopause ['mɛnəʊˌpɔːz] n sự mãn kinh

menstruation [ˌmɛnstrʊ'eɪʃən] n kinh nguyệt

mental ['mɛntᵊl] adj thuộc về tinh thần

mentality [mɛn'tælɪtɪ] n tâm lý

mention ['mɛnʃən] v đề cập

menu ['mɛnjuː] n thực đơn; **set menu** n thực đơn sẵn; **Do you have a children's menu?** Anh có thực đơn dành cho trẻ em không?; **Do you have a set-price menu?** Anh có thực đơn với giá định sẵn không?; **How much is the set menu?** Thực đơn định sẵn thì giá bao nhiêu?; **The dessert menu, please** Làm ơn cho xem thực đơn đỗ tráng miệng; **The menu, please** Làm ơn cho xem thực đơn; **We'll take the set menu** Chúng tôi sẽ chọn thực đơn đã định sẵn

mercury ['mɜːkjʊrɪ] n thuỷ ngân

mercy ['mɜːsɪ] n sự khoan dung

mere [mɪə] adj chỉ là

merge [mɜːdʒ] v kết hợp

merger ['mɜːdʒə] n sự liên kết

meringue [mə'ræŋ] n bánh trứng đường

mermaid ['mɜːˌmeɪd] n nàng tiên cá

merry ['mɛrɪ] adj vui vẻ; **Merry Christmas!** Chúc Giáng sinh vui vẻ!

merry-go-round ['mɛrɪgəʊ'raʊnd] n vòng đu quay

mess [mɛs] n bừa bãi

mess about [mɛs ə'baʊt] v làm việc tào lao

message ['mɛsɪdʒ] n thông điệp; **text message** n tin nhắn

messenger ['mɛsɪndʒə] n người đưa tin

mess up [mɛs ʌp] v làm bẩn

messy ['mɛsɪ] adj lộn xộn

metabolism [mɪ'tæbəˌlɪzəm] n quá trình trao đổi chất

metal ['mɛtᵊl] n kim loại

meteorite ['miːtɪəˌraɪt] n thiên thạch

meter ['miːtə] n dụng cụ đo; **parking meter** n máy thu tiền đỗ xe; **Please use the meter** Làm ơn dùng đồng hồ tính tiền; **The meter is broken** Đồng hồ tính tiền bị hỏng; **The parking meter is broken** Máy bán vé đỗ xe hỏng rồi;

Where is the electricity meter? Đồng hồ đo điện ở đâu?; **Where is the gas meter?** Đồng hồ đo ga ở đâu?

method ['mɛθəd] n phương pháp

Methodist ['mɛθədɪst] adj theo Hội Giám lý

metre ['miːtə] n mét

metric ['mɛtrɪk] adj theo hệ mét

Mexican ['mɛksɪkən] adj thuộc Mêhicô ▷ n (person) người Mêhicô

Mexico ['mɛksɪ‚kəʊ] n nước Mêhicô

microchip ['maɪkrəʊ‚tʃɪp] n vi mạch

microphone ['maɪkrə‚fəʊn] n micrô

microscope ['maɪkrə‚skəʊp] n kính hiển vi

mid [mɪd] adj giữa

midday ['mɪd'deɪ] n buổi trưa

middle ['mɪdəl] n chỗ giữa; **Middle Ages** npl thời Trung cổ; **Middle East** n vùng Trung Đông

middle-aged ['mɪdəl‚eɪdʒɪd] adj trung niên

middle-class ['mɪdəl‚klɑːs] adj thuộc tầng lớp trung lưu

midge [mɪdʒ] n muỗi vằn

midnight ['mɪd‚naɪt] n nửa đêm; **at midnight** vào nửa đêm

midwife, midwives ['mɪd‚waɪf, 'mɪd‚waɪvz] n bà đỡ

migraine ['miːgreɪn; 'maɪ-] n chứng đau nửa đầu

migrant ['maɪgrənt] adj di cư ▷ n người di cư

migration [maɪ'greɪʃən] n sự di trú

mike [maɪk] n micrô

mild [maɪld] adj nhẹ

mile [maɪl] n dặm

mileage ['maɪlɪdʒ] n tổng số dặm đã đi được

mileometer [maɪ'lɒmɪtə] n đồng hồ đo dặm

military ['mɪlɪtərɪ; -trɪ] adj thuộc quân đội

milk [mɪlk] n sữa ▷ v vắt sữa; **baby milk** n sữa trẻ em; **milk chocolate** n sôcôla sữa; **semi-skimmed milk** n sữa đã được gạn một phần kem; **skimmed milk** n sữa không kem; **UHT milk** n sữa UHT; **Do you drink milk?** Anh có uống sữa không?; **Have you got real milk?** Anh có sữa nguyên chất không?; **Is it made with unpasteurised milk?** Nó được làm bằng sữa chưa tiệt trùng phải không?; **with the milk separate** cho sữa riêng

milkshake ['mɪlk‚ʃeɪk] n sinh tố khuấy sữa

mill [mɪl] n xưởng xay bột

millennium [mɪ'lɛnɪəm] n thiên niên kỷ

millimetre ['mɪlɪ‚miːtə] n milimét

million ['mɪljən] n triệu

millionaire [‚mɪljə'nɛə] n nhà triệu phú

mimic ['mɪmɪk] v bắt chước

mince [mɪns] v thịt băm

mind [maɪnd] n tâm trí ▷ v thấy phiền

mine [maɪn] n mỏ (khoáng sản) ▷ pron của tôi

miner ['maɪnə] n thợ mỏ

mineral ['mɪnərəl; 'mɪnrəl] adj thuộc khoáng sản ▷ n khoáng sản; **mineral water** n nước khoáng

miniature ['mɪnɪtʃə] adj thu nhỏ ▷ n vật thu nhỏ

minibar ['mɪnɪ‚bɑː] n quầy bar nhỏ

minibus ['mɪnɪˌbʌs] *n* xe buýt nhỏ

minicab ['mɪnɪˌkæb] *n* xe taxi

minimal ['mɪnɪməl] *adj* tối thiểu

minimize ['mɪnɪˌmaɪz] *v* giảm thiểu

minimum ['mɪnɪməm] *adj* tối thiểu ▷ *n* lượng tối thiểu

mining ['maɪnɪŋ] *n* sự khai mỏ

miniskirt ['mɪnɪˌskɜːt] *n* váy rất ngắn

minister ['mɪnɪstə] *n (clergy)* mục sư, *(government)* bộ trưởng; **prime minister** *n* thủ tướng

ministry ['mɪnɪstrɪ] *n (government)* bộ *(cơ quan)*, *(religion)* đoàn mục sư

mink [mɪŋk] *n* chồn vizon

minor ['maɪnə] *adj* thứ yếu ▷ *n* vị thành niên

minority [maɪ'nɒrɪtɪ; mɪ-] *n* thiểu số

mint [mɪnt] *n (coins)* xưởng đúc tiền, *(herb/sweet)* bạc hà

minus ['maɪnəs] *prep* trừ

minute *adj* [maɪ'njuːt] nhỏ ▷ *n* ['mɪnɪt] phút; **Can you wait here for a few minutes?** Anh có thể đợi vài phút ở đây không?; **Could you watch my bag for a minute, please?** Anh làm ơn trông hộ tôi cái túi một phút được không?; **We are ten minutes late** Chúng tôi muộn mười phút

miracle ['mɪrəkəl] *n* điều kỳ diệu

mirror ['mɪrə] *n* gương; **rear-view mirror** *n* gương chiếu hậu; **wing mirror** *n* gương chiếu hậu

misbehave [ˌmɪsbɪ'heɪv] *v* cư xử hỗn

miscarriage [mɪs'kærɪdʒ] *n* sự sảy thai

miscellaneous [ˌmɪsə'leɪnɪəs] *adj* linh tinh

mischief ['mɪstʃɪf] *n* trò tinh quái

mischievous ['mɪstʃɪvəs] *adj* tinh quái

miser ['maɪzə] *n* người keo kiệt

miserable ['mɪzərəbəl] *adj* khốn khổ

misery ['mɪzərɪ] *n* sự khốn khổ

misfortune [mɪs'fɔːtʃən] *n* sự bất hạnh

mishap ['mɪshæp] *n* việc không may

misjudge [ˌmɪs'dʒʌdʒ] *v* đánh giá sai

mislay [mɪs'leɪ] *v* để thất lạc

misleading [mɪs'liːdɪŋ] *adj* sai lạc

misprint ['mɪsˌprɪnt] *n* lỗi in

miss [mɪs] *v* bỏ lỡ

Miss [mɪs] *n* Cô *(cô gái)*

missile ['mɪsaɪl] *n* tên lửa

missing ['mɪsɪŋ] *adj* mất tích; **My child is missing** Con tôi bị mất tích

missionary ['mɪʃənərɪ] *n* người truyền giáo

mist [mɪst] *n* sương mù

mistake [mɪ'steɪk] *n* lỗi ▷ *v* nhầm

mistaken [mɪ'steɪkən] *adj* sai lầm

mistakenly [mɪ'steɪkənlɪ] *adv* một cách sai lầm

mistletoe ['mɪsəlˌtəʊ] *n* cây tầm gửi

mistress ['mɪstrɪs] *n* tình nhân

misty ['mɪstɪ] *adj* đầy sương mù

misunderstand [ˌmɪsʌndə'stænd] *v* hiểu lầm

misunderstanding [ˌmɪsʌndə'stændɪŋ] *n* sự hiểu lầm; **There's been a misunderstanding** Đã có sự hiểu lầm

mitten ['mɪtən] *n* găng tay hở ngón

mix [mɪks] *n* sự hoà trộn ▷ *v* hoà trộn

mixed [mɪkst] *adj* pha trộn; **mixed salad** *n* sa lát thập cẩm

mixer ['mɪksə] *n* máy trộn

mixture ['mɪkstʃə] *n* sự pha trộn

mix up [mɪks ʌp] *v* trộn lẫn

mix-up [mɪksʌp] *n* tình trạng hỗn độn

MMS [ɛm ɛm ɛs] *abbr* Dịch vụ Đa phương tiện

moan [məʊn] *v* kêu than

moat [məʊt] *n* hào

mobile ['məʊbaɪl] **mobile home** *n* nhà di động; **mobile number** *n* số điện thoại di động; **mobile phone** *n* điện thoại di động; **Do you have a mobile?** Anh có điện thoại di động không?; **My mobile number is…** Số điện thoại di động của tôi là…; **What is the number of your mobile?** Số điện thoại di động của anh là bao nhiêu?

mock [mɒk] *adj* giả ▷ *v* coi thường

mod cons ['mɒd kɒnz] *npl* tiện nghi hiện đại

model ['mɒdəl] *adj* mẫu mực ▷ *n* mô hình ▷ *v* làm mô hình

modem ['məʊdɛm] *n* môđem

moderate ['mɒdərɪt] *adj* vừa phải

moderation [,mɒdə'reɪʃən] *n* sự điều độ

modern ['mɒdən] *adj* hiện đại; **modern languages** *npl* ngôn ngữ hiện đại

modernize ['mɒdə,naɪz] *v* hiện đại hoá

modest ['mɒdɪst] *adj* khiêm tốn

modification [,mɒdɪfɪ'keɪʃən] *n* sự sửa đổi

modify ['mɒdɪ,faɪ] *v* sửa đổi

module ['mɒdjuːl] *n* mô đun

moist [mɔɪst] *adj* ẩm ướt

moisture ['mɔɪstʃə] *n* hơi nước

moisturizer ['mɔɪstʃə,raɪzə] *n* sản phẩm dưỡng ẩm

Moldova [mɒl'dəʊvə] *n* nước Moldova

Moldovan [mɒl'dəʊvən] *adj* thuộc Moldova ▷ *n* (*person*) người Moldova

mole [məʊl] *n* (*infiltrator*) gián điệp, (*mammal*) chuột chũi, (*skin*) nốt ruồi

molecule ['mɒlɪ,kjuːl] *n* phân tử

moment ['məʊmənt] *n* chốc lát

momentarily ['məʊməntərəlɪ; -trɪlɪ] *adv* trong giây lát

momentary ['məʊməntərɪ; -trɪ] *adj* tạm thời

momentous [məʊ'mɛntəs] *adj* quan trọng

Monaco ['mɒnə,kəʊ; mə'nɑːkəʊ; mɔnako] *n* nước Monaco

monarch ['mɒnək] *n* quốc vương

monarchy ['mɒnəkɪ] *n* chế độ quân chủ

monastery ['mɒnəstərɪ; -strɪ] *n* tu viện; **Is the monastery open to the public?** Tu viện có mở cửa cho mọi người vào không?

Monday ['mʌndɪ] *n* thứ Hai (*trong tuần*); **It's Monday the fifteenth of June** Thứ Hai ngày mười lăm tháng Sáu; **on Monday** vào thứ Hai

monetary ['mʌnɪtərɪ; -trɪ] *adj* thuộc tiền tệ

money ['mʌnɪ] *n* tiền; **money belt** *n* túi bao tử; **pocket money** *n* tiền tiêu vặt; **Can I have my money**

back? Tôi lấy lại tiền có được không?; **Can you arrange to have some money sent over urgently?** Anh có thể thu xếp gửi tiền qua gấp không?; **Could you lend me some money?** Anh có thể cho tôi vay ít tiền không?; **I have no money** Tôi không có tiền; **I have run out of money** Tôi hết tiền rồi; **I would like to transfer some money from my account** Tôi muốn chuyển ít tiền từ tài khoản của tôi; **Where can I change some money?** Tôi có thể đổi tiền ở đâu?

Mongolia [mɒŋˈɡəʊlɪə] *n* nước Mông Cổ

Mongolian [mɒŋˈɡəʊlɪən] *adj* thuộc Mông Cổ ▷ *n (language)* tiếng Mông Cổ, *(person)* người Mông Cổ

mongrel [ˈmʌŋɡrəl] *n* chó lai

monitor [ˈmɒnɪtə] *n* lớp trưởng

monk [mʌŋk] *n* thầy tu

monkey [ˈmʌŋkɪ] *n* con khỉ

monopoly [məˈnɒpəlɪ] *n* sự độc quyền

monotonous [məˈnɒtənəs] *adj* đơn điệu

monsoon [mɒnˈsuːn] *n* gió mùa

monster [ˈmɒnstə] *n* quái vật

month [mʌnθ] *n* tháng; **a month ago** một tháng trước; **in a month's time** một tháng nữa

monthly [ˈmʌnθlɪ] *adj* hàng tháng

monument [ˈmɒnjʊmənt] *n* đài kỷ niệm

mood [muːd] *n* tâm trạng

moody [ˈmuːdɪ] *adj* buồn rầu

moon [muːn] *n* mặt trăng; **full moon** *n* trăng tròn

moor [mʊə; mɔː] *n* đồng hoang ▷ *v* bỏ neo

mop [mɒp] *n* cây lau nhà

moped [ˈməʊpɛd] *n* xe máy nhỏ

mop up [mɒp ʌp] *v* lau nhà

moral [ˈmɒrəl] *adj* thuộc đạo đức ▷ *n* bài học đạo đức

morale [mɒˈrɑːl] *n* chí khí

morals [ˈmɒrəlz] *npl* quy tắc đạo đức

more [mɔː] *adj* nhiều hơn ▷ *adv* hơn ▷ *pron* thêm nữa

morgue [mɔːɡ] *n* nhà xác

morning [ˈmɔːnɪŋ] *n* buổi sáng; **morning sickness** *n* ốm nghén; **in the morning** vào buổi sáng; **Is the museum open in the morning?** Bảo tàng có mở cửa buổi sáng không?

Moroccan [məˈrɒkən] *adj* thuộc Marốc ▷ *n (person)* người Marốc

Morocco [məˈrɒkəʊ] *n* nước Marốc

morphine [ˈmɔːfiːn] *n* moóc phin

Morse [mɔːs] *n* mã Morse

mortar [ˈmɔːtə] *n (military)* súng cối, *(plaster)* vữa *(xây gạch)*

mortgage [ˈmɔːɡɪdʒ] *n* thế chấp ▷ *v* thế chấp

mosaic [məˈzeɪɪk] *n* đồ khảm

Moslem [ˈmɒzləm] *adj* thuộc Hồi giáo ▷ *n* tín đồ Hồi giáo

mosque [mɒsk] *n* đền thờ Hồi giáo

mosquito [məˈskiːtəʊ] *n* con muỗi

moss [mɒs] *n* rêu

most [məʊst] *adj* hầu hết ▷ *adv (superlative)* nhất ▷ *n (majority)* hầu hết

mostly [ˈməʊstlɪ] *adv* hầu hết là

MOT [ɛm əʊ tiː] *abbr* kiểm định xe của Bộ Giao thông

motel [məʊ'tɛl] *n* nhà nghỉ bên đường dành cho khách có ôtô

moth [mɒθ] *n* con nhậy

mother ['mʌðə] *n* mẹ; **mother tongue** *n* tiếng mẹ đẻ; **surrogate mother** *n* người mẹ đẻ thay

mother-in-law ['mʌðə ɪn lɔː] **(mothers-in-law)** *n* mẹ chồng

motionless ['məʊʃənlɪs] *adj* bất động

motivated ['məʊtɪˌveɪtɪd] *adj* có động cơ

motivation [ˌməʊtɪ'veɪʃən] *n* sự thúc đẩy

motive ['məʊtɪv] *n* động cơ

motor ['məʊtə] *n* động cơ mô tô; **motor mechanic** *n* thợ sửa chữa xe môtô; **motor racing** *n* cuộc đua ô tô

motorbike ['məʊtəˌbaɪk] *n* xe máy; **I want to hire a motorbike** Tôi muốn thuê một xe máy

motorboat ['məʊtəˌbəʊt] *n* xuồng máy

motorcycle ['məʊtəˌsaɪkəl] *n* xe máy

motorcyclist ['məʊtəˌsaɪklɪst] *n* người lái xe máy

motorist ['məʊtərɪst] *n* người lái xe máy

motorway ['məʊtəˌweɪ] *n* đường cao tốc; **How do I get to the motorway?** Làm thế nào để ra được đường cao tốc?; **Is there a toll on this motorway?** Đi đường cao tốc này có phải nộp phí không?

mould [məʊld] *n (fungus)* mốc *(nấm)*, *(shape)* khuôn

mouldy ['məʊldɪ] *adj* bị mốc

mount [maʊnt] *v* trèo lên

mountain ['maʊntɪn] *n* núi; **mountain bike** *n* xe đạp địa hình; **Where is the nearest mountain rescue service post?** Trạm dịch vụ cứu hộ trên núi gần nhất ở đâu?

mountaineer [ˌmaʊntɪ'nɪə] *n* người leo núi

mountaineering [ˌmaʊntɪ'nɪərɪŋ] *n* trò leo núi

mountainous ['maʊntɪnəs] *adj* có núi

mount up [maʊnt ʌp] *v* cưỡi lên

mourning ['mɔːnɪŋ] *n* sự thương tiếc

mouse, mice [maʊs, maɪs] *n* chuột *(con vật)*; **mouse mat** *n* tấm lót di chuột máy tính

mousse [muːs] *n* món kem mút

moustache [mə'stɑːʃ] *n* ria

mouth [maʊθ] *n* miệng; **mouth organ** *n* kèn ácmônica

mouthwash ['maʊθˌwɒʃ] *n* dung dịch súc miệng

move [muːv] *n* sự di chuyển ▷ *vi* di chuyển ▷ *vt* chuyển chỗ; **Could you move your car, please?** Anh làm ơn dời xe được không?; **Don't move him** Đừng di chuyển anh ấy; **He can't move his leg** Thằng bé không nhấc chân được; **She can't move** Chị ấy không cử động được

move back [muːv bæk] *v* lùi lại

move forward [muːv fɔːwəd] *v* tiến lên

move in [muːv ɪn] *v* dọn vào nhà mới

movement ['muːvmənt] *n* sự chuyển động

movie ['muːvɪ] *n* phim

moving ['muːvɪŋ] *adj* cảm động

mow [məʊ] v cắt cỏ

mower ['məʊə] n máy cắt

Mozambique [ˌməʊzəm'bi:k] n nước Môdămbích

mph [maɪlz pə aʊə] abbr dặm trên giờ

Mr ['mɪstə] n Ông

Mrs ['mɪsɪz] n Bà

Ms [mɪz; məs] n Bà; **Can I speak to Ms…, please?** Làm ơn cho tôi nói chuyện với bà…

MS ['ɛmɛs] abbr bệnh đa xơ cứng

much [mʌtʃ] adj nhiều ▷ adv nhiều lắm, (graded) lắm; **Thank you very much** Xin cảm ơn rất nhiều; **There's too much… in it** Có nhiều… quá

mud [mʌd] n bùn

muddle ['mʌdəl] n tình trạng lộn xộn

muddy ['mʌdɪ] adj vấy bùn

mudguard ['mʌdˌgɑ:d] n cái chắn bùn

muesli ['mju:zlɪ] n yến mạch ép trộn hạt và quả khô

muffler ['mʌflə] n khăn choàng cổ dày

mug [mʌg] n chén vại ▷ v cướp

mugger ['mʌgə] n kẻ cướp

mugging [mʌgɪŋ] n hành động cướp

muggy ['mʌgɪ] adj **It's muggy** Trời oi bức

mule [mju:l] n con la

multinational [ˌmʌltɪ'næʃənəl] adj đa quốc gia ▷ n công ty đa quốc gia

multiple ['mʌltɪpəl] adj **multiple sclerosis** n bệnh đa xơ cứng

multiplication [ˌmʌltɪplɪ'keɪʃən] n sự nhân

multiply ['mʌltɪˌplaɪ] v nhân

mum [mʌm] n mẹ

mummy ['mʌmɪ] n (body) xác ướp, (mother) mẹ

mumps [mʌmps] n bệnh quai bị

murder ['mɜːdə] n tội giết người ▷ v giết người

murderer ['mɜːdərə] n kẻ giết người

muscle ['mʌsəl] n cơ bắp

muscular ['mʌskjʊlə] adj thuộc cơ bắp

museum [mju:'zɪəm] n viện bảo tàng

mushroom ['mʌʃruːm; -rʊm] n nấm

music ['mju:zɪk] n âm nhạc; **folk music** n nhạc dân gian; **music centre** n hệ thống âm thanh tích hợp

musical ['mju:zɪkəl] adj thuộc âm nhạc ▷ n ca kịch; **musical instrument** n nhạc cụ

musician [mju:'zɪʃən] n nhạc công; **Where can we hear local musicians play?** Chúng tôi có thể nghe nhạc công địa phương chơi nhạc ở đâu?

Muslim ['mʊzlɪm; 'mʌz-] adj thuộc Hồi giáo ▷ n tín đồ Hồi giáo

mussel ['mʌsəl] n con nghêu

must [mʌst] v phải (bắt buộc)

mustard ['mʌstəd] n mù tạc

mutter ['mʌtə] v lầm bầm

mutton ['mʌtən] n thịt cừu

mutual ['mju:tʃʊəl] adj lẫn nhau

my [maɪ] pron của tôi; **Here are my insurance details** Đây là chi tiết bảo hiểm của tôi

Myanmar ['maɪænmɑ:; 'mjænmɑ:] n nước Myanmar

myself [maɪˈsɛlf] *pron* chính tôi
mysterious [mɪˈstɪəriəs] *adj* huyền
  bí
mystery [ˈmɪstəri] *n* điều huyền bí
myth [mɪθ] *n* thần thoại
mythology [mɪˈθɒlədʒɪ] *n* thần
  thoại học

naff [næf] *adj* không hợp thời trang
nag [næg] *v* đay nghiến
nail [neɪl] *n* móng; **nail polish** *n*
  thuốc sơn móng tay; **nail scissors**
  npl kéo cắt móng tay; **nail varnish**
  n thuốc sơn móng tay; **nail polish**
  remover *n* thuốc tẩy sơn móng tay
nailbrush [ˈneɪlˌbrʌʃ] *n* bàn chải
  móng tay
nailfile [ˈneɪlˌfaɪl] *n* cái giũa móng
  tay
naive [nɑːˈiːv; naɪˈiːv] *adj* ngây thơ
naked [ˈneɪkɪd] *adj* trần truồng
name [neɪm] *n* tên; **brand name** *n*
  nhãn hiệu; **first name** *n* tên;
  maiden name *n* tên thời con gái; **I**
  booked a room in the name of...
  Tôi đã đặt một phòng với tên...; **My**
  name is... Tên tôi là...; **What's**
  your name? Anh tên gì ạ?
nanny [ˈnænɪ] *n* vú em
nap [næp] *n* giấc ngủ ngắn
napkin [ˈnæpkɪn] *n* khăn ăn

nappy ['næpɪ] *n* tã lót

narrow ['nærəʊ] *adj* chật hẹp

narrow-minded ['nærəʊ'maɪndɪd] *adj* thiển cận

nasty ['nɑːstɪ] *adj* kinh tởm

nation ['neɪʃən] *n* dân tộc; **United Nations** *n* Tổ chức Liên hiệp quốc

national ['næʃənəl] *adj* thuộc dân tộc; **national anthem** *n* quốc ca; **national park** *n* vườn quốc gia

nationalism ['næʃənəˌlɪzəm; 'næʃnə-] *n* chủ nghĩa dân tộc

nationalist ['næʃənəlɪst] *n* người theo chủ nghĩa dân tộc

nationality [ˌnæʃə'nælɪtɪ] *n* quốc tịch

nationalize ['næʃənəˌlaɪz; 'næʃnə-] *v* quốc hữu hoá

native ['neɪtɪv] *adj* thuộc nơi sinh; **native speaker** *n* người bản ngữ

NATO ['neɪtəʊ] *abbr* khối NATO

natural ['nætʃrəl; -tʃərəl] *adj* thuộc tự nhiên; **natural gas** *n* khí tự nhiên; **natural resources** *npl* tài nguyên thiên nhiên

naturalist ['nætʃrəlɪst; -tʃərəl-] *n* nhà tự nhiên học

naturally ['nætʃrəlɪ; -tʃərə-] *adv* đương nhiên

nature ['neɪtʃə] *n* tự nhiên

naughty ['nɔːtɪ] *adj* nghịch ngợm

nausea ['nɔːzɪə; -sɪə] *n* sự buồn nôn

naval ['neɪvᵊl] *adj* thuộc hải quân

navel ['neɪvᵊl] *n* rốn

navy ['neɪvɪ] *n* hải quân

navy-blue ['neɪvɪ'bluː] *adj* xanh nước biển

NB [ɛn biː] *abbr (notabene)* lưu ý

near [nɪə] *adj* gần ▷ *adv* gần ▷ *prep* ở gần; **Are there any good beaches near here?** Có bãi biển nào hay gần đây không?; **How do I get to the nearest tube station?** Xin chỉ cho tôi cách đến ga tàu điện ngầm gần nhất; **It's very near** Gần lắm; **Where is the nearest bus stop?** Bến xe buýt gần nhất ở đâu?

nearby *adj* ['nɪəbaɪ] ở gần ▷ *adv* ['nɪəˌbaɪ] ở gần

nearly ['nɪəlɪ] *adv* gần như

near-sighted [ˌnɪə'saɪtɪd] *adj* cận thị

neat [niːt] *adj* gọn gàng

neatly [niːtlɪ] *adv* một cách gọn gàng

necessarily ['nɛsɪsərɪlɪ; ˌnɛsɪ'sɛrɪlɪ] *adv* nhất thiết

necessary ['nɛsɪsərɪ] *adj* cần thiết

necessity [nɪ'sɛsɪtɪ] *n* sự cần thiết

neck [nɛk] *n* cổ *(gáy)*

necklace ['nɛklɪs] *n* dây chuyền

nectarine ['nɛktərɪn] *n* quả xuân đào

need [niːd] *n* sự cần thiết ▷ *v* cần phải; **Do you need anything?** Anh có cần gì không?; **I don't need a bag, thanks** Tôi không cần túi, cảm ơn; **I need assistance** Tôi cần trợ giúp; **I need contraception** Tôi muốn tránh thai; **I need to get to...** Tôi cần đến...

needle ['niːdᵊl] *n* cái kim; **knitting needle** *n* kim đan

negative ['nɛgətɪv] *adj* phủ định ▷ *n* lời từ chối

neglect [nɪ'glɛkt] *n* sự sao lãng ▷ *v* sao lãng

neglected [nɪ'glɛktɪd] *adj* bị sao lãng

negligee ['nɛglɪˌʒeɪ] *n* áo khoác

mặc ở nhà của phụ nữ

negotiate [nɪˈɡəʊʃɪ‚eɪt] v thương lượng

negotiations [nɪ‚ɡəʊʃɪˈeɪʃənz] npl sự thương lượng

negotiator [nɪˈɡəʊʃɪ‚eɪtə] n người thương thuyết

neighbour [ˈneɪbə] n hàng xóm

neighbourhood [ˈneɪbə‚hʊd] n vùng lân cận

neither [ˈnaɪðə; ˈniːðə] adv không phải cái này mà cũng không phải cái kia ▷ conj cả hai đều không ▷ pron không cái nào trong hai cái

neon [ˈniːɒn] n nê ông

Nepal [nɪˈpɔːl] n nước Nepal

nephew [ˈnɛvjuː; ˈnɛf-] n cháu trai

nerve [nɜːv] n (boldness) khí phách, (to/from brain) dây thần kinh

nerve-racking [ˈnɜːvˈrækɪŋ] adj làm đau đầu

nervous [ˈnɜːvəs] adj lo lắng; **nervous breakdown** n suy nhược thần kinh

nest [nɛst] n tổ (chim)

net [nɛt] n lưới

Net [nɛt] n Mạng (Internet)

netball [ˈnɛt‚bɔːl] n bóng rổ nữ

Netherlands [ˈnɛðələndz] npl nước Hà Lan

nettle [ˈnɛtl] n cây tầm ma

network [ˈnɛt‚wɜːk] n mạng lưới

neurotic [njʊˈrɒtɪk] adj dễ bị kích động

neutral [ˈnjuːtrəl] adj trung lập ▷ n người trung lập

never [ˈnɛvə] adv không bao giờ; **I never drink wine** Tôi không bao giờ uống rượu vang

nevertheless [‚nɛvəðəˈlɛs] adv tuy

nhiên

new [njuː] adj mới; **New Year** n Năm Mới; **New Zealand** n nước New Zealand; **New Zealander** n người New Zealand; **Happy New Year!** Chúc mừng Năm Mới!

newborn [ˈnjuːˌbɔːn] adj mới sinh

newcomer [ˈnjuːˌkʌmə] n người mới đến

news [njuːz] npl tin tức; **When is the news?** Mấy giờ thì có thời sự?

newsagent [ˈnjuːzˌeɪdʒənt] n người bán báo

newspaper [ˈnjuːzˌpeɪpə] n báo (in); **Do you have newspapers?** Anh có báo không?; **I would like a newspaper** Tôi muốn mua một tờ báo; **Where can I buy a newspaper?** Tôi có thể mua báo ở đâu?; **Where is the nearest shop which sells newspapers?** Cửa hàng bán báo gần nhất ở đâu?

newsreader [ˈnjuːzˌriːdə] n phát thanh viên

newt [njuːt] n con sa giông

next [nɛkst] adj tiếp sau ▷ adv tiếp sau; **next to** prep bên cạnh

next-of-kin [ˈnɛkstɒvˈkɪn] n họ hàng ruột thịt

Nicaragua [‚nɪkəˈrægjʊə; nikaˈraɣwa] n nước Nicaragua

Nicaraguan [‚nɪkəˈrægjʊən] adj thuộc Nicaragua ▷ n người Nicaragua

nice [naɪs] adj dễ chịu

nickname [ˈnɪkˌneɪm] n biệt hiệu

nicotine [ˈnɪkəˌtiːn] n nicôtin

niece [niːs] n cháu gái

Niger [ˈnaɪdʒər] n nước Niger

Nigeria [naɪˈdʒɪərɪə] n nước Nigeria

Nigerian [naɪˈdʒɪərɪən] *adj* thuộc Nigeria ▷ *n (person)* người Nigeria

night [naɪt] *n* đêm; **hen night** *n* tiệc tiễn thời độc thân của một cô gái; **night school** *n* trường học ban đêm; **stag night** *n* bữa tiệc dành riêng cho đàn ông trước khi cưới; **at night** vào ban đêm; **How much is it per night?** Bao nhiêu tiền một đêm?; **I want to stay an extra night** Tôi muốn ở thêm một đêm nữa; **I'd like to stay for two nights** Tôi muốn ở hai đêm; **last night** đêm qua; **tomorrow night** đêm mai

nightclub [ˈnaɪtˌklʌb] *n* hộp đêm

nightdress [ˈnaɪtˌdrɛs] *n* váy ngủ

nightie [ˈnaɪtɪ] *n* váy ngủ

nightlife [ˈnaɪtˌlaɪf] *n* các hoạt động giải trí về đêm

nightmare [ˈnaɪtˌmɛə] *n* cơn ác mộng

nightshift [ˈnaɪtˌʃɪft] *n* ca đêm

nil [nɪl] *n* không

nine [naɪn] *number* chín *(số)*

nineteen [ˌnaɪnˈtiːn] *number* mười chín

nineteenth [ˌnaɪnˈtiːnθ] *adj* thứ mười chín

ninety [ˈnaɪntɪ] *number* chín mươi

ninth [naɪnθ] *adj* thứ chín ▷ *n* một phần chín

nitrogen [ˈnaɪtrədʒən] *n* Nitơ

no [nəʊ] *pron* không chút nào; **no!** *excl* không!; **no one** *pron* không ai

nobody [ˈnəʊbədɪ] *pron* không ai

nod [nɒd] *v* gật đầu

noise [nɔɪz] *n* tiếng ồn; **I can't sleep for the noise** Tôi không thể ngủ được vì tiếng ồn

noisy [ˈnɔɪzɪ] *adj* ồn ào

nominate [ˈnɒmɪˌneɪt] *v* đề cử

nomination [ˌnɒmɪˈneɪʃən] *n* sự đề cử

none [nʌn] *pron* không ai

nonsense [ˈnɒnsəns] *n* chuyện vô lý

non-smoker [nɒnˈsməʊkə] *n* người không hút thuốc

non-smoking [nɒnˈsməʊkɪŋ] *adj* cấm hút thuốc

non-stop [ˈnɒnˈstɒp] *adv* không ngừng

noodles [ˈnuːdᵊlz] *npl* mỳ sợi

noon [nuːn] *n* buổi trưa

nor [nɔː; nə] *conj* cũng không

normal [ˈnɔːmᵊl] *adj* bình thường

normally [ˈnɔːməlɪ] *adv* như thường lệ

north [nɔːθ] *adj* bắc *(phương)* ▷ *adv* ở phía bắc ▷ *n* hướng bắc; **North Africa** *n* Bắc Phi; **North African** *n (person)* người thuộc khu vực Bắc Phi, thuộc khu vực Bắc Phi; **North America** *n* Bắc Mỹ; **North American** *n (person)* người thuộc khu vực Bắc Mỹ, thuộc khu vực Bắc Mỹ; **North Korea** *n* Bắc Triều Tiên; **North Pole** *n* Bắc Cực; **North Sea** *n* Biển Bắc

northbound [ˈnɔːθˌbaʊnd] *adj* về phía bắc

northeast [ˌnɔːθˈiːst; ˌnɔːrˈiːst] *n* đông bắc

northern [ˈnɔːðən] *adj* ở phía bắc; **Northern Ireland** *n* Bắc Ai Len

northwest [ˌnɔːθˈwɛst; ˌnɔːˈwɛst] *n* tây bắc

Norway [ˈnɔːˌweɪ] *n* nước Na-uy

Norwegian [nɔːˈwiːdʒən] *adj* thuộc

Na-uy ▷ *n (language)* tiếng Na-uy, *(person)* người Na-uy

nose [nəʊz] *n* mũi

nosebleed ['nəʊz,bliːd] *n* sự chảy máu mũi

nostril ['nɒstrɪl] *n* lỗ mũi

nosy ['nəʊzɪ] *adj* thóc mách

not [nɒt] *adv* không; **I'm not drinking** Tôi không uống

note [nəʊt] *n (banknote)* giấy bạc, *(message)* lời nhắn, *(music)* nốt nhạc; **sick note** *n* giấy cho nghỉ ốm

notebook ['nəʊt,bʊk] *n* sổ ghi chép

note down [nəʊt daʊn] *v* ghi chép lại

notepad ['nəʊt,pæd] *n* quyển vở

notepaper ['nəʊt,peɪpə] *n* giấy viết thư

nothing ['nʌθɪŋ] *pron* người/vật tầm thường

notice ['nəʊtɪs] *n (note)* sự chú ý, *(termination)* thông báo ▷ *v* chú ý; **notice board** *n* bảng thông báo

noticeable ['nəʊtɪsəbəl] *adj* dễ nhận thấy

notify ['nəʊtɪ,faɪ] *v* thông báo

nought [nɔːt] *n* số không

noun [naʊn] *n* danh từ

novel ['nɒvəl] *n* tiểu thuyết

novelist ['nɒvəlɪst] *n* người viết tiểu thuyết

November [nəʊ'vɛmbə] *n* tháng Mười Một

now [naʊ] *adv* bây giờ; **Do I pay now or later?** Tôi trả bây giờ hay trả sau?; **I need to pack now** Bây giờ tôi phải đóng gói đồ

nowadays ['naʊə,deɪz] *adv* ngày nay

nowhere ['nəʊ,wɛə] *adv* không nơi nào

nuclear ['njuːklɪə] *adj* thuộc hạt nhân

nude [njuːd] *adj* khỏa thân ▷ *n* tranh khoả thân

nudist ['njuːdɪst] *n* người theo chủ nghĩa khoả thân

nuisance ['njuːsəns] *n* mối phiền toái

numb [nʌm] *adj* tê

number ['nʌmbə] *n* số; **account number** *n* số tài khoản; **mobile number** *n* số điện thoại di động; **number plate** *n* biển số xe; **phone number** *n* số điện thoại; **reference number** *n* số tham chiếu; **room number** *n* số phòng; **wrong number** *n* số sai; **Can I have your phone number?** Cho tôi xin số điện thoại của anh được không?; **My mobile number is…** Số điện thoại di động của tôi là…; **What is the fax number?** Số fax là gì?; **What is the number for directory enquiries?** Số để gọi hỏi tổng đài là gì?; **What is the number of your mobile?** Số điện thoại di động của anh là bao nhiêu?; **What's the telephone number?** Số điện thoại là gì?; **You have the wrong number** Anh nhầm số rồi

numerous ['njuːmərəs] *adj* nhiều

nun [nʌn] *n* nữ tu sỹ

nurse [nɜːs] *n* y tá; **I'd like to speak to a nurse** Tôi muốn nói chuyện với y tá

nursery ['nɜːsrɪ] *n* nhà trẻ; **nursery rhyme** *n* bài hát mẫu giáo; **nursery school** *n* trường mẫu giáo

nursing home ['nɜːsɪŋ həʊm] *n*

nhà dưỡng lão

nut [nʌt] *n (device)* đai ốc, *(food)* hạt *(quả hạch)*; **nut allergy** *n* sự dị ứng với hạt; **Could you prepare a meal without nuts?** Anh có thể chuẩn bị một bữa ăn không có các loại hạt không?

nutmeg [ˈnʌtmɛg] *n* hạt nhục đậu khấu

nutrient [ˈnjuːtriənt] *n* chất dinh dưỡng

nutrition [njuːˈtrɪʃən] *n* sự nuôi dưỡng

nutritious [njuːˈtrɪʃəs] *adj* bổ dưỡng

nutter [ˈnʌtə] *n* người điên

nylon [ˈnaɪlɒn] *n* ni lông

oak [əʊk] *n* cây sồi

oar [ɔː] *n* mái chèo

oasis, oases [əʊˈeɪsɪs, əʊˈeɪsiːz] *n* ốc đảo

oath [əʊθ] *n* lời tuyên thệ

oatmeal [ˈəʊtˌmiːl] *n* bột yến mạch

oats [əʊts] *npl* yến mạch

obedient [əˈbiːdɪənt] *adj* ngoan ngoãn

obese [əʊˈbiːs] *adj* béo phị

obey [əˈbeɪ] *v* vâng lời

obituary [əˈbɪtjʊərɪ] *n* cáo phó

object [ˈɒbdʒɪkt] *n* vật thể

objection [əbˈdʒɛkʃən] *n* sự phản đối

objective [əbˈdʒɛktɪv] *n* mục tiêu

oblong [ˈɒbˌlɒŋ] *adj* dạng hình bình hành

obnoxious [əbˈnɒkʃəs] *adj* rất khó chịu

oboe [ˈəʊbəʊ] *n* kèn ô-boa

obscene [əbˈsiːn] *adj* tục tĩu

observant [əbˈzɜːvənt] *adj* hay để ý

observatory [əbˈzɜːvətərɪ; -trɪ] *n* đài thiên văn

observe [əbˈzɜːv] *v* quan sát

observer [əbˈzɜːvə; obˈserver] *n* quan sát viên

obsessed [əbˈsɛst] *adj* bị ám ảnh

obsession [əbˈsɛʃən] *n* sự ám ảnh

obsolete [ˈɒbsəˌliːt; ˌɒbsəˈliːt] *adj* lỗi thời

obstacle [ˈɒbstəkəl] *n* sự trở ngại

obstinate [ˈɒbstɪnɪt] *adj* ngoan cố

obstruct [əbˈstrʌkt] *v* cản trở

obtain [əbˈteɪn] *v* giành được

obvious [ˈɒbvɪəs] *adj* rõ ràng

obviously [ˈɒbvɪəslɪ] *adv* hiển nhiên

occasion [əˈkeɪʒən] *n* dịp

occasional [əˈkeɪʒənəl] *adj* thỉnh thoảng

occasionally [əˈkeɪʒənəlɪ] *adv* đôi khi

occupation [ˌɒkjʊˈpeɪʃən] *n* (*invasion*) sự chiếm đóng, (*work*) nghề nghiệp

occupy [ˈɒkjʊˌpaɪ] *v* chiếm đóng

occur [əˈkɜː] *v* xảy ra

occurrence [əˈkʌrəns] *n* chuyện xảy ra

ocean [ˈəʊʃən] *n* đại dương; **Arctic Ocean** *n* Bắc Băng Dương; **Indian Ocean** *n* Ấn Độ Dương

Oceania [ˌəʊʃɪˈɑːnɪə] *n* Đại Tây Dương

o'clock [əˈklɒk] *adv* **after eight o'clock** sau tám giờ; **at three o'clock** vào lúc ba giờ; **It's one o'clock** Bây giờ là một giờ; **It's six o'clock** Bây giờ là sáu giờ

October [ɒkˈtəʊbə] *n* tháng Mười; **It's Sunday the third of October** Chủ nhật ngày ba tháng Mười

octopus [ˈɒktəpəs] *n* con bạch tuộc

odd [ɒd] *adj* kỳ quặc

odour [ˈəʊdə] *n* mùi (*ngửi thấy*)

of [ɒv; əv] *prep* của (*sở hữu*); **How do I get to the centre of...?** Xin chỉ cho tôi cách đến trung tâm của...

off [ɒf] *adv* tắt ▷ *prep* khỏi (*ra ngoài*); **time off** *n* thời gian nghỉ làm; **The oil warning light won't go off** Đèn báo dầu không chịu tắt

offence [əˈfɛns] *n* sự vi phạm

offend [əˈfɛnd] *v* xúc phạm

offensive [əˈfɛnsɪv] *adj* khó chịu

offer [ˈɒfə] *n* lời đề nghị ▷ *v* đề nghị; **special offer** *n* khuyến mại đặc biệt

office [ˈɒfɪs] *n* văn phòng; **booking office** *n* phòng bán vé; **box office** *n* chỗ bán vé; **head office** *n* trụ sở chính; **information office** *n* văn phòng cung cấp thông tin; **left-luggage office** *n* văn phòng giữ đồ vật để lại; **lost-property office** *n* phòng giữ đồ thất lạc; **office hours** *npl* giờ làm việc; **post office** *n* bưu điện; **registry office** *n* phòng hộ tịch; **ticket office** *n* phòng vé; **tourist office** *n* văn phòng du lịch; **How do I get to your office?** Tôi tới văn phòng của anh bằng cách nào?; **I work in an office** Tôi làm việc văn phòng

officer [ˈɒfɪsə] *n* sỹ quan; **customs officer** *n* cán bộ hải quan; **police officer** *n* viên cảnh sát; **prison officer** *n* quản giáo

official [əˈfɪʃəl] *adj* chính thức

off-licence [ˈɒfˌlaɪsəns] *n* cửa hàng rượu

off-peak [ˈɒfˌpiːk] *adv* ngoài giờ cao điểm

off-season [ˈɒfˌsiːzən] *adj* ít khách
▷ *adv* vào mùa ít khách

offside [ˈɒfˈsaɪd] *adj* việt vị

often [ˈɒfn; ˈɒftən] *adv* thường
xuyên

oil [ɔɪl] *n* dầu ▷ *v* bôi dầu; **olive oil** *n*
dầu ôliu; **The oil warning light
won't go off** Đèn báo dầu không
chịu tắt; **This stain is oil** Đây là vết
dầu

oil refinery [ɔɪl rɪˈfaɪnərɪ] *n* nhà
máy lọc dầu

oil rig [ɔɪl rɪg] *n* giàn khoan dầu

oil slick [ɔɪl slɪk] *n* vết dầu loang

oil well [ɔɪl wɛl] *n* giếng dầu

ointment [ˈɔɪntmənt] *n* thuốc mỡ

OK [ˌəʊˈkeɪ] *excl* Tốt!

okay [ˌəʊˈkeɪ] *adj* được; **okay!** *excl*
tốt!; **Is it okay to take children?**
Mang theo trẻ em có được không?

old [əʊld] *adj* già; **old-age
pensioner** *n* người già hưởng
lương hưu

old-fashioned [ˈəʊldˈfæʃənd] *adj* lỗi
thời

olive [ˈɒlɪv] *n* quả ôliu; **olive oil** *n*
dầu ôliu; **olive tree** *n* cây ôliu

Oman [əʊˈmɑːn] *n* nước Oman

omelette [ˈɒmlɪt] *n* trứng ốp lết

on [ɒn] *adv* đang hoạt động ▷ *prep* ở
trên; **on behalf of** *n* thay mặt; **on
time** *adj* đúng giờ; **When should
we be back on board?** Khi nào
chúng tôi cần quay lại xe?; **Which
film is on at the cinema?** Ở rạp
đang chiếu phim gì?

once [wʌns] *adv* một lần

one [wʌn] *number* một ▷ *pron* một;
no one *pron* không ai

one-off [ˈwʌnɒf] *n* việc chỉ xảy ra
một lần

onion [ˈʌnjən] *n* củ hành; **spring
onion** *n* hành lá

online [ˈɒnˌlaɪn] *adj* trực tuyến ▷ *adv*
trực tuyến

onlooker [ˈɒnˌlʊkə] *n* người xem

only [ˈəʊnlɪ] *adj* duy nhất ▷ *adv* chỉ
(riêng)

open [ˈəʊpən] *adj* mở ▷ *v* mở;
opening hours *npl* giờ mở cửa; **Are
you open?** Anh có mở cửa không?;
Is it open today? Hôm nay có mở
cửa không?; **Is the castle open to
the public?** Lâu đài có mở cửa cho
mọi người vào không?; **Is the
museum open in the afternoon?**
Bảo tàng có mở cửa buổi chiều
không?; **May I open the window?**
Tôi mở cửa sổ được không?; **The
door won't open** Cửa ra vào
không mở được; **When does it
open?** Khi nào mở cửa?; **When
does the bank open?** Khi nào ngân
hàng mở cửa?

opera [ˈɒpərə] *n* ôpêra; **soap opera**
n chương trình truyền hình nhiều
tập

operate [ˈɒpəˌreɪt] *v (to function)*
vận hành, *(to perform surgery)* mổ

operating theatre [ˈɒpəˌreɪtɪŋ
ˈθɪətə] *n* phòng mổ

operation [ˌɒpəˈreɪʃən] *n (surgery)*
sự phẫu thuật, *(undertaking)* hoạt
động

operator [ˈɒpəˌreɪtə] *n* người điều
khiển

opinion [əˈpɪnjən] *n* ý kiến; **opinion
poll** *n* cuộc thăm dò dư luận;
public opinion *n* công luận

opponent [əˈpəʊnənt] *n* đối thủ

opportunity [ˌɒpə'tjuːnɪtɪ] n cơ hội

oppose [ə'pəʊz] v phản đối

opposed [ə'pəʊzd] adj chống đối

opposing [ə'pəʊzɪŋ] adj trái ngược

opposite ['ɒpəzɪt; -sɪt] adj ngược nhau ▷ adv đối diện ▷ prep đối diện

opposition [ˌɒpə'zɪʃən] n sự chống đối

optician [ɒp'tɪʃən] n người làm và bán đồ quang học

optimism ['ɒptɪˌmɪzəm] n sự lạc quan

optimist ['ɒptɪˌmɪst] n người lạc quan

optimistic [ɒptɪ'mɪstɪk] adj lạc quan

option ['ɒpʃən] n sự lựa chọn

optional ['ɒpʃənᵊl] adj tuỳ chọn

opt out [ɒpt aʊt] v không tham gia vào

or [ɔː] conj hoặc; **either... or** conj hoặc... hoặc

oral ['ɔːrəl; 'ɒrəl] adj bằng lời nói ▷ n kỳ thi vấn đáp

orange ['ɒrɪndʒ] adj có màu da cam ▷ n quả cam; **orange juice** n nước cam

orchard ['ɔːtʃəd] n vườn cây ăn quả

orchestra ['ɔːkɪstrə] n dàn nhạc

orchid ['ɔːkɪd] n cây phong lan

ordeal [ɔː'diːl] n sự thử thách

order ['ɔːdə] n mệnh lệnh ▷ v (command) ra lệnh, (request) ra lệnh; **order form** n đơn đặt hàng; **postal order** n ngân séc bưu điện; **standing order** n lệnh trả tiền

ordinary ['ɔːdᵊnrɪ] adj bình thường

oregano [ˌɒrɪ'gɑːnəʊ] n cây gia vị oregano thuộc họ bạc hà

organ ['ɔːgən] n (body part) cơ quan (trong cơ thể), (music) đàn oóc; **mouth organ** n kèn ácmônica

organic [ɔː'gænɪk] adj hữu cơ

organism ['ɔːgəˌnɪzəm] n sinh vật

organization [ˌɔːgənaɪ'zeɪʃən] n tổ chức

organize ['ɔːgəˌnaɪz] v tổ chức

organizer ['ɔːgəˌnaɪzə] n **personal organizer** n sổ nhật ký cá nhân

orgasm ['ɔːgæzəm] n sự cực khoái

Orient ['ɔːrɪənt] n Phương Đông

oriental [ˌɔːrɪ'ɛntᵊl] adj thuộc phương Đông

origin ['ɒrɪdʒɪn] n nguồn gốc

original [ə'rɪdʒɪnᵊl] adj đầu tiên (ban đầu)

originally [ə'rɪdʒɪnəlɪ] adv lúc đầu

ornament ['ɔːnəmənt] n đồ trang trí

orphan ['ɔːfən] n trẻ mồ côi

ostrich ['ɒstrɪtʃ] n đà điểu

other ['ʌðə] adj khác; **Do you have any others?** Anh có phòng nào khác không?

otherwise ['ʌðəˌwaɪz] adv mặt khác ▷ conj nếu không

otter ['ɒtə] n con rái cá

ounce [aʊns] n một lượng rất nhỏ

our [aʊə] adj của chúng tôi

ours [aʊəz] pron của chúng tôi

ourselves [aʊə'sɛlvz] pron bản thân chúng tôi

out [aʊt] adj ở ngoài ▷ adv ở ngoài

outbreak ['aʊtˌbreɪk] n sự bùng nổ

outcome ['aʊtˌkʌm] n kết quả

outdoor ['aʊtˌdɔː] adj ngoài trời; **Is it an outdoor pool?** Bể bơi này ở ngoài trời à?; **What outdoor activities are there?** Có những hoạt động gì ngoài trời?

outdoors [ˌaʊtˈdɔːz] *adv* ở ngoài trời

outfit [ˈaʊtˌfɪt] *n* quần áo

outgoing [ˈaʊtˌgəʊɪŋ] *adj* sắp rời đi

outing [ˈaʊtɪŋ] *n* cuộc đi chơi

outline [ˈaʊtˌlaɪn] *n* đề cương

outlook [ˈaʊtˌlʊk] *n* quan điểm

out-of-date [ˈaʊtɒvˈdeɪt] *adj* lỗi thời

out-of-doors [ˈaʊtɒvˈdɔːz] *adv* ngoài trời

outrageous [aʊtˈreɪdʒəs] *adj* hung bạo

outset [ˈaʊtˌsɛt] *n* sự bắt đầu

outside *adj* [ˈaʊtˌsaɪd] ở ngoài ▷ *adv* [ˌaʊtˈsaɪd] ở ngoài ▷ *n* [ˈaʊtˌsaɪd] bên ngoài ▷ *prep* ở ngoài

outsize [ˈaʊtˌsaɪz] *adj* ngoại cỡ

outskirts [ˈaʊtˌskɜːts] *npl* vùng ngoại ô

outspoken [ˌaʊtˈspəʊkən] *adj* thẳng thắn

outstanding [ˌaʊtˈstændɪŋ] *adj* nổi bật

oval [ˈəʊvəl] *adj* có hình trái xoan

ovary [ˈəʊvərɪ] *n* buồng trứng

oven [ˈʌvən] *n* lò; **microwave oven** *n* lò vi sóng; **oven glove** *n* găng tay cách nhiệt

ovenproof [ˈʌvənˌpruːf] *adj* cách nhiệt

over [ˈəʊvə] *adj* đã xong ▷ *prep* bên trên

overall [ˌəʊvərˈɔːl] *adv* toàn bộ

overalls [ˌəʊvəˈɔːlz] *npl* bộ quần áo bảo hộ

overcast [ˈəʊvəˌkɑːst] *adj* u ám

overcharge [ˌəʊvəˈtʃɑːdʒ] *v* tính giá quá đắt; **I've been overcharged** Tôi bị tính giá quá đắt

overcoat [ˈəʊvəˌkəʊt] *n* áo choàng

overcome [ˌəʊvəˈkʌm] *v* đánh bại

overdone [ˌəʊvəˈdʌn] *adj* quá nhừ

overdose [ˈəʊvəˌdəʊs] *n* việc sử dụng quá liều

overdraft [ˈəʊvəˌdrɑːft] *n* số tiền chi trội

overdrawn [ˌəʊvəˈdrɔːn] *adj* chi trội

overdue [ˌəʊvəˈdjuː] *adj* quá chậm

overestimate [ˌəʊvərˈɛstɪˌmeɪt] *v* đánh giá quá cao

overheads [ˈəʊvəˌhɛdz] *npl* chi phí hành chính

overlook [ˌəʊvəˈlʊk] *v* bỏ sót

overnight [ˈəʊvəˌnaɪt] *adv* **Can I park here overnight?** Tôi có đỗ xe qua đêm ở đây được không?; **Can we camp here overnight?** Chúng tôi cắm trại ở đây qua đêm có được không?; **Do I have to stay overnight?** Tôi có phải ở qua đêm không?

overrule [ˌəʊvəˈruːl] *v* bác bỏ

overseas [ˌəʊvəˈsiːz] *adv* ở nước ngoài

oversight [ˈəʊvəˌsaɪt] *n (mistake)* sự sơ suất, *(supervision)* sự giám sát

oversleep [ˌəʊvəˈsliːp] *v* ngủ quá giấc

overtake [ˌəʊvəˈteɪk] *v* vượt

overtime [ˈəʊvəˌtaɪm] *n* giờ làm thêm

overweight [ˌəʊvəˈweɪt] *adj* béo phì

owe [əʊ] *v* nợ; **What do I owe you?** Tôi nợ anh bao nhiêu?; **You owe me...** Anh nợ tôi...

owing to [ˈəʊɪŋ tuː] *prep* nhờ có

owl [aʊl] *n* con cú

own [əʊn] *adj* của chính mình ▷ *v* sở hữu

owner ['əʊnə] *n* chủ nhân
own up [əʊn ʌp] *v* thú nhận
oxygen ['ɒksɪdʒən] *n* khí Ôxy
oyster ['ɔɪstə] *n* con hàu
ozone ['əʊzəʊn; əʊ'zəʊn] *n* khí
  Ozon; **ozone layer** *n* tầng Ozon

PA [pi: eɪ] *abbr* trợ lý riêng
pace [peɪs] *n* bước chân
pacemaker ['peɪsˌmeɪkə] *n* máy
  điều hoà nhịp tim
Pacific [pə'sɪfɪk] *n* Thái Bình Dương
pack [pæk] *n* bó *(túm)* ▷ *v* đóng gói; **I
  need to pack now** Bây giờ tôi phải
  đóng gói đồ
package ['pækɪdʒ] *n* gói đồ;
  package holiday *n* kỳ nghỉ trọn
  gói; **package tour** *n* chuyến du lịch
  trọn gói
packaging ['pækɪdʒɪŋ] *n* sự đóng
  gói
packed [pækt] *adj* chật cứng;
  packed lunch *n* bữa trưa mang từ
  nhà
packet ['pækɪt] *n* gói nhỏ
pad [pæd] *n* miếng đệm lót
paddle ['pædəl] *n* mái chèo ▷ *v* chèo
  xuồng
padlock ['pædˌlɒk] *n* cái khoá móc
paedophile ['piːdəʊˌfaɪl] *n* kẻ ấu

dâm

page [peɪdʒ] n trang ▷ v nhắn tin; **home page** n trang chủ *(trang web)*; **Yellow Pages®** npl Những Trang Vàng Yellow Pages®

pager ['peɪdʒə] n máy nhắn tin

paid [peɪd] adj đã được thanh toán

pail [peɪl] n cái xô

pain [peɪn] n sự đau đớn; **back pain** n sự đau lưng

painful ['peɪnfʊl] adj đau đớn

painkiller ['peɪnˌkɪlə] n thuốc giảm đau

paint [peɪnt] n sơn ▷ v quét sơn

paintbrush ['peɪntˌbrʌʃ] n bút vẽ

painter ['peɪntə] n hoạ sỹ

painting ['peɪntɪŋ] n bức hoạ

pair [peə] n đôi

Pakistan [ˌpɑːkɪˈstɑːn] n nước Pakistan

Pakistani [ˌpɑːkɪˈstɑːnɪ] adj thuộc Pakistan ▷ n *(person)* người Pakistan

pal [pæl] n bạn thân

palace ['pælɪs] n cung điện; **Is the palace open to the public?** Cung điện có mở cửa cho mọi người vào không?; **When is the palace open?** Cung điện mở cửa khi nào?

pale [peɪl] adj tái nhợt

Palestine ['pælɪˌstaɪn] n nước Palestine

Palestinian [ˌpælɪˈstɪnɪən] adj thuộc Palestine ▷ n *(person)* người Palestine

palm [pɑːm] n *(part of hand)* lòng bàn tay, *(tree)* cây cọ

pamphlet ['pæmflɪt] n cuốn sách nhỏ

pan [pæn] n chảo; **frying pan** n chảo rán

Panama [ˌpænəˈmɑː; ˈpænəˌmɑː] n nước Panama

pancake ['pænˌkeɪk] n bánh kếp

panda ['pændə] n gấu trúc

panic ['pænɪk] n sự hoảng sợ ▷ v hoảng sợ

panther ['pænθə] n con báo

panties ['pæntɪz] npl quần xilíp

pantomime ['pæntəˌmaɪm] n vở kịch câm

pants [pænts] npl quần

paper ['peɪpə] n giấy; **paper round** n tuyến giao báo hàng ngày; **scrap paper** n giấy nháp; **toilet paper** n giấy vệ sinh; **tracing paper** n giấy can; **wrapping paper** n giấy gói quà; **writing paper** n giấy viết thư; **There is no toilet paper** Không có giấy vệ sinh

paperback ['peɪpəˌbæk] n sách bìa mềm

paperclip ['peɪpəˌklɪp] n cái kẹp giấy

paperweight ['peɪpəˌweɪt] n cái chặn giấy

paperwork ['peɪpəˌwɜːk] n công việc giấy tờ

paprika ['pæprɪkə; pæˈpriː-] n ớt bột

paracetamol [ˌpærəˈsiːtəˌmɒl; -ˈsɛtə-] n **I'd like some paracetamol** Tôi muốn mua một ít paracetamol

parachute ['pærəˌʃuːt] n cái dù

parade [pəˈreɪd] n cuộc duyệt binh

paradise ['pærəˌdaɪs] n thiên đường

paraffin ['pærəfɪn] n dầu hoả

paragraph ['pærəˌɡrɑːf; -ˌɡræf] n đoạn văn

Paraguay ['pærə,gwaɪ] *n* nước Paraguay

Paraguayan [,pærə'gwaɪən] *adj* thuộc Paraguay ⊳ *n* người Paraguay

parallel ['pærə,lel] *adj* song song

paralysed ['pærə,laɪzd] *adj* bị liệt

paramedic [,pærə'medɪk] *n* hộ lý

parcel ['pɑːsəl] *n* gói

pardon ['pɑːdən] *n* sự tha thứ; **Pardon?** Gì ạ?

parent ['peərənt] *n* bố; **parents** *npl* bố mẹ; **single parent** *n* người nuôi con một mình

parish ['pærɪʃ] *n* giáo xứ

park [pɑːk] *n* công viên ⊳ *v* đỗ xe; **car park** *n* bãi đỗ xe ô tô; **national park** *n* vườn quốc gia; **theme park** *n* công viên vui chơi theo chủ đề; **Can we park our caravan here?** Chúng tôi đỗ xe caravan ở đây có được không?; **Is there a car park near here?** Gần đây có bãi đỗ xe không?; **Is there a play park near here?** Gần đây có công viên để chơi không?

parking [pɑːkɪŋ] *n* sự đỗ xe; **parking meter** *n* máy thu tiền đỗ xe; **parking ticket** *n* vé phạt đỗ xe

parliament ['pɑːləmənt] *n* quốc hội

parole [pə'rəʊl] *n* ân xá

parrot ['pærət] *n* con vẹt

parsley ['pɑːslɪ] *n* cây mùi tây

parsnip ['pɑːsnɪp] *n* củ cải

part [pɑːt] *n* phần; **spare part** *n* đồ sơ-cua

partial ['pɑːʃəl] *adj* một phần

participate [pɑː'tɪsɪ,peɪt] *v* tham gia

particular [pə'tɪkjʊlə] *adj* riêng biệt

particularly [pə'tɪkjʊləlɪ] *adv* đặc biệt là

parting ['pɑːtɪŋ] *n* sự chia tay

partly ['pɑːtlɪ] *adv* phần nào

partner ['pɑːtnə] *n* bạn tình

partridge ['pɑːtrɪdʒ] *n* gà gô

part-time ['pɑːt,taɪm] *adj* bán thời gian ⊳ *adv* bán thời gian

part with [pɑːt wɪð] *v* từ bỏ

party ['pɑːtɪ] *n* (group) đảng, (social gathering) bữa tiệc ⊳ *v* tổ chức kỷ niệm; **dinner party** *n* bữa ăn liên hoan; **search party** *n* đoàn người đi tìm kiếm

pass [pɑːs] *n* (in mountains) đèo (dốc), (meets standard) sự thi đỗ, (permit) giấy phép ⊳ *v* (an exam) thi đỗ ⊳ *vi* đi qua ⊳ *vt* thông qua; **boarding pass** *n* thẻ lên máy bay; **ski pass** *n* vé trượt tuyết

passage ['pæsɪdʒ] *n* (musical) đoạn nhạc, (route) lối đi

passenger ['pæsɪndʒə] *n* hành khách

passion ['pæʃən] *n* sự đam mê; **passion fruit** *n* quả chanh leo

passive ['pæsɪv] *adj* bị động

pass out [pɑːs aʊt] *v* ngất

Passover ['pɑːs,əʊvə] *n* Lễ Quá hải của người Do Thái

passport ['pɑːspɔːt] *n* hộ chiếu; **passport control** *n* sự kiểm tra hộ chiếu; **Here is my passport** Đây là hộ chiếu của tôi; **I've forgotten my passport** Tôi quên hộ chiếu rồi; **I've lost my passport** Tôi mất hộ chiếu rồi; **My passport has been stolen** Hộ chiếu của tôi đã bị lấy cắp; **Please give me my passport back** Làm ơn cho tôi xin lại hộ chiếu; **The children are on this passport** Trẻ em đi theo hộ chiếu này

password [ˈpɑːsˌwɜːd] *n* mật khẩu

past [pɑːst] *adj* đã qua ▷ *n* quá khứ ▷ *prep* qua *(vượt)*

pasta [ˈpæstə] *n* mỳ pasta; **I'd like pasta as a starter** Tôi muốn ăn món khai vị là mỳ pasta

paste [peɪst] *n* bột nhão

pasteurized [ˈpæstəˌraɪzd] *adj* đã được tiệt trùng

pastime [ˈpɑːsˌtaɪm] *n* trò giải trí

pastry [ˈpeɪstrɪ] *n* bánh ngọt; **puff pastry** *n* bánh xốp nhiều bơ; **shortcrust pastry** *n* bánh giòn

patch [pætʃ] *n* miếng vá

patched [pætʃt] *adj* bị vá

path [pɑːθ] *n* đường *(đi)*; **cycle path** *n* đường dành cho xe đạp

pathetic [pəˈθɛtɪk] *adj* cảm động

patience [ˈpeɪʃəns] *n* sự kiên nhẫn

patient [ˈpeɪʃənt] *adj* kiên nhẫn ▷ *n* bệnh nhân

patio [ˈpætɪˌəʊ] *n* hiên

patriotic [ˈpætrɪəˌtɪk] *adj* yêu nước

patrol [pəˈtrəʊl] *n* việc đi tuần tra; **patrol car** *n* xe tuần tra

pattern [ˈpætˀn] *n* mẫu hình

pause [pɔːz] *n* sự tạm ngừng

pavement [ˈpeɪvmənt] *n* vỉa hè

pavilion [pəˈvɪljən] *n* sảnh đường

paw [pɔː] *n* chân động vật

pawnbroker [ˈpɔːnˌbrəʊkə] *n* chủ hiệu cầm đồ

pay [peɪ] *n* tiền lương ▷ *v* thanh toán; **sick pay** *n* lương trả cho nhân viên nghỉ ốm; **Do I have to pay it straightaway?** Tôi có phải trả ngay không?; **Do I pay in advance?** Tôi có phải trả tiền trước không?; **Do I pay now or later?** Tôi trả bây giờ hay trả sau?; **Do we have to pay extra for electricity?** Chúng tôi có phải trả thêm tiền điện không?; **Is there a supplement to pay?** Có phải trả thêm khoản nào không?; **When do I pay?** Khi nào tôi phải trả tiền?; **Where do I pay the fine?** Tôi trả tiền phạt ở đâu?; **Where do I pay?** Tôi trả tiền ở đâu?; **Will I have to pay?** Tôi có phải trả tiền không?; **Will the insurance pay for it?** Bảo hiểm có trả cho cái đó không?

payable [ˈpeɪəbˀl] *adj* phải trả

pay back [peɪ bæk] *v* hoàn trả

payment [ˈpeɪmənt] *n* sự thanh toán

payphone [ˈpeɪˌfəʊn] *n* máy điện thoại trả tiền

PC [piː siː] *n* máy tính cá nhân

PDF [piː diː ɛf] *n* PDF

peace [piːs] *n* sự yên tĩnh

peaceful [ˈpiːsfʊl] *adj* yên tĩnh

peach [piːtʃ] *n* quả đào

peacock [ˈpiːˌkɒk] *n* con công

peak [piːk] *n* đỉnh; **peak hours** *npl* giờ cao điểm

peanut [ˈpiːˌnʌt] *n* cây đậu phộng; **peanut allergy** *n* dị ứng đậu phộng; **peanut butter** *n* bơ làm từ đậu phộng

pear [pɛə] *n* quả lê

pearl [pɜːl] *n* ngọc trai

peas [piːs] *npl* đậu Hà Lan

peat [piːt] *n* than bùn

pebble [ˈpɛbˀl] *n* sỏi

peculiar [pɪˈkjuːlɪə] *adj* lạ thường

pedal [ˈpɛdˀl] *n* bàn đạp

pedestrian [pɪ'dɛstrɪən] *n* người đi bộ; **pedestrian crossing** *n* lối qua đường dành cho người đi bộ; **pedestrian precinct** *n* khu vực dành cho người đi bộ

pedestrianized [pɪ'dɛstrɪə,naɪzd] *adj* chỉ dành cho người đi bộ

pedigree ['pɛdɪ,griː] *adj* có nòi

peel [piːl] *n* vỏ *(quả)* ▷ *v* bóc vỏ

peg [pɛg] *n* cái chốt

Pekinese [,piːkɪŋ'iːz] *n* chó Nhật

pelican ['pɛlɪkən] *n* chim bồ nông; **pelican crossing** *n* lối qua đường có đèn giao thông

pellet ['pɛlɪt] *n* viên

pelvis ['pɛlvɪs] *n* khung xương chậu

pen [pɛn] *n* cái bút; **ballpoint pen** *n* bút bi; **felt-tip pen** *n* bút dạ; **fountain pen** *n* bút máy

penalize ['piːnə,laɪz] *v* phạt

penalty ['pɛnəltɪ] *n* hình phạt

pencil ['pɛnsəl] *n* cái bút chì; **pencil case** *n* hộp bút; **pencil sharpener** *n* cái gọt bút chì

pendant ['pɛndənt] *n* mặt dây chuyền

penfriend ['pɛn,frɛnd] *n* bạn qua thư

penguin ['pɛŋgwɪn] *n* chim cánh cụt

penicillin [,pɛnɪ'sɪlɪn] *n* pênixilin

peninsula [pɪ'nɪnsjʊlə] *n* bán đảo

penknife ['pɛn,naɪf] *n* dao nhíp

penny ['pɛnɪ] *n* đồng xu

pension ['pɛnʃən] *n* lương hưu

pensioner ['pɛnʃənə] *n* người hưởng lương hưu; **old-age pensioner** *n* người già hưởng lương hưu

pentathlon [pɛn'tæθlən] *n* cuộc thi điền kinh năm môn

penultimate [pɪ'nʌltɪmɪt] *adj* áp chót

people ['piːpəl] **(person** ['pɜːsən]**)** *npl* người; **A table for four people, please** Làm ơn cho một bàn bốn người

pepper ['pɛpə] *n* hạt tiêu

peppermill ['pɛpə,mɪl] *n* cối xay hạt tiêu

peppermint ['pɛpə,mɪnt] *n* cây bạc hà cay

per [pɜː; pə] *prep* cho mỗi; **per cent** *adv* phần trăm

percentage [pə'sɛntɪdʒ] *n* tỷ lệ phần trăm

percussion [pə'kʌʃən] *n* sự gõ

perfect ['pɜːfɪkt] *adj* hoàn thiện

perfection [pə'fɛkʃən] *n* sự hoàn thiện

perfectly ['pɜːfɪktlɪ] *adv* một cách hoàn hảo

perform [pə'fɔːm] *v* thực hiện

performance [pə'fɔːməns] *n* *(functioning)* sự thực hiện; **How long does the performance last?** Buổi biểu diễn kéo dài bao lâu?; **When does the performance begin?** Khi nào buổi biểu diễn bắt đầu?; **When does the performance end?** Khi nào buổi biểu diễn kết thúc?

perfume ['pɜːfjuːm] *n* nước hoa

perhaps [pə'hæps; præps] *adv* có thể

period ['pɪərɪəd] *n* thời kỳ; **trial period** *n* thời gian thử nghiệm

perjury ['pɜːdʒərɪ] *n* sự khai man trước toà

perm [pɜːm] *n* kiểu tóc uốn quăn

gợn sóng

permanent ['pɜ:mənənt] *adj* vĩnh
cửu

permanently ['pɜ:mənəntlɪ] *adv*
một cách lâu dài

permission [pə'mɪʃən] *n* sự cho
phép

permit ['pɜ:mɪt] *n* giấy phép; **work
permit** *n* giấy phép làm việc; **Do
you need a fishing permit?** Có
cần có giấy phép câu cá không?

persecute ['pɜ:sɪˌkju:t] *v* ngược đãi

persevere [ˌpɜ:sɪ'vɪə] *v* kiên trì

Persian ['pɜ:ʃən] *adj* thuộc Ba tư

persistent [pə'sɪstənt] *adj* dai dẳng

person ['pɜ:sᵊn] **(people** ['pi:pᵊl]**)** *n*
người; **How much is it per person?**
Bao nhiêu tiền một người?

personal ['pɜ:sənəl] *adj* riêng tư;
personal assistant *n* trợ lý riêng;
personal organizer *n* sổ nhật ký
cá nhân; **personal stereo** *n* máy
nghe nhạc cá nhân

personality [ˌpɜ:sə'næɪtɪ] *n* cá tính

personally ['pɜ:sənəlɪ] *adv* đích
thân

personnel [ˌpɜ:sə'nɛl] *n* nhân sự

perspective [pə'spɛktɪv] *n* cách
nhìn nhận

perspiration [ˌpɜ:spə'reɪʃən] *n* mồ
hôi

persuade [pə'sweɪd] *v* thuyết phục

persuasive [pə'sweɪsɪv] *adj* có sức
thuyết phục

Peru [pə'ru:] *n* nước Peru

Peruvian [pə'ru:vɪən] *adj* thuộc
Peru ▷ *n* người Peru

pessimist ['pɛsɪˌmɪst] *n* người bi
quan

pessimistic [ˌpɛsɪ'mɪstɪk] *adj* bi
quan

pest [pɛst] *n* kẻ quấy rầy

pester ['pɛstə] *v* quấy rầy

pesticide ['pɛstɪˌsaɪd] *n* thuốc trừ
sâu

pet [pɛt] *n* vật nuôi làm cảnh

petition [pɪ'tɪʃən] *n* đơn yêu cầu

petrified ['pɛtrɪˌfaɪd] *adj* chết điếng
người

petrol ['pɛtrəl] *n* xăng; **petrol
station** *n* trạm xăng; **petrol tank** *n*
bể chứa xăng; **unleaded petrol** *n*
xăng không pha chì; **I've run out of
petrol** Tôi bị hết xăng; **Is there a
petrol station near here?** Gần đây
có trạm xăng không?; **The petrol
has run out** Hết xăng rồi

pewter ['pju:tə] *n* hợp kim thiếc

pharmacist ['fɑ:məsɪst] *n* dược sỹ

pharmacy ['fɑ:məsɪ] *n* việc bào chế
dược phẩm

PhD [pi: eɪtʃ di:] *n* Tiến sĩ

pheasant ['fɛzᵊnt] *n* chim trĩ

philosophy [fɪ'lɒsəfɪ] *n* triết học

phobia ['fəʊbɪə] *n* nỗi sợ hãi

phone [fəʊn] *n* điện thoại ▷ *v* gọi
điện thoại; **camera phone** *n* điện
thoại chụp ảnh; **entry phone** *n*
điện thoại ở cửa vào; **mobile
phone** *n* điện thoại di động; **phone
back** *v* gọi điện lại; **phone bill** *n* hóa
đơn điện thoại; **phone number** *n*
số điện thoại; **smart phone** *n* điện
thoại thông minh; **Can I have your
phone number?** Cho tôi xin số
điện thoại của anh được không?;
Can I phone from here? Tôi có thể
gọi điện thoại từ đây được không?;
**Can I phone internationally from
here?** Tôi có thể gọi điện thoại

quốc tế từ đây được không?; **Can I use your phone, please?** Làm ơn cho tôi dùng điện thoại của anh được không?; **Do you sell international phone cards?** Anh có bán thẻ điện thoại quốc tế không?; **I must make a phone call** Tôi phải gọi điện thoại; **I want to make a phone call** Tôi muốn gọi điện thoại; **I'd like a twenty-five euro phone card** Tôi muốn mua một thẻ điện thoại hai mươi lăm euro; **I'd like some coins for the phone, please** Tôi muốn một ít tiền xu để gọi điện thoại; **I'm having trouble with the phone** Tôi đang gặp trục trặc với điện thoại; **May I use your phone?** Tôi có thể dùng điện thoại của anh được không?; **Where can I charge my mobile phone?** Tôi có thể xạc điện thoại di động ở đâu?; **Where can I make a phone call?** Tôi có thể gọi điện thoại ở đâu?

phonebook ['fəʊn,bʊk] n danh bạ điện thoại

phonebox ['fəʊn,bɒks] n hộp điện thoại

phonecall ['fəʊn,kɔːl] n cuộc điện thoại

phonecard ['fəʊn,kɑːd] n thẻ điện thoại; **A phonecard, please** Làm ơn bán cho tôi một thẻ điện thoại; **Where can I buy a phonecard?** Tôi có thể mua thẻ điện thoại ở đâu?

photo ['fəʊtəʊ] n ảnh; **photo album** n an-bum ảnh; **Can I download photos to here?** Tôi có thể tải ảnh về đây không?; **Can you put these photos on CD, please?** Anh làm ơn cho những ảnh này vào đĩa CD được không?; **I'd like the photos glossy** Tôi muốn ảnh bóng; **I'd like the photos matt** Tôi muốn ảnh không bóng; **When will the photos be ready?** Khi nào lấy được ảnh?

photocopier ['fəʊtəʊ,kɒpɪə] n máy phô tô copy

photocopy ['fəʊtəʊ,kɒpɪ] n bản sao phô tô copy ▷ v chụp phô tô copy

photograph ['fəʊtə,grɑːf] n ảnh ▷ v chụp ảnh

photographer [fə'tɒgrəfə] n người chụp ảnh

photography [fə'tɒgrəfɪ] n nghề chụp ảnh

phrase [freɪz] n cụm từ

phrasebook ['freɪz,bʊk] n sổ tay thành ngữ

physical ['fɪzɪkəl] adj thuộc về thân thể ▷ n kiểm tra sức khỏe

physicist ['fɪzɪsɪst] n nhà vật lý

physics ['fɪzɪks] npl vật lý

physiotherapist [,fɪzɪəʊ'θɛrəpɪst] n bác sỹ vật lý trị liệu

physiotherapy [,fɪzɪəʊ'θɛrəpɪ] n vật lý trị liệu

pianist ['pɪənɪst] n nghệ sỹ pianô

piano [pɪ'ænəʊ] n đàn pianô

pick [pɪk] n cuốc chim ▷ v nhặt

pick on [pɪk ɒn] v trêu chọc

pick out [pɪk aʊt] v chọn

pickpocket ['pɪk,pɒkɪt] n trộm móc túi

pick up [pɪk ʌp] v đón

picnic ['pɪknɪk] n píc níc

picture ['pɪktʃə] n bức tranh; **picture frame** n khung tranh

picturesque [,pɪktʃə'rɛsk] adj nên

thơ

pie [paɪ] *n* bánh; **apple pie** *n* bánh táo; **pie chart** *n* biểu đồ tròn

piece [piːs] *n* miếng

pier [pɪə] *n* cầu cảng

pierce [pɪəs] *v* xuyên thủng

pierced [pɪəst] *adj* thủng lỗ

piercing ['pɪəsɪŋ] *n* sự đâm thủng

pig [pɪg] *n* lợn; **guinea pig** *n* (for experiment) vật thí nghiệm, (rodent) chuột lang

pigeon ['pɪdʒɪn] *n* chim bồ câu

piggybank ['pɪgɪˌbæŋk] *n* lợn tiết kiệm

pigtail ['pɪgˌteɪl] *n* bím tóc

pile [paɪl] *n* đống

piles [paɪlz] *npl* bệnh trĩ

pile-up [paɪlʌp] *n* tai nạn liên hoàn

pilgrim ['pɪlgrɪm] *n* người hành hương

pilgrimage ['pɪlgrɪmɪdʒ] *n* đoàn hành hương

pill [pɪl] *n* viên thuốc; **sleeping pill** *n* thuốc ngủ

pillar ['pɪlə] *n* cột (nhà)

pillow ['pɪləʊ] *n* gối; **Please bring me an extra pillow** Làm ơn mang cho tôi thêm một cái gối

pillowcase ['pɪləʊˌkeɪs] *n* vỏ gối

pilot ['paɪlət] *n* phi công; **pilot light** *n* đèn mồi

pimple ['pɪmpəl] *n* mụn

pin [pɪn] *n* ghim; **drawing pin** *n* đinh ghim; **rolling pin** *n* trục cán; **safety pin** *n* kim-băng

PIN [pɪn] *npl* Số mật khẩu

pinafore ['pɪnəˌfɔː] *n* tạp dề

pinch [pɪntʃ] *v* cấu

pine [paɪn] *n* cây thông

pineapple ['paɪnˌæpəl] *n* quả dứa

pink [pɪŋk] *adj* hồng

pint [paɪnt] *n* vại (bia)

pip [pɪp] *n* hạt (quả)

pipe [paɪp] *n* ống; **exhaust pipe** *n* ống xả

pipeline ['paɪpˌlaɪn] *n* đường ống

pirate ['paɪrɪt] *n* cướp biển

Pisces ['paɪsiːz] *n* Cung song ngư

pistol ['pɪstəl] *n* súng lục

piston ['pɪstən] *n* pít tông

pitch [pɪtʃ] *n* (sound) độ cao (âm thanh), (sport) điểm bóng rơi ▷ *v* ném

pity ['pɪtɪ] *n* lòng thương ▷ *v* thương hại

pixel ['pɪksəl] *n* điểm ảnh

pizza ['piːtsə] *n* bánh pizza

place [pleɪs] *n* chỗ ▷ *v* để (ở đâu); **place of birth** *n* nơi sinh; **Do you know a good place to go?** Anh có biết chỗ nào hay để đi không?; **Where is the best place to dive?** Lặn ở chỗ nào là tốt nhất?

placement ['pleɪsmənt] *n* vị trí

plain [pleɪn] *adj* bằng phẳng ▷ *n* đồng bằng; **plain chocolate** *n* Sô cô la nguyên chất

plait [plæt] *n* bím tóc

plan [plæn] *n* kế hoạch ▷ *v* vạch kế hoạch; **street plan** *n* sơ đồ đường phố

plane [pleɪn] *n* (aeroplane) máy bay, (surface) mặt phẳng, (tool) cái bào; **My plane leaves at...** Máy bay của tôi cất cánh lúc...

planet ['plænɪt] *n* hành tinh

planning ['plænɪŋ] *n* quy hoạch

plant [plɑːnt] *n* (site/equipment) nhà máy, (vegetable organism) cây ▷ *v* trồng; **plant pot** *n* chậu cây; **pot**

plant n cây cảnh; **We'd like to see local plants and trees** Chúng tôi muốn xem cây cỏ địa phương

plaque [plæk; plɑːk] n tấm biển

plaster ['plɑːstə] n (for wall) vữa (trát ngoài), (for wound) băng dính y tế

plastic ['plæstɪk; 'plɑːs-] adj bằng nhựa ▷ n nhựa (tổng hợp); **plastic bag** n túi ni lông; **plastic surgery** n phẫu thuật thẩm mỹ

plate [pleɪt] n đĩa (đựng thức ăn); **number plate** n biển số xe

platform ['plætfɔːm] n bệ

platinum ['plætɪnəm] n bạch kim

play [pleɪ] n vở kịch ▷ v (in sport) chơi, (music) chơi; **play truant** v trốn học; **playing card** n quân bài; **playing field** n sân chơi; **Can I play video games?** Tôi có thể chơi trò chơi điện tử không?; **We'd like to play tennis** Chúng tôi muốn chơi ten-nít; **Where can I play golf?** Tôi có thể chơi gôn ở đâu?

player ['pleɪə] n (instrumentalist) người chơi nhạc, (of sport) cầu thủ; **CD player** n máy chạy đĩa CD; **MP3 player** n máy nghe nhạc MP3; **MP4 player** n máy nghe nhạc MP4

playful ['pleɪfʊl] adj hay vui đùa

playground ['pleɪˌɡraʊnd] n sân chơi

playgroup ['pleɪˌɡruːp] n nhóm chơi cho trẻ em

PlayStation® ['pleɪˌsteɪʃən] n Đầu chơi điện tử PlayStation®

playtime ['pleɪˌtaɪm] n giờ ra chơi

playwright ['pleɪˌraɪt] n nhà viết kịch

pleasant ['plezªnt] adj dễ chịu

please [pliːz] excl làm ơn!; **I'd like to check in, please** Làm ơn cho tôi làm thủ tục

pleased [pliːzd] adj hài lòng

pleasure ['pleʒə] n thú vui

plenty ['plentɪ] n nhiều

pliers ['plaɪəz] npl cái kìm

plot [plɒt] n (piece of land) mảnh đất, (secret plan) âm mưu ▷ v (conspire) âm mưu

plough [plaʊ] n cái bừa ▷ v bừa (cày)

plug [plʌɡ] n cái nút; **spark plug** n cái bu-di

plughole ['plʌɡˌhəʊl] n lỗ thoát nước

plug in [plʌɡ ɪn] v cắm vào

plum [plʌm] n quả mận

plumber ['plʌmə] n thợ ống nước

plumbing ['plʌmɪŋ] n đường ống nước

plump [plʌmp] adj bầu bĩnh

plunge [plʌndʒ] v lao xuống

plural ['plʊərəl] n số nhiều

plus [plʌs] prep cộng thêm

plywood ['plaɪˌwʊd] n gỗ dán

p.m. [piː em] abbr chiều tối

pneumonia [njuːˈməʊnɪə] n bệnh viêm phổi

poached [pəʊtʃt] adj (caught illegally) bị săn trộm, (simmered gently) ninh

pocket ['pɒkɪt] n túi; **pocket calculator** n máy tính bỏ túi; **pocket money** n tiền tiêu vặt

podcast ['pɒdˌkɑːst] n tệp tin podcast

poem ['pəʊɪm] n bài thơ

poet ['pəʊɪt] n nhà thơ

poetry ['pəʊɪtrɪ] n thơ ca

point [pɔɪnt] n điểm ▷ v chỉ (tay)

pointless ['pɔɪntlɪs] *adj* vô nghĩa
point out [pɔɪnt aʊt] *v* chỉ ra
poison ['pɔɪzᵊn] *n* thuốc độc ▷ *v* đầu độc
poisonous ['pɔɪzənəs] *adj* độc
poke [pəʊk] *v* chọc
Poland ['pəʊlənd] *n* nước Ba Lan
polar ['pəʊlə] *adj* ở địa cực; **polar bear** *n* gấu bắc cực
pole [pəʊl] *n* cọc; **North Pole** *n* Bắc Cực; **pole vault** *n* môn nhảy sào; **South Pole** *n* Nam cực; **tent pole** *n* cọc trụ lều
Pole [pəʊl] *n* người Ba Lan
police [pə'li:s] *n* cảnh sát; **police officer** *n* viên cảnh sát; **police station** *n* đồn cảnh sát
policeman, policemen [pə'li:smən, pə'li:smɛn] *n* nam cảnh sát
policewoman, policewomen [pə'li:swʊmən, pə'li:swɪmɪn] *n* nữ cảnh sát
policy ['pɒlɪsɪ] *n* **insurance policy** *n* đơn bảo hiểm
polio ['pəʊlɪəʊ] *n* bệnh bại liệt
polish ['pɒlɪʃ] *n* chất đánh bóng ▷ *v* đánh bóng; **nail polish** *n* thuốc sơn móng tay; **shoe polish** *n* xi đánh giày
Polish ['pəʊlɪʃ] *adj* thuộc Ba Lan ▷ *n* tiếng Ba Lan
polite [pə'laɪt] *adj* lịch sự
politely [pə'laɪtlɪ] *adv* lịch sự
politeness [pə'laɪtnɪs] *n* vẻ lịch sự
political [pə'lɪtɪkᵊl] *adj* chính trị
politician [,pɒlɪ'tɪʃən] *n* chính trị gia
politics ['pɒlɪtɪks] *npl* chính trị
poll [pəʊl] *n* bầu cử; **opinion poll** *n* cuộc thăm dò dư luận

pollen ['pɒlən] *n* phấn hoa
pollute [pə'lu:t] *v* làm ô nhiễm
polluted [pə'lu:tɪd] *adj* bị ô nhiễm
pollution [pə'lu:ʃən] *n* sự ô nhiễm
Polynesia [,pɒlɪ'ni:ʒə; -ʒɪə] *n* Quần đảo Polynesia
Polynesian [,pɒlɪ'ni:ʒən; -ʒɪən] *adj* thuộc Quần đảo Polynesia ▷ *n* *(language)* tiếng Polynesia, *(person)* người Polynesia
pomegranate ['pɒmɪ,grænɪt; 'pɒm,grænɪt] *n* lựu
pond [pɒnd] *n* ao
pony ['pəʊnɪ] *n* ngựa nhỏ; **pony trekking** *n* môn cưỡi ngựa nhỏ
ponytail ['pəʊnɪ,teɪl] *n* tóc đuôi ngựa
poodle ['pu:dᵊl] *n* chó lông xù
pool [pu:l] *n* *(resources)* vốn góp chung, *(water)* bể *(bơi)*; **paddling pool** *n* bể nước nhỏ cho trẻ em; **swimming pool** *n* bể bơi; **Is it an outdoor pool?** Bể bơi này ở ngoài trời à?; **Is the pool heated?** Bể bơi có nước ấm không?; **Is there a children's pool?** Có bể bơi cho trẻ em không?; **Is there a paddling pool for the children?** Có bể nông cho trẻ em lội không?; **Is there a swimming pool?** Có bể bơi không?
poor [pʊə; pɔ:] *adj* nghèo
poorly ['pʊəlɪ; 'pɔ:-] *adj* ốm
popcorn ['pɒp,kɔ:n] *n* bỏng ngô
pope [pəʊp] *n* Giáo hoàng
poplar ['pɒplə] *n* cây bạch dương
poppy ['pɒpɪ] *n* hoa anh túc
popular ['pɒpjʊlə] *adj* được ưa chuộng
popularity ['pɒpjʊlærɪtɪ] *n* sự được ưa chuộng

population [ˌpɒpjʊˈleɪʃən] *n* dân số

pop-up [pɒpʌp] *n* thông điệp bật lên

porch [pɔːtʃ] *n* cổng vòm

pork [pɔːk] *n* thịt lợn; **pork chop** *n* sườn lợn; **I don't eat pork** Tôi không ăn thịt lợn

porn [pɔːn] *n* tranh ảnh khiêu dâm

pornographic [pɔːˈnɒɡræfɪk] *adj* mang tính khiêu dâm

pornography [pɔːˈnɒɡrəfɪ] *n* tranh ảnh khiêu dâm

porridge [ˈpɒrɪdʒ] *n* cháo

port [pɔːt] *n* (*ships*) cảng, (*wine*) rượu vang ngọt

portable [ˈpɔːtəbəl] *adj* xách tay

porter [ˈpɔːtə] *n* người khuân vác

portfolio [pɔːtˈfəʊlɪəʊ] *n* cặp tài liệu

portion [ˈpɔːʃən] *n* phần

portrait [ˈpɔːtrɪt; -treɪt] *n* chân dung

Portugal [ˈpɔːtjʊɡəl] *n* nước Bồ Đào Nha

Portuguese [ˌpɔːtjʊˈɡiːz] *adj* thuộc Bồ Đào Nha ▷ *n* (*language*) tiếng Bồ Đào Nha, (*person*) người Bồ Đào Nha

position [pəˈzɪʃən] *n* vị trí

positive [ˈpɒzɪtɪv] *adj* chắc chắn

possess [pəˈzɛs] *v* chiếm hữu

possession [pəˈzɛʃən] *n* sự chiếm hữu

possibility [ˌpɒsɪˈbɪlɪtɪ] *n* khả năng

possible [ˈpɒsɪbəl] *adj* có thể

possibly [ˈpɒsɪblɪ] *adv* có thể

post [pəʊst] *n* (*mail*) bưu chính, (*position*) vị trí, (*stake*) cọc ▷ *v* gửi bưu điện; **post office** *n* bưu điện

postage [ˈpəʊstɪdʒ] *n* phí bưu điện

postbox [ˈpəʊstˌbɒks] *n* hộp thư

postcard [ˈpəʊstˌkɑːd] *n* bưu thiếp; **Can I have stamps for four postcards to...** Tôi muốn mua tem để gửi bốn bưu thiếp đi...; **Do you have any postcards?** Anh có bưu thiếp không?; **I'm looking for postcards** Tôi đang tìm mua bưu thiếp; **Where can I buy some postcards?** Tôi có thể mua bưu thiếp ở đâu?

postcode [ˈpəʊstˌkəʊd] *n* mã bưu chính

poster [ˈpəʊstə] *n* áp phích

postgraduate [pəʊstˈɡrædjʊɪt] *n* sinh viên sau đại học

postman, postmen [ˈpəʊstmən, ˈpəʊstmɛn] *n* nhân viên đưa thư

postmark [ˈpəʊstˌmɑːk] *n* dấu bưu điện

postpone [pəʊstˈpəʊn; pəˈspəʊn] *v* hoãn

postwoman, postwomen [ˈpəʊstwʊmən, ˈpəʊstwɪmɪn] *n* nữ nhân viên đưa thư

pot [pɒt] *n* chậu; **plant pot** *n* chậu cây; **pot plant** *n* cây cảnh

potato, potatoes [pəˈteɪtəʊ, pəˈteɪtəʊz] *n* khoai tây; **baked potato** *n* khoai tây nướng; **jacket potato** *n* khoai tây nướng cả vỏ; **mashed potatoes** *npl* khoai tây nghiền; **potato peeler** *n* dao gọt khoai

potential [pəˈtɛnʃəl] *adj* tiềm tàng ▷ *n* tiềm năng

pothole [ˈpɒtˌhəʊl] *n* ổ gà

pottery [ˈpɒtərɪ] *n* đồ gốm

potty [ˈpɒtɪ] *n* cái bô

pound [paʊnd] *n* đồng bảng; **pound sterling** *n* bảng Anh

pour [pɔ:] v rót
poverty ['pɒvətɪ] n sự nghèo đói
powder ['paʊdə] n bột; **baking powder** n bột nở; **soap powder** n bột giặt; **talcum powder** n phấn rôm; **washing powder** n bột giặt; **Do you have washing powder?** Anh có bột giặt không?
power ['paʊə] n lực; **power cut** n mất điện; **solar power** n năng lượng mặt trời
powerful ['paʊəfʊl] adj nhiều quyền lực
practical ['præktɪkəl] adj thực tế
practically ['præktɪkəlɪ; -klɪ] adv một cách thực tế
practice ['præktɪs] n thực tiễn
practise ['præktɪs] v hành nghề
praise [preɪz] v khen
pram [præm] n xe nôi
prank [præŋk] n trò đùa
prawn [prɔːn] n con tôm
pray [preɪ] v cầu nguyện
prayer [preə] n lời cầu nguyện
precaution [prɪ'kɔːʃən] n lời cảnh báo
preceding [prɪ'siːdɪŋ] adj trước
precinct ['priːsɪŋkt] n huyện; **pedestrian precinct** n khu vực dành cho người đi bộ
precious ['preʃəs] adj quý (giá trị)
precise [prɪ'saɪs] adj chính xác
precisely [prɪ'saɪslɪ] adv chính xác
predecessor ['priːdɪˌsesə] n người tiền nhiệm
predict [prɪ'dɪkt] v đoán trước
predictable [prɪ'dɪktəbəl] adj có thể đoán trước
prefect ['priːfekt] n quận
prefer [prɪ'fɜː] v thích hơn

preferably ['prefərəblɪ; 'prefrəblɪ] adv thì hơn
preference ['prefərəns; 'prefrəns] n sự thích hơn
pregnancy ['pregnənsɪ] n sự có thai
pregnant ['pregnənt] adj có thai; **I'm pregnant** Tôi đang có thai
prehistoric [ˌpriːhɪ'stɒrɪk] adj tiền sử
prejudice ['predʒʊdɪs] n định kiến
prejudiced ['predʒʊdɪst] adj bị định kiến
premature [ˌpremə'tjʊə; 'premətjʊə] adj non (thiếu)
premiere ['premɪˌeə; 'premɪə] n buổi chiếu ra mắt
premises ['premɪsɪz] npl khuôn viên
premonition [ˌpremə'nɪʃən] n linh tính báo trước
preoccupied [priː'ɒkjʊˌpaɪd] adj bận tâm
prepaid [priː'peɪd] adj trả trước
preparation [ˌprepə'reɪʃən] n sự chuẩn bị
prepare [prɪ'peə] v chuẩn bị; **Could you prepare this one without…?** Anh có thể chuẩn bị món này không có… không?; **Please prepare the bill** Làm ơn chuẩn bị hóa đơn
prepared [prɪ'peəd] adj sẵn sàng
Presbyterian [ˌprezbɪ'tɪərɪən] adj Thuộc Đạo Trưởng lão Tin lành ▷ n Tín đồ Đạo Trưởng lão Tin lành
prescribe [prɪ'skraɪb] v kê thuốc
prescription [prɪ'skrɪpʃən] n đơn thuốc
presence ['prezəns] n sự có mặt
present adj ['prez] có mặt ▷ n ['prez]

(gift) quà, *(time being)* hiện tại ▷ *v* [prɪˈzent] đệ trình; **I'm looking for a present for my husband** Tôi đang tìm một món quà cho chồng tôi

presentation [ˌprezənˈteɪʃən] *n* bản thuyết trình

presenter [prɪˈzentə] *n* người thuyết trình

presently [ˈprezəntlɪ] *adv* ngay đây

preservative [prɪˈzɜːvətɪv] *n* chất bảo quản

president [ˈprezɪdənt] *n* chủ tịch

press [pres] *n* máy ép ▷ *v* ép; **press conference** *n* họp báo

press-up [presʌp] *n* chống đẩy

pressure [ˈpreʃə] *n* áp suất ▷ *v* gây áp lực; **blood pressure** *n* huyết áp

prestige [preˈstiːʒ] *n* uy tín

prestigious [preˈstɪdʒəs] *adj* có uy tín

presumably [prɪˈzjuːməblɪ] *adv* theo suy đoán

presume [prɪˈzjuːm] *v* giả sử

pretend [prɪˈtend] *v* giả vờ

pretext [ˈpriːtekst] *n* cớ

prettily [ˈprɪtɪlɪ] *adv* một cách duyên dáng

pretty [ˈprɪtɪ] *adj* xinh ▷ *adv* khá

prevent [prɪˈvent] *v* ngăn ngừa

prevention [prɪˈvenʃən] *n* sự ngăn ngừa

previous [ˈpriːvɪəs] *adj* trước

previously [ˈpriːvɪəslɪ] *adv* trước kia

prey [preɪ] *n* mồi

price [praɪs] *n* giá *(tiền)*; **price list** *n* bảng giá; **retail price** *n* giá bán lẻ; **selling price** *n* giá bán; **Do you have a set-price menu?** Anh có thực đơn với giá định sẵn không?; **Does the price include boots?** Giá có bao gồm cả ủng không?; **Please write down the price** Làm ơn viết ra giá tiền; **What is included in the price?** Giá bao gồm những gì?

prick [prɪk] *v* chọc

pride [praɪd] *n* sự tự hào

priest [priːst] *n* linh mục

primarily [ˈpraɪmərəlɪ] *adv* chủ yếu

primary [ˈpraɪmərɪ] *adj* quan trọng nhất; **primary school** *n* trường phổ thông cơ sở

primitive [ˈprɪmɪtɪv] *adj* sơ khai

primrose [ˈprɪmˌrəʊz] *n* hoa anh thảo

prince [prɪns] *n* hoàng tử

princess [prɪnˈses] *n* công chúa

principal [ˈprɪnsɪpəl] *adj* chính ▷ *n* hiệu trưởng

principle [ˈprɪnsɪpəl] *n* nguyên tắc

print [prɪnt] *n* bản in ▷ *v* in

printer [ˈprɪntə] *n (machine)* máy in, *(person)* người làm nghề xuất bản; **Is there a colour printer?** Có máy in màu không?

printing [ˈprɪntɪŋ] *n* **How much is printing?** In giá bao nhiêu tiền?

printout [ˈprɪntaʊt] *n* bản in

priority [praɪˈɒrɪtɪ] *n* sự ưu tiên

prison [ˈprɪzən] *n* nhà tù; **prison officer** *n* quản giáo

prisoner [ˈprɪzənə] *n* phạm nhân

privacy [ˈpraɪvəsɪ; ˈprɪvəsɪ] *n* sự riêng tư

private [ˈpraɪvɪt] *adj* riêng tư; **private property** *n* tài sản riêng

privatize [ˈpraɪvɪˌtaɪz] *v* tư nhân hóa

privilege [ˈprɪvɪlɪdʒ] *n* đặc ân

prize [praɪz] *n* giải thưởng

prize-giving [ˈpraɪzˌɡɪvɪŋ] *n* lễ trao giải

prizewinner [ˈpraɪzˌwɪnə] *n* người trúng giải

probability [ˌprɒbəˈbɪlɪti] *n* xác suất

probable [ˈprɒbəbəl] *adj* có thể

probably [ˈprɒbəbli] *adv* có thể

problem [ˈprɒbləm] *n* vấn đề *(khó khăn)*; **No problem** Không có vấn đề gì; **There's a problem with the room** Phòng này có vấn đề; **Who do we contact if there are problems?** Nếu có vấn đề gì thì chúng tôi liên hệ với ai?

proceedings [prəˈsiːdɪŋz] *npl* trình tự sự kiện

proceeds [ˈprəʊsiːdz] *npl* doanh thu

process [ˈprəʊses] *n* quá trình

procession [prəˈseʃən] *n* lễ rước

produce [prəˈdjuːs] *v* tạo ra

producer [prəˈdjuːsə] *n* người sản xuất

product [ˈprɒdʌkt] *n* sản phẩm

production [prəˈdʌkʃən] *n* việc sản xuất

productivity [ˌprɒdʌkˈtɪvɪti] *n* năng suất

profession [prəˈfeʃən] *n* nghề

professional [prəˈfeʃənəl] *adj* lành nghề ▷ *n* một người hành nghề

professionally [prəˈfeʃənəli] *adv* một cách lành nghề

professor [prəˈfesə] *n* giáo sư

profit [ˈprɒfɪt] *n* lợi nhuận

profitable [ˈprɒfɪtəbəl] *adj* có lợi nhuận

program [ˈprəʊɡræm] *n* chương trình ▷ *v* lên chương trình

programme [ˈprəʊɡræm] *n* chương trình; **Can I use messenger programmes?** Tôi có thể sử dụng các chương trình messenger không?

programmer [ˈprəʊɡræmə] *n* lập trình viên

programming [ˈprəʊɡræmɪŋ] *n* việc lập trình

progress [ˈprəʊɡres] *n* tiến bộ

prohibit [prəˈhɪbɪt] *v* cấm

prohibited [prəˈhɪbɪtɪd] *adj* bị cấm

project [ˈprɒdʒekt] *n* dự án

projector [prəˈdʒektə] *n* máy chiếu; **overhead projector** *n* máy chiếu overhead

promenade [ˌprɒməˈnɑːd] *n* đường đi bộ ven biển

promise [ˈprɒmɪs] *n* lời hứa ▷ *v* hứa

promising [ˈprɒmɪsɪŋ] *adj* nhiều hứa hẹn

promote [prəˈməʊt] *v* xúc tiến

promotion [prəˈməʊʃən] *n* sự xúc tiến

prompt [prɒmpt] *adj* nhanh chóng

promptly [ˈprɒmptli] *adv* nhanh chóng

pronoun [ˈprəʊˌnaʊn] *n* đại từ

pronounce [prəˈnaʊns] *v* phát âm; **How do you pronounce it?** Phát âm từ này như thế nào?

pronunciation [prəˌnʌnsɪˈeɪʃən] *n* sự phát âm

proof [pruːf] *n (evidence)* bằng chứng, *(for checking)* bản mẫu

propaganda [ˌprɒpəˈɡændə] *n* sự quảng bá

proper [ˈprɒpə] *adj* thực sự

properly [ˈprɒpəli] *adv* nghiêm chỉnh

property ['propəti] *n* tài sản;
  private property *n* tài sản riêng
proportion [prə'pɔːʃən] *n* tỷ lệ
proportional [prə'pɔːʃənəl] *adj* theo
  tỷ lệ
proposal [prə'pəuzəl] *n* đề xuất
propose [prə'pəuz] *v* đề xuất
prosecute ['prɒsɪˌkjuːt] *v* truy tố
prospect ['prɒspɛkt] *n* triển vọng
prospectus [prə'spɛktəs] *n* bản cáo
  bạch
prosperity [prɒ'spɛrɪtɪ] *n* sự thịnh
  vượng
prostitute ['prɒstɪˌtjuːt] *n* gái điếm
protect [prə'tɛkt] *v* bảo vệ
protection [prə'tɛkʃən] *n* sự bảo vệ
protein ['prəutiːn] *n* prô tê in
protest *n* ['prəutɛst] sự phản đối ▷ *v*
  [prə'tɛst] phản đối
Protestant ['prɒtɪstənt] *adj* Thuộc
  Đạo Tin lành ▷ *n* Tín đồ Đạo Tin
  lành
proud [praud] *adj* tự hào
prove [pruːv] *v* chứng minh
proverb ['prɒvɜːb] *n* tục ngữ
provide [prə'vaid] *v* cung cấp;
  provide for *v* trợ cấp
provided [prə'vaidid] *conj* với điều
  kiện
providing [prə'vaidiŋ] *conj* với điều
  kiện
provisional [prə'vɪʒənəl] *adj* tạm
  thời
proximity [prɒk'sɪmɪtɪ] *n* sự gần
  gũi
prune [pruːn] *n* mận khô
pry [prai] *v* thóc mách
pseudonym ['sjuːdəˌnɪm] *n* tên giả
psychiatric [ˌsaɪkɪ'ætrɪk] *adj* thuộc
  về tâm thần học

psychiatrist [sai'kaiətrist] *n* bác sỹ
  tâm thần
psychological [ˌsaɪkə'lɒdʒɪkəl] *adj*
  thuộc về tâm lý
psychologist [sai'kɒlədʒist] *n* nhà
  tâm lý học
psychology [sai'kɒlədʒi] *n* tâm lý
  học
psychotherapy [ˌsaɪkəu'θɛrəpɪ] *n*
  tâm lý liệu pháp
PTO [pi: ti: əu] *abbr* Xem Trang Bên
pub [pʌb] *n* quán rượu
public ['pʌblɪk] *adj* công cộng ▷ *n*
  quần chúng; **public holiday** *n* ngày
  nghỉ lễ; **public opinion** *n* công luận;
  public relations *npl* quan hệ công
  cộng; **public school** *n* trường công;
  public transport *n* giao thông
  công cộng
publican ['pʌblɪkən] *n* chủ quán
  rượu
publication [ˌpʌblɪ'keɪʃən] *n* xuất
  bản
publish ['pʌblɪʃ] *v* xuất bản
publisher ['pʌblɪʃə] *n* nhà xuất bản
pudding ['pudɪŋ] *n* bánh pút đinh
puddle ['pʌdəl] *n* vũng nước
Puerto Rico ['pwɜːtəu 'riːkəu;
  'pwɛə-] *n* nước Pót tơ Ríc Cô
pull [pul] *v* kéo
pull down [pul daun] *v* kéo đổ
pull out [pul aut] *vi* rút khỏi
pullover ['pulˌəuvə] *n* áo thun
pull up [pul ʌp] *v* dừng lại
pulse [pʌls] *n* mạch
pulses [pʌlsɪz] *npl* độ xung
pump [pʌmp] *n* bơm ▷ *v* bơm;
  bicycle pump *n* bơm xe đạp; **Do
  you have a pump?** Anh có bơm
  không?; **Pump number three,**

please Máy bán xăng số ba ạ
pumpkin ['pʌmpkɪn] *n* bí ngô
pump up [pʌmp ʌp] *v* bơm lên
punch [pʌntʃ] *n (blow)* cú đấm, *(hot drink)* Đồ uống nóng có rượu ▷ *v* đấm
punctual ['pʌŋktjʊəl] *adj* đúng giờ
punctuation [ˌpʌŋktjʊ'eɪʃən] *n* dấu chấm phẩy
puncture ['pʌŋktʃə] *n* lỗ thủng
punish ['pʌnɪʃ] *v* phạt
punishment ['pʌnɪʃmənt] *n* sự trừng phạt; **capital punishment** *n* án tử hình; **corporal punishment** *n* hình phạt về thể xác
punk [pʌŋk] *n* người vô dụng
pupil ['pjuːpəl] *n (eye)* đồng tử, *(learner)* học sinh
puppet ['pʌpɪt] *n* con rối
puppy ['pʌpɪ] *n* chó con
purchase ['pɜːtʃɪs] *v* mua
pure [pjʊə] *adj* tinh khiết
purple ['pɜːpəl] *adj* tím
purpose ['pɜːpəs] *n* mục đích
purr [pɜː] *v* rên gừ gừ
purse [pɜːs] *n* ví *(đựng tiền)*
pursue [pə'sjuː] *v* theo đuổi
pursuit [pə'sjuːt] *n* sự theo đuổi
pus [pʌs] *n* mủ
push [pʊʃ] *v* đẩy; **Can you give me a push?** Anh làm ơn đẩy giúp
pushchair ['pʊʃtʃeə] *n* xe đẩy trẻ em
push-up [pʊʃʌp] *n* đẩy xà
put [pʊt] *v* để *(đặt)*; **Put it down over there, please** Làm ơn để ở đằng kia
put aside [pʊt ə'saɪd] *v* tiết kiệm
put away [pʊt ə'weɪ] *v* tiết kiệm
put back [pʊt bæk] *v* để lại
put forward [pʊt fɔːwəd] *v* đề xuất

put in [pʊt ɪn] *v* dành
put off [pʊt ɒf] *v* hoãn
put up [pʊt ʌp] *v* xây dựng
puzzle ['pʌzəl] *n* vấn đề khó
puzzled ['pʌzəld] *adj* băn khoăn
puzzling ['pʌzlɪŋ] *adj* khó giải quyết
pyjamas [pə'dʒɑːməz] *npl* quần áo ngủ
pylon ['paɪlən] *n* cột điện
pyramid ['pɪrəmɪd] *n* kim tự tháp

q

Qatar [kæ'tɑ:] *n* tiểu vương quốc Qatar

quail [kweɪl] *n* chim cút

quaint [kweɪnt] *adj* kỳ lạ

Quaker ['kweɪkə] *n* tín đồ phái Quây-cơ

qualification [ˌkwɒlɪfɪ'keɪʃən] *n* trình độ

qualified ['kwɒlɪˌfaɪd] *adj* đủ trình độ

qualify ['kwɒlɪˌfaɪ] *v* có đủ trình độ

quality ['kwɒlɪtɪ] *n* phẩm chất

quantify ['kwɒntɪˌfaɪ] *v* định lượng

quantity ['kwɒntɪtɪ] *n* số lượng

quarantine ['kwɒrənˌti:n] *n* sự kiểm dịch

quarrel ['kwɒrəl] *n* sự tranh cãi ▷ *v* tranh cãi

quarry ['kwɒrɪ] *n* mỏ đá

quarter ['kwɔ:tə] *n* một phần tư; **quarter final** *n* trận tứ kết

quartet [kwɔ:'tɛt] *n* nhóm tứ tấu

quay [ki:] *n* bến tàu

queen [kwi:n] *n* nữ hoàng

query ['kwɪərɪ] *n* thắc mắc ▷ *v* thắc mắc

question ['kwɛstʃən] *n* câu hỏi ▷ *v* hỏi; **question mark** *n* dấu chấm hỏi

questionnaire [ˌkwɛstʃə'nɛə; ˌkɛs-] *n* phiếu điều tra

queue [kju:] *n* hàng *(xếp)* ▷ *v* xếp hàng; **Is this the end of the queue?** Đây có phải là cuối hàng không?

quick [kwɪk] *adj* nhanh

quickly ['kwɪklɪ] *adv* nhanh

quiet ['kwaɪət] *adj* yên lặng

quietly ['kwaɪətlɪ] *adv* yên lặng

quilt [kwɪlt] *n* chăn chần bông

quit [kwɪt] *v* bỏ

quite [kwaɪt] *adv* khá; **It's quite far** Khá xa đấy; **It's quite good** Được đấy

quiz, quizzes [kwɪz, 'kwɪzɪz] *n* cuộc thi đố

quota ['kwəʊtə] *n* chỉ tiêu

quotation [kwəʊ'teɪʃən] *n* đoạn trích dẫn; **quotation marks** *npl* dấu ngoặc kép

quote [kwəʊt] *n* đoạn trích dẫn ▷ *v* trích dẫn

r

rabbi ['ræbaɪ] *n* giáo sĩ Do thái
rabbit ['ræbɪt] *n* con thỏ
rabies ['reɪbiːz] *n* bệnh dại
race [reɪs] *n (contest)* cuộc đua, *(origin)* chủng tộc ▷ *v* đua; **I'd like to see a horse race** Tôi muốn xem đua ngựa
racecourse ['reɪs‚kɔːs] *n* trường đua ngựa
racehorse ['reɪs‚hɔːs] *n* ngựa đua
racer ['reɪsə] *n* vận động viên đua
racetrack ['reɪs‚træk] *n* đường đua
racial ['reɪʃəl] *adj* liên quan đến phân chia chủng tộc
racing ['reɪsɪŋ] *n* **horse racing** *n* đua ngựa; **motor racing** *n* cuộc đua ô tô; **racing car** *n* xe đua; **racing driver** *n* tay đua
racism ['reɪsɪzəm] *n* sự phân biệt chủng tộc
racist ['reɪsɪst] *adj* phân biệt chủng tộc ▷ *n* người phân biệt chủng tộc
rack [ræk] *n* cái giá; **luggage rack** *n* giá để hành lý
racket ['rækɪt] *n (racquet)* sự huyên náo; **tennis racket** *n* vợt quần vợt
racoon [rə'kuːn] *n* gấu trúc Mỹ
racquet ['rækɪt] *n* cái vợt
radar ['reɪdɑː] *n* hệ thống ra-đa
radiation [‚reɪdɪ'eɪʃən] *n* sự bức xạ
radiator ['reɪdɪ‚eɪtə] *n* hệ thống sưởi
radio ['reɪdɪəʊ] *n* rađiô; **digital radio** *n* máy thu thanh kỹ thuật số; **radio station** *n* đài phát thanh
radioactive [‚reɪdɪəʊ'æktɪv] *adj* phát ra tia phóng xạ
radio-controlled ['reɪdɪəʊ'kən'trəʊld] *adj* được điều khiển bằng rađiô
radish ['rædɪʃ] *n* củ cải
raffle ['ræfˀl] *n* xổ số có giải bằng hiện vật
raft [rɑːft] *n* cái bè
rag [ræg] *n* giẻ rách
rage [reɪdʒ] *n* cơn thịnh nộ; **road rage** *n* hành vi hiếu chiến của lái xe
raid [reɪd] *n* cuộc đột kích ▷ *v* tấn công bất ngờ
rail [reɪl] *n* chấn song
railcard ['reɪl‚kɑːd] *n* thẻ giảm giá đi tàu
railings ['reɪlɪŋz] *npl* rào chắn
railway ['reɪl‚weɪ] *n* đường sắt; **railway station** *n* ga xe lửa
rain [reɪn] *n* mưa ▷ *v* mưa; **acid rain** *n* mưa axit; **Do you think it's going to rain?** Anh nghĩ sắp có mưa không?; **It's raining** Trời đang mưa
rainbow ['reɪn‚bəʊ] *n* cầu vồng
raincoat ['reɪn‚kəʊt] *n* áo mưa
rainforest ['reɪn‚fɒrɪst] *n* rừng rậm

nhiệt đới

rainy ['reɪnɪ] *adj* có mưa

raise [reɪz] *v* nâng lên

raisin ['reɪzᵊn] *n* nho khô

rake [reɪk] *n* cái cào

rally ['rælɪ] *n* cuộc mít-tinh lớn

ram [ræm] *n* cừu đực ▷ *v* đâm vào

Ramadan [ˌræməˈdɑːn] *n* Tháng nhịn ăn ban ngày

rambler ['ræmblə] *n* người đi dạo

ramp [ræmp] *n* đoạn đường dốc

random ['rændəm] *adj* ngẫu nhiên

range [reɪndʒ] *n (limits)* phạm vi, *(mountains)* dãy ▷ *v* thay đổi giữa hai mức

rank [ræŋk] *n (line)* dãy, *(status)* vị trí ▷ *v* giữ vị trí

ransom ['rænsəm] *n* tiền chuộc

rape [reɪp] *n (plant)* cây cải dầu, *(sexual attack)* hiếp dâm ▷ *v* hiếp dâm

rapids ['ræpɪdz] *npl* ghềnh

rapist ['reɪpɪst] *n* kẻ hiếp dâm

rare [rɛə] *adj (uncommon)* hiếm thấy, *(undercooked)* tái

rarely ['rɛəlɪ] *adv* hiếm khi

rash [ræʃ] *n* chứng phát ban

raspberry ['rɑːzbərɪ; -brɪ] *n* cây mâm xôi

rat [ræt] *n* con chuột *(con vật)*

rate [reɪt] *n* tốc độ ▷ *v* đánh giá; **interest rate** *n* tỉ lệ lãi suất; **rate of exchange** *n* tỷ giá hối đoái

rather ['rɑːðə] *adv* khá

ratio ['reɪʃɪˌəʊ] *n* tỷ lệ

rational ['ræʃənᵊl] *adj* hợp lý

rattle ['rætᵊl] *n* tiếng lách cách

rattlesnake ['rætᵊlˌsneɪk] *n* rắn chuông

rave [reɪv] *n* bài bình phẩm ca ngợi

▷ *v* nói như điên như dại

raven ['reɪvᵊn] *n* con quạ

ravenous ['rævənəs] *adj* rất đói

ravine [rəˈviːn] *n* khe núi

raw [rɔː] *adj* sống *(chưa chín)*; **I can't eat raw eggs** Tôi không ăn được trứng sống

razor ['reɪzə] *n* dao cạo; **razor blade** *n* lưỡi dao cạo

reach [riːtʃ] *v* tới

react [rɪˈækt] *v* phản ứng

reaction [rɪˈækʃən] *n* sự phản ứng

reactor [rɪˈæktə] *n* lò phản ứng

read [riːd] *v* đọc; **I can't read it** Tôi không đọc được

reader ['riːdə] *n* độc giả

readily ['rɛdɪlɪ] *adv* sẵn sàng

reading ['riːdɪŋ] *n* sự đọc

read out [riːd] *v* đọc to

ready ['rɛdɪ] *adj* sẵn sàng; **Are you ready?** Anh sẵn sàng chưa?; **I'm not ready** Tôi chưa sẵn sàng; **I'm ready** Tôi sẵn sàng rồi; **When will the car be ready?** Khi nào thì xe sửa xong?

ready-cooked ['rɛdɪˈkʊkt] *adj* nấu sẵn

real ['rɪəl] *adj* có thực

realistic [ˌrɪəˈlɪstɪk] *adj* có óc thực tế

reality [rɪˈælɪtɪ] *n* thực tế; **reality TV** *n* chương trình ti-vi thực tế; **virtual reality** *n* thực tế ảo

realize ['rɪəˌlaɪz] *v* nhận ra

really ['rɪəlɪ] *adv* thực sự

rear [rɪə] *adj* ở đằng sau ▷ *n* phía sau; **rear-view mirror** *n* gương chiếu hậu

reason ['riːzᵊn] *n* lý do

reasonable ['riːzənəbᵊl] *adj* biết

điều

reasonably ['riːzənəblɪ] *adv* vừa phải

reassure [ˌriːə'ʃʊə] *v* làm yên lòng

reassuring [ˌriːə'ʃʊərɪŋ] *adj* làm yên lòng

rebate ['riːbeɪt] *n* tiền hoàn lại

rebellious [rɪ'beljəs] *adj* nổi loạn

rebuild [riː'bɪld] *v* tái thiết

receipt [rɪ'siːt] *n* biên lai; **I need a receipt for the insurance** Tôi cần một biên lai cho bảo hiểm; **I need a receipt, please** Làm ơn cho tôi biên lai

receive [rɪ'siːv] *v* nhận

receiver [rɪ'siːvə] *n (electronic)* máy thu, *(person)* người quản lý tài sản

recent ['riːsᵊnt] *adj* gần đây

recently ['riːsəntlɪ] *adv* mới đây

reception [rɪ'sepʃən] *n* khu tiếp tân

receptionist [rɪ'sepʃənɪst] *n* nhân viên tiếp tân

recession [rɪ'seʃən] *n* tình trạng suy thoái

recharge [riː'tʃɑːdʒ] *v* nạp lại

recipe ['resɪpɪ] *n* công thức nấu ăn

recipient [rɪ'sɪpɪənt] *n* người nhận

reckon ['rekən] *v* nghĩ là

reclining [rɪ'klaɪnɪŋ] *adj* có thể ngửa ra sau

recognizable ['rekəgˌnaɪzəbᵊl] *adj* có thể nhận ra

recognize ['rekəgˌnaɪz] *v* nhận ra

recommend [ˌrekə'mend] *v* khuyến nghị

recommendation [ˌrekəmen'deɪʃən] *n* sự khuyến nghị

reconsider [ˌriːkən'sɪdə] *v* cân nhắc lại

record *n* ['rekɔːd] hồ sơ ▷ *v* [rɪ'kɔːd]

ghi lại

recorded delivery [rɪ'kɔːdɪd dɪ'lɪvərɪ] *n* dịch vụ thư bảo đảm

recorder [rɪ'kɔːdə] *n (music)* ống tiêu, *(scribe)* máy ghi

recording [rɪ'kɔːdɪŋ] *n* băng ghi âm

recover [rɪ'kʌvə] *v* hồi phục

recovery [rɪ'kʌvərɪ] *n* sự hồi phục

recruitment [rɪ'kruːtmənt] *n* sự tuyển mộ

rectangle ['rekˌtæŋgᵊl] *n* hình chữ nhật

rectangular [rek'tæŋgjʊlə] *adj* có hình chữ nhật

rectify ['rektɪˌfaɪ] *v* sửa lại

recurring [rɪ'kʌrɪŋ] *adj* tái diễn

recycle [riː'saɪkᵊl] *v* tái chế

recycling [riː'saɪklɪŋ] *n* sự tái chế

red [red] *adj* màu đỏ; **red meat** *n* thịt đỏ; **red wine** *n* rượu vang đỏ; **Red Cross** *n* Hội chữ thập đỏ; **Red Sea** *n* Hồng Hải

redcurrant ['red'kʌrənt] *n* quả lý chua

redecorate [riː'dekəˌreɪt] *v* trang trí lại

red-haired ['redˌheəd] *adj* có tóc đỏ

redhead ['redˌhed] *n* người có tóc đỏ

redo [riː'duː] *v* làm lại

reduce [rɪ'djuːs] *v* giảm

reduction [rɪ'dʌkʃən] *n* sự giảm

redundancy [rɪ'dʌndənsɪ] *n* tình trạng dư thừa

redundant [rɪ'dʌndənt] *adj* bị cho thôi việc

reed [riːd] *n* cây sậy

reel [riːl; rɪəl] *n* ống

refer [rɪ'fɜː] *v* nhắc đến

referee [ˌrefə'riː] *n* trọng tài

reference ['rɛfərəns; 'rɛfrəns] n sự nhắc đến; **reference number** n số tham chiếu

refill [riː'fɪl] v làm cho đầy lại

refinery [rɪ'faɪnərɪ] n nhà máy lọc; **oil refinery** n nhà máy lọc dầu

reflect [rɪ'flɛkt] v phản chiếu

reflection [rɪ'flɛkʃən] n sự phản chiếu

reflex ['riːflɛks] n phản xạ

refreshing [rɪ'frɛʃɪŋ] adj làm tỉnh táo

refreshments [rɪ'frɛʃmənts] npl đồ ăn nhẹ

refrigerator [rɪ'frɪdʒəˌreɪtə] n tủ lạnh

refuel [riː'fjuːəl] v tiếp nhiên liệu

refuge ['rɛfjuːdʒ] n nơi trú ẩn

refugee [ˌrɛfjʊ'dʒiː] n người tị nạn

refund n ['riːˌfʌnd] tiền hoàn lại ▷ v [rɪ'fʌnd] hoàn lại tiền

refusal [rɪ'fjuːzəl] n sự từ chối

refuse¹ [rɪ'fjuːz] v từ chối

refuse² ['rɛfjuːs] n rác

regain [rɪ'geɪn] v lấy lại

regard [rɪ'gɑːd] n sự quý trọng ▷ v coi như

regarding [rɪ'gɑːdɪŋ] prep về việc

regiment ['rɛdʒɪmənt] n trung đoàn

region ['riːdʒən] n khu vực

regional ['riːdʒənəl] adj thuộc khu vực

register ['rɛdʒɪstə] n sổ sách ▷ v đăng ký; **cash register** n máy tính tiền; **Where do I register?** Tôi đăng ký ở đâu?

registered ['rɛdʒɪstəd] adj đã đăng ký

registration [ˌrɛdʒɪ'streɪʃən] n sự đăng ký

regret [rɪ'grɛt] n sự ân hận ▷ v tiếc

regular ['rɛgjʊlə] adj thông thường

regularly ['rɛgjʊləlɪ] adv đều đặn

regulation [ˌrɛgjʊ'leɪʃən] n quy định

rehearsal [rɪ'hɜːsəl] n sự diễn tập

rehearse [rɪ'hɜːs] v diễn tập

reimburse [ˌriːɪm'bɜːs] v bồi hoàn

reindeer ['reɪnˌdɪə] n con tuần lộc

reins [reɪnz] npl cái đai cương

reject [rɪ'dʒɛkt] v bác bỏ

relapse ['riːˌlæps] n sự tái phát

related [rɪ'leɪtɪd] adj có quan hệ

relation [rɪ'leɪʃən] n sự liên quan; **public relations** npl quan hệ công cộng

relationship [rɪ'leɪʃənʃɪp] n mối quan hệ

relative ['rɛlətɪv] n họ hàng

relatively ['rɛlətɪvlɪ] adv tương đối

relax [rɪ'læks] v thư giãn

relaxation [ˌriːlæk'seɪʃən] n sự nghỉ ngơi

relaxed [rɪ'lækst] adj thoải mái

relaxing [rɪ'læksɪŋ] adj làm cho thoải mái

relay ['riːleɪ] n người chạy tiếp sức

release [rɪ'liːs] n sự phóng thích ▷ v phóng thích

relegate ['rɛlɪˌgeɪt] v giáng chức

relevant ['rɛlɪvənt] adj có liên quan

reliable [rɪ'laɪəbəl] adj đáng tin cậy

relief [rɪ'liːf] n sự khuây khỏa

relieve [rɪ'liːv] v làm dịu đi

relieved [rɪ'liːvd] adj bớt căng thẳng

religion [rɪ'lɪdʒən] n tôn giáo

religious [rɪ'lɪdʒəs] adj thuộc tôn giáo

reluctant [rɪˈlʌktənt] *adj* miễn cưỡng

reluctantly [rɪˈlʌktəntlɪ] *adv* miễn cưỡng

rely [rɪˈlaɪ] *v* **rely on** *v* dựa vào

remain [rɪˈmeɪn] *v* còn lại

remaining [rɪˈmeɪnɪŋ] *adj* còn lại

remains [rɪˈmeɪnz] *npl* đồ thừa

remake [ˈriːˌmeɪk] *n* phiên bản mới

remark [rɪˈmɑːk] *n* lời bình luận

remarkable [rɪˈmɑːkəbəl] *adj* đáng chú ý

remarkably [rɪˈmɑːkəblɪ] *adv* đáng chú ý

remarry [riːˈmærɪ] *v* tái hôn

remedy [ˈremɪdɪ] *n* phương thuốc

remember [rɪˈmembə] *v* nhớ

remind [rɪˈmaɪnd] *v* nhắc nhở

reminder [rɪˈmaɪndə] *n* vật làm nhớ lại

remorse [rɪˈmɔːs] *n* sự ăn năn

remote [rɪˈməʊt] *adj* xa xôi; **remote control** *n* điều khiển từ xa

remotely [rɪˈməʊtlɪ] *adv* rất xa

removable [rɪˈmuːvəbəl] *adj* có thể di dời được

removal [rɪˈmuːvəl] *n* sự di dời; **removal van** *n* xe tải chuyên dùng để di dời

remove [rɪˈmuːv] *v* dời đi

remover [rɪˈmuːvə] *n* **nail polish remover** *n* thuốc tẩy sơn móng tay

rendezvous [ˈrɒndɪˌvuː] *n* cuộc hẹn

renew [rɪˈnjuː] *v* bắt đầu lại

renewable [rɪˈnjuːəbəl] *adj* có thể thay mới

renovate [ˈrenəveɪt] *v* hồi phục lại

renowned [rɪˈnaʊnd] *adj* nổi tiếng

rent [rent] *n* tiền thuê ▷ *v* cho thuê; **Do you rent DVDs?** Anh có cho thuê DVD không?

rental [ˈrentəl] *n* tiền thuê; **car rental** *n* sự thuê xe ô tô; **rental car** *n* ô tô cho thuê

reorganize [riːˈɔːgəˌnaɪz] *v* tổ chức lại

rep [rep] *n* nhà hát biểu diễn kịch mục

repair [rɪˈpeə] *n* sự sửa chữa ▷ *v* sửa chữa; **repair kit** *n* bộ đồ sửa chữa; **How much will the repairs cost?** Sửa sẽ mất bao nhiêu tiền?; **Where can I get this repaired?** Tôi có thể chữa cái này ở đâu?; **Where is the nearest bike repair shop?** Cửa hàng sửa xe đạp gần nhất ở đâu?

repay [rɪˈpeɪ] *v* trả lại tiền

repayment [rɪˈpeɪmənt] *n* khoản tiền trả lại

repeat [rɪˈpiːt] *n* sự nhắc lại ▷ *v* nhắc lại; **Could you repeat that, please?** Anh làm ơn nhắc lại được không?

repeatedly [rɪˈpiːtɪdlɪ] *adv* lặp lại

repellent [rɪˈpelənt] *adj* ghê tởm; **insect repellent** *n* thuốc diệt côn trùng; **Do you have insect repellent?** Anh có thuốc chống côn trùng không?

repercussions [ˌriːpəˈkʌʃənz] *npl* hậu quả

repetitive [rɪˈpetɪtɪv] *adj* lặp đi lặp lại

replace [rɪˈpleɪs] *v* thay thế

replacement [rɪˈpleɪsmənt] *n* sự thay thế

replay *n* [ˈriːˌpleɪ] việc chiếu lại ▷ *v* [riːˈpleɪ] chơi lại

replica [ˈreplɪkə] *n* bản sao

reply [rɪˈplaɪ] *n* câu trả lời ▷ *v* đáp lại

report [rɪ'pɔːt] *n* bản báo cáo ▷ *v* báo cáo; **report card** *n* báo cáo học tập; **I need a police report for my insurance** Tôi cần một bản báo cáo của công an cho bảo hiểm của tôi

reporter [rɪ'pɔːtə] *n* phóng viên

represent [ˌreprɪ'zent] *v* đại diện cho

representative [ˌreprɪ'zentətɪv] *adj* điển hình

reproduction [ˌriːprə'dʌkʃən] *n* sự sinh sản

reptile ['reptaɪl] *n* loài bò sát

republic [rɪ'pʌblɪk] *n* nền cộng hòa

repulsive [rɪ'pʌlsɪv] *adj* ghê tởm

reputable ['repjʊtəbᵊl] *adj* đáng tin

reputation [ˌrepjʊ'teɪʃən] *n* danh tiếng

request [rɪ'kwest] *n* đề nghị ▷ *v* đề nghị

require [rɪ'kwaɪə] *v* cần có

requirement [rɪ'kwaɪəmənt] *n* yêu cầu

rescue ['reskjuː] *n* sự cứu nguy ▷ *v* cứu; **Where is the nearest mountain rescue service post?** Trạm dịch vụ cứu hộ trên núi gần nhất ở đâu?

research [rɪ'sɜːtʃ; 'riːsɜːtʃ] *n* nghiên cứu; **market research** *n* nghiên cứu thị trường

resemblance [rɪ'zembləns] *n* sự giống nhau

resemble [rɪ'zembᵊl] *v* giống với

resent [rɪ'zent] *v* ghen ghét

resentful [rɪ'zentfʊl] *adj* đầy ghen ghét

reservation [ˌrezə'veɪʃən] *n* sự e dè

reserve [rɪ'zɜːv] *n* (land) khu bảo tồn, (retention) vật dự trữ ▷ *v* dự trữ

reserved [rɪ'zɜːvd] *adj* kín đáo

reservoir ['rezəvwɑː] *n* hồ chứa nước

resident ['rezɪdənt] *n* người dân

residential [ˌrezɪ'denʃəl] *adj* thuộc khu dân cư

resign [rɪ'zaɪn] *v* từ chức

resin ['rezɪn] *n* nhựa cây

resist [rɪ'zɪst] *v* chống lại

resistance [rɪ'zɪstəns] *n* sự chống cự

resit [riː'sɪt] *v* thi lại

resolution [ˌrezə'luːʃən] *n* sự kiên định

resort [rɪ'zɔːt] *n* khu nghỉ; **resort to** *v* phải viện đến

resource [rɪ'zɔːs; -'sɔːs] *n* nguồn lực; **natural resources** *npl* tài nguyên thiên nhiên

respect [rɪ'spekt] *n* sự kính trọng ▷ *v* tôn trọng

respectable [rɪ'spektəbᵊl] *adj* đáng kính

respectively [rɪ'spektɪvlɪ] *adv* theo thứ tự

respond [rɪ'spɒnd] *v* trả lời

response [rɪ'spɒns] *n* câu trả lời

responsibility [rɪˌspɒnsə'bɪlɪtɪ] *n* trách nhiệm

responsible [rɪ'spɒnsəbᵊl] *adj* chịu trách nhiệm

rest [rest] *n* sự nghỉ ngơi ▷ *v* nghỉ ngơi; **the rest** *n* sự nghỉ ngơi

restaurant ['restərɒŋ; -rɒnt] *n* nhà hàng; **Are there any vegetarian restaurants here?** Có nhà hàng ăn chay nào ở đây không?

restful ['restfʊl] *adj* thư thái

restless ['restlɪs] *adj* bất ổn

restore [rɪ'stɔː] v phục hồi lại

restrict [rɪ'strɪkt] v hạn chế

restructure [riː'strʌktʃə] v cơ cấu lại

result [rɪ'zʌlt] n kết quả; **result in** v là kết quả của

resume [rɪ'zjuːm] v tiếp tục lại

retail ['riːteɪl] n sự bán lẻ ▷ v bán lẻ; **retail price** n giá bán lẻ

retailer ['riːteɪlə] n người bán lẻ

retire [rɪ'taɪə] v nghỉ hưu

retired [rɪ'taɪəd] adj đã về hưu

retirement [rɪ'taɪəmənt] n sự về hưu

retrace [rɪ'treɪs] v thoái lui

return [rɪ'tɜːn] n (coming back) sự trở về, (yield) thu nhập ▷ vi trở về ▷ vt trả lại; **day return** n vé hai chiều đi về trong ngày; **return ticket** n vé khứ hồi; **tax return** n bản khai thuế; **I'd like to return this** Tôi muốn trả lại cái này

reunion [riː'juːnjən] n sự đoàn tụ

reuse [riː'juːz] v tái sử dụng

reveal [rɪ'viːl] v tiết lộ

revenge [rɪ'vendʒ] n sự trả thù

revenue ['revɪˌnjuː] n doanh thu

reverse [rɪ'vɜːs] n điều trái ngược ▷ v đảo ngược

review [rɪ'vjuː] n bài nhận xét

revise [rɪ'vaɪz] v sửa lại

revision [rɪ'vɪʒən] n sự sửa lại

revive [rɪ'vaɪv] v làm sống lại

revolting [rɪ'vəʊltɪŋ] adj kinh tởm

revolution [ˌrevə'luːʃən] n cuộc cách mạng

revolutionary [ˌrevə'luːʃənərɪ] adj cách mạng

revolver [rɪ'vɒlvə] n súng lục

reward [rɪ'wɔːd] n phần thưởng

rewarding [rɪ'wɔːdɪŋ] adj thỏa mãn

rewind [riː'waɪnd] v tua lại

rheumatism ['ruːmətɪzəm] n bệnh thấp khớp

rhubarb ['ruːbɑːb] n cây đại hoàng

rhyme [raɪm] n **nursery rhyme** n bài hát mẫu giáo

rhythm ['rɪðəm] n nhịp điệu

rib [rɪb] n xương sườn

ribbon ['rɪbən] n dải ruy-băng

rice [raɪs] n gạo; **brown rice** n gạo lức

rich [rɪtʃ] adj giàu có

ride [raɪd] n cuộc đi ▷ v cưới

rider ['raɪdə] n người cưới ngựa

ridiculous [rɪ'dɪkjʊləs] adj lố bịch

riding ['raɪdɪŋ] n môn cưới ngựa; **horse riding** n cưới ngựa

rifle ['raɪfəl] n súng trường

rig [rɪg] n dàn khoan; **oil rig** n giàn khoan dầu

right [raɪt] adj (correct) đúng, (not left) phải (bên) ▷ adv đúng ▷ n quyền (được làm); **civil rights** npl quyền công dân; **human rights** npl nhân quyền; **right angle** n góc vuông; **right of way** n quyền được đi trước; **Go right at the next junction** Đến ngã rẽ tới thì rẽ phải; **Turn right** Rẽ phải

right-hand ['raɪtˌhænd] adj ở bên tay phải; **right-hand drive** n tay lái thuận

right-handed ['raɪtˌhændɪd] adj thuận tay phải

rightly ['raɪtlɪ] adv công bằng

right-wing ['raɪtˌwɪŋ] adj thuộc phe hữu

rim [rɪm] n vành

ring [rɪŋ] n tiếng chuông ▷ v kêu

leng keng; **engagement ring** n nhẫn hứa hôn; **ring binder** n kẹp tài liệu có vòng kim loại có thể mở ra; **ring road** n đường vành đai; **wedding ring** n nhẫn cưới

ring back [rɪŋ bæk] v gọi điện lại

ringtone [ˈrɪŋˌtəʊn] n nhạc chuông điện thoại

ring up [rɪŋ ʌp] v gọi điện

rink [rɪŋk] n sân băng; **ice rink** n sân băng; **skating rink** n sân băng

rinse [rɪns] n sự rửa ▷ v giũ

riot [ˈraɪət] n sự náo loạn ▷ v nổi loạn

rip [rɪp] v xé toạc

ripe [raɪp] adj chín (quả)

rip off [rɪp ɒf] v tính giá quá đắt

rip-off [ˈrɪpɒf] n việc bán quá đắt

rip up [rɪp ʌp] v xé rách

rise [raɪz] n sự tăng lên ▷ v đứng dậy

risk [rɪsk] n rủi ro ▷ vt liều (lĩnh)

risky [ˈrɪskɪ] adj mạo hiểm

ritual [ˈrɪtjʊəl] adj theo lễ nghi ▷ n lễ nghi

rival [ˈraɪvəl] adj cạnh tranh ▷ n đối thủ

rivalry [ˈraɪvəlrɪ] n sự ganh đua

river [ˈrɪvə] n dòng sông

road [rəʊd] n con đường; **main road** n đường chính; **ring road** n đường vành đai; **road map** n bản đồ; **road rage** n hành vi hiếu chiến của lái xe; **road sign** n biển chỉ đường; **road tax** n thuế cầu đường; **slip road** n đoạn đường nối

roadblock [ˈrəʊdˌblɒk] n rào chắn đường

roadworks [ˈrəʊdˌwɜːks] npl công việc sửa đường

roast [rəʊst] adj quay (thức ăn)

rob [rɒb] v cướp; **I've been robbed** Tôi bị cướp

robber [ˈrɒbə] n kẻ cướp

robbery [ˈrɒbərɪ] n sự cướp đoạt

robin [ˈrɒbɪn] n chim cổ đỏ

robot [ˈrəʊbɒt] n người máy

rock [rɒk] n đá (tảng) ▷ v đu đưa; **rock climbing** n môn leo núi đá

rocket [ˈrɒkɪt] n tên lửa

rod [rɒd] n cái cần

rodent [ˈrəʊdənt] n loài gặm nhấm

role [rəʊl] n vai trò

roll [rəʊl] n sự lăn tròn ▷ v lăn; **bread roll** n ổ bánh mỳ; **roll call** n điểm danh

roller [ˈrəʊlə] n trục lăn

rollercoaster [ˈrəʊləˌkəʊstə] n tàu lộn vòng siêu tốc

rollerskates [ˈrəʊləˌskeɪts] npl giày trượt patanh

rollerskating [ˈrəʊləˌskeɪtɪŋ] n sự trượt patanh

Roman [ˈrəʊmən] adj thuộc La-mã; **Roman Catholic** n người theo Thiên Chúa giáo La-mã, thuộc Thiên Chúa giáo La-mã

romance [ˈrəʊmæns] n mối tình

Romanesque [ˌrəʊməˈnɛsk] adj có kiểu kiến trúc rôman

Romania [rəʊˈmeɪnɪə] n nước Rumani

Romanian [rəʊˈmeɪnɪən] adj thuộc Rumani ▷ n (language) tiếng Rumani, (person) người Rumani

romantic [rəʊˈmæntɪk] adj lãng mạn

roof [ruːf] n mái nhà; **The roof leaks** Mái nhà bị dột

roof rack [ˈruːfˌræk] n khung gắn trên nóc ô tô để chở hành lý

room [ruːm; rʊm] n phòng (không

gian); **changing room** *n* phòng thay quần áo; **dining room** *n* phòng ăn; **double room** *n* phòng đôi; **fitting room** *n* buồng thử quần áo; **living room** *n* phòng khách; **room number** *n* số phòng; **room service** *n* dịch vụ ăn uống trong phòng khách sạn; **single room** *n* phòng đơn; **sitting room** *n* phòng khách; **spare room** *n* buồng ngủ dành cho khách; **twin room** *n*, **twin-bedded room** *n* phòng có hai giường đơn; **utility room** *n* phòng giặt là quần áo; **waiting room** *n* phòng chờ; **Can I see the room?** Tôi muốn xem phòng được không?; **Can I switch rooms?** Tôi có thể đổi phòng không?; **Can you clean the room, please?** Anh làm ơn dọn phòng hộ; **Do you have a room for tonight?** Anh có một phòng cho tối nay không?; **Does the room have air conditioning?** Phòng có điều hòa không?; **How much is the room?** Phòng giá bao nhiêu?; **I booked a room in the name of...** Tôi đã đặt một phòng với tên...; **I need a room with wheelchair access** Tôi cần một phòng có lối vào cho xe lăn; **Please charge it to my room** Làm ơn tính tiền vào phòng của tôi; **There's a problem with the room** Phòng này có vấn đề

roommate ['ruːmˌmeɪt; 'rʊm-] *n* bạn chung phòng

root [ruːt] *n* rễ cây

rope [rəʊp] *n* dây chão

rope in [rəʊp ɪn] *v* lôi kéo

rose [rəʊz] *n* cây hoa hồng

rosé ['rəʊzeɪ] *n* rượu hồng

rosemary ['rəʊzmərɪ] *n* cây hương thảo

rot [rɒt] *v* thối rữa

rotten ['rɒtⁿn] *adj* bị thối rữa

rough [rʌf] *adj* ráp *(thô)*; **The crossing was rough** Chuyến đi lắc quá

roughly ['rʌflɪ] *adv* đại thể

roulette [ruːˈlɛt] *n* môn chơi rulet

round [raʊnd] *adj* tròn ▷ *n (circle)* hình tròn, *(series)* vòng ▷ *prep* vòng quanh; **paper round** *n* tuyến giao báo hàng ngày; **round trip** *n* hành trình khứ hồi

roundabout ['raʊndəˌbaʊt] *n* bùng binh

round up [raʊnd ʌp] *v* dồn lại

route [ruːt] *n* tuyến đường

routine [ruːˈtiːn] *n* hoạt động thường xuyên

row¹ [rəʊ] *n (line)* hàng *(dãy)* ▷ *v (in boat)* chèo thuyền; **Where can we go rowing?** Chúng tôi có thể đi chèo thuyền ở đâu?

row² [raʊ] *n (argument)* vụ cãi nhau ▷ *v (to argue)* tranh cãi

rowing ['rəʊɪŋ] *n* sự chèo thuyền; **rowing boat** *n* thuyền có mái chèo

royal ['rɔɪəl] *adj* thuộc hoàng gia

rub [rʌb] *v* cọ *(rửa)*

rubber ['rʌbə] *n* cao su; **rubber band** *n* dây chun vòng; **rubber gloves** *npl* găng tay cao su

rubbish ['rʌbɪʃ] *adj* vớ vẩn ▷ *n* rác; **rubbish dump** *n* chỗ đổ rác; **Where do we leave the rubbish?** Chúng tôi để rác ở đâu?

rucksack ['rʌkˌsæk] *n* balô

rude [ruːd] *adj* bất lịch sự

S

rug [rʌg] *n* thảm nhỏ

rugby ['rʌgbɪ] *n* môn bóng bầu dục

ruin ['ru:ɪn] *n* sự đổ nát ▷ *v* tàn phá

rule [ru:l] *n* quy tắc

rule out [ru:l aʊt] *v* loại trừ *(trừ ra)*

ruler ['ru:lə] *n (commander)* người cai trị, *(measure)* cái thước kẻ

rum [rʌm] *n* rượu rum

rumour ['ru:mə] *n* tin đồn

run [rʌn] *n* sự chạy ▷ *vi* chạy ▷ *vt* điều hành

run away [rʌn ə'weɪ] *v* chạy đi

runner ['rʌnə] *n* đấu thủ; **runner bean** *n* cây đậu tây

runner-up ['rʌnəʌp] *n* người về nhì

running ['rʌnɪŋ] *n* cuộc chạy đua

run out [rʌn aʊt] *v* **The towels have run out** Hết mất khăn rồi; **The petrol has run out** Hết xăng rồi

run out of [rʌn aʊt ɒv] *v* hết; **I have run out of money** Tôi hết tiền rồi; **I've run out of petrol** Tôi bị hết xăng

run over [rʌn 'əʊvə] *v* chẹt phải

runway ['rʌn,weɪ] *n* đường băng

rural ['rʊərəl] *adj* nông thôn

rush [rʌʃ] *n* sự vội vã ▷ *v* vội vã; **rush hour** *n* giờ cao điểm

rusk [rʌsk] *n* bánh bích-quy

Russia ['rʌʃə] *n* nước Nga

Russian ['rʌʃən] *adj* thuộc Nga ▷ *n (language)* tiếng Nga, *(person)* người Nga

rust [rʌst] *n* gỉ

rusty ['rʌstɪ] *adj* han rỉ

ruthless ['ru:θlɪs] *adj* nhẫn tâm

rye [raɪ] *n* lúa mạch đen

Sabbath ['sæbəθ] *n* ngày xa-ba

sabotage ['sæbəˌtɑ:ʒ] *n* sự phá hoại ▷ *v* phá hoại

sachet ['sæʃeɪ] *n* gói

sack [sæk] *n (container)* bao tải, *(dismissal)* sự sa thải ▷ *v* sa thải

sacred ['seɪkrɪd] *adj* linh thiêng

sacrifice ['sækrɪˌfaɪs] *n* sự hy sinh

sad [sæd] *adj* buồn rầu

saddle ['sædəl] *n* yên ngựa

saddlebag ['sædəlˌbæg] *n* túi yên

sadly [sædlɪ] *adv* buồn rầu

safari [sə'fɑ:rɪ] *n* cuộc đi săn

safe [seɪf] *adj* an toàn ▷ *n* cái két sắt; **Is it safe for children?** Có an toàn cho trẻ em không?; **Is it safe to swim here?** Bơi ở đây có an toàn không?

safety ['seɪftɪ] *n* sự an toàn; **safety belt** *n* dây an toàn; **safety pin** *n* kim-băng

saffron ['sæfrən] *n* cây nghệ tây

Sagittarius [ˌsædʒɪ'tɛərɪəs] *n* cung

Nhân mã

Sahara [sə'hɑːrə] *n* sa mạc Sahara

sail [seɪl] *n* cánh buồm ▷ *v* đi thuyền

sailing ['seɪlɪŋ] *n* sự đi thuyền; **sailing boat** *n* thuyền buồm

sailor ['seɪlə] *n* thủy thủ

saint [seɪnt] *n* vị thánh

salad ['sæləd] *n* xa-lát; **mixed salad** *n* sa lát thập cẩm; **salad dressing** *n* dầu trộn xa-lát

salami [sə'lɑːmɪ] *n* xúc-xích Ý

salary ['sælərɪ] *n* lương

sale [seɪl] *n* sự bán; **sales assistant** *n* người bán hàng; **sales rep** *n* đại lý bán hàng

salesman, salesmen ['seɪlzmən, 'seɪlzmɛn] *n* người đàn ông bán hàng

salesperson ['seɪlzpɜːsən] *n* người bán hàng

saleswoman, saleswomen ['seɪlzwʊmən, 'seɪlzwɪmɪn] *n* người phụ nữ bán hàng

saliva [sə'laɪvə] *n* nước bọt

salmon ['sæmən] *n* cá hồi

salon ['sælɒn] *n* **beauty salon** *n* thẩm mỹ viện

saloon [sə'luːn] *n* ô tô con; **saloon car** *n* ô tô con mui kín hai hoặc bốn cửa

salt [sɔːlt] *n* muối; **Pass the salt, please** Làm ơn đưa cho tôi muối

saltwater ['sɔːlt,wɔːtə] *adj* nước mặn

salty ['sɔːltɪ] *adj* mặn; **The food is too salty** Thức ăn mặn quá

salute [sə'luːt] *v* chào

salve [sælv] *n* **lip salve** *n* sáp môi

same [seɪm] *adj* cùng *(giống nhau)*

sample ['sɑːmpəl] *n* mẫu *(vật)*

sand [sænd] *n* cát; **sand dune** *n* cồn cát

sandal ['sændəl] *n* dép săng-đan

sandcastle [sændkɑːsəl] *n* lâu đài cát

sandpaper ['sænd,peɪpə] *n* giấy ráp

sandpit ['sænd,pɪt] *n* đống cát cho trẻ con chơi

sandstone ['sænd,stəʊn] *n* sa thạch

sandwich ['sænwɪdʒ; -wɪtʃ] *n* bánh xăng-uýt

San Marino [,sæn mə'riːnəʊ] *n* San Marino

sapphire ['sæfaɪə] *n* ngọc bích

sarcastic [sɑː'kæstɪk] *adj* mỉa mai

sardine [sɑː'diːn] *n* cá mòi

satchel ['sætʃəl] *n* túi đeo vai

satellite ['sætəlaɪt] *n* vệ tinh; **satellite dish** *n* chảo vệ tinh

satisfaction [,sætɪs'fækʃən] *n* sự hài lòng

satisfactory [,sætɪs'fæktərɪ; -trɪ] *adj* đáng hài lòng

satisfied ['sætɪs,faɪd] *adj* thỏa mãn

sat nav ['sæt næv] *n* hệ thống định vị bằng vệ tinh

Saturday ['sætədɪ] *n* Thứ bảy *(trong tuần)*; **every Saturday** mỗi thứ Bảy; **last Saturday** thứ Bảy tuần trước; **next Saturday** thứ Bảy tuần tới; **on Saturday** vào thứ Bảy; **on Saturdays** vào các thứ Bảy; **this Saturday** thứ Bảy tuần này

sauce [sɔːs] *n* nước xốt; **soy sauce** *n* tương; **tomato sauce** *n* nước xốt cà chua

saucepan ['sɔːspən] *n* cái chảo

saucer ['sɔːsə] *n* đĩa nhỏ

Saudi ['sɔːdɪ; 'saʊ-] *adj* thuộc Saudi

▷ *n* người Saudi

Saudi Arabia ['sɔːdɪ; 'sau-] *n* nước Å-rập Xê-út

Saudi Arabian ['sɔːdɪ ə'reɪbɪən] *adj* thuộc Å-rập Xê-út ▷ *n* người Å-rập Xê-út

sauna ['sɔːnə] *n* tắm hơi

sausage ['sɒsɪdʒ] *n* xúc-xích

save [seɪv] *v* cứu

save up [seɪv ʌp] *v* tiết kiệm

savings ['seɪvɪŋz] *npl* tiền tiết kiệm

savoury ['seɪvərɪ] *adj* đậm đà

saw [sɔː] *n* cái cưa

sawdust ['sɔːˌdʌst] *n* mùn cưa

saxophone ['sæksəˌfəun] *n* kèn xắc-xô

say [seɪ] *v* nói

saying ['seɪɪŋ] *n* tục ngữ

scaffolding ['skæfəldɪŋ] *n* giàn giáo

scale [skeɪl] *n (measure)* mức độ, *(tiny piece)* vẩy *(cá)*

scales [skeɪlz] *npl* cái cân

scallop ['skɒləp; 'skæl-] *n* con điệp

scam [skæm] *n* hành động lừa đảo

scampi ['skæmpɪ] *npl* tôm càng

scan [skæn] *n* việc xem kỹ ▷ *v* xem kỹ

scandal ['skændəl] *n* vụ bê bối

Scandinavia [ˌskændɪ'neɪvɪə] *n* Scandinavia

Scandinavian [ˌskændɪ'neɪvɪən] *adj* thuộc Scandinavia

scanner ['skænə] *n* máy quét

scar [skɑː] *n* vết sẹo

scarce [skeəs] *adj* khan hiếm

scarcely ['skeəslɪ] *adv* vỏn vẹn

scare [skeə] *n* sự sợ hãi ▷ *v* làm kinh hãi

scarecrow ['skeəˌkrəu] *n* bù nhìn

scared [skeəd] *adj* sợ hãi

scarf, scarves [skɑːf, skɑːvz] *n* khăn quàng

scarlet ['skɑːlɪt] *adj* đỏ tươi

scary ['skeərɪ] *adj* đáng sợ

scene [siːn] *n* quang cảnh

scenery ['siːnərɪ] *n* phong cảnh

scent [sɛnt] *n* hương thơm

sceptical ['skɛptɪkəl] *adj* đa nghi

schedule ['ʃɛdjuːl; 'skɛdʒuəl] *n* kế hoạch

scheme [skiːm] *n* kế hoạch

schizophrenic [ˌskɪtsəu'frɛnɪk] *adj* bị bệnh tâm thần phân liệt

scholarship ['skɒləʃɪp] *n* sự uyên bác

school [skuːl] *n* trường học; **art school** *n* trường nghệ thuật; **boarding school** *n* trường nội trú; **elementary school** *n* trường tiểu học; **infant school** *n* trường mẫu giáo; **language school** *n* trường dạy ngôn ngữ; **law school** *n* trường luật; **night school** *n* trường học ban đêm; **nursery school** *n* trường mẫu giáo; **primary school** *n* trường phổ thông cơ sở; **public school** *n* trường công; **school uniform** *n* đồng phục học sinh; **secondary school** *n* trường trung học

schoolbag ['skuːlˌbæg] *n* cặp sách

schoolbook ['skuːlˌbuk] *n* sách giáo khoa

schoolboy ['skuːlˌbɔɪ] *n* học sinh nam

schoolchildren ['skuːlˌtʃɪldrən] *n* học sinh

schoolgirl ['skuːlˌgɜːl] *n* học sinh nữ

schoolteacher ['skuːlˌtiːtʃə] *n* giáo

viên phổ thông

science ['saɪəns] *n* ngành khoa học;
science fiction *n* truyện khoa học
viễn tưởng

scientific [,saɪən'tɪfɪk] *adj* có tính
khoa học

scientist ['saɪəntɪst] *n* nhà khoa
học

sci-fi ['saɪ,faɪ] *n* truyện khoa học
viễn tưởng

scissors ['sɪzəz] *npl* cái kéo; **nail
scissors** *npl* kéo cắt móng tay

sclerosis [sklɪə'rəʊsɪs] *n* **multiple
sclerosis** *n* bệnh đa xơ cứng

scoff [skɒf] *v* chế giễu

scold [skəʊld] *v* trách mắng

scooter ['sku:tə] *n* xe đẩy hai bánh
của trẻ con

score [skɔ:] *n (game/match)* tỷ số,
(of music) bản nhạc ▷ *v* ghi điểm

Scorpio ['skɔ:pɪ,əʊ] *n* cung Hổ cáp

scorpion ['skɔ:pɪən] *n* con bọ cạp

Scot [skɒt] *n* người Scotland

Scotland ['skɒtlənd] *n* nước
Scotland

Scots [skɒts] *adj* thuộc Scotland

Scotsman, Scotsmen
['skɒtsmən, 'skɒtsmɛn] *n* đàn ông
Scotland

Scotswoman, Scotswomen
['skɒts,wʊmən, 'skɒts,wɪmɪn] *n*
phụ nữ Scotland

Scottish ['skɒtɪʃ] *adj* thuộc Scotland

scout [skaʊt] *n* hướng đạo sinh

scrap [skræp] *n (dispute)* cuộc cãi
lộn, *(small piece)* mảnh nhỏ ▷ *v* thải
ra; **scrap paper** *n* giấy nháp

scrapbook ['skræp,bʊk] *n* vở nháp

scratch [skrætʃ] *n* vết xước ▷ *v* làm
xước

scream [skri:m] *n* tiếng hét ▷ *v* hét
lên

screen [skri:n] *n* màn hình; **plasma
screen** *n* màn hình plasma; **screen
(off)** *v* bảo vệ bằng màn

screen-saver ['skri:nseɪvər] *n*
chương trình bảo vệ màn hình

screw [skru:] *n* đinh vít

screwdriver ['skru:,draɪvə] *n*
tuốc-nơ-vít

scribble ['skrɪbᵊl] *v* viết cẩu thả

scrub [skrʌb] *v* kỳ cọ

sculptor ['skʌlptə] *n* nhà điêu khắc

sculpture ['skʌlptʃə] *n* nghệ thuật
điêu khắc

sea [si:] *n* biển *(nước)*; **North Sea** *n*
Biển Bắc; **Red Sea** *n* Hồng Hải; **sea
level** *n* mực nước biển; **sea water** *n*
nước biển; **Is the sea rough today?**
Hôm nay biển có động không?

seafood ['si:,fu:d] *n* hải sản; **Could
you prepare a meal without
seafood?** Anh có thể chuẩn bị một
bữa ăn không có hải sản không?;
Do you like seafood? Anh có thích
hải sản không?

seagull ['si:,gʌl] *n* chim hải âu

seal [si:l] *n (animal)* hải cẩu, *(mark)*
con dấu ▷ *v* đóng dấu

seam [si:m] *n* đường may nối

seaman, seamen ['si:mən,
'si:mɛn] *n* thủy thủ

search [sɜ:tʃ] *n* sự tìm kiếm ▷ *v* lục
soát; **search engine** *n* công cụ tìm
kiếm; **search party** *n* đoàn người đi
tìm kiếm

seashore ['si:,ʃɔ:] *n* bờ biển

seasick ['si:,sɪk] *adj* bị say sóng

seaside ['si:,saɪd] *n* bờ biển

season ['si:zᵊn] *n* mùa; **high season**

n mùa đông khách; **low season** *n* mùa vắng khách; **season ticket** *n* vé mùa

seasonal ['siːzənəl] *adj* theo thời vụ

seasoning ['siːzənɪŋ] *n* gia vị

seat [siːt] *n (constituency)* khu vực bầu cử, *(furniture)* cái ghế; **aisle seat** *n* chỗ ngồi cạnh lối đi; **window seat** *n* chỗ ngồi cạnh cửa sổ

seatbelt ['siːtˌbɛlt] *n* dây an toàn

seaweed ['siːˌwiːd] *n* tảo biển

second ['sɛkənd] *adj* thứ hai *(thứ tự)* ▷ *n* thứ hai *(thứ tự)*; **second class** *n* hạng hai

second-class ['sɛkəndˌklɑːs] *adj* loại hai

secondhand ['sɛkəndˌhænd] *adj* cũ

secondly ['sɛkəndlɪ] *adv* thứ hai là

second-rate ['sɛkəndˌreɪt] *adj* loại thường

secret ['siːkrɪt] *adj* bí mật ▷ *n* điều bí mật; **secret service** *n* cục tình báo

secretary ['sɛkrətrɪ] *n* thư ký

secretly ['siːkrɪtlɪ] *adv* kín đáo

sect [sɛkt] *n* giáo phái

section ['sɛkʃən] *n* phần

sector ['sɛktə] *n* khu vực

secure [sɪˈkjʊə] *adj* an toàn

security [sɪˈkjʊərɪtɪ] *n* an ninh; **security guard** *n* người bảo vệ; **social security** *n* an sinh xã hội

sedative ['sɛdətɪv] *n* thuốc an thần

see [siː] *v* nhìn thấy

seed [siːd] *n* hạt giống

seek [siːk] *v* tìm kiếm

seem [siːm] *v* dường như

seesaw ['siːˌsɔː] *n* bập bênh

see-through ['siːˌθruː] *adj* trong suốt

seize [siːz] *v* nắm lấy

seizure ['siːʒə] *n* cơn co giật

seldom ['sɛldəm] *adv* hiếm khi

select [sɪˈlɛkt] *v* lựa chọn

selection [sɪˈlɛkʃən] *n* sự lựa chọn

self-assured ['sɛlfəˈʃʊəd] *adj* tự tin

self-catering ['sɛlfˌkeɪtərɪŋ] *n* tự phục vụ

self-centred ['sɛlfˌsɛntəd] *adj* tự coi mình là trung tâm

self-conscious ['sɛlfˌkɒnʃəs] *adj* ngượng ngập

self-contained ['sɛlfˌkənˈteɪnd] *adj* có đủ các bộ phận

self-control ['sɛlfˌkənˈtrəʊl] *n* sự tự chủ

self-defence ['sɛlfˌdɪˈfɛns] *n* sự tự vệ

self-discipline ['sɛlfˌdɪsɪplɪn] *n* việc tự kỷ luật

self-employed ['sɛlɪmˈplɔɪd] *adj* tự làm chủ; **I'm self-employed** Tôi tự làm chủ

selfish ['sɛlfɪʃ] *adj* ích kỷ

self-service ['sɛlfˌsɜːvɪs] *adj* tự phục vụ

sell [sɛl] *v* bán *(hàng)*; **sell-by date** *n* ngày hàng hết hạn bán; **selling price** *n* giá bán; **Do you sell phone cards?** Anh có bán thẻ điện thoại không?; **Where is the nearest shop which sells photographic equipment?** Cửa hàng bán thiết bị chụp ảnh gần nhất ở đâu?

sell off [sɛl ɒf] *v* bán hạ giá

Sellotape® ['sɛləˌteɪp] *n* băng dính trong Sellotape®

sell out [sɛl aʊt] *v* bán hết

semester [sɪˈmɛstə] *n* học kỳ

semi ['sɛmɪ] *n* nhà chung tường

semicircle ['sɛmɪˌsɜːkəl] *n* hình bán nguyệt

semicolon [ˌsɛmɪ'kəʊlən] *n* dấu chấm phẩy

semifinal [ˌsɛmɪ'faɪnəl] *n* trận bán kết

send [sɛnd] *v* gửi đi; **I want to send a telegram** Tôi muốn gửi một bức điện; **I want to send this by courier** Tôi muốn gửi cái này bằng dịch vụ chuyển phát nhanh; **I'd like to send this letter** Tôi muốn gửi bức thư này

send back [sɛnd bæk] *v* gửi lại

sender ['sɛndə] *n* người gửi

send off [sɛnd ɒf] *v* gửi đi

send out [sɛnd aʊt] *v* phân phát

Senegal [ˌsɛnɪ'gɔːl] *n* nước Senegal

Senegalese [ˌsɛnɪgə'liːz] *adj* thuộc Senegal ▷ *n* người Senegal

senior ['siːnjə] *adj* lớn *(già hơn)*; **senior citizen** *n* người già

sensational [sɛn'seɪʃənəl] *adj* gây ra sự xúc động mạnh

sense [sɛns] *n* giác quan; **sense of humour** *n* khiếu hài hước

senseless ['sɛnslɪs] *adj* vô nghĩa

sensible ['sɛnsɪbəl] *adj* có óc xét đoán

sensitive ['sɛnsɪtɪv] *adj* dễ bị tổn thương

sensuous ['sɛnsjʊəs] *adj* gây thích thú cho giác quan

sentence ['sɛntəns] *n (punishment)* bản án, *(words)* câu ▷ *v* kết án

sentimental [ˌsɛntɪ'mɛntəl] *adj* ủy mị

separate *adj* ['sɛpərɪt] riêng biệt ▷ *v* ['sɛpəˌreɪt] tách ra

separately ['sɛpərətlɪ] *adv* riêng rẽ

separation [ˌsɛpə'reɪʃən] *n* sự chia cắt

September [sɛp'tɛmbə] *n* Tháng Chín

sequel ['siːkwəl] *n* cuốn tiếp theo

sequence ['siːkwəns] *n* chuỗi

Serbia ['sɜːbɪə] *n* nước Serbia

Serbian ['sɜːbɪən] *adj* thuộc Serbia ▷ *n (language)* tiếng Serbia, *(person)* người Serbia

sergeant ['sɑːdʒənt] *n* trung sỹ

serial ['sɪərɪəl] *n* truyện phát hành nhiều kỳ

series ['sɪəriːz; -rɪz] *n* chuỗi

serious ['sɪərɪəs] *adj* nghiêm trọng; **Is it serious?** Có nghiêm trọng không?

seriously ['sɪərɪəslɪ] *adv* nghiêm trọng

sermon ['sɜːmən] *n* bài thuyết giáo

servant ['sɜːvənt] *n* người hầu; **civil servant** *n* công chức

serve [sɜːv] *n* cú giao bóng ▷ *v* phục vụ; **We are still waiting to be served** Chúng tôi vẫn đang chờ được phục vụ; **Where is breakfast served?** Bữa sáng phục vụ tại đâu?

server ['sɜːvə] *n (computer)* máy chủ, *(person)* người hầu

service ['sɜːvɪs] *n* sự phục vụ ▷ *v* phục vụ; **room service** *n* dịch vụ ăn uống trong phòng khách sạn; **secret service** *n* cục tình báo; **service area** *n* trạm nghỉ gần đường cao tốc; **service charge** *n* phí dịch vụ; **service station** *n* trạm xăng; **social services** *npl* dịch vụ xã hội

serviceman, servicemen ['sɜːvɪsˌmæn; -mən, 'sɜːvɪsˌmɛn] *n* nam quân nhân

servicewoman, servicewomen ['sɜːvɪsˌwʊmən, 'sɜːvɪsˌwɪmɪn] *n* nữ quân nhân

serviette [ˌsɜːvɪˈɛt] *n* khăn ăn

session ['sɛʃən] *n* buổi

set [sɛt] *n* bộ *(nhiều thứ)* ▷ *v* đặt

setback ['sɛtbæk] *n* cản trở

set menu [sɛt 'mɛnjuː] *n* thực đơn sẵn

set off [sɛt ɒf] *v* khởi hành

set out [sɛt aʊt] *v* phô trương

settee [sɛˈtiː] *n* ghế trường kỷ

settle ['sɛtl] *v* giải quyết

settle down ['sɛtl daʊn] *v* lắng xuống

seven ['sɛvn] *number* bảy

seventeen ['sɛvn'tiːn] *number* mười bảy

seventeenth ['sɛvn'tiːnθ] *adj* thứ mười bảy

seventh ['sɛvnθ] *adj* thứ bảy *(thứ tự)* ▷ *n* một phần bảy

seventy ['sɛvntɪ] *number* bảy mươi

several ['sɛvrəl] *adj* vài ▷ *pron* vài

sew [səʊ] *v* khâu

sewer ['suːə] *n* cống rãnh

sewing ['səʊɪŋ] *n* miếng vá; **sewing machine** *n* máy khâu

sew up [səʊ ʌp] *v* khâu lại

sex [sɛks] *n* giới tính

sexism ['sɛksɪzəm] *n* sự phân biệt đối xử do giới tính

sexist ['sɛksɪst] *adj* phân biệt đối xử theo giới tính

sexual ['sɛksjʊəl] *adj* liên quan đến giới tính; **sexual intercourse** *n* sự giao hợp

sexuality [ˌsɛksjʊˈælɪtɪ] *n* bản năng giới tính

sexy ['sɛksɪ] *adj* gợi tình

shabby ['ʃæbɪ] *adj* tiều tụy

shade [ʃeɪd] *n* chỗ râm

shadow ['ʃædəʊ] *n* cái bóng; **eye shadow** *n* phấn mắt

shake [ʃeɪk] *vi* rung ▷ *vt* lắc

shaken ['ʃeɪkən] *adj* bàng hoàng

shaky ['ʃeɪkɪ] *adj* run rẩy

shallow ['ʃæləʊ] *adj* nông

shambles ['ʃæmbəlz] *npl* cảnh hỗn độn

shame [ʃeɪm] *n* sự xấu hổ

shampoo [ʃæmˈpuː] *n* dầu gội đầu; **Do you sell shampoo?** Anh có bán dầu gội đầu không?

shape [ʃeɪp] *n* hình thù

share [ʃeə] *n* phần ▷ *v* chia nhau

shareholder ['ʃeəˌhəʊldə] *n* cổ đông

share out [ʃeə aʊt] *v* chia đều

shark [ʃɑːk] *n* cá mập

sharp [ʃɑːp] *adj* sắc *(nhọn)*

shave [ʃeɪv] *v* cạo râu; **shaving cream** *n* kem cạo râu; **shaving foam** *n* bọt cạo râu

shaver ['ʃeɪvə] *n* dao cạo điện

shawl [ʃɔːl] *n* khăn choàng

she [ʃiː] *pron* cô ấy

shed [ʃɛd] *n* nhà kho

sheep [ʃiːp] *n* con cừu

sheepdog ['ʃiːpˌdɒg] *n* chó chăn cừu

sheepskin ['ʃiːpˌskɪn] *n* da cừu

sheer [ʃɪə] *adj* hoàn toàn

sheet [ʃiːt] *n* tấm trải giường; **balance sheet** *n* bản cân đối kế toán; **fitted sheet** *n* ga trải đệm góc có chun

shelf, shelves [ʃɛlf, ʃɛlvz] *n* giá *(sách)*

shell [ʃɛl] *n* vỏ *(ốc)*; **shell suit** *n* áo khoác chống thấm

shellfish ['ʃɛl.fɪʃ] *n* trai sò

shelter ['ʃɛltə] *n* nơi trú ẩn

shepherd ['ʃɛpəd] *n* người chăn cừu

sherry ['ʃɛrɪ] *n* rượu nâu đậm

shield [ʃi:ld] *n* cái khiên

shift [ʃɪft] *n* sự di chuyển ▷ *v* di chuyển

shifty ['ʃɪftɪ] *adj* có vẻ không lương thiện

Shiite ['ʃi:aɪt] *adj* thuộc dòng Shiite

shin [ʃɪn] *n* cẳng chân

shine [ʃaɪn] *v* chiếu sáng

shiny ['ʃaɪnɪ] *adj* sáng bóng

ship [ʃɪp] *n* con tàu

shipbuilding ['ʃɪp.bɪldɪŋ] *n* ngành đóng tàu

shipment ['ʃɪpmənt] *n* hàng gửi

shipwreck ['ʃɪp.rɛk] *n* vụ đắm tàu

shipwrecked ['ʃɪp.rɛkt] *adj* bị đắm tàu

shipyard ['ʃɪp.ja:d] *n* xưởng đóng tàu

shirt [ʃɜ:t] *n* áo sơmi; **polo shirt** *n* áo phông có cổ

shiver ['ʃɪvə] *v* run

shock [ʃɒk] *n* cú sốc ▷ *v* gây sốc; **electric shock** *n* điện giật

shocking ['ʃɒkɪŋ] *adj* rất tồi

shoe [ʃu:] *n* giày; **shoe polish** *n* xi đánh giày; **shoe shop** *n* cửa hàng giày; **Can you re-heel these shoes?** Anh có thể đóng lại gót đôi giày này không?; **Can you repair these shoes?** Anh có thể chữa đôi giày này không?; **I have a hole in my shoe** Giày của tôi bị thủng một lỗ

shoelace ['ʃu:.leɪs] *n* dây buộc giày

shoot [ʃu:t] *v* bắn (súng)

shooting ['ʃu:tɪŋ] *n* hành động bắn

shop [ʃɒp] *n* cửa hàng; **antique shop** *n* cửa hàng đồ cổ; **gift shop** *n* cửa hàng quà tặng; **shop assistant** *n* người bán hàng; **shop window** *n* tủ kính bày hàng; **What time do the shops close?** Các cửa hàng đóng cửa lúc mấy giờ?

shopkeeper ['ʃɒp.ki:pə] *n* người chủ cửa hàng

shoplifting ['ʃɒp.lɪftɪŋ] *n* sự ăn cắp ở các cửa hàng

shopping ['ʃɒpɪŋ] *n* việc mua sắm; **shopping bag** *n* túi đựng đồ mua sắm; **shopping centre** *n* trung tâm thương mại; **shopping trolley** *n* xe đẩy hàng mua sắm

shore [ʃɔ:] *n* bờ

short [ʃɔ:t] *adj* ngắn; **short story** *n* truyện ngắn

shortage ['ʃɔ:tɪdʒ] *n* sự thiếu

shortcoming ['ʃɔ:t.kʌmɪŋ] *n* khiếm khuyết

shortcut ['ʃɔ:t.kʌt] *n* đường tắt

shortfall ['ʃɔ:t.fɔ:l] *n* lượng thiếu

shorthand ['ʃɔ:t.hænd] *n* phép tốc ký

shortlist ['ʃɔ:t.lɪst] *n* danh sách sơ tuyển

shortly ['ʃɔ:tlɪ] *adv* sớm

shorts [ʃɔ:ts] *npl* quần soóc

short-sighted ['ʃɔ:t'saɪtɪd] *adj* bị cận thị; **I'm short-sighted** Tôi bị cận thị

short-sleeved ['ʃɔ:t.sli:vd] *adj* ngắn tay

shot [ʃɒt] *n* phát bắn

shotgun ['ʃɒt.gʌn] *n* súng săn

shoulder ['ʃəʊldə] *n* vai; **hard shoulder** *n* làn dừng xe khẩn cấp; **shoulder blade** *n* xương vai; **I've**

hurt my shoulder Tôi đau vai
shout [ʃaʊt] n tiếng hét ▷ v hét
shovel [ʃʌvəl] n cái xẻng
show [ʃəʊ] n buổi biểu diễn ▷ v cho thấy; **show business** n ngành kinh doanh giải trí
shower [ʃaʊə] n tắm hoa sen; **shower cap** n mũ che tóc khi tắm; **shower gel** n sữa tắm; **Are there showers?** Có vòi tắm hoa sen không?; **Where are the showers?** Chỗ tắm hoa sen ở đâu?
showerproof [ʃaʊəˌpruːf] adj chống mưa
showing [ʃəʊɪŋ] n buổi trình diễn
show off [ʃəʊ ɒf] v khoe khoang
show-off [ʃəʊɒf] n kẻ phô trương
show up [ʃəʊ ʌp] v lộ ra
shriek [ʃriːk] v thét
shrimp [ʃrɪmp] n con tôm
shrine [ʃraɪn] n đền thờ
shrink [ʃrɪŋk] v co lại
shrub [ʃrʌb] n cây bụi
shrug [ʃrʌɡ] v nhún vai
shrunk [ʃrʌŋk] adj bị co lại
shudder [ʃʌdə] v run bắn lên
shuffle [ʃʌfəl] v lê bước
shut [ʃʌt] v đóng
shut down [ʃʌt daʊn] v đóng cửa
shutters [ʃʌtəz] n cửa chớp
shuttle [ʃʌtəl] n xe con thoi
shuttlecock [ʃʌtəlˌkɒk] n quả cầu lông
shut up [ʃʌt ʌp] v câm mồm
shy [ʃaɪ] adj bẽn lên
Siberia [saɪˈbɪərɪə] n Sibêri
siblings [ˈsɪblɪŋz] npl anh chị em ruột
sick [sɪk] adj buồn nôn; **sick leave** n thời gian nghỉ ốm; **sick note** n giấy

cho nghỉ ốm; **sick pay** n lương trả cho nhân viên nghỉ ốm; **I feel sick** Tôi thấy buồn nôn
sickening [ˈsɪkənɪŋ] adj kinh tởm
sickness [ˈsɪknɪs] n căn bệnh; **morning sickness** n ốm nghén; **travel sickness** n chứng say ô tô
side [saɪd] n cạnh (đường viền); **side effect** n tác dụng phụ; **side street** n con phố ngang
sideboard [ˈsaɪdˌbɔːd] n tủ bếp
sidelight [ˈsaɪdˌlaɪt] n đèn xi nhan
sideways [ˈsaɪdˌweɪz] adv sang một bên
sieve [sɪv] n cái rây
sigh [saɪ] n tiếng thở dài ▷ v thở dài
sight [saɪt] n thị lực
sightseeing [ˈsaɪtˌsiːɪŋ] n cuộc thăm quan
sign [saɪn] n dấu hiệu ▷ v ký tên; **road sign** n biển chỉ đường; **sign language** n ngôn ngữ cử chỉ
signal [ˈsɪɡnəl] n tín hiệu ▷ v ra hiệu; **busy signal** n tín hiệu bận
signature [ˈsɪɡnɪtʃə] n chữ ký
significance [sɪɡˈnɪfɪkəns] n tầm quan trọng
significant [sɪɡˈnɪfɪkənt] adj rất quan trọng
sign on [saɪn ɒn] v đăng ký tại phòng trợ cấp thất nghiệp
signpost [ˈsaɪnˌpəʊst] n biển chỉ đường
Sikh [siːk] adj liên quan đến đạo Sikh ▷ n người theo đạo Sikh
silence [ˈsaɪləns] n sự im lặng
silencer [ˈsaɪlənsə] n thiết bị giảm thanh
silent [ˈsaɪlənt] adj im lặng
silk [sɪlk] n lụa tơ tằm

silly ['sɪlɪ] *adj* ngớ ngẩn
silver ['sɪlvə] *n* bạc *(kim loại)*
similar ['sɪmɪlə] *adj* tương tự
similarity ['sɪmɪ'lærɪtɪ] *n* sự tương tự
simmer ['sɪmə] *v* ninh nhỏ lửa
simple ['sɪmpəl] *adj* dễ hiểu
simplify ['sɪmplɪ,faɪ] *v* đơn giản hóa
simply ['sɪmplɪ] *adv* giản dị
simultaneous [,sɪməl'teɪnɪəs; ,saɪməl'teɪnɪəs] *adj* đồng thời
simultaneously [,sɪməl'teɪnɪəslɪ] *adv* cùng một lúc
sin [sɪn] *n* tội lỗi
since [sɪns] *adv* từ đó ▷ *conj* suốt từ lúc ▷ *prep* từ *(thời gian)*; **I've been sick since Monday** Tôi bị ốm từ thứ Hai
sincere [sɪn'sɪə] *adj* chân thành
sincerely [sɪn'sɪəlɪ] *adv* một cách chân thành
sing [sɪŋ] *v* hát
singer ['sɪŋə] *n* ca sỹ; **lead singer** *n* ca sỹ chính
singing ['sɪŋɪŋ] *n* tiếng hát
single ['sɪŋgəl] *adj* đơn độc ▷ *n* phòng đơn; **single bed** *n* giường đơn; **single parent** *n* người nuôi con một mình; **single room** *n* phòng đơn; **single ticket** *n* vé một chiều; **I want to reserve a single room** Tôi muốn đặt một phòng đơn
singles ['sɪŋgəlz] *npl* trận đấu tay đôi
singular ['sɪŋgjʊlə] *n* dạng số ít
sinister ['sɪnɪstə] *adj* nham hiểm
sink [sɪŋk] *n* bồn rửa ▷ *v* chìm xuống
sinus ['saɪnəs] *n* xoang
sir [sɜː] *n* ngài *(quý ông)*

siren ['saɪərən] *n* còi báo động
sister ['sɪstə] *n* em gái *(younger sister)*
sister-in-law ['sɪstə ɪn lɔː] *n* chị em vợ *(wife's sister)*
sit [sɪt] *v* ngồi; **Can I sit here?** Tôi ngồi đây được không?
sitcom ['sɪt,kɒm] *n* hài kịch tình huống
sit down [sɪt daʊn] *v* ngồi xuống
site [saɪt] *n* địa điểm; **building site** *n* công trường; **caravan site** *n* khu vực dành cho caravan lữ hành
situated ['sɪtjʊˌeɪtɪd] *adj* đặt tại
situation [,sɪtjʊ'eɪʃən] *n* hoàn cảnh
six [sɪks] *number* sáu; **It's six o'clock** Bây giờ là sáu giờ
sixteen ['sɪks'tiːn] *number* mười sáu
sixteenth ['sɪks'tiːnθ] *adj* thứ mười sáu
sixth [sɪksθ] *adj* thứ sáu *(thứ tự)*
sixty ['sɪkstɪ] *number* sáu mươi
size [saɪz] *n* kích cỡ
skate [skeɪt] *v* trượt băng; **Where can we go ice skating?** Chúng tôi có thể đi trượt băng ở đâu?
skateboard ['skeɪt,bɔːd] *n* ván trượt
skateboarding ['skeɪt,bɔːdɪŋ] *n* môn trượt ván
skates [skeɪts] *npl* giày trượt băng
skating ['skeɪtɪŋ] *n* môn trượt băng; **skating rink** *n* sân băng
skeleton ['skɛlɪtən] *n* bộ xương
sketch [skɛtʃ] *n* bức phác họa ▷ *v* phác họa
skewer ['skjʊə] *n* cái xiên
ski [skiː] *n* ván trượt tuyết ▷ *v* trượt tuyết; **ski lift** *n* thang kéo người trượt tuyết; **ski pass** *n* vé trượt

tuyết; **Do you have a map of the ski runs?** Anh có bản đồ các đường trượt tuyết không?; **How much is a ski pass?** Một thẻ trượt tuyết giá bao nhiêu tiền?; **I want to hire ski poles** Tôi muốn thuê gậy trượt tuyết; **I'd like a ski pass for a day** Tôi muốn một thẻ trượt tuyết một ngày; **Is there a ski school?** Có trường dạy trượt tuyết không?; **Where can I buy a ski pass?** Tôi có thể mua thẻ trượt tuyết ở đâu?

skid [skɪd] v trượt *(lệch đường)*; **The car skidded** Xe bị trượt

skier ['skiːə] n người đi trượt tuyết

skiing ['skiːɪŋ] n môn trượt tuyết

skilful ['skɪlfʊl] adj tài giỏi

skill [skɪl] n kỹ năng

skilled [skɪld] adj khéo léo

skimpy ['skɪmpɪ] adj thiếu thốn

skin [skɪn] n da

skinhead ['skɪnˌhɛd] n đầu trọc

skinny ['skɪnɪ] adj gầy nhom

skin-tight ['skɪnˈtaɪt] adj bó sát người

skip [skɪp] v nhảy lò cò

skirt [skɜːt] n váy ngắn

skive [skaɪv] v trốn tránh trách nhiệm

skull [skʌl] n sọ

sky [skaɪ] n bầu trời

skyscraper ['skaɪˌskreɪpə] n nhà chọc trời

slack [slæk] adj lỏng *(chùng)*

slam [slæm] v đóng sầm

slang [slæŋ] n tiếng lóng

slap [slæp] v tát

slash [slæʃ] n **forward slash** n dấu gạch chéo

slate [sleɪt] n đá phiến

slave [sleɪv] n nô lệ ▷ v làm việc như nô lệ

sledge [slɛdʒ] n xe trượt tuyết; **Where can we go sledging?** Chúng tôi có thể đi xe trượt tuyết ở đâu?

sledging ['slɛdʒɪŋ] n việc đi bằng xe trượt tuyết

sleep [sliːp] n trạng thái ngủ ▷ v ngủ; **sleeping bag** n túi ngủ; **sleeping car** n toa giường nằm; **sleeping pill** n thuốc ngủ; **Did you sleep well?** Anh ngủ có ngon không?; **I can't sleep** Tôi không ngủ được; **I can't sleep for the heat** Tôi không thể ngủ được vì nóng quá; **I can't sleep for the noise** Tôi không thể ngủ được vì tiếng ồn

sleeper ['sliːpə] n **Can I reserve a sleeper?** Tôi có thể đặt trước một giường nằm không?; **I want to book a sleeper to…** Tôi muốn đặt một giường nằm đi…

sleep in [sliːp ɪn] v ngủ thêm

sleepwalk ['sliːpˌwɔːk] v mộng du

sleepy ['sliːpɪ] adj buồn ngủ

sleet [sliːt] n mưa tuyết ▷ v mưa tuyết

sleeve [sliːv] n tay áo

sleeveless ['sliːvlɪs] adj không tay *(áo)*

slender ['slɛndə] adj mảnh mai

slice [slaɪs] n lát mỏng ▷ v cắt lát

slick [slɪk] n **oil slick** n vết dầu loang

slide [slaɪd] n sự trượt ▷ v trượt *(trôi)*

slight [slaɪt] adj ít *(mức độ)*

slightly ['slaɪtlɪ] adv nhỏ

slim [slɪm] adj mảnh dẻ

sling [slɪŋ] n băng đeo vào cổ

slip [slɪp] n *(mistake)* sơ suất,

(paper) miếng giấy nhỏ, *(underwear)* quần xi líp ▷ v trượt *(trơn)*; **slip road** n đoạn đường nối; **slipped disc** n sự trật đĩa đệm

slipper ['slɪpə] n dép

slippery ['slɪpərɪ; -prɪ] adj trơn

slip up [slɪp ʌp] v mắc lỗi

slip-up [slɪpʌp] n lỗi

slope [sləʊp] n dốc; **nursery slope** n dốc dành cho những người mới tập trượt tuyết; **How difficult is this slope?** Đường dốc này có khó lắm không??; **Where are the beginners' slopes?** Đường dốc dành cho những người mới học ở đâu?

sloppy ['slɒpɪ] adj cẩu thả

slot [slɒt] n khe; **slot machine** n máy dùng đồng xu

Slovak ['sləʊvæk] adj thuộc Slovakia ▷ n *(language)* tiếng Slovakia, *(person)* người Slovakia

Slovakia [sləʊ'vækɪə] n nước Slovakia

Slovenia [sləʊ'viːnɪə] n nước Slovenia

Slovenian [sləʊ'viːnɪən] adj thuộc Slovenia ▷ n *(language)* tiếng Slovenia, *(person)* người Slovenia

slow [sləʊ] adj chậm chạp

slow down [sləʊ daʊn] v làm chậm lại

slowly [sləʊlɪ] adv chậm rãi

slug [slʌg] n con sên không vỏ

slum [slʌm] n nhà ổ chuột

slush [slʌʃ] n bùn loãng

sly [slaɪ] adj ranh mãnh

smack [smæk] v phát

small [smɔːl] adj nhỏ bé; **small ads** npl quảng cáo nhỏ

smart [smɑːt] adj bảnh bao; **smart phone** n điện thoại thông minh

smash [smæʃ] v đạp tan ra từng mảnh

smashing ['smæʃɪŋ] adj xuất sắc

smell [smɛl] n mùi *(ngửi thấy)* ▷ vi ngửi; **I can smell gas** Tôi ngửi thấy mùi ga; **My room smells of smoke** Phòng của tôi có mùi khói thuốc; **There's a funny smell** Có mùi gì lạ

smelly ['smɛlɪ] adj nặng mùi

smile [smaɪl] n nụ cười ▷ v mỉm cười

smiley ['smaɪlɪ] n biểu tượng mặt cười

smoke [sməʊk] n khói ▷ v bốc khói; **smoke alarm** n thiết bị báo cháy; **My room smells of smoke** Phòng của tôi có mùi khói thuốc

smoked ['sməʊkt] adj hun khói

smoker ['sməʊkə] n người nghiện thuốc lá

smoking ['sməʊkɪŋ] n sự hút thuốc

smoky ['sməʊkɪ] adj **It's too smoky here** Ở đây khói quá

smooth [smuːð] adj nhẵn

SMS [ɛs ɛm ɛs] n tin nhắn SMS

smudge [smʌdʒ] n vết bẩn

smug [smʌg] adj tự mãn

smuggle ['smʌgəl] v buôn lậu

smuggler ['smʌglə] n người buôn lậu

smuggling ['smʌglɪŋ] n sự buôn lậu

snack [snæk] n đồ ăn nhẹ; **snack bar** n quán bán đồ ăn nhẹ

snail [sneɪl] n con ốc sên

snake [sneɪk] n con rắn

snap [snæp] v đớp

snapshot ['snæpˌʃɒt] n ảnh chụp nhanh

snarl [snɑːl] v gầm gừ

snatch [snætʃ] v giật lấy

sneakers ['sniːkəz] npl giày vải

sneeze [sniːz] v hắt hơi

sniff [snɪf] v hít

snigger ['snɪgə] v cười thầm

snob [snɒb] n trưởng giả học làm sang

snooker ['snuːkə] n trò chơi bi-da

snooze [snuːz] n giấc ngủ ngắn ▷ v ngủ một giấc ngắn

snore [snɔː] v ngáy

snorkel ['snɔːkªl] n ống thở khi lặn

snow [snəʊ] n tuyết ▷ v tuyết rơi; **Do I need snow chains?** Tôi có cần xích đi trên tuyết không?; **Do you think it will snow?** Anh nghĩ sẽ có tuyết không?; **It's snowing** Đang có tuyết; **The snow is very heavy** Tuyết nhiều quá; **What are the snow conditions?** Tình trạng tuyết ra sao?; **What is the snow like?** Tuyết như thế nào?

snowball ['snəʊˌbɔːl] n quả cầu tuyết

snowboard ['snəʊˌbɔːd] n **I want to hire a snowboard** Tôi muốn thuê bàn trượt tuyết

snowflake ['snəʊˌfleɪk] n bông tuyết

snowman ['snəʊˌmæn] n người tuyết

snowplough ['snəʊˌplaʊ] n cái ủi tuyết

snowstorm ['snəʊˌstɔːm] n cơn bão tuyết

so [səʊ] adv đến mức; **so (that)** conj vì vậy

soak [səʊk] v ngâm

soaked [səʊkt] adj ướt đẫm

soap [səʊp] n xà phòng; **soap dish** n chỗ để xà phòng; **soap opera** n chương trình truyền hình nhiều tập; **soap powder** n bột giặt; **There is no soap** Không có xà phòng

sob [sɒb] v khóc nức nở

sober ['səʊbə] adj tỉnh

sociable ['səʊʃəbªl] adj dễ chan hòa

social ['səʊʃəl] adj có tính tập thể; **social security** n an sinh xã hội; **social services** npl dịch vụ xã hội; **social worker** n người làm công tác xã hội

socialism ['səʊʃəˌlɪzəm] n chủ nghĩa xã hội

socialist ['səʊʃəlɪst] adj liên quan đến chủ nghĩa xã hội ▷ n người theo chủ nghĩa xã hội

society [sə'saɪətɪ] n xã hội

sociology [ˌsəʊsɪ'ɒlədʒɪ] n xã hội học

sock [sɒk] n tất

socket ['sɒkɪt] n ổ cắm điện

sofa ['səʊfə] n ghế xôpha; **sofa bed** n giường xôpha

soft [sɒft] adj mềm; **soft drink** n đồ uống không có cồn

softener ['sɒfªnə] n **Do you have softener?** Anh có nước xả vải không?

software ['sɒftˌwɛə] n phần mềm

soggy ['sɒgɪ] adj sũng nước

soil [sɔɪl] n đất

solar ['səʊlə] adj thuộc mặt trời; **solar power** n năng lượng mặt trời; **solar system** n hệ mặt trời

soldier ['səʊldʒə] n người lính

sold out [səʊld aʊt] adj bán hết

solicitor [sə'lɪsɪtə] n luật sư

solid ['sɒlɪd] adj rắn (thể)

solo ['səʊləʊ] *n* bản độc tấu

soloist ['səʊləʊɪst] *n* nghệ sỹ độc tấu

soluble ['sɒljʊbəl] *adj* hòa tan được

solution [sə'luːʃən] *n* lời giải

solve [sɒlv] *v* giải

solvent ['sɒlvənt] *n* dung môi

Somali [səʊ'mɑːlɪ] *adj* thuộc Somali ▷ *n (language)* tiếng Somali, *(person)* người Somali

Somalia [səʊ'mɑːlɪə] *n* nước Somali

some [sʌm; səm] *adj* nào đó ▷ *pron* một vài người

somebody ['sʌmbədɪ] *pron* người nào đó

somehow ['sʌm,haʊ] *adv* bằng cách nào đó

someone ['sʌm,wʌn; -wən] *pron* người nào đó

someplace ['sʌm,pleɪs] *adv* ở một nơi nào đó

something ['sʌmθɪŋ] *pron* một cái gì đó

sometime ['sʌm,taɪm] *adv* vào lúc nào đó

sometimes ['sʌm,taɪmz] *adv* thỉnh thoảng

somewhere ['sʌm,wɛə] *adv* ở một nơi nào đó

son [sʌn] *n* con trai *(con đẻ)*; **My son is lost** Con trai tôi bị lạc; **My son is missing** Con trai tôi bị mất tích

song [sɒŋ] *n* bài hát

son-in-law [sʌn ɪn lɔː] **(sons-in-law)** *n* con rể

soon [suːn] *adv* sớm; **as soon as possible** càng sớm càng tốt

sooner ['suːnə] *adv* sớm hơn

soot [sʊt] *n* bồ hóng

sophisticated [sə'fɪstɪ,keɪtɪd] *adj* sành điệu

soppy ['sɒpɪ] *adj* ủy mị

soprano [sə'prɑːnəʊ] *n* giọng nữ cao

sorbet ['sɔːbeɪ; -bɪt] *n* nước quả ướp lạnh

sorcerer ['sɔːsərə] *n* phù thủy

sore [sɔː] *adj* đau ▷ *n* vết thương; **cold sore** *n* bệnh hecpet môi; **It's sore** Chỗ ấy đau; **My back is sore** Lưng tôi đau; **My eyes are sore** Mắt tôi bị đau; **My feet are sore** Chân tôi đau; **My gums are sore** Tôi bị đau lợi

sorry ['sɒrɪ] *interj* **sorry!** *excl* xin lỗi!; **I'm sorry** Tôi xin lỗi; **I'm sorry to trouble you** Xin lỗi phải làm phiền anh; **I'm very sorry, I didn't know the regulations** Tôi rất xin lỗi, tôi không biết quy định; **Sorry we're late** Xin lỗi chúng tôi đến muộn; **Sorry, I didn't catch that** Xin lỗi, tôi chưa kịp nghe câu đó; **Sorry, I'm not interested** Xin lỗi, tôi không thích

sort [sɔːt] *n* loại *(dạng)*; **What sort of cheese?** Loại pho mát nào?

sort out [sɔːt aʊt] *v* giải quyết

SOS [ɛs əʊ ɛs] *n* tín hiệu cấp cứu SOS

so-so [səʊsəʊ] *adv* tàm tạm

soul [səʊl] *n* linh hồn

sound [saʊnd] *adj* lành lặn ▷ *n* âm thanh

soundtrack ['saʊnd,træk] *n* nhạc phim

soup [suːp] *n* xúp

sour ['saʊə] *adj* chua

south [saʊθ] *adj* ở phía nam ▷ *adv* về

phía nam ⊳ *n* phương nam; **South Africa** *n* Nam Phi; **South African** *n* người Nam Phi, thuộc Nam Phi; **South America** *n* Nam Mỹ; **South American** *n* người Nam Mỹ, thuộc Nam Mỹ; **South Korea** *n* Hàn Quốc; **South Pole** *n* Nam cực

southbound ['saʊθ,baʊnd] *adj* đi về phía nam

southeast [,saʊθ'i:st] *n* hướng đông nam

southern ['sʌðən] *adj* ở phương nam

southwest [,saʊθ'wɛst] *n* hướng tây nam

souvenir [,su:və'nɪə; 'su:və,nɪə] *n* đồ lưu niệm; **Do you have souvenirs?** Anh có đồ lưu niệm không?

soya ['sɔɪə] *n* đỗ tương

spa [spɑ:] *n* suối nước khoáng

space [speɪs] *n* khoảng trống

spacecraft ['speɪs,krɑ:ft] *n* tàu du hành vũ trụ

spade [speɪd] *n* cái mai

spaghetti [spə'gɛtɪ] *n* món spaghetti

Spain [speɪn] *n* nước Tây Ban Nha

spam [spæm] *n* thư rác

Spaniard ['spænjəd] *n* người Tây Ban Nha

spaniel ['spænjəl] *n* giống chó spaniel

Spanish ['spænɪʃ] *adj* thuộc Tây Ban Nha ⊳ *n* tiếng Tây Ban Nha

spank [spæŋk] *v* phát vào người

spanner ['spænə] *n* cờ lê

spare [spɛə] *adj* thừa ⊳ *v* tha *(cho ai)*; **spare part** *n* đồ sơ-cua; **spare room** *n* buồng ngủ dành cho khách; **spare time** *n* thời gian rỗi; **spare tyre** *n* lốp dự phòng; **spare wheel** *n* bánh xe dự phòng

spark [spɑ:k] *n* tia lửa; **spark plug** *n* cái bu-di

sparrow ['spærəʊ] *n* chim sẻ

spasm ['spæzəm] *n* sự co thắt

spatula ['spætjʊlə] *n* cái đè lưỡi

speak [spi:k] *v* nói; **Can I speak to…?** Làm ơn cho tôi nói chuyện với…; **Can I speak to you in private?** Tôi có thể nói chuyện riêng với anh được không?; **Could you speak louder, please?** Anh làm ơn nói to lên được không?; **Could you speak more slowly, please?** Anh làm ơn nói chậm lại được không?; **Do you speak English?** Anh có nói được tiếng Anh không?; **Does anyone here speak…?** Có ai ở đây nói tiếng… không?; **Does anyone speak English?** Có ai nói được tiếng Anh không?; **I don't speak English** Tôi không nói được tiếng Anh; **I speak…** Tôi nói tiếng…; **I speak very little English** Tôi nói được rất ít tiếng Anh; **I'd like to speak to…, please** Tôi muốn được nói chuyện với… ạ; **I'd like to speak to a doctor** Tôi muốn nói chuyện với bác sĩ; **I'd like to speak to the manager, please** Làm ơn cho tôi nói chuyện với người quản lý; **What languages do you speak?** Anh nói những thứ tiếng gì?

speaker ['spi:kə] *n* diễn giả; **native speaker** *n* người bản ngữ

speak up [spi:k ʌp] *v* nói thẳng ý kiến của mình

special ['speʃəl] *adj* đặc biệt; **special offer** *n* khuyến mại đặc biệt

specialist ['speʃəlɪst] *n* chuyên gia

speciality [,speʃɪ'ælɪtɪ] *n* chuyên môn

specialize ['speʃə,laɪz] *v* chuyên về

specially ['speʃəlɪ] *adv* đặc biệt

species ['spi:ʃi:z; 'spi:ʃɪ,i:z] *n* loài

specific [spɪ'sɪfɪk] *adj* cụ thể

specifically [spɪ'sɪfɪklɪ] *adv* cụ thể là

specify ['spesɪ,faɪ] *v* ghi rõ

specs [speks] *npl* kính đeo mắt

spectacles ['spektəkᵊlz] *npl* kính đeo mắt

spectacular [spek'tækjʊlə] *adj* ngoạn mục

spectator [spek'teɪtə] *n* khán giả

speculate ['spekjʊ,leɪt] *v* suy xét

speech [spi:tʃ] *n* khả năng nói

speechless ['spi:tʃlɪs] *adj* không nói nên lời

speed [spi:d] *n* sự nhanh nhẹn; **speed limit** *n* giới hạn tốc độ

speedboat ['spi:d,bəʊt] *n* tàu siêu tốc

speeding ['spi:dɪŋ] *n* chạy quá tốc độ cho phép

speedometer [spɪ'dɒmɪtə] *n* đồng hồ tốc độ

speed up [spi:d ʌp] *v* tăng tốc

spell [spel] *n (magic)* phép thuật, *(time)* một đợt ▷ *v* đánh vần; **How do you spell it?** Từ đó đánh vần như thế nào?

spellchecker ['spel,tʃekə] *n* phần mềm kiểm tra lỗi chính tả

spelling ['spelɪŋ] *n* cách đánh vần

spend [spend] *v* tiêu *(sử dụng)*

sperm [spɜ:m] *n* tinh trùng

spice [spaɪs] *n* gia vị

spicy ['spaɪsɪ] *adj* có nêm gia vị

spider ['spaɪdə] *n* con nhện

spill [spɪl] *v* làm đổ

spinach ['spɪnɪdʒ; -ɪtʃ] *n* cải bó xôi

spine [spaɪn] *n* cột sống

spinster ['spɪnstə] *n* bà cô

spire [spaɪə] *n* ngọn tháp

spirit ['spɪrɪt] *n* tinh thần

spirits ['spɪrɪts] *npl* tâm trạng

spiritual ['spɪrɪtjʊəl] *adj* thuộc tinh thần

spit [spɪt] *n* nước bọt ▷ *v* nhổ nước bọt

spite [spaɪt] *n* sự ác ý ▷ *v* chọc tức

spiteful ['spaɪtfʊl] *adj* hằn học

splash [splæʃ] *v* bắn tóe ra

splendid ['splendɪd] *adj* rất hay

splint [splɪnt] *n* thanh nẹp

splinter ['splɪntə] *n* mảnh vụn

split [splɪt] *v* vỡ

split up [splɪt ʌp] *v* chia ra

spoil [spɔɪl] *v* làm hỏng

spoilsport ['spɔɪl,spɔ:t] *n* người phá đám

spoilt [spɔɪlt] *adj* hư

spoke [spəʊk] *n* cái nan hoa

spokesman, spokesmen ['spəʊksmən, 'spəʊksmen] *n* người phát ngôn nam

spokesperson ['spəʊks,pɜrsən] *n* người phát ngôn

spokeswoman, spokeswomen ['spəʊks,wʊmən, 'spəʊks,wɪmɪn] *n* người phát ngôn nữ

sponge [spʌndʒ] *n (cake)* bánh xốp, *(for washing)* bọt biển; **sponge bag** *n* túi không thấm nước

sponsor ['spɒnsə] *n* nhà tài trợ ▷ *v* tài trợ

sponsorship ['spɒnsəʃɪp] *n* sự tài trợ

spontaneous [spɒn'teɪnɪəs] *adj* tự phát

spooky ['spuːkɪ; 'spooky] *adj* như ma quỷ

spoon [spuːn] *n* cái thìa

spoonful ['spuːnˌfʊl] *n* thìa đầy

sport [spɔːt] *n* môn thể thao; **winter sports** *npl* các môn thể thao mùa đông

sportsman, sportsmen ['spɔːtsmən, 'spɔːtsmen] *n* nam vận động viên

sportswear ['spɔːtsˌwɛə] *n* quần áo thể thao

sportswoman, sportswomen ['spɔːtsˌwʊmən, 'spɔːtsˌwɪmɪn] *n* nữ vận động viên

sporty ['spɔːtɪ] *adj* ham mê thể thao

spot [spɒt] *n (blemish)* đốm, *(place)* nơi ▷ *v* phát hiện ra

spotless ['spɒtlɪs] *adj* sạch sẽ

spotlight ['spɒtˌlaɪt] *n* đèn pha

spotty ['spɒtɪ] *adj* lốm đốm

spouse [spaʊs] *n* chồng

sprain [spreɪn] *n* sự bong gân ▷ *v* làm bong gân

spray [spreɪ] *n* bụi nước ▷ *v* phun bụi nước; **hair spray** *n* gôm xịt tóc

spread [sprɛd] *n* sự trải ra ▷ *v* trải ra

spread out [sprɛd aʊt] *v* tản ra

spreadsheet ['sprɛdˌʃiːt] *n* bảng tính toán

spring [sprɪŋ] *n (coil)* lò xo, *(season)* mùa xuân; **spring onion** *n* hành lá

spring-cleaning ['sprɪŋˌkliːnɪŋ] *n* dọn dẹp nhà cửa sạch sẽ vào cuối đông

springtime ['sprɪŋˌtaɪm] *n* mùa xuân

sprinkler ['sprɪŋklə] *n* bình phun

sprint [sprɪnt] *n* sự chạy nước rút ▷ *v* chạy nước rút

sprinter ['sprɪntə] *n* người chạy nước rút

sprouts [spraʊts] *npl* mầm; **Brussels sprouts** *npl* cải Brúc-xen

spy [spaɪ] *n* gián điệp ▷ *v* theo dõi

spying ['spaɪɪŋ] *n* sự bí mật theo dõi

squabble ['skwɒbᵊl] *v* cãi vặt

squander ['skwɒndə] *v* lãng phí

square [skwɛə] *adj* vuông ▷ *n* hình vuông

squash [skwɒʃ] *n* nước quả ép ▷ *v* nén *(ép)*

squeak [skwiːk] *v* rít lên

squeeze [skwiːz] *v* siết chặt

squeeze in [skwiːz ɪn] *v* chen lấn

squid [skwɪd] *n* mực ống

squint [skwɪnt] *v* bị lác mắt

squirrel ['skwɪrəl; 'skwɜːrəl; 'skwʌr-] *n* con sóc

Sri Lanka [ˌsriː 'læŋkə] *n* nước Sri Lanka

stab [stæb] *v* đâm *(bằng dao)*

stability [stə'bɪlɪtɪ] *n* sự ổn định

stable ['steɪbᵊl] *adj* ổn định ▷ *n* chuồng ngựa

stack [stæk] *n* đụn

stadium, stadia ['steɪdɪəm, 'steɪdɪə] *n* sân vận động; **How do we get to the stadium?** Chúng tôi đi đến sân vận động bằng cách nào được?

staff [stɑːf] *n (stick or rod)* cột *(cọc)*, *(workers)* nhân viên

staffroom ['stɑːfˌruːm] *n* phòng nhân viên

stage [steɪdʒ] *n* giai đoạn

stagger ['stægə] v đi loạng choạng
stain [steɪn] n vết bẩn ▷ v làm ố màu; **stain remover** n thuốc tẩy; **Can you remove this stain?** Anh có thể làm mất vết bẩn này không?
staircase ['steəˌkeɪs] n cầu thang
stairs [steəz] npl cầu thang
stale [steɪl] adj ôi thiu
stalemate ['steɪlˌmeɪt] n thế bí
stall [stɔːl] n quầy bán hàng
stamina ['stæmɪnə] n sự dẻo dai
stammer ['stæmə] v nói lắp
stamp [stæmp] n tem ▷ v giậm chân; **Can I have stamps for four postcards to...** Tôi muốn mua tem để gửi bốn bưu thiếp đi...; **Do you sell stamps?** Anh có bán tem không?; **Where can I buy stamps?** Tôi có thể mua tem ở đâu?; **Where is the nearest shop which sells stamps?** Cửa hàng bán tem gần nhất ở đâu?
stand [stænd] v đứng
standard ['stændəd] adj chuẩn ▷ n tiêu chuẩn; **standard of living** n mức sống
stand for [stænd fɔː] v là chữ viết tắt của
stand out [stænd aʊt] v nổi bật
standpoint ['stændˌpɔɪnt] n quan điểm
stands ['stændz] npl các quầy hàng
stand up [stænd ʌp] v đứng lên
staple ['steɪpᵊl] n (commodity) mặt hàng chủ lực, (wire) ghim dập ▷ v dập ghim
stapler ['steɪplə] n cái dập ghim
star [stɑː] n (person) ngôi sao, (sky) ngôi sao ▷ v đóng vai chính; **film star** n ngôi sao điện ảnh

starch [stɑːtʃ] n tinh bột
stare [steə] v nhìn chằm chằm
stark [stɑːk] adj khắc nghiệt
start [stɑːt] n phần đầu ▷ vi bắt đầu; **The tour starts at about...** Tua tham quan bắt đầu vào khoảng...; **When does the film start?** Mấy giờ phim bắt đầu chiếu?
starter ['stɑːtə] n món khai vị; **I'd like pasta as a starter** Tôi muốn ăn món khai vị là mỳ pasta
startle ['stɑːtᵊl] v làm giật mình
start off [stɑːt ɒf] v khởi hành
starve [stɑːv] v chết đói
state [steɪt] n trạng thái ▷ v tuyên bố; **Gulf States** npl các nước Vùng Vịnh
statement ['steɪtmənt] n lời tuyên bố; **bank statement** n bản sao kê của ngân hàng
station ['steɪʃən] n trạm; **bus station** n ga xe buýt; **metro station** n ga tàu điện ngầm; **petrol station** n trạm xăng; **police station** n đồn cảnh sát; **radio station** n đài phát thanh; **railway station** n ga xe lửa; **service station** n trạm xăng; **tube station** n ga tàu điện ngầm; **How far are we from the bus station?** Chúng ta còn cách trạm xe buýt bao xa?; **Is there a petrol station near here?** Gần đây có trạm xăng không?
stationer's ['steɪʃənəz] n cửa hàng văn phòng phẩm
stationery ['steɪʃənərɪ] n văn phòng phẩm
statistics [stə'tɪstɪks] npl số liệu thống kê

statue ['stætjuː] *n* bức tượng

status ['steɪtəs] *n* **marital status** *n* tình trạng hôn nhân

status quo ['steɪtəs kwəʊ] *n* hiện trạng

stay [steɪ] *n* thời gian ở ▷ *v* ở lại

stay in [steɪ ɪn] *v* không ra ngoài

stay up [steɪ ʌp] *v* thức

steady ['stɛdɪ] *adj* chắc chắn

steak [steɪk] *n* miếng thịt bò nạc; **rump steak** *n* thịt mông bò

steal [stiːl] *v* ăn cắp

steam [stiːm] *n* hơi nước

steel [stiːl] *n* thép; **stainless steel** *n* thép không rỉ

steep [stiːp] *adj* dốc; **Is it very steep?** Đường có dốc lắm không?

steeple ['stiːpᵊl] *n* ngọn tháp

steering ['stɪərɪŋ] *n* thiết bị lái; **steering wheel** *n* vô lăng

step [stɛp] *n* bước

stepdaughter ['stɛpˌdɔːtə] *n* con gái riêng của chồng

stepfather ['stɛpˌfɑːðə] *n* bố dượng

stepladder ['stɛpˌlædə] *n* thang xếp

stepmother ['stɛpˌmʌðə] *n* mẹ kế

stepson ['stɛpˌsʌn] *n* con trai riêng của chồng

stereo ['stɛrɪəʊ; 'stɪər-] *n* âm thanh nổi; **personal stereo** *n* máy nghe nhạc cá nhân

stereotype ['stɛrɪəˌtaɪp; 'stɪər-] *n* khuôn mẫu

sterile ['stɛraɪl] *adj* vô trùng

sterilize ['stɛrɪˌlaɪz] *v* khử trùng

sterling ['stɜːlɪŋ] *n* đồng bảng Anh

steroid ['stɪərɔɪd; 'stɛr-] *n* chất hữu cơ steroid

stew [stjuː] *n* món hầm

steward ['stjʊəd] *n* tiếp viên

stick [stɪk] *n* cành nhỏ ▷ *v* cắm; **stick insect** *n* sâu que; **walking stick** *n* gậy chống

sticker ['stɪkə] *n* nhãn dính

stick out [stɪk aʊt] *v* thò ra

sticky ['stɪkɪ] *adj* dính

stiff [stɪf] *adj* cứng

stifling ['staɪflɪŋ] *adj* ngột ngạt

still [stɪl] *adj* phẳng lặng ▷ *adv* vẫn; **The car is still under warranty** Xe vẫn còn trong thời hạn bảo hành

sting [stɪŋ] *n* vết đốt ▷ *v* đốt *(côn trùng)*; **I've been stung** Tôi bị đốt

stingy ['stɪndʒɪ] *adj* keo kiệt

stink [stɪŋk] *n* mùi hôi ▷ *v* có mùi khó chịu

stir [stɜː] *v* khuấy

stitch [stɪtʃ] *n* mũi khâu ▷ *v* khâu

stock [stɒk] *n* hàng tồn kho ▷ *v* trữ hàng; **stock cube** *n* viên xúp; **stock exchange** *n* thị trường chứng khoán; **stock market** *n* thị trường chứng khoán

stockbroker ['stɒkˌbrəʊkə] *n* người môi giới chứng khoán

stockholder ['stɒkˌhəʊldə] *n* cổ đông

stocking ['stɒkɪŋ] *n* bít tất dài

stock up [stɒk ʌp] *v* **stock up on** *v* lưu kho

stomach ['stʌmək] *n* dạ dày

stomachache ['stʌmədˌeɪk] *n* chứng đau bụng

stone [stəʊn] *n* đá *(hòn)*

stool [stuːl] *n* ghế đẩu

stop [stɒp] *n* sự dừng lại ▷ *vi* dừng; **bus stop** *n* bến xe buýt; **full stop** *n* dấu chấm câu; **Do we stop at…?** Chúng ta có dừng tại… không?; **Does the train stop at…?** Tàu có dừng ở... không?; **Stop here, please** Xin dừng ở đây; **When do we stop next?** Khi nào chúng ta dừng xe lần tới?; **Where do we stop for lunch?** Chúng ta dừng ăn trưa ở đâu?

stopover ['stɒpˌəʊvə] n sự nghỉ giữa chuyến đi

stopwatch ['stɒpˌwɒtʃ] n đồng hồ bấm giờ

storage ['stɔːrɪdʒ] n sự tích trữ

store [stɔː] n cửa hàng ▷ v tích trữ; **department store** n cửa hàng bách hóa

storm [stɔːm] n cơn bão

stormy ['stɔːmɪ] adj bão táp

story ['stɔːrɪ] n câu chuyện; **short story** n truyện ngắn

stove [stəʊv] n cái bếp

straight [streɪt] adj thẳng; **straight on** adv thẳng; **My hair is naturally straight** Tóc tôi thẳng tự nhiên

straighteners ['streɪtᵊnəz] npl cái duỗi tóc

straightforward [ˌstreɪtˈfɔːwəd] adj thẳng thắn

strain [streɪn] n sự căng thẳng ▷ v làm căng thẳng

strained [streɪnd] adj gượng ép

stranded ['strændɪd] adj bị kẹt lại

strange [streɪndʒ] adj kỳ lạ

stranger ['streɪndʒə] n người lạ

strangle ['stræŋgᵊl] v bóp cổ

strap [stræp] n cái đai; **watch strap** n dây đồng hồ

strategic [strəˈtiːdʒɪk] adj chiến lược

strategy ['strætɪdʒɪ] n chiến lược

straw [strɔː] n rơm

strawberry ['strɔːbərɪ; -brɪ] n quả dâu tây

stray [streɪ] n gia súc bị lạc

stream [striːm] n dòng suối

street [striːt] n phố; **street map** n bản đồ đường sá; **street plan** n sơ đồ đường phố; **I want a street map of the city** Tôi muốn bản đồ đường phố của thành phố

streetlamp ['striːtˌlæmp] n đèn đường

streetwise ['striːtˌwaɪz] adj bụi đời

strength [streŋθ] n sức lực

strengthen ['streŋθən] v tăng cường

stress [stres] n sự căng thẳng ▷ v nhấn mạnh

stressed [strest] adj bị căng thẳng

stressful ['stresfʊl] adj gây căng thẳng

stretch [stretʃ] v kéo dài

stretcher ['stretʃə] n cái cáng thương

stretchy ['stretʃɪ] adj co giãn

strict [strɪkt] adj nghiêm khắc

strictly [strɪktlɪ] adv nghiêm khắc

strike [straɪk] n cuộc bãi công ▷ vi điểm giờ, (suspend work) bãi công ▷ vt đập (mạnh)

striker ['straɪkə] n người bãi công

striking ['straɪkɪŋ] adj đầy ấn tượng

string [strɪŋ] n sợi dây

strip [strɪp] n sự thoát y ▷ v thoát y

stripe [straɪp] n sọc

striped [straɪpt] adj có sọc

stripper ['strɪpə] n người biểu diễn thoát y

stripy ['straɪpɪ] adj có sọc

stroke [strəʊk] n (hit) cái vuốt ve ▷ v vuốt ve

stroll [strəʊl] n cuộc đi dạo

strong [strɒŋ] *adj* khỏe; **I need something stronger** Tôi cần loại mạnh hơn

strongly [strɒŋlɪ] *adv* mạnh

structure [ˈstrʌktʃə] *n* công trình

struggle [ˈstrʌgəl] *v* cố gắng

stub [stʌb] *n* mẩu

stubborn [ˈstʌbən] *adj* bướng bỉnh

stub out [stʌb aʊt] *v* dập tắt

stuck [stʌk] *adj* bị tắc

stuck-up [stʌkʌp] *adj* vênh váo

stud [stʌd] *n* đinh tán

student [ˈstjuːdənt] *n* sinh viên; **student discount** *n* sự giảm giá cho sinh viên; **Are there any reductions for students?** Có giảm giá cho sinh viên không?; **I'm a student** Tôi là sinh viên

studio [ˈstjuːdɪˌəʊ] *n* studio; **studio flat** *n* căn hộ nhỏ

study [ˈstʌdɪ] *v* học; **I'm still studying** Tôi còn đang đi học

stuff [stʌf] *n* chất liệu

stuffy [ˈstʌfɪ] *adj* ngột ngạt

stumble [ˈstʌmbəl] *v* vấp

stunned [stʌnd] *adj* bị choáng váng

stunning [ˈstʌnɪŋ] *adj* tuyệt vời

stunt [stʌnt] *n* cảnh biểu diễn nguy hiểm

stuntman, stuntmen [ˈstʌntmən, ˈstʌntmen] *n* người đóng thế

stupid [ˈstjuːpɪd] *adj* ngu xuẩn

stutter [ˈstʌtə] *v* nói lắp

style [staɪl] *n* kiểu; **I want a completely new style** Tôi muốn một kiểu hoàn toàn mới

styling [ˈstaɪlɪŋ] *n* **Do you sell styling products?** Anh có bán các sản phẩm tạo dáng tóc không?

stylist [ˈstaɪlɪst] *n* người tạo mẫu tóc

subject [ˈsʌbdʒɪkt] *n* chủ đề

submarine [ˈsʌbməˌriːn; ˌsʌbməˈriːn] *n* tàu ngầm

subscription [səbˈskrɪpʃən] *n* tiền đặt báo dài hạn

subsidiary [səbˈsɪdɪərɪ] *n* công ty con

subsidize [ˈsʌbsɪˌdaɪz] *v* bao cấp

subsidy [ˈsʌbsɪdɪ] *n* tiền trợ cấp

substance [ˈsʌbstəns] *n* chất

substitute [ˈsʌbstɪˌtjuːt] *n* cái thay thế ▷ *v* thay thế

subtitled [ˈsʌbˌtaɪtəld] *adj* có phụ đề

subtitles [ˈsʌbˌtaɪtəlz] *npl* phụ đề

subtle [ˈsʌtəl] *adj* khó thấy

subtract [səbˈtrækt] *v* trừ

suburb [ˈsʌbɜːb] *n* ngoại ô

suburban [səˈbɜːbən] *adj* thuộc ngoại ô

subway [ˈsʌbˌweɪ] *n* đường ngầm

succeed [səkˈsiːd] *v* thành công

success [səkˈsɛs] *n* sự thành công

successful [səkˈsɛsfʊl] *adj* thành công

successfully [səkˈsɛsfʊlɪ] *adv* thành công

successive [səkˈsɛsɪv] *adj* liên tục

successor [səkˈsɛsə] *n* người kế vị

such [sʌtʃ] *adj* như loại đó ▷ *adv* vô cùng

suck [sʌk] *v* hút

Sudan [suːˈdɑːn; -ˈdæn] *n* Sudan

Sudanese [ˌsuːdəˈniːz] *adj* thuộc Sudan ▷ *n* người Sudan

sudden [ˈsʌdən] *adj* bất ngờ

suddenly [ˈsʌdənlɪ] *adv* bất ngờ

sue [sjuː; suː] *v* kiện *(tụng)*

suede [sweɪd] *n* da lộn

suffer ['sʌfə] v chịu đựng
sufficient [sə'fɪʃənt] adj không đủ
suffocate ['sʌfəˌkeɪt] v làm ngạt
sugar ['ʃʊgə] n đường (ăn); **icing sugar** n đường dùng làm kem; **no sugar** không đường
sugar-free ['ʃʊgəfriː] adj không đường
suggest [sə'dʒɛst; səg'dʒɛst] v gợi ý
suggestion [sə'dʒɛstʃən] n gợi ý
suicide ['suːɪˌsaɪd; 'sjuː-] n sự tự vẫn; **suicide bomber** n người đánh bom liều chết
suit [suːt; sjuːt] n bộ com lê ▷ v hợp với; **bathing suit** n áo tắm; **shell suit** n áo khoác chống thấm
suitable ['suːtəbəl; 'sjuːt-] adj phù hợp
suitcase ['suːtˌkeɪs; 'sjuːt-] n va-li
suite [swiːt] n dãy phòng
sulk [sʌlk] v giận dỗi
sulky ['sʌlkɪ] adj hay giận dỗi
sultana [sʌl'tɑːnə] n nho khô
sum [sʌm] n tổng số
summarize ['sʌməˌraɪz] v tóm tắt
summary ['sʌmərɪ] n tóm tắt
summer ['sʌmə] n mùa hè; **summer holidays** npl kỳ nghỉ hè; **after summer** sau mùa hè; **during the summer** trong mùa hè; **in summer** vào mùa hè
summertime ['sʌməˌtaɪm] n mùa hè
summit ['sʌmɪt] n đỉnh
sum up [sʌm ʌp] v tóm tắt
sun [sʌn] n mặt trời
sunbathe ['sʌnˌbeɪð] v tắm nắng
sunbed ['sʌnˌbɛd] n ghế nằm phơi nắng
sunblock ['sʌnˌblɒk] n kem chống nắng

sunburn ['sʌnˌbɜːn] n sự cháy nắng
sunburnt ['sʌnˌbɜːnt] adj bị cháy nắng; **I am sunburnt** Tôi bị cháy nắng
suncream ['sʌnˌkriːm] n kem chống nắng
Sunday ['sʌndɪ] n Chủ nhật; **Is the museum open on Sundays?** Bảo tàng có mở cửa Chủ nhật không?; **on Sunday** vào Chủ nhật
sunflower ['sʌnˌflaʊə] n hoa hướng dương
sunglasses ['sʌnˌglɑːsɪz] npl kính râm
sunlight ['sʌnlaɪt] n ánh sáng mặt trời
sunny ['sʌnɪ] adj nắng; **It's sunny** Trời nắng
sunrise ['sʌnˌraɪz] n bình minh
sunroof ['sʌnˌruːf] n cửa nóc ô tô
sunscreen ['sʌnˌskriːn] n kem chống nắng
sunset ['sʌnˌsɛt] n hoàng hôn
sunshine ['sʌnˌʃaɪn] n ánh nắng
sunstroke ['sʌnˌstrəʊk] n sự say nắng
suntan ['sʌnˌtæn] n sự rám nắng; **suntan lotion** n kem chống nắng; **suntan oil** n dầu tắm nắng
super ['suːpə] adj tuyệt vời
superb [sʊ'pɜːb; sjuː-] adj cực ấn tượng
superficial [ˌsuːpə'fɪʃəl] adj hời hợt
superior [suː'pɪərɪə] adj tốt hơn ▷ n thượng cấp
supermarket ['suːpəˌmɑːkɪt] n siêu thị; **I need to find a supermarket** Tôi cần tìm một siêu thị
supernatural [ˌsuːpə'nætʃrəl;

-'nætʃərəl] *adj* siêu tự nhiên

superstitious [ˌsuːpəˈstɪʃəs] *adj* mê tín

supervise [ˈsuːpəˌvaɪz] *v* giám sát

supervisor [ˈsuːpəˌvaɪzə] *n* người giám sát

supper [ˈsʌpə] *n* bữa tối

supplement [ˈsʌplɪmənt] *n* phần bổ sung

supplier [səˈplaɪə] *n* nhà cung cấp

supplies [səˈplaɪz] *npl* nhu yếu phẩm

supply [səˈplaɪ] *n* sự cung cấp ▷ *v* cung cấp; **supply teacher** *n* giáo viên dạy thay

support [səˈpɔːt] *n* sự chống đỡ ▷ *v* ủng hộ

supporter [səˈpɔːtə] *n* người ủng hộ

suppose [səˈpəʊz] *v* cho là

supposedly [səˈpəʊzɪdlɪ] *adv* cho là

supposing [səˈpəʊzɪŋ] *conj* giả sử

surcharge [ˈsɜːˌtʃɑːdʒ] *n* khoản phụ trội

sure [ʃʊə; ʃɔː] *adj* chắc chắn

surely [ˈʃʊəlɪ; ʃɔː-] *adv* chắc chắn

surf [sɜːf] *n* bọt sóng ▷ *v* lướt sóng; **Where can you go surfing?** Có thể chơi lướt sóng ở đâu?

surface [ˈsɜːfɪs] *n* bề mặt

surfboard [ˈsɜːfˌbɔːd] *n* ván để lướt sóng

surfer [ˈsɜːfə] *n* người lướt sóng

surfing [ˈsɜːfɪŋ] *n* môn lướt sóng

surge [sɜːdʒ] *n* sự tăng lên đột ngột

surgeon [ˈsɜːdʒən] *n* bác sỹ phẫu thuật

surgery [ˈsɜːdʒərɪ] *n* (*doctor's*) khoa phẫu thuật, (*operation*) phẫu thuật; **cosmetic surgery** *n* phẫu thuật thẩm mỹ; **plastic surgery** *n* phẫu thuật thẩm mỹ

surname [ˈsɜːˌneɪm] *n* họ (tên)

surplus [ˈsɜːpləs] *adj* thừa ▷ *n* lượng dư

surprise [səˈpraɪz] *n* sự ngạc nhiên

surprised [səˈpraɪzd] *adj* ngạc nhiên

surprising [səˈpraɪzɪŋ] *adj* làm ngạc nhiên

surprisingly [səˈpraɪzɪŋlɪ] *adv* thật ngạc nhiên

surrender [səˈrɛndə] *v* đầu hàng

surround [səˈraʊnd] *v* vây quanh

surroundings [səˈraʊndɪŋz] *npl* khu vực xung quanh

survey [ˈsɜːveɪ] *n* cuộc điều tra

surveyor [sɜːˈveɪə] *n* giám định viên

survival [səˈvaɪvəl] *n* sự sống sót

survive [səˈvaɪv] *v* sống sót

survivor [səˈvaɪvə] *n* người sống sót

suspect *n* [ˈsʌspɛkt] người bị tình nghi ▷ *v* [səˈspɛkt] nghi ngờ

suspend [səˈspɛnd] *v* treo lên

suspenders [səˈspɛndəz] *npl* dây nịt móc bít tất

suspense [səˈspɛns] *n* sự hồi hộp

suspension [səˈspɛnʃən] *n* sự đình chỉ; **suspension bridge** *n* cầu treo

suspicious [səˈspɪʃəs] *adj* khả nghi

swallow [ˈswɒləʊ] *n* sự nuốt ▷ *vi* nuốt nước bọt ▷ *vt* nuốt; **The cash machine swallowed my card** Máy rút tiền nuốt mất thẻ của tôi rồi

swamp [swɒmp] *n* đầm lầy

swan [swɒn] *n* con thiên nga

swap [swɒp] *v* trao đổi

swat [swɒt] *v* đánh mạnh

sway [sweɪ] *v* đu đưa

Swaziland [ˈswɑːzɪˌlænd] *n* nước Swaziland

swear [swɛə] *v* chửi

swearword ['swɛəˌwɜːd] n câu chửi rủa

sweat [swɛt] n mồ hôi ▷ v toát mồ hôi

sweater ['swɛtə] n áo len; **polo-necked sweater** n áo len cổ lọ

sweatshirt ['swɛtˌʃɜːt] n áo cotton dài tay

sweaty ['swɛtɪ] adj đầy mồ hôi

swede [swiːd] n củ cải Thụy Điển

Swede [swiːd] n người Thụy Điển

Sweden ['swiːdən] n nước Thụy Điển

Swedish ['swiːdɪʃ] adj thuộc Thụy Điển ▷ n tiếng Thụy Điển

sweep [swiːp] v quét

sweet [swiːt] adj (pleasing) dễ chịu, (taste) ngọt ▷ n kẹo

sweetcorn ['swiːtˌkɔːn] n ngô ngọt

sweetener ['swiːtənə] n đường hóa học

sweets ['swiːtz] npl bánh kẹo

sweltering ['swɛltərɪŋ] adj oi ả

swerve [swɜːv] v đi chệch

swim [swɪm] v bơi; **Can you swim here?** Có bơi được ở đây không?; **Let's go swimming** Chúng mình đi bơi đi; **Where can I go swimming?** Tôi có thể đi bơi ở đâu?

swimmer ['swɪmə] n người bơi

swimming ['swɪmɪŋ] n sự bơi; **swimming costume** n quần áo bơi; **swimming pool** n bể bơi; **swimming trunks** npl quần bơi nam

swimsuit ['swɪmˌsuːt] n quần áo bơi

swing [swɪŋ] n động tác đu đưa ▷ v đu đưa

Swiss [swɪs] adj thuộc Thụy Sỹ ▷ n người Thụy Sỹ

switch [swɪtʃ] n công tắc ▷ v chuyển

switchboard ['swɪtʃˌbɔːd] n tổng đài điện thoại

switch off [swɪtʃ ɒf] v tắt; **Can I switch the light off?** Tôi có thể tắt đèn được không?

switch on [swɪtʃ ɒn] v bật; **Can I switch the radio on?** Tôi có thể bật đài được không?; **How do you switch it on?** Bật lên thế nào?

Switzerland ['swɪtsələnd] n Thụy Sỹ

swollen ['swəʊlən] adj bị sưng

sword [sɔːd] n thanh kiếm

swordfish ['sɔːdˌfɪʃ] n cá kiếm

swot [swɒt] v học gạo

syllable ['sɪləbəl] n âm tiết

syllabus ['sɪləbəs] n chương trình học

symbol ['sɪmbəl] n biểu tượng (đại diện)

symmetrical [sɪ'mɛtrɪkəl] adj cân đối

sympathetic [ˌsɪmpə'θɛtɪk] adj thông cảm

sympathize ['sɪmpəˌθaɪz] v thông cảm

sympathy ['sɪmpəθɪ] n sự thông cảm

symphony ['sɪmfənɪ] n nhạc giao hưởng

symptom ['sɪmptəm] n triệu chứng

synagogue ['sɪnəˌɡɒɡ] n giáo đường Do thái; **Where is there a synagogue?** Ở đâu có giáo đường Do Thái?

syndrome ['sɪndrəʊm] n **Down's syndrome** n hội chứng Down

Syria ['sɪrɪə] *n* nước Syria

Syrian ['sɪrɪən] *adj* thuộc Syria ▷ *n* người Syria

syringe ['sɪrɪndʒ; sɪ'rɪndʒ] *n* ống tiêm

syrup ['sɪrəp] *n* nước xi-rô

system ['sɪstəm] *n* hệ thống; **immune system** *n* hệ miễn dịch; **solar system** *n* hệ mặt trời; **systems analyst** *n* phân tích viên hệ thống

systematic [ˌsɪstɪ'mætɪk] *adj* có hệ thống

table ['teɪbªl] *n (chart)* bảng *(số liệu)*, *(furniture)* cái bàn; **bedside table** *n* bàn để đầu giường; **coffee table** *n* bàn uống cà phê; **dressing table** *n* bàn trang điểm; **table tennis** *n* môn bóng bàn; **table wine** *n* rượu vang thường

tablecloth ['teɪbªlˌklɒθ] *n* khăn trải bàn

tablespoon ['teɪbªlˌspuːn] *n* thìa to

tablet ['tæblɪt] *n* viên thuốc

taboo [tə'buː] *adj* cấm kỵ ▷ *n* điều cấm kỵ

tackle ['tækªl; 'teɪkªl] *n* hành động cản ▷ *v* xử lý; **fishing tackle** *n* đồ nghề câu cá

tact [tækt] *n* sự tế nhị

tactful ['tæktfʊl] *adj* tế nhị

tactics ['tæktɪks] *npl* chiến thuật

tactless ['tæktlɪs] *adj* không lịch thiệp

tadpole ['tædˌpəʊl] *n* con nòng nọc

tag [tæg] *n* nhãn *(hàng)*

Tahiti [təˈhiːtɪ] *n* Tahiti

tail [teɪl] *n* cái đuôi

tailor [ˈteɪlə] *n* thợ may

Taiwan [ˈtaɪˈwɑːn] *n* Đài Loan

Taiwanese [ˌtaɪwɑːˈniːz] *adj* thuộc Đài Loan ▷ *n* người Đài Loan

Tajikistan [tɑːˌdʒɪkɪˈstɑːn; -stæn] *n* nước Tajikistan

take [teɪk] *v* lấy *(mang đi)*; **I'll take it** Tôi lấy cái này

take after [teɪk ˈɑːftə] *v* giống *(nhau)*

take apart [teɪk əˈpɑːt] *v* tháo ra

take away [teɪk əˈweɪ] *v* mang đi

takeaway [ˈteɪkəˌweɪ] *n* cửa hàng bán thức ăn mang về

take back [teɪk bæk] *v* lấy lại

taken [ˈteɪkən] *adj* **Is this seat taken?** Chỗ này có ai ngồi chưa?

take off [teɪk ɒf] *v* cởi ra

takeoff [ˈteɪkˌɒf] *n* sự cất cánh

take over [teɪk ˈəʊvə] *v* tiếp quản

takeover [ˈteɪkˌəʊvə] *n* sự tiếp quản

takings [ˈteɪkɪŋz] *npl* tiền bán hàng

tale [teɪl] *n* câu chuyện

talent [ˈtælənt] *n* năng khiếu

talented [ˈtæləntɪd] *adj* có khiếu

talk [tɔːk] *n* bài nói chuyện ▷ *v* nói chuyện; **talk to** *v* phê bình

talkative [ˈtɔːkətɪv] *adj* hay nói

tall [tɔːl] *adj* cao; **How tall are you?** Anh cao bao nhiêu?

tame [teɪm] *adj* thuần

tampon [ˈtæmpɒn] *n* băng vệ sinh dạng nút

tan [tæn] *n* màu rám nắng

tandem [ˈtændəm] *n* xe đạp đôi

tangerine [ˌtændʒəˈriːn] *n* quả quýt

tank [tæŋk] *n (combat vehicle)* xe tăng, *(large container)* bể *(chứa)*;
petrol tank *n* bể chứa xăng; **septic tank** *n* hố rác tự hoại

tanker [ˈtæŋkə] *n* tàu chở dầu

tanned [tænd] *adj* rám nắng

tantrum [ˈtæntrəm] *n* cơn giận

Tanzania [ˌtænzəˈnɪə] *n* Tanzania

Tanzanian [ˌtænzəˈnɪən] *adj* thuộc Tanzania ▷ *n* người Tanzania

tap [tæp] *n* cái gõ nhẹ

tap-dancing [ˈtæpˌdɑːnsɪŋ] *n* nhảy gõ giày

tape [teɪp] *n* dây ▷ *v* ghi âm; **tape measure** *n* thước dây; **tape recorder** *n* máy ghi âm

target [ˈtɑːgɪt] *n* mục tiêu

tariff [ˈtærɪf] *n* thuế quan

tarmac [ˈtɑːmæk] *n* tarmac

tarpaulin [tɑːˈpɔːlɪn] *n* vải dầu

tarragon [ˈtærəgən] *n* cây ngải giấm

tart [tɑːt] *n* bánh táo

tartan [ˈtɑːtən] *adj* có kẻ ô vuông

task [tɑːsk] *n* nhiệm vụ

Tasmania [tæzˈmeɪnɪə] *n* bang Tasmania

taste [teɪst] *n* vị *(nếm)* ▷ *v* nếm; **Can I taste it?** Tôi nếm được không?

tasteful [ˈteɪstfʊl] *adj* có óc thẩm mỹ

tasteless [ˈteɪstlɪs] *adj* vô vị

tasty [ˈteɪstɪ] *adj* ngon

tattoo [tæˈtuː] *n* hình xăm trên da

Taurus [ˈtɔːrəs] *n* cung Kim ngưu

tax [tæks] *n* thuế; **income tax** *n* thuế thu nhập; **road tax** *n* thuế cầu đường; **tax payer** *n* người đóng thuế; **tax return** *n* bản khai thuế

taxi [ˈtæksɪ] *n* xe taxi; **taxi driver** *n* người lái xe taxi; **taxi rank** *n* bến xe taxi

TB [tiː biː] *n* bệnh lao

tea [tiː] *n* chè *(trà)*; **herbal tea** *n* chè thảo dược; **tea bag** *n* gói chè; **tea towel** *n* khăn lau bát

teach [tiːtʃ] *v* dạy học

teacher [ˈtiːtʃə] *n* giáo viên; **supply teacher** *n* giáo viên dạy thay; **I'm a teacher** Tôi là giáo viên

teaching [ˈtiːtʃɪŋ] *n* nghề dạy học

teacup [ˈtiːˌkʌp] *n* chén uống trà

team [tiːm] *n* đội *(nhóm)*

teapot [ˈtiːˌpɒt] *n* ấm pha trà

tear¹ [tɪə] *n (from eye)* nước mắt

tear² [tɛə] *n (split)* chỗ rách ▷ *v* làm rách; **tear up** *v* xé toạc

tear gas [ˈtɪəˌgæs] *n* hơi cay

tease [tiːz] *v* trêu chọc

teaspoon [ˈtiːˌspuːn] *n* thìa cà phê

teatime [ˈtiːˌtaɪm] *n* giờ ăn tối

technical [ˈtɛknɪkəl] *adj* kỹ thuật

technician [tɛkˈnɪʃən] *n* kỹ thuật viên

technique [tɛkˈniːk] *n* kỹ xảo

techno [ˈtɛknəʊ] *n* nhạc techno

technological [tɛkˈnɒlədʒɪkəl] *adj* liên quan đến công nghệ

technology [tɛkˈnɒlədʒɪ] *n* công nghệ

tee [tiː] *n* vật đỡ bóng gôn

teenager [ˈtiːnˌeɪdʒə] *n* thiếu niên

teens [tiːnz] *npl* tuổi thiếu niên

tee-shirt [ˈtiːˌʃɜːt] *n* áo phông

teethe [tiːð] *v* mọc răng

teetotal [tiːˈtəʊtəl] *adj* không uống rượu

telecommunications [ˌtɛlɪkəˌmjuːnɪˈkeɪʃənz] *npl* viễn thông

telegram [ˈtɛlɪˌgræm] *n* bức điện tín

telephone [ˈtɛlɪˌfəʊn] *n* điện thoại; **telephone directory** *n* danh bạ điện thoại; **I need to make an urgent telephone call** Tôi cần gọi một cuộc điện thoại khẩn; **What's the telephone number?** Số điện thoại là gì?

telesales [ˈtɛlɪˌseɪlz] *npl* việc bán hàng qua điện thoại

telescope [ˈtɛlɪˌskəʊp] *n* kính viễn vọng

television [ˈtɛlɪˌvɪʒən] *n* ti vi; **cable television** *n* truyền hình cáp; **colour television** *n* ti vi màu; **digital television** *n* truyền hình kỹ thuật số; **Where is the television?** Ti vi ở đâu?

tell [tɛl] *v* bảo

teller [ˈtɛlə] *n* người kể chuyện

tell off [tɛl ɒf] *v* mắng

telly [ˈtɛlɪ] *n* ti vi

temp [tɛmp] *n* nhân viên tạm thời

temper [ˈtɛmpə] *n* cơn giận

temperature [ˈtɛmprɪtʃə] *n* nhiệt độ; **What is the temperature?** Nhiệt độ là bao nhiêu?

temple [ˈtɛmpəl] *n* đền *(thờ)*

temporary [ˈtɛmpərərɪ; ˈtɛmprərɪ] *adj* tạm thời

tempt [tɛmpt] *v* xúi giục

temptation [tɛmpˈteɪʃən] *n* sự xúi giục

tempting [ˈtɛmptɪŋ] *adj* hấp dẫn

ten [tɛn] *number* mười; **It's ten o'clock** Bây giờ là mười giờ

tenant [ˈtɛnənt] *n* người thuê nhà

tend [tɛnd] *v* có xu hướng

tendency [ˈtɛndənsɪ] *n* xu hướng

tender [ˈtɛndə] *adj* mềm

tendon [ˈtɛndən] *n* gân

tennis ['tɛnɪs] *n* quần vợt; **table tennis** *n* môn bóng bàn; **tennis player** *n* người chơi quần vợt; **tennis racket** *n* vợt quần vợt

tenor ['tɛnə] *n* giọng nam cao

tense [tɛns] *adj* căng thẳng ▷ *n* thời của động từ

tension ['tɛnʃən] *n* tình trạng căng thẳng

tent [tɛnt] *n* lều; **tent peg** *n* chốt lều; **tent pole** *n* cọc trụ lều; **How much is it per night for a tent?** Lều trại giá bao nhiêu tiền một đêm?; **How much is it per week for a tent?** Lều trại giá bao nhiêu tiền một tuần?

tenth [tɛnθ] *adj* thứ mười ▷ *n* một phần mười

term [tɜːm] *n (description)* thuật ngữ, *(division of year)* học kỳ

terminal ['tɜːmɪnəl] *adj* chết người ▷ *n* ga cuối cùng

terminally ['tɜːmɪnəlɪ] *adv* vô phương cứu chữa

terrace ['tɛrəs] *n* dãy nhà

terraced ['tɛrəst] *adj* theo dãy

terrible ['tɛrəbəl] *adj* khủng khiếp

terribly ['tɛrəblɪ] *adv* rất tệ

terrier ['tɛrɪə] *n* chó sục

terrific [təˈrɪfɪk] *adj* rất mạnh

terrified ['tɛrɪˌfaɪd] *adj* khiếp sợ

terrify ['tɛrɪˌfaɪ] *v* làm cho khiếp sợ

territory ['tɛrɪtərɪ; -trɪ] *n* lãnh thổ

terrorism ['tɛrəˌrɪzəm] *n* sự khủng bố

terrorist ['tɛrərɪst] *n* kẻ khủng bố; **terrorist attack** *n* vụ tấn công khủng bố

test [tɛst] *n* bài kiểm tra ▷ *v* thử nghiệm; **driving test** *n* kỳ thi lái xe; **smear test** *n* xét nghiệm phết tế bào cổ tử cung; **test tube** *n* ống nghiệm

testicle ['tɛstɪkəl] *n* tinh hoàn

tetanus ['tɛtənəs] *n* bệnh uốn ván

text [tɛkst] *n* bài văn ▷ *v* gửi tin nhắn; **text message** *n* tin nhắn

textbook ['tɛkstˌbʊk] *n* sách giáo khoa

textile ['tɛkstaɪl] *n* vải dệt

Thai [taɪ] *adj* thuộc Thái Lan ▷ *n (language)* tiếng Thái Lan, *(person)* người Thái Lan

Thailand ['taɪˌlænd] *n* nước Thái Lan

than [ðæn; ðən] *conj* hơn; **It's more than on the meter** Đắt hơn trên đồng hồ tính tiền

thank [θæŋk] *v* cảm ơn; **Thank you** Cảm ơn; **Thank you very much** Xin cảm ơn rất nhiều

thanks [θæŋks] *excl* cảm ơn!

that [ðæt; ðət] *adj* đó ▷ *conj* rằng ▷ *pron* đó, điều đó; **Does that contain alcohol?** Trong đó có rượu không?; **How much does that cost?** Cái đó hết bao nhiêu tiền?; **Sorry, I didn't catch that** Xin lỗi, tôi chưa kịp nghe câu đó

thatched [θætʃt] *adj* có mái tranh

thaw [θɔː] *v* **It's thawing** Tuyết đang tan

the [ðə] *art* đó

theatre ['θɪətə] *n* rạp hát; **operating theatre** *n* phòng mổ

theft [θɛft] *n* sự ăn trộm; **identity theft** *n* ăn trộm danh tính

their [ðɛə] *pron* của họ

theirs [ðɛəz] *pron* của họ

them [ðɛm; ðəm] *pron* họ *(những*

người đó)

theme [θiːm] *n* chủ đề; **theme park** *n* công viên vui chơi theo chủ đề

themselves [ðəm'sɛlvz] *pron* tự họ

then [ðɛn] *adv* lúc đó ▷ *conj* sau đó

theology [θɪ'ɒlədʒɪ] *n* thần học

theory ['θɪərɪ] *n* lý thuyết

therapy ['θɛrəpɪ] *n* liệu pháp

there [ðɛə] *adv* ở đó

therefore ['ðɛəˌfɔː] *adv* vì vậy

thermometer [θə'mɒmɪtə] *n* nhiệt kế

Thermos® ['θɜːməs] *n* phích Thermos®

thermostat ['θɜːməˌstæt] *n* thiết bị ổn nhiệt

these [ðiːz] *adj* này ▷ *pron* những cái này; **Can you repair these shoes?** Anh có thể chữa đôi giày này không?

they [ðeɪ] *pron* họ *(những người đó)*; **Do they hire out rackets?** Họ có cho thuê vợt không?

thick [θɪk] *adj* dày

thickness ['θɪknɪs] *n* độ dày

thief [θiːf] *n* kẻ trộm

thigh [θaɪ] *n* đùi

thin [θɪn] *adj* mỏng

thing [θɪŋ] *n* đồ vật

think [θɪŋk] *v* nghĩ

third [θɜːd] *adj* thứ ba *(thứ tự)* ▷ *n* một phần ba; **third-party insurance** *n* sự bảo hiểm cho bên thứ ba; **Third World** *n* Thế giới Thứ ba

thirdly [θɜːdlɪ] *adv* thứ ba *(thứ tự)*

thirst [θɜːst] *n* cơn khát

thirsty ['θɜːstɪ] *adj* khát; **I'm thirsty** Tôi khát

thirteen ['θɜː'tiːn] *number* mười ba

thirteenth ['θɜː'tiːnθ] *adj* thứ mười ba

thirty ['θɜːtɪ] *number* ba mươi

this [ðɪs] *adj* này ▷ *pron* cái này; **I'll have this** Tôi sẽ ăn món này; **What is in this?** Có gì trong này vậy?

thistle ['θɪsəl] *n* cây kế

thorn [θɔːn] *n* gai

thorough ['θʌrə] *adj* kỹ lưỡng

thoroughly ['θʌrəlɪ] *adv* kỹ lưỡng

those [ðəʊz] *adj* đó ▷ *pron* những cái đó

though [ðəʊ] *adv* tuy thế ▷ *conj* mặc dù

thought [θɔːt] *n* sự suy nghĩ

thoughtful ['θɔːtfʊl] *adj* quan tâm

thoughtless ['θɔːtlɪs] *adj* vô tâm

thousand ['θaʊzənd] *number* nghìn

thousandth ['θaʊzənθ] *adj* thứ một nghìn ▷ *n* một phần nghìn

thread [θrɛd] *n* sợi

threat [θrɛt] *n* lời hăm dọa

threaten ['θrɛtən] *v* đe dọa

threatening ['θrɛtənɪŋ] *adj* đe dọa

three [θriː] *number* ba *(số)*; **It's three o'clock** Bây giờ là ba giờ

three-dimensional [ˌθriːdɪ'mɛnʃənəl] *adj* có ba chiều

thrifty ['θrɪftɪ] *adj* tiết kiệm

thrill [θrɪl] *n* sự run lên

thrilled [θrɪld] *adj* hứng thú

thriller ['θrɪlə] *n* truyện ly kỳ

thrilling ['θrɪlɪŋ] *adj* ly kỳ

throat [θrəʊt] *n* cổ họng

throb [θrɒb] *v* đập mạnh

throne [θrəʊn] *n* ngai vàng

through [θruː] *prep* xuyên qua

throughout [θruː'aʊt] *prep* xuyên suốt

throw [θrəʊ] *v* ném

throw away [θrəʊ əˈweɪ] v vứt đi

throw out [θrəʊ aʊt] v bác bỏ

throw up [θrəʊ ʌp] v nôn

thrush [θrʌʃ] n chim hét

thug [θʌg] n du côn

thumb [θʌm] n ngón tay cái

thumb tack [ˈθʌm,tæk] n đinh bấm

thump [θʌmp] v đập (thùm thụp)

thunder [ˈθʌndə] n sấm; **I think it's going to thunder** Tôi nghĩ sắp có sấm

thunderstorm [ˈθʌndə,stɔːm] n bão có sấm sét và mưa to

thundery [ˈθʌndərɪ] adj dông tố

Thursday [ˈθɜːzdɪ] n thứ Năm (trong tuần); **on Thursday** vào thứ Năm

thyme [taɪm] n cây húng tây

Tibet [tɪˈbɛt] n Tây Tạng

Tibetan [tɪˈbɛtən] adj thuộc Tây Tạng ▷ n (language) tiếng Tây Tạng, (person) người Tây Tạng

tick [tɪk] n dấu kiểm ▷ v đánh dấu

ticket [ˈtɪkɪt] n vé; **bus ticket** n vé xe buýt; **one-way ticket** n vé một chiều; **parking ticket** n vé phạt đỗ xe; **return ticket** n vé khứ hồi; **season ticket** n vé mùa; **single ticket** n vé một chiều; **stand-by ticket** n vé dự phòng; **ticket barrier** n hàng rào soát vé; **ticket collector** n người thu vé; **ticket inspector** n thanh tra soát vé; **ticket machine** n máy bán vé tự động; **ticket office** n phòng vé; **a child's ticket** một vé trẻ em; **Can I buy the tickets here?** Tôi có thể mua vé ở đây không?; **Can you book the tickets for us?** Anh có thể đặt vé cho chúng tôi không?;

Do I need to buy a car-parking ticket? Tôi có cần mua vé đỗ ô tô không?; **Do you have multi-journey tickets?** Anh có vé đi nhiều chuyến không?; **How much are the tickets?** Những vé này giá bao nhiêu?; **I want to upgrade my ticket** Tôi muốn nâng hạng vé; **I've lost my ticket** Tôi mất vé rồi; **Where can I get tickets?** Tôi có thể mua vé ở đâu?; **Where is the ticket machine?** Máy bán vé ở đâu?

tickle [ˈtɪkəl] v cù

ticklish [ˈtɪklɪʃ] adj có máu buồn

tick off [tɪk ɒf] v đánh dấu

tide [taɪd] n thủy triều

tidy [ˈtaɪdɪ] adj ngăn nắp ▷ v dọn dẹp

tidy up [ˈtaɪdɪ ʌp] v sắp xếp gọn gàng

tie [taɪ] n cà-vạt ▷ v buộc; **bow tie** n nơ con bướm

tie up [taɪ ʌp] v buộc chặt

tiger [ˈtaɪgə] n con hổ

tight [taɪt] adj căng (không chùng)

tighten [ˈtaɪtən] v thắt chặt

tights [taɪts] npl quần nịt

tile [taɪl] n ngói (lợp)

tiled [ˈtaɪld] adj được lợp bằng ngói

till [tɪl] conj cho tới khi ▷ prep cho đến ▷ n ngăn kéo để tiền

timber [ˈtɪmbə] n gỗ xây dựng

time [taɪm] n thời gian; **closing time** n giờ đóng cửa; **dinner time** n giờ ăn tối; **on time** adj đúng giờ; **spare time** n thời gian rỗi; **time off** n thời gian nghỉ làm; **time zone** n múi giờ; **in a week's time** một tuần nữa; **I've had a great time** Tôi đã có một khoảng thời gian tuyệt vời;

Is it time to go? Đến giờ đi chưa?; **We've been waiting for a very long time** Chúng tôi đã chờ rất lâu rồi; **What time do we get to…?** Mấy giờ chúng tôi đến…?; **What time is it, please?** Làm ơn xem hộ mấy giờ rồi

time bomb ['taɪm‚bɒm] *n* bom hẹn giờ

timer ['taɪmə] *n* thiết bị bấm giờ

timeshare ['taɪm‚ʃɛə] *n* việc chia phiên sử dụng

timetable ['taɪm‚teɪbəl] *n* lịch trình

tin [tɪn] *n* thiếc; **tin opener** *n* dụng cụ mở đồ hộp

tinfoil ['tɪn‚fɔɪl] *n* giấy thiếc

tinned [tɪnd] *adj* đóng hộp

tinsel ['tɪnsəl] *n* dây kim tuyến

tinted ['tɪntɪd] *adj* được nhuộm

tiny ['taɪnɪ] *adj* nhỏ xíu

tip [tɪp] *n (end of object)* đầu *(của vật), (reward)* tiền boa, *(suggestion)* lời khuyên ▷ *v (incline)* nghiêng, *(reward)* boa; **How much should I give as a tip?** Tôi nên cho tiền boa bao nhiêu?; **Is it usual to give a tip?** Thường có cho tiền boa không?

tipsy ['tɪpsɪ] *adj* ngà ngà say

tiptoe ['tɪp‚təʊ] *n* đầu ngón chân

tired ['taɪəd] *adj* mệt; **I'm tired** Tôi mệt

tiring ['taɪərɪŋ] *adj* mệt mỏi

tissue ['tɪsjuː; 'tɪʃuː] *n (anatomy)* mô

title ['taɪtəl] *n* cái tít

to [tuː; tʊ; tə] *prep* tới; **I'm going to…** Tôi đi đến…; **When is the first bus to…?** Khi nào có chuyến xe buýt đầu tiên đi…?

toad [təʊd] *n* con cóc

toadstool ['təʊd‚stuːl] *n* nấm dù

toast [təʊst] *n (grilled bread)* bánh mỳ nướng, *(tribute)* chúc mừng

toaster ['təʊstə] *n* lò nướng

tobacco [tə'bækəʊ] *n* cây thuốc lá

tobacconist's [tə'bækənɪsts] *n* cửa hàng bán thuốc lá

tobogganing [tə'bɒɡənɪŋ] *n* sự đi xe trượt toboggan

today [tə'deɪ] *adv* hôm nay; **What day is it today?** Hôm nay là thứ mấy?

toddler ['tɒdlə] *n* đứa trẻ mới biết đi

toe [təʊ] *n* ngón chân

toffee ['tɒfɪ] *n* kẹo bơ cứng

together [tə'ɡɛðə] *adv* cùng nhau

Togo ['təʊɡəʊ] *n* nước Togo

toilet ['tɔɪlɪt] *n* nhà vệ sinh; **toilet bag** *n* túi đựng đồ vệ sinh cá nhân; **toilet paper** *n* giấy vệ sinh; **toilet roll** *n* cuộn giấy vệ sinh; **Are there any toilets for the disabled?** Có nhà vệ sinh nào dành cho người tàn tật không?; **Can I use the toilet?** Tôi có thể sử dụng nhà vệ sinh không?; **Where are the toilets?** Nhà vệ sinh ở đâu?

toiletries ['tɔɪlɪtriːs] *npl* đồ vệ sinh cá nhân

token ['təʊkən] *n* biểu hiện

tolerant ['tɒlərənt] *adj* bao dung

toll [təʊl] *n* sự rung chuông

tomato, tomatoes [tə'mɑːtəʊ, tə'mɑːtəʊz] *n* cà chua; **tomato sauce** *n* nước xốt cà chua

tomb [tuːm] *n* mồ

tomboy ['tɒm‚bɔɪ] *n* cô gái tinh nghịch

tomorrow [tə'mɒrəʊ] *adv* vào ngày

mai

ton [tʌn] *n* một tấn Anh

tone [təʊn] *n* **dialling tone** *n* tiếng quay số điện thoại; **engaged tone** *n* tín hiệu bận

Tonga ['tɒŋgə] *n* Vương quốc Tonga

tongue [tʌŋ] *n* cái lưỡi; **mother tongue** *n* tiếng mẹ đẻ

tonic ['tɒnɪk] *n* thuốc bổ

tonight [tə'naɪt] *adv* vào đêm nay

tonsillitis [ˌtɒnsɪ'laɪtɪs] *n* viêm amiđan

tonsils ['tɒnsəlz] *npl* amiđan

too [tuː] *adv* cũng; **It's too late** Muộn quá rồi; **The food is too cold** Đồ ăn nguội quá; **The room is too hot** Phòng nóng quá

tool [tuːl] *n* công cụ

tooth, teeth ['tuːθ, tiːθ] *n* răng; **wisdom tooth** *n* răng khôn; **I've broken a tooth** Tôi bị gãy răng; **This tooth hurts** Cái răng này đau

toothache ['tuːθˌeɪk] *n* chứng đau răng

toothbrush ['tuːθˌbrʌʃ] *n* bàn chải đánh răng

toothpaste ['tuːθˌpeɪst] *n* kem đánh răng

toothpick ['tuːθˌpɪk] *n* cái tăm

top [tɒp] *adj* đứng đầu ▷ *n* đỉnh

topic ['tɒpɪk] *n* chủ đề

topical ['tɒpɪkəl] *adj* có tính thời sự

top-secret ['tɒp'siːkrɪt] *adj* tối mật

top up [tɒp ʌp] *v* **Can you top up the windscreen washers?** Anh làm ơn đổ đầy nước rửa kính chắn gió hộ; **Where can I buy a top-up card?** Tôi có thể mua thẻ nạp tiền điện thoại ở đâu?

torch [tɔːtʃ] *n* đèn pin

tornado [tɔː'neɪdəʊ] *n* cơn lốc xoáy

tortoise ['tɔːtəs] *n* con rùa

torture ['tɔːtʃə] *n* sự đau đớn ghê gớm ▷ *v* tra tấn

toss [tɒs] *v* tung

total ['təʊtəl] *adj* hoàn toàn ▷ *n* tổng số

totally ['təʊtəli] *adv* hoàn toàn

touch [tʌtʃ] *v* chạm vào

touchdown ['tʌtʃˌdaʊn] *n* sự hạ cánh

touched [tʌtʃt] *adj* xúc động

touching ['tʌtʃɪŋ] *adj* gây xúc động

touchline ['tʌtʃˌlaɪn] *n* đường biên

touchpad ['tʌtʃˌpæd] *n* chuột touchpad

touchy ['tʌtʃi] *adj* hay giận dỗi

tough [tʌf] *adj* dai

toupee ['tuːpeɪ] *n* tóc giả

tour [tʊə] *n* chuyến du lịch ▷ *v* đi du lịch; **guided tour** *n* chuyến du lịch có hướng dẫn; **package tour** *n* chuyến du lịch trọn gói; **tour guide** *n* hướng dẫn viên du lịch; **tour operator** *n* công ty du lịch

tourism ['tʊərɪzəm] *n* ngành du lịch

tourist ['tʊərɪst] *n* khách du lịch; **tourist office** *n* văn phòng du lịch

tournament ['tʊənəmənt; 'tɔː-] *n* vòng đấu loại

towards [tə'wɔːdz; tɔːdz] *prep* về phía

tow away [təʊ ə'weɪ] *v* kéo đi

towel ['taʊəl] *n* khăn lau; **bath towel** *n* khăn tắm; **dish towel** *n* khăn lau bát; **sanitary towel** *n* băng vệ sinh; **tea towel** *n* khăn lau bát

tower ['taʊə] *n* tháp

town [taʊn] *n* thị trấn; **town centre**

n trung tâm thành phố; **town hall** *n* tòa thị chính; **town planning** *n* sự quy hoạch thị trấn

toxic ['tɒksɪk] *adj* độc

toy [tɔɪ] *n* đồ chơi

trace [treɪs] *n* dấu vết

tracing paper ['treɪsɪŋ 'peɪpə] *n* **tracing paper** *n* giấy can

track [træk] *n* đường mòn

track down [træk daʊn] *v* tìm ra

tracksuit ['træk,suːt; -,sjuːt] *n* bộ quần áo thể thao

tractor ['træktə] *n* máy kéo

trade [treɪd] *n* thương mại; **trade union** *n* công đoàn; **trade unionist** *n* công đoàn viên

trademark ['treɪd,mɑːk] *n* thương hiệu

tradition [trə'dɪʃən] *n* truyền thống

traditional [trə'dɪʃənˀl] *adj* truyền thống

traffic ['træfɪk] *n* giao thông; **traffic jam** *n* sự tắc nghẽn giao thông; **traffic lights** *npl* đèn giao thông; **traffic warden** *n* nhân viên kiểm soát giao thông

tragedy ['trædʒɪdɪ] *n* tấn thảm kịch

tragic ['trædʒɪk] *adj* bi thảm

trailer ['treɪlə] *n* xe moóc

train [treɪn] *n* tàu hỏa ▷ *v* huấn luyện; **Is the train wheelchair-accessible?** Tàu hỏa có lối lên dành cho xe lăn không?; **Where can I get a train to…?** Tôi có thể bắt tàu hỏa đi… ở đâu?

trained [treɪnd] *adj* đã được huấn luyện

trainee [treɪ'niː] *n* thực tập sinh

trainer ['treɪnə] *n* huấn luyện viên

trainers ['treɪnəz] *npl* giày thể thao

training ['treɪnɪŋ] *n* sự huấn luyện; **training course** *n* khóa huấn luyện

tram [træm] *n* tàu điện

tramp [træmp] *n (beggar)* kẻ lang thang, *(long walk)* chuyến đi bộ dài

trampoline ['træmpəlɪn; -,liːn] *n* tấm bạt lò xo để nhào lộn

tranquillizer ['træŋkwɪ,laɪzə] *n* thuốc an thần

transaction [træn'zækʃən] *n* giao dịch

transcript ['trænskrɪpt] *n* bản chép lại

transfer *n* ['trænsfɜː] sự chuyển giao ▷ *v* [træns'fɜː] sự chuyển giao

transform [træns'fɔːm] *v* biến đổi

transfusion [træns'fjuːʒən] *n* sự truyền máu; **blood transfusion** *n* truyền máu

transistor [træn'zɪstə] *n* thiết bị bán dẫn

transit ['trænsɪt; 'trænz-] *n* sự quá cảnh; **transit lounge** *n* phòng chờ quá cảnh

transition [træn'zɪʃən] *n* sự quá độ

translate [træns'leɪt; trænz-] *v* dịch *(ngôn ngữ)*; **Can you translate this for me?** Anh dịch giúp tôi cái này được không?

translation [træns'leɪʃən; trænz-] *n* bản dịch

translator [træns'leɪtə; trænz-] *n* dịch giả

transparent [træns'pærənt] *adj* trong suốt

transplant ['træns,plɑːnt] *n* sự cấy ghép

transport *n* ['træns,pɔːt] giao thông ▷ *v* [træns'pɔːt] vận chuyển; **public transport** *n* giao thông công cộng

transvestite [trænz'vestaɪt] *n* người mặc đồ khác giới

trap [træp] *n* cái bẫy

trash [træʃ] *n* rác

traumatic ['trɔːmətɪk] *adj* đau đớn

travel ['trævəl] *n* sự đi lại ▷ *v* đi lại; **travel agency** *n* đại lý du lịch; **travel agent's** *n* đại lý du lịch; **travel sickness** *n* chứng say ô tô

traveller ['trævələ; 'trævlə] *n* khách du lịch; **traveller's cheque** *n* séc du lịch

travelling ['trævəlɪŋ] *n* sự du lịch

tray [treɪ] *n* cái khay

treacle ['triːkəl] *n* mật đường

tread [tred] *v* giẫm lên

treasure ['treʒə] *n* kho báu

treasurer ['treʒərə] *n* thủ quỹ

treat [triːt] *n* sự thết đãi ▷ *v* đối xử

treatment ['triːtmənt] *n* sự điều trị

treaty ['triːti] *n* hiệp ước

treble ['trebəl] *v* tăng gấp ba

tree [triː] *n* cây

trek [trek] *n* chuyến đi vất vả ▷ *v* đi bộ vất vả

trekking ['trekɪŋ] *n* **I'd like to go pony trekking** Tôi muốn đi cưỡi ngựa nhỏ pony

tremble ['trembəl] *v* run

tremendous [trɪ'mendəs] *adj* rất lớn

trench [trentʃ] *n* rãnh

trend [trend] *n* xu hướng

trendy ['trendɪ] *adj* hợp thời trang

trial ['traɪəl] *n* phiên tòa; **trial period** *n* thời gian thử nghiệm

triangle ['traɪˌæŋgəl] *n* hình tam giác

tribe [traɪb] *n* bộ tộc

tribunal [traɪ'bjuːnəl; trɪ-] *n* tòa

trick [trɪk] *n* trò bịp bợm ▷ *v* lừa gạt

tricky ['trɪkɪ] *adj* khó khăn

tricycle ['traɪsɪkəl] *n* xe đạp ba bánh

trifle ['traɪfəl] *n* đồ lặt vặt

trim [trɪm] *v* tỉa; **Can I have a trim?** Làm ơn tỉa tóc cho tôi được không?

Trinidad and Tobago ['trɪnɪˌdæd ænd tə'beɪgəʊ] *n* Trinidad và Tobago

trip [trɪp] *n* chuyến đi; **business trip** *n* chuyến công tác; **round trip** *n* hành trình khứ hồi; **trip (up)** *v* vấp

triple ['trɪpəl] *adj* gồm ba phần

triplets ['trɪplɪts] *npl* con sinh ba

triumph ['traɪəmf] *n* niềm hân hoan ▷ *v* chiến thắng

trivial ['trɪvɪəl] *adj* ít quan trọng

trolley ['trɒlɪ] *n* xe đẩy; **luggage trolley** *n* xe đẩy hành lý; **shopping trolley** *n* xe đẩy hàng mua sắm

trombone [trɒm'bəʊn] *n* kèn trombon

troops ['truːps] *npl* lính

trophy ['trəʊfɪ] *n* cúp *(giải thưởng)*

tropical ['trɒpɪkəl] *adj* nhiệt đới

trot [trɒt] *v* chạy nước kiệu

trouble ['trʌbəl] *n* vấn đề *(phiền toái)*

troublemaker ['trʌbəlˌmeɪkə] *n* kẻ phá rối

trough [trɒf] *n* máng ăn

trousers ['traʊzəz] *npl* quần; **Can I try on these trousers?** Tôi thử cái quần này được không?

trout [traʊt] *n* cá hồi

trowel ['traʊəl] *n* cái xẻng bứng cây

truant ['truːənt] *n* **play truant** *v* trốn học

truce [truːs] *n* thỏa ước ngừng bắn

truck [trʌk] *n* toa chở hàng; **breakdown truck** *n* xe tải cứu hộ; **truck driver** *n* lái xe tải

true [truː] *adj* thật

truly ['truːlɪ] *adv* đích thực

trumpet ['trʌmpɪt] *n* kèn trompet

trunk [trʌŋk] *n* thân cây; **swimming trunks** *npl* quần bơi nam

trunks [trʌŋks] *npl* quần bơi của đàn ông

trust [trʌst] *n* lòng tin ▷ *v* tin

trusting ['trʌstɪŋ] *adj* hay tin người

truth [truːθ] *n* sự thật

truthful ['truːθfʊl] *adj* trung thực

try [traɪ] *n* sự thử ▷ *v* cố gắng

try on [traɪ ɒn] *v* thử mặc

try out [traɪ aʊt] *v* thử

T-shirt ['tiː,ʃɜːt] *n* áo phông

tsunami [tsʊ'næmɪ] *n* sóng thần

tube [tjuːb] *n* ống; **inner tube** *n* săm xe; **test tube** *n* ống nghiệm; **tube station** *n* ga tàu điện ngầm; **Where is the nearest tube station?** Bến tàu điện ngầm gần nhất ở đâu?, Ga tàu điện ngầm gần nhất ở đâu?

tuberculosis [tjuˌbɜːkjʊ'ləʊsɪs] *n* bệnh lao

Tuesday ['tjuːzdɪ] *n* Thứ ba *(trong tuần)*; **Shrove Tuesday** *n* ngày thứ Ba trước tuần chay; **on Tuesday** vào thứ Ba

tug-of-war ['tʌgɒv'wɔː] *n* trò kéo co

tuition [tjuː'ɪʃən] *n* sự giảng dạy; **tuition fees** *npl* học phí

tulip ['tjuːlɪp] *n* cây uất kim hương

tummy ['tʌmɪ] *n* dạ dày

tumour ['tjuːmə] *n* khối u

tuna ['tjuːnə] *n* cá ngừ

tune [tjuːn] *n* giai điệu

Tunisia [tjuː'nɪzɪə; -'nɪsɪə] *n* Tunisia

Tunisian [tjuː'nɪzɪən; -'nɪsɪən] *adj* thuộc Tunisia ▷ *n* người Tunisia

tunnel ['tʌnəl] *n* đường hầm

turbulence ['tɜːbjʊləns] *n* sự hỗn loạn

Turk [tɜːk] *n* người Thổ Nhĩ Kỳ

turkey ['tɜːkɪ] *n* gà tây

Turkey ['tɜːkɪ] *n* Thổ Nhĩ Kỳ

Turkish ['tɜːkɪʃ] *adj* thuộc Thổ Nhĩ Kỳ ▷ *n* tiếng Thổ Nhĩ Kỳ

turn [tɜːn] *n* sự quay ▷ *v* quay đi

turn around [tɜːn ə'raʊnd] *v* quay tròn

turn back [tɜːn bæk] *v* quay trở lại

turn down [tɜːn daʊn] *v* giảm

turning ['tɜːnɪŋ] *n* đoạn đường ngoặt

turnip ['tɜːnɪp] *n* cây củ cải

turn off [tɜːn ɒf] *v* tắt; **I can't turn the heating off** Tôi không tắt lò sưởi được; **It won't turn off** Nó không tắt đi được; **Turn it off at the mains** Tắt đi bằng cách ngắt nguồn điện chính

turn on [tɜːn ɒn] *v* bật; **I can't turn the heating on** Tôi không bật lò sưởi được; **It won't turn on** Nó không bật lên được

turn out [tɜːn aʊt] *v* hóa ra

turnover ['tɜːn,əʊvə] *n* doanh số

turn round [tɜːn raʊnd] *v* quay tròn

turnstile ['tɜːn,staɪl] *n* cửa quay

turn up [tɜːn ʌp] *v* xuất hiện

turquoise ['tɜːkwɔɪz; -kwɑːz] *adj* có màu ngọc lam

turtle ['tɜːtəl] *n* con rùa

tutor ['tjuːtə] *n* giáo viên phụ đạo

tutorial [tjuːˈtɔːrɪəl] *n* buổi phụ đạo

tuxedo [tʌkˈsiːdəʊ] *n* áo tuxedo

TV [tiː viː] *n* tivi; **plasma TV** *n* Ti vi plasma; **reality TV** *n* chương trình ti-vi thực tế

tweezers [ˈtwiːzəz] *npl* cái nhíp

twelfth [twɛlfθ] *adj* thứ mười hai

twelve [twɛlv] *number* mười hai

twentieth [ˈtwɛntɪɪθ] *adj* thứ hai mươi

twenty [ˈtwɛntɪ] *number* hai mươi

twice [twaɪs] *adv* hai lần

twin [twɪn] *n* con sinh đôi; **twin beds** *npl* cặp hai giường đơn; **twin room** *n* phòng có hai giường đơn; **twin-bedded room** *n* phòng có hai giường đơn

twinned [ˈtwɪnd] *adj* có đôi

twist [twɪst] *v* xoắn

twit [twɪt] *n* kẻ ngu ngốc

two [tuː] *num* hai; **I'd like two hundred....** Tôi muốn hai trăm....

type [taɪp] *n* loại *(dạng)* ▷ *v* đánh máy; **Have you cut my type of hair before?** Anh đã cắt loại tóc của tôi bao giờ chưa?

typewriter [ˈtaɪpˌraɪtə] *n* máy chữ

typhoid [ˈtaɪfɔɪd] *n* bệnh thương hàn

typical [ˈtɪpɪkəl] *adj* điển hình

typist [ˈtaɪpɪst] *n* nhân viên đánh máy

tyre [ˈtaɪə] *n* lốp xe; **spare tyre** *n* lốp dự phòng

u

UFO [ˈjuːfəʊ] *abbr* đĩa bay

Uganda [juːˈgændə] *n* nước U-gan-đa

Ugandan [juːˈgændən] *adj* thuộc U-gan-đa ▷ *n* người U-gan-đa

ugh [ʊx; ʊh; ʌh] *excl* ôi

ugly [ˈʌglɪ] *adj* xấu xí

UK [juː keɪ] *n* Vương quốc Anh

Ukraine [juːˈkreɪn] *n* nước Ucraina

Ukrainian [juːˈkreɪnɪən] *adj* thuộc Ucraina ▷ *n (language)* tiếng Ucraina, *(person)* người Ucraina

ulcer [ˈʌlsə] *n* ung nhọt

Ulster [ˈʌlstə] *n* áo choàng Unxtơ

ultimate [ˈʌltɪmɪt] *adj* cuối cùng

ultimately [ˈʌltɪmɪtlɪ] *adv* cuối cùng thì

ultimatum [ˌʌltɪˈmeɪtəm] *n* tối hậu thư

ultrasound [ˈʌltrəˌsaʊnd] *n* sóng siêu âm

umbrella [ʌmˈbrɛlə] *n* cái ô

umpire [ˈʌmpaɪə] *n* trọng tài

UN [juːˈɛn] *abbr* Liên hợp quốc

unable [ʌnˈeɪbəl] *adj* **unable to** *adj* không thể

unacceptable [ʌnəkˈsɛptəbəl] *adj* không thể chấp nhận được

unanimous [juːˈnænɪməs] *adj* nhất trí

unattended [ʌnəˈtɛndɪd] *adj* không được chăm sóc

unavoidable [ʌnəˈvɔɪdəbəl] *adj* không thể tránh được

unbearable [ʌnˈbɛərəbəl] *adj* không thể chịu đựng được

unbeatable [ʌnˈbiːtəbəl] *adj* không thể vượt qua

unbelievable [ʌnbɪˈliːvəbəl] *adj* không thể tin được

unbreakable [ʌnˈbreɪkəbəl] *adj* không thể bẻ gãy

uncanny [ʌnˈkænɪ] *adj* kì lạ

uncertain [ʌnˈsɜːtən] *adj* không chắc chắn

uncertainty [ʌnˈsɜːtəntɪ] *n* sự không chắc chắn

unchanged [ʌnˈtʃeɪndʒd] *adj* không thay đổi

uncivilized [ʌnˈsɪvɪˌlaɪzd] *adj* chưa được khai hóa

uncle [ˈʌŋkəl] *n* bác *(parents' older brother)*

unclear [ʌnˈklɪə] *adj* không rõ ràng

uncomfortable [ʌnˈkʌmftəbəl] *adj* không thoải mái

unconditional [ʌnkənˈdɪʃənəl] *adj* vô điều kiện

unconscious [ʌnˈkɒnʃəs] *adj* bất tỉnh

uncontrollable [ʌnkənˈtrəʊləbəl] *adj* không thể kiểm chế

unconventional [ʌnkənˈvɛnʃənəl] *adj* không theo quy ước

undecided [ʌndɪˈsaɪdɪd] *adj* lưỡng lự

undeniable [ʌndɪˈnaɪəbəl] *adj* không thể phủ nhận

under [ˈʌndə] *prep* phía dưới

underage [ʌndərˈeɪdʒ] *adj* thấp hơn tuổi quy định

underestimate [ʌndərɛstɪˈmeɪt] *v* đánh giá thấp

undergo [ʌndəˈgəʊ] *v* trải qua

undergraduate [ʌndəˈgrædjʊɪt] *n* sinh viên đại học

underground *adj* [ˈʌndəˌgraʊnd] dưới mặt đất ▷ *n* [ˈʌndəˌgraʊnd] tàu điện ngầm

underline [ʌndəˈlaɪn] *v* gạch dưới

underneath [ʌndəˈniːθ] *adv* ở dưới ▷ *prep* bên dưới

underpaid [ʌndəˈpeɪd] *adj* được trả lương thấp

underpants [ˈʌndəˌpænts] *npl* quần đùi

underpass [ˈʌndəˌpɑːs] *n* đường ngầm cho người đi bộ

underskirt [ˈʌndəˌskɜːt] *n* váy mặc trong

understand [ʌndəˈstænd] *v* hiểu; **Do you understand?** Anh có hiểu không?; **I don't understand** Tôi không hiểu; **I understand** Tôi hiểu

understandable [ʌndəˈstændəbəl] *adj* có thể hiểu được

understanding [ʌndəˈstændɪŋ] *adj* thông cảm

undertaker [ˈʌndəˌteɪkə] *n* người hỗ trợ

underwater [ʌndəˈwɔːtə] *adv* ở dưới nước

underwear [ˈʌndəˌwɛə] *n* quần áo

lót

undisputed [ˌʌndɪˈspjuːtɪd] *adj* không tranh cãi

undo [ʌnˈduː] *v* hủy

undoubtedly [ʌnˈdaʊtɪdlɪ] *adv* chắc chắn

undress [ʌnˈdrɛs] *v* cởi quần áo

unemployed [ˌʌnɪmˈplɔɪd] *adj* thất nghiệp

unemployment [ˌʌnɪmˈplɔɪmənt] *n* tình trạng thất nghiệp

unexpected [ˌʌnɪkˈspɛktɪd] *adj* bất ngờ

unexpectedly [ˌʌnɪkˈspɛktɪdlɪ] *adv* bất ngờ

unfair [ʌnˈfɛə] *adj* không công bằng

unfaithful [ʌnˈfeɪθfʊl] *adj* không chung thủy

unfamiliar [ˌʌnfəˈmɪljə] *adj* không quen biết

unfashionable [ʌnˈfæʃənəbᵊl] *adj* không hợp thời trang

unfavourable [ʌnˈfeɪvərəbᵊl; -ˈfeɪvrə-] *adj* bất lợi

unfit [ʌnˈfɪt] *adj* không phù hợp

unforgettable [ˌʌnfəˈɡɛtəbᵊl] *adj* không thể quên được

unfortunately [ʌnˈfɔːtʃənɪtlɪ] *adv* đáng tiếc

unfriendly [ʌnˈfrɛndlɪ] *adj* không thân thiện

ungrateful [ʌnˈɡreɪtfʊl] *adj* vô ơn

unhappy [ʌnˈhæpɪ] *adj* buồn rầu

unhealthy [ʌnˈhɛlθɪ] *adj* ốm yếu

unhelpful [ʌnˈhɛlpfʊl] *adj* không giúp ích

uni [ˈjuːnɪ] *n* trường đại học

unidentified [ˌʌnaɪˈdɛntɪˌfaɪd] *adj* không nhận biết được

uniform [ˈjuːnɪˌfɔːm] *n* đồng phục;

school uniform *n* đồng phục học sinh

unimportant [ˌʌnɪmˈpɔːtᵊnt] *adj* tầm thường

uninhabited [ˌʌnɪnˈhæbɪtɪd] *adj* không có người ở

unintentional [ˌʌnɪnˈtɛnʃənᵊl] *adj* không chủ tâm

union [ˈjuːnjən] *n* liên hiệp; **European Union** *n* Liên minh châu Âu; **trade union** *n* công đoàn

unique [juːˈniːk] *adj* duy nhất

unit [ˈjuːnɪt] *n* đơn vị

unite [juːˈnaɪt] *v* hợp nhất

United Kingdom [juːˈnaɪtɪd ˈkɪŋdəm] *n* Vương quốc Anh

United States [juːˈnaɪtɪd steɪts] *n* Hợp chủng quốc Hoa Kỳ

universe [ˈjuːnɪˌvɜːs] *n* vũ trụ

university [ˌjuːnɪˈvɜːsɪtɪ] *n* đại học

unknown [ʌnˈnəʊn] *adj* không được biết

unleaded [ʌnˈlɛdɪd] *n* không pha chì; **unleaded petrol** *n* xăng không pha chì; **... worth of premium unleaded, please** Cho tôi... đồng xăng không pha chì hạng nhất

unless [ʌnˈlɛs] *conj* trừ khi

unlike [ʌnˈlaɪk] *prep* không giống

unlikely [ʌnˈlaɪklɪ] *adj* không chắc sẽ xảy ra

unlisted [ʌnˈlɪstɪd] *adj* không được nêu

unload [ʌnˈləʊd] *v* dỡ hàng

unlock [ʌnˈlɒk] *v* mở khóa

unlucky [ʌnˈlʌkɪ] *adj* không may mắn

unmarried [ʌnˈmærɪd] *adj* chưa lập gia đình

unnecessary [ʌnˈnɛsɪsərɪ; -ɪsrɪ]

adj không cần thiết

unofficial [ˌʌnəˈfɪʃəl] *adj* không chính thức

unpack [ʌnˈpæk] *v* dỡ đồ; **I have to unpack** Tôi phải dỡ đồ

unpaid [ʌnˈpeɪd] *adj* chưa thanh toán

unpleasant [ʌnˈplɛzənt] *adj* khó chịu

unplug [ʌnˈplʌg] *v* tháo phích cắm

unpopular [ʌnˈpɒpjʊlə] *adj* không được ưa chuộng

unprecedented [ʌnˈprɛsɪˌdɛntɪd] *adj* chưa có tiền lệ

unpredictable [ˌʌnprɪˈdɪktəbəl] *adj* không thể đoán trước

unreal [ʌnˈrɪəl] *adj* không thật

unrealistic [ˌʌnrɪəˈlɪstɪk] *adj* không thực tế

unreasonable [ʌnˈriːznəbəl] *adj* vô lý

unreliable [ˌʌnrɪˈlaɪəbəl] *adj* không đáng tin cậy

unroll [ʌnˈrəʊl] *v* mở ra

unsatisfactory [ˌʌnsætɪsˈfæktərɪ; -trɪ] *adj* không tốt đẹp

unscrew [ʌnˈskruː] *v* nới lỏng

unshaven [ʌnˈʃeɪvən] *adj* không cạo râu

unskilled [ʌnˈskɪld] *adj* không có chuyên môn

unstable [ʌnˈsteɪbəl] *adj* không ổn định

unsteady [ʌnˈstɛdɪ] *adj* không vững chắc

unsuccessful [ˌʌnsəkˈsɛsfʊl] *adj* không thành công

unsuitable [ʌnˈsuːtəbəl; ʌnˈsjuːt-] *adj* không phù hợp

unsure [ʌnˈʃʊə] *adj* thiếu tự tin

untidy [ʌnˈtaɪdɪ] *adj* không gọn gàng

untie [ʌnˈtaɪ] *v* cởi trói

until [ʌnˈtɪl] *conj* cho đến khi

unusual [ʌnˈjuːʒʊəl] *adj* khác thường

unwell [ʌnˈwɛl] *adj* không khỏe

unwind [ʌnˈwaɪnd] *v* tháo ra

unwise [ʌnˈwaɪz] *adj* dại dột

unwrap [ʌnˈræp] *v* mở gói

unzip [ʌnˈzɪp] *v* mở phéc-mơ-tuya

up [ʌp] *adv* ở trên

upbringing [ˈʌpˌbrɪŋɪŋ] *n* sự dạy dỗ

update *n* [ˈʌpˌdeɪt] cập nhật ▷ *v* [ʌpˈdeɪt] cập nhật

upgrade [ʌpˈgreɪd] *v* **I want to upgrade my ticket** Tôi muốn nâng hạng vé

uphill [ˈʌpˈhɪl] *adv* lên dốc

upper [ˈʌpə] *adj* cao hơn

upright [ˈʌpˌraɪt] *adv* thẳng đứng

upset *adj* [ʌpˈsɛt] đau khổ ▷ *v* [ʌpˈsɛt] làm đổ

upside down [ˈʌpˌsaɪd daʊn] *adv* lộn ngược

upstairs [ˈʌpˈstɛəz] *adv* ở trên gác

uptight [ʌpˈtaɪt] *adj* căng thẳng

up-to-date [ˈʌptʊˌdeɪt] *adj* hiện đại

upwards [ˈʌpwədz] *adv* về phía trên

uranium [jʊˈreɪnɪəm] *n* u-ra-nium

urgency [ˈɜːdʒənsɪ] *n* sự khẩn cấp

urgent [ˈɜːdʒənt] *adj* khẩn cấp

urine [ˈjʊərɪn] *n* nước tiểu

URL [juː ɑː ɛl] *n* đường dẫn liên kết URL

Uruguay [ˈjʊərəˌgwaɪ] *n* nước U-ru-goay

Uruguayan [ˌjʊərəˈgwaɪən] *adj* thuộc U-ru-goay ▷ *n* người U-ru-goay

us [ʌs] *pron* chúng ta

US [ju: ɛs] *n* nước Mỹ

USA [ju: ɛs eɪ] *n* nước Mỹ

use *n* [ju:s] việc sử dụng ▷ *v* [ju:z] sử dụng; **Please use the meter** Làm ơn dùng đồng hồ tính tiền

used [ju:zd] *adj* đã qua sử dụng

useful ['ju:sfʊl] *adj* hữu ích

useless ['ju:slɪs] *adj* vô dụng

user ['ju:zə] *n* người sử dụng; **Internet user** *n* người dùng Internet

user-friendly ['ju:zə,frɛndlɪ] *adj* dễ sử dụng

use up [ju:z ʌp] *v* dùng hết

usual ['ju:ʒʊəl] *adj* thông thường

usually ['ju:ʒʊəlɪ] *adv* thường (xuyên)

U-turn ['ju:,tɜ:n] *n* sự vòng ngược

Uzbekistan [,ʌzbɛkɪ'stɑ:n] *n* nước Uzbekistan

vacancy ['veɪkənsɪ] *n* vị trí còn trống

vacant ['veɪkənt] *adj* trống không

vacate [və'keɪt] *v* bỏ trống

vaccinate ['væksɪ,neɪt] *v* tiêm chủng

vaccination [,væksɪ'neɪʃən] *n* sự tiêm chủng

vacuum ['vækjʊəm] *v* hút bụi; **vacuum cleaner** *n* máy hút bụi

vague [veɪg] *adj* không rõ ràng

vain [veɪn] *adj* kiêu ngạo

valid ['vælɪd] *adj* có cơ sở

valley ['vælɪ] *n* thung lũng

valuable ['væljʊəbəl] *adj* có giá trị

valuables ['væljʊəbəlz] *npl* đồ quý giá

value ['vælju:] *n* giá trị

vampire ['væmpaɪə] *n* ma cà rồng

van [væn] *n* xe tải; **breakdown van** *n* xe van cứu hộ; **removal van** *n* xe tải chuyên dùng để di dời

vandal ['vændəl] *n* kẻ cố ý phá hoại

vandalism [ˈvændəˌlɪzəm] *n* hành động cố ý phá hoại

vandalize [ˈvændəˌlaɪz] *v* cố ý phá hoại

vanilla [vəˈnɪlə] *n* vani

vanish [ˈvænɪʃ] *v* tan biến

variable [ˈvɛərɪəbəl] *adj* có thể thay đổi

varied [ˈvɛərɪd] *adj* khác nhau

variety [vəˈraɪɪtɪ] *n* sự đa dạng

various [ˈvɛərɪəs] *adj* khác nhau

varnish [ˈvɑːnɪʃ] *n* véc-ni ▷ *v* đánh véc-ni; **nail varnish** *n* thuốc sơn móng tay

vary [ˈvɛərɪ] *v* thay đổi

vase [vɑːz] *n* bình *(hoa)*

VAT [væt] *abbr* thuế GTGT

Vatican [ˈvætɪkən] *n* Tòa thánh Va-ti-căng

vault [vɔːlt] *n* **pole vault** *n* môn nhảy sào

veal [viːl] *n* thịt bê

vegan [ˈviːgən] *n* người ăn chay

vegetable [ˈvedʒtəbəl] *n* rau củ

vegetarian [ˌvedʒɪˈtɛərɪən] *adj* ăn chay ▷ *n* người ăn chay; **Do you have any vegetarian dishes?** Anh có món ăn chay nào không?; **I'm vegetarian** Tôi là người ăn chay

vegetation [ˌvedʒɪˈteɪʃən] *n* thực vật

vehicle [ˈviːɪkəl] *n* xe cộ

veil [veɪl] *n* mạng che mặt

vein [veɪn] *n* huyết quản

Velcro® [ˈvelkrəʊ] *n* miếng dán Velcro®

velvet [ˈvelvɪt] *n* vải nhung

vendor [ˈvendɔː] *n* người bán dạo

Venezuela [ˌvenɪˈzweɪlə] *n* nước Vê-nê-duê-la

Venezuelan [ˌvenɪˈzweɪlən] *adj* thuộc Vê-nê-duê-la ▷ *n* người Vê-nê-duê-la

venison [ˈvenɪzən; -sən] *n* thịt hươu

venom [ˈvenəm] *n* nọc độc

ventilation [ˌventɪˈleɪʃən] *n* sự thông gió

venue [ˈvenjuː] *n* địa điểm

verb [vɜːb] *n* động từ

verdict [ˈvɜːdɪkt] *n* lời tuyên án

versatile [ˈvɜːsəˌtaɪl] *adj* đa tài

version [ˈvɜːʃən; -ʒən] *n* bản

versus [ˈvɜːsəs] *prep* chống lại

vertical [ˈvɜːtɪkəl] *adj* thẳng đứng

vertigo [ˈvɜːtɪˌgəʊ] *n* sự chóng mặt

very [ˈverɪ] *adv* rất; **I'm very sorry** Tôi rất xin lỗi; **It's very kind of you to invite us** Rất cảm ơn anh đã mời chúng tôi

vest [vest] *n* áo lót

vet [vet] *n* bác sỹ thú y

veteran [ˈvetərən; ˈvetrən] *adj* kỳ cựu ▷ *n* cựu chiến binh

veto [ˈviːtəʊ] *n* quyền phủ quyết

via [ˈvaɪə] *prep* qua *(theo đường)*

vicar [ˈvɪkə] *n* cha sứ

vice [vaɪs] *n* điểm xấu

vice versa [ˈvaɪsɪ ˈvɜːsə] *adv* ngược lại

vicinity [vɪˈsɪnɪtɪ] *n* vùng lân cận

vicious [ˈvɪʃəs] *adj* xấu xa

victim [ˈvɪktɪm] *n* nạn nhân

victory [ˈvɪktərɪ] *n* chiến thắng

video [ˈvɪdɪˌəʊ] *n* vi-đi-ô; **video camera** *n* máy quay phim

videophone [ˈvɪdɪəˌfəʊn] *n* điện thoại viđiô

Vietnam [ˌvjetˈnæm] *n* nước Việt Nam

Vietnamese [ˌvjetnəˈmiːz] *adj*

thuộc Việt Nam ▷ *n (language)* tiếng Việt Nam, *(person)* người Việt Nam

view [vju:] **I'd like a room with a view of the sea** Cho tôi một phòng nhìn ra biển; **We'd like to see spectacular views** Chúng tôi muốn xem những khung cảnh đặc biệt

viewer ['vju:ə] *n* người quan sát

viewpoint ['vju:,pɔint] *n* quan điểm

vile [vail] *adj* ghê tởm

villa ['vilə] *n* biệt thự; **I'd like to rent a villa** Tôi muốn thuê một biệt thự

village ['vilidʒ] *n* làng

villain ['vilən] *n* kẻ ác

vinaigrette [,vinei'grɛt] *n* nước trộn sa-lát Vi-ni-grết

vine [vain] *n* cây nho

vinegar ['vinigə] *n* giấm

vineyard ['vinjəd] *n* vườn nho

viola [vi'əulə] *n* đàn vi-ô-la

violence ['vaiələns] *n* tính bạo lực

violent ['vaiələnt] *adj* hung tợn

violin [,vaiə'lin] *n* đàn vi-ô-lông

violinist [,vaiə'linist] *n* người chơi đàn vi-ô-lông

virgin ['vɜ:dʒin] *n* trinh nữ

Virgo ['vɜ:gəu] *n* cung Xử nữ

virtual ['vɜ:tʃuəl] *adj* coi như; **virtual reality** *n* thực tế ảo

virus ['vairəs] *n* vi-rút

visa ['vi:zə] *n* thị thực; **Here is my visa** Đây là thị thực của tôi; **I have an entry visa** Tôi có thị thực nhập cảnh

visibility [,vizi'biliti] *n* tầm nhìn

visible ['vizibəl] *adj* hữu hình

visit ['vizit] *n* thăm viếng ▷ *v* đi

thăm; **visiting hours** *npl* thời gian thăm viếng; **Can we visit the castle?** Chúng tôi có thể đi thăm lâu đài không?; **Do we have time to visit the town?** Chúng tôi có đủ thời gian đi thăm thành phố không?; **We'd like to visit...** Chúng tôi muốn đi thăm...

visitor ['vizitə] *n* khách đến thăm; **visitor centre** *n* trung tâm thăm viếng

visual ['viʒuəl; -zju-] *adj* thuộc thị giác

visualize ['viʒuə,laiz; -zju-] *v* hình dung

vital ['vaitəl] *adj* sống còn

vitamin ['vitəmin; 'vai-] *n* vitamin

vivid ['vivid] *adj* chói lọi

vocabulary [və'kæbjuləri] *n* từ vựng

vocational [vəu'keiʃənəl] *adj* hướng nghiệp

vodka ['vɒdkə] *n* rượu vốt-ca

voice [vɔis] *n* giọng nói

voicemail ['vɔis,meil] *n* tin nhắn thoại

void [vɔid] *adj* không giá trị ▷ *n* cảm giác trống rỗng

volcano, volcanoes [vɒl'keinəu, vɒl'keinəuz] *n* núi lửa

volleyball ['vɒli,bɔ:l] *n* bóng chuyền

volt [vəult] *n* vôn

voltage ['vəultidʒ] *n* điện áp

volume ['vɒlju:m] *n* thể tích

voluntarily ['vɒləntərili] *adv* tình nguyện

voluntary ['vɒləntəri; -tri] *adj* tình nguyện

volunteer [,vɒlən'tiə] *n* tình nguyện viên ▷ *v* tình nguyện

vomit ['vɒmɪt] *v* nôn
vote [vəʊt] *n* sự bầu cử ▷ *v* bầu cử
voucher ['vaʊtʃə] *n* phiếu; **gift voucher** *n* phiếu quà tặng
vowel ['vaʊəl] *n* nguyên âm
vulgar ['vʌlgə] *adj* tục tĩu
vulnerable ['vʌlnərəbᵊl] *adj* dễ bị tổn thương
vulture ['vʌltʃə] *n* chim ó

wafer ['weɪfə] *n* bánh xốp
waffle ['wɒfᵊl] *n* bánh quế ▷ *v* nói dông dài
wage [weɪdʒ] *n* tiền lương
waist [weɪst] *n* eo
waistcoat ['weɪs,kəʊt] *n* áo gi-lê
wait [weɪt] *v* chờ đợi; **wait for** *v* chờ đợi; **waiting list** *n* danh sách đợi; **waiting room** *n* phòng chờ
waiter ['weɪtə] *n* người hầu bàn nam
waitress ['weɪtrɪs] *n* người hầu bàn nữ
wait up [weɪt ʌp] *v* thức đợi
waive [weɪv] *v* từ bỏ
wake up [weɪk ʌp] *v* thức giấc
Wales [weɪlz] *n* xứ Wales
walk [wɔːk] *n* cuộc đi bộ ▷ *v* đi bộ; **Are there any guided walks?** Có chuyến đi bộ nào được hướng dẫn không?; **Can I walk there?** Tôi có đi bộ đến đó được không?; **Do you have a guide to local walks?** Anh

có bản chỉ dẫn nào cho các tuyến đường đi bộ ở địa phương không?; **How many kilometres is the walk?** Đường đi bộ dài bao nhiêu km?

walkie-talkie [ˌwɔːkɪˈtɔːkɪ] n máy điện đài xách tay

walking [ˈwɔːkɪŋ] n cuộc đi dạo; **walking stick** n gậy chống

walkway [ˈwɔːkˌweɪ] n đường dành cho người đi bộ

wall [wɔːl] n bức tường

wallet [ˈwɒlɪt] n ví *(đựng tiền)*; **I've lost my wallet** Tôi mất ví rồi; **My wallet has been stolen** Ví của tôi đã bị lấy cắp

wallpaper [ˈwɔːlˌpeɪpə] n giấy dán tường

walnut [ˈwɔːlˌnʌt] n quả óc chó

walrus [ˈwɔːlrəs; ˈwɒl-] n hải mã

waltz [wɔːls] n điệu nhảy van-xơ ▷ v nhảy van-xơ

wander [ˈwɒndə] v đi lang thang

want [wɒnt] v muốn; **I don't want an injection for the pain** Tôi không muốn tiêm để giảm đau; **I want something cheaper** Tôi muốn thứ gì rẻ hơn

war [wɔː] n chiến tranh; **civil war** n nội chiến

ward [wɔːd] n *(area)* phường, *(hospital room)* phòng bệnh

warden [ˈwɔːdən] n người giám sát; **traffic warden** n nhân viên kiểm soát giao thông

wardrobe [ˈwɔːdrəʊb] n tủ quần áo

warehouse [ˈwɛəˌhaʊs] n kho chứa đồ

warm [wɔːm] adj ấm *(áp)*

warm up [wɔːm ʌp] v khởi động

warn [wɔːn] v cảnh báo

warning [ˈwɔːnɪŋ] n lời cảnh báo; **hazard warning lights** npl đèn báo nguy hiểm

warranty [ˈwɒrəntɪ] n giấy bảo hành

wart [wɔːt] n mụn cóc

wash [wɒʃ] v rửa; **car wash** n điểm rửa xe; **How do I use the car wash?** Dùng máy rửa xe thế nào ạ?; **I would like to wash the car** Tôi muốn rửa xe; **Where can I wash my hands?** Tôi có thể rửa tay ở đâu?; **Where is the washing up area?** Khu rửa bát ở đâu?

washable [ˈwɒʃəbəl] adj **machine washable** adj có thể giặt bằng máy; **Is it washable?** Cái này có giặt được không?

washbasin [ˈwɒʃˌbeɪsən] n chậu rửa

washing [ˈwɒʃɪŋ] n quần áo giặt; **washing line** n dây phơi quần áo; **washing machine** n máy giặt; **washing powder** n bột giặt

washing-up [ˈwɒʃɪŋʌp] n công việc rửa bát; **washing-up liquid** n nước rửa bát

wash up [wɒʃ ʌp] v rửa bát đĩa

wasp [wɒsp] n ong bắp cày

waste [weɪst] n sự phung phí ▷ v phung phí

watch [wɒtʃ] n đồng hồ đeo tay ▷ v theo dõi; **digital watch** n đồng hồ kỹ thuật số

watch out [wɒtʃ aʊt] v coi chừng

water [ˈwɔːtə] n nước *(chất lỏng)* ▷ v tưới nước; **drinking water** n nước uống; **mineral water** n nước khoáng; **sea water** n nước biển; **sparkling water** n nước có ga;

watering can *n* bình tưới nước; **a glass of water** một cốc nước; **Can you check the water, please?** Anh làm ơn kiểm tra nước hộ; **How deep is the water?** Nước sâu bao nhiêu?; **Is hot water included in the price?** Nước nóng đã tính trong giá này chưa?; **Please bring more water** Làm ơn mang thêm nước; **There is no hot water** Không có nước nóng

watercolour ['wɔːtə,kʌlə] *n* tranh vẽ bằng màu nước

watercress ['wɔːtə,kres] *n* rau cải xoong

waterfall ['wɔːtə,fɔːl] *n* thác nước

watermelon ['wɔːtə,melən] *n* dưa hấu

waterproof ['wɔːtə,pruːf] *adj* không thấm nước

water-skiing ['wɔːtə,skiːɪŋ] *n* môn lướt ván nước; **Is it possible to go water-skiing here?** Có thể chơi lướt ván nước ở đây không?

wave [weɪv] *n* sóng ▷ *v* vẫy tay

wavelength ['weɪv,leŋθ] *n* bước sóng

wavy ['weɪvɪ] *adj* gợn sóng

wax [wæks] *n* sáp ong

way [weɪ] *n* đường đi; **right of way** *n* quyền được đi trước; **We are on our way to...** Chúng tôi đang trên đường đi...

way in [weɪ ɪn] *n* lối vào

way out [weɪ aʊt] *n* lối ra

we [wiː] *pron* chúng ta

weak [wiːk] *adj* yếu

weakness ['wiːknɪs] *n* điểm yếu

wealth [welθ] *n* sự giàu có

wealthy ['welθɪ] *adj* giàu có

weapon ['wepən] *n* vũ khí

wear [weə] *v* mặc *(quần áo)*; **What should I wear?** Tôi nên mặc thế nào?

weasel ['wiːzəl] *n* con chồn

weather ['weðə] *n* thời tiết; **weather forecast** *n* dự báo thời tiết; **Is the weather going to change?** Thời tiết có sắp thay đổi không?; **What awful weather!** Thời tiết tệ quá!; **What will the weather be like tomorrow?** Thời tiết ngày mai thế nào?

web [web] *n* mạng *(dệt)*; **web address** *n* địa chỉ web; **web browser** *n* trình duyệt web

webcam ['web,kæm] *n* webcam

webmaster ['web,mɑːstə] *n* quản trị web

website ['web,saɪt] *n* trang web

webzine ['web,ziːn] *n* tạp chí web

wedding ['wedɪŋ] *n* lễ cưới; **wedding anniversary** *n* lễ kỷ niệm ngày cưới; **wedding dress** *n* địa chỉ tổ chức đám cưới; **wedding ring** *n* nhẫn cưới

Wednesday ['wenzdɪ] *n* thứ Tư *(trong tuần)*; **Ash Wednesday** *n* ngày đầu tiên của Tuần Chay; **on Wednesday** vào thứ Tư

weed [wiːd] *n* cỏ dại

weedkiller ['wiːd,kɪlə] *n* thuốc diệt cỏ dại

week [wiːk] *n* tuần *(thời gian)*; **a week ago** một tuần trước; **How much is it for a week?** Một tuần thì giá bao nhiêu?; **last week** tuần trước; **next week** tuần tới

weekday ['wiːk,deɪ] *n* ngày trong tuần

weekend [ˌwiːkˈɛnd] *n* ngày cuối tuần

weep [wiːp] *v* khóc

weigh [weɪ] *v* cân; **How much do you weigh?** Anh nặng bao nhiêu?

weight [weɪt] *n* trọng lượng

weightlifter [ˈweɪtˌlɪftə] *n* vận động viên cử tạ

weightlifting [ˈweɪtˌlɪftɪŋ] *n* môn cử tạ

weird [wɪəd] *adj* kỳ dị

welcome [ˈwɛlkəm] *n* sự đón tiếp ▷ *v* tiếp đón; **welcome!** *excl* hoan nghênh!

well [wɛl] *adj* khỏe mạnh ▷ *adv* tốt *(tốt đẹp)* ▷ *n* giếng; **oil well** *n* giếng dầu; **well done!** *excl* rất tốt!

well-behaved [ˈwɛlˈbɪˈheɪvd] *adj* có hạnh kiểm tốt

wellies [ˈwɛlɪz] *npl* ủng cao su

wellingtons [ˈwɛlɪŋtənz] *npl* ủng cao su Wellington

well-known [ˈwɛlˈnəʊn] *adj* nổi tiếng

well-off [ˈwɛlˈɒf] *adj* sung túc

well-paid [ˈwɛlˈpeɪd] *adj* được trả lương cao

Welsh [wɛlʃ] *adj* thuộc xứ Wales ▷ *n* người xứ Wales

west [wɛst] *adj* theo phía tây ▷ *adv* về hướng tây ▷ *n* phía tây; **West Indian** *n* người Tây Ấn, thuộc Tây Ấn; **West Indies** *npl* Tây Ấn

westbound [ˈwɛstˌbaʊnd] *adj* về hướng tây

western [ˈwɛstən] *adj* phương tây ▷ *n* phim cao bồi Mỹ

wet [wɛt] *adj* ướt

wetsuit [ˈwɛtˌsuːt] *n* bộ đồ lặn

whale [weɪl] *n* cá voi

what [wɒt; wət] *adj* gì ▷ *pron* những thứ mà; **What do you do?** Anh làm nghề gì?; **What is it?** Đây là cái gì?

wheat [wiːt] *n* lúa mì; **wheat intolerance** *n* bệnh dị ứng bột mì

wheel [wiːl] *n* bánh xe; **spare wheel** *n* bánh xe dự phòng; **steering wheel** *n* vô lăng

wheelbarrow [ˈwiːlˌbærəʊ] *n* xe cút kít

wheelchair [ˈwiːlˌtʃɛə] *n* xe lăn; **Can you visit… in a wheelchair?** Có đi thăm… bằng xe lăn được không?; **Do you have a lift for wheelchairs?** Chỗ anh có thang máy cho xe lăn không?; **Do you have wheelchairs?** Chỗ anh có xe lăn không?; **I need a room with wheelchair access** Tôi cần một phòng có lối vào cho xe lăn; **I use a wheelchair** Tôi dùng xe lăn; **Is there wheelchair-friendly transport available to…?** Có phương tiện đi lại có thể dùng xe lăn đến…không?; **Is your hotel accessible to wheelchairs?** Khách sạn của anh có lối vào cho xe lăn không?; **Where is the nearest repair shop for wheelchairs?** Cửa hàng sửa chữa xe lăn gần nhất ở đâu?; **Where is the wheelchair-accessible entrance?** Lối vào dành cho xe lăn ở đâu?

when [wɛn] *adv* khi nào ▷ *conj* khi; **When does it begin?** Khi nào bắt đầu?; **When does it finish?** Khi nào kết thúc?; **When is it due?** Theo lịch thì khi nào xe tới?

where [wɛə] *adv* ở đâu ▷ *conj* ở nơi mà; **Can you show me where we**

are on the map? Anh làm ơn chỉ cho tôi chúng tôi đang ở đâu trên bản đồ; **Where are we?** Chúng ta đang ở đâu?; **Where are you from?** Anh người ở đâu?; **Where are you staying?** Anh đang ở đâu?; **Where can we meet?** Chúng ta gặp nhau ở đâu?; **Where can you go…?** Có thể đi… ở đâu?; **Where do I pay?** Tôi trả tiền ở đâu?; **Where do I sign?** Tôi ký ở đâu?; **Where is…?**… ở đâu?; **Where is the gents?** Nhà vệ sinh cho đàn ông ở đâu?

whether ['wɛðə] *conj* được hay không

which [wɪtʃ] *pron* cái mà, cái nào

while [waɪls] *conj* trong khi ▷ *n* khoảng thời gian

whip [wɪp] *n* roi da; **whipped cream** *n* kem tươi

whisk [wɪsk] *n* cái vẫy nhẹ

whiskers ['wɪskəz] *npl* râu mèo

whisky ['wɪskɪ] *n* rượu uýt-xki; **malt whisky** *n* whisky mạch nha

whisper ['wɪspə] *v* nói thầm

whistle ['wɪsəl] *n* tiếng huýt sáo ▷ *v* huýt sáo

white [waɪt] *adj* trắng; **egg white** *n* lòng trắng trứng; **a carafe of white wine** một bình rượu vang trắng

whiteboard ['waɪtˌbɔːd] *n* bảng trắng

whitewash ['waɪtˌwɒʃ] *v* quét vôi

whiting ['waɪtɪŋ] *n* vôi bột trắng

who [huː] *pron* ai; **Who am I talking to?** Tôi đang được tiếp chuyện với ai đây?; **Who is it?** Ai đấy?; **Who's calling?** Ai gọi đó?

whole [həʊl] *adj* toàn bộ ▷ *n* tất cả

wholefoods ['həʊlˌfuːdz] *npl* đồ ăn không qua chế biến

wholemeal ['həʊlˌmiːl] *adj* bột chưa dây

wholesale ['həʊlˌseɪl] *adj* bán buôn ▷ *n* sự bán buôn

whom [huːm] *pron* người nào

whose [huːz] *adj* của ai ▷ *pron* của ai

why [waɪ] *adv* tại sao

wicked ['wɪkɪd] *adj* xấu xa

wide [waɪd] *adj* rộng ▷ *adv* rộng rãi

widespread ['waɪdˌsprɛd] *adj* lan rộng

widow ['wɪdəʊ] *n* bà góa

widower ['wɪdəʊə] *n* người góa vợ

width [wɪdθ] *n* chiều rộng

wife, wives [waɪf, waɪvz] *n* vợ; **This is my wife** Đây là vợ tôi

WiFi [waɪ faɪ] *n* mạng không dây Wifi

wig [wɪg] *n* bộ tóc giả

wild [waɪld] *adj* hoang dã

wildlife ['waɪldˌlaɪf] *n* thế giới động vật hoang dã

will [wɪl] *n (document)* di chúc, *(motivation)* ý chí

willing ['wɪlɪŋ] *adj* sẵn lòng

willingly ['wɪlɪŋlɪ] *adv* sẵn sàng

willow ['wɪləʊ] *n* cây liễu

willpower ['wɪlˌpaʊə] *n* sức mạnh ý chí

wilt [wɪlt] *v* héo

win [wɪn] *v* chiến thắng

wind¹ [wɪnd] *n* gió ▷ *vt (with a blow etc.)* uốn lượn

wind² [waɪnd] *v (coil around)* uốn lượn

windmill ['wɪndˌmɪl; 'wɪnˌmɪl] *n* cối xay gió

window ['wɪndəʊ] *n* cửa sổ; **shop window** *n* tủ kính bày hàng;

window pane n ô kính cửa sổ;
window seat n chỗ ngồi cạnh cửa
sổ; **I can't open the window** Tôi
không mở được cửa sổ; **I'd like a
window seat** Tôi muốn ngồi cạnh
cửa sổ; **May I close the window?**
Tôi đóng cửa sổ được không?; **May
I open the window?** Tôi mở cửa sổ
được không?

windowsill ['wɪndəʊˌsɪl] n bậu cửa
sổ

windscreen ['wɪndˌskriːn] n kính
chắn gió; **windscreen wiper** n cần
gạt nước; **Can you top up the
windscreen washers?** Anh làm ơn
đổ đầy nước rửa kính chắn gió hộ;
Could you clean the windscreen?
Anh làm ơn lau sạch kính chắn gió
hộ; **The windscreen is broken**
Kính chắn gió bị vỡ

windsurfing ['wɪndˌsɜːfɪŋ] n môn
lướt ván buồm

windy ['wɪndɪ] adj lộng gió

wine [waɪn] n rượu vang; **house
wine** n rượu nhà làm lấy; **red wine**
n rượu vang đỏ; **table wine** n rượu
vang thường; **wine list** n danh sách
rượu vang; **a bottle of white wine**
một chai rượu vang trắng; **Can you
recommend a good wine?** Anh có
thể giới thiệu một loại rượu vang
ngon được không?

wineglass ['waɪnˌglɑːs] n cốc uống
rượu vang

wing [wɪŋ] n cánh; **wing mirror** n
gương chiếu hậu

wink [wɪŋk] v nháy mắt

winner ['wɪnə] n người chiến thắng

winning ['wɪnɪŋ] adj sự chiến thắng

winter ['wɪntə] n mùa đông; **winter**

sports npl các môn thể thao mùa
đông

wipe [waɪp] v lau chùi; **baby wipe** n
giấy lau cho em bé

wipe up [waɪp ʌp] v lau sạch

wire [waɪə] n dây kim loại; **barbed
wire** n dây thép gai

wisdom ['wɪzdəm] n sự thông thái;
wisdom tooth n răng khôn

wise [waɪz] adj khôn ngoan

wish [wɪʃ] n điều ước ▷ v chúc

wit [wɪt] n sự hóm hỉnh

witch [wɪtʃ] n mụ phù thủy

with [wɪð; wɪθ] prep với (cùng); **It's
been a pleasure working with
you** Rất hân hạnh được làm việc
với anh

withdraw [wɪð'drɔː] v rút

withdrawal [wɪð'drɔːəl] n sự rút
khỏi

within [wɪ'ðɪn] prep (space) trong
vòng, (term) trong vòng

without [wɪ'ðaʊt] prep không có;
I'd like it without…, please Làm
ơn cho tôi món đó không có…

witness ['wɪtnɪs] n nhân chứng;
Jehovah's Witness n Nhân chứng
Giê-hô-va

witty ['wɪtɪ] adj hóm hỉnh

wolf, wolves [wʊlf, wʊlvz] n chó
sói

woman, women ['wʊmən,
'wɪmɪn] n đàn bà

wonder ['wʌndə] v tự hỏi

wonderful ['wʌndəfʊl] adj kỳ diệu

wood [wʊd] n (forest) rừng cây,
(material) gỗ

wooden ['wʊdən] adj làm bằng gỗ

woodwind ['wʊdˌwɪnd] n bộ gỗ

woodwork ['wʊdˌwɜːk] n nghề mộc

wool [wʊl] n len; **cotton wool** n bông mềm

woollen ['wʊlən] adj làm bằng len

woollens ['wʊlənz] npl quần áo len

word [wɜːd] n từ (ngôn ngữ); **all one word** tất cả là một từ

work [wɜːk] n công việc ▷ v làm việc; **work experience** n kinh nghiệm nghề nghiệp; **work of art** n tác phẩm nghệ thuật; **work permit** n giấy phép làm việc; **work station** n trạm làm việc; **I hope we can work together again soon** Tôi hy vọng chúng ta sẽ sớm được làm việc lại với nhau; **I'm here for work** Tôi đến đây làm việc; **Where do you work?** Anh làm việc ở đâu?

worker ['wɜːkə] n công nhân; **social worker** n người làm công tác xã hội

workforce ['wɜːkˌfɔːs] n lực lượng lao động

working-class ['wɜːkɪŋklɑːs] adj giai cấp công nhân

workman, workmen ['wɜːkmən, 'wɜːkmɛn] n người thợ

work out [wɜːk aʊt] v tính toán

workplace ['wɜːkˌpleɪs] n nơi làm việc

workshop ['wɜːkˌʃɒp] n phân xưởng

workspace ['wɜːkˌspeɪs] n không gian làm việc

workstation ['wɜːkˌsteɪʃən] n trạm làm việc

world [wɜːld] n thế giới; **Third World** n Thế giới Thứ ba; **World Cup** n Giải Vô địch Bóng đá Thế giới

worm [wɜːm] n con giun

worn [wɔːn] adj hao mòn

worried ['wʌrɪd] adj lo lắng

worry ['wʌrɪ] v lo lắng

worrying ['wʌriɪŋ] adj gây lo lắng

worse [wɜːs] adj xấu hơn ▷ adv xấu đi

worsen ['wɜːsən] v trở nên xấu đi

worship ['wɜːʃɪp] v thờ phụng

worst [wɜːst] adj xấu nhất

worth [wɜːθ] n giá trị

worthless ['wɜːθlɪs] adj không có giá trị

would [wʊd; wəd] v **I would like to wash the car** Tôi muốn rửa xe; **We would like to go cycling** Chúng tôi muốn đi xe đạp

wound [wuːnd] n vết thương ▷ v gây tổn thương

wrap [ræp] v gói; **wrapping paper** n giấy gói quà

wrap up [ræp ʌp] v bọc (gói lại)

wreck [rɛk] n tàu xe bị hỏng ▷ v làm hỏng

wreckage ['rɛkɪdʒ] n đống đổ nát

wren [rɛn] n chim hồng tước

wrench [rɛntʃ] n sự vặn mạnh ▷ v vặn mạnh

wrestler ['rɛslə] n đô vật

wrestling ['rɛslɪŋ] n môn đấu vật

wrinkle ['rɪŋkəl] n vết nhăn

wrinkled ['rɪŋkəld] adj nhăn nheo

wrist [rɪst] n cổ tay

write [raɪt] v viết

write down [raɪt daʊn] v ghi chép; **Will you write down the address, please?** Anh vui lòng ghi lại địa chỉ được không?

writer ['raɪtə] n nhà văn

writing ['raɪtɪŋ] n bài viết; **writing paper** n giấy viết thư

wrong [rɒŋ] adj sai (không đúng) ▷ adv một cách sai lầm; **wrong**

number *n* số sai; **The bill is wrong** Hoá đơn tính sai; **There is something wrong with the electrics** Hệ thống điện bị hỏng cái gì đó; **What's wrong?** Bị làm sao?; **You have the wrong number** Anh nhầm số rồi

Xmas [ˈɛksməs; ˈkrɪsməs] *n* Lễ Giáng sinh
X-ray [ɛksreɪ] *n* X-quang ▷ *v* chụp X-quang
xylophone [ˈzaɪləˌfəʊn] *n* mộc cầm

y

yacht [jɒt] *n* thuyền buồm

yard [jɑːd] *n (enclosure)* sân, *(measurement)* thước Anh

yawn [jɔːn] *v* ngáp

year [jɪə] *n* năm *(thời gian)*; **academic year** *n* năm học; **financial year** *n* năm tài chính; **leap year** *n* năm nhuận; **New Year** *n* Năm Mới; **Happy New Year!** Chúc mừng Năm Mới!; **I'm fifty years old** Tôi năm mươi tuổi; **last year** năm ngoái; **next year** năm sau; **this year** năm nay

yearly ['jɪəlɪ] *adj* hàng năm ▷ *adv* hàng năm

yeast [jiːst] *n* men bia

yell [jɛl] *v* la hét

yellow ['jɛləʊ] *adj* vàng *(màu)*; **Yellow Pages®** *npl* Những Trang Vàng Yellow Pages®

Yemen ['jɛmən] *n* Nước Y-ê-men

yes [jɛs] *excl* vâng

yesterday ['jɛstədɪ; -ˌdeɪ] *adv* ngày hôm qua

yet [jɛt] *adv (with negative)* chưa

yew [juː] *n* cây thủy tùng

yield [jiːld] *v* sản xuất

yoga ['jəʊgə] *n* Yoga

yoghurt ['jəʊgət; 'jɒg-] *n* sữa chua

yolk [jəʊk] *n* lòng đỏ trứng

you [juː; jʊ] **Are you alright?** Anh có sao không?; **How are you?** Anh có khỏe không?

young [jʌŋ] *adj* trẻ

younger [jʌŋə] *adj* trẻ hơn

youngest [jʌŋɪst] *adj* trẻ nhất

your [jɔː; jʊə; jə] **May I use your phone?** Tôi có thể dùng điện thoại của anh được không?

youth [juːθ] *n* tuổi trẻ; **youth club** *n* câu lạc bộ thanh niên; **youth hostel** *n* nhà trọ thanh niên

Z

zoo [zuː] *n* vườn thú
zoology [zəʊ'ɒlədʒɪ; zuː-] *n* động
  vật học
zoom [zuːm] *n* **zoom lens** *n* ống
  kính máy ảnh
zucchini [tsuː'kiːnɪ; zuː-] *n* quả bí
  xanh

Zambia ['zæmbɪə] *n* nước
  Dăm-bi-a
Zambian ['zæmbɪən] *adj* thuộc
  Dăm-bi-a ▷ *n* người Dăm-bi-a
zebra ['ziːbrə; 'zɛbrə] *n* ngựa vằn;
  zebra crossing *n* lối qua đường
  cho người đi bộ
zero, zeroes ['zɪərəʊ, 'zɪərəʊz] *n* số
  không
zest [zɛst] *n (excitement)* sự say mê,
  (lemon-peel) vỏ chanh
Zimbabwe [zɪm'bɑːbwɪ] *n* nước
  Dim-ba-buê
Zimbabwean [zɪm'bɑːbwɪən] *adj*
  thuộc Zim-ba-buê ▷ *n* người
  Dim-ba-buê
zinc [zɪŋk] *n* kẽm
zip [zɪp] *n* phéc-mơ-tuya; **zip (up)** *v*
  kéo phéc-mơ-tuya
zit [zɪt] *n* mụn
zodiac ['zəʊdɪˌæk] *n* hoàng đạo
zone [zəʊn] *n* vùng; **time zone** *n*
  múi giờ